பக்தித் தமிழ்

பக்தித் தமிழ்

என். சொக்கன்

ZDP SPECIFICS

Title: Bakthi Tamil
Author's Name: N Chokkan

Published by ZDP Specifics

SPECIFICS

ZDP Specifics
(An imprint of Zero Degree Publishing)
No. 55(7), R Block, 6th Avenue,
Anna Nagar,
Chennai - 600 040

Website: www.zerodegreepublishing.com
E Mail id: zerodegreepublishing@gmail.com
Phone: 89250 61999

ZDP Specifics First Edition: November 2022
ISBN: 978-93-93882-00-4
TITLE NO ZDP Specifics: 27

Rs.

Cover Design & Layout: Vijayan, Creative Studio

அறிமுகம்

உங்களுக்குப் பக்திப் பாட்டுகள் பிடிக்குமா? விரும்பிக் கேட்டு ரசிப்பீர்களா?

இதென்ன கேள்வி? பக்திப் பாடல்கள் ரசிப்பதற்கானவை அல்லவே, அவற்றில் கவிதைச் சுவை, மொழிச் சுவையைவிட, உருக்கம்தானே அதிகமாக இருக்கும்? 'கடவுளே, நீ பெரியவன், நான் சிறியவன், உன்னையன்றி எனக்கு ஏது கதி? என்னைக் காப்பாற்று, உன்னோடு சேர்த்துக்கொள்'... பெரும்பாலான பக்திப் பாடல்கள் இப்படிதானே அமையும்?

ம்ஹூம், நீங்கள் நினைப்பது தவறு. உண்மையில் தமிழில் அற்புதமான விஷயங்களை உள்ளடக்கிய பக்திப்பாடல்கள் ஏராளமாக உள்ளன. இவற்றில் பக்தி ரசத்துக்குக் குறைச்சல் இருக்காது, ஆனால் அதேசமயம் ஒவ்வொரு பாடலிலும் ஏதேனும் ஒரு வித்தியாசமான, அழகான சமாசாரம் ஒளிந்திருக்கும். புதுமையான உவமைகள், உதாரணங்கள், வார்த்தை விளையாட்டுகள், புள்ளிவிவரங்கள், இறைவனையே உரிமையோடு கேலி செய்கிற வேடிக்கைகள், அவனைக் காதலனாக நினைத்துக்கொண்டு உருகும் நேசம், இக்காலத்துக்கும் பொருந்தக்கூடிய பேருண்மைகள், பாடங்கள், எளிமையான தத்துவங்கள்... இப்படிப் படிக்கப் படிக்க நம்மைப் பரவசப்படுத்தும் அளவுக்குப் பல புதையல்கள் பக்தித் தமிழில் உண்டு. அப்படிப்பட்ட வித்தியாசமான பாடல்களை எளிய விளக்கத்துடன் அறிமுகப்படுத்துகிற தொடர் இது.

1

பிள்ளையார் சுழியோடு தொடங்குவோம். அதுவும், தமிழ் மூதாட்டியாகிய ‘ஔவை’யின் பாடலோடு ஆரம்பித்தால் இன்னும் விசேஷம்.

ஔவையார் பிள்ளையாரைப் பாடியிருக்கிறாரா என்ன? அவர் முருகனிடம் சுட்ட பழம் வாங்கித் தின்றுவிட்டுப் பாடியதுதானே பிரபலம்?

தமிழுக்கு முருகன், பிள்ளையார் என்கிற பேதம் ஏது? முருகனைப் பாடிய அதே ஔவை பிள்ளையாரையும் மிக அற்புதமாக வர்ணித்துப் பாடியுள்ளார். அதில் ஒரு பாட்டு நமக்கெல்லாம் நன்றாகத் தெரிந்தது:

> பாலும் தெளிதேனும் பாகும் பருப்பும் இவை
> நாலும் கலந்து உனக்கு நான் தருவேன் ... கோலம்செய்
> துங்கக் கரிமுகத்துத் தூமணியே நீ எனக்குச்
> சங்கத் தமிழ் மூன்றும் தா!

‘ திருவிளையாடல்’ படத்தில் வருகிற ஔவையாரிடம் ஒரு கேள்வி கேட்பார்கள்: ‘ஔவையே, ஒன்று, இரண்டு, மூன்று, நான்கு என இறைவனை வரிசைப்படுத்திப் பாடு!’

உடனே, சினிமா ஔவையார் இப்படிப் பாடுவார்:

'ஒன்றானவன்,
உருவில் இரண்டானவன்,
உருவான செந்தமிழில் மூன்றானவன்,
நன்கான வேதத்தில் நான்கானவன்,
நமச்சிவாய என ஐந்தானவன்,
இன்பச் சுவைகளுக்குள் ஆறானவன்,
இன்னிசை ஸ்வரங்களில் ஏழானவன்,
சித்திக்கும் பொருள்களில் எட்டானவன்,
தித்திக்கும் நவ ரச வித்தானவன்,
பத்தானவன், நெஞ்சில் பற்றானவன்!'

இனிமையான இந்தப் பாடலை எழுதியவர் ஔவையார் அல்ல. கவியரசர் கண்ணதாசன்.

ஆனால் அதற்காக, ஔவையைக் குறைவாக நினைத்துவிடாதீர்கள், கண்ணதாசனுக்கு முன்பாகவே இறைவனை ஒன்று, இரண்டு, மூன்று, நான்கு, ஐந்து என்று வரிசைப்படுத்திப் பாடியிருக்கிறார் ஔவையார். 'விநாயகர் அகவல்' என்ற நூலில் இடம்பெற்றுள்ள பாடல் அது:

'அஞ்சு கரமும் அங்குச பாசமும்
நெஞ்சில் குடிகொண்ட நீல மேனியும்
நான்ற வாயும் நால் இரு புயமும்
மூன்று கண்ணும் மும்மதச் சுவடும்
இரண்டு செவியும் இலங்கு பொன்முடியும்...'

ஒவ்வொரு வரியாக வர்ணனை அழகைக் கவனியுங்கள்:

★ *அஞ்சு கரம் = பிள்ளையாருக்கு ஐந்து கைகள் (நான்கு கைகள் + ஒரு தும்பிக்கை)*

★ *அங்குச பாசம் = அந்த ஐந்து கைகளில் அவர் தாங்கியிருக்கும் கருவிகள்*

★ பக்தர்கள் நெஞ்சில் குடி கொண்ட நீல மேனி

★ நான்ற வாய் = தொங்கிய வாய், அதாவது தும்பிக்கை

★ நால் இரு புயம் = நான்கு பெரிய தோள்கள்

★ மூன்று கண்கள் = சிவனுக்குமட்டுமில்லை, பிள்ளையாருக்கும் மூன்று கண்கள் உண்டாம். அவை: அப்ராக்ருத சூர்ய, அப்ராக்ருத சந்த்ர, அப்ராக்ருத அக்னி

★ மும்மதச் சுவடு = அவர் யானைமுகன் இல்லையா, மூன்று விதமான மத நீர்கள் பொழிவதால் ஏற்பட்ட சுவடுகள்

★ இரண்டு காதுகள்

★ ஒரு சிறந்த பொன் முடி

இப்படி ஐந்து, நான்கு, மூன்று, இரண்டு, ஒன்று என்று ராக்கெட் விடுவதற்கான கவுன்ட் டவுன்போல பிள்ளையாரை வர்ணித்துவிட்டு இறுதியாக ஒரு விஷயம் சொல்லி முடிக்கிறார் ஔவையார்: 'சொற்பதம் கடந்த'வனே. அதாவது, வார்த்தைகளால் விவரிக்கமுடியாத அழகனே!

★★★

காளமேகம் பெரிய கவிஞர். 'இம்' என்று சொல்வதற்கு முன்னால் எழுநூறும் எண்ணூறுமாகப் பாடல்களை எழுதி அடுக்கிவிடுகிற திறமைசாலி.

ஒருமுறை, அவரிடம் யாரோ கேட்டார்கள். 'திருமால் எத்தனை அவதாரங்கள் எடுத்தார்?'

'பத்து.'

'அந்தப் பத்து அவதாரங்களையும் ஒரே பாட்டுக்குள் அமைத்துப் பாடமுடியுமா?'

'ஓ, செய்யலாமே!'

'ஆனால் ஒரு நிபந்தனை.'

'என்னது?'

'நாலே நாலு வரிகளுக்குள் திருமாலின் பத்து அவதாரங்களையும் சொல்லிவிடவேண்டும். உங்களால் முடியுமா?'

காளமேகம் நிமிர்ந்து உட்கார்ந்தார். 'எனக்கே சவாலா?' என்று தனக்குள் சொல்லிக்கொண்டார். 'நாலு வரி எதற்கு? அதில் பாதி போதும், வெறும் இரண்டே வரிகளில் பத்து அவதாரங்களையும் சொல்லிவிடுகிறேன்' என்றார். கடகடவென்று பாட ஆரம்பித்தார்:

மெச்சு புகழ் வேங்கடவா வெண்பாவில் பாதியில்என்
இச்சையில்உன் சென்மம் எடுக்கவா ... மச்சாகூர்
மாகோலா சிங்காவா மாராமா ராமாரா
மாகோபா லாமாவா வாய்

இந்தப் பாட்டை நேரடியாகப் படித்தால் தலை சுற்றும். வரி வரியாகப் பிரித்துவைத்து ரசிக்கவேண்டும்:

முதல் இரண்டு வரிகளின் பொருள்: உலகமே மெச்சுகின்ற புகழைக் கொண்ட பெருமாளே, ஒரு வெண்பாவில் பாதிக்குள் (அதாவது இரண்டு வரிகளில்) உன்னுடைய அனைத்து அவதாரங்களையும் சொல்லிவிட ஆசை கொண்டேன்.

அடுத்த இரண்டு வரிகளை இப்படிப் பிரிக்கவேண்டும்:

மச்சா = மச்சாவதாரம்

கூர்மா = கூர்மாவதாரம்

கோலா = கோலம், அதாவது பன்றி அல்லது வராக அவதாரம்

சிங்கா = நரசிம்ம அவதாரம்

வாமா = வாமன அவதாரம்

ராமா, ராமா, ராமா = மூன்று ராமர்கள், அதாவது, பரசுராம அவதாரம், தசரதனின் மகனான ராமாவதாரம், பலராம அவதாரம்

கோபாலா = கிருஷ்ணாவதாரம்

மா ஆவாய் = தமிழில் 'மா' என்றால் குதிரை, இனி வரப்போகும் கல்கி அவதாரத்தைக் குறிக்கிறது

இப்போது மீண்டும் அந்தப் பாட்டைப் படித்துப்பாருங்கள். காளமேகம் எப்பேர்ப்பட்ட மேதை என்பது விளங்கும்!

★★★

நீங்கள் சர்க்கஸ் பார்த்திருக்கிறீர்களா? அந்தரத்தில் தாவித் தாவிப் பிடிக்கும் 'பார் விளையாட்டு'களை ரசிப்பது உண்டா?

கீழே இருந்து பார்க்கும் நமக்கு, அந்த விளையாட்டு பரவசம் தரும். ஜாலியாகக் கைகட்டி ஆனந்தமாக ரசிப்போம். ஆனால் அபத்திரமாக அங்கும் இங்கும் தாவும் அந்த சர்க்கஸ் கலைஞர்கள் உயிரைக் கையில் பிடித்துக்கொண்டுதான் 'விளையாடு'கிறார்கள். இல்லையா?

நிஜ வாழ்க்கையில் நாம் யாரும் அப்படி ரிஸ்க் எடுத்து சர்க்கஸ் விளையாட விரும்புவதில்லை. பாதுகாப்புதான் முக்கியம் என்று நினைக்கிறோம்.

உதாரணமாக, பெரிய வேலையில் இருக்கிற ஒருவர் அதை ராஜினாமா செய்துவிட்டு இன்னொரு வேலை தேடுவாரா? அல்லது, இன்னொரு வேலை கிடைத்தபிறகு இதை ராஜினாமா செய்வாரா?

வித்தியாசம் புரிகிறதல்லவா? ஒன்றைப் பிடித்தபிறகுதான் இன்னொன்றை விடவேண்டும், அதுதான் புத்திசாலித்தனம். ஆபத்து இல்லாத விளையாட்டு.

அதைவிட பெட்டர், இப்படித் தாவாமலே இருந்துவிடுவது.

அங்கும் இங்கும் பறக்காமல் ஒரே இடத்தில் நிலைத்திருப்பது இன்னொருவிதமான சந்தோஷம், நிம்மதி.

ஆனால் அது எல்லோராலும் முடிகிறதா? 'இக்கரைக்கு அக்கரை பச்சை' என்று மாறி மாறி ஓடிக்கொண்டே இருப்பதுதானே நம் நிலைமை? 'போதும் என்கிற மனம்' எப்போது கிடைக்கும்? அமைதியாக ஓர் இடத்தில் உட்காரும் சுகம் என்றைக்கு வரும்?

நுணுக்கமான இந்த உணர்வைப் பக்தித் தமிழில் பதிவு செய்திருக்கிறார் ஒருவர். இன்றைக்கு அல்ல, பல நூற்றாண்டுகள் முன்பாகவே!

மருள் நீக்கியார், அப்பர், ஆளுடைய அரசர் என்றெல்லாம் பலவிதமான பெயர்களால் அழைக்கப்பட்டாலும், 'நாவுக்கு அரசர்' என்பதுதான் இவருக்கு மிகப் பொருத்தமான பெயர். அவர் பாடிய அந்தத் தேவாரப் பாடல்:

உறுகயிறு ஊசல் போல
　　ஒன்றுவிட்டு ஒன்று பற்றி
மறுகயிறு ஊசல் போல
　　வந்துவந்து உலவு நெஞ்சம்
பெறுகயிறு ஊசல் போலப்
　　பிறைபுல்கு சடையாய் பாதத்து
அறுகயிறு ஊசல் ஆனேன்
　　அதிகை வீரட்டனீரே!

கயிற்றில் கட்டிய ஊசல், அது அங்கும் இங்கும் ஆடிக்கொண்டிருக்கிறது. அதைப்போல, என்னுடைய நெஞ்சமும் ஒன்றை விட்டு இன்னொன்றைப் பற்றிப் பாய்கிறது, சிறிது நேரம் கழித்து மீண்டும் இங்கே தாவுகிறது, அப்புறம் இன்னொரு பக்கம் ஓடுகிறது, அலைபாய்கிறது.

இப்படி ஆடி ஓடியதால் எனக்கு நிம்மதி கிடைத்ததா? இல்லை, பதற்றம்தான், குழப்பம்தான், எப்போது என்ன நடக்குமோ என்கிற வேதனைதான்.

இந்நிலையில், நான் உன்னுடைய திருவடிகளைச் சரணடைந்தேன். என் மனம் என்கிற ஊசலின் கயிறு அறுந்துவிட்டது. அது கீழே விழுந்தது. அமைதியானது. இப்படி என்னைத் தேற்றி ஆட்கொண்ட இறைவா, திருவதிகையில் குடிகொண்ட வீரட்டனீரே, உமக்கு நன்றி!

இந்தப் பாடலில் வரும் 'திருவதிகை' என்பது ஊரின் பெயர், அங்குள்ள கோயிலின் பெயர் 'வீரட்டானம்', இறைவன் பெயர் 'வீரட்டேசுவரர்'.

2

நம்மாழ்வாரின் பாடல் ஒன்று. இதனைத் 'தாய்ப் பாசுரம்' என்று நெகிழ்ச்சியாக அழைப்பார்கள்.

'தாய்ப் பாசுரம்' என்றால், பிறப்பினால் ஆணாக இருக்கிற ஆழ்வார், தன்னை ஒரு பெண்ணாக, இன்னும் சரியாகச் சொல்வதென்றால் ஓர் இளம் பெண்ணின் தாயாகக் கற்பனை செய்துகொண்டு பாடுகிறார். தன்னுடைய மகள் திருமாலின்மீது கொண்டிருக்கும் காதலைப் பற்றிப் பேசுகிறார்.

ஆண் ஆழ்வார் எதற்காகப் பெண் வேடம் போடவேண்டும்? தன்னை ஒரு தந்தையாகவே நினைத்துக்கொண்டு பாடலாமே?

நிச்சயமாகப் பாடலாம். ஆனால் மகளின் காதலைக் கண்டு ஒரு தாய் கொள்ளும் பரிதவிப்பு வேறுவிதமானது. அந்த உணர்வுகளை இந்தப் பாசுரத்தில் மிக நுட்பமாகப் பதிவு செய்திருக்கிறார் நம்மாழ்வார்.

ஆடி ஆடி அகம் கரைந்து, இசை
பாடிப் பாடிக் கண்ணீர் மல்கி, எங்கும்
நாடி நாடி 'நரசிங்கா' என்று
வாடி வாடும் இவ் வாள்நுதலே

'நாலாயிரம் திவ்யப் பிரபந்தம்' என்றும் 'ஆழ்வார்கள் அருளிச் செயல்' என்றும் அழைக்கப்படுகிற இந்தத் தொகுப்பு பல

நூறு ஆண்டுகளுக்கு முன்னால் எழுதப்பட்டது. ஆனாலும், இப்போது படித்தாலும் நேரடியாகப் பொருள் புரியக்கூடிய எளிமையான சொற்களும் வரிக்கு வரி பொங்கி வழிகிற பக்திரசமும்தான் அதன் மிகப் பெரிய பலங்கள்.

உதாரணமாக, இந்தப் பாட்டையே எடுத்துக்கொள்ளுங்கள். இதனைச் சரியான முறையில் வார்த்தை பிரித்துப் படித்தால், 'நரசிம்ம அவதாரம் எடுத்த திருமாலே, உன்னை எண்ணி என்னுடைய மகள் வாடுகிறாள், எந்நேரமும் உன் புகழைப் பாடி ஆடிக் கண்ணீர் சிந்துகிறாள், பார்க்கும் இடங்களிலெல்லாம் உன்னைத் தேடித் தேடி அலைகிறாள்' என்கிற பொருள் யாருக்கும் சுலபமாக விளங்கிவிடும்.

ஆனால் நாம் இங்கே கவனிக்கவேண்டியது, அந்த நேரடிப் பொருளைத் தாண்டி நம்மாழ்வார் ஒளித்துவைத்திருக்கிற நுணுக்கமான செய்திகள், சுவையான தகவல்கள்.

முதலில், திருமாலை ஏன் 'நரசிம்மா' என்று அழைக்கவேண்டும்? பத்து அவதாரங்கள் எடுத்த இறைவன் அவன், அதில் நரசிம்மாவதாரத்துக்கு மட்டும் என்ன விசேஷம்? ராமா, கிருஷ்ணா, வாமனா என்றெல்லாம் அழைத்தால் ஆகாதா?

திருமாலை எந்தப் பெயர் சொல்லியும் அழைக்கலாம். ஆனால் இந்த இடத்தில் 'நரசிம்மா' என்ற பெயர்தான் சரியாகப் பொருந்தும் என்று நம்மாழ்வாருக்குத் தெரிந்திருக்கிறது.

யோசித்துப்பாருங்கள், எந்தமாதிரி சூழ்நிலையில் நரசிம்மாவதாரம் நிகழ்கிறது?

இரணியன் தன்னுடைய மகன் பிரகலாதனைக் கொலையே செய்துவிடும் அளவுக்குக் கோபத்தில் துடிக்கிறான். 'உன்னுடைய இறைவன் எங்கே இருக்கிறான்? சீக்கிரம் சொல்!' என்று கர்ஜிக்கிறான். இப்போது அந்தக் கடவுள் தோன்றாவிட்டால், பிரகலாதனின் உயிருக்கே ஆபத்து.

அப்போது, தூணை உடைத்துக்கொண்டு நரசிம்மம் வெளிப்படுகிறது. இரணியனை வதம் செய்து பிரகலாதனைக் காப்பாற்றுகிறது.

'இறைவன் எங்கே?' என்று பிரகலாதன் எங்கேயும் தேடவில்லை, அலையவில்லை, வருந்தவில்லை, அவனுக்குத் தேவை ஏற்பட்டபோது சட்டென்று அங்கே தோன்றினார் திருமால், அதாவது நரசிம்மர்.

'அந்தப் பிரகலாதனுடன் ஒப்பிடும்போது, என் மகளுடைய பக்தி எந்த அளவு குறைந்துவிட்டது?' என்று மறைமுகமாகக் கேட்கிறார் நம்மாழ்வார். 'அவனுக்கு மட்டும் சட்டென்று காட்சி கொடுத்த நீ என்னுடைய குழந்தையை இப்படி அலையவைக்கிறாயே, நியாயமா? சொல் நரசிம்மா!'

அடுத்து, 'ஆடி ஆடி', 'பாடிப் பாடி', 'நாடி நாடி' என்று ஒவ்வொரு வரியிலும் சொற்கள் அடுக்கப்பட்டிருக்கும் விதத்தைக் கவனியுங்கள். இப்படி நம்மாழ்வார் ஒரே வார்த்தையைத் திரும்பவும் இன்னொருமுறை சொல்வது எதற்காக? கூடுதல் அழுத்தத்துக்காகவா?

உண்மைதான். ஆனால் அதைக்காட்டிலும் நுணுக்கமான இன்னொரு காரணமும் சொல்வார்கள்.

'ஆடி ஆடி' என்று ஒருமுறை சொல்லிப் பாருங்கள். முதல் 'ஆடி' பலமாக ஒலிக்கும், இரண்டாவது 'ஆடி' லேசாகச் சுருதி குறைந்து கேட்கும். 'பாடிப் பாடி', 'நாடி நாடி' எல்லாமே இப்படிதான்.

அதாவது, ஆரம்பத்தில் நீ கிடைத்துவிடுவாய் என்கிற நம்பிக்கையில் அவள் உற்சாகமாக ஆடினாள், ஆனால் நீ உடனே வராதவுடன் கொஞ்சம் தெம்பு இறங்கிவிட்டது, இப்படி நாளுக்கு நாள் அவளுடைய ஆட்டத்தில், பாட்டத்தில் உற்சாகம் குறைந்துகொண்டே வருகிறது. இதற்குமேலும் நீ வராவிட்டால் அவள் என்ன ஆவாளோ, எனக்குத் தெரியாது. சீக்கிரம் வந்துவிடு!

நிறைவாக ஒரு விஷயம், 'வாள் நுதலே' என்றால் என்ன?

'நுதல்' என்றால் தமிழில் 'நெற்றி' என்று அர்த்தம், வாள் போன்ற வடிவம் கொண்ட அழகான நெற்றி அந்தப் பெண்ணுக்கு, திருமாலை எண்ணி அது வாடிக்கொண்டிருக்கிறது. போர் வாள்

சுருங்கி வெறும் பேனாக்கத்தியாக மாறுவதற்குள் நரசிம்மன் வரவேண்டும், நல்ல கதி தரவேண்டும்!

★★★

நமக்குக் கிரிக்கெட், கால்பந்து, டென்னிஸ், ஹாக்கி, செஸ் விளையாடத் தெரியும், சிலருக்குக் கபடி, பல்லாங்குழி, மங்காத்தாகூடத் தெரிந்திருக்கலாம். ஆனால் 'சாழல்' தெரியுமோ?

'சாழல்' என்பது அந்தக் காலத் தமிழச்சிகள் கண்டுபிடித்த பொழுதுபோக்குகளில் ஒன்று, மிக எளிமையான, அதேசமயம் மிகச் சுவையான விளையாட்டு.

இந்தச் 'சாழ'லை விளையாடுவதற்கு பேட், பந்து எதுவுமே தேவையில்லை. நம்முடைய மூளைமட்டும் போதும், மணிக்கணக்காக விளையாடிக்கொண்டிருக்கலாம்!

உதாரணமாக, பத்துப் பெண்கள் சேர்ந்து விளையாடுகிறார்கள் என்று வைத்துக்கொள்வோம். அவர்கள் இரண்டு குழுக்களாகப் பிரிந்து உட்காரவேண்டும். முதல் குழுவிலிருந்து ஒருவர் ஏதேனும் ஒரு கேள்வி கேட்கவேண்டும். அதற்கு இரண்டாவது குழுவில் உள்ள ஐந்து பேரும் கலந்து விவாதித்துப் பதில் சொல்லவேண்டும்.

ஒருவேளை அவர்கள் சரியான விடையைக் கண்டுபிடித்து விட்டால், இரண்டாவது குழுவுக்கு ஒரு மதிப்பெண், இல்லாவிட்டால் முதல் குழுவுக்கு ஒரு மதிப்பெண். இப்படியே இருவரும் மாற்றி மாற்றிக் கேள்வி கேட்டுப் பதில் சொல்வதுதான் 'சாழல்'. இதனால் நேரம் ஓடுவது மட்டுமல்ல, அங்கே உள்ள எல்லாரும் புதுப்புது விஷயங்களைக் கற்றுக்கொள்வார்கள், அனைவருடைய புத்திக் கூர்மையும் வளரும்!

இந்தச் 'சாழல்' விளையாட்டை மாணிக்கவாசகர் எங்கேயோ கவனித்திருக்கிறார். அவருக்கு ரொம்பப் பிடித்துப்போய்விட்டது. தன்னுடைய திருவாசகத்தில் இதற்கென்றே ஒரு முழு அத்தியாயத்தை ஒதுக்கிவிட்டார். அதன் பெயர் 'திருச் சாழல்'.

இருபது பாடல்களைக் கொண்ட 'திருச்சாழல்' அத்தியாயத்தில் மாணிக்கவாசகர் சில குறும்பான கற்பனைப் பெண்களை உலவவிடுகிறார். அவர்கள் சிவபெருமானைப் பற்றிப் பல சுட்டித்தனமான கேள்விகளை எழுப்புகிறார்கள், பின்னர் அவர்களே அதற்குத் தெளிவாகப் பதிலும் சொல்கிறார்கள். உதாரணமாக இந்தப் பாட்டு:

> மலைமகளை ஒருபாகம் வைத்தலுமே மற்றொருத்தி
> சலமுகத்தால் அவன் சடையில் பாயும், அது என்னேடீ?

முதல் குழுவைச் சேர்ந்த பெண்கள் கேட்கிறார்கள். 'ஏண்டி, உங்க சிவனுக்குதான் ஏற்கெனவே கல்யாணம் ஆகிடுச்சே, மலைமகளான பார்வதி தேவியைத் தன் உடம்புலயே ஒரு பாகமா வெச்சிருக்காரே, அப்புறம் எதுக்கு அவரோட தலையில இன்னொருத்தி (கங்கை) தண்ணீராப் பாய்ஞ்சுகிட்டிருக்கா?'

இந்தக் கேள்வியின் உள் அர்த்தம், 'ஊருக்கெல்லாம் நல்லது சொல்கிற சிவன், இப்படி ஒரே நேரத்தில் இரண்டு பெண்களைக் கல்யாணம் செய்துகொள்ளலாமா? அது தப்பில்லையா?'

நியாயமான கேள்விதான். இதை இரண்டாவது குழுவினர் எப்படிச் சமாளிக்கிறார்கள்? அடுத்த இரண்டு வரிகளில் அதே மாணிக்கவாசகர் விஷயத்தை இப்படித் திருப்பிப்போடுகிறார்:

> சலமுகத்தால் அவன் சடையில் பாய்ந்திலளேல் தரணி எல்லாம்
> பிலமுகத்தே புகப் பாய்ந்து பெரும் கேடாம், சாழலோ.

'அடி மக்குப் பொண்ணுகளா, சிவபெருமான் என்ன தன்னோட ஆசைக்காக ரெண்டாவதா ஒரு மனைவியைத் தேடிகிட்டான்னு நினைச்சீங்களா? அதுதான் இல்லை, உன்னையும் என்னையும் இந்த உலகத்தையும் காப்பாத்தறதுக்காகச் செஞ்ச தியாகம் அது!'

கங்கை நதியைப் பூமிக்குக் கொண்டுவருவதற்காகப் பாடுபட்ட பகீரதரைப் பற்றிக் கேள்விப்பட்டிருப்பீர்கள். 'யாராலும் முடியாது' என்று மற்றவர்கள் நினைத்த ஒரு விஷயத்தை அவர் தனி ஆளாகச் சாதித்தார். அதனால்தான், இப்போதும்

யாராவது கடினமான வேலைகளைச் செய்ய நினைத்தால், 'இதுக்குப் பகீரதப் பிரயத்தனம் (பகீரதன் செய்ததைப்போன்ற முயற்சி) தேவைப்படும்' என்று சொல்கிறோம்.

அந்தப் பகீரதர் ஒரு தவம் செய்தார், அந்தத் தவத்தின் பலனாகக் கங்கை நதி பூமியை நோக்கி அதிவேகமாகப் பாய்ந்து வந்தது.

ஒரே பிரச்னை, அத்தனை வேகத்தைப் பூமியால் தாங்கமுடியாது. ஒருவேளை கங்கை நதி அதே வேகத்தில் பூமியின்மீது பாய்ந்திருந்தால், இங்கே உள்ள உயிர்கள் எல்லாம் கீழே பாதாளத்துக்குள் புதைந்துபோயிருக்கும். உலகமே அழிந்திருக்கும்.

சிவபெருமான் யோசித்தார். 'இந்த வேகத்தைச் சமாளிக்க ஒரே ஒரு வழிதான் இருக்கிறது' என்றார், பாய்ந்து வரும் கங்கையைத் தன்னுடைய ஜடாமுடிக்குள் நுழையச் செய்து கட்டுப்படுத்திவிட்டார்.

இந்தக் கதையை அந்தப் பெண்கள் விவரித்துச் சொல்கிறார்கள், 'இந்த உலகத்தைக் காப்பாற்றுவதற்காகதான் சிவபெருமான் தன்னுடைய தலை முடியில் கங்கையைத் தாங்கியிருக்கிறார்' என்று பதில் சொல்லி ஒரு மதிப்பெண் வாங்கிவிடுகிறார்கள்.

அப்புறம் என்ன ஆச்சு என்று தெரிந்துகொள்ள ஆர்வமா? திருவாசகத்தில் உள்ள 'திருச்சாழல்' பாடல்களைத் தேடிப் படியுங்கள், பக்தியும் தமிழும் கூடவே குறும்பும் சரிவிகிதத்தில் கலந்து பொழியும் ஆனந்த மழை அது!

★★★

கங்கையின் வேகத்தைப் பூமியால் தாங்கமுடியாது என்று மாணிக்கவாசகர் சொல்லக் கேட்டோம். அப்பேர்ப்பட்ட கங்கையை ஒரு குடத்தில் அடைக்கமுடியுமா?

என்ன ஐயா, விளையாடுகிறீர்களா? ஒட்டுமொத்த உலகத்தாலும் தடுத்து நிறுத்தமுடியாத கங்கைக்கு ஒரு சின்னக் குடம் எம்மாத்திரம்? உடைத்துத் தள்ளிவிட்டுப் போய்க்கொண்டே இருக்குமே!

இப்படி இருவர் பேசிக்கொண்டிருக்க, அதை எதேச்சையாகக் கேட்ட காளமேகம் சிரித்தார். 'ஏன் அநாவசியமாக வாக்குவாதம் செய்கிறீர்கள்? நிச்சயமாகக் குடத்தில் கங்கையை அடைக்கமுடியும்! ஏற்கெனவே ஒருவர் அப்படி அடைத்திருக்கிறார், எனக்குத் தெரியும்' என்றார்.

'சும்மா சொல்லாதீர்கள் புலவரே, அது எப்படி சாத்தியம்?'

'இதோ, இப்படிதான்' என்றார் காளமேகம். கடகடவென்று இந்த வெண்பாவைச் சொன்னார்:

விண்ணுக் கடங்காமல் வெற்புக் கடங்காமல்
மண்ணுக் கடங்காமல் வந்தாலும், பெண்ணை
இடத்திலே வைத்த இறைவன் சடாம
குடத்திலே கங்கை யடங்கும்.

விண்ணுக்கு அடங்காமல் = வான வெளியில் நிற்காமல்

வெற்புக்கு அடங்காமல் = மலைகளில் கட்டுப்பட்டு நிற்காமல்

மண்ணுக்கு அடங்காமல் வந்தாலும் = இந்தப் பூமியாலும் தடுக்கப்படாமல் பாய்ந்து வந்தாலும் (அதே பகீரதன் கதைதான்!)

பெண்ணை இடத்திலே வைத்த இறைவன் = பார்வதி தேவியைத் தன் உடலின் இடப்புறத்தில் வைத்த இறைவன், சிவபெருமான்

சடா மகுடத்திலே = சடை முடியிலே

கங்கை அடங்கும் = கங்கை அடங்கி நிற்கும்

அதுதான் காளமேகம். 'குடத்திலே கங்கை அடங்கும்' என்கிற வேடிக்கை வாக்கியத்தை எடுத்துக்கொண்டு, அதற்குமுன்னால் 'சடாம' என்று மூன்றே மூன்றே எழுத்துகளைச் சேர்த்தார். கதை மாறிவிட்டது, பிளாஸ்டிக் குடத்தில் இல்லாவிட்டாலும், இறைவனின் சடா மகுடத்தில் கங்கை அடங்கியதுதானே உண்மை?

3

கம்ப ராமாயணத்தில் ஒரு காட்சி. அன்பும் பக்தியும் கலந்த நெகிழ்ச்சியான பாடல்.

ராமரின் தூதுவராக அனுமன் இலங்கைக்குச் சென்றது நம் எல்லாருக்கும் தெரியும். அங்கே அவர் சீதையைச் சந்திக்கிறார். ராமர் கொடுத்து அனுப்பிய கணையாழியைத் தருகிறார். ‘கலங்கவேண்டாம் தாயே, ராமர் விரைவில் வந்து உங்களை மீட்டுவிடுவார்’ என்று நல்ல வார்த்தை சொல்கிறார்.

அதோடு, அனுமனின் தூதுக் கடமைகள் முடிந்தன. இனிமேல் ராமரிடம் திரும்பிச் சென்று சீதை நலமாக இருக்கும் செய்தியைச் சொல்லவேண்டியதுதான்.

ஆனால், அனுமனுக்கு அப்படிச் சும்மா திரும்பிச் செல்ல மனம் இல்லை. கொஞ்சம் விளையாடிப் பார்க்கலாம் என்று தீர்மானிக்கிறார். சீதையை அடைத்து வைத்திருக்கும் அரக்கர் கூட்டத்தைச் சீண்டத் தொடங்குகிறார்.

உடனடியாக, ராவணனுக்குச் சேதி சென்று சேர்கிறது. ‘ஒரு சின்னக் குரங்குக்கு ஏன்ய்யா எல்லாரும் இப்படிப் பயப்படறீங்க?’ என்று அலட்சியமாகப் பேசுகிறான் அவன்.

அனுமனைப் பிடித்து வருவதற்காக ஒரு சிறிய படையை அனுப்பிவைக்கிறான்.

அனுமன் பலத்துக்கு முன்னால் இந்தப் படையெல்லாம் சிறு தூசு அல்லவா? வந்தவர்கள் எல்லோரையும் ஒரு புழுவைப்போல் நசுக்கி எறிந்துவிடுகிறார்.

கடுப்பான ராவணன் இன்னும் பெரிய படைகளை அனுப்புகிறான். அவர்கள் எல்லாரும் வரிசையாக அனுமனிடம் தோற்றுத் திரும்புகிறார்கள்.

கடைசியாக ராவணன் மகன் இந்திரஜித் போர்க்களத்துக்கு வருகிறான். அவன் செலுத்திய பிரமாஸ்திரத்துக்குக் கட்டுப்பட்டு நிற்கிறார் அனுமன்.

உடனடியாக, அனுமனைக் கொல்லத் துடிக்கிறான் ராவணன். அவனுடைய தம்பி விபீஷணன்தான் 'தூதுவனைக் கொல்வது முறை அல்ல' என்று நல்ல புத்தி சொல்லி அண்ணனைத் திருத்துகிறான்.

'சரி, நாம் இவனைக் கொல்லவேண்டாம், அதற்குப் பதிலாக இவனுடைய வாலில் தீ வைத்துத் துரத்திவிடுவோம்' என்கிறான் ராவணன்.

இந்தச் செய்தி, சீதையின் காதுகளை எட்டுகிறது. தவித்துப்போய் விடுகிறாள். 'அச்சச்சோ, என்னைக் காப்பாற்றுவதற்காக வந்த அனுமனுக்கா இந்தக் கதி?' என்று கதறுகிறாள்.

வெறுமனே கவலைப்பட்டால் போதுமா? எப்படியாவது அனுமனைக் காக்கவேண்டும் என்று முடிவெடுக்கிறாள் சீதை. அப்போது அவள் அக்னி தேவனிடம் வேண்டுவதாக ஓர் அற்புதமான பாடலை எழுதியிருக்கிறார் கம்பர்:

'தாயே அனைய கருணையான்
    துணையை, ஏதும் தகவு இல்லா
நாயே அனைய வல் அரக்கர்

நலியக் கண்டால், நல்காயோ?
நீயே உலகுக்கு ஒரு சான்று
நிற்கே தெரியும், கற்பு அதனில்
தூயேன் என்னில், தொழுகின்றேன்,
எரியே, அவனைச் சுடல்!'

என்றாள்.

நெருப்புக் கடவுளிடம் சீதையின் பிரார்த்தனை இதுதான்:

'ஒரு தாயைப்போல எல்லா உயிர்கள்மீதும் அன்பு செலுத்துகிறவன் என் கணவன் ராமன். அவனுக்குத் துணையாக நிற்பவன் இந்த அனுமன்.'

'அப்பேர்ப்பட்ட பெருமை கொண்ட அனுமனுடன் ஒப்பிடும்போது, இந்த அரக்கர்கள் வெறும் நாய்க்குச் சமமானவர்கள், எந்தத் தகுதியும் இல்லாதவர்கள். இவர்கள் அந்த அனுமனைத் துன்புறுத்துவது நியாயமா? நீயே சொல்!'

'நெருப்பே, இந்த உலகில் நடக்கும் நல்லது, கெட்டது எல்லாவற்றுக்கும் நீதான் சாட்சி. எது சரி, எது தவறு என்பது உனக்குதான் தெரியும், ஆகவே, உன்னை வணங்கி ஒரு வரம் கேட்கிறேன்.'

'நான் கற்புள்ளவள், தூய்மையானவள் என்பது உண்மையானால், நீ அனுமனைச் சுடக்கூடாது!'

எப்பேர்ப்பட்ட ரெக்கமெண்டேஷன்! திருமகளான சீதையின் கோரிக்கையை அக்னி தேவனால் மறுக்கமுடியுமா? ராவணனின் அரக்கர்கள் அனுமனின் வாலில் வைத்த நெருப்பு அவரைச் சுடவில்லை. மாறாக, ஒட்டுமொத்த இலங்கையையும் சுட்டது!

★★★

ராமாயணத்தில் கற்புக்கரசியாகிய சீதையின் வேண்டுதல், நெருப்பைக் குளுமையாக்கியது. கிட்டத்தட்ட இதேமாதிரி இன்னொரு காட்சி, 'அபிராமி அந்தாதி'யில்.

இதுவும் நீங்கள் அடிக்கடி கேள்விப்பட்டிருக்கக்கூடிய கதைதான். ஆனால் க்ளைமாக்ஸில் ஒரு பிரமாதமான ட்விஸ்ட் காத்திருக்கிறது. பொறுமையாகப் படியுங்கள்.

தேவர்களும் அசுரர்களும் சேர்ந்து பாற்கடலைக் கடைகிறார்கள். வடவரையை மத்தாக்கி, வாசுகியை நாணாக்கி இழுக்கிறார்கள், அமுதம் வரும் என்று காத்திருக்கிறார்கள்.

அபூர்வமான அமுதம் அத்தனை சீக்கிரத்தில் கிடைத்துவிடுமா? இன்டர்வியூவுக்குச் செல்லும் இளைஞர்களை வடிகட்டுவதற்காக எழுத்துத் தேர்வு வைப்பதுபோல், ஒரு சோதனை. அமுதம் வரவேண்டிய கடலில் இருந்து கடுமையான விஷம் வெளிப்படுகிறது.

அவ்வளவுதான். பாற்கடலைக் கடைந்துகொண்டிருந்த தேவர்களும் அசுரர்களும் பதறிப்போய் நிற்கிறார்கள். இந்த விஷத்தைச் சுவாசித்தால் நம் நிலைமை என்ன ஆகுமோ என்று அதிர்ச்சியடைகிறார்கள்.

அதுமட்டுமில்லை, இந்த விஷம் காற்றில் கொஞ்சம் கொஞ்சமாகப் பரவி உலகம் முழுவதும் சென்றுவிடும். அப்புறம் மனிதர்கள், விலங்குகள், தாவரங்கள் என எல்லாமே காலி. ஒட்டுமொத்தப் பூமிக்கும் ஆபத்து.

தேவர்கள், அசுரர்களின் கூக்குரல் சிவபெருமானை எட்டுகிறது. அவர் சட்டென்று எழுந்து வருகிறார். கொஞ்சம்கூட யோசிக்காமல் அங்கே இருந்த விஷத்தைப் பிடித்துக் குடித்துவிடுகிறார்.

இதைப் பார்த்துக்கொண்டிருந்த பார்வதி தேவிக்கு அதிர்ச்சி. 'என்னதான் கடவுளா இருந்தாலும், அதுக்காக இப்படியா? உலகத்தையே சாய்த்துவிடக்கூடிய விஷத்தை இந்த மனுஷன் சட்டுன்னு எடுத்துக் குடிச்சுட்டாரே, இவர் நிலைமை என்ன ஆகுமோ' என்று யோசிக்கிறார்.

உடனடியாக, பார்வதி சிவபெருமானை நெருங்கி அவருடைய

கழுத்தைப் பிடித்து அழுத்துகிறார். அவர் குடித்த விஷத்தை அங்கேயே தடுத்து நிறுத்திவிடுகிறார்.

இதனால், சிவபெருமானின் கழுத்துப் பகுதி நீல வண்ணமாக மாறுகிறது. அவருக்கும் ‘திரு நீலகண்டர்’ என்கிற பெயர் வருகிறது. (கண்டம் = கழுத்து / தொண்டை).

இப்போது, இதே கதையை அபிராமி பட்டர் எப்படித் திருப்பிப் போடுகிறார் என்று பாருங்கள்:

பொருந்திய முப்புரை செப்பு உரை
செய்யும் புணர்முலையால்
வருந்திய வஞ்சி மருங்குல்
மனோன்மணி வார்சடையோன்
அருந்திய நஞ்சு அமுது ஆக்கிய
அம்பிகை அம் புயம் மேல்
திருந்திய சுந்தரி அந்தரி
பாதம் என் சென்னியதே!

நீண்ட சடையினைக் கொண்ட சிவபெருமான் விஷத்தைக் குடித்தது உண்மை. பார்வதி தேவி அவருடைய கழுத்தைத் தொட்டதும் உண்மை. மறுவிநாடி, அந்த விஷம் அமுதமாக மாறிவிட்டது என்கிறார் அபிராமி பட்டர்.

ஆக, விஷம் சிவனின் கழுத்திலேயே நின்றுவிட்டதா, இல்லையா என்பதெல்லாம் இரண்டாம்பட்சம். ஒருவேளை அப்படி நிற்காமல் உள்ளே போயிருந்தாலும்கூடப் பிரச்னையே இல்லை, ஏனெனில், அம்பிகையின் கை பட்டபின் அது விஷமே அல்ல, அமுதம்.

‘இப்படி விஷத்தைக் கூட அமுதமாக மாற்றக்கூடிய திறன் வாய்ந்த அபிராமியின் திருப் பாதங்களைச் சரண் அடைந்தால், அதன்பிறகு நமக்கு ஏது குறை?’ என்பதுதான் அபிராமி பட்டர் வைக்கும் அட்டகாசமான முத்தாய்ப்பு.

★★★

நம் நாட்டில் பலவிதமான கோயில்கள் ஆயிரக்கணக்கில் உண்டு. இவற்றில் சில மிகப் பெரியவை, சில மிக மிகச் சின்னவை.

உலகத்திலேயே மிகச் சிறிய கோயில் எது என்று பார்த்தால், நம் உள்ளம்தான். 'நெஞ்சகமே கோயில்' என்று சொல்வார்கள். அதற்குள் இறைவனைக் குடிவைத்துத் துதிப்பதுதான் உண்மையான பக்தி.

இதற்கு அடுத்தபடியாக, நம் வீட்டு பூஜை அறை, அபார்ட்மெண்ட் ஆலயங்கள், தெரு முனையில் இருக்கும் திடீர் கோயில்கள், ஏரியாவுக்கு ஒன்று, இரண்டு என இருக்கும் மீடியம் சைஸ் கோயில்கள், அநேகமாக ஒவ்வோர் ஊரிலும் விசேஷப் பெருமையாகச் சொல்லப்படும் பெரிய கோயில்கள் என்று அடுக்கிக்கொண்டே போகலாம்.

ஆக, ஒரு கோயில் என்பது ஏழெட்டுச் சதுர அடியில் தொடங்கிச் சில ஏக்கர்கள் பரப்பளவுவரை செல்லக்கூடும். அதற்குமேல் நம்மால் கற்பனை செய்யமுடியாது.

ஆனால், அந்தக் காலத்தில் ஒரு நாடு முழுவதுமே கோயிலாக இருந்தது என்று சொன்னால் நம்புவீர்களா?

நம்பிதான் ஆகவேண்டும். 'திருவிடைமருதூருலா' என்ற நூலின் ஒரு பாடலில் சோழ நாடு முழுவதையும் ஒரு பெரிய கோயிலாக வர்ணித்துப் பக்காவாகப் படம் வரைந்து பாகம் குறித்திருக்கிறார் ஸ்ரீ மீனாட்சிசுந்தரம் பிள்ளை. அழகான அந்தப் பாடல் இங்கே:

> வலஞ்சுழியே ஏரம்பன் வைப்பாக,
> மல்லேரக முருகன் வைப்பாக, நல்லார் சேர்
> தண்மாட வாப்பாடி தண்டீசன் வைப்பாக,
> வண்மாந்துறை இரவி வைப்பாக, எண்மாறா
> நன்காமர் தில்லை நடராஜன் வைப்பாக
> மன்காழியே வடுகன் வைப்பாக, முன் காணும்
> தென்னாவடுதுறையூர் வைப்பாக, உன்னில்
> தடைதவிர் ஆலங்குடி ஆசாரியன் வைப்பாக
> இடைமருதில் வீற்றிருக்கும் ஈசன்

சாதாரணமாக நாம் ஒரு கோயிலுக்குச் சென்றால் முதலில் கர்ப்பக்கிரகத்தில் எழுந்தருளியிருக்கும் இறைவனை வணங்குவோம். பின்னர் அப்படியே சுற்றி வலம் வந்து மற்ற சன்னிதிகளையும் தரிசிப்போம். இல்லையா?

சோழ நாடுகூட அப்படி ஒரு பெரிய ஆலயம்தான் என்கிறார் மீனாட்சிசுந்தரம் பிள்ளை. அந்தப் பிரமாண்டமான கோயிலின் மையத்தில் உள்ள கர்ப்பக்கிரகம்தான் திருவிடைமருதூர். அதைச் சுற்றியுள்ள சன்னிதிகள் என்னென்ன என்று இந்தப் பாடல் விவரிக்கிறது. ஒவ்வொரு வரியாகப் படித்துக்கொண்டு வந்தால் சோழ தேசத்தின் மேப் அப்படியே மனத்தில் விரியும்.

கும்பகோணம் அருகே இருக்கும் திருத்தலம் திருவிடைமருதூர். இங்கே எழுந்தருளியிருக்கும் சிவபெருமானைத் திருநாவுக்கரசர், திருஞானசம்பந்தர், சுந்தரர் மூவரும் போற்றிப் பாடியிருக்கிறார்கள்.

இந்தத் திருவிடைமருதூருக்குத் தென்மேற்கே உள்ளது திருவலஞ்சுழி. இங்குள்ள விநாயகர் ஆலயம் மிகவும் விசேஷமானது.

அப்படியே மேற்குப் பக்கம் வந்தால் சுவாமிமலை. முருகனின் அறுபடை வீடுகளில் ஒன்று.

கொஞ்சம் வடக்கே சென்றால், ஆப்பாடி. சண்டீஸ்வரர் ஆலயம்.

வடகிழக்கே இரவி, அதாவது சூரியன் ஆலயம், மாந்துறையில்.

பக்கத்திலேயே சிதம்பரம், நடராஜர் ஆலயம், இன்னும் சற்றுத் தள்ளி சீர்காழி வைரவர் ஆலயம்.

கிழக்குப் பக்கம் திருவாவடுதுறை. அங்கே நந்தீசர் ஆலயம் உள்ளது.

தெற்கில் ஆலங்குடி, தட்சிணாமூர்த்தி ஆலயம்.

இப்போது உங்களை ஒரு பருந்தாகக் கற்பனை செய்துகொண்டு

வானத்தில் மேலேறுங்கள். திருவிடைமருதூரில் இருந்தபடி சுற்றிலும் பாருங்கள். உங்களுக்கு நேர் கீழே கர்ப்பக்கிரகத்தில் சிவபெருமான், சுற்றிலும் விநாயகர், முருகர், சண்டேசர், சூரியர், நடராஜர், தட்சிணாமூர்த்தி என்று ஒவ்வொருவருக்கும் தனித்தனி சன்னதிகள்.

ஆக, சோழநாடு முழுவதும் ஒரு மிகப் பெரிய கோயில் என்பது உண்மைதானே?

4

குழந்தைகள் இருக்கும் வீட்டில், கலகலப்புக்குப் பஞ்சமே இருக்காது.

ஆனால் அதேசமயம், ஒன்றுக்கு இரண்டு பிள்ளைகளாக இருந்துவிட்டால் அவற்றின் கலாட்டாக்கள் அடிக்கடி எல்லை மீறிவிடும். ஒன்றை ஒன்று கேலி செய்யும், முடியைப் பிடித்து இழுக்கும், சட்டையை அவிழ்த்துவிடும், காலை வாரும், சண்டை போட்டுக்கொண்டு முட்டி மோதும், 'அம்மா, இவனைப் பாரேன்' என்று தேம்பிக்கொண்டே ஓடி வரும். அழுகிற குழந்தையை அணைத்துச் சமாதானப்படுத்துவார் தாய். 'உன்னை யார் அடிச்சாங்க? நான் அவனைக் கண்டிக்கறேன்' என்று ஆறுதல் சொல்வார்.

இதெல்லாம் கொஞ்ச நேரத்துக்குதான். ஐந்து நிமிடம் கழித்து இதே குழந்தைகள் பழைய சண்டைகளை மறந்து ஒன்றாகச் சேர்ந்து விளையாடும். அப்புறம் மறுபடி சண்டை, மறுபடி சமாதானம், மறுபடி விளையாட்டு ...

நம் வீடுகளில் தினந்தோறும் நடக்கிற இந்த நாடகம், பெரிய கடவுள்கள் வீட்டிலும் உண்டா? அதைக் கற்பனை செய்து

ஒரு சுவாரஸ்யமான பாடலாக எழுதியிருக்கிறார் சிவப்பிரகாச சுவாமிகள் என்ற புலவர். பதினேழாம் நூற்றாண்டில் வாழ்ந்தவர் இவர். 'நன்னெறி' என்ற புகழ் பெற்ற காவியத்தைப் படைத்தவர்.

அரன் அவன் இடத்தில் ஐங்கரன் வந்துதான்
'ஐய! என் செவியை மிகவும்
அறுமுகன் கிள்ளினான்' என்றே சிணுங்கிடவும்
அத்தன் வேலவனை நோக்கி
விரைவுடன் வினவவே, 'அண்ணன் என் சென்னியில்
விளங்கு கண் எண்ணினன்' என,
வெம்பிடும் பிள்ளையைப் பார்த்து 'நீ அப்படியும்
விகடம் ஏன் செய்தாய்?' என,
'மருவும் என் கை நீளம் முழம் அளந்தான்' என்ன,
மயிலவன் நகைத்து நிற்க
மலை அரையன் உதவ வரும் உமையவளை நோக்கி 'நின்
மைந்தரைப் பாராய்!' எனக்
கருது அரிய கடல் ஆடை உலகு பல அண்டம்
கருப்பமாய்ப் பெற்ற கன்னி
கணபதியை அருகு அழைத்து அக மகிழ்வு கொண்டனள்
களிப்புடன் உமைக் காக்கவே!

அரன், அதாவது சிவபெருமானிடம் ஐங்கரன், அதாவது விநாயகன் வந்து நிற்கிறான். தன் தம்பி ஆறுமுகன், அதாவது முருகனைப் பற்றிக் கோள் சொல்லிச் சிணுங்குகிறான். 'அப்பா, இந்த முருகனைப் பாருங்களேன், வேணும்னே என் காதைப் பிடிச்சுக் கிள்ளறான்.'

'அப்படியா? கொஞ்சம் பொறு, விசாரிக்கலாம்' என்கிறார் சிவன். 'முருகா, அண்ணனைக் கிள்ளினியா?'

இந்தக் கேள்விக்கு எந்தக் குழந்தையும் நேரடியாகப் பதில் சொல்லாது. தன்மீது குற்றம் சாட்டுகிற அண்ணன்மேல் ஒரு புகாரை ஏவுகிறான் முருகன், 'அவன் என்ன செஞ்சான் தெரியுமா? என்னோட ஆறு முகத்துல எத்தனை கண் இருக்குன்னு எண்ணிப் பார்த்தான்.'

'நீ அப்படிச் செஞ்சியா விநாயகா?'

இந்தக் கேள்விக்கும் பதில் இல்லை. சட்டென்று அடுத்த புகார் பாய்ந்து வருகிறது. 'முருகன் என்னோட தும்பிக்கையோட நீளத்தை முழம் போட்டு அளந்தான்.'

இதற்குமேல் என்ன செய்வது என்று சிவபெருமானுக்கே புரியவில்லை. நமுட்டுச் சிரிப்போடு உட்கார்ந்துவிடுகிறார். 'உங்க பிரச்னையை விசாரிச்சு நியாயம் சொல்றதுக்கு ஒரே ஒருத்தராலதான் முடியும்' என்கிறார், உதவிக்குத் தன் மனைவி பார்வதியை அழைக்கிறார். 'உன் பிள்ளைங்க பண்ற கூத்தைப் பாரேன்!'

மலை அரசனின் மகள், நம்மால் அளக்க இயலாத கடலையே ஆடையாக உடுத்தியவள், உலகம் முழுவதையும் படைத்த அன்னை, குழந்தைச் சண்டையை எப்படிச் சமாளிக்கவேண்டும் என்று அவளுக்குதானே தெரியும்? ஆரம்பத்தில் புகார் சொன்ன விநாயகனை அழைக்கிறாள், பிள்ளைக்கு ஆறுதல் சொல்லிச் சமாதானப்படுத்துகிறாள். எல்லாரும் ஒன்றாகச் சேர்ந்து சிரிக்கிறார்கள். நமக்கு அருள் புரிகிறார்கள்.

★★★

ஓர் இளம் பெண். காதல் வயப்பட்டிருக்கிறாள். நாள்முழுவதும் தலைவனை நினைத்து ஏங்குகிறாள். அவனை மணக்கப்போகும் நாளை எண்ணிக் காத்திருக்கிறாள்.

அப்போது அவள் உட்கார்ந்திருக்கிற ஜன்னல் வழியாகச் சில குயில்கள் பறந்து வருகின்றன. மரக்கிளையில் அமர்ந்து இனிமையாகப் பாடத் தொடங்குகின்றன.

நேற்றுவரை, அவள் இயற்கையை ரசித்துக்கொண்டிருந்தவள்தான். இந்தக் குயில்களின் அருமையான பாட்டை அனுபவித்துக் கேட்டு மகிழ்ந்தவள்தான், அவற்றுக்கு உணவு கொடுத்துக் கொஞ்சிப் பாராட்டியவள்தான்.

ஆனால் இன்றைக்கு, அவள் மனத்தைக் காதல் ஆக்கிரமித்துவிட்டது. குயில்களின் பாட்டைக் கவனிக்காமல் விட்டத்தைப் பார்த்துக்கொண்டு சும்மா இருக்கிறாள்.

குயில்களுக்கு ஆச்சர்யம், 'என்னடா இது? இந்தப் பொண்ணு நம்ம ரெகுலர் ரசிகை ஆச்சே, ஆனா இன்னிக்கு நம்மைக் கொஞ்சம்கூடக் கவனிக்காம தேமேன்னு உட்கார்ந்திருக்கே' என்று வியக்கின்றன. 'ஒருவேளை நம்ம குரலுக்குதான் ஏதோ ஆகிடுச்சோ?'

தொண்டையைச் செருமிச் சரி செய்துகொள்கின்றன குயில்கள். முன்பைவிடச் சிரத்தையுடன் இன்னொரு புதிய பாடலைப் பாடுகின்றன.

ம்ஹூம், அவளிடம் எந்த ரியாக்ஷனும் இல்லை. அதேபோல்தான் உட்கார்ந்திருக்கிறாள். பாடலைக் கேட்கவும் இல்லை, ரசிக்கவும் இல்லை.

ஒரு குயில் அவளை நெருங்குகிறது. 'யம்மாடி, உனக்கு என்னாச்சு?' என்று விசாரிக்கிறது.

'ஒண்ணுமில்லை!' சலிப்புடன் சொல்கிறாள் அவள்.

'இவ்ளோ நேரமா நாங்க கஷ்டப்பட்டுப் பாடினோமே, உனக்குப் பிடிக்கலையா?'

'ம்ஹூம், இதெல்லாம் ஒரு பாட்டா?'

'பின்னே? வேற எது பாட்டு?'

'என் காதலர், இப்போ என்னை விட்டுப் பிரிஞ்சிருக்கார், நாளைக்கே நானும் அவரும் ஒண்ணாச் சேருவோம், அப்போ வந்து பாடுங்க, அதுதான் நிஜமான பாட்டு!'

'அப்படீன்னா?'

'நானும் அவரும் தனித்தனியா இருக்கறவரைக்கும் பாட்டு, கீட்டுன்னு சொல்லிக்கிட்டு இந்தப் பக்கமா வராதீங்க'

என்கிறாள் அவள், 'அதையெல்லாம் கேட்கிற மூட்ல நான் இல்லை, எங்களுக்குக் கல்யாணத் தேதி முடிவானதும் சொல்லி அனுப்பறேன், வந்து பாடுங்க, ரெண்டு பேரும் சந்தோஷமாக் கேட்டு ரசிக்கறோம்!'

இந்தக் காதல் நாடகம், பக்தித் தமிழில் ஏன் வருகிறது என்று யோசிக்கிறீர்களா? காரணம் இருக்கிறது. மனிதர் உணர்ந்துகொள்ள இது மனிதக் காதலே அல்ல, அதையும் தாண்டித் தெய்வீகமானது!

அந்தக் காதலி, ஆழ்வார்களுள் ஒரே பெண், சூடிக் கொடுத்த சுடர்க்கொடி, பெரியாழ்வாரின் மகள் ஆண்டாள். அவள் எண்ணி உருகும் அந்தக் காதலன், வேங்கடமலையில் குடிகொண்ட திருமால்.

காதலும் பக்தியும் இரண்டறக் கலந்த அந்த ஆண்டாள் பாசுரம், நாச்சியார் திருமொழியில் இருக்கிறது. நாலாயிரம் திவ்யப் பிரபந்தம் (ஆழ்வார்கள் அருளிச்செயல்) தொகுப்பின் ஒரு பகுதிதான் இந்தச் சிறு நூல்.

பாடும் குயில்களே, ஈது என்ன பாடல்? நல் வேங்கட
நாடர் நமக்கொரு வாழ்வு தந்தால் வந்து பாடுமின்!
ஆடும் கருடக் கொடி உடையார் வந்து அருள் செய்து
கூடுவர் ஆயிடில் கூவி நும் பாட்டுக்கள் கேட்டுமே!

'பாடுகின்ற குயில்களே,

இது என்ன பாட்டு? கேட்கச் சகிக்கவில்லை, நிறுத்திவிடுங்கள்!

நன்மை உடைய திருவேங்கடமலையில் வாழ்கிறவர் நமக்கு ஒரு வாழ்வு தருவார், அப்போது வந்து பாடுங்கள்.

மகிழ்ச்சியால் ஆடுகின்ற கருடனைத் தன்னுடைய கொடியில் தாங்கிய திருமால் வருவார், எனக்கு அருள் செய்வார், அப்போது நாங்களே உங்களை அழைப்போம், உங்கள் பாட்டுகளைக் கேட்டு மகிழ்வோம்!'

★★★

கவிச்சக்கரவர்த்தி கம்பரின் வாழ்க்கையில் நடந்ததாகச் சொல்லப்படுகிற ஒரு சுவாரஸ்யமான நிகழ்ச்சி.

கம்பர் தன்னுடைய ராம காவியத்தைப் பொதுவில் அரங்கேற்றிக்கொண்டிருந்த நேரம். பலதுறை அறிஞர்களும் பொதுமக்களும் அவருடைய பாடல்களை ஆர்வத்துடன் கேட்டுக்கொண்டிருந்தார்கள்.

திடீரென்று ஒருநாள், ஒட்டக்கூத்தர் எழுந்து நின்றார். 'கம்பரே, கொஞ்சம் பொறுங்கள். என்னுடைய சந்தேகத்தைத் தீர்த்துவைத்துவிட்டு அடுத்த பாடலுக்குச் செல்லலாம்' என்றார்.

'சொல்லுங்கள் கூத்தரே, என்ன சந்தேகம் உங்களுக்கு?'

'இப்போது நீங்கள் பாடி முடித்த இந்தப் பாட்டில் துமி என்று ஒரு வார்த்தை வருகிறதே, அதற்கு என்ன அர்த்தம்?'

கம்பர் சிரித்தார். 'இதுகூடத் தெரியாதா? துமி என்றால் துளி என்று அர்த்தம், நீர்த்துளி என்று சொல்கிறோமே, அதுதான்.'

'துமி என்றால் துளி என்று அர்த்தமா? அப்படி எந்த இலக்கணப் புத்தகத்தில் சொல்லப்பட்டிருக்கிறது? நான் எங்கேயும் படித்த ஞாபகம் இல்லையே!'

'இலக்கணத்தில் இல்லை, மக்கள் பேசும் முறையில் உள்ளது' என்றார் கம்பர். 'எங்கள் ஊரில் துமி என்பதையும் துளி என்பதையும் சகஜமாகப் பயன்படுத்துவார்கள்.'

'கம்பரே, இந்த ஊர்க்கதையே இங்கே வேண்டாம், துமி என்ற வார்த்தை துளி என்ற அர்த்தத்தில் பரவலாகப் பேசப்படுகிறது என்று ஆதாரத்துடன் நிரூபியுங்கள். இல்லையென்றால் உங்கள் பாட்டில் பிழை உள்ளதாகதான் அர்த்தம்!'

ஒட்டக்கூத்தர் இப்படிச் சவால் விடுவதுபோல் பேசியவுடன், கம்பருக்குக் கவலையாகிவிட்டது. ஆனாலும் அதைக் காட்டிக்கொள்ளவில்லை. 'நாளை காலை நாம் இருவரும் ஊருக்குள் செல்வோம். துமி என்ற சொல் வழக்கத்தில்

உள்ளதுதான் என்று ஆதாரபூர்வமாகக் காட்டுகிறேன்' என்றார்.

மறுநாள். புலவர்கள் இருவரும் தெருவழியே நடந்து சென்றார்கள். எங்கேயாவது 'துமி' என்ற வார்த்தை காதில் விழுகிறதா என்று கூர்ந்து கவனித்தபடி நடந்தார் கம்பர்.

சிறிது நேரம் கழித்து, ஆயர் குலத்தினர் வசிக்கும் ஒரு தெருவை நெருங்கினார்கள் அவர்கள். அங்கே குழந்தைகள் அங்கும் இங்கும் ஓடி ஆடிக்கொண்டிருக்க, இடைச்சியர் பெண்கள் அவர்களை அதட்டிக் கட்டுப்படுத்தியபடி தயிர் கடைந்துகொண்டிருந்தார்கள்.

கம்பருக்கு வந்த சோதனை, இதுவரை எங்கேயும் 'துமி' என்ற வார்த்தை அவர்கள் காதில் விழவே இல்லை. ஆகவே, தனது பாடல் தவறாகிவிடுமோ என்று திகைத்துப்போயிருந்தார் அவர்.

அதேசமயம் 'துமி' என்ற வார்த்தை சரியானதுதான் என்று அவர் உளமார நம்பினார். தன்னுடைய பிரச்னையைத் தீர்த்துவைக்குமாறு கலைமகள் சரஸ்வதியை மனத்துக்குள் வேண்டிக்கொண்டார்.

மறுநிமிடம், அங்கிருந்த ஒரு வீட்டுக்குள்ளிருந்து ஒரு பெண்ணின் குரல் தெளிவாகக் கேட்டது. 'குழந்தைங்களா, தயிர் கடையற இடத்தில விளையாடாதீங்க, இல்லாட்டி உங்கமேல மோர்த்துமி தெளிச்சுடும்!'

'ஆஹா' என்று முகம் மலர்ந்தார் கம்பர். 'கேட்டீரா ஒட்டக்கூத்தரே? மோர்த்துளி என்பதற்குப் பதில் மோர்த்துமி என்று ஓர் இடையர் குலப் பெண் சொல்கிறாள், இந்த வார்த்தை சரியானதுதான் என்று இப்போது ஒப்புக்கொள்கிறீர்களா?'

ஒட்டக்கூத்தருக்கு வேறு வழியில்லை. கம்பரின் பாடலில் தவறு இல்லை என ஏற்றுக்கொண்டார். முகத்தைத் தொங்கப்போட்டுக்கொண்டு நடையைக் கட்டினார்.

கம்பருக்கு மகிழ்ச்சி. தன்னுடைய பிரச்னையைத் தீர்த்துவைத்த

அந்தப் பெண்ணை நேரில் சந்தித்து நன்றி சொல்ல நினைத்தார். அந்த வீட்டினுள் நுழைந்தார்.

ஆனால், அங்கே யாரையும் காணோம். ஒட்டுமொத்த வீடும் காலியாகக் கிடந்தது. அங்கே மனிதர்கள் வாழ்வதற்கான அறிகுறியே துளியும் இல்லை. 'அப்படியானால், சற்றுமுன் இங்கே பேசியது யார்? துளியும் துமியும் ஒன்றுதான் என்று நிரூபித்தது யார்?'

அப்போதுதான் கம்பருக்கு விஷயம் புரிந்தது. தன்னுடைய பிரச்னையைத் தீர்த்துவைப்பதற்காகக் கலைமகளே இடையர் குலப் பெண்ணாக அவதாரம் எடுத்து வந்திருக்கிறாள் என்று உணர்ந்தார். விழிகளில் நீர் மல்க அந்தக் கலைவாணிக்கு நன்றி சொன்னார். அவள் பெயரில் 'சரஸ்வதி அந்தாதி' என்ற முழு நூல் ஒன்றை எழுதி முடித்தார். அதன் முதல் பாடல் இது:

ஆய கலைகள் அறுபத்து நான்கினையும்
ஏய உணர்விக்கும் என் அம்மை; தூய
உருப் பளிங்கு போல்வள் என் உள்ளத்தின் உள்ளே
இருப்பள், இங்கு வாராது இடர்

'ஆராய்ந்து அறியவேண்டிய அறுபத்து நான்கு கலைகளையும் தெளிவாக உணரச் செய்யும் என் அம்மை, கலைவாணி!

சுத்தமான பளிங்கு போன்ற உருவம் கொண்ட அந்த சரஸ்வதி, என் உள்ளத்தினுள் எப்போதும் இருக்கிறாள். ஆகவே, இங்கே எந்தத் துன்பமும் நெருங்காது!'

5

நம் ஊரில் ஆலயங்களுக்குக் குறைச்சலே இல்லை. அங்கே வணங்க வரும் பக்தர்களும் நூற்றுக்கணக்கில், ஆயிரக்கணக்கில், லட்சக்கணக்கில்.

இப்படி வரும் பக்தர்கள், பலவிதமான வழிபாடுகளைச் செய்கிறார்கள். சிலர் வெறுமனே கடவுள் முன்னால் கை குவித்து நிற்பதோடு சரி. இன்னும் சிலர், கண்களை மூடியபடி அமைதியாகத் தங்களுடைய வேண்டுதல்களைச் சொல்வார்கள், தமிழிலோ சமஸ்கிருதத்திலோ சுலோகங்களை உச்சரிப்பார்கள், ஓரமாக உட்கார்ந்து பாராயணம் செய்வார்கள், 'ஸ்ரீராமஜெயம்', 'ஓம் நமச்சிவாயா' என்று 1008 முறை எழுதுவார்கள், குழுவாகச் சேர்ந்து பக்திப் பாடல்களைப் பாடி பஜனை நடத்துவார்கள், கோயிலைச் சுற்றிவருவார்கள், தோப்புக்கரணம் போடுவார்கள், சுவாமிக்கு வெவ்வேறு உணவுப் பொருள்களைச் சமைத்துக் கொண்டுவந்து படைப்பார்கள்... இப்படி ஒரே கோயிலுக்குள் வழிபட விரும்புகிறவர்கள் செய்யும் பல்வேறு விஷயங்களை அடுக்கிக்கொண்டே போகலாம், ஒவ்வொருவரும் ஒவ்வொரு விதம்.

அதே கோயிலில் ஒரு திருவிழா வந்துவிட்டால், பக்தர்களின் நடவடிக்கைகள் இன்னும் தீவிரமாகிவிடுகின்றன. கடவுள்மேல் தாங்கள் கொண்ட உண்மையான பக்தியைக் காட்டுவதற்காகச் சிலர் விரதம் இருக்கிறார்கள், அதிகாலையில் எழுந்து குளிக்கிறார்கள், அலகு குத்திக்கொண்டு நடந்து வருகிறார்கள், தீ மிதிக்கிறார்கள்...

உண்மையில், கடவுள் இதையெல்லாம் எதிர்பார்க்கிறாரா? அவர் நமக்கு அருள் புரிவதற்கு இதெல்லாம் அவசியம் வேண்டுமா? இவற்றைச் செய்யாவிட்டால் அவர் நம்மைப் புறக்கணித்துவிடுவாரா? நிஜமான பக்தியின் அடையாளம்தான் என்ன? அதற்கு நாம் பின்பற்றவேண்டிய வழிமுறைகள் என்னென்ன? இந்தக் கேள்விகள், குழப்பங்கள் பலருக்கு உண்டு.

இவை அனைத்துக்கும், இரண்டே பாடல்களில் விடை தருகிறார் ஒருவர். 'திருமந்திரம்' வழங்கிய 'திருமூலர்'தான் அவர்.

நூற்றுக்கணக்கான பாடல்களைக் கொண்ட திருமந்திரம் தொடாத விஷயங்களே இல்லை, மிக எளிமையான ஒரு பக்திக் காவியம், யார் வேண்டுமானாலும் இதனைச் சுலபத்தில் படித்துவிடலாம். ஆனால் அதனுள் பொதிந்திருக்கும் ஆழமான கருத்துகளைப் புரிந்துகொள்ளச் சிந்தனையும் முதிர்ச்சியும் அவசியம்.

உண்மையான பக்திக்கு இலக்கணம் என்ன என்று திருமந்திரத்தில் திருமூலர் சொல்லும் அந்தப் பாடல்கள்:

பொன்னைக் கடந்து இலங்கும் புலித் தோலினன்
மின்னிக் கிடந்து மிளிரும் இளம்பிறை
துன்னிக் கிடந்த சுடுபொடியார்க்குப்
பின்னிக் கிடந்தது என் பேரன்புதானே!
என்பே விறகாய் இறைச்சி அறுத்து இட்டுப்
பொன் போல் கனலில் பொரிய வறுப்பினும்
அன்போடு உருகி அகம் குழைவார்க்கு அன்றி
என் போல் மணியினை எய்த ஒண்ணாரே!

என் இறைவன் (சிவபெருமான்) அணிந்திருக்கும் புலித்தோல் ஆடை, தங்கத்தைவிடப் பளபளப்பானது, சிறப்பு மிகுந்தது. அவனுடைய தலையில் உள்ள இளம்பிறைச் சந்திரன் மின்னல் ஒளிபோல் மிளிர்கின்றது. அவன் தனது உடல்முழுவதும் திருநீறைப் பூசிக்கொண்டிருக்கிறான்.

அப்படிப்பட்ட சிவபெருமானை என்னோடு பிணைப்பது எது தெரியுமா?

சிலர் இறைவனை நோக்கிக் கடுமையான தவம் இருக்கிறார்கள். தங்களது சொந்த எலும்பையே விறகாக்கி அடுப்பு ஏற்றி, அதில் தங்களுடைய தசையையே அறுத்துப் போட்டு வறுத்துப் படைப்பதுபோல் ஏதேதோ செய்கிறார்கள், தங்களைத் தாங்களே மிகவும் வருத்திக்கொள்கிறார்கள்.

ஆனால் அவர்களுக்கெல்லாம், இறைவன் சுலபத்தில் அகப்படுவதில்லை. என்னைப் போன்ற சாதாரண பக்தர்களைத்தான் நாடி வந்து அருள் செய்கிறான். ஏன் தெரியுமா?

என்னையும் இறைவனையும் பிணைக்கின்ற நூல், மிகவும் லேசானது, மென்மையானது, அதன் பெயர் அன்பு, வெறும் அன்புகூட இல்லை, பேரன்பு!

நீங்களும் இறைவனை அடைய விரும்பினால், மற்ற வெளி அடையாளங்களுக்கு அதிக முக்கியத்துவம் தராதீர்கள். கோயிலுக்குச் செல்வது, பூஜை செய்வது, மந்திரம் சொல்வது, படையல் வைப்பது, திருநீறு அணிவது, பண்டிகை கொண்டாடுவது போன்றவையெல்லாம் முக்கியம்தான். ஆனால் அவற்றையெல்லாம்விட, உண்மையான அன்பு வேண்டும், அதனால் உங்கள் உள்மனம் குழைந்து அவனை வணங்கிச் சரணடையவேண்டும். அப்போதுதான் ஒப்பற்ற மணியாகிய அவனது திருவருள் உங்களுக்குக் கிடைக்கும்.

இதைத்தான், வேறொரு பாடலில் திருமூலர் இன்னும் சுருக்கமாக இரண்டே வார்த்தைகளில் சொல்கிறார் : 'அன்பே சிவம்!'

★★★

ஆதிகாலத்தில், இயற்கைதான் தெய்வம். அன்றைய மக்கள் இயற்கையை, அதாவது, சூரியன், மழை, காற்று, நீர் போன்றவற்றையே மதித்து வணங்கினார்கள், வழிபட்டார்கள்.

காரணம், இந்த இயற்கை சக்திகள் கோபப்பட்டால், நம்முடைய தினசரி வாழ்க்கை பாதிக்கப்படும். அவை மகிழ்ச்சியுடன் இருந்தால், நாமும் சந்தோஷமாக வாழலாம்.

இன்றைக்கு நாம் கோயிலுக்குச் சென்று பல தெய்வங்களை வணங்குகிறோம். ஆனால் அந்தத் தெய்வங்களும்கூட இந்த இயற்கை சக்திகளைக் கட்டுப்படுத்துகிறவர்களாகவே சித்தரிக்கப்படுகிறார்கள். இது நமது அந்தக் கால 'பக்தி'யின் தொடர்ச்சி என்றே சொல்லலாம்.

'முக்கூடற்பள்ளு' என்று ஓர் அற்புதமான நூல். இதை எழுதியவர் யார் என்பது தெரியவில்லை. ஆனால் இதில் உள்ள எளிய தமிழ்ப் பாடல்கள் அனைத்தும் அற்புதமானவை, அவற்றை மண்ணின் இசையுடன் சேர்த்துக் கேட்டால் இன்னும் இனிமை கூடும்.

'பள்ளு' என்பது தமிழில் உள்ள ஏராளமான சிற்றிலக்கியங்களில் ஒன்று. 'மருத நிலம்', அதாவது விவசாய நிலத்தில் வாழும் பள்ளர்களின் வாழ்க்கையைப் பற்றிப் பேசுவதுதான் இதன் சிறப்பு.

அந்த வகையில், நெல்லை மாவட்டத்தில் உள்ள 'முக்கூடல்' என்ற ஊரில் வாழும் பள்ளர்களைப் பற்றிப் பாடுகிறது இந்தச் சிறு நூல். ஆகவே அதற்கு 'முக்கூடற்பள்ளு' என்று பெயர் சூட்டியுள்ளார்கள்.

விவசாயத்தை நம்பி வாழும் மக்கள், அவர்களுக்கு மழை மிகவும் முக்கியம். சரியான மழை இல்லாவிட்டால் அவர்களது குடும்பங்கள் சந்தோஷமாக வாழமுடியாது.

ஆகவே, மழை பொழியும்போது பள்ளர்கள் ஆனந்தக் கூத்தாடுகிறார்கள். நம்மைப்போல குடை பிடித்துக்கொண்டு

ஒதுங்கிச் செல்வது இல்லை, 'இந்த மழை வந்தாலே பெரிய அவஸ்தைதான்' என்று அலட்டுவதில்லை, பொழிகிற ஒவ்வொரு துளியையும் ரசித்து அனுபவிக்கிறார்கள், 'நம் கஷ்டங்கள் தீர்ந்தன' என்று மகிழ்ச்சியுடன் துள்ளுகிறார்கள்.

அதுமட்டுமில்லை, அந்த மழையின் ஒவ்வோர் அம்சமும் அவர்களுக்குக் கடவுளாகவே தெரிகிறது. 'திருமால், சிவன், பிரம்மன், இந்திரன் என தெய்வங்கள் எல்லாமே எங்களுக்கு நீதான்' என்று போற்றுகிறார்கள். அந்த நெகிழ்வான காட்சியை விவரிக்கும் அழகான பாடல் இதோ:

காவுக்கு இறைவனாகும் இந்திரன்
ஏவல் பணி கொண்டு எழுந்த கார்
கடலில் படிந்து திருவில் கோட்டி
அடல் முக்கூடல் அரியுமாய்ப்
பூவுக்கு உயர்ந்த கலை மின்னோடு
மேவிக் கமலத்து அயனுமாய்ப்
புனலைத் தரித்து வரையில் ஏறிக்
கனலைத் தரித்த சிவனுமாய்த்
தாவிப் பறந்து பணிகள் பதுங்கக்
கோவித்து எழுந்த கருடனும்
தானே ஆகி உலகுக்கு உரிமை
ஊனே ஆகி உயிருமாய்க்
கோவில் பெரிய வடமலேந்திரன்
மாவில் கறுத்துப் பொழிந்தபின்
குளிறுகின்ற தன் கோன் களிற்றினில்
வெளிறுகின்றது வானமே

மருத நிலத்துக்குத் தலைவன் இந்திரன். அவன் மேகங்களைப் பார்த்துக் கட்டளையிடுகிறான், 'கடலில் சென்று தண்ணீரை அள்ளிக்கொண்டு வாருங்கள், இந்தப் பள்ளர்களின் நிலத்தில் மழையாகப் பொழியுங்கள்!'

தேவேந்திரன் கட்டளையை மறுக்கமுடியுமா? மேகங்கள் நேராகக் கடலில் சென்று சேர்கின்றன. தண்ணீரைக்

குடித்துக்கொள்கின்றன. பின்னர் அந்தப் பள்ளர்களின் ஊரை நோக்கி விரைந்து வருகின்றன.

அப்போது, வானத்தில் அழகான ஏழு வண்ணங்களைக் கொண்ட வானவில் தோன்றுகிறது. அதைப் பார்க்கும்போது, எங்களுடைய முக்கூடலில் எழுந்தருளியிருக்கும் திருமாலின் கம்பீரம்தான் எங்கள் நினைவுக்கு வருகிறது. (அரி = திருமால்)

அடுத்து, மேகங்களுக்கு நடுவில் மின்னல் அடிக்கிறது. அதைப் பார்க்கும்போது, தாமரைப் பூவில் வசிக்கும் பிரம்மனின் நிறம்தான் எங்கள் நினைவுக்கு வருகிறது. (அயன் = பிரம்மன்)

இப்போது, தண்ணீரைச் சுமந்திருக்கும் அந்த மேகம் மலை உச்சியில் சென்று தங்குகிறது. அதைப் பார்க்கும்போது, கையில் கனலை ஏந்திய சிவன்தான் எங்கள் நினைவுக்கு வருகிறார்.

ஆக, திருமால், சிவன், பிரம்மன் என்று மும்மூர்த்திகளும் எங்களுக்கு மேகம்தான், அதனால் பெய்கிற மழைதான்!

வானம் முழுக்க மேகங்கள் பரவி, மின்னல் வெட்டுகிறது, இடி இடிக்கிறது, அதனால் தரையில் உள்ள பாம்புகள் பயந்து ஒளிந்துகொள்கின்றன.

மேகமே, இப்படிப் பாம்புகளையெல்லாம் பயமுறுத்தி விரட்டுவதால், நீ எங்களுக்குக் கருடனாகவும் தோற்றமளிக்கிறாய்!

எங்களை ஆட்சி செய்யும் தலைவன், அரசர்களுக்கெல்லாம் பெரிய அரசன், அவன் பெயர் வடமலேந்திரன். அந்த வடமலேந்திரனின் படையில் இருக்கும் யானைகளையெல்லாம்விடக் கருப்பாக இந்த மேகங்கள் தோன்றுகின்றன.

ஆனால் மழை பெய்தவுடன், அந்த மேகங்கள் அனைத்தும் வெளுத்துவிடுகின்றன. இப்போது அவை இந்திரனின் யானையாகிய ஐராவதத்தைப்போல் தெரிகின்றன.

மழையே, நீ ஒருவருக்கு மட்டும் சொந்தமான பொருள் அல்ல. ஒட்டுமொத்த உலகத்துக்கும் உரிமை. எங்களுக்குச் சாப்பாடு

தருவதும் நீதான், உயிர் கொடுத்து வாழவைப்பதும் நீதான், எல்லாக் கடவுள்களும் நீயேதான்!

★★★

இந்தப் பிரபஞ்சத்திலேயே மிகப் பெரியது எது?

கிணற்றுக்குள் இருக்கும் ஒரு தவளைக்கு, தன்னுடைய கிணறுதான் மிகப் பெரியது என்று தோன்றும். அதே தவளை கிணற்றிலிருந்து வெளியே வந்தால் தோட்டத்தைப் பார்க்கும், தோட்டத்துக்கு வெளியே இருக்கும் வயலைப் பார்க்கும், ஊரைப் பார்க்கும், நகரத்தைப் பார்க்கும், மாநிலம், நாடு, கண்டம், உலகம் என்று இன்னும் இன்னும் பெரிய விஷயங்கள் இருப்பதைப் புரிந்துகொள்ளும்.

அப்படியானால், உலகம்தான் மிகப் பெரியதா?

ம்ஹூம், இல்லை. நம்முடைய பூமிப்பந்து சூரிய மண்டலத்தின் ஒரு பகுதி, அதுபோல் எண்ணற்ற மண்டலங்கள் இந்த விண்வெளியில் இருக்கின்றன. கணக்குப் பார்க்க நம்மால் முடியாது!

இதென்ன கூத்து? 'பிரபஞ்சத்திலேயே மிகப் பெரிய விஷயம் எது?' என்கிற புதிருக்கு விடையே கிடையாதா?

கவலையே வேண்டாம். நம்முடைய தமிழ்ப் பாட்டியாகிய ஔவையார் இந்தக் கேள்விக்கு அற்புதமான பதில் சொல்லியிருக்கிறார், அதுவும் தமிழ்க் கடவுளாகிய முருகனிடமே நேரடியாகப் பேசியிருக்கிறார். அந்தப் பாட்டு:

பெரியது பெரியது புவனம் பெரியது,
புவனமோ நான்முகன் படைப்பு,
நான்முகனோ கரியமால் உந்தியில் வந்தோன்,
கரியமாலோ அலைகடல் துயின்றோன்,
அலைகடல், குறுமுனி அங்கையில் அடக்கம்,
குறுமுனியோ கலசத்தில் பிறந்தோன்,
கலசமோ புவியில் சிறு மண்

புவியோ அரவினுக்கு ஒருதலைப் பாரம்,
அரவோ உமையவள் சிறுவிரல் மோதிரம்,
உமையோ இறைவர் பாகத்து ஒடுக்கம்,
இறைவரோ தொண்டர் உள்ளத்து ஒடுக்கம்,
தொண்டர்தம் பெருமை சொல்லவும் பெரிதே!

இந்த உலகம் பெரியது. உண்மைதான்.

ஆனால், அந்தப் பெரிய உலகத்தையே படைத்தவர் பிரம்மா. அப்படியானால், அவர் உலகத்தைவிடப் பெரியவராகத்தான் இருக்கவேண்டும்.

அந்த பிரம்மா திருமாலின் தொப்புளில் தோன்றியவர். அப்படியானால் திருமால்தான் ரொம்பப் பெரியவரோ?

ம்ஹூம், அந்தத் திருமால் அலைகடலில் தூங்குகிறார். ஆக, கடல் அவரைவிடப் பெரியது.

அவசரப்படவேண்டாம். அத்தனை பெரிய கடல்கூட அகத்திய முனிவரின் உள்ளங்கையில் அடங்கிவிட்டதே.

அந்த அகத்தியர் சிறிய குடத்தில் பிறந்தவர். அதனால் அவரைக் 'கும்ப முனி' என்று சொல்வார்கள். அப்படியானால் கும்பம்/ குடம்தான் பிரபஞ்சத்திலேயே மிகப் பெரியதா?

அது எப்படி? அந்தக் குடம் என்பது பூமியில் உள்ள சிறு மண்ணினால் செய்யப்பட்டதுதானே?

அந்தப் பூமியை ஆதிசேஷன் எனும் பாம்பு தன்னுடைய ஒரு தலையில் தாங்கியிருக்கிறது. ஆக, பூமியைவிட ஆதிசேஷன் பெரியவர்.

அதனால் என்ன? ஆதிசேஷனைப் பார்வதி தேவி தன் விரலில் மோதிரமாக அணிந்துள்ளார். அவர்தானே ரொம்பப் பெரியவராக இருக்கவேண்டும்?

ம்ஹூம், பார்வதி தேவி சிவபெருமானுக்குள் ஒரு பாதிதானே?

அப்படியானால் சிவன்தான் பெரியவரோ?

இல்லவே இல்லை, காரணம், அந்தச் சிவபெருமான் பக்தர்களின் உள்ளத்தில் இருக்கிறார்.

சுருக்கமாகச் சொன்னால், இந்தப் பிரபஞ்சத்திலேயே மிகப் பெரியது எது என்றால், நம்மைப் போன்ற பக்தர்கள்தான். 'அந்தப் பக்தர்களின் பெருமையை முழுவதுமாகச் சொல்வதற்குத் தமிழில் வார்த்தைகளே இல்லை' என்று நெகிழ்கிறார் ஔவையார்!

6

மனித வாழ்க்கையில் இன்பம், துன்பம் இரண்டுமே உண்டு, வெற்றி, தோல்வி ஆகியவையும் சம அளவில் உண்டு, கடலில் அலை அடிப்பதுபோல் இவை மாறி மாறி நம்மை அலைக்கழிக்கின்றன. அதனால்தான், வாழ்வைச் 'சம்சார சாகரம்' என்று அழைக்கிறார்கள்.

இந்த விஷயம் நன்றாகத் தெரிந்திருந்தும்கூட, நாம் விரும்பாத விஷயங்கள் நடக்கும்போது மனம் சோர்வடைகிறது. துவண்டு போய் மூலையில் உட்கார்ந்துவிடுகிறோம்.

அதுமாதிரி நேரங்களில், இழந்த தன்னம்பிக்கையைத் திரும்பப் பெறுவதற்குப் பல வழிகள் உண்டு. சிலர் சுய முன்னேற்றப் புத்தகங்களைப் படிப்பார்கள், தங்களுடைய அப்பா, அம்மா, நண்பர்கள், வழிகாட்டிகள் போன்றோரிடம் பேசுவார்கள், கோயிலுக்குச் சென்று தெய்வத்திடம் முறையிடுவார்கள்.

ஒரு பேச்சுக்கு, அந்தத் தெய்வத்துக்கே இப்படி ஒரு மனச்சோர்வு ஏற்பட்டால்? மற்றவர்களுக்கு வழிகாட்டுகின்ற அவரே தன்னம்பிக்கையை இழந்துவிட்டால் என்ன ஆகும்?

இப்படி ஒரு காட்சி, ராமாயணத்தில் வருகிறது. ராவணன் சீதையைக் கடத்திச் சென்றுவிடுகிறான், அவளைக் காணாமல் தவிக்கும் ராமர், தம்பி லட்சுமணனுடன் சேர்ந்து காடுமுழுவதும் தேடுகிறார், சீதையைக் காணவில்லை.

அப்போது, ராமர் ஜடாயுவைச் சந்திக்கிறார். ஆனால் அவரோ ரத்த வெள்ளத்தில் மிதந்துகொண்டிருக்கிறார்.

ராமருடைய தந்தை தயரதனின் நண்பர் ஜடாயு. ஆகவே, ராமருக்கு அவர் தந்தை முறை ஆகிறது. மருமகளான சீதையிடமும் அவருக்கு ரொம்பப் பாசம் அதிகம்.

அப்பேர்ப்பட்ட ஜடாயுவை இந்த நிலைமையில் பார்க்கும் ராமர் துடித்துப்போகிறார். 'என்ன ஆச்சு உங்களுக்கு?' என்று பதற்றத்துடன் விசாரிக்கிறார்.

'அது ஒன்றுமில்லை ராமா, இந்த ராவணன் சீதையைக் கடத்திச் சென்றான், நான் அவனைத் தடுத்து நிறுத்திச் சண்டை போட்டேன், கோபப்பட்ட அவன் என்னுடைய சிறகுகளை வெட்டி வீழ்த்தி இப்படிச் செய்துவிட்டான்' என்கிறார் ஜடாயு.

உடனே, ராமர் வேதனையுடன் புலம்பத் தொடங்குகிறார். 'முதலில் நான் என் மனைவியை இழந்தேன், இப்போது தந்தை ஸ்தானத்தில் இருக்கும் உங்களையும் இழக்கப்போகிறேன், எல்லாவற்றுக்கும் காரணம் நான்தான், இனிமேல் நான் யாருக்காக வாழவேண்டும்?'

இதைப் பார்த்த ஜடாயு, ராமருக்கு நம்பிக்கை தரும்விதமாகப் பேசுகிறார், 'நேராகப் போய் ராவணனை வென்று வா' என்று அவருக்குத் தெம்பூட்டுகிறார்.

இந்தக் காட்சி, சீர்காழி அருணாசலக் கவிராயர் எழுதிய 'ராம நாடகக் கீர்த்தனைகள்' நூலில் இடம்பெற்றுள்ளது. அற்புதமான அந்தப் பாடல், இதோ:

> இன்பம் வருவதும், துன்பம் வருவது
> எடுத்த உடற்கு நிலவரம்தானே?

சம்புவான சிவன் தானும் தலை ஓட்டைத்
    தன் கையில் ஏந்திக்கொண்டு இரந்தானே,
அம் புவி படைத்த பிரம்ம தேவனும்
    அறுப்புண்டானே ஒரு சிரம் தானே,
நம்பும் சந்திரனும் சூரியனும் பாம்பாலே
    நடுங்குகின்றார் இன்னம் நிரந்தரம்தானே,
உன் பிழையும் இந்த வகை ஒத்தது அல்ல, ஆகையாலே
    அம்பினால் ராவணன் தலை அறுப்பாய் பனங்குலை போலே
தம்பிள்ளை பெண்களோடே தாழ்ந்து நின்று ஒருகாலே
    வெம் பதராம் அரக்கர்க்கு வேலை செயும் தேவர் மேலே
ராமா,

இந்த உலகில் பிறந்த எவருக்கும் இன்பம் வரும், துன்பமும் வரும், இதுதானே நிரந்தரமான உண்மை? பிறகு ஏன் கலங்குகிறாய்?

துன்பப்படாதவர்கள் யாரேனும் உண்டா? அப்பேர்ப்பட்ட சிவன்கூட, கையில் திருவோட்டை ஏந்திக்கொண்டு பிச்சை கேட்கவில்லையா? அழகிய இந்த உலகத்தைப் படைத்த பிரம்ம தேவன் ஒரு தலையை இழந்து சிரமப்படவில்லையா? எல்லாரும் நம்புகிற சூரியனும் சந்திரனும் ராகு, கேது எனும் பாம்புகளைப் பார்த்தாலே நடுங்குகிறார்கள், இல்லையா?

இதையெல்லாம் பார்க்கும்போது, நீ படும் சிரமம் ஒன்றும் பெரியது அல்ல, எல்லாம் சரியாகிவிடும், கவலைப்படாதே.

கொடிய ராவணன் என்ன செய்கிறான் தெரியுமா? தேவர்களைத் தன் அடிமைகளாக்கிக்கொண்டு அவர்களை அரக்கர்களுக்கு ஏவல் வேலை செய்யச் சொல்லி அவமானப்படுத்துகிறான், அப்படிப்பட்ட ராவணனை நீ உன்னுடைய பலத்தால் வெல்லவேண்டும், ஒரே அம்பால் அவனுடைய தலைகளைப் பனங்குலைபோல் வீழ்த்தி எறியவேண்டும்!

இந்த வாசகங்களைக் கேட்டபின்னர், ராமருக்குப் புது வேகம் பிறக்கிறது. நம்பிக்கையுடன் சீதையைத் தேடிப் புறப்படுகிறார், அப்புறம் நடந்ததுதான் உங்களுக்கெல்லாம் நன்றாகத் தெரியுமே!

★★★

சிதம்பரம், தில்லை, பொற்சபை, ஆகாயத்தலம் என்று பல பெயர்களால் புகழப்படும் திருத்தலம். அங்கே நடராஜராக எழுந்தருளியிருக்கும் சிவபெருமானின் அழகையும், ஆடல் சிறப்பையும் பல பெரும் புலவர்கள் விதவிதமாக வர்ணித்துப் பாடி மகிழ்ந்திருக்கிறார்கள்.

ஆனால் திருநாவுக்கரசு சுவாமிகள் மட்டும் இந்த விஷயத்தில் கொஞ்சம் மாறுபடுகிறார். தில்லை நடராஜனைப் பாடத் தொடங்கும்போதே, 'நான் உண்மையான பக்தன் இல்லை' என்று ஆரம்பிக்கிறார். ஏன்?

பத்தனாய்ப் பாடமாட்டேன் பரமனே பரமயோகி
எத்தினால் பத்தி செய்கேன், என்னைநீ இகழவேண்டா!
முத்தனே முதல்வா தில்லை அம்பலத்து ஆடுகின்ற
அத்தா உன் ஆடல் காண்பான் அடியனேன் வந்தவாறே

பரம்பொருளே, பரமயோகியே, முத்தனே, முதல்வனே, தில்லை அம்பலத்தில் ஆடுகின்ற அத்தனே, சிவபெருமானே,

பொதுவாகப் பக்தர்கள் ஆண்டவனை வணங்கும்போது, தங்களுக்கென்று எதையும் கேட்கமாட்டார்கள். அவனைத் தொழுவதுமட்டுமே அவர்கள் மனத்தில் இருக்கும்.

ஆனால் நான் அப்படியில்லை, நிஜமான பக்தனாக அல்லாமல், மனத்தில் ஓர் ஆசையுடன்தான் நான் உன்னை வணங்குகிறேன், அதைக் காரணமாக வைத்து என்னை நீ இகழ்ந்துவிடாமல், காப்பாற்று.

உன்னுடைய திருநடனக் காட்சியைப் பார்ப்பதற்காகவே நான் வந்திருக்கிறேன். அதைக் காண்பித்து அருள் செய்.

முதல் பாட்டுகூடக் கொஞ்சம் பரவாயில்லை, இரண்டாவது பாட்டு இன்னும் மோசம், 'நான் பக்தன் இல்லை, உன்னுடைய கருத்தை அறிந்து பாடுகிறவனும் இல்லை, ஏதோ எனக்குத் தோன்றியதை மட்டுமே பாடுகிறேன்' என்று தன்னை இன்னும் தாழ்த்திப் பேசுகிறார் திருநாவுக்கரசர்.

> கருத்தனாய்ப் பாடமாட்டேன் காம் பன தோளி பங்கா
> ஒருத்தரால் அறிய ஒண்ணாத் திரு உரு உடை சோதி
> திருத்தமாம் தில்லை தன்னுள் திகழ்ந்த சிற்றம்பலத்தே
> நிருத்தநான் காணவேண்டி நேர்பட வந்தவாறே

மென்மையான தோள் கொண்ட பார்வதியைத் தன் உடலின் ஒரு பகுதியாகக் கொண்டவனே, யாராலும் அறிந்துகொள்ளமுடியாத திருவுருவத்தைக் கொண்ட ஜோதியே,

உன்னுடைய உள்ளத்தை அறிந்து அதற்கு ஏற்பப் பாடும் திறமை எனக்கு இல்லை, ஆனாலும், குறைகளை நீக்கித் தெளிவினைக் கொடுக்கின்ற தில்லை நகரத்தில், இந்தச் சிற்றம்பலத்தில் உன்னுடைய திருநடனத்தைக் காணும் ஆர்வத்துடன் வந்திருக்கிறேன்.

இந்த இரண்டு பாட்டுகளையும் தொகுத்துப் படித்தால் நமக்கு ஒரு குழப்பம் வரும், திருநாவுக்கரசர் தன்னை 'உண்மையான பக்தன் இல்லை' என்று சொல்லிக்கொள்கிறார். 'கருத்து உணர்ந்து பாடுகிறவனும் இல்லை' என்கிறார், அப்புறம் ஏன் சிவன் அவருக்கு அருள் புரியவேண்டும்? இவரிடம் என்ன விசேஷம்?

இதற்கான பதில், இன்னொரு பாட்டில் கிடைக்கிறது:

> சிந்தையைத் திகைப்பியாதே செறிவுடை அடிமை செய்ய
> என்னை நீ அருளிச் செய்யா யாது நான் செய்வது என்னே?
> செந்தீயார் வேள்வி ஓவாத் தில்லைச் சிற்றம்பலத்தே
> அந்தியும் பகலும் ஆட, அடி இணை அலசும் கொல்லோ!

வேள்வி செய்கிறவர்கள் செம்மை தரும் நெருப்பை ஓய்வில்லாமல் தொடர்ந்து வளர்க்கின்ற சிதம்பரத்தில் அருள் செய்யும் சிவபெருமானே, உன் அடிமையாக நான் காத்திருக்கிறேன், உன்னை வாழ்த்திப் பாட, சேவை செய்ய விரும்புகிறேன், என்னை இனிமேலும் காக்கவைக்காதே, நீ அருள் செய்யாவிட்டால் என்னால் என்ன பெரிதாகச் சாதித்துவிடமுடியும்?

நிறைவாக, அந்த அற்புதமான வரி வந்து விழுகிறது, 'அது சரி, இந்தத் தில்லைச் சிற்றம்பலத்தில், நீ ராத்திரி பகலாகத் தொடர்ந்து ஆடிக்கொண்டிருக்கிறாயே, அடடா, உனக்குக் கால் வலிக்காதோ?'

ஆக, ஒருவர் உண்மையான பக்தரா, விஷயம் தெரிந்தவரா, முட்டாளா, சிறப்பாகப் பாட்டு எழுதுகிறவரா, வீரரா, கோழையா, தன்னுடைய சொந்த முயற்சியில் எதையும் சாதிக்கக்கூடியவரா, எல்லாவற்றுக்கும் அடுத்தவர்களை எதிர்பார்க்கிறவரா… இவை எதுவும் முக்கியம் இல்லை, திருநாவுக்கரசர் வேண்டுமென்றே தன்னைத் தாழ்த்திக்கொண்டு பேசினாலும்கூட, அவரையும் மீறிப் பொங்குகிற அந்த அன்பு, குதித்து விளையாடும் குழந்தையைப் பார்த்துக் 'கால் வலிக்கும்ய்யா, போதும்' என்று சொல்லும் அன்னையைப்போல், 'ஐயா, எந்நேரமும் நடனம் ஆடுகிற உன் கால்கள் வலிக்காதா?' என்று விசாரிக்கிற அந்த அக்கறை, 'நீ கொஞ்சம் ஓய்வெடுத்துக்கொள்ளக்கூடாதா? உன் அடிமையாக என்னை ஏற்றுக்கொள்ளேன், அவ்வப்போது உன் கால்களைப் பிடித்துவிட்டுக்கொண்டு இங்கேயே கிடக்கிறேன்' என்கிற கருணை, சரணாகதி… அதுதான் பக்தியின் முதல் அடையாளம், முதன்மையான அடையாளமும்கூட!

கடவுள்மீதும், சக உயிர்களின்மீதும் அன்பும் அக்கறையும் செலுத்துகிறவர்கள்தான் உண்மையான பக்தர்கள். அதுமட்டும் இருந்துவிட்டால், மற்ற எல்லாமே இரண்டாம்பட்சம்தான். அதுமட்டும் இல்லாவிட்டால், மற்ற எது இருந்தும் பலன் இல்லை!

★★★

குழந்தைக் கண்ணனின் லீலைகளில் ஒன்று, பக்கத்து வீடுகளில் இருந்து வெண்ணெய் திருடுவது, பால், தயிர் போன்றவற்றை அள்ளிக் குடித்துவிடுவது. இதனால் ஆயர் குலப் பெண்கள் கோபப்பட்டு யசோதையிடம் புகார் சொல்லவந்ததாகப் பல கதைகள் சொல்கின்றன.

இதைப் பற்றி விவரிக்கும் ஓர் அழகான பாட்டு, திருமங்கை ஆழ்வார் இயற்றியது:

ஆழ்கடல் சூழ் வையகத்தார் ஏசப் போய், ஆய்ப்பாடித்
தாழ்குழலார் வைத்த தயிர் உண்டான், காண், ஏடீ!
தாழ்குழலார் வைத்த தயிர் உண்ட பொன்வயிறு, இவ்
ஏழ் உலகும் உண்டும் இடம் உடைத்து ஆல் சாழலே!

கண்ணன் ஆயர்பாடியில் வாழ்கிறான். அங்கே தாழ்ந்த, அதாவது தரையைத் தொடும் அளவுக்கு நீளமான கூந்தலைக் கொண்ட பெண்கள் பலர் வாழ்கிறார்கள். அவர்கள் தங்கள் வீடுகளில் பானை நிறையத் தயிரை நிறைத்து வைத்திருக்கிறார்கள்.

அந்தப் பானைகளையெல்லாம், இந்தக் கண்ணன் உடைக்கிறான், தயிரைக் குடிக்கிறான், இதற்காக, ஆழமான கடலினால் சூழப்பட்ட இந்த உலகத்தில் வாழ்கிற எல்லாரும் அவனைத் திட்டுகிறார்கள். ஆனாலும் அவன் தன் போக்கை மாற்றிக்கொள்வதில்லை.

'இதில் என்ன ஆச்சர்யம் என்றால், கண்ணன், அதாவது திருமாலுடைய பொன்வயிறு, முன்பு ஒரு காலத்தில் ஏழு உலகங்களையும் உட்கொண்டது. அங்கே இன்னும் எக்ஸ்ட்ராவாக இந்தப் பாலுக்கும் தயிருக்கும் வெண்ணெய்க்கும்கூட இடம் இருக்கிறதா?' என்கிறார் திருமங்கையாழ்வார்.

அது சரி, கண்ணன் ஏன் மெனக்கெட்டு பால், தயிர், வெண்ணெயைத் திருடவேண்டும்? மிட்டாயோ மிக்ஸரோ திருடக்கூடாதா? இதன் பின்னணியில் ஒரு தத்துவம் இருப்பதாகச் சொல்வார்கள்.

பாலைக் காய்ச்சி உறை ஊற்றுகிறோம். அது தயிராக மாறுகிறது. தயிரைக் கடைகிறோம், அது மோராக மாறுகிறது, வெண்ணெயும் வெளியேறுகிறது, வெண்ணெயைக் காய்ச்சுகிறோம், அது நெய்யாக மாறுகிறது.

ஆக, பாலுக்குள் தயிர் ஒளிந்திருக்கிறது, தயிருக்குள் மோர்,

வெண்ணெய், நெய் மூன்றும் ஒளிந்திருக்கிறது, அந்த நெய்யைப் பயன்படுத்திச் செய்கிற பாதுஷாவும் பாதாம் அல்வாவும்கூட, பாலில் இருந்து விளையும் தின்பண்டங்கள்தான்.

இப்போது யாரிடமாவது பாலைக் காண்பித்து 'இதற்குள் தயிர், மோர், வெண்ணெய், நெய், பாதாம் அல்வா எல்லாமே இருக்கிறது' என்று சொல்கிறோம். அவர்கள் நம்புவார்களா?

ஆனால் உண்மை அதுதான். மேலோட்டமாகப் பார்க்கும்போது பால் வெறும் பாலாகவே தெரிந்தாலும், அதனைச் சரியானமுறையில் பக்குவப்படுத்தினால், அதிலிருந்து தயிர், மோர், வெண்ணெய், நெய் என்று சகலமும் வரும், சந்தேகமே இல்லை.

அதுபோல, நாம் வெளித்தோற்றத்தில் எப்படித் தெரிந்தாலும் பரவாயில்லை, நம் ஒவ்வொருவருக்குள்ளும் இறைவன் இருக்கிறான், ஆனால் நாம் அவனைக் காண்பதற்குப் பக்குவமான மனம் வேண்டும்.

கண்ணன் இடையர் குலத்தில் பிறந்தது, வெண்ணெய் திருடியது, பால், தயிர்ப் பானைகளை உடைத்துக் குடித்தது என்று எல்லாமே, இந்தத் தத்துவத்தை உணர்த்துவதற்காகதான் என்று நம்பிக்கை. இதை உறுதிப்படுத்துவதுபோல், பல ஆழ்வார்கள் இறைவனைப் பால், நெய், தயிர் போன்றவற்றுடன் ஒப்பிட்டுப் பாடியுள்ளார்கள்.

உதாரணமாக, 'ஆனில் மேய ஐந்தும் நீ' என்கிறார் திருமழிசை ஆழ்வார். இதன் அர்த்தம், 'பசுவினால் கிடைக்கும் ஐந்து பொருள்கள், அதாவது பால், தயிர், நெய், கோமியம், சாணம் ஆகிய ஐந்தும் நீதான்.'

அதுமட்டுமில்லை. இதே பாடலின் நான்காவது வரியில், 'யானும் நீ, அதன்றி எம்பிரானும் நீ' என்று தெளிவாகச் சொல்கிறார். அதாவது, நானும் நீயும் ஒன்றுதான், எனக்குள்ளும் கடவுள் இருக்கிறார்.

இன்னொரு பாடல், இதை அருளியவர் நம்மாழ்வார்:

கறந்த பால் நெய்யே, நெய்யின் இன் சுவையே,
கடலினுள் அமுதமே, அமுதில்
பிறந்த இன் சுவையே, சுவையது பயனே,
பின்னை தோள் மணந்த பேர் ஆயா!

நப்பின்னையின் தோள்களை மணந்த கண்ணனே, ஆயர்குலத்தில் பிறந்த பெரிய தலைவனே,

கறந்த பால் நீ, அதிலிருந்து வரும் நெய் நீ! (இந்த இரண்டுக்கும் நடுவில் உள்ள 'தயிர், மோர், வெண்ணெய் போன்றவையும் நீதான்' என்பதை நாமாகப் புரிந்துகொள்ளவேண்டும்)

அதுமட்டுமா? அந்த நெய் தரும் இனிமையான சுவையும் நீதான்.

கடலில் கிடைக்கும் அமுதம் நீ, அந்த அமுதத்தைச் சாப்பிடும்போது கிடைக்கும் சுவை நீ, அந்தச் சுவையால் கிடைக்கும் பயன், அதுவும் நீயே, எல்லாம் நீயே!

7

அடர்ந்த காடு. அதற்கு நடுவே ஓர் ஒழுங்கில்லாத பாதை மேடும் பள்ளமுமாகச் சென்றது. அதில் ஓர் உருவம் தட்டுத்தடுமாறி நடந்துகொண்டிருந்தது.

கொஞ்சம் பொறுங்கள். அது ஓர் உருவம் அல்ல, இரண்டு உருவங்கள். ஒருவருடைய தோள்மேல் இன்னொருவர் ஏறி உட்கார்ந்திருக்கிறார். ஏன்?

அடடா, மேலே உட்கார்ந்திருப்பவருக்குக் கால் ஊனம். அவரால் நடக்கமுடியாது. ஆகவே, கீழே இருப்பவர் அவரை ஆதரவாகத் தூக்கிச் செல்கிறார்.

இன்னும் உற்றுக் கவனிக்கிறோம். மற்றொரு விநோதமான காட்சி நம் கண்ணில் படுகிறது. நடப்பவர் ஒருவர், அவருக்கு வழி சொல்பவர் அவருடைய தோளில் உட்கார்ந்திருக்கும் இன்னொருவர்.

காரணம், நடப்பவருக்குக் கண் தெரியாது. ஆகவே, அவர் வழி சொல்லச்சொல்ல, இவர் நடக்கிறார். இப்படியாக இருவரும் மிகச் சிரமப்பட்டுப் பாதையைக் கடக்கிறார்கள்.

'அச்சச்சோ' என்று பரிதாபப்படாதீர்கள். அவர்களுக்குப் பிடிக்காது. தன்னம்பிக்கையுடன் வாழ விரும்பும் இரட்டைப் புலவர்கள் இவர்கள்.

ஒருவர் பெயர் முதுசூரியர், இன்னொருவர் பெயர் இளஞ்சூரியர். இருவரும் ஒன்றாகப் பிறந்த அண்ணன், தம்பி என்று சிலர் சொல்கிறார்கள், 'நெருங்கிய உறவினர்கள் மட்டுமே' என்று சிலர் மறுக்கிறார்கள்.

உண்மையில் அவர்கள் சகோதரர்களோ, இல்லையோ, மனத்தளவில் அவர்களிடையே அப்படி ஓர் ஒற்றுமை. இவர் இரண்டு வரி பாட்டைப் பாடியவுடன், அடுத்தவர் மீதமுள்ள இரண்டு வரிகளைக் கச்சிதமாகப் பாடி முடிப்பாராம்!

பாட்டில் மட்டுமல்ல, நிஜ வாழ்க்கையிலும் அவர்கள் ஒருவரை ஒருவர் பூர்த்தி செய்தே வாழ்ந்தார்கள். ஒருவர் மற்றவருக்குக் காலாகவும், இவர் அவருக்குக் கண்ணாகவும் மாறினார்கள், எங்கும், எப்போதும் ஒன்றாகவே திரிந்தார்கள். பல மன்னர்கள், வள்ளல்களைச் சந்தித்து அவர்களை விதவிதமாகப் புகழ்ந்து பாடினார்கள். தங்களது நிலைமையைச் சொல்லாமல் சொல்லி உதவி கேட்டார்கள்.

என்ன பிரயோஜனம்? அத்தனை புலமை இருந்தும், அவர்களை மதிப்போர் இல்லை. அங்கும் இங்கும் அலைக்கழிக்கப்பட்டார்கள். வாழ்க்கை மிகுந்த சிரமத்தில் ஓடியது.

ஒருநாள், அவர்கள் இப்படி ஒரு காட்டுப்பாதையில் நடந்துகொண்டிருந்த நேரம். மேலே உட்கார்ந்திருந்தவர் சொன்ன வழியைக் கீழே நடந்தவர் கவனிக்காமல் எங்கேயோ கால் வைக்க, இருவரும் பொத்தென்று விழுந்தார்கள். உடம்பெல்லாம் அடிபட்டு நல்ல வலி.

அப்போது, வேதனையோடு ஒருவர் பாடினார்:

குன்றும், குழியும் குறுகி வழி நடந்து
சென்று திரிவது என்றும் தீராதோ?

'ஒவ்வொரு நாளும், காடுகளிலும் மலைகளிலும் கஷ்டப்பட்டு நடக்கிறோம். இந்த அலைச்சல் இன்னும் எத்தனை நாள் தொடரும்? நமக்கு விடிவுகாலம் எப்போ?'

அடுத்தவர் பதில் சொன்னார்:

ஒன்றும்
கொடாதவனைக் கோ என்றும் கா என்றும் சொன்னால்
இடாதோ நமக்கு இவ் இடர்!

'நமக்கு எப்படிய்யா விடிவுகாலம் வரும்? கஷ்டப்பட்டுப் பாடுகிறவனுக்கு எதையும் தராத கஞ்சப் பயல்களையெல்லாம் தலைவனே-ன்னு புகழறோம், எங்களைக் காப்பாத்தறவனே-ன்னு பாடறோம், இப்படித் தினம் தினம் பொய் சொல்ற நமக்கு எப்படிக் கஷ்டம் தீரும்?'

இரட்டைப் புலவர்களின் மன வருத்தத்தில் நியாயம் உண்டு. அவர்கள் கேட்டதைத் தரக்கூடிய நிஜமான வள்ளல்கள் யாரும் அப்போது இல்லை. ஆகவே, அகப்பட்டவர்களையெல்லாம் பொய்யாகப் புகழ்ந்துகொண்டிருந்தார்கள். அவர்களில் யாராவது தங்களுக்கு உதவி செய்துவிடமாட்டார்களா என்று ஏங்கினார்கள்.

அப்படியானால், அவர்கள் என்னதான் செய்திருக்கவேண்டும்? யாரைப் பாடியிருக்கவேண்டும்? இந்தப் பாடல் சொல்லும் மறைமுகமான கருத்து என்ன?

இந்தக் கேள்விக்குப் பதிலாக, நம்மாழ்வாரின் அற்புதமான பாடல் ஒன்று:

உயர்வு அற உயர்நலம் உடையவன் எவன், அவன்!
மயர்வு அற மதிநலம் அருளினன் எவன், அவன்!
அயர்வு உறும் அமரர்கள் அதிபதி எவன், அவன்!
துயர் அறு சுடர் அடி தொழுது எழு என் மனனே!

இந்த உலகில் உள்ள உயர்வான விஷயங்களையெல்லாம்விட உயர்வானவன் எவன்? நம்முடைய அறியாமை இருளை

அகற்றி, அறிவு என்ற முழு நிலவைப் பிரகாசிக்கச்செய்கிறவன் எவன்? தேவர்களின் துன்பத்தைப் போக்கி அவர்களுடைய தலைவனாகத் திகழ்கிறவன் எவன்?

அந்தக் கடவுளின் ஒளிமயமான திருவடிகளைத் தொழுது எழுந்தால், நம் துயரங்கள் அனைத்தும் நீங்கும். அதைமட்டுமே நீ செய், மனமே!

இந்தப் பூமியில் எத்தனை வள்ளல்கள் இருந்தால் என்ன? அவர்களுக்கெல்லாம் வாரி வழங்குகிறவன் இறைவன், இவர்களைப் பாடிப் பலன் பெறுவதைவிட, நேரடியாக அவனைப் பாடினால் எல்லாம் குறைவின்றிக் கிடைக்கும்!

★★★

'ஹீரோயிஸம்!'

திரைப்பட ரசிகர்களிடையே சர்வசாதாரணமாகப் புழங்கும் வார்த்தை இது. பல நடிகர்கள், இயக்குனர்கள் இந்தச் சூட்சுமத்தை அடிப்படையாக வைத்துதான் தங்களது படங்களை எடுக்கிறார்கள்.

'ஹீரோயிஸம்' என்பதன் அர்த்தம், கதையின் நாயகன் எப்பேர்ப்பட்டவன் என்பதை அழுத்தமாகச் சொல்வது. ரசிகர்கள் மனத்தில் ஒரு சிம்மாசனம் போட்டு அவனை அதில் உட்காரவைப்பது.

இதற்காக நம் படங்களில் பலவிதமான காட்சிகள் அமைக்கப்படுகின்றன. ஹீரோவின் வீரத்தை நிரூபிப்பதற்கு நாலு சண்டைக்காட்சிகள், அவரது இசைத்திறமையைக் காட்டுவதற்குச் சில பாடல்கள், அவருடைய இளமையை மையப்படுத்திக் கொஞ்சம் காதல் காட்சிகள், அவர் பண்பானவர் என்பதைச் சொல்லுவதற்காகச் சில உருக்கமான காட்சிகள், நாலு பேர் அவரைப் புகழ்ந்து பேசுவது போன்ற வசனங்கள் என்று படிப்படியாக அந்தக் கதாநாயகனை நம் மனத்தில் அழுந்தப் பதிக்கிறார்கள்.

இந்த டெக்னிக் உண்மையில் எங்கிருந்து வந்தது தெரியுமா? நம்முடைய பக்தி இலக்கியங்களில் இருந்துதான்!

அங்கே கடவுளின் பன்முகத்தன்மையைச் சொல்லி அவர்களது உயர்வைக் காண்பிப்பதற்காகப் பயன்படுத்தப்பட்ட உத்தி, இப்போது சினி நாயகர்களுக்கும் பிரமாதமாகப் பயன்படுகிறது.

நம்பமுடியவில்லையா? இதை நிரூபிப்பதற்கு ஒரே ஒரு சாம்பிள் பாட்டு. அருணகிரிநாதர் எழுதிய 'திருப்புகழ்' நூலில் இடம்பெற்ற இந்தப் பாடல், பல திரைப்படங்கள், இசைத் தட்டுகளில் வெளியாகி மிகப் பிரபலமானதும்கூட!

ஏறு மயில் ஏறி விளையாடும் முகம் ஒன்றே,
ஈசருடன் ஞான மொழி பேசும் முகம் ஒன்றே,
கூறும் அடியார்கள் வினை தீர்க்கும் முகம் ஒன்றே,
குன்று உருவ வேல் வாங்கி நின்ற முகம் ஒன்றே,
மாறுபடு சூரரை வதைத்த முகம் ஒன்றே,
வள்ளியை மணம் புணர வந்த முகம் ஒன்றே,
ஆறு முகம் ஆன பொருள் நீ, அருளல் வேண்டும்,
ஆதி அருணாசலம் அமர்ந்த பெருமானே!

முருகனுக்கு ஆறு முகம் என்பது எல்லாருக்கும் தெரிந்த விஷயம். அந்த ஆறு முகங்களை அருணகிரிநாதர் எப்படி விவரிக்கிறார் என்பதில்தான் விஷயமே இருக்கிறது:

முதல் காட்சி, முருகன் மயிலின்மீது ஏறி விளையாடுகிறான். குறும்பான முகம்.

இரண்டாவது காட்சி, தந்தையாகிய சிவபெருமானுடன் ஞானமொழி பேசுகிறான். இது அவனுடைய அறிவையும் சிந்தனைத்திறனையும் காண்பிக்கிறது.

மூன்றாவது காட்சியில், பல அடியார்கள் முருகனைத் தேடி வந்து வணங்குகிறார்கள். தங்களது பிரச்னைகளைச் சொல்லி ஆறுதலும் தீர்வும் வேண்டி நிற்கிறார்கள்.

உடனடியாக, முருகன் அவர்களுடைய குறைகளைத் தீர்த்துவைக்கிறான். இது அவனது பண்பை, அடுத்தவர்களுக்காக உருகும் மனநிலையை, அவர்களுக்கு வாரி வழங்கும் வள்ளல்தன்மையைக் காண்பிக்கும் முகம்.

நான்காவது காட்சியில், ஒரு மிகப் பெரிய மலையை வீழ்த்துகிறான் முருகன். பின்னர் அங்கே கம்பீரமாக வேல் பிடித்து நிற்கிறான். அடுத்த (ஐந்தாவது) காட்சியில், சூரன், மற்ற பல அரக்கர்கள் அவனை எதிர்த்து வருகிறார்கள். எல்லாரையும் ஜெயிக்கிறான் முருகன். இவை அவனுடைய வீரத்தைக் காண்பிக்கும் முகங்கள்.

ஆறாவது காட்சி, வள்ளி திருமணம். வேடனாக மாறுவேஷத்தில் வந்து, அண்ணன் பிள்ளையாரின் துணையோடு வள்ளியைக் கைப்பிடிக்கிறான். இது முருகனுடைய ரொமான்டிக் முகம்.

கச்சிதமாக ஆறே வரிகள். அதற்குள் ஒரு குறும்பான, தன் வயதுக்கே உரிய விளையாட்டுப்புத்தியுடன் கூடிய, அதேசமயம் சிந்தனை, வீரம் ஆகியவற்றில் பலமடங்கு உயர்ந்து நிற்கக்கூடிய, எல்லாருக்கும் பிடித்த ஒரு ஹீரோவை அறிமுகப்படுத்தியாகிவிட்டது.

அருணகிரிநாதரின் 'முருகனிஸம்', எப்படி?

★★★

'அந்தக் காலத்துல நாங்கல்லாம்...' என்று சில பெரியவர்கள் பேச ஆரம்பித்தால் போதும், இளசுகள் காதைப் பொத்திக்கொண்டு ஓடிவிடுவார்கள். பாதுகாப்பான தூரத்தில் நின்றபடி 'போதும்ய்யா உங்க பழம்பெருமை' என்று அவர்களைக் கிண்டலடிப்பார்கள்.

அதேபோல், இன்றைய இளைஞர்களின் நடவடிக்கைகள், பழக்கவழக்கங்கள், பேச்சுமுறை எதுவும் பெரியவர்களுக்குப் பிடிப்பதில்லை, 'நாடு எங்கே போய்கிட்டிருக்கு?' என்று வேதனையோடு சொல்லிப் புலம்புவார்கள்.

ஆனால் சிலர், இந்த இரண்டு எல்லைகளுக்கும் நடுவில் சந்தோஷமாக அமர்ந்திருப்பார்கள். அவர்களால் 'பழைய' பார்ட்டிகளிடம் அந்தக் காலச் செய்திகளைப் பேசி விவாதிக்கவும் முடியும், 'இளைய' பார்ட்டிகளிடம் 'என்னா மச்சி, சௌக்யமா?' என்று கொஞ்சிக் குலாவவும் முடியும். இது ஓர் அபூர்வமான குணம்.

திருவெம்பாவை பாடிய மாணிக்கவாசகர், சிவபெருமானை அப்படி ஒரு வாக்கியத்தைக் குறிப்பிட்டுப் பாராட்டுகிறார். அழகான அந்தப் பாடல்:

முன்னைப் பழம்பொருட்கும் முன்னைப் பழம்பொருளே!
பின்னைப் புதுமைக்கும் பேர்த்தும் அப்பெற்றியனே!
உன்னைப் பிரானாகப் பெற்ற உன் சீர் அடியோம்,
உன் அடியார் தாள் பணிவோம், ஆங்கு அவர்க்கே பாங்கு
ஆவோம்,
அன்னவரே எம் கணவர் ஆவார், அவர் உகந்து
சொன்ன பரிசே தொழும்பாய்ப் பணி செய்வோம்!
இன்ன வகையே எமக்கு எம்கோன் நல்குதியேல்,
என்ன குறையும் இலோம் ஏல் ஓர் எம்பாவாய்!

ஆண்டாளின் திருப்பாவை, மாணிக்கவாசகரின் திருவெம்பாவை இரண்டின் களம் ஒன்றுதான், பாடப்படும் கடவுள்தான் வேறு. கோதை நாச்சியாராகிய ஆண்டாளும் அவளது தோழியரும் கண்ணனை எண்ணிப் பாவை நோன்பு இருக்கிறார்கள், மாணிக்கவாசகர் காண்பிக்கும் பெண்கள் சிவபெருமானைப் போற்றி அதே நோன்பு நோற்கிறார்கள்.

இந்தப் பெண்கள் எல்லாரும் இளம் வயதினர். குறும்பும் வேடிக்கையுமாகப் பேசிச் சிரிக்கிற விளையாட்டுத் தோழிகள். ஆனால் கடவுள் பணி என்று வந்துவிட்டால், அனைவரும் தீவிரமாகிவிடுகிறார்கள், 'நாளைக்குக் காலையில சீக்கிரமா எழுந்து குளிச்சுக் கோயிலுக்குப் போகணும்' என்று திட்டமிடுகிறார்கள். பாவை நோன்புக்காகச் செய்யவேண்டியவை என்னென்ன என்று பட்டியல் போட்டுத் தயாராகிறார்கள்.

மறுநாள் காலை, சில பெண்கள் சொன்னபடி சீக்கிரம் எழுந்து விட்டார்கள். மற்றவர்கள் இன்னும் தூங்கிக்கொண்டிருக்கிறார்கள். இவர்கள் அவர்களை எழுப்பிப் பாவை நோன்புக்காக அழைத்துச் செல்வதுதான் திருவெம்பாவையின் முதல் பகுதி.

அந்த வரிசையில், ஒன்பதாவதாக வரும் பாட்டு இது. 'உலகத்துப் பொருள்களுக்கெல்லாம் முன்னதாகப் பிறந்த பழம்பொருளே' என்று பரம்பொருளை வர்ணித்துப் பாடுகிறார்கள் பெண்கள்.

அப்படியானால், ஆண்டவன் அரதப்பழசா? இந்தக் காலத்துக்குச் சரிப்படமாட்டானா?

அடுத்த வரியிலேயே அதற்கும் பதில் சொல்லிவிடுகிறார் மாணிக்கவாசகர். 'பின்னர் வந்த புதுமைகள் அத்தனைக்கும் புதுமையாக இருக்கிறவனே!'. அதாவது, ஒரே நேரத்தில் உங்கள் கண்ணுக்கு எட்டாத கடந்தகாலத்தில், மிகப் பழையதாகவும், நீங்கள் கற்பனையே செய்யமுடியாத அளவுக்கு வருங்காலத்தில், மிக மிகப் புதியதாகவும் தோன்றுகிற அதிசயத்தை அவன் நிகழ்த்துகிறான்.

சிவனை நன்றாகப் புகழ்ந்தாயிற்று. சரி, உங்களுக்கு என்ன வேண்டும்?

உன்னைத் தலைவனாகப் பெற்றிருக்கிறோம், எங்களுக்கு என்ன குறை? உன்னுடைய பெயரைச் சொல்லிக்கொண்டு வரும் சிவனடியார்களின் காலில் விழுந்து வணங்குவோம். உனக்குத் தரும் அதே மரியாதையை அவர்களுக்கும் தருவோம். அவர்களுக்கு வேண்டிய பணிவிடைகளைச் செய்வோம்.

அதுமட்டுமில்லை, நாளைக்கு எங்களுக்குத் திருமணம் ஆகுமல்லவா? அப்போது, உன்னுடைய பெயரைப் பாடும் பக்தர்களில் ஒருவரைத்தான் எங்களுடைய கணவராகத் தேர்ந்தெடுப்போம். அவர்களுடைய ஆன்மிகப் பணிகளில் துணையாக நிற்போம்.

ஆனால் இதெல்லாம், எங்களுடைய ஆசைமட்டும்தான்.

இவற்றை நல்லபடியாக நிறைவேற்றிவைக்கவேண்டியது, எங்களுடைய தலைவனாகிய உன்னுடைய பொறுப்பு.

தென்னாடுடைய சிவனே, இந்த ஒரு வரத்தை மட்டும் நீ கொடுத்துவிட்டால் போதும், அதன்பிறகு எங்களுக்குக் குறையொன்றும் இல்லை கங்கை மணாளா!

8

இந்த உலகின் மிக இனிமையான மொழி, குழந்தைகளின் மழலைப் பேச்சு. அதனால்தான், ‘குழல் இனிது, யாழ் இனிது என்பர், தம் மக்கள் மழலைச் சொல் கேளாதவர்’ என்று திருவள்ளுவர் நெகிழ்ந்து உருகுகிறார்.

பொதுவாகக் குழந்தைகள் ஒரு வயதுக்கு முன்பாகவே அர்த்தமற்ற ஒலிகளை எழுப்ப ஆரம்பித்துவிடும். அதன்பிறகு ஒன்றிரண்டு சொற்களைத் தெளிவாகப் பேசும், கொஞ்சம் கொஞ்சமாக அவர்களுக்கு மொழி இலக்கணம் பழகிப் பேச்சு நன்றாக வருவதற்குச் சில வருடங்கள் பிடிக்கும். எப்படியாயினும் ஐந்து வயதுக்குள் சரளமாகப் பேச ஆரம்பித்துவிடுவார்கள்.

ஆனால், அந்தக் குழந்தைக்கு ஐந்து வயது கடந்தும், பேச்சு வரவில்லை. பெற்றோர் தவித்துப்போனார்கள். மகனை அழைத்துக்கொண்டு கோயில் கோயிலாகச் சென்றார்கள்.

திருச்செந்தூர் முருகன் ஆலயத்தில், முதன்முறையாக அந்தச் சிறுவன் முதன்முறையாக வாய் திறந்து பேச முயன்றான், அடுத்த நிமிடம், கடகடவென்று கவிதை பாட ஆரம்பித்துவிட்டான்.

அதுவரை ‘குமர குருபரன்’ என்று அழைக்கப்பட்ட அந்தச் சிறுவன், அந்த நொடியிலிருந்து ‘குமர குருபர ஸ்வாமிகள்’

ஆனார். அவரது ஏராளமான கவிதைகள், இன்றைக்கும் அன்னைத் தமிழை அலங்கரிக்கின்றன. சகலகலாவல்லி மாலை, சிதம்பர மும்மணிக் கோவை, நீதி நெறி விளக்கம் போன்ற எண்ணற்ற நூல்களுக்குச் சொந்தக்காரர் அவர்.

ஒருமுறை, குமர குருபரர் மதுரைக்கு வந்திருந்தார். அங்கே மீனாட்சி அம்மனைத் தரிசித்தார். அப்படியே கவிதைகளைக் கொட்ட ஆரம்பித்துவிட்டார். இவை தொகுக்கப்பட்டு 'மீனாட்சி அம்மை பிள்ளைத்தமிழ்' என்று மாறின.

'பிள்ளைத் தமிழ்' என்றால், ஒரு கடவுளையோ, அல்லது மனிதரையோ குழந்தையாகக் கற்பனை செய்துகொண்டு பாடும் அன்பு இலக்கியம். பெரியாழ்வார் தொடங்கிப் பல பக்திக் கவிஞர்கள் இதில் கை தேர்ந்தவர்கள்.

மதுரையை ஆளும் மீனாட்சியைச் சிறு பிள்ளையாகக் கற்பனை செய்து குமர குருபரர் பாடிய இந்த நூலின் கவி அழகும் பக்திச் சுவையும் கேட்ட அனைவரையும் மயக்கியது. இதனை நூலாக அரங்கேற்றவேண்டும் என்று அவர்கள் கேட்டுக்கொண்டார்கள். குமர குருபரரும் சம்மதித்தார்.

இதையடுத்து, மதுரை ஆயிரங்கால் மண்டபத்தில் நூல் அரங்கேற்று விழாவுக்கு ஏற்பாடாயிற்று. குமர குருபரர் ஒவ்வொரு பாடலாகப் பாட ஆரம்பித்தார்.

அவர் ஒரு குறிப்பிட்ட பாடலைப் பாடும்போது, அந்த மண்டபத்தில் திடீரென்று ஒரு சிறுமி தோன்றினாள். அங்கிருந்த மதுரை மன்னரின் மடியில் சென்று அமர்ந்து கவிதையை உன்னிப்பாகக் கேட்டாள்.

குமர குருபரர் பாடி முடித்தவுடன், அந்தச் சிறுமி எழுந்து நின்றாள். தன் கழுத்தில் இருந்த முத்து மாலையைக் கழற்றி அவருக்கு அணிவித்தாள்.

அடுத்த நிமிடம், அவளைக் காணவில்லை. எல்லாரும் வியப்பில் திகைத்தார்கள்.

குமர குருபரர் மட்டும் நெகிழ்ச்சியின் உச்சத்தில் இருந்தார்.

இந்தப் பிள்ளைத்தமிழைக் கேட்பதற்காக மீனாட்சி அம்மையே சிறுமியாக வந்திருக்கிறாள் என்று அவருக்குப் புரிந்துவிட்டது. அந்தப் பாடல்:

> தொடுக்கும் கடவுள் பழம்பாடல் தொடையின் பயனே,
> நறை பழுத்த துறைத் தீம் தமிழின் ஒழுகு நறும் சுவையே,
> அகந்தைக் கிழங்கை அகழ்ந்து எடுக்கும்
> தொழும்பர் உள்ளக் கோயிற்கு ஏற்றும் விளக்கே,
> இமயப் பொருப்பில் விளையாடும் இளமென் பிடியே, எறிதரங்கம்
> உடுக்கும் புவனம் கடந்து நின்ற ஒருவன் திரு உள்ளத்தில் அழகு
> ஒழுக எழுதிப் பார்த்து இருக்கும் உயிர் ஓவியமே, மது கரம் வாய்
> மடுக்கும் குழல் காடு ஏந்தும் இள வஞ்சிக் கொடியே, வருகவே
> மலயத் துவசன் பெற்ற பெருவாழ்வே வருக வருகவே!
> மீனாட்சி அன்னையே,

எங்களைப் போன்ற கவிஞர்கள் சிந்தித்து உருவாக்கும் பழைய பக்திப் பாடல்கள் எல்லாவற்றின் ஒட்டுமொத்தத் தொகுப்பாகவும், அவற்றை வாசிப்பதால் கிடைக்கப்போகும் பயனாகவும் நீதான் இருக்கிறாய், தேன் நிரம்பித் ததும்புகின்ற இனிய தமிழின் சுவையாகத் திகழ்கிறாய்!

பெரும்பாலான மக்களின் இதயங்களில் அகந்தை குடிகொண்டிருக்கிறது. அந்தக் கிழங்கை முதலில் தோண்டி எடுக்கவேண்டும், அப்படி எடுத்தால், அங்கே ஒரு வெற்றிடம் தோன்றுமல்லவா? அங்கே அன்பை எண்ணெயாக ஊற்றி உன்னை விளக்காக ஏற்றிவைக்கவேண்டும்,

இமயமலைச் சிகரத்தில் விளையாடுகின்ற, இளைய பெண் யானையைப் போன்றவளே,

கடலை ஆடையாக உடுத்திய இந்தப் பூமியைத் தாண்டி நிற்கும் ஒருவன், சிவபெருமான், அவன் தன்னுடைய உள்ளத்தில் உன்னைத்தான் ஓவியமாகத் தீட்டிவைத்திருக்கிறான், அதுவும் சாதாரண ஓவியம் அல்ல, அழகு ஒழுகும் உயிர் ஓவியம்!

வண்டுகள் மொய்க்கும் கூந்தல் காட்டை ஏந்திய இளம் வஞ்சிக் கொடியே, பாண்டியன் பெற்ற பெருவாழ்வே, நீ வருவாயாக!

இப்படித் தமிழ் மணக்கும் ஒரு பாடலை எழுதி முன்னே வைத்தால், அம்பிகை நேரில் வந்ததில் ஆச்சர்யம் என்ன?

★★★

மாமல்லபுரம் சென்றிருக்கிறீர்களா?

அற்புதமான சிற்பங்களுக்காகவும் பழங்காலக் கோயில்களுக்காகவும் புகழ் பெற்ற நகரம். இன்றைக்கு ஒரு சுகவாசஸ்தலமாகவும் மாறிக்கொண்டிருக்கிறது.

ஆனால் பல நூற்றாண்டுகளுக்கு முன்னால், மாமல்லபுரம் ஒரு பிரபலமான துறைமுகம். நாள்முழுவதும் கப்பல்கள் வந்து போய்க்கொண்டிருக்கும், விலை மதிக்கமுடியாத பலவகைப் பொருள்கள் ஏற்றப்படும், இறக்கப்படும், விற்கப்படும், எங்கு பார்த்தாலும் ஒரே பரபரப்பு.

அப்பேர்ப்பட்ட மல்லைத் துறைமுகத்துக்கு, ஓர் ஆழ்வார் வந்து நின்றார். அங்கும் இங்கும் விரைகிற கப்பல்களைச் சிறிது நேரம் வேடிக்கை பார்த்தார். கரையில் நிற்கும் வியாபாரிகள், கப்பல் ஊழியர்கள், பொருள்களை விலை பேசி வாங்கிச் செல்ல வந்தவர்களின் முகங்களையெல்லாம் மிகவும் ஆர்வத்துடன் நோட்டமிட்டார்.

சிறிது நேரம் கழித்து, அவர் வந்த வழியே திரும்பி நடக்க ஆரம்பித்தார். சற்றுத் தொலைவிலிருந்த பெருமாள் கோயிலை நெருங்கினார். உள்ளே நுழைந்தார்.

அங்கேயும் ஓரளவு கூட்டம்தான். ஆனால், துறைமுகத்தில் இருந்த கூட்டத்துடன் இதை ஒப்பிடவேமுடியாது.

அவர் தனக்குள் சிரித்துக்கொண்டார். ‘கப்பல்கள் உலகத்தைச் சுற்றுகின்றன, அதன்மூலம் பணம் குவிகிறது, அந்தப் பணத்தை எல்லாரும் சுற்றுகிறார்கள்’ என்று நினைத்தார்.

‘மனமே, நீ இந்தச் சுழலில் விழுந்துவிடாதே’ என தன்னைத் தானே எச்சரித்துக்கொண்ட அவர், திருமங்கையாழ்வார்,

'அந்தச் செல்வக் குவியலைச் சுற்றுவதைவிட, இந்த மல்லை நாயகனாகிய திருமாலின் கோயிலைச் சுற்றி வருகிறவர்களே மேல், அவர்களை நீ சுற்றி வா, அந்தப் பெரியவர்களைப் பின்பற்றி வாழப் பழகு!'

புலன் கொள் நிதிக் குவையோடு
　　புழைக்கை மா களிற்று இனமும்,
நலம் கொள் நவமணிக் குவையும்
　　சுமந்து எங்கும் நான்று ஒசிந்து,
கலங்கள் இயங்கும் மல்லைக்
　　கடல் மல்லைத் தல சயனம்
வலம் கொள் மனத்தார் அவரை
　　வலம் கொள் என் மட நெஞ்சே
என்னுடைய மட நெஞ்சமே,

இந்த மல்லைத் துறைமுகத்தில் வரும் கடல்களில் ஏகப்பட்ட பணம் குவிந்து கிடக்கிறது, அதைப் பார்த்தாலே ஒருவருடைய உடலின் ஐந்து புலன்களும் அதன்மீது கவரப்பட்டுவிடுவது நிச்சயம்,

இதே கப்பல்களில் துதிக்கையைக் கொண்ட பெரிய யானைகளும் பயணம் செய்கின்றன, இன்னொரு பக்கம் நல்ல, விலை மதிப்பற்ற கற்கள் குவித்துவைக்கப்பட்டிருக்கின்றன,

இத்தனை பாரத்தையும் சுமந்துகொண்டிருப்பதால், அந்தக் கப்பல்கள் தடுமாறுகின்றன, தண்ணீருக்குள் தாழ்ந்து மூழ்கித் தடுமாறிச் செல்கின்றன.

அப்பேர்ப்பட்ட கப்பல்கள் இயங்குகின்ற இந்த மல்லைத் துறைமுகத்தைவிட, அதே ஊரில் வீற்றிருக்கும் திருமாலுடைய கோயிலைப் பெரிதாகக் கருதுகிறவர்கள், அந்த ஆலயத்தை வலம் வந்து இறைவனைத் தங்கள் மனத்தில் நிரப்பிக்கொண்டிருக்கிற பக்தர்கள் பலர் உண்டு.

அதுபோன்ற பக்தர்களை நீ நேரில் கண்டால், அவர்களைச் சுற்றி வலம் வா. இந்த அன்பர்களைத் தொழுவதும் ஆலயம் தொழுவதும் ஒன்றேதான்!

இந்தப் பாடலில் இருமுறை வரும் 'குவை' என்பதன் பொருள், 'குவியல்'. இப்போது அதிகம் வழக்கத்தில் இல்லாத அழகுத் தமிழ்ச் சொல் இது. ஆனால் ஒருகாலத்தில் அநேகமாக எல்லாப் பிரசார மேடைகளிலும் இந்த வார்த்தையைப் பயன்படுத்தினார்கள், 'நிதி மிகுந்தவர் பொற்குவை தாரீர், நிதி குறைந்தவர் காசுகள் தாரீர்' என்பது மிகப் பிரபலமான வாசகம்!

★★★

அன்றைக்குச் சிவபெருமான்மீது பார்வதி தேவிக்கு ஏதோ செல்லக் கோபம். அவரோடு பேசாமல் முகத்தைத் திருப்பிக்கொண்டு அமர்ந்திருந்தார்.

ஊடல் என்று வந்துவிட்டால், கடவுளாகவே இருந்தாலும் கொஞ்சம் இறங்கிச் செல்வதுதானே முறை? சிவபெருமான் பார்வதியை நெருங்கினார், 'என்மீது என்ன கோபம் தேவி?' என்று புன்னகையுடன் கேட்டார்.

ம்ஹூம், பதில் வரவில்லை.

கொஞ்சம் பெரிய கோபம்தான் போலிருக்கிறது. ஆனால், எதற்காகக் கோபம் என்று சொன்னால்தானே ஏதாவது செய்து கோபத்தைத் தணிக்கலாம்? அதற்கும் பார்வதி இடம் தரவில்லை. தொடர்ந்து மௌனமாகவே எங்கேயோ ஒரு திசையைப் பார்த்துக்கொண்டு அமர்ந்திருந்தார்.

அடுத்து என்ன செய்வது என்று புரியாமல் சிவபெருமான் குழம்பிக்கொண்டிருந்த நேரம், எங்கிருந்தோ ஒரு பலமான ஓசை கேட்டது. அந்தக் கயிலாய மலையே பலமாக நடுங்கியது.

அவ்வளவுதான். பார்வதி தேவி தன்னுடைய செல்லக் கோபத்தை மறந்தார். பயத்தில் வேகமாக ஓடிச் சென்று சிவனை அணைத்து நின்றார். ஒருவழியாக, ஊடல் நாடகம் முடிவுக்கு வந்தது.

ஆனால், இந்த ஊடலை முடித்துவைத்த அந்தச் சத்தம் எங்கிருந்து எழுந்தது? கயிலாயத்தையே குலுங்கச் செய்யுமளவு பலம் வாய்ந்த ஒலியை எழுப்பியவர் யார்?

சிவனும் பார்வதியும் ஆவலுடன் கீழே நோக்கினார்கள். அங்கே ஒரு கடற்கரையில், கையில் வில்லுடன் கம்பீரமாக நின்றிருந்தார் ராமர். அவர் முகத்தில் கோபம்.

ராமர் தாமரை மலர்போன்ற முகம் கொண்டவராயிற்றே. 'சாந்தமூர்த்தி' என்று அவரைப் புகழ்வார்களே. அவருக்குக் கோபம்கூட வருமா?

எப்போதும் கோபப்படுவதும் தவறு, கோபம் இல்லாமலே வாழ்வதும் தவறு, தேவையான நேரங்களில், தேவையான விஷயங்களுக்காகக் கோபப்பட்டுதான் தீரவேண்டும்.

சீதையைத் தேடி ராமர் பல திசைகளில் வானரப் படையினரை அனுப்பிவைத்தார். சில வாரங்கள் கழித்து, சீதை இலங்கையில் சிறை வைக்கப்பட்டிருக்கும் செய்தி அனுமன் மூலமாக அவருக்குத் தெரிந்துவிட்டது. ஆனால் உடனடியாக அங்கே சென்று தேவியை மீட்கமுடியாதபடி கடல் குறுக்கிடுகிறது.

ஆகவே, அந்தக் கடற்கரையிலேயே தியானத்தில் அமர்ந்துவிட்டார் ராமர். அடுத்த ஏழு நாள் வருணனை நினைத்து மந்திரம் சொல்கிறார்.

ஆனால் இத்தனை மரியாதையாகக் கேட்டபிறகும், வருணன் வரவில்லை, பதில் சொல்லவில்லை, கடலும் வழிவிடவில்லை.

அதனால்தான் ராமருக்குக் கடும் கோபம். 'ஒரே அம்பில் இந்தக் கடலைத் தீய்த்துவிடுகிறேன் பார்!' என்றபடி எழுந்து நின்றார். கையை நீட்டினார், அதில் லட்சுமணன் வில்லை வைத்தார்.

அந்தக் காலத்தில் போர் செய்வதற்கு முன்னால், வில்லின் நாணை இழுத்துப் பிடித்துப் பலமாக ஒலி எழுப்புவது ஒரு

மரபு. அதைக் கேட்டு எதிரிப் படையைச் சேர்ந்தவர்கள் எல்லாரும் பயந்து நடுங்குவார்கள், சண்டை தொடங்குவதற்கு முன்பாகக் காலில் விழுந்துவிடுவார்கள் என்பது நம்பிக்கை.

அதன்படி, ராமரும் எடுத்த எடுப்பில் வருணன்மீது அம்பு எய்யவில்லை, தன்னுடைய வீரத்துக்கு 'ட்ரெய்லர்' காட்டுவதுபோல், ஒருமுறை நாணை இழுத்துவிட்டார்.

அந்தச் சத்தம் வருணனுக்கு மட்டுமா கேட்டது? எல்லா உலகங்களையும் கடந்து கயிலாயத்துக்கே சென்று முழங்கியது, அங்கே சிவபெருமான், பார்வதியின் ஊடலையே தீர்த்துவைத்துவிட்டது.

ராமாயணக் கதையினூடே, இப்படி ஓர் அழகான நாடகத்தைப் பதிவு செய்கிறவர், கவிச்சக்கரவர்த்தி கம்பர். அந்தப் பாடல்:

வாங்கு வெம் சிலை, வாளி பெய் புட்டிலும் மலைபோல்
வீங்கு தோள்வலம் வீக்கினன், கோதையை விரலால்
தாங்கி, நாணினைத் தாக்கினன், தாக்கிய தமரம்
ஓங்கு முக்கணான் தேவியைத் தீர்த்து உளது ஊடல்

லட்சுமணண் கொடுத்த கொடிய வில்லை ராமன் தன்னுடைய கையால் வாங்கினான். அம்புகள் நிறைந்த புட்டிலையும் பெற்றுக்கொண்டான். மலை போன்ற தன்னுடைய தோள்களின் வலதுபக்கத்தில் அதைக் கட்டிக்கொண்டான். விரல்களுக்கு அணியும் கவசங்களை அணிந்துகொண்டான். போருக்குத் தயாரானான். தன்னுடைய மாபெரும் வில்லின் நாணை இழுத்துப் பிடித்துத் தாக்கினான்.

அவ்வளவுதான், அதனால் எழுந்த சத்தம் அனைத்து உலகங்களையும் தாண்டிச் சென்றது, பெருமையில் சிறந்த, மூன்று கண்களைக் கொண்ட சிவபெருமானின்மீது அவன் மனைவி பார்வதி கொண்ட ஊடலைக்கூடத் தீர்த்துவிட்டது!

9

பெரும்பாலான கவிஞர்களுக்கு வார்த்தை விளையாட்டு ரொம்பப் பிடிக்கும். மேலோட்டமாகப் பார்க்கும்போது சாதாரணமாகத் தோன்றுகிற ஓரிரு வார்த்தைகளை எடுத்துக்கொண்டு, அவற்றைப் பலவிதமாக உடைத்துப்போட்டு அசரடிப்பார்கள். காளமேகம் போன்ற புலவர்கள் இதில் டபுள் பிஹெச்டி வாங்கும் அளவுக்குப் பெரிய மேதைகள்!

அபூர்வமாக, பக்திப் பாடல்களிலும் வார்த்தை விளையாட்டுகள் வருவதுண்டு. சில பேருண்மைகளை நம் மனத்தில் சுலபமாகப் பதியவைப்பதற்காக, மறக்காமல் நாம் அவற்றை நினைவில் வைத்திருப்பதற்காகப் புலவர்கள் இந்த உத்தியைப் பயன்படுத்துவார்கள். உதாரணமாக, வள்ளலாரின் இந்த வெண்பா:

> பகுதி, தகுதி, விகுதி எனும் பாட்டில்
> இகல் இல் இடையை இரட்டித் தகவின்
> அருச்சித்தால் முன்னாம், அதுகடையாம் கண்டீர்
> திருச் சிற்சபையானைத் தேர்ந்து

இதில் வள்ளலார் விளையாட எடுத்துக்கொள்ளும் வார்த்தைகள் மூன்று: பகுதி, தகுதி மற்றும் விகுதி.

முதலில், இந்த மூன்று வார்த்தைகளின் நடுவே உள்ள எழுத்துகளைத் தொகுக்கச் சொல்கிறார் வள்ளலார். பின்னர், அதனை இரண்டு மடங்காக்கச் சொல்கிறார்.

'பகுதி'யின் மத்தியில் உள்ளது 'கு' என்ற எழுத்து, 'தகுதி'யின் மத்தியில் உள்ளது 'கு', 'விகுதி'யின் மத்தியிலும் அதே 'கு'தான் இருக்கிறது. இவற்றைத் தொகுத்தால், 'குகுகு'. அதனை இரண்டு மடங்காக மாற்றினால், 'குகுகுகுகுகு'. அதாவது, ஆறு 'கு'.

தமிழில் 'ஆறு' என்ற வார்த்தையை இன்னொரு வார்த்தையோடு எண்ணிக்கையாகச் சேர்த்துச் சொல்லும்போது, அது 'அறு' என்று குறுகும். உதாரணமாக, 'ஆறு சுவை' என்பது 'அறுசுவை' என மாறுகிறதல்லவா?

அதே விதிப்படி, 'ஆறு கு' என்ற இந்தப் பதம் 'அறுகு' என மாறும். இது நாம் பூஜைக்குப் பயன்படுத்துகிற அருகம்புல்லைக் குறிப்பிடுகிறது.

இந்தச் சிறந்த அருகம்புல்லைக் கொண்டு, நாம் அர்ச்சிக்கவேண்டும் என்கிறார் வள்ளலார். யாரை?

திருச்சிற்சபை, அதாவது மதிப்பிற்கு உரிய சிற்றம்பலத்தில் ஆடுகிறவன், அந்த நடராஜப் பெருமானுக்குப் பூஜை செய்யவேண்டும், அருகம்புல் போட்டு அர்ச்சிக்கவேண்டும்.

அப்படிச் செய்தால், நமக்கு என்ன பலன்கள் கிடைக்கும்? அவையும் இதே பகுதி, தகுதி, விகுதி என்ற மூன்று சொற்களுக்குள்தான் ஒளிந்திருக்கிறது.

முதலில், இந்த மூன்று வார்த்தைகளின் தொடக்க எழுத்துகளை எடுத்துத் தொகுக்கவேண்டும். அதாவது, ப + த + வி : பதவி. சிவனை வணங்கினால் பதவி வரும், அதோடு கூடிய பொறுப்பு வரும், வருமானம் வரும், புகழ் வரும், சமூக மதிப்பு வரும், எல்லாம் வரும்!

இவற்றுக்கெல்லாம் மேலாக, அதே மூன்று வார்த்தைகளின் நிறைவுப் பகுதிகளை எடுத்துத் தொகுத்தால் என்ன

கிடைக்குமோ, அதுவும் வரும் என்கிறார் வள்ளலார்.

'பகுதி'யின் நிறைவுப் பகுதியாக அமைந்த எழுத்து, 'தி', 'தகுதி', 'விகுதி'யிலும் அதே எழுத்துதான். ஆக, தி + தி + தி : மூன்று தி, 'மூன்று தமிழ்' என்பது 'முத்தமிழ்' என மாறுவதுபோல், 'மூன்று தி' என்பது, 'முத்தி' ஆகிறது.

இதன் அர்த்தம், சிவபெருமானை வழிபடுகிறவர்களுக்கு மற்ற பதவிகள் கிடைப்பதுகூட முக்கியமில்லை, ஆன்மாவுக்கு முக்தி கிடைக்கும். அது பெரிய விஷயமில்லையா?

இப்போது, பாட்டை மீண்டும் படியுங்கள். வள்ளலார் விளையாட்டாக எப்பேர்ப்பட்ட உண்மையைச் சொல்லிவிட்டார் என்பது புரியும்!

இதேபோல, வள்ளலாரின் இன்னோர் அருமையான வார்த்தை விளையாட்டுப் பா:

> தாதாதாதாதாதாதாக் குறைக்கு என் செய்தும்? யாம்
> தாதாதா என்று உலகில்தான் அலைந்தோம், போதாதா?
> நந்தா மணியே, நமச்சிவாயப் பொருளே
> எந்தாய் எனப் புகழவே

இங்கே முதல் வரியில் தாதாதாதாதாதாதா என்று ஏழு முறை குறிப்பிடுகிறார் வள்ளலார். இதன் அர்த்தம், 'ஏழு தா', அது 'எழுதா' எனச் சுருங்கும்.

'எழுதாக் குறை', அதாவது நம்முடைய தலையெழுத்து சிறப்பாக இல்லாதபோது என்ன செய்வது? 'தா, தா, தா' என்று கெஞ்சிக்கொண்டு அலையவேண்டும்!

இத்தனை நாளாக நான் அப்படி அலைந்தது போதும். கெடாத மாணிக்கமே, நமச்சிவாயனே, இனிமேல் உன்னை என் தந்தையாக நினைத்துப் புகழ்ந்துகொண்டிருப்பேன். அதுமட்டும் எனக்குப் போதும்!

★★★

இறைவனை வழிபடுவதற்குப் பல வழிகள் இருக்கின்றன. 'கடவுளை மனத்தில் நினைத்துக்கொண்டாலே போதும்' என்பது ஒரு கட்சி, 'வீட்டில் உள்ள சுவாமி படத்துக்கு வெறுமனே அருகம்புல்லைத் தூவினால் நல்லது' என்று ஒரு கட்சி. 'தினமும் கோயிலுக்குப் போகவேண்டும்' என்று ஒரு கட்சி, 'பிரமாண்டமான மேடை அமைத்துப் பூஜை செய்யவேண்டும்' என்பது இன்னொரு கட்சி, 'ஏழை எளியவர்களுக்குத் தான தர்மங்கள் செய்யவேண்டும்' என்று ஒரு கட்சி... இவை அனைத்தையும் பட்டியல் போடுவது சாத்தியமே இல்லை.

இத்தனை கட்சிகளில் எது சரி? எது தவறு? இதைத் தீர்மானிப்பது மிகவும் சிரமமாக உள்ளது.

நல்லவேளையாக, பல பெரியோர்களின் வழிபடும் முறைகள் அழகான பக்திப் பாடல்களாகப் பதிவு செய்யப்பட்டுள்ளன. அவற்றைக் கவனித்துக் காப்பி அடித்தாலே போதும், நம்முடைய வேலை எளிதாகிவிடும்.

உதாரணமாக, இரண்டு பாடல்களைப் பார்ப்போம், இவை இரண்டுமே மிகச் சிறந்த பக்தர்கள் அருளியவை. ஒன்று, திருஞானசம்பந்தர், இன்னொருவர், நம்மாழ்வார்.

சிவபெருமானைப் பற்றித் திருஞானசம்பந்தரே ஏராளமான அற்புதப் பதிகங்களைப் பாடியிருக்கிறார். ஆனால் நாம் இங்கே பார்க்கவிருப்பது, அவருடைய வாழ்க்கையில் நிகழ்ந்த ஒரு சம்பவத்தை சேக்கிழார் பெருமான் விவரிக்கும் பாடல்கள். இவை 'திருத்தொண்டர் புராணம்' என்கிற 'பெரிய புராண'த் தொகுப்பில் இடம்பெற்றுள்ளன.

அப்போது திருஞானசம்பந்தர் ஊர் ஊராகப் பயணம் செய்து சிவாலயங்களைத் தரிசித்துக்கொண்டிருந்தார். ஆங்காங்கே பல சிறந்த பாடல்களைப் பாடி அருளினார்.

இந்தப் பயணத்தின்போது ஒருமுறை திருஞானசம்பந்தர் திருவாரூருக்கு வருகிறார். அங்கே உள்ள சிவன் கோயிலினுள் பக்திப் பரவசமாக நுழைகிறார். இந்தக் காட்சியைச் சேக்கிழார்

இப்படி அழகுறப் பதிவு செய்கிறார்:

மாடு சூழ் திரு வலம் கொண்டு, வணங்கி,
கூடு காதலில் கோபுரம் பணிந்து, கை குவித்து,
தேடும் மால் அயர்க்கு அரியராய்ச் செழுமணிப்புற்றில்
நீடுவார் முன்பு நிலம் உறப் பலமுறை பணிந்தார்
பணிந்து வீழ்ந்தனர், பதைத்தனர், பரவிய புளகம்
அணிந்த மேனியோடு ஆடினர், பாடினர், அறிவில்
துணிந்த மெய்ப்பொருள் ஆனவர் தமைக் கண்டு துதிப்பார்,
தணிந்த சிந்தையின் விரைந்து எழு வேட்கையில் தாழ்ந்தார்.

முதலில், கோயிலை வலம் வருகிறார் ஞானசம்பந்தர். முறைப்படி வணங்குகிறார். மனத்தில் எழுகின்ற அன்பினால், அங்குள்ள கோபுரத்தைப் பார்த்துப் பணிகிறார், கை குவிக்கிறார்.

அடுத்து, இறைவனைத் தரிசிக்கிறார். அவன் எப்பேர்ப்பட்டவன் என்பதை 'தேடும் மால் அயர்க்கு அரியர்' என்று சுருக்கமாகச் சொல்லிவிடுகிறார் சேக்கிழார்.

அந்தக் கதை எல்லாரும் கேள்விப்பட்டதுதான். ஒருமுறை சிவன் ஒளிப்பிழம்பாக விண்ணையும் மண்ணையும் தொட்டுக்கொண்டு நிற்க, அவருடைய முடியைத் தேடிப் பிரம்மதேவர் மேலே பயணம் செய்தார். அடியைத் தேடி மகாவிஷ்ணு தரையைத் துளைத்துக்கொண்டு சென்றார்.

ஆனால், அவர்கள் இருவருக்குமே சிவனின் எல்லைகள் அகப்படவில்லை. அதனால்தான், 'தேடுகின்ற மால் (திருமால், விஷ்ணு), அயன் (பிரம்மன்) இருவருக்கும் அரிதானவன்' என்று சிவன் புகழப்படுகிறார்.

அப்படிப் பிரம்மனுக்கும் விஷ்ணுவுக்கும் கிடைக்காத அரியனாக இருந்த சிவன், இங்கே பக்தர்களுக்கு எளியனாகக் காட்சி தருகிறான். அவனைக் கண் குளிரத் தரிசனம் செய்கிறார் திருஞானசம்பந்தர்.

சிவபெருமானைக் கண்டதும் ஞானசம்பந்தரின் உடலெல்லாம்

பரவசத்தில் நடுங்குகிறது, நிலத்தில் உடம்பு முழுவதும் படும்படி விழுந்து வணங்குகிறார். அதுவும் ஒருமுறை அல்ல, பலமுறை விழுந்து எழுந்தார்.

ஆனந்த பரவசத்தில் அவரது உள்ளம் பதைக்கிறது, உடல் முழுவதும் மயிர்க்கூச்செரிகிறது. அதனைப் 'பரவிய புளகம் அணிந்த மேனி' என்கிறார் சேக்கிழார். அதாவது, அவர் உடம்பில் வேறு அலங்காரங்களே இல்லையாம், இறைவனைக் கண்டு புல்லரித்த கேசம்தான் அவருக்கு ஆபரணமாம்!

அந்த அற்புத நிலையில், திருஞானசம்பந்தர் மகிழ்ச்சியாகப் பாடுகிறார், ஆனந்தக் கூத்தாடுகிறார். தான் என்ன செய்கிறோம் என்றே அவருக்குப் புரியவில்லை.

அவர் ஏன் இவ்வளவு தூரம் உணர்ச்சிவயப்படவேண்டும்? எல்லாரும்தான் கோயிலுக்குப் போகிறோம், கடவுளைப் பார்க்கிறோம், அது ஒரு பெரிய விஷயமா?

நீங்களும் நானும் பார்க்கிற கடவுளும், திருஞானசம்பந்தர் போன்ற ஞானிகள் பார்க்கும் கடவுளும் ஒருவர் அல்ல. சேக்கிழார் அதனை மிக நுட்பமாகக் காட்சிப்படுத்துகிற அழகைப் பாருங்கள்:

'அறிவில் துணிந்த மெய்ப்பொருள்', அதாவது இத்தனை நாளாக ஞானசம்பந்தர் தன்னுடைய மனத்துக்குள் உருவாக்கி வைத்திருந்த கடவுளின் உருவம். அது இப்போது இங்கே கண்ணெதிரில் தெரிகிறது. அதனால்தான் அவருக்கு இத்தனை பரவசம், மகிழ்ச்சி!

அந்த ஆனந்தத்தில், அவர் இறைவனைத் துதிக்கிறார், உள்ளத்தில் இன்னும் இன்னும் பொங்கிக்கொண்டிருக்கிற விருப்பத்தோடு வணங்குகிறார். செம்மையான சொற்களைத் தேர்ந்தெடுத்துப் பாடத் தொடங்குகிறார்.

எத்தனையோ நூற்றாண்டுகளுக்கு முன்னால் நடந்த நிகழ்ச்சி. அது இப்போது நம் கண்ணெதிரே நிகழ்வதுபோல்

வெறும் வார்த்தைகளாலேயே வீடியோ படம் பிடித்துக் காட்டிவிடுகின்றன இந்தப் பாடல்கள். பக்தி என்பது வெறுமனே கரம் குவிப்பது அல்ல, அவனுக்குள் ஒருவனாக நாமும் ஒன்றிவிடுவதுதான் என்று தெளிவாக்குகின்றன.

அதெல்லாம் சரி, ஆண்டவனைப் பார்க்கும்போது எல்லாருக்கும் அப்படி ஒரு பரவசம் வந்தே தீருமா? ஒருவேளை வராவிட்டால் என்ன செய்வது?

இந்தக் கேள்விக்குப் பதில் சொல்வது, நம்மாழ்வாரின் அற்புதமான பிரபந்தப் பாடல் ஒன்று. அதைப் பார்ப்பதற்கு முன்னால் ஒரு சின்னக் கதை.

ஒரு வீட்டில் ஏதோ விசேஷம், அதை முன்னிட்டு ஒரு பஜனை நிகழ்ச்சிக்கு ஏற்பாடு செய்திருந்தார்கள். அக்கம்பக்கத்திலிருந்து பலர் அதில் கலந்துகொண்டார்கள்.

அங்கே ஓர் இளைஞன். கொஞ்சம் முற்போக்கான சிந்தனைகளைக் கொண்டவன். அவனுடைய அம்மாவை அழைத்துச் செல்வதற்காக வந்திருந்தான்.

'வாடா, உட்கார்ந்து நீயும் நாலு பாட்டுப் பாடு!' என்றார் அம்மா.

'அதெல்லாம் முடியாது' என்றான் அவன். 'இவங்க பாடறது என்ன பாஷைன்னே எனக்குப் புரியலை, அப்படியே புரிஞ்சாலும் இந்தப் பூஜைக்கெல்லாம் அர்த்தம் தெரியலை, இதெல்லாம் தெளிவாத் தெரிஞ்சுக்காம, காரணம் புரியாம ஆட்டுமந்தைமாதிரி நான் அவங்க பின்னாடி போகமாட்டேன்.'

'எனக்குமட்டும் இதுக்கெல்லாம் அர்த்தம் தெரியுமாடா?' என்கிறார் அம்மா. 'எல்லாரும் செய்யறாங்க, நானும் செய்யறேன். அவ்ளோதான்.'

'அது தப்பும்மா, காரணம் புரியாம ஒரு வேலையைச் செஞ்சா பலன் எப்படிக் கிடைக்கும்?'

'அட அசடே' என்று அவன் அம்மா சிரித்தார். 'டாக்டர் ஒரு மருந்து கொடுக்கறார், அதோட கெமிக்கல் ஃபார்முலா, அது நம்ம உடம்புல எப்படி வேலை செய்யுதுன்னு எல்லாம் தெரிஞ்சாதான் உடம்பு குணமாகுமா என்ன? அவர் சொல்றார், அப்படியே செஞ்சா பலன் உண்டு, அதுமாதிரிதாண்டா இதுவும்!'

விஷயம் புரிந்துவிட்டதல்லவா? இப்போது கிட்டத்தட்ட இதேமாதிரி ஒரு கருத்தை நம்மாழ்வார் எப்படிக் காட்சிப்படுத்துகிறார் என்று பார்ப்போம்:

> மைப் படி மேனியும், செம் தாமரைக் கண்ணும் வைதிகரே
> மெய்ப்படியால் உன் திருவடி சூடும் தலைமையினார்,
> எப்படி ஊர் ஆம் இலைக்கக் குருட்டு ஆம் இலைக்கும் என்னும்,
> அப்படி யானும் சொன்னேன், அடியேன் மற்று யாது என்பனே!

ஒரு கிராமத்தில் பல பசுக்கள். இடையர்கள் மேய்ச்சலுக்காக அவற்றைப் பக்கத்தில் உள்ள ஒரு காட்டுக்கு அழைத்துச் செல்கிறார்கள். அவையும் வயிறாரச் சாப்பிட்டுவிட்டு ஊர் திரும்புகின்றன.

அந்தக் கூட்டத்தில், ஒரு பசுவுக்கு மட்டும் கண் தெரியாது. அக்கம்பக்கத்தில் மற்ற பசுக்கள் நடப்பதைப் பார்த்து அதுவும் தட்டுத்தடுமாறி நடந்து வருகிறது.

சிறிது நேரத்தில், அவர்களுடைய கிராமம் நெருங்கிவிட்டது. வீட்டை, வயலை, தோட்டத்தை, தொழுவத்தைப் பார்த்த உற்சாகத்தில் பசுக்கள் 'ம்ம்மா' என்று சத்தமாகக் குரல் எழுப்புகின்றன.

இதைக் கவனித்துக்கொண்டே இருந்த ஒருவன் கேட்கிறான், 'என்னய்யா இது? மத்த பசுக்களெல்லாம் தங்கள் வீட்டைப் பார்த்துட்டுக் கத்துது, நியாயம். அந்தப் பசுவுக்குதான் கண்ணே தெரியாதே, அது எப்படிக் கத்துது?'

'அட முட்டாளே' என்று பக்கத்தில் இருந்தவர் அவன்

முதுகில் தட்டுகிறார், ‘பசுவுக்குக் கண்தான் தெரியாது, காது கேட்குமில்லையா? மத்த பசுங்க கத்தினதும், நம்ம வீடு வந்துடுச்சுன்னு அது புரிஞ்சுகிச்சு, அதனால அதுவும் கத்துது.’

‘நீல நிற மேனியும், செந்தாமரைக் கண்ணும் கொண்ட இறைவனே, நானும் அந்தக் குருட்டுப் பசுவைப்போல்தான்’ என்கிறார் நம்மாழ்வார். ‘உன்னுடைய திருவடியை வணங்கும் தகுதி எனக்கு இல்லை, ஆனால் அப்படிப்பட்ட தகுதியைக் கொண்ட பெரியவர்களை எனக்குத் தெரியும். அவர்கள் என்ன செய்கிறார்களோ, அதைப் பார்த்து நானும் அப்படியே செய்கிறேன், அவர்கள் சொல்வதைக் கேள்வி கேட்காமல் திருப்பிச் சொல்கிறேன், அவ்வளவுதான்!’

10

இறைவனின் உருவம் எது?

கோயிலில் பார்க்கும் சிலைகள், ஒரு குறிப்பிட்ட வடிவத்தில் உள்ளன. அதே கடவுளைக் காலண்டர் ஓவியத்திலோ, பத்திரிகைகளில் வரும் வண்ணச் சித்திரங்களிலோ பார்த்தால் முற்றிலும் வேறுமாதிரி தெரிகிறார். சினிமாக் கடவுள் மிக வித்தியாசமாக இருக்கிறார். இப்போதெல்லாம் காமிக்ஸ் படங்களில் அனிமேஷன் கடவுள்கள் விநோதமான தோற்றத்தில் அருள் பாலிக்கிறார்கள்.

இதையெல்லாம் பார்த்துப் பார்த்து, நமக்குள் ஒவ்வொரு கடவுளும் இப்படிதான் இருக்கவேண்டும் என்கிற ஒரு பிம்பம் ஏற்பட்டுவிடுகிறது. அதோடு ஒத்துப்போகாத, கொஞ்சம் புதுமையான ஓர் ஓவியத்தையோ சிற்பத்தையோ அத்தனை சுலபத்தில் ஏற்றுக்கொள்வதில்லை.

இந்த வம்பே வேண்டாம் என்று சில ஓவியர்கள் ஒரு புதுமையைச் செய்கிறார்கள். காந்தி போன்ற பெரிய மகான்களின் போதனை வாசகங்களையே நுணுக்கமாக எழுதி, அந்த எழுத்துகளையே கோடுகளாகச் செய்து அவருடைய உருவத்தைத் தீட்டிவிடுகிறார்கள். தொலைவிலிருந்து பார்த்தால், அது காந்தி ஓவியம்போலத் தெரியும், அருகே சென்று பார்த்தால், அவருடைய சிந்தனைகளைப் படிக்கமுடியும்.

இதன் உள் அர்த்தம், நாம் பார்க்கிற உருவம் என்பது உண்மை அல்ல. அவர்கள் உலகிற்கு எதைத் தந்துள்ளார்கள் என்கிற கொடைதான் நிஜமான தோற்றம், நிஜமான அழகு. அதன் அடிப்படையில்தான் நாம் அவர்களைப் பார்க்கவேண்டும், மற்றபடி அவர்கள் ஒல்லியா, குண்டா, உயரமா, குட்டையா, ஜிப்பா போட்டுக்கொண்டிருந்தார்களா, ஜீன்ஸ் அணிந்திருந்தார்களா என்றெல்லாம் சிந்திக்கக்கூடாது.

கிட்டத்தட்ட இதேபோன்ற ஒரு சிந்தனையை, கடவுளுக்கும் பொருத்திப் பார்க்கிறது நம்முடைய மரபு. அதாவது, 'சாமிக்கு நாம் தரும் வடிவங்களெல்லாம் சும்மா நம்முடைய வசதிக்காக ஏற்படுத்தப்பட்ட கற்பனைகள்தான், உண்மையில் அவர்கள் மந்திர வடிவானவர்கள்'.

'உருவாய் அருவாய்' என்று கந்தர் அநுபூதி சொல்கிறது. இதன் அர்த்தம், கடவுள் உருவமாகவும் இருக்கிறார், அது இல்லாத அருவமாகவும் அவரே இருக்கிறார்.

கடவுளுக்கு உருவம், அவர் புகழைச் சொல்லும் மந்திரம்தான் என்கிற கருத்தைச் சொல்லும் ஓர் அழகான பாட்டு, 'உண்மை விளக்கம்' அல்லது 'விளக்கத் திருவிருத்தம்' என்ற நூலில் இடம்பெற்றுள்ளது. இதனை எழுதியவர், திருவதிகை மனவாசகங் கடந்தார்.

> ஆடும்படி கேள் நல் அம்பலத்தான் ஐயனே
> நாடும் திருவடியில் நகரம், கூடும்
> மகரம் உதரம், வளர் தோள் சிகரம்,
> பகரும் முகம் வா முடியப் பார்

'அம்பலத்தில் ஆடும் எங்கள் இறைவன், நடராஜப் பெருமானைப் பார்த்தால், அவன் 'நமசிவாய' எனும் மந்திரத்தின் வடிவாகவே தெரிகிறான்' என்கிறார் புலவர். எப்படி?

அவனுடைய திருவடி, நகரம், அதாவது 'ந' எனும் எழுத்து.

அடுத்து வரும் வயிற்றுப் பகுதி, மகரம், அதாவது 'ம' எனும் எழுத்து.

அதற்குமேல் உள்ள உயர்ந்த தோள்கள், சிகரம், அதாவது 'சி' எனும் எழுத்து. அவனது திருமுகத்தைப் பார்த்தால், அது 'வா' என்று அழைக்கிறது. நிறைவாக, தலையைப் பார்த்தால், அது 'ய' எனும் எழுத்து.

ஆக, சிவனின் நடனக் கோலத்திலேயே 'ந...ம...சி...வா..ய' என்கிற திருநாமத்தைப் பார்த்துவிடுகிறார் புலவர். அதனை ஒரு கச்சிதமான வெண்பாவிலும் விளக்கிச் சொல்லிவிடுகிறார்.

★★★

குருகூர் என்கிற புனிதத் தலம். நம்மாழ்வார் பிறந்த ஊர். அதனாலேயே அதற்கு 'ஆழ்வார் திருநகரி' என்கிற சிறப்புப் பெயர் உண்டு.

ஒருமுறை, குருகூரில் உள்ள ஆலயத்துக்கு ஔவையார் வந்திருந்தார். அப்போது அங்கே ஒரு பெரிய சர்ச்சை. கோயில் வாசலில் இரண்டு கோஷ்டிகள் பிரிந்து சண்டையிட்டன.

விஷயம் இதுதான், குருகூரில் எழுந்தருளியிருக்கும் இறைவனுக்கு வடமொழியில் அர்ச்சனைகள் செய்வதுதான் வழக்கம். அதை மாற்றித் தமிழ் மொழியிலும் அவன் புகழைப் பாடலாமே என்று ஒரு குழுவினர் கேட்டார்கள். இன்னொரு குழுவினர் அதை ஏற்க மறுத்தார்கள்.

இந்தச் சூழ்நிலையில்தான் ஔவையார் அங்கே சென்று சேர்ந்தார். அவரைப் பார்த்தவுடன், இரு கோஷ்டியினரும் அவரைச் சூழ்ந்துகொண்டார்கள். 'ஔவையே, இதுகுறித்து நீங்கள் என்ன நினைக்கிறீர்கள்?'

இளமையில் முதுமை பூண்ட ஔவை அவர்களைப் பார்த்து மெல்லச் சிரித்தார். 'நீங்கள் ஏன் வடமொழியில் வழிபடவேண்டும் என்று நினைக்கிறீர்கள்?' என்று நிதானமாகக் கேட்டார். முதல் கோஷ்டி பதில் சொன்னது, 'அதுதானே பரம்பரை பரம்பரையாகச் செய்யப்பட்டுவருகிறது, அதை இப்படித் திடுதிப்பென்று மாற்றுவது நியாயமில்லையே!'

'சரிதான்' என்றார் ஔவையார். இன்னொரு குழுவினரிடம் கேட்டார், 'நீங்கள் ஏன் தமிழில் வழிபட விரும்புகிறீர்கள்?'

'வடமொழி அந்நிய மொழி, நம்முடைய கடவுளுக்கு அது எதற்கு? தமிழிலேயே அவன் புகழைப் பாடிப் பணிவோம்!'

இருதரப்பு வாதங்களையும் கேட்டுக்கொண்டபிறகு, ஔவையார் தீர்ப்புச் சொன்னார். அதுவும், அவருக்கு மிகவும் பிடித்த வெண்பா வடிவத்தில்:

ஐம்பொருளும் நாற்பொருளும் முப்பொருளும் பெய்து அமைத்த
செம்பொருளை, எம்மறைக்கும் சேட்பொருளை, தண்குருகூர்ச்
சேய்மொழி அது என்பர் சிலரியான் இவ்வுலகில்
தாய்மொழி அது என்பேன் தகைந்து

ஐம்பொருள் : ஐந்து பூதங்கள். அதாவது, நிலம், நீர், காற்று, நெருப்பு & வானம்.

நாற்பொருள் : நான்கு வாழ்க்கைப் பேறுகள். அதாவது, அறம், பொருள், இன்பம் & வீடு.

முப்பொருள் : முப்பெரும் கடவுளர், அதாவது, சிவன், பிரம்மா & விஷ்ணு.

இப்படி ஐந்தாகவும், நான்காகவும், மூன்றாகவும், இவை எல்லாம் சேர்த்துப் பிசைந்து செய்த செம்மையான பொருளாகவும் திகழ்கின்றவன் இறைவன்.

நான்கு வேதங்களில் இல்லாததே இல்லை என்று சொல்வார்கள். ஆனால், அப்பேர்ப்பட்ட வேதத்துக்குக்கூட, இந்த இறைவனை முழுமையாக அறிந்துகொள்வது சிரமம்.

அத்தகைய இறைவன், குளிர்ச்சியான இந்தக் குருகூரில் எழுந்தருளியிருக்கிறான். அவனை வழிபடுவதற்குச் சிறந்த மரபு, அந்நியமொழிதான் என்று சிலர் சொல்கிறார்கள்.

ஆனால் நான் உறுதியாகச் சொல்வேன், இந்த உலகத்தில் எல்லாருக்கும் மிகச் சிறந்த வழிபாட்டு மொழி, அவரவர்களுடைய தாய்மொழிதான்!

பட்டிமன்றம்போல் எல்லார் சொல்வதையும் கேட்டுவிட்டு, ஒற்றைப் பாட்டில் கச்சிதமாகத் தீர்ப்புச் சொல்லிவிட்டார் இந்தத் தமிழ்ப் பாட்டி. அதுவும் 'தாய்மொழியில் வழிபடுவதுதான் எல்லாவிதத்திலும் சிறந்தது' என்று அழுத்தம் திருத்தமாகப் பதிவு செய்துவிட்டார்.

★★★

கிராமப்புறங்களில் யாராவது அப்பாவி மனிதரைப்பற்றிப் பேச்சு வந்தால், 'அட, அவர் கெடக்கறார், எட்டும் ரெண்டு தெரியாத மனுஷன்' என்பார்கள்.

மேலோட்டமாகப் பார்த்தால், இதன் அர்த்தம், 'எட்டும் ரெண்டும் பத்து' என்பதுகூடத் தெரியாத ஒருவர். விரல் விட்டு எண்ணிப் பார்க்கத் தெரியாத மனிதர். சரிதானே?

ஆனால், கிராமத்து வேடிக்கை வழக்கான இந்த 'எட்டும் ரெண்டும்', மாணிக்கவாசகரின் திருவாசகத்தில் இடம் பிடித்திருக்கிறது. தெரியுமா? அந்தப் பாடல்:

> கட்டறுத்து, எனை ஆண்டு, கண்ணார நீறு
> இட்ட அன்பரொடு யாவரும் காணவே
> பட்டி மண்டபம் ஏற்றினை, ஏற்றினை!
> எட்டினோடு இரண்டும் அறியேனையே.

'எட்டினொடு இரண்டும் அறியேன்', அதாவது, எட்டும் இரண்டும் எவ்வளவு என்பதுகூடத் தெரியாதவன் என்று தன்னை இழிவாகக் குறிப்பிட்டுக்கொள்கிறார் மாணிக்கவாசகர்.

அப்படிப்பட்ட அவரை, இறைவன் எப்படி ஆட்கொண்டான்?

கட்டறுத்து: உலகப் பாசங்களை அழித்து

எனை ஆண்டு: என்னை உன்னுடைய அடிமையாக்கிக்கொண்டு

நீறு இட்ட அன்பரொடு : நெற்றியில் திருநீறு அணிந்த சிவத் தொண்டர்களோடு என்னையும் சேர்த்து

கண்ணார யாவரும் காணவே: எல்லாரும் கண் குளிரப் பார்க்கும்படி

பட்டிமண்டபம் ஏற்றினை: சிறப்பான பட்டிமண்டபத்தில் (அறிஞர்கள் மத்தியில்) என்னையும் ஏற்றிவிட்டாய்!

இந்தப் பாடலில் இரண்டு 'ஏற்றினை' வருவதைப் பார்க்கலாம். அவை இரண்டுக்கும் வெவ்வேறு பொருள் வரும்படி மாணிக்கவாசகர் அழகாக அமைத்திருக்கிறார்.

முதல் 'ஏற்றினை' வினைச் சொல், அதாவது 'என்னை ஏற்றிவிட்டாய்' என்று பொருள். அடுத்த 'ஏற்றினை' பெயர்ச் சொல், பாராட்டுச் சொல், ஏறு, அதாவது 'காளை மாட்டை வாகனமாகக் கொண்ட சிவபெருமானே!'

இப்போது, பாடலை மீண்டும் ஒருமுறை படியுங்கள், மாணிக்கவாசகரின் தமிழ் அழகு உள்ளத்தை ஈர்க்கும்.

மறுபடி, 'எட்டினொடு இரண்டும் அறியேன்' என்கிற பதத்துக்கு வருவோம். இந்த இடத்தில் மாணிக்கவாசகர் இந்த விவரிப்பைப் பயன்படுத்தவேண்டிய அவசியம் என்ன?

நம் கிராமத்து மக்கள் சாதாரணமானவர்கள் இல்லை. அவர்கள் சொன்ன 'எட்டும் ரெண்டும் தெரியாத மனுஷன்' என்ற வாசகத்துக்கு அர்த்தம், '8 + 2 = 10' என்கிற நேரடிக் கணக்கு அல்ல. அது ஒரு குறியீடு.

8 என்கிற எண், தமிழில் 'அ' என்று குறிக்கப்படும். அதேபோல் '2' என்கிற எண் 'உ' என்று எழுதப்படும்.

இன்னொருவிதத்தில் பார்த்தால் 'அகரம்' என்பது சிவனைக் குறிக்கிறது, 'உகரம்' என்பது சக்தியைக் குறிக்கிறது. 'எட்டினொடு இரண்டும் அறியேன்' என்றால், சிவனையோ சக்தியையோ புரிந்துகொள்ளாதவன் என்கிற பொருள்.

இதற்கு மற்றொருவிதமாகவும் விளக்கம் சொல்வார்கள், 8 + 2 = 10, தமிழில் அது 'ய' என்று குறிப்பிடப்படும். இதன்

அர்த்தம், உயிர். அதன் மர்மங்களை அறியாதவன் என்று மாணிக்கவாசகர் சொன்னதாகவும் நினைக்கலாம்.

இவைதவிர, 8, 2 ஆகியவற்றை வெறும் எண்களாகவோ, அ, உ என்கிற எழுத்துகளாகவோ நேரடியாக எடுத்துக்கொண்டு, 'எழுத்தறிவோ படிப்பறிவோ இல்லாத என்னை அறிஞர்கள் சபையில் அமரவைத்தாயே' என்று மாணிக்கவாசகர் நெகிழ்வதாகவும் பொருள் கொள்ளமுடியும்.

என்ன? ஒரேயடியாகக் குழப்புகிறதா? மாணிக்கவாசகருக்கும் அதே நிலைமைதான், அடுத்த பாடலில் எப்படிச் சிவபெருமானிடம் மொத்தமாகச் சரணடைகிறார் பாருங்கள்:

அறிவனே, அமுதே, அடி நாயினேன்
அறிவனாகக் கொண்டோ எனை ஆண்டது?
அறிவிலாமை அன்றே கண்டது! ஆண்ட நாள்.
அறிவனோ? அல்லனோ? அருள் ஈசனே!

அறிவு நிறைந்த இறைவனே, பக்தர்களுக்கு அமுதமாக அருள் மழை பொழிகிறவனே, ஈசனே, சிவபெருமானே,

உன்னுடைய அடிமையாகிய, நாய் போன்ற எனக்கும் நீ கருணை காட்டுகிறாய், ஏன்?

என்னைப் பெரிய புத்திசாலி என்று நினைத்து ஆட்கொண்டுவிட்டாயா? ம்ஹூம், இல்லை, நீ என்னிடம் பார்த்தது, பார்ப்பது வெறும் அறியாமையைதானே?

எப்படியோ, நீ எனக்கு அருள் புரியத் தொடங்கிவிட்டாய், இனிமேலாவது நான் உன்னுடைய மெய்ப்பொருளை உணர்ந்து முன்னேறுவேனா? அல்லது, பின்தங்கியே கிடப்பேனா? எனக்குத் தெரியவில்லை. நீயே சொல்!

11

தீபங்களின் திருவிழா, தீபாவளி.

தமிழ் பக்தி இலக்கியம் பலவிதமாகத் தீபங்களைக் கொண்டாடியிருக்கிறது. அவற்றில் மிகவும் ருசியான சில பகுதிகளைத் தேர்ந்தெடுத்துச் சுவைக்கலாம்.

பொய்கையார், பூதத்தார், பேயார் என்ற மூன்று பேர். திருக்கோயிலூர் என்ற ஊருக்குச் சென்றார்கள். அன்றைக்கு அங்கே பெரிய மழை.

முதலில், பொய்கையார் ஓர் ஆசிரமத்துக்குச் சென்றார். 'மழைக்கு ஒதுங்க இடம் உண்டா?' என்று கேட்டார்.

அந்த ஆசிரமத்தில் இருந்தவர்கள் ஒரு சிறு அறையைக் காண்பித்தார்கள். 'இங்கே ஒருவர் படுக்கலாம்' என்றார்கள்.

சிறிது நேரத்தில் அங்கே பூதத்தார் வந்தார். 'நான் உள்ளே வரலாமா?' என்று கேட்டார்.

'இங்கே இருவர் உட்காரலாம்' என்றார் பொய்கையார். உடனே பூதத்தாரும் அந்த அறையினுள் நுழைந்தார். இருவரும் சவுகர்யமாக உட்கார்ந்துகொண்டார்கள்.

சற்றுநேரம் கழித்து பேயாரும் அங்கே வந்து சேர்ந்தார். அவரையும் இவர்கள் உள்ளே வருமாறு அழைத்தார்கள். 'இங்கே மூவர் நிற்கலாம்.'

உண்மையில் அது ஒரு சின்னஞ்சிறிய அறை. பொய்கையாரும் பூதத்தாரும் நினைத்திருந்தால் அவர்கள் மட்டும் அங்கே வசதியாக உட்கார்ந்து கொண்டிருக்கலாம். ஆனால் அவர்களுக்கு உதவும் மனப்பான்மை இருந்ததால், மூன்றாவது நபரையும் உள்ளே அழைத்தார்கள், பின் அவர்கள் மூவரும் அந்த இடத்துக்குள் எப்படியோ நெருக்கியடித்துக்கொண்டு சமாளித்து நின்றார்கள்.

சிறிது நேரம் கழித்து, அவர்களுக்கு ஓர் ஆச்சர்யமான உணர்வு, தங்களுக்கிடையே நான்காவதாக ஒருவர் தோன்றி நெருக்குவதுபோல் தோன்றியது. திகைப்புடன் யோசித்தார்கள், 'நமக்கு நடுவே தோன்றிய அவர் யார்?'

இந்தக் காட்சியை விளக்கும் ஓர் அருமையான பழம்பாடல், வேதாந்த தேசிகர் எழுதியது, 'தேசிகப் பிரபந்தம்' என்ற நூலில் இடம்பெற்றது:

> பாட்டுக்கு உரிய பழையவர் மூவரைப் பண்டு ஒருகால்
> மாட்டுக்கு அருள் தரும் மாயன் மலிந்து வருத்துதலால்
> நாட்டுக்கு இருள்செக நான்மறை அந்தி நடை விளங்க
> வீட்டுக்கு இடைகழிக்கே வெளிகாட்டும் அம்மெய்விளக்கே

நம்முடைய உள்ளமாகிய செல்வத்துக்கு அருள் செய்யும் எம்பெருமான், மாயன் திருமால். இனிய பாசுரங்களைப் பாடி அவனை மகிழ்விக்கக்கூடிய முதலாழ்வார்கள் (பொய்கையாழ்வார், பூதத்தாழ்வார், பேயாழ்வார்) மூவருக்கும் அருள் செய்ய நினைத்தான் அவன்.

அதற்காக, எங்கெங்கோ இருந்த அவர்களை முன்பு ஒரு நாள் திருக்கோயிலூரில் உள்ள ஒரு வீட்டில் ஒன்றாகச் சேர்த்தான் அவன், வேண்டுமென்றே அவர்களை நெருக்கி வருத்தினான்.

அதனால், உலகத்தின் இருளை நீக்கக்கூடிய ஒரு மெய்விளக்கு ஏற்றிவைக்கப்பட்டது, நான்கு வேதங்களின் உள்பொருள் விளங்கும்படியான ஒரு பிரகாசம் தோன்றியது.

வேதாந்த தேசிகர் சொல்லும் அந்த 'மெய்விளக்கு', நாலாயிரம் திவ்யப் பிரபந்தம் என்றும் ஆழ்வார்கள் அருளிச்செயல் என்றும் பாராட்டப்படும் பக்தி இலக்கியம். அதனை ஏற்றிவைத்த முன்னோடிகளாகிய இந்த மூவரும் 'முதலாழ்வார்கள்' என்று போற்றப்படுகிறார்கள்.

ஒரு தீபத்தை வைத்து இன்னும் பல தீபங்களை ஏற்றமுடியும், அதுபோல, மெய்விளக்காகிய அந்த நாலாயிரம் திவ்யப் பிரபந்தத்தில் இடம் பெற்ற இரண்டு 'தீப'ப் பாடல்கள், மிகப் பிரபலமானவை.

முதலில், பொய்கையாழ்வார் பாடியது:
வையம் தகளியா, வார்கடலே நெய்யாக,
வெய்ய கதிரோன் விளக்காக, செய்ய
சுடர் ஆழியான் அடிக்கே சூட்டினேன் சொல் மாலை
இடர் ஆழி நீங்குகவே என்று

இந்த உலகத்தையே ஒரு பெரிய அகலாகக் கற்பனை செய்துகொள்ளுங்கள். அதில் பெரும்பகுதி நிறைந்துள்ள கடல் நீரையே நெய்யாக நினைத்துக்கொள்ளுங்கள், அந்தக் கடலில் தினந்தோறும் உதிக்கின்ற, வெப்பம் மிகுந்த சூரியனையே நெருப்பாக எண்ணிக்கொள்ளுங்கள். அப்பேர்ப்பட்ட ஒரு பெரிய விளக்கைதான் பொய்கையாழ்வார் ஏற்றிவைக்கிறார்!

இங்கே விளக்கு என்பது, 'சொல் மாலை', அதாவது இனிய தமிழ்ப் பாடல்கள். சிறந்த, ஒளி நிறைந்த சக்கரத்தினைக் கையில் ஏந்திய திருமாலின் திருவடியில் இந்தச் சொல் மாலையைச் சூட்டி வணங்குகிறார் பொய்கையாழ்வார். தன்னுடைய துன்பமாகிய கடல் நீங்குவதற்கு அவன் அருளை வேண்டுகிறார்.

கிட்டத்தட்ட இதேமாதிரி இன்னொரு 'மெகா' விளக்கு, பூதத்தாழ்வார் ஏற்றிவைத்தது:

அன்பே தகளியா, ஆர்வமே நெய்யா
இன்பு உருகு சிந்தை இடுதிரியா, என்பு உருகி
ஞானச்சுடர் விளக்கு ஏற்றினேன் நாரணர்க்கு
ஞானத் தமிழ் புரிந்த நான்

என்னுடைய மனத்தில் உள்ள அன்புதான் அகல், இறைவன்மீது நான் வைத்திருக்கும் ஆர்வம்தான் நெய், அவனை எண்ணி உருகும் எனது சிந்தனைகள்தான் திரி, எலும்புகளெல்லாம் உருகும்படி என்னுடைய ஞானத்தைக் குவித்து அந்த விளக்கை ஏற்றிவைக்கிறேன். சிறந்த தமிழினால் அந்த நாராயணனைப் போற்றுகிறேன்.

தீபத்தின்மீது ஆண்களைவிடப் பெண்களுக்குதான் ஆர்வம் அதிகம். அவர்கள் செய்யும் விளக்கு பூஜையின்போது பாடப்படுகிற ஓர் இனிய தமிழ்ப் பாடல் இதற்கான காரணத்தைச் சொல்கிறது:

விளக்கே, திருவிளக்கே, வேந்தன் உடன்பிறப்பே,
ஜோதி மணி விளக்கே, ஸ்ரீதேவி பொன்மணியே,
அந்தி விளக்கே, அலங்கார நாயகியே,
காந்தி விளக்கே, காமாட்சித் தாயாரே,
பசும்பொன் விளக்கு வைத்துப் பஞ்சுத் திரி போட்டு
குளம்போல எண்ணெய் விட்டுக் கோலமுடன் ஏற்றிவைத்தேன்,
ஏற்றினேன் நெய்விளக்கு எந்தன் குடி விளங்க,
வைத்தேன் திருவிளக்கு எந்தன் மாளிகையும்தான் விளங்க

ஆழ்வார்களைப்போல இந்தப் பெண்கள் அன்பையோ, ஆர்வத்தையோ, ஞானத்தையோ, சிந்தனையையோ, உலகத்தையோ, சூரியனையோ விளக்காக ஏற்றவில்லை. நிஜமான பசும்பொன் விளக்கில் பஞ்சுத் திரி போட்டு, உண்மையான எண்ணெய் ஊற்றி அழகாக ஏற்றிவைக்கிறார்கள். அந்த விளக்கையே தெய்வமாகப் போற்றுகிறார்கள்.

அதன்மூலம், அந்த விளக்கு ஏற்றப்படும் வீடு சிறந்து விளங்குகிறது, அந்தக் குடும்பம் முன்னேறுகிறது, ஊரில் எங்கும் நலன் பெருகுகிறது.

வெளியே ஏற்றப்படும் விளக்கு இருக்கட்டும், நமக்குள் சில விளக்குகள் இருக்கின்றன, ஒன்று, இரண்டு அல்ல, முழுசாக ஐந்து விளக்குகள், தெரியுமா?

திருமூலர் தனது திருமந்திரத்தில் விவரிக்கும் அந்த ஐந்து விளக்குகள்:

> உள்ளம் பெருங்கோயில், ஊன் உடம்பு ஆலயம்,
> வள்ளல் பிரானார்க்கு வாய் கோபுர வாசல்,
> தெள்ளத் தெளிந்தார்க்குச் சீவன் சிவலிங்கம்
> கள்ளப் புலன் ஐந்தும் காளா மணிவிளக்கு!

நம் உள்ளம் ஒரு பெரிய கோயில், ஊனாகிய இந்த உடம்பு ஓர் ஆலயம். வள்ளலான கடவுளைப் புகழ்கின்ற இந்த வாய்தான் அந்தக் கோயிலுக்குக் கோபுர வாசல், தெளிவான உண்மையை உணர்ந்தவர்களுக்கு உள்ளே இருக்கும் ஆன்மா(ஜீவன்)தான் கடவுள் (சிவலிங்கம்).

கோயிலுக்குள் இருட்டாக இருக்குமல்லவா? இறைவனை நோக்கிச் செல்லும் வழியில் வெளிச்சம் வேண்டாமா? அதற்காக ஐந்து மணி விளக்குகள் நமக்குள்ளேயே இருக்கின்றன.

அவை, நம்மை ஏமாற்றக்கூடிய கள்ளத்தனம் நிறைந்த ஐந்து புலன்கள்!

கள்ளத்தனமா? ஏன் அப்படிச் சொல்கிறார் திருமூலர்.

கண், காது, மூக்கு, வாய், மெய் ஆகிய இந்த ஐம்புலன்களும் நாம் விரும்பினாலும் விரும்பாவிட்டாலும் நம்மை உலக இன்பங்களின் பக்கம் இழுத்துவிடக்கூடியவை. ஆகவே அவற்றைக் 'கள்ளப் புலன்கள்' என்று அழைக்கிறார் திருமூலர். 'கொஞ்சம் அசந்தாலும் இவை நம்மைக் கவிழ்த்துவிடும், ஆகவே, கள்வனைக் கட்டுப்படுத்தி வைப்பதுபோல் புலன்களை அடக்கப் பழகுங்கள்' என்று பாடம் சொல்கிறார்.

விளக்கை வைத்துப் பாடமும் படிக்கலாம், வீதியையும் கொளுத்தலாம். நம்முடைய வசதி எப்படி?

திருநாவுக்கரசர் என்று போற்றப்படும் அப்பர் பெருமான் வாழ்க்கையில் ஒரு நிகழ்ச்சி. மாற்று மதத்தைச் சார்ந்த சிலருக்கு அவர்மீது பொறாமை. எப்படியாவது நாவுக்கரசரை அழித்துவிடவேண்டும் என்று நினைத்தார்கள். அரசனிடம் சென்று பல பொய்ப் புகார்களைச் சொல்லிக் கோள் மூட்டினார்கள்.

அந்த அரசன், அதையெல்லாம் நம்பிவிட்டான். நாவுக்கரசருக்குப் பலவிதமான தண்டனைகளைக் கொடுத்தான். தெய்வ அருளால் அவர் எல்லாவற்றிலும் தப்பிப் பிழைத்தார்.

அரசனுக்குக் கடுப்பு. அவர் உயிர் பிழைக்கவே முடியாதபடி ஒரு வேலை செய்தான், 'இவரைக் கல்லில் கட்டிக் கடலில் தூக்கி வீசுங்கள்!' என்று கட்டளையிட்டான்.

அப்படித் தண்ணீரில் வீசப்பட்ட திருநாவுக்கரசர் 'சொல் துணை வேதியன்' என்று தொடங்கி 'நமச்சிவாய' மந்திரத்தின் பெருமைகளைப் பாடினார், கல் லேசாகி மிதந்தது, அவரது கட்டுகள் அறுந்தன, உயிரோடு கரை மீண்டார்!

நீருக்குள் இருந்தபடி பாடிய அந்தப் பாடல் வரிசையில் ஒன்று, விளக்கின் பெருமையைச் சொல்கிறது:

> இல் அக விளக்கு அது இருள் கெடுப்பது,
> சொல் அக விளக்கு அது, சோதி உள்ளது,
> பல் அக விளக்கு அது, பலரும் காண்பது,
> நல் அக விளக்கு அது, நமச்சிவாயவே!

வீட்டுக்குள் உள்ள விளக்கு, அங்கே உள்ள இருளை மட்டும் போக்கும்.

ஆனால், 'நமச்சிவாய' எனும் ஒளி நிறைந்த மந்திரம் ஒரே நேரத்தில் பல இடங்களில் பலரும் காணும்படி தோன்றும், சொல்லுக்குள்ளே இருந்து நம் அறியாமையை நீக்கித் தெளிவாக்கும், ஆகவே, நல்ல உள்ளங்களுக்கு அதுதான் வழிகாட்டும் விளக்கு!

அப்பரின் இன்னொரு பாடல், இறைவனுக்குச் சேவை செய்வதால் கிடைக்கும் பலன்களைப் பட்டியல் போடுகிறது, குறிப்பாக, கோயிலில் விளக்கு ஏற்றிவைப்பதால் என்ன பிரயோஜனம் என்று தெளிவுற விளக்குகிறது:

விளக்கினால் பெற்ற இன்பம் மெழுக்கினால் பதிற்றி ஆகும்,
துளக்கி நல் மலர் தொடுத்தால் தூய விண் ஏறல் ஆகும்,
விளக்கு இட்டார் பேறு சொல்லின் மெய்ஞ்ஞெறி ஞானம் ஆகும்,
அளப்பு இல, கீதம் சொன்னார்க்கு அடிகள்தாம் அருளும் ஆறே!

இங்கே முதலில் வரும் 'விளக்கு' வினைச்சொல், அதாவது, கோயிலைப் பெருக்கித் தூய்மைப்படுத்துதல். அதைச் செய்கிறவர்களுக்கு மிகுந்த இன்பம் கிடைக்கும்.

அதே கோயிலைத் தண்ணீர் போட்டு மெழுகினால், அதைப்போல் பத்து மடங்கு இன்பம் கிடைக்கும்.

நல்ல மலர்களைப் பறித்துத் தொடுத்து மாலையாக்கி இறைவனுக்குக் கொடுத்தால், வீடுபேறு கிடைக்கும்.

அடுத்து வரும் 'விளக்கு' பெயர்ச்சொல், அதாவது, கோயிலில் தீபங்களை ஏற்றிவைத்தவர்களுக்கு மெய்ஞ்ஞானமே வரமாகக் கிடைக்கும்.

நிறைவாக, இறைவன் புகழைப் பாடல்களாகப் பாடுகிறவர்களுக்கு அவன் அருள் செய்யும் விதத்துக்கு எல்லையே கிடையாது. யாராலும் கணக்கிடமுடியாதபடி அள்ளி அள்ளித் தருவான் அவன்.

ஆக, பக்தித் தமிழால் அவன் புகழைப் பாடியபடி ஒரு விளக்கை ஏற்றிவையுங்கள், ஞானமும் செல்வமும் வீரமும் சகல வளங்களும் உங்கள் வாசலை வந்தடையும்!

12

மதுரை நகரில் பெரும் மழை. வையை ஆற்றில் நீர் வெள்ளம் பெருக்கெடுத்து ஓடியது. கரைகளை உடைத்துக்கொண்டு நகரத்தினுள் நுழைந்துவிடுவேன் என்று பயமுறுத்தியது.

அப்போது மதுரையை ஆண்ட அரசன் பதறிப்போனான். தன்னுடைய மந்திரிகளை அழைத்தான், 'கரைகளை உடனடியாக அடைக்கவேண்டும், அதற்கு என்ன வழி?' என்றான்.

'அரசே, வையைக் கரை மிகவும் பரந்து விரிந்தது' என்றார் ஓர் அமைச்சர். 'ஆகவே, அதை அடைப்பதற்காக நாம் ஒரு பெரிய ராணுவத்தையே அனுப்பினாலும் போதாது, இங்கே அடைப்பதற்குள் அங்கே உடைந்துவிடும், அங்கே அடைக்கச் சென்றால் இங்கே பிளந்துகொள்ளும்.'

'அப்படியானால், வேறு என்னதான் செய்ய?'

'நம் மக்களை வீட்டுக்கு ஒருவராக வையைக் கரைக்குச் சென்று பணி புரியச் சொல்லுவோம். ஊர் கூடித் தேர் இழுத்தால் எப்பேர்ப்பட்ட வேலையும் சட்டென்று முடிந்துவிடும்.'

அரசன் ஒப்புக்கொண்டான். உடனே இந்தச் செய்தி ஊர் முழுக்க அறிவிக்கப்பட்டது. எல்லாரும் வையைக் கரைக்குச் சென்று மண் அள்ளிப் போட்டுக் கரையைப் பலப்படுத்த ஆரம்பித்தார்கள்.

மறுநாள், அந்த அரசன் கரை அடைப்புப் பணிகளை மேற்பார்வையிடுவதற்காக வந்தான். வேலை சுறுசுறுப்பாக நடப்பதைப் பெருமையுடன் பார்த்தான்.

திடீரென்று, அரசனின் முகம் சுருங்கியது. காரணம், அத்தனை மக்களும் மும்முரமாக வேலை பார்த்துக்கொண்டிருக்க, நடுவில் ஒருவன் மட்டும் சும்மா உட்கார்ந்திருந்தான். சுற்றி இருப்பவர்களை வம்புக்கு இழுத்துக்கொண்டிருந்தான்.

அரசனுக்குக் கோபம் பொங்கியது. 'யார் அந்தச் சோம்பேறி?' என்று விசாரித்தான்.

'யாருன்னு தெரியலை மன்னா' என்று பதில் வந்தது. 'ஆனா பையன் சரியான போக்கிரி, ஒழுங்கா வேலை செய்யறதில்லை, மண்ணைத் தூக்கிட்டு நடக்கும்போது வேணும்னே கீழே விழறமாதிரி நடிப்பான், எல்லா மண்ணையும் எங்கேயாவது சிதறியடிச்சு வீணாக்குவான், பாட்டுப் பாடுவான், நடனம் ஆடுவான், தான் கெட்டது போதாதுன்னு, கூட இருக்கறவங்களையும் ஆடச்சொல்லிக் கட்டாயப்படுத்துவான். மொத்தத்துல இவனாலதான் இந்தப் பகுதியில வேலை கெட்டுப்போச்சுன்னே சொல்லலாம்!'

அவர்கள் சொல்லச்சொல்ல அரசன் முகத்தில் ஆத்திரம் அதிகரித்தது. சட்டென்று ஒரு பிரம்பை உருவிக்கொண்டு அந்த இளைஞனின் அருகே சென்றார். அவன் முதுகில் ஓங்கி ஓர் அடி வைத்தார்.

அடுத்து என்ன நடந்தது? திருவிளையாடல் புராணத்தில் பரஞ்சோதி முனிவர் சொல்வதைக் கேளுங்கள்:

பாண்டியன் முதுகில் பட்டது, செழியன்
பன்னியர் உடம்பினில் பட்டது

ஆண் தகை அமைச்சர் மேனிமேல் பட்டது,
அரசு இளம் குமரர்மேல் பட்டது,
ஈண்டிய கழல் கால் வீரர்மேல் பட்டது,
இவுளிமேல் பட்டது, பருமம்
பூண்ட வெம் கரிமேல் பட்டது, எவ் வுயிர்க்கும்
போதன்மேல் பட்ட அத் தழும்பு

வையைக் கரையில் நாடகம் ஆடிய அந்த இளைஞர் வேறு யாரும் அல்ல, எல்லா உயிர்களின் அறிவுக்கெல்லாம் மேலாகத் திகழும் சிவபெருமான்தான்!

அவர் முதுகில் பாண்டியன் பிரம்பினால் விளாசியபோது, அந்த அடி அதே பாண்டியனைத் திருப்பித் தாக்கியது, அவனுடைய மனைவிகள் எல்லாருடைய முதுகிலும் விழுந்தது, பாண்டியனின் அமைச்சர்கள் மேனியில் விழுந்தது, இளவரசர்கள்மேல் பட்டது, கழல் அணிந்த வீரர்கள்மேல் பட்டது, குதிரைகள், யானைகளைக்கூடத் தாக்கியது.

பூமியில் மட்டுமா, அதையும் தாண்டி விழுந்தது அந்த அடி. அடுத்த பாட்டைக் கவனியுங்கள்:

பரிதியும் மதியும் பாம்பும் ஐங்கோளும்
பல் நிறம் படைத்த நாள் மீனும்
இரு நிலம், புனல், கால், எரி கடும் கனல், வான்
எனும் ஐம் பூதமும் காரும்
சுருதியும் ஆறு சமய வானவரும்
சுரர்களும் முனிவரும் தொண்டின்
மருவிய முனிவர் கணங்களும் பட்ட
மதுரை நாயகன் அடித் தழும்பு

சூரியன், சந்திரன், ராகு, கேது என்ற பாம்புகள், இவை தவிர, மற்ற ஐந்து கோள்கள், பல நிறங்களில் மின்னும் நட்சத்திரங்கள், நிலம், நீர், காற்று, நெருப்பு, வானம் என்ற ஐம்பூதங்கள், மழை, வேதங்கள், ஆறு வகைச் சமயங்களைப் பின்பற்றும் தேவர்கள், முனிவர்கள், மற்றவர்கள்... இப்படி எல்லாருடைய முதுகிலும்

அந்த மதுரை நாயகன் வாங்கிய அதே அடி சென்று விழுந்தது.

வானவர், மனிதர், நரகர், புள்,
விலங்கு, மாசுணம், சிதல், எறும்பு, ஆதி
ஆன பல் சரமும், மலை, மரம், கொடி, புல்,
ஆதி ஆம் அசரமும் பட்ட
ஊன் உடை கருவும் பட்டன, தழும்போடு
உதித்தன உயிர் இல் ஓவியமும்,
தான் அடி பட்ட சர அசர சடங்கள்
தமக்கு உயிர் ஆயினோன் தழும்பு!

தேவர்கள், மனிதர்கள், நரகர்கள், பறவைகள், விலங்குகள், பாம்பு என்று அசைகிற உயிர்கள், மலை, மரம், கொடி, புல் போன்ற அசையாப் பொருள்கள் இவை எல்லாம் அடிபட்டன. சுவரில் இருக்கும் ஓவியங்களுக்குக்கூட அடி விழுந்தது. அவ்வளவு ஏன்? கருவுக்குள் இருந்து பிறந்த குழந்தைகூட, முதுகில் அடி வாங்கிய தழும்புடன்தான் பிறந்தது.

இதற்கெல்லாம் என்ன காரணம்? இயங்குகிற, நிலைத்து நிற்கின்ற எல்லாவற்றுக்கும் உயிர், அந்த இறைவன்தான். அவனை அடித்தால் எல்லாருக்கும்தானே வலிக்கும்?

திருவிளையாடல் புராணத்தில் வரும் இந்தக் காட்சி இறைவன் அனைத்திலும் நீக்கமற நிறைந்திருக்கிறான் என்பதைச் சுட்டிக்காட்டுகிறது. ஆகவேதான், அவனுக்கு விழுந்த அடி, எங்கும் விழுகிறது.

இதையே சற்று வித்தியாசமாக மாற்றியும் சொல்லலாம், இறைவன் எங்கும் இருப்பதால், சக உயிர்களுக்குக் கெடுதல் செய்தால், நாம் கடவுளுக்கே அநீதி இழைப்பவர்களாக ஆகிறோம்.

பரஞ்சோதி முனிவர், பிரம்படி என்கிற ஒரு நிஜமான விஷயத்தை இறைவனில் தொடங்கி எல்லாரும் அனுபவிப்பதாகப் பாட்டு எழுதினார். கவிச்சக்கரவர்த்தி கம்பர் ஒரு படி மேலே போய், இறைவியின் மனத்தில் தோன்றும் நுட்பமான உணர்வுகளைக்கூட,

எல்லா மனிதர்களும் ஆழ்ந்து அனுபவிக்கமுடியும் என்பதைக் காட்சிப்படுத்துகிறார்.

கம்ப ராமாயணம் யுத்த காண்டத்தில் வரும் காட்சி இது. இந்திரஜித்தின் அம்பில் லட்சுமணன் மயங்குகிறான், தம்பியின் நிலையைக் கண்டு கதறிய ராமரும் பக்கத்திலேயே சோர்ந்து விழுகிறார்.

இதைப் பார்த்த ராவணன் யோசித்தான், 'அசோகவனத்தில் இருக்கும் சீதையை நான் எவ்வளவோ கெஞ்சிப்பார்த்துவிட்டேன், கொஞ்சிப்பார்த்துவிட்டேன், மிரட்டிப்பார்த்துவிட்டேன், ஆனால் அவள் என் ஆசைக்கு இணங்கவில்லை, தன் கணவன் வந்து தன்னை மீட்டுச் செல்வான் என்று நம்பிக்கையுடன் இருக்கிறாள்.'

'இப்போது, அந்தக் கணவனே அடிபட்டு வீழ்ந்துவிட்டான். இந்தக் காட்சியைச் சீதை பார்த்தால், அவளுடைய நம்பிக்கை விலகி, என்மேல் காதல் வருமல்லவா?'

ராவணன் கை தட்டினான். புஷ்பக விமானம் தயாரானது. சில பெண்கள் சீதையை அதில் ஏற்றி அழைத்துச் சென்றார்கள். ராம லட்சுமணர்களின் நிலைமையைக் காட்டினார்கள்.

அசோகவனத்துக்குள் நுழைந்தபிறகு, சீதை இப்போதுதான் முதன்முறையாக வெளியே வருகிறாள். அதுவும் இப்படிப்பட்ட ஒரு கோரக் காட்சியைப் பார்ப்பதற்காக!

அப்போது சீதையின் கதறலை ஓர் அழகான பாடலில் காட்சிப்படுத்துகிறார் கம்பர்:

> மங்கை அழுதாள், வான் நாட்டு மயில்கள் அழுதார், மழவிடையோன்
> பங்கின் உறையும் குயில் அழுதாள், பதுமத்து இருந்த மாது அழுதாள்,
> கங்கை அழுதாள், நாமடந்தை அழுதாள், கமலத் தடங்கண்ணன்
> தங்கை அழுதாள், இரங்காத அரக்கிமாரும் தளர்ந்து அழுதார்

ராம லட்சுமணரைப் பார்த்த சீதை அழுதாள், அவள் அழுவதைப் பார்த்து, வானுலகத்தில் இருக்கும் மயில் போன்ற தேவதைகள் அழுதார்கள், ரிஷப வாகனத்தில் உலா வரும் சிவனின் இடப்பக்கம் வசிக்கிற, குயில் போன்ற பார்வதி தேவி அழுதாள், செந்தாமரை மலரில் அமர்ந்திருக்கும் மஹாலட்சுமி அழுதாள், சிவனின் ஜடாமுடியில் வசிக்கிற கங்கை அழுதாள், பிரம்மனின் நாவில் வாழும் சரஸ்வதி அழுதாள், தாமரை மலர் போன்ற பெரிய கண்களை உடைய திருமாலின் தங்கையாகிய துர்க்கை அழுதாள்.

அட, அவர்களெல்லாம் அழுததுகூடப் பரவாயில்லை, இரக்கமே இல்லாத அரக்கியர்கள், அவர்கள்கூட சீதையைக் கண்டு தளர்ந்துபோனார்கள், அழுதார்கள் என்கிறார் கம்பர். அதன்மூலம் எல்லா உலகங்களில் உள்ள எல்லாரும் சீதைக்காக இரங்கினார்கள் என்று உணர்த்துகிறார்.

இவள் இப்படி அழுவதைப் பார்த்துவிட்டு, திரிசடை என்ற அரக்கி வருந்தினாள். விபீஷணனின் மகளான அவள் சீதையைத் தேற்றுவதற்காகப் பல விஷயங்களை எடுத்துச் சொன்னாள். 'இதெல்லாம் எங்க பெரியப்பாவும் அவர் மகனும் செய்யற மாயை, நீ இதை நம்பி அழாதே, ராமனுக்கும் லட்சுமணனுக்கும் எந்த ஆபத்தும் இல்லை!' என்றாள்.

சீதை ஒருவழியாகத் தேறினாள். ஆனாலும் அவளுக்கு முழு நம்பிக்கை வரவில்லை. 'அவங்க இப்படி விழுந்து கிடக்கறாங்களே' என்றாள்.

'நாளை காலை எழுந்துடுவாங்க' என்றாள் திரிசடை. 'உனக்குக் கவலையே வேண்டாம்!'

அப்போது, சீதை சொல்கிறாள்:

> 'அன்னை நீ உரைத்தது ஒன்றும் அழிந்திலது, ஆதலாலே
> உன்னையே தெய்வமாக் கொண்டு இத்தனை காலம் உய்ந்தேன்,
> இன்னம் இவ் இரவு முற்றும் இருக்கின்றேன்.'

உலகுக்கே தாயாகிய சீதை, இப்போது திரிசடையை ‘அன்னையே’ என்று விளிக்கிறாள். ‘இத்தனை நாளா, நீ சொன்னது எதுவும் தப்பா நடக்கலை, அதனால, இப்பவும் உன்னை நான் நம்பறேன்.’

‘நான் இந்த அசோக வனத்துக்கு வந்ததுலேர்ந்து, நீ ஒருத்திதான் எனக்குத் தெய்வம், இத்தனை நாளா உன்னைத்தான் வழிபட்டு வாழறேன்.’

இது ஒரு நுட்பமான உளவியல் காட்சி. என்னதான் கடவுளாகவே இருந்தாலும், துன்பம் வரும்போது ஆறுதல் சொல்லவும் அரவணைக்கவும் ஒருவர் வேண்டும், ராமனுக்கு லட்சுமணன், அனுமன், சுக்ரீவன்போல, சீதைக்குத் திரிசடை!

அப்படித் துவண்ட நேரங்களில் நமக்காகத் தோள் கொடுத்தவர்களுக்கு வெறுமனே நன்றி சொன்னால் மட்டும் போதாது, அவர்களைக் கடவுளுக்கு இணையாக மதிக்கவேண்டும். திரிசடையைச் சீதை ‘உன்னையே தெய்வமாக் கொண்டு’ என்று மனம் உருகிப் போற்றியதுபோல!

‘திரிசடை, இப்படி ஒரு கொடுமையான காட்சியைக் கண்ணெதிரே பார்த்தப்புறமும் நான் இன்னும் உயிரோட இருக்கேன்னா, அதுக்கு ஒரே ஒரு காரணம், உன்மேல நான் வெச்சிருக்கற நம்பிக்கைதான்’ என்றாள் சீதை. ‘நீ சொல்றதை நம்பி, நான் ஒரே ஒரு ராத்திரி மட்டும் காத்திருப்பேன். அதுக்குள்ளே இவங்க கண் முழிக்கணும்.’

‘அது கண்டிப்பா நடக்கும், கவலை வேண்டாம்!’ என்றாள் திரிசடை.

அவள் சொன்னது அப்படியே நிகழ்ந்தது. அனுமன் ஒரே இரவில் பறந்து சென்று மருந்து மலையைக் கொண்டுவர, அந்த மூலிகைகளில் இருந்து வீசிய காற்று ராம லட்சுமணர்களையும் மற்ற வானரர்களையும் உயிரோடு திரும்பக் கொண்டுவந்துவிட்டது. அழுகை மறந்து சிரித்தாள் சீதை, கூடவே இந்த உலகமும் சிரித்தது!

அது சரி, அங்கே வையை ஆற்றங்கரையில் என்ன நடந்தது?

அதுவும் 'சுபம்'தான். வேண்டுமென்றே விளையாட்டுத்தனமாக நடந்துகொண்டு, அரசனிடம் அடி வாங்கி, அதை எல்லா உயிர்கள்மீதும் விழவைத்து, தான் யார் என்பதைக் காட்டிய சிவபெருமான், உடனே ஒரு கூடை மண்ணை எடுத்து வையைக் கரையில் வீசினான். உடைந்து கிடந்த எல்லாப் பகுதிகளும் மறுபடி சேர்ந்துகொண்டன. இறைவனின் திருவிளையாடலை எண்ணி எல்லாரும் மகிழ்ந்தார்கள்!

13

குறும்பு இல்லாத குழந்தைகள் உண்டா?

அதிலும் குறிப்பாக, பால கிருஷ்ணன் செய்யும் குறும்புகளுக்கு அளவே கிடையாது. கோகுலத்து வீடுகளுள் நுழைந்து வெண்ணெய் திருடுவது, பெண்களைச் செல்லமாகச் சீண்டி வம்புக்கிழுப்பது என்று ஆபத்தில்லாத சேட்டைகளில் தொடங்கி, அசுரர்களை அழித்துப் பூமியைக் காப்பதுவரை எல்லாம் அவனுக்கு விளையாட்டுதான்!

அதனால்தான், கண்ணனைத் 'தீராத விளையாட்டுப் பிள்ளை' என்று பாரதியார் சிலாகித்தார். அவனுடைய ஒவ்வொரு லீலையையும் பெருமிதத்தோடு பேசி மகிழ்ந்தார்.

கோகுலத்தில் யசோதையின் பராமரிப்பில் வளர்ந்த கண்ணன், சின்னஞ்சிறுவனாகச் சுற்றிவருகையிலேயே இப்படிப் பல்வேறு குறும்புகளைச் செய்து குவித்துவிட்டான். பின்னர் அவன் வளர்ந்து பெரியவனானபிறகுதான் கண்ணனுடைய உண்மையான தாய் தேவகி அவனைச் சந்திக்கிறாள்.

இப்போது, கண்ணனுக்கு வாலிப வயது. அவன் இன்னும் குறும்புக்காரன்தான், ஆனால் அந்தப் பழைய சிறுபிள்ளை உற்சாகமும் லீலைகளும் திரும்ப வருமா?

தேவகிக்கு அதுதான் பெரிய ஏக்கம். கோகுலத்தில் கண்ணன் செய்த லீலைகள், சாகசங்களையெல்லாம் மற்றவர்கள் சொல்ல, அதைக் கேட்டுக் கேட்டு மகிழ்கிறாள். 'இதையெல்லாம் நேரில் பார்க்க எனக்குக் கொடுத்துவைக்கவில்லையே' என்று ஏங்குகிறாள்.

'அதனால் என்னம்மா? இப்போதுதான் நான் உங்கள்முன் வந்துவிட்டேனே!' என்கிறான் கண்ணன்.

'உண்மைதான். ஆனால், உன்னுடைய அந்தச் சிறுவயதுக் குறும்புகளையும், எல்லாரும் புகழ்ந்து சொல்கிற அளக்கமுடியாத அந்தச் சாதனைகளையும் மறுபடி ஒருமுறை பார்க்கமுடிந்தால் நன்றாக இருக்கும்' என்று ஆவலுடன் கேட்கிறாள் தேவகி, 'அதற்கு எனக்கு அருள் செய்வாயா?'

சுருக்கமாகச் சொன்னால், அன்றைக்குத் தேவகி கண்ணனிடம் கேட்டது, இன்றைக்கு நாம் கிரிக்கெட் போட்டிகளில் பார்க்கிற *Replay*தான். இல்லையா?

தேவகியின் இந்தத் தாய் மனத்தை, 'என்ன தவம் செய்தாள் அந்த யசோதை? என்னுடைய குழந்தை கண்ணன், ஆனால் அவனுடைய பால லீலைகளைப் பார்ப்பதற்கும் ரசிப்பதற்கும் அவளுக்கு மட்டும்தானே கொடுத்துவைத்திருந்தது!' என்கிற அந்த ஏக்கத்தைப் பதிவு செய்திருக்கும் அழகான பத்துப் பாடல்கள், நாலாயிரம் திவ்யப் பிரபந்தத்தில் உள்ளன, குலசேகராழ்வார் அருளிச் செய்த இந்தப் பாக்களில் இருந்து, ஒன்றுமட்டும் இங்கே:

குன்றினால் குடை கவித்ததும், கோலக்
குரவை கோத்ததும், குடம் ஆட்டும்,
கன்றினால் விளவு எறிந்ததும், காலால்
காளியன் தலை மிதித்ததும் முதலா
வென்றி சேர் பிள்ளை நல் விளையாட்டம் அனைத்திலும்
அங்கு என் உள்ளம் உள் குளிர
ஒன்றும் கண்டிடப் பெற்றிலேன் அடியேன்

காணுமாறு இனி உண்டு எனில் அருளே!

கண்ணா,

முன்பு ஒருநாள், பெருமழை பொழிந்து உலகத்தையே நனைத்ததாம், உன்னைச் சுற்றியிருந்த மனிதர்கள், ஆடு, மாடுகள் எல்லாம் அதில் சிக்கி மிகவும் சிரமப்பட்டார்களாம். அவர்களைக் காப்பாற்றுவதற்காக, நீ கோவர்த்தன மலையையே குடையாகத் தூக்கி நிறுத்திவிட்டாயாமே!

கோகுலத்தில் உனக்கு ஏகப்பட்ட சிநேகிதர்கள், சிநேகிதிகளாமே, அவர்களுடன் நீ அருமையாகக் குரவை ஆட்டமும் குடக்கூத்தும் ஆடுவாயாமே!

உன்னைக் கொல்வதற்கு ஓர் அரக்கன் கன்று வடிவத்தில் வந்தானாமே, அவனைப் பிடித்துச் சுழற்றி நீ மேலே எறிய, அவன் ஒரு விளங்காய் மரத்தின்மீது விழ, அங்கிருந்து காய்கள் கொட்டியதாமே!

பின்னர், காளிங்கன் என்ற ஒரு கொடிய விஷப் பாம்பை நீ அடக்கினாயாமே, அதன் தலைகளை அழுந்த மிதித்தபடி நீ அற்புதமாக நடனமாடினாயாமே!

கண்ணா, உன்னுடைய இந்த வெற்றிகளையும், நல்ல விளையாட்டுகளையும் மற்றவர்கள் சொல்லித்தான் நான் கேட்டிருக்கிறேன், என் உள்ளம் உள்ளே குளிரும்படி அங்கே இருந்து அவற்றை நான் நேரில் பார்க்கவில்லை!

ஆகவே, உன்னுடைய தாய்க்காக, இதையெல்லாம் மீண்டும் ஒருமுறை நிகழ்த்திக் காட்டுவாயா? அடியேன் அதைக் கண்ணால் பார்க்கமுடியுமா? அருள் செய்!

★★★

தேவர்களும் அசுரர்களும் சேர்ந்து பாற்கடலில் அமுதம் கடைந்த கதை உங்களுக்குத் தெரிந்திருக்கும். அதற்கு அவர்கள் பயன்படுத்திய மத்து, மந்தர மலை, கயிறு, வாசுகி என்கிற பாம்பு.

அப்பேர்ப்பட்ட மலையைச் சுற்றிக் கயிறாகக் கட்டி இழுக்கவேண்டுமென்றால், அந்தப் பாம்பு எத்தனை பெரியதாக இருந்திருக்கவேண்டும் என்று யோசித்துப்பாருங்கள்.

இதேபோல், இந்த உலகம் மொத்தத்தையும் தன்னுடைய தலைகளில் தாங்கிச் சுமக்கிற ஒரு பாம்பு இருக்கிறது. ஆயிரம் தலை கொண்ட அந்தப் பாம்பின் பெயர், ஆதிசேஷன்.

மந்தர மலையாவது பரவாயில்லை, பூமியையே தலைகளில் ஏந்துவது என்றால், அந்த ஆதிசேஷன் எத்தனை பெரிய பாம்பாக இருக்கவேண்டும் என்று யோசித்துப்பாருங்கள்.

அடுத்து, இந்த இரண்டு பாம்புகளையும் தனித்தனியே கயிறுபோல் கையில் எடுத்துக்கொள்ளுங்கள், பயப்படாதீர்கள், சும்மா கற்பனைதானே? தைரியமாக எடுங்கள்.

இப்போது, உங்கள் கையில் இரண்டு மிகப் பெரிய, மிக நீளமான, பருமனான கயிறுகள் இருக்கிறது அல்லவா. அவற்றில் தனித்தனியே சிறந்த முத்துகளையும் நட்சத்திரங்களையும் வரிசையாகக் கோத்து முடிச்சுப் போடுங்கள், அவற்றை இரு சிலம்புகளாக மாற்றுங்கள்.

இந்தச் சிலம்புகள், உங்களுக்கே சொந்தம். நீங்கள் விரும்பும் யாருக்கு வேண்டுமானாலும் அவற்றைப் பரிசாகத் தரலாம் என்றால், யாருக்குத் தருவீர்கள்?

அத்தனைப் பெரிய பாம்புகளைச் சேர்த்து, நட்சத்திரங்களையும் முத்துகளையும் கொட்டித் தயாரித்த பிரமாண்டமான சிலம்பு. அதை அணிகிறவர், அதற்குத் தகுதியான பராக்கிரமசாலியாக, எதையும் சாதிக்கக்கூடிய ஒருவராக இருக்கவேண்டுமல்லவா? நன்றாக யோசித்துச் சொல்லுங்கள்.

நாம் பார்த்த இந்தச் சிலம்புகள், ஜெயங்கொண்டாருடைய கற்பனை. அவர் எழுதிய கலிங்கத்துப் பரணியில் வரும் அதிசயப் பாமாலை அது:

ஒரு மலை மத்து வலத்து உலவு கயிற்றினும், மற்று
உலகு பரித்த பணத்து உரக வடத்தினும், அப்
பருமணி முத்து நிரைத்து, உடுமணி அதத்த இணைப்
பரிபுரம் வைத்த தளிர்ப் பத உகளத்தினாளே!

கலிங்கத்துப் பரணி போர்க்களத்தைப் பற்றிப் பாடுகிற ஒரு நூல்தான். அதனிடையே காளி தேவியைப் பாடுகிற அருமையான பல பாடல்களை வழங்கியுள்ளார் ஜெயங்கொண்டார். அவற்றில் ஒன்றுதான் இது.

தேவியே,

மலையை மத்தாகக் கொண்டு பாற்கடலைக் கடைய உதவிய வாசுகி என்ற பாம்பையும், உலகத்தையே தலைகளில் தாங்குகிற ஆதிசேஷன் என்ற பாம்பையும் கயிறாக்கி, அவற்றில் பெரிய முத்துகள், நட்சத்திரங்கள் ஆகியவற்றைப் பதித்து அமைக்கப்பட்ட சிலம்புகளை அணிந்த திருவடிகளைக் கொண்டவள் நீ, எங்களைக் காப்பாயாக!

★★★

தமிழில் சிலேடைப் பாடல்கள் ஏராளம். வேண்டுமென்றே ஒரே சொல்லுக்கு, ஒரே வாக்கியத்துக்கு, ஒரே பாடலுக்குப் பல பொருள்கள் அமையும்படி எழுதுகிற வித்தியாசமான உத்தி இது.

சிலேடைப் பிரியம் நிறைந்த குறும்புப் புலவர்கள். பக்தி இலக்கியத்தைக்கூட விட்டுவைக்கவில்லை. உதாரணமாக, ஒப்பிலாமணிப் புலவர் என்பவர் எழுதிய ஒரு வெண்பா:

கஞ்சி குடியாளே, கம்பஞ்சோறு உண்ணாளே,
வெஞ்சினங்கள் என்றும் விரும்பாளே, நெஞ்சுதனில்
அஞ்சுதலை ஆவார்க்கு ஆறுதலை ஆவாளே
கஞ்சமுகக் காமாட்சி காண்!

காஞ்சிபுரத்தில் எழுந்தருளியிருக்கும் காமாட்சித் தாயாரைப் புகழ்ந்து எத்தனையோ பாடல்கள் வடிக்கப்பட்டுள்ளன.

அவற்றுள் இந்தப் பாடல் சற்றே வித்தியாசமானது. முதல் இரண்டு வரிகளை நேரடியாகப் படித்தால் ஒரு விநோதமான அர்த்தம் தொனிக்கும், கொஞ்சம் ஊன்றிப் படித்தால்தான் நிஜமான பொருள் விளங்கும்.

முதலில், நேரடிப் பொருளைப் பார்ப்போம்:

கஞ்சி குடியாள்: காமாட்சித் தாயார் கஞ்சி குடிக்கமாட்டாள்

கம்பஞ்சோறு உண்ணாள்: கம்பிலே சோறு வடித்துப் படைத்தால் ஏற்றுக்கொள்ளமாட்டாள்

வெஞ்சினங்கள் என்றும் விரும்பாள்: சாப்பாட்டுக்குத் தொட்டுக் கொள்வதற்காக, பொரியல், கூட்டு போன்ற வெஞ்சினங்களைச் சமைத்துப் பரிமாறினாலும் அவளுக்குப் பிடிக்காது

இதென்ன விளையாட்டு? காமாட்சியம்மைக்கு ஏற்றபடி உணவு சமைத்துப் படைப்பது அவ்வளவு கஷ்டமா? சின்னப்பிள்ளைமாதிரி இது பிடிக்காது, அது பிடிக்காது என்று பிடிவாதம் பிடித்தால் என்ன அர்த்தம்?

அதுதான் ஒப்பிலாமணிப் புலவரின் குறும்பு. இது உண்மையில் வெறும் சாப்பாடு / படையல் / பிரசாதம் சம்பந்தப்பட்ட பாடலே அல்ல, அதை இப்படி மாற்றிப் படிக்கவேண்டும்:

கஞ்சி குடியாள்: ‘கஞ்சி’ எனப்படும் காஞ்சிபுரத்தில் குடிகொண்டிருப்பவள்

கம்பன் சோறு உண்ணாள்: அதே காஞ்சிபுரத்தில் ஏகாம்பரேஸ்வரர் ஆலயமும் உள்ளது. ஆனால் அங்கே சமைத்ததை இங்கே தாயாருக்குப் படைக்கும் வழக்கம் இல்லை, காமாட்சி ஆலயத்தில் தனியே சமையல் நடக்கும், அதுவே அவளுக்குப் படைக்கப்படும். ஆகவே, அவள் (ஏ)கம்பனுடைய சோறை உண்ணமாட்டாள்

வெம் சினங்கள் என்றும் விரும்பாள் : நாம் எப்பேர்ப்பட்ட தவறு செய்தாலும், கோபப்படமாட்டாள், மன்னித்து அருளுவாள்

நெஞ்சுதனில் அஞ்சுதலை ஆவார்க்கு : நெஞ்சத்தில் அச்சம்/ பயம் கொண்ட எவர்க்கும்

ஆறுதலை ஆவாளே : ஆறுதல் தருகிறவளாகத் திகழ்வாள்

கஞ்சமுகக் காமாட்சி காண் : தாமரை போன்ற கண்களைக் கொண்ட அந்தக் காமாட்சியைக் காண்பாயாக!

இந்த அஞ்சுதலை / ஆறுதலை என்ற வார்த்தை விளையாட்டு கவியரசர் கண்ணதாசனை மிகவும் கவர்ந்திருக்கவேண்டும். அவர் எழுதிய 'சரவணப் பொய்கையில் நீராடி' என்ற பாடலில் அதனை இப்படி மாற்றிப் பயன்படுத்தினார்:

> அவனிடம் சொன்னேன் என் அஞ்சுதலை,
> அந்த அண்ணலே தந்துவைத்தான் ஆறுதலை!

ஆக, கண்ணதாசனின் க(வி)தாநாயகிக்கு ஆறுதலைத் தந்தது, அந்த முருகனின் ஆறு தலைகள்!

14

பாண்டிய மன்னனின் அரசவை. அன்றைக்கு அங்கே ராணுவ விவாதம்.

'அரசே, நம்முடைய குதிரைப்படை மிகவும் பலவீனமாக இருக்கிறது' என்றார் ஒருவர், 'நாம் உடனடியாக நல்ல ரகத்தைச் சேர்ந்த, பயிற்சி பெற்ற இளம் குதிரைகளை வாங்கவேண்டும்.'

'அதற்கென்ன? செய்துவிடலாமே' என்றான் அரசன், 'வாதவூராரே, நம்முடைய கருவூலத்திலிருந்து வேண்டிய தொகையைப் பெற்றுக்கொள்ளுங்கள், பிரமாதமான குதிரைகளாகப் பார்த்து வாங்கிவாருங்கள்.'

'உத்தரவு அரசே' என்றார் அமைச்சர் வாதவூரார்.

அந்த அமைச்சருடைய நிஜப்பெயர் என்ன என்று நமக்குத் தெரியவில்லை. திருவாதவூர் என்ற ஊரில் பிறந்தவர் என்பதால், அவரை வாதவூரார் என்று அழைக்கிறோம்.

வாதவூரார் நல்ல திறமைசாலிதான், ஆனால் சிவனுக்கு, அவருடைய தொண்டர்களுக்கு, ஆலயங்களுக்குத் தொண்டு செய்வது என்றால், உலகத்தையே மறந்துவிடுவார்.

இப்போதும் அப்படித்தான். குதிரை வாங்குவதற்காக அரசன் கொடுத்த தொகையை எடுத்துச் சென்றவர், அதைச் சிவப்பணிக்குச் செலவழித்துவிட்டார்.

சில நாள் கழித்து, அரசனிடமிருந்து தூது வந்தது, 'அமைச்சரே, நான் சொன்னபடி குதிரைகளை வாங்கிவிட்டீர்களா?'

வாதவூரார் திகைத்துப்போனார். சிவன் முன்னால் சென்று முறையிட்டார், 'கையில் ஒரு பைசாகூட இல்லை, நான் எப்படிக் குதிரை வாங்குவேன்?'

சிவன் சிரித்தார், 'கவலை வேண்டாம், குதிரைகள் உரிய நேரத்தில் வந்து சேரும்!'

வாக்குக்கொடுத்துவிட்டாரே தவிர, சிவனிடம் குதிரைகள் எவையும் இல்லை, காட்டில் திரிந்துகொண்டிருந்த நரிகளைப் பிடித்து, அவற்றை உயர்ந்த லட்சணங்களுடன் கூடிய குதிரைகளாக மாற்றினார். அதாவது, நரிகளைப் பரிகளாக்கி, அவரே அவற்றை மதுரைக்கு அழைத்துவந்தார்.

இந்தக் காட்சியைத் திருவாசகத்தில் மாணிக்கவாசகர் வர்ணிக்கும் அழகைப் பாருங்கள்:

> 'வெள்ளைக் கலிங்கத்தர், வெண் திருமுண்டத்தர்,
> பள்ளிக் குப்பாயத்தர் அன்னே' என்னும்,
> 'பள்ளிக் குப்பாயத்தர், பாய் பரி மேற்கொண்டு என்
> உள்ளம் கவர்வர் ஆல் அன்னே' என்னும்

வெள்ளைக் கலிங்கம், அதாவது வெண்ணிற ஆடை உடுத்தியவர், நெற்றியில் திருநீறு அணிந்தவர்

பள்ளிக் குப்பாயம், அதாவது, குதிரை ஏறுவதற்கு உரிய ஆடையை அணிந்தவர்

பாய் பரி மேற்கொண்டு, அதாவது, பாய்ந்து செல்லும் குதிரையின்மீது ஏறி என் உள்ளம் கவர்ந்தார்!

சிவபெருமான் நரிகளைப் பரிகளாக மாற்றியதோடு நிற்கவில்லை, அரேபிய 'ஷேக்'குகள் மாதிரி பாணியில் குதிரையேற்றத்துக்கு உரிய வெள்ளை ஆடையை அணிந்தபடி அவரே அவற்றை விரட்டிவருகிறார். அதன்மூலம் பாண்டிய அரசனையும், மதுரை வாழ் மக்களையும் மயக்கி ஏமாற்றிவிடுகிறார். இதுவும் வேறொரு திருவாசகப் பாடலில் அழகாகப் பதிவு செய்யப்பட்டுள்ளது:

> நரியைக் குதிரைப் பரியாக்கி ஞாலமெல்லாம் நிகழ்வித்துப்
> பெரிய தென்நன் மதுரையெல்லாம் பிச்சது ஏற்றும் பெருந்துறையாய்
> அரிய பொருளே, அவிநாசி அப்பா, பாண்டி வெள்ளமே,
> தெரிய அரிய பரஞ்சோதீ, செய்வது ஒன்றும் அறியேனே!

யாருக்கும் எளிதில் கிடைத்துவிடாத அரிய பொருளாகிய கடவுளே, அவிநாசியில் எழுந்தருளியிருப்பவனே, பாண்டிய நாட்டில் பொங்கும் கருணை வெள்ளமே, மேலான ஒளியே!

நீ நரியைக் குதிரையாக்கினாய், அவற்றை நீயே உலகம் முழுக்க நடத்திவந்தாய், தென்னகத்தில் இருக்கும் நல்ல, பெரிய மதுரை நகருக்கு அழைத்துவந்தாய், இப்படி ஒரு நாடகத்தை நடத்தியதன் மூலம் இங்கே உள்ள மக்களையெல்லாம் மயங்கச் செய்துவிட்டாய்!

இப்படிப்பட்ட சிறப்பு வாய்ந்த உன்முன்னே, நான் என்ன செய்வது என்று அறியாமல் திகைத்து நிற்கிறேன்!

அது சரி, இந்த விவரமெல்லாம் மாணிக்கவாசகருக்கு எப்படித் தெரியும்?

குதிரை வாங்கவேண்டிய காசில் சிவனுக்குத் தொண்டு செய்த அந்த வாதவூரார்தான், பின்னர் மாணிக்கவாசகரானார், 'திருவாசகம்' எனும் உன்னதமான நூலை நமக்கு வழங்கினார். சிவபெருமான் நரியைப் பரியாக்கிய நாடகத்தை நேரில் பார்த்த அவரே நமக்கு live commentary கொடுப்பது பொருத்தம்தானே?!

★★★

ஆண்டாளின் காதல் நமக்குத் தெரியும். அவரைப்போலவே திருமாலின்மீது நேசம் கொண்ட பெண் பக்தர்கள் ஏராளம்.

அவர்களில் சிலரை 'அழகர் அந்தாதி' என்ற நூலில் நாம் சந்திக்கிறோம். இதை எழுதியவர் பெயர் அழகிய மணவாளதாசர், இவரைப் பிள்ளைப் பெருமாள் ஐயங்கார் என்று அழைப்பதும் உண்டு.

அழகிய மணவாளதாசர் எழுதிய எட்டு நூல்களின் தொகுப்புக்கு 'அஷ்டப் பிரபந்தம்' என்று பெயர். 'அஷ்டப் பிரபந்தம் படித்தால் அரைப் பண்டிதன்' என்று ஒரு பழமொழிகூட உண்டு.

திருமாலைக் காதலிக்கிறாள் ஒருத்தி, அந்தக் காதலின் வேகத்தில் அவளுடைய மேனி கொதிக்கிறது, என்ன செய்கிறோம் என்று புரியாமல் பிதற்றுகிறாள். உடம்பெல்லாம் மெலிந்து வாடுகிறாள்.

இதைப் பார்த்த அவளுடைய பெற்றோர் பதறிப்போகிறார்கள். 'எங்க பொண்ணுக்கு என்ன ஆச்சுன்னு தெரியலையே' என்று தவிக்கிறார்கள், அவள் உடல் குளிரவேண்டும் என்பதற்காகச் சந்தனத்தைக் கரைத்துப் பூசுகிறார்கள்.

> அவள் சிரிக்கிறாள், தன்னுடைய தோழியிடம் இப்படிப் பேசுகிறாள்:
> கழலப் புகுந்த வளை அறியார், என் கருத்து அறியார்,
> அழல புகன்று ஒறுப்பார் அன்னைமார், அறுகால் சுரும்பு
> சுழலப் புனைந்த துழாய்மார்பர் மால் இருஞ்சோலை என்னார்
> தழல் அப்புவர் என் தனங்களிலே சந்தனங்கள் என்றே
> தோழி,

என்னைப் பார், என்னுடைய கைகளைப் பார், இந்த வளையல்கள் கழன்று விழுவதைப் பார், இதைப் பார்த்தவுடன் என்னுடைய மனத்தில் என்ன கருத்து இருக்கிறது என்று உனக்குப் புரிகிறதல்லவா?

பாவம், என்னுடைய தாய்க்கு அது புரியவில்லை, என்னுடைய மனம் வேதனைப்படும்படி ஏதேதோ சொல்கிறார்கள், என்னை வருந்தச் செய்கிறார்கள்,

அதுகூடப் பரவாயில்லை, கொதிக்கும் என் தேகத்தைக் குளிரச் செய்கிறேன் பேர்வழி என்று சந்தனத்தைக் கரைத்துக் கரைத்துப் பூசுகிறார்கள், அது என்னுடைய மார்பில் தழலைப்போல் சுடுகிறது,

இவர்கள் ஏன் இவ்வளவு சிரமப்படவேண்டும்? ஆறு கால்களை உடைய வண்டுகள் சூழ்ன்று மொய்க்கிற துளசி மாலையை அணிந்த மார்பர், என் காதலராகிய அந்த அழகருடைய திருமாலிருஞ்சோலையின் பெயரை ஒரே ஒருமுறை சொன்னால் போதுமே, என் நோயெல்லாம் தீர்ந்துவிடுமே!

★★★

அதிவீரராம பாண்டியன் என்று ஓர் அரசன். அவனுடைய தம்பி, ஜெகவீரராம பாண்டியன்.

இந்த ஜெகவீரராம பாண்டியனுடைய சிநேகிதர்கள் யாரோ, அவன் மனத்தில் பதவி ஆசையைக் கிளப்பிவிட்டார்கள், 'நீங்களும் எவ்ளோ நாளைக்குதான் இளவரசராவே இருப்பீங்க? ராஜாவாப் பட்டம் சூட்டவேணாமா?'

'அதெப்படி? எங்க அண்ணன் அதிவீரராம பாண்டியன் இருக்காரே!' அப்பாவியாகக் கேட்டான் ஜெகவீரராம பாண்டியன், 'அவரை மீறி நான் எப்படி ராஜாவாக முடியும்?'

'அண்ணன், தம்பி கணக்கெல்லாம் பார்க்கக்கூடாது இளவரசே' என்றார்கள் அந்த துஷ்ட நண்பர்கள், 'நீங்க ராமாயணம், மகாபாரதம்ல்லாம் படிச்சிருக்கீங்கதானே?'

'ஆமா, அதுக்கென்ன?'

'ராமாயணத்துல சுக்ரீவன் என்ன செஞ்சான்? தன்னோட சொந்த அண்ணன் வாலியைக் கொலை செஞ்சுட்டு ராஜாவாகிட்டான். இல்லையா?'

'அதே ராமாயணத்துல ராவணன் என்ன செஞ்சான்? தன்னை எதிர்த்துப் பேசின ஒரே குத்தத்துக்காக, தன்னோட தம்பி

விபீஷணனை அடிச்சுத் துரத்திட்டான்.'

'அப்புறம் மஹாபாரதத்துல, அர்ஜுனன் என்ன செஞ்சான்? சூதாட்டத்துல தோத்தப்புறம், தன்னோட அண்ணன் யுதிர்ஷ்டனோட கையை எரிக்கச் சொல்லிப் பேசினான்.'

'இப்படி எந்தக் கதையை எடுத்துகிட்டாலும், அண்ணன், தம்பிங்க ஒத்துமையா வாழ்ந்ததா சரித்திரமே கிடையாது' என்று அவர்கள் ஜெகவீரராம பாண்டியனைத் தூண்டிவிட்டார்கள், 'நீங்களும் உங்க அண்ணனுக்கு எதிராக் கிளம்புங்க, அப்புறம் இந்த ராஜ்ஜியம் மொத்தமும் உங்களுக்குதான்!'

நண்பர்கள் பேசப்பேச, ஜெகவீரராம பாண்டியனின் கண்களில் புது வெளிச்சம், பதவி ஆசை, வாளை உருவிக்கொண்டு தன்னுடைய அண்ணனைக் கொல்லப் புறப்பட்டுவிட்டான்.

இந்த விஷயம் எப்படியோ அரசன் அதிவீரராம பாண்டியன் காதுகளை எட்டியது. அவன் பயந்து ஓடவில்லை. சிரித்தான். தம்பியைச் சமாளிக்கத் தயாரானான்.

மன்னனின் தனி அறை. ஜெகவீரராம பாண்டியன் ஆவேசமாக உள்ளே நுழைகிறான். அங்கே அதிவீரராம பாண்டியன் புன்னகையோடு நின்றிருந்தான். 'தம்பி, நீ எதுக்கு வந்திருக்கேன்னு எனக்குத் தெரியும்' என்றான்.

ஜெகவீரராம பாண்டியன் கொஞ்சம் தடுமாறினான். ஆனால் கையில் இருந்த வாளைக் கீழே போடவில்லை.

'தம்பி, உன் சிநேகிதர்கள் உன்கிட்டே சுக்ரீவனைப்பத்தியும் ராவணனைப்பத்தியும் அர்ஜுனனைப்பத்தியும் கதை பேசியிருப்பாங்க, அவங்களை உதாரணமா வெச்சு, நாம அண்ணன், தம்பி உறவையெல்லாம் மதிக்கக்கூடாதுன்னு சொல்லியிருப்பாங்க, எனக்குத் தெரியும்' என்றான் அதிவீரராம பாண்டியன், 'நான் உனக்கு வேற ஒரு உதாரணம் சொல்றேன், அதைக் கொஞ்சம் கேளு.'

அப்போது அதிவீரராம பாண்டியன் பாடிய வெண்பா:

செஞ்சுடரோன் மைந்தனையும், தென்னிலங்கை வேந்தனையும்
பஞ்சவரில் பார்த்தனையும் பாராதே, விஞ்சி
விரதமே பூண்டிருந்த மேதினியை ஆண்ட
பரதனையும் ராமனையும் பார்

செஞ்சுடரோன் மைந்தன், அதாவது சூரியன் மகன் சுக்ரீவன்

தென் இலங்கை வேந்தன், அதாவது ராவணன்

பஞ்சவர், அதாவது பாண்டவர்களில் பார்த்தன் என்கிற அர்ஜுனன்

இந்த மூவரும் தங்களுடைய சொந்த அண்ணன், தம்பியை மதிக்காமல் எதிர்த்தவர்கள், அவர்களை நீ பார்க்காதே. அதற்குப் பதிலாக, ராமனையும் பரதனையும் பார்!

ராமனை அரசனாகப் பட்டம் சூட்ட முன்வந்தான் தசரதன், ஆனால் அவனுடைய சித்தி கைகேயி அதை விரும்பவில்லை, தன் மகன் பரதன்தான் அரசனாக வேண்டும் என்று கேட்டாள்.

இதற்கு தசரதன் சம்மதித்தானோ, இல்லையோ, ராமன் உடனே சம்மதித்துவிட்டான், 'என் தம்பி அரசனானால் என்ன, நான் அரசனானால் என்ன?' ஆனால் பரதன் இதற்கு ஒப்புக்கொள்ளவில்லை, 'அண்ணன் இருக்கும்போது நான் அரசனாகமாட்டேன்' என்றான் அவன். ராமன் எவ்வளவுதான் வற்புறுத்தியபோதும், அவன் அரியணையில் அமரவில்லை.

இத்தனையையும் விளக்கிச் சொன்ன அதிவீரராம பாண்டியன் கேட்டான், 'நீயே சொல் தம்பி, சுக்ரீவன், ராவணன், அர்ஜுனனை உதாரணமாக எடுத்துக்கொண்டு என்னைக் கொல்லப்போகிறாயா, அல்லது, பகவான் ராமன், அவன் தம்பி பரதாழ்வான் ஆகியோரைப்போல நாம் நல்ல சகோதரர்களாக இருக்கப்போகிறோமா?'

ஜெகவீரராம பாண்டியன் கையில் இருந்த வாள், தானே கீழே விழுந்தது.

15

மதங்களிலே உயர்ந்த மதம் எந்த மதம்?

இந்தக் கேள்விக்கு ஒரே வார்த்தையில் பதிலைச் சொல்வது மிகவும் சிரமம். காரணம், எல்லாரும் தங்களுடைய மதம்தான் உயர்ந்தது என்று நினைக்கிறார்கள்.

அதோடு நிறுத்தினால்தான் பரவாயில்லையே, சிலர், தாங்கள் சார்ந்திருக்கிற மதத்தைத் தவிர, ஏனைய மதங்கள் அனைத்தும் தாழ்ந்தவை என்றும் உறுதியாக நம்புகிறார்கள்.

எல்லா மதங்களும் போதிப்பது, அன்பு என்கிற செய்தியைத்தான். அப்படி இருக்கும்போது, இது உசத்தி, அது மட்டம் என்று பிரித்துப் பேசுவது நியாயமே இல்லை. குறிப்பாக, இந்தியாபோல் பல்வேறு மதத்தினரும் ஒன்றாக வாழ்கிற ஒரு தேசத்தில், இதுபோன்ற நல்லிணக்க உணர்வு மிகவும் அவசியம்.

இலக்கியத்தில் இதற்கு ஒரு நல்ல உதாரணம் வேண்டுமென்றால், இளங்கோவடிகள் எழுதிய சிலப்பதிகாரம்!

'அடிகள்' என்பது சமணத் துறவிகளைக் குறிப்பிடும் ஒரு சொல். ஆகவே, இளங்கோவடிகள் சமண மதத்தைச் சார்ந்தவர்

என்று நம்பப்படுகிறது, சிலப்பதிகார நூலிலும் அதற்கான பல சாட்சியங்கள் உள்ளன.

இளங்கோவடிகள் நினைத்திருந்தால், சிலப்பதிகாரத்தின் கதாநாயகனாகிய கோவலன், கதாநாயகி கண்ணகி, கதையில் வருகிற மற்ற முக்கியப் பாத்திரங்கள் எல்லாவற்றையும் தன்னுடைய சமண மதம் சார்ந்தவர்களாகப் படைத்திருக்கலாம். மற்ற மதங்களை அவ்வப்போது கண்டபடி ஏசியிருக்கலாம். அப்படிச் செய்த புலவர்கள் பலர் உண்டு.

ஆனால், இளங்கோவடிகளின் மனம் அதை விரும்பவில்லை. சிலப்பதிகாரத்தில் அவர் அவ்வப்போது சமண மதம் சார்ந்த கருத்துகளைச் சொன்னாலும், வாசகர்கள்மீது அதனை வலுக்கட்டாயமாகத் திணிக்கவில்லை, மற்ற மதங்கள், கடவுளர்கள், மக்களின் நம்பிக்கைகளுக்கும் தன்னுடைய நூலில் போதுமான இடம் அளித்துக் கௌரவித்திருக்கிறார் அவர்.

உதாரணமாக, சிலப்பதிகாரத்தின் மிகச் சிறந்த பகுதிகளில் ஒன்று, ‘ஆய்ச்சியர் குரவை’. அதில் திருமாலைப் போற்றிப் பாடுகிற பல அருமையான தமிழ்ப் பாடல்கள் உள்ளன. இவற்றை வாசிக்கிற எவரும், ‘ஆழ்வார்கள் எழுதிய நாலாயிரம் திவ்யப் பிரபந்தத்தில் வருகிற பாடல்கள்தானே இவை?’ என்றுதான் கேட்பார்கள். அந்த அளவுக்கு வைணவ நெறியில் ஊறித் திளைத்த ஒருவரைப்போல் பக்தி ரசம் நிறைந்த அற்புதமான வரிகளை எழுதியுள்ளார் சமணரான இளங்கோவடிகள்.

‘ஆய்ச்சியர் குரவை’யின் இனிமைப் பாடல்களுடைய சுவைக்கு உதாரணமாக, ஒன்றுமட்டும் இங்கே:

பெரியவனை, மாயவனை, பேருலகம் எல்லாம்
விரி கமல உந்தி உடை விண்ணவனை, கண்ணும்
திரு அடியும் கையும் திருவாயும் செய்ய
கரியவனைக் காணாத கண் என்ன கண்ணே!
கண் இமைத்துக் காண்பார்தம் கண் என்ன கண்ணே!

‘கரிய நிறமுடைய திருமால், எல்லாத் தேவர்களையும்விடப்

பெரியவன், மாயங்களில் வல்லவன், பெரிய உலகங்கள் அனைத்தையும் விரித்துக் காண்பிக்கின்ற நாபிக் கமலத்தை உடையவன், விண்ணிலே சிறந்து விளங்குபவன்!' என்று தொடங்கும் ஆய்ச்சியர்கள் அவனுடைய தோற்றத்தைப் படிப்படியாக ரசித்து வர்ணிக்கிறார்கள், 'அவனுடைய கண்ணும், புனிதமான பாதங்களும், கையும், அழகிய வாயும் சிவந்து காணப்படுகின்றன, அந்த அழகை நாம் கண்டு ரசிக்கவேண்டாமா?' என்று நெகிழ்கிறார்கள்.

அடுத்து, இன்னொரு ஒரு படி மேலே சென்று, 'ஒருவேளை, அத்தகைய அழகு நிறைந்த இந்த இறைவனைத் தரிசிக்கும் பாக்கியம் வாய்க்காவிட்டால், இந்தக் கண்கள் இருந்து என்ன பயன்?' என்கிறார்கள் அந்த ஆய்ச்சியர்கள்.

சரி, எனக்கு இறைவன் தரிசனம் கிடைத்துவிட்டது, அவனுடைய அழகுத் தோற்றத்தை மனமாரப் பார்த்து ரசிக்கிறேன், நான் பாக்கியசாலிதானே?

ஆய்ச்சியர்கள் நம்மை உற்றுக் கவனித்துவிட்டு, 'ம்ஹூம், பிரயோஜனமில்லை' என்கிறார்கள்.

'ஏன் அப்படிச் சொல்கிறீர்கள்?'

'நீங்கள் அடிக்கடி கண் இமைக்கிறீர்களே!'

'அதனால் என்ன? அது எல்லாருக்கும் உள்ள மனித இயல்புதானே?'

'என்ன இயல்போ, எங்களுக்குத் தெரியாது, ஆனால், கண் இமைக்கும்போது அந்த நொடிப்பொழுது இறைவனின் அழகைத் தரிசிக்கமுடியாமல் போய்விடுகிறதே!' என்று ஆதங்கப்படுகிறார்கள் ஆய்ச்சியர்கள்.

ஆக, நொடிப்பொழுதும் கண்ணிமைக்காமல் நாள் முழுவதும் திருமாலின் அழகுத் தோற்றத்தை அனுபவித்துப் பருகிக்கொண்டே இருக்கவேண்டும் என்பதுதான்

ஆய்ச்சியர்களின் ஆசை. சமணரான இளங்கோவடிகள் அந்த இயல்பான நேசத்தையும் பக்தியையும் உணர்ந்து ரசித்திருக்கிறார், மத நல்லிணக்கத்தோடு சிலப்பதிகாரத்தில் பொருத்தமான இடத்தில் அதனை அழகுறப் பதிவுசெய்துள்ளார்.

★★★

ஆய்ச்சியர்கள் கண்ணிமைக்காமல் கடவுளைக் காண விரும்பினார்கள். ஆனால் சுந்தரமூர்த்தி நாயனாருக்கோ, இருக்கிற கண் பார்வையும் போய்விட்டது, இனி அவர் தன்னுடைய மனத்துக்கு இனிய சிவபெருமானை எப்படித் தரிசிப்பார்?

சுந்தரர்மீது இரக்கம் கொண்ட காமாட்சி அம்மை, அவரைக் காஞ்சிக்கு வரவழைத்தாள். அங்கே அவருக்குப் பார்வையைத் தந்து அருளினாள்.

விழிகளில் புது வெளிச்சம் பிறந்தவுடன், சுந்தரர் நெகிழ்ந்து தொழுதார். ஏகாம்பரநாதரையும் காமாட்சி அன்னையையும் வணங்கிப் பாடினார். 'காணக் கண் அடியேன் பெற்றவாறே' என்று நிறையும் அற்புதமான தேவாரப் பதிகங்கள் அப்போதுதான் பிறந்தன.

அந்தப் பாடல்களில் ஒன்று, சுந்தரமூர்த்தி நாயனாருக்கு அருள் செய்த அந்த அம்மை, அப்பனின் கதையையே விவரிக்கிறது. லேசாகக் குறும்பு கலந்த சுவையான பாடல் அது:

எள்கல் இன்றி இமையவர் கோனை,
ஈசனை வழிபாடு செய்வாள்போல்,
உள்ளத்து உள்கி உகந்துமை நங்கை,
வழிபடச் சென்று நின்றவா கண்டு,
வெள்ளம் காட்டி வெருட்டிட, வஞ்சி
வெருவி ஓடித் தழுவ, வெளிப்பட்ட
கள்ளக் கம்பனை, எங்கள் பிரானைக்
காணக் கண் அடியேன் பெற்றவாறே!

தேவர்களுக்கெல்லாம் தலைவர், எங்கள் சிவபெருமான்.

அந்தச் சிவனின் மனைவி என்ற முறையில், அவருக்கு இணையான பெருமையைக் கொண்டவள் இந்தத் தேவி. ஆனாலும், எல்லாரையும்போல் அவளும் சிவனை வணங்குகிறாள், முறைப்படி பூஜை செய்து வழிபடுகிறாள்.

உமையம்மை இறைவனை வழிபட்டது இதே காஞ்சிபுரத்தில்தான். இங்கிருந்த கம்பை நதிக்கரையில், மணலாலேயே சிவலிங்கத்தைச் செய்து வணங்கிவந்தாள் அவள்.

தேவியின் பக்தியைச் சோதிக்க எண்ணினார் சிவபெருமான். அதன்மூலம், அவளுடைய பெருமையை இந்த உலகிற்குப் புரியவைக்க நினைத்தார்.

திடீரென்று ஒருநாள், ஆற்றில் வெள்ளம் பெரிதாகப் பொங்கி வந்தது, நதிக்கரை மேலிருந்த உமையம்மையின் சிவலிங்கத்தைச் சுற்றி வளைத்துக்கொண்டது.

அவள் பதறிப்போனாள், 'மணலால் செய்த சிவலிங்கம் ஆயிற்றே, நீர் பட்டால் கரைந்துவிடுமோ? அப்படியே வெள்ளத்தில் அடித்துச் சென்றுவிடுமோ' என்றெல்லாம் தவித்தாள், துடித்தாள், செய்வதறியாது திகைத்தாள், ஓடிச்சென்று அந்தச் சிவலிங்கத்தைத் தழுவிக்கொண்டாள்.

மறுகணம், அங்கே ஏகாம்பரநாதர் ஒரு பவளக் கம்பத்தின் வடிவத்தில் வெளிப்பட்டார். தேவியைக் கரம் பிடித்தார். இன்றும் அதே திருக்கோலத்தில் அவர்கள் காஞ்சிபுரத்தில் எழுந்தருளியுள்ளார்கள்.

இந்தக் கதையைச் சொல்ல வந்த சுந்தரர், சிவனைக் 'கள்ளக் கம்பன்' என்கிறார், 'எங்கள் அம்மையைப் பயமுறுத்துவதற்காகவே பொய்யான வெள்ளத்தை ஏவியவனே, அட, திருட்டுப் பயலே' என்று உரிமையாக அவனைச் செல்லம் கொஞ்சுகிறார்.

அதற்காக? கடவுளைக் 'கள்ளக் கம்பன்' என்று சொல்லலாமா?

சுந்தரரும் இதையேதான் யோசித்திருக்கிறார்போல. இதே திருத்தலத்தில் பாடிய இன்னொரு தேவாரப் பாடலில், இதே இறைவனை 'நல்ல கம்பன்' என்று புகழ்ந்து பாடிச் சரி செய்துவிடுகிறார்:

வெல்லும் வெண் மழு ஒன்று உடையானை,
வேலை நஞ்சு உண்ட வித்தகன் தன்னை,
அல்லல் தீர்த்து அருள் செய்ய வல்லானை,
அருமறை அவை அங்கம் வல்லானை,
எல்லை இல் புகழாள், உமை நங்கை
என்றும் ஏத்தி வழிபடப் பெற்ற
நல்ல கம்பனை, எங்கள் பிரானைக்
காணக் கண் அடியேன் பெற்றவாறே!

எப்போதும் போரில் வெல்லுகின்ற வெள்ளி மழு ஏந்தியவனை, பாற்கடலில் பொங்கி வந்த விஷத்தை உண்ட வித்தகனை, நம் துயரங்களை நீக்கி அருள் செய்ய வல்லவனை, அரிய வேதங்களை உண்டாக்கக்கூடியவனை, எல்லை இல்லாத புகழுக்கு உரிய உமை எனும் நங்கையால் வழிபடப்படுகிற நல்ல கம்பனை, எங்கள் இறைவனைக் காண்பதற்காகப் பார்வை பெற்றேன், நான் செய்த புண்ணியம் என்னே!

இந்தக் காட்சியைக் கவி காளமேகமும்கூடப் பாடியிருக்கிறார். அவர் தேவியைப் போற்றும் அந்த வரி, 'காக்கைக்கு ஒரு கொக்கின் கீழே இருக்கும் கரும் குயிலே!'

என்னது? காக்கை, கொக்கு, குயில் என்று பறவைகளின் பெயர்களாக வருகிறதே, இது பக்திப் பாடல்தானா?

அதுதான் காளமேகத்தின் சாமர்த்தியம். மேலோட்டமாகப் பார்த்தால் கொக்குக்குக் கீழே காக்கையும் குயிலும் உட்கார்ந்திருப்பது போன்ற ஓர் எளிய காட்சியை அமைத்துவிட்டு, அதற்குள் வேறு ஓர் அர்த்தத்தை ஒளித்து வைத்திருக்கிறார் அவர்.

காக்கைக்கு என்றால், இங்கே 'காத்தலுக்கு', அதாவது,

‘காப்பாற்றுவதற்கு’ என்று அர்த்தம்.

கொக்கு என்றால், தமிழில் மாமரம் என்றும் ஒரு பொருள் உண்டு. காஞ்சிபுரத்தில் கம்பை ஆற்றங்கரையில் அந்த மரத்தின் கீழ்தான் உமையம்மை தவம் புரிந்தாள்.

ஆக, ‘காக்கைக்குக் கொக்கின்கீழ் குயில்’ என்றால், நம்மைக் காப்பாற்றி அருள்வதற்காக மாமரத்தின் அடியில் தவம் செய்தவள், குயில் போன்ற தேவி!

அம்ன்றைக்கு உமையம்மையின் தவத்தை மெச்சி அவளுக்குக் காட்சி கொடுத்தார் சிவபெருமான், கூடவே இரண்டு நாழி நெல்லையும் கொடுத்தார் என்கிறது தலபுராணம்.

‘நாழி’ என்பது பழந்தமிழர்களின் அளவுமுறைகளில் ஒன்று. ஆழாக்கு, உழக்கு, உரி, படி, குறுணி, கலம், மரக்கால் என்று இன்னும் ஏராளமான அளவுகளை அவர்கள் பயன்படுத்திவந்தார்கள்.

ஒரு நாழி நெல் என்பது, இன்றைய கணக்கில் சுமார் ஒன்றே கால் லிட்டர். ஆக, சிவபெருமான் உமையம்மைக்குக் கொடுத்தது, இரண்டரை லிட்டர் நெல்.

அன்னைக்கு எதற்கு இந்த நெல்?

‘இதைக் கொண்டு நீ நல்ல செயல்களைப் புரிவாய்’ என்று அருளினார் சிவபெருமான். தேவியும் அதன்படி முப்பத்திரண்டு விதமான நல்ல அறங்களைச் செய்தாள்.

காஞ்சியில் தேவி புரிந்த அந்த அறச் செயல்களில் சில: யாகம் வளர்த்தல், துறவிகளுக்கு மடங்கள் அமைத்துத் தருதல், இல்லறத்தில் உள்ளோருக்கு வீடுகள் கட்டித் தருதல், தண்ணீர்ப் பந்தல்கள், பூஞ்சோலைகள் அமைத்தல், உடல் ஊனமுற்றோருக்கு உதவுதல், நோயுற்றோருக்கு மருந்துகளை வழங்கி ஆதரித்தல், புனித நூல்களை ஓதச் செய்தல், நிலத்தைத் தானமாக வழங்குதல், பசுவைத் தானமாக வழங்குதல்!

இப்படி எல்லாருக்கும் நலன்களை அருளிய அந்தத் தேவியை, அபிராமி பட்டர் வணங்கிப் போற்றுகிறார், 'நீ செய்தவை வெறும் 32 அறங்கள் அல்ல, 33 அறங்கள்' என்கிறார், தன்னுடைய 'அபிராமி அந்தாதி'யில்:

ஐயன் அளந்தபடி இரு நாழி கொண்டு, அண்டம் எல்லாம்
உய்ய அறம் செயும் உன்னையும் போற்றி, ஒருவர் தம்பால்
செய்ய பசுந்தமிழ்ப் பாமாலையும் கொண்டு சென்று, பொய்யும்
மெய்யும் இயம்பவைத்தாய், இதுவோ உந்தன் மெய்யருள்?

அபிராமி அன்னையே,

உனக்கு என் ஐயன் சிவபெருமான் இரண்டு நாழி நெல்லை அளந்து கொடுத்தான். அதைக் கொண்டு இந்த உலகம் முழுவதும் சிறக்கும்படி அறங்களைச் செய்தாய் நீ!

அதுமட்டுமா? செந்தமிழ் என்கிற மிகப் பெரிய வரத்தை எனக்கு அருளினாய். அதைக் கொண்டு நான் உன்னைப் புகழ்ந்து பாடுகிறேன், உனக்குப் பாமாலை சூட்டி மகிழ்கிறேன். இது ஒன்றுதான் எனக்கு மிகப் பெரிய சந்தோஷம்!

ஆனால், இங்கே உள்ளவர்கள் எல்லாருக்கும் உன் பெருமை புரிவதில்லை, நான் உன்மீது வைத்திருக்கும் பக்தியும் புரிவதில்லை, நான் ஒரு புலவன் என்பதால், கண்டவர்களையும் புகழ்ந்து பாடச் சொல்கிறார்கள்.

இப்படி யார் யாரைப்பற்றியோ உண்மையையும் பொய்யையும் கலந்து பாடுவது எனக்குப் பிடிக்கவில்லை, மீண்டும் மீண்டும் உன் பாதங்களில்தான் பணிகிறேன், நீ புரியும் மெய்யருளுக்காக வேண்டி நிற்கிறேன்!

16

ஊர் சிதம்பரம், மாதம் மார்கழி, திருவாதிரைத் திருவிழா, நடராஜரின் தேர் வலம்.

இறைவனின் திருக்கோலத்தைப் பார்ப்பதற்காக ஊரே திரண்டிருந்தபோது, ஒரு பிரச்னை, நடராஜர் எழுந்தருளியிருந்த தேர் நகர மறுத்தது.

பக்தர்கள் பதறிப்போனார்கள், ஏதேனும் தெய்வ குற்றமாகிவிட்டதா? பூஜையில் தவறா? தேரை இழுத்தவர்கள் சரியில்லையா? இப்போது என்ன செய்வது?

யார் யாரோ இழுத்துப் பார்த்தும், அந்தத் தேர் அரை அடிகூட நகரவில்லை. மக்கள் ஒருவர் முகத்தை ஒருவர் பார்த்தபடி திகைத்து நின்றார்கள்.

அப்போது, வானிலிருந்து ஓர் அசரீரி கேட்டது, ‘சேந்தா, தேர் நடக்கப் பல்லாண்டு பாடுக!’

‘சேந்தா’ என்று இறைவனால் உரிமையோடு அழைக்கப்பட்டவருடைய முழுப் பெயர், சேந்தனார். பெரும் பக்தர், அருமையான புலவரும்கூட.

நடராஜரே கேட்டபிறகு மறுக்கமுடியுமா? 'மன்னுக தில்லை, வளர்க நம் பக்தர்கள்' என்று தொடங்கி, அற்புதத் தமிழில் 'திருப் பல்லாண்டு' பாடினார் சேந்தனார்.

மறுகணம், அந்தத் தேர் நகரத் தொடங்கியது. யாரும் வடம் பிடித்து இழுக்காமலே ஊரை வலம் வந்து தன்னுடைய இருப்பிடம் சேர்ந்தது.

சேந்தனார் பாடிய 'திருப் பல்லாண்டு' இன்றைக்கும் சைவத் திருமுறைகளில் ஒன்றாக வைத்துப் போற்றப்படுகிறது, அற்புதமான பாடல்களைக் கொண்ட இந்தச் சிறு நூலின் முதல் பாடல், நகராத தேரை நகர்த்துவதற்காக ஆண்டவனே கேட்டுப் பெற்றது:

மன்னுக தில்லை, வளர்க நம் பக்தர்கள்,
வஞ்சகர் போய் அகல,
பொன்னின் செய் மண்டபத்துள்ளே புகுந்து,
புவனி எல்லாம் விளங்க,
அன்ன நடை மடவாள் உமை கோன்,
அடியோமுக்கு அருள் புரிந்து,
பின்னைப் பிறவி அறுக்க நெறி தந்த பித்தர்க்குப்
பல்லாண்டு கூறுதுமே!

'பல்லாண்டு' என்றால், ஒருவரைப் 'பல ஆண்டுகள் நிறைவாகவும் ஆரோக்கியமாகவும் வாழ்க' என்று வாழ்த்துவதைக் குறிப்பிடும் சொல். வைணவத்தில் இது மிகவும் பிரபலமான ஒரு பாடல் முறை. உதாரணமாக, பெரியாழ்வார் அருளிச் செய்த இந்த வரிகள்:

பல்லாண்டு, பல்லாண்டு, பல்லாயிரத்தாண்டு,
பல கோடி நூறாயிரம்,
மல்லாண்ட திண் தோள் மணிவண்ணா, உன்
சேவடிச் செவ்வித் திருக்காப்பு.

இறைவா,

நீ பல்லாண்டு பல்லாண்டு வாழ்க! பல ஆயிரம் ஆண்டுகள் வாழ்க! பல கோடி நூறாயிரம் ஆண்டுகள் வாழ்க!

மல்லர்களை அடக்கிய பலமான தோள்களை உடைய மணிவண்ணா, உன் சிவந்த திருவடியின் அழகு என்றைக்கும் குறைவில்லாதபடி காப்பாற்றப்படட்டும்!

கொஞ்சம் பொறுங்கள், எங்கேயோ இடிக்கிறது!

வழக்கமாக எல்லாரும் இறைவன் முன்னால் வணங்கி நின்று நீண்ட வாழ்வுக்காக வேண்டுவார்கள். ஆனால் இங்கே பெரியாழ்வாரும் சேந்தனாரும் இறைவனையே 'பல ஆண்டுகள் வாழ்க' என்று வாழ்த்துகிறார்களே. இது சரியா?

இறைவனுடைய பிள்ளைகளாகிய நாம், அவனை வாழ்த்தலாமா? தப்பில்லையோ?

பக்தியின் முதிர்ச்சி நிலைகளில் ஒன்றுதான் இது. கடவுள்மேல் அளவற்ற பாசம் ஏற்பட்டுவிட்டால், இந்த உலகத்தில் அவருக்கு ஏதேனும் தீங்கு நேர்ந்துவிடுமோ என்கிற அச்சம் (அர்த்தமற்றதாக இருப்பினும்) ஏற்படுகிறது, அப்படி எதுவும் நடக்காமல் அவர் பல்லாண்டு வாழட்டும் என்று உருகிப் பாடத் தோன்றுகிறது!

சேந்தனார் பாடிய திருப் பல்லாண்டில், இறைவனை மட்டுமல்ல, அவன் எழுந்தருளியிருக்கும் சிதம்பரம், அங்குள்ள பக்தர்களையெல்லாம்கூட வாழ்த்துகிறார். 'நமக்கு எதிராக வஞ்சகம் செய்கிறவர்கள் இங்கிருந்து நீங்கட்டும்' என்கிறார்.

சிதம்பரம் கோயிலுக்குத் தங்கத்தால் செய்த கூரை உண்டு, அதைக் குறிப்பிடும் வகையில், 'பொன்னால் செய்த மண்டபத்தில் புகுந்து, எல்லா உலகங்களும் விளங்க அருள் புரிபவன்' என்று சிவபெருமானைப் போற்றுகிறார் சேந்தனார். 'அன்னம்போல் நடக்கும் உமையம்மையின் தலைவன், 'பித்தன்' என்று போற்றப்படும் அந்த இறைவன், எம்மைப்போன்ற அடியார்களுக்கு அருள் புரியவேண்டும், எங்களுடைய பிறவிப் பிணியை அகற்றவேண்டும்.'

இதெல்லாம் இன்றைக்கு, நாளைக்கு அல்ல, என்றென்றும் தொடர்ந்து நடக்கவேண்டும், அதற்காக, நாம் அந்த இறைவனை வாழ்த்திப் பல்லாண்டு பாடுவோம்!

அவன் வாழ்ந்தால், உண்மையில் வாழப்போவது நாம்தானே?

★★★

தமிழில் பல அருமையான சிற்றிலக்கிய வகைகள் உண்டு. அவற்றுள் ஒன்று, குறம்.

ஒருவருடைய கையையோ, உடலையோ, முகத்தையோ பார்த்து, அவர்களுடைய எதிர்காலத்தில் என்ன நடக்கும் என்று கணித்துச் சொல்லுவது, அதாவது குறி சொல்லுவதுதான் 'குறம்' என்று அழைக்கப்படுகிறது.

குறிப்பாக, இறைவனை மணக்கவிருக்கும் ஒரு பெண், அவளைச் சந்திக்கும் குறத்தி அந்த இறைவனின் பெருமைகளைப் பாடி, 'இப்படிப்பட்ட கணவன் உனக்கு வருவான்' என்று சொல்லி அவளை மகிழச் செய்வாள், இந்தவகையில் அமைந்த சுவாரஸ்யமான கதைப் பாடல் இலக்கியங்கள் ஏராளம்.

இதற்குச் சிறந்த உதாரணம், குமர குருபரர் எழுதிய 'மீனாட்சியம்மை குறம்'.

மதுரை மீனாட்சிக்கு மாப்பிள்ளையாக, சுந்தரேஸ்வரர் வரவிருக்கிறார். அதைப்பற்றி மீனாட்சியம்மைக்கு எடுத்துச் சொல்கிறாள் ஒரு குறத்தி.

இந்தக் குறத்தி பிறந்து வளர்ந்ததெல்லாம் பொதிகை மலையில். ஊர்ப் பெருமை எல்லாருக்கும் இருக்கும்தானே? குறி சொல்வதற்கு முன்னால், அவள் தங்களுடைய மலையின் பெருமையை விவரிப்பதாகக் குமர குருபரர் எழுதியிருக்கும் ஓர் அருமையான பாடல்:

சிங்கமும் வெம் களிறும் உடன் விளையாடும் ஒருபால்,
சினப் புலியும் மடப் பிணையும் திளைத்திடும் அங்கு ஒருபால்,

வெம் கரடி மரயினொடும் விளையாடும் ஒருபால்,
விட அரவும் மட மயிலும் விருந்து அயரும் ஒருபால்,
அங்கண் அமர் நிலம் கவிக்கும் வெண் கவிகை நிழல்கீழ்
அம் பொன் முடி சூடும் எங்கள் அபிடேகவல்லி
செம் கமலப் பாதம் பரவும் கும்ப முனி பயிலும்
தென் பொதிய மலை காண் மற்று எங்கள் மலை அம்மே!'

அம்மையே,

பொதுவாக, சிங்கமும் யானையும் ஒன்றுக்கொன்று விரோதிகள், புலியைப் பார்த்தால் மான் பயந்து ஓடும், கரடியைப் பார்த்தால் மறை என்கிற ஒரு வகை மான் நடுங்கும், பாம்பும் மயிலும் எப்போதும் சண்டையிடுகிறவை.

ஆனால், எங்களுடைய பொதிகை மலையில் மட்டும் இந்த 'விரோத'ங்களுக்கு இடமே இல்லை!

அங்கே ஒருபக்கம் சிங்கமும் யானையும் ஒன்றாகச் சேர்ந்து விளையாடும், இன்னொரு பக்கம் புலியும் மானும் ஆனந்தமாகத் திளைத்து ஆடும், வேறொரு பக்கம் கரடியும் மரையும் ஒன்றாக ஆட்டம் போடும், விஷப் பாம்பும் மயிலும் ஒன்றாக விருந்து சாப்பிட்டுவிட்டுக் களைத்து அமர்ந்திருக்கும்!

இப்படி மிகத் தீவிரமான எதிரிகளைக்கூட, நண்பர்களாக மாற்றிவிடுகிற சிறப்பைக் கொண்டது எங்களுடைய பொதிகை மலை. ஏன் தெரியுமா?

உலகையெல்லாம் காக்கும் வெண்கொற்றக் குடையின்கீழ், அழகிய தங்கக் கிரீடத்தைச் சூடிய அபிஷேகவல்லி இங்கே எழுந்தருளியிருக்கிறாள், சிவந்த தாமரை மலர்களைப்போன்ற அவளுடைய பாதம் பட்ட இந்த மலையில், அன்பைத்தவிர வேறெதற்கும் இடம் இல்லை, எல்லாரும் எல்லாருக்கும் நண்பர்கள்தான், எல்லாரும் உறவினர்கள்தான்!

அதுமட்டுமில்லை, கும்பத்திலிருந்து பிறந்தவர், 'கும்ப முனி' என்று அழைக்கப்படுகிற அகத்திய முனிவரும் இந்தப்

பொதிகை மலையில்தான் வாழ்ந்தார். தமிழ் வளர்த்த அந்தப் பெருமானின் ஆசிகளும், எங்களை என்றைக்கும் மகிழ்ச்சியாகவே வாழவைக்கின்றன!

இப்படிப்பட்ட சிறப்பைக் கொண்ட தென்பொதிகை மலையிலிருந்து வந்திருக்கும் நான், உன்னுடைய எதிர்காலத்தைப்பற்றிச் சொல்கிறேன், கேட்பாயாக!

★★★

எல்லா மதங்களும், எல்லாக் கடவுளர்களும் அன்பைத்தான் போதிக்கிறார்கள். ஆனால், பக்தர்களுக்கிடையே கருத்து வேறுபாடு எப்போதும் உண்டு.

இதற்குச் சிறந்த உதாரணம், சைவம், வைணவம் ஆகியவற்றை இருவேறுபட்ட அம்சங்களாக எடுத்துக்கொண்டு பிடிவாதமாகச் சண்டை போடுகிறவர்கள்தான்.

நமக்குத் தெரிந்து 'சிவனை வணங்கமாட்டேன்' என்று சொல்லும் வைணவர்கள் பலர் உண்டு, திருமால் ஆலயங்களைப் புறக்கணிக்கும் சிவ பக்தர்களும் உண்டு.

இந்தப் பாகுபாட்டைக் கேலி செய்யும்விதமாக, 'அரியும் சிவனும் ஒண்ணு, அறியாதவர் வாயிலே மண்ணு' என்று ஒரு சொலவடைகூட இருக்கிறது. சிவனும் திருமாலும் சேர்ந்து தோன்றும் பல கதைகள் உள்ளன, கடவுள் தன்னுடைய பக்தர்களில் பேதம் பார்ப்பதில்லை என்று பல பெரியவர்கள் எடுத்துச் சொல்லியிருக்கிறார்கள், சைவக் கோயில்கள் பலவற்றில் பெருமாளும், வைணவக் கோயில்களில் சிவனும் எழுந்தருளியிருக்கிறார்கள், ஆனால், எத்தனை பேர் இதை மனத்தளவில் ஏற்றுக்கொள்கிறார்கள்?

இதுகுறித்து, கவிஞர் வாலி தன்னுடைய சமீபத்திய நூல் ஒன்றில் இப்படி எழுதுகிறார்:

"'ஆனை துரத்தினும் ஆனைக்கா புகேன்' என்று சொல்லும்

வைணவர்கள் வழி வந்த நான் சின்ன வயதில் இருந்தே சைவர் வழிபடும் அம்பிகையிடமும் ஆறுமுகனிடமும் அடைக்கலமானேன். அசல் அய்யங்கார் குடும்பத்தில் பிறந்த நான், முருகன் விபூதியையும் அம்மன் குங்குமத்தையும்தான் இன்றும் நெற்றியில் இட்டுக்கொள்கிறேன்.

திருமண்ணும் திருச் சாம்பலும் ஒரே தத்துவத்தைதான் சொல்கின்றன!"

சொலவடைத் தமிழில் பாமரர்களும், உரைநடைத் தமிழில் வாலியும் எழுதிய இதே விஷயத்தை, அன்றைக்குக் கவிதைத் தமிழில் ஓர் ஆழ்வாரும் சொல்லியிருக்கிறார், தெரியுமா?

சில புத்தகங்களை 'டூ இன் ஒன்' வடிவத்தில் வெளியிடுவார்கள், முதல் பக்கத்திலிருந்து படித்தால் ஒரு கதை, அப்படியே திருப்பிக் கடைசிப் பக்கத்திலிர்ந்து படித்தால் இன்னொரு கதை. வாசகருக்கு ஒரே புத்தகத்தில் இரண்டு புத்தகங்களைப் படித்த திருப்தி கிடைக்கும்.

அந்தவிதத்தில், பொய்கையாழ்வார் அருளிச்செய்த இந்தப் பாடலும் 'டூ இன் ஒன்'தான். ஒரே பாடலில் சிவன், திருமால் என இரண்டு கடவுள்களின் புகழ் பாடப்படுகிறது, அதோடு 'த்ரீ இன் ஒன்'னாக, அவர்கள் இருவரும் ஒன்றே எனும் தத்துவமும் விளக்கப்படுகிறது.

> 'அரன், நாரணன் நாமம்; ஆன்விடை, புள் ஊர்தி;
> உரை நூல், மறை; உறையும் கோயில் வரை,நீர்;
> கருமம் அழிப்பு, அளிப்பு; கையது வேல், நேமி;
> உருவம் எரி, கார்; மேனி ஒன்று.'

முதலில், இரு கடவுள்களின் பெயர்கள்: சிவனுக்கு அரன், திருமாலுக்கு நாரணன்.

அடுத்து, அவர்களுடைய வாகனங்கள், சிவனுக்கு எருது, திருமாலுக்குப் புள் / பறவை, அதாவது கருடன்.

அவர்கள் இருவரும் நமக்காக உரைத்தவை, சிவன் தந்தது ஆகம நூல், திருமால் அருளியது மறை நூல்.

அவர்கள் இருவரும் வாழுகின்ற இடங்கள், சிவன் வாழ்வது வரை / மலை, அதாவது, கயிலாயம். திருமால் வாழ்வது நீர், அதாவது பாற்கடல்.

அவர்கள் இருவருடைய வேலை? சிவனுடைய வேலை அழிப்பது, திருமாலுடைய வேலை காப்பது.

அவர்கள் கையில் என்ன இருக்கும்? சிவன் கையில் வேல் இருக்கும், திருமால் கையில் சக்கரம் இருக்கும்.

அவர்களுடைய உருவம் எப்படிப்பட்டது? சிவனுடைய உருவம் எரி, அதாவது நெருப்பு வடிவானது, திருமாலின் உருவம் கார், அதாவது மேகத்தைப்போன்றது.

இப்படிப் பெயர், வாகனம், உரை, வாழும் இடம், வேலை, ஆயுதம், உருவம் என்று பல விதங்களில் இவர்கள் வேறுபட்டாலும், அவர்களுடைய மேனி ஒன்றுதான். அவர்களை இருவேறாகப் பேதம் பார்க்காதீர்கள், ஒருவரைப் புறக்கணித்து இன்னொருவரை வணங்குவதுதான் உயர்வு என்று நினைக்காதீர்கள்!

17

சேக்கிழார் பெருமானின் இயற்பெயர், அருண்மொழித் தேவர்.

அநபாய சோழன் என்ற மன்னனின் சபையில் அருண்மொழித் தேவர் முதலமைச்சராகப் பணியாற்றினார். அந்த மன்னன் கேட்டுக்கொண்டதன்பேரில், சிவபெருமானின் பக்தர்களாகிய அறுபத்து மூன்று நாயன்மார்களின் வரலாற்றைப் பாடல் வடிவில் எழுதினார். 'திருத்தொண்டர் புராணம்' என்ற அந்த நூலின் சிறப்பைக் கருதி, நாம் அதைப் 'பெரிய புராணம்' என்று போற்றுகிறோம்.

பெரிய புராணத்தில் சேக்கிழார் விவரித்த நாயன்மார் வரலாறுகளைப் பல்வேறு நூல்களும் ஆங்காங்கே குறிப்பிடுகின்றன. அவற்றில் ஒரு சிறப்பான உதாரணத்தைதான் நாம் இப்போது பார்க்கவிருக்கிறோம்.

வெண்பா வடிவத்தில் அமைந்த இந்த நூலின் பெயர் திருக்களிற்றுப்பாடியார். இதனை எழுதியவர், திருக்கடவூர் உய்யவந்ததேவ நாயனார். அற்புதமான பல பாக்களைக் கொண்ட இந்நூலிலிருந்து ஒரு பாடலை மட்டும் நாம் உதாரணமாக எடுத்துக்கொள்வோம்:

கல்லில், கமரில், கதிர் வாளில், சாணையினில்,
வல்லுப் பலகையினில் வாதனையைச் சொல்லும்
அகமார்க்கத்தால் அவர்கள் மாற்றினர் காண், ஐயா
சகமார்க்கத்தால் அன்றே தான்!

இந்தப் பாடலுக்கு நேரடிப் பொருள் என்று பார்த்தால், கல், கமர் எனப்படும் நிலம், கதிர்களை அறுக்கும் வாள், சாணைக் கல், வல்லுப் பலகை போன்றவற்றினால் தங்களது உடலை வருத்திக்கொண்டு பல பக்தர்கள் முக்தி அடைந்தார்கள், யோக வழியினால் மட்டுமல்ல.

ஆக, ஒருவருக்கு யோக நிலை கிடைத்தாலும் சரி, கிடைக்கா விட்டாலும் சரி, இறைவனுக்கு உடலாலும் தொண்டு செய்யவேண்டும். அதுவும் உயர்வுக்குரிய ஒரு நல்ல பாதைதான்.

அது சரி, இந்தப் பாடலில், கல், கமர், கதிர் வாள், சாணை, வல்லுப் பலகை என்று ஐந்து சொற்கள் வருகின்றனவே. இவற்றுக்கு என்ன அர்த்தம்?

இந்த ஐந்து சொற்களும், ஐந்து வெவ்வேறு நாயன்மார்களின் வாழ்க்கையைக் குறிப்பிடுகின்றன. வெறும் ஒன்றரை வரிகளுக்குள் பெரிய புராணத்தின் ஐந்து அத்தியாயங்களையே அடுக்கிவிட்டார் திருக்கடவூர் உய்யவந்ததேவ நாயனார்!

முதலில், கல். இது திருக்குறிப்புத் தொண்டரின் வாழ்க்கையைக் குறிப்பிடுகிறது.

கச்சியம்பதியில் வாழ்ந்தவர் திருக்குறிப்புத் தொண்டர். அங்கே வரும் சிவனடியார்களின் ஆடைகளைச் சலவை செய்து தரும் திருப்பணியை மேற்கொண்டிருந்தார்.

ஒருநாள், எதேச்சையாக மழை பெய்த காரணத்தால், வயது முதிர்ந்த ஒரு சிவனடியாரின் ஆடை காயவில்லை, சரியான நேரத்தில் அவருடைய ஆடையைத் திருப்பித்தர இயலவில்லை.

‘கடமை தவறிவிட்டேனே’ என்று மனம் வருந்திய திருக்குறிப்புத் தொண்டர், தனக்குத் தானே தண்டனை விதித்துக்கொண்டார்,

துணி துவைக்கும் கல்லில் தன் தலையைப் பலமாக மோதிகொண்டார். இறைவன் அதைத் தடுத்து, அவரைத் தன்னோடு இணைத்துக்கொண்டான்.

அடுத்து, கமர், இது அரிவட்டாய நாயனாரின் வாழ்க்கையைக் குறிப்பிடுகிறது.

இவர் விவசாய மரபில் தோன்றியவர். தினமும் இறைவனுக்கு அரிசிச் சோறு, கீரை, மாவடு ஆகியவற்றைப் படைத்து வழிபடும் வழக்கத்தைக் கொண்டவர்.

ஒருநாள், அவர் இந்தப் படையல் பொருள்களைக் கொண்டுசெல்லும்போது கால் தடுமாறி விழுந்துவிட்டார், எல்லாம் கமர் நிலத்தில் சிதறி வீணாகின.

அரிவட்டாயருக்கு மனம் தாங்கவில்லை, ‘சிவனுக்குப் படைக்கவேண்டியவற்றை இப்படிக் கீழே போட்டு வீணாக்கிவிட்டேனே’ என்று பதறினார், இதற்குத் தண்டனையாக, தன்னைத் தானே அறுத்துக்கொள்ள முயன்றார்.

உடனடியாக, சிவன் அங்கே தோன்றினான், ‘கோயிலில் மட்டுமல்ல, இந்த நிலத்திலும் நீ எனக்கு உணவு படைக்கலாம், நான் அதை மகிழ்ச்சியோடு உண்பேன்’ என்று சொல்லி அவரைத் தடுத்தாட்கொண்டான்.

மூன்றாவது, கதிர் வாள், இது கோட்புலி நாயனாரின் வாழ்க்கையைக் குறிப்பிடுகிறது.

ஒவ்வோர் ஆண்டும் சிவன் ஆலயங்களுக்குத் தேவையான நெல்லை வாங்கி அளிப்பது இவருடைய பழக்கம். அந்த நெல்மீது யார் கை பட்டாலும் இவர் பொறுத்துக்கொள்ளமாட்டார்.

ஒருமுறை, ஊரில் பெரும் பஞ்சம் வந்தது. அதனால், கோட்புலியாரின் உறவினர்கள் சிலர், சிவன் கோயிலுக்கென்று வைத்திருந்த நெல்லைத் தாங்களே எடுத்துச் சாப்பிட்டுவிட்டார்கள்.

கோட்புலியாருக்கு வந்ததே கோபம். உறவினர்கள் என்றும் பார்க்காமல் அனைவரையும் கதிர் வாளினால் வெட்டித் தள்ளிவிட்டார். 'சிவன் சொத்தைத் திருடினால் இதுதான் கதி!'

அப்போது, சிவபெருமான் அங்கே தோன்றினார், இறந்தவர்கள் அனைவருக்கும் மோட்சம் அளித்து, கோட்புலியாரையும் தன்னருகே சேர்த்துக்கொண்டார்.

நான்காவது, சாணை, அதாவது சாணை பிடிக்கும் கல், இது மூர்த்தி நாயனாரின் வாழ்க்கையைக் குறிப்பிடுகிறது.

வணிகர் குலத்தைச் சேர்ந்த இவர், தினமும் சிவனுக்கு சந்தனம் அரைத்துக் கொடுத்தார். அதனை இறைவனின் திருமேனியில் சாற்றி மகிழ்ந்தார்.

அப்போது மதுரையை ஆட்சி செய்த அரசன் வேறொரு மதத்தைச் சார்ந்தவன், சிவனடியார்களைத் துன்புறுத்திச் சந்தோஷப்படுகிற சின்ன புத்திக்காரன்.

மூர்த்தியாரைப்பற்றிக் கேள்விப்பட்ட அந்த அரசன், அவரை வம்புக்கு இழுப்பதற்காகவே, ஊரில் இருக்கும் எல்லாச் சந்தனக்கட்டைகளையும் தானே வாங்கிக் குவித்துவிட்டான். 'இப்போது சிவனுக்கு எதை அரைத்துத் தருவீர்கள்?' என்று கேலியாகக் கேட்டான்.

மனம் வருந்திய மூர்த்தியார், சந்தனம் தேய்க்கிற சாணைக் கல்லில் தன்னுடைய கைகளை வைத்துத் தேய்த்தார், எங்கும் ரத்த வெள்ளம்!

பக்தர்கள் உடலோ உள்ளமோ வருந்தினால், பரமன் பொறுப்பானா? மூர்த்தியாருக்குக் காட்சி தந்து, அவரது கைகளைக் காயம் போக்கிக் காத்தான், அவரை மதுரைக்கே அரசனாக்கினான்.

நிறைவாக, வல்லுப் பலகை, அதாவது சூதாட்டப் பலகை. இது மூர்க்க நாயனாரின் வாழ்க்கையைக் குறிப்பிடுகிறது.

பெயரைக் கேட்டவுடன் புரிந்திருக்கும், இவர் கோபக்காரர், மற்றவர்களிடம் சூதாடும் பழக்கம் கொண்டவர். ஆனால், அதை வைத்து அவர் சொந்த லாபம் அடையவில்லை, சூதாட்டத்தின்மூலம் கிடைக்கும் வருமானத்தைக்கொண்டு சிவனடியார்களுக்கு நல்ல பணிகளைச் செய்துவந்தார்.

வழி தவறாக இருந்தாலும், அவரது சேவை பெரிது, அதனால்தான் பெருமைக்குரிய நாயன்மார்களுள் ஒருவராக வைத்துப் போற்றப்படுகிறார் அவர்.

இப்போது, திருக்களிற்றுப்பாடியார் பாடலை இன்னொருமுறை வாசித்துப்பாருங்கள், ஐந்தே சொற்களில் ஐந்து வாழ்க்கைகளைச் சுருங்கச் சொல்லிவிட்ட புலவரின் சாமர்த்தியமும் புரியும், இறைவன்மீது அந்த ஐவர் வைத்திருந்த பக்தியின் நுட்பமும் விளங்கும்!

★★★

திருக்களிற்றுப்பாடியாரைப் பார்த்துவிட்டோம், அடுத்து, ஒரு திருக் களிறைப்பற்றிப் பேசுவோம்.

வேறு யார்? யானை முகக் கணபதிதான்.

விநாயகரைப்பற்றிச் சொல்லும்போது 'ஐந்து கரத்தன்' என்று பாடுவார்கள். நான்கு கைகள், ப்ளஸ் ஒரு தும்பிக்கை என ஐந்து கைகளைக் கொண்டவர், அந்தக் கைகள் ஒவ்வொன்றிலும் அவர் வெவ்வேறு பொருள்களை, வெவ்வேறு நோக்கத்துக்காக ஏந்தியிருக்கிறார் என்று சொல்வார்கள்.

இதை எளிதில் ஞாபகம் வைத்துக்கொள்வதற்கு ஒரு நல்ல பாட்டு இருக்கிறது. நம்பியாண்டார் நம்பிகள் எழுதிய 'திருநாரையூர் விநாயகர் இரட்டை மணிமாலை'யில்.

> வையகத்தோர் ஏத்த, மதில் நாரையூர் மகிழ்ந்து
> பொய் அகத்தார் உள்ளம் புகல் ஒழிந்து, கை அகத்து ஓர்
> மாங்கனி, தன் கொம்பு, அண்டம், பாசம், மழு மல்குவித்தான்
> ஆம் கனி நம் சிந்தை அமர்வான்

இந்த உலகத்தில் உள்ள எல்லோரும் போற்றிப் புகழ்கிற விநாயகன், மதில்களால் சூழப்பட்ட திருநாரையூரில் எழுந்தருளியிருக்கிறான். பொய்யான சிந்தனைகளை வைத்திருக்கிறவர்கள் உள்ளத்தில் அவன் புகமாட்டான்.

அப்படியானால், வேறு எங்கே புகுவான்?

நம்மைப்போன்ற உண்மையான பக்தர்களின் மனம்தான் அவனுக்குப் பிடித்த இருப்பிடம். அங்கே புகுந்து ஜம்மென்று நாற்காலி போட்டு அமர்ந்துகொள்வான். அப்போது அவனுடைய திருக்கோலம் எப்படி இருக்கும் தெரியுமா?

★ இடதுபுறம் கீழாக இருக்கும் கையில் ஒரு மாங்கனி வைத்திருப்பான்

★ வலதுபுறம் கீழாக உள்ள கையில் அவனுடைய கொம்பு (உடைத்த தந்தம், எழுதுவதற்காக) இருக்கும்

★ நடுக்கை, அதாவது தும்பிக்கை மேலே உயர்ந்து ஆகாயத்தைத் தொடும்

★ இடதுபுற மேல் கையில் பாசம் என்கிற ஆயுதத்தைக் கொண்டிருப்பான்

★ வலதுபுற மேல் கையில் மழு (இங்கே அதன் பொருள் அங்குசம்) இருக்கும்

'மல்குதல்' என்றால் நிறைதல், 'மல்குவித்தான்' என்றால், கை நிறைய இந்தப் பொருள்களை வைத்திருந்தான் என்று பொருள் கொள்ளவேண்டும்.

நான்கே வரிகளில் விநாயகனின் திருக்கோலத்தைப் படம் வரைந்து பாகம் குறித்துவிட்டார் நம்பியாண்டார் நம்பிகள். கூடவே, அவனது சிறப்பையும் அழகுறச் சொல்லிவிட்டார்!

★★★

கிட்டத்தட்ட ஒரே காலகட்டத்தில் வாழ்ந்த பக்தர்களைப்பற்றிப்

பல்வேறு கதைகள் உலவுவதுண்டு. அவர்கள் நேரில் சந்தித்ததாகவும், விவாதங்கள் செய்ததாகவும், அப்போது சில பாடல்கள் எழுதப்பட்டதாகவும் சொல்வார்கள்.

நிஜமோ, கற்பனையோ, இதுபோன்ற கதைகள் வாசிக்கச் சுவையானவை. இந்தப் பின்னணியோடு அந்தப் பாடல்களை வாசித்தால் இன்னும் அதிகம் ருசிக்கும்.

அந்தவிதத்தில், திருமங்கை ஆழ்வார், திருஞான சம்பந்தர் பற்றிய ஒரு சுவாரஸ்யமான சம்பவம், சீர்காழி திருத்தலத்தில் நடைபெற்றதாக நம்பப்படுவது.

அப்போது திருமங்கை ஆழ்வார் ஊர் ஊராகச் சென்று பெருமாள் எழுந்தருளியிருக்கும் ஆலயங்களைத் தரிசித்துவந்தார். அந்தவகையில், அவர் சீர்காழிக்கும் வந்தார்.

சீர்காழியில் சைவ வழிபாடும் மிகச் சிறப்பாக நடைபெற்றுவந்த நேரம் அது. திருஞான சம்பந்தரும் அவரது சீடர்களும் அங்கே தங்கியிருந்தார்கள்.

சம்பந்தரிடம் இந்தச் சீடர்கள் திருமங்கை ஆழ்வாரைப்பற்றிச் சொன்னார்கள், 'குருவே! அவரை எல்லாரும் நாலுகவிப் பெருமாள் எனப் புகழ்கிறார்கள்!'

'நாலுகவி' என்றால், நான்கு வகையான பாடல்கள், ஆசுகவி, மதுரகவி, சித்திரகவி, வித்தாரக்கவி, இந்த நான்கு வகையிலும் திருமங்கை ஆழ்வார் வல்லவராகத் திகழ்ந்ததால், அவருக்கு இப்படி ஒரு பெயர்.

இதைக் கேள்விப்பட்டவுடன், சம்பந்தருக்குத் திருமங்கை ஆழ்வாரைச் சந்திக்கும் எண்ணம் ஏற்பட்டது. அவரை அழைத்துவரும்படி கேட்டுக்கொண்டார்.

உடனே, திருமங்கை ஆழ்வாரும் நேரில் வந்து திருஞான சம்பந்தரைச் சந்தித்தார். இருவரும் பல்வேறு விஷயங்களைப் பேசி மகிழ்ந்தார்கள்.

அப்போது, சம்பந்தர் அவரிடம் கேட்டார், 'ஐயா, நீங்கள் நாலுகவிப் பெருமாள் என்று அழைக்கப்படுவது உண்மைதானா?'

'அப்படித்தான் எல்லாரும் சொல்கிறார்கள்' என்று பணிவுடன் பதிலளித்தார் திருமங்கை ஆழ்வார்.

'நல்லது, எனக்காக ஒரு குறள் பாடுவீர்களா?'

சம்பந்தர் கேட்டது, குறள் வகையில் (அதாவது இரண்டு அடிகளில்) ஒரு சிறிய பாடல். ஆனால் திருமங்கை ஆழ்வாரோ 'ஒரு குறள்' என்று தொடங்கி ஒரு பெரிய, அற்புதமான பாடலையே பாடி முடித்துவிட்டார்.

ஆனால், இவர் குறள் பாடல்தானே கேட்டார், அவர் அதை விடுத்துப் பெரிய பாடலைப் பாடியது தவறல்லவா?

தமிழில் 'குறள்' என்றால், குள்ளமான என்று அர்த்தம். அதனால்தான் சிறிய அளவில் அமைந்த பாடலுக்குக் 'குறள் பா' என்று பெயர் சூட்டப்பட்டது.

அதன்படி, குறளன் என்றால், குள்ளன். வாமன அவதாரம் எடுத்தபோது பெருமாளின் தோற்றம் அப்படித்தானே இருந்திருக்கும்? அதை வைத்து 'ஒரு குறள்' என்று அவரை வர்ணித்துச் சிறப்பாகப் பாடிவிட்டார் திருமங்கை ஆழ்வார். அது பெரியதாக இருந்தாலும், 'குறள் பா', அதாவது குறளைப்பற்றிய பாடல்தானே!

ஒரு குறளாய், இரு நிலம், மூ அடி மண் வேண்டி
  உலகு அனைத்தும் ஈர் அடியால் ஒடுக்கி, 'ஒன்றும்
தருக' எனா மாவலியைச் சிறையில் வைத்த
  தாடாளன் தாள் அணைவீர்! தக்க கீர்த்தி
அருமறையின் திரள் நான்கும், வேள்வி ஐந்தும்,
  அங்கங்கள் அவை ஆறும், இசைகள் ஏழும்,
தெருவில் மலி விழா வளமும் சிறக்கும் காழிச்
  சீராம விண்ணகரே சேர்மினீரே!

திருமால் ஒரு குறளனாக, அதாவது, வாமனனாக அவதாரம்

எடுத்துவந்தான், இந்தப் பெரிய நிலத்தில் மூன்று அடி மண்ணைத் தரும்படி மாவலியிடம் கேட்டான். விஷயம் புரியாத மாவலியும், அதற்கு ஒப்புக்கொண்டான்.

உடனே, திருமால் விஸ்வரூபம் எடுத்து, இரண்டு அடிகளால் உலகம் முழுவதையும் அளந்தான், 'மூன்றாவது அடியைத் தருக' என்று கேட்டு மாவலியைப் பாதாளத்திற்குத் தள்ளினான். அப்படிப்பட்ட பெருமை உடைய அவனுடைய திருவடிகளை நாம் சென்று சேர்வோம்!

திருமங்கை ஆழ்வார் ஒன்று, இரண்டு, மூன்றோடு நிறுத்தவில்லை, தொடர்ந்து நான்கு, ஐந்து, ஆறு, ஏழு ஆகிய எண்களையும் பாடலுக்குள் கொண்டுவந்துவிட்டார்:

புகழ் நிறைந்த இந்தச் சீர்காழி நகரின் தெருக்களில் எப்போதும் நான்கு அருமறைகள் (வேதங்கள்) ஓதப்படும், ஐந்து வேள்விகள், ஆறு அங்கங்கள், ஏழு ஸ்வரங்கள் இங்கே நிலைத்திருக்கும், எந்நேரமும் இங்கே விழாக்கோலம்தான்!

அப்படிப்பட்ட சீர்காழியின் 'சீராம விண்ணகரம்' என்ற சிறந்த தலத்தைச் சென்று சேருங்கள், திருமாலை வணங்கி நலமெல்லாம் பெறுங்கள்!

18

ஆயிரம் என்ற எண்ணுக்கு என்ன முக்கியத்துவம்?

எல்லா எண்களையும்போல், அதுவும் ஓர் எண்தான். தொள்ளாயிரத்துத் தொண்ணூற்றொன்பதுக்குப்பிறகு வரும், ஒன்று போட்டு மூன்று பூஜ்ஜியம். அவ்வளவுதானே?!

ஒரு பாறையைக் கல் என்று நினைத்தால், அது வெறும் கல், அதையே கடவுள் என்று எண்ணிப் பூஜிக்கும்போது, அதற்குத் தனி மரியாதை வந்துவிடுகிறதல்லவா?

அதுபோல, ஆயிரம் என்பது சாதாரண எண் அல்ல, அதற்கு இன்னொரு முக்கியமான பெருமை உண்டு.

’ஆயிரம்’ என்ற சொல், கவிதைகளில் இடம்பெறும்போது, அதன் அர்த்தம், ‘மிகப் பெரிய எண்’. அதாவது, லட்சமும் ஆயிரம்தான், கோடியும் ஆயிரம்தான், லட்சம் கோடியும் ஆயிரம்தான்.

குறிப்பாக, பக்திப் பாடல்களில் இறைவனுக்கு ஆயிரம் துதி செய்வதாகச் சொல்வார்கள், அதன் அர்த்தம், அனுதினமும் அவனையே துதித்துக்கொண்டிருக்கிறோம் என்பதுதான்.

இதற்கு உதாரணமாக, ஆயிரத்தின் மகத்துவம் சொல்லுகிற இரண்டு பாடல்களைப் பார்ப்போம், ஒன்று சிவன் பாட்டு, இன்னொன்று, திருமால் பாட்டு!

முதலில், திருவாரூரில் எழுந்தருளியிருக்கிற சிவபெருமானைப் பணிந்து போற்றும்வகையில் அப்பர் எழுதிய அற்புதமான இந்தப் பாடல்:

ஆயிரம் தாமரை போலும்,
ஆயிரம் சேவடி யானும்,
ஆயிரம் பொன்வரை போலும்,
ஆயிரம் தோள் உடையானும்,
ஆயிரம் ஞாயிறு போலும்,
ஆயிரம் நீள் முடியானும்,
ஆயிரம் பேர் உகந்தானும்,
ஆரூர் அமர்ந்த அம்மானே!

ஆரூர் (அதாவது, திருவாரூர்) தலத்தில் எமக்கு அருள் புரியும் சிவனே,

உனது திருவடிகள் இரண்டு மட்டுமல்ல, ஏகப்பட்ட திருவடிகள் உண்டு, அவை அனைத்தும் ஆயிரக்கணக்கான தாமரைகளைப்போலச் சிவந்திருக்கின்றன!

உன்னுடைய தோள்கள் இரண்டு மட்டுமல்ல, பல தோள்களை உடையவன் நீ, அவை அனைத்தும் ஆயிரக்கணக்கான பொன் மலைகளைப்போல் வலுவோடு மின்னுகின்றன!

உன்னுடைய திருமுடியும் ஒன்றல்ல, பலப்பல. அவை அனைத்தும் ஆயிரக்கணக்கான சூரியன்கள் ஒரே இடத்தில் கூடியதைப்போல் பிரகாசிக்கின்றன!

திருவடிகள், தோள்கள், திருமுடிகளைப்போலவே, உனக்குப் பல பெயர்களும் உண்டு. அவற்றை நாங்கள் பக்தியுடன் பாடித் துதிக்கிறோம், உன் கருணை வேண்டி நிற்கிறோம்!

இந்தப் பாடலில், 'சிவனுக்கு இரண்டு கால், இரண்டு

தோள், ஒரு தலைதானே இருக்கமுடியும்? பிறகு எப்படி ஆயிரம் வந்தது? அப்படியே அவருக்கு ஆயிரம் தலை இருந்தாலும், இரண்டாயிரம் தோள், இரண்டாயிரம் கால் இருக்கவேண்டுமல்லவா?' என்றெல்லாம் கால்குலேட்டரை எடுக்கக்கூடாது. எல்லாம் வல்ல இறைவனை உயர்வாக எண்ணிப் போற்றுகிறார் அப்பர், அதனால்தான் இப்படி ஒரு கற்பனை அவருக்கு வந்திருக்கிறது. இங்கே ஆயிரம் என்பது 'மிகப் பெரிய ஓர் எண்', அவ்வளவுதான்!

அடுத்து, கிட்டத்தட்ட இதே பாணியில் அமைந்த இன்னோர் அழகான பாடல், வைணவத் தமிழ் இலக்கியங்களில் முக்கியமான நூல்களைக் கொண்ட 'அஷ்டப் பிரபந்தம்' என்ற திரட்டு. அதில் 'திருவரங்கத்து மாலை'யில் வரும் பாடல் இது. எழுதியவர் பெயர், திவ்யகவி பிள்ளைப் பெருமாள் ஐயங்கார்.

புரம் ஆயிரம், திருக்கண் மலர் ஆயிரம், புண்டரிகக்
கரம் ஆயிரம், கழல் கால் மலர் ஆயிரம், கண்ணி முடிச்
சிரம் ஆயிரம், திருநாமமும் ஆயிரம், செய்ய கையில்
அரம் ஆயிரம் கொண்ட திண் திறல் ஆழி அரங்கருக்கே!

அங்கே திருவாரூர், இங்கே திருவரங்கம், அதாவது ஸ்ரீரங்கம் ரங்கநாதருடைய பெருமையைப் பாடுகிறார் பிள்ளைப் பெருமாள் ஐயங்கார்.

அரங்கத்துப் பெருமானே,

உன்னுடைய திருமேனி பல ஆயிரம், மலர் போன்ற உன் திருக்கண்கள் பல ஆயிரம், தாமரை மலரைப் போன்ற உன் கைகள் பல ஆயிரம், வீரக் கழல் அணிந்த, மலர் போன்ற உன் கால்கள் பல ஆயிரம், மலர் மாலையும் கிரீடமும் அணிந்த உன் தலைகள் பல ஆயிரம்!

இப்போது, அப்பர் சொன்னதுபோலவே, பிள்ளைப் பெருமாள் ஐயங்காரும் சொல்கிறார், 'திருநாமமும் ஆயிரம்', சிவனுக்கு மட்டுமல்ல, திருமாலுக்கும் பலப்பல பெயர்கள் உண்டல்லவா!

அடுத்து, இன்னும் நுட்பமான ஓர் அடி, 'செய்ய கையில் அரம் ஆயிரம் கொண்ட திண் திறல் ஆழி'. ரங்கநாதரின் சிவந்த கைகளில் வலிமை மிகுந்த சக்ராயுதம் இருக்கிறது, அதில் ஆயிரக்கணக்கான அரங்கள் இருக்கின்றன.

சக்கரத்தின் வடிவத்தை அப்படியே கற்பனை செய்து பாருங்கள், அதன் விளிம்பில் சிறு சிறு அரங்கள் நிறைய இருக்குமல்லவா? அவைதானே ஒன்று சேர்ந்து தீமையின் தலையைக் களைகின்றன?

ஒரு பொறியாளரின் லாகவத்தோடு இதை மிக அழகாகக் கற்பனை செய்கிறார் பிள்ளைப் பெருமாள் ஐயங்கார், 'உலகில் அறங்கள் யாவும் புரியும் என் இறைவா, உன்னுடைய கையில் உள்ள சக்ராயுதத்தில்தான் எத்துணை எத்துணை அரங்கள்!' என்று வியக்கிறார்.

மற்ற எல்லா வரிகளையெல்லாம்விட, இங்கேதான் 'ஆயிரம்' என்ற வார்த்தையின் சிறப்புப் பொருள் கச்சிதமாகப் பொருந்துகிறது, எண்ணமுடியாத எண்ணிக்கையில் சிறு அரங்களைக் கொண்ட சக்கர ஆயுதம் என்பதால்!

ஆயிரம் துன்பம் வந்தால் என்ன? ஆயிரம் நாமம் கொண்ட இறைவன் பெயரைச் சொன்னால் போதும், ஆயிரம் இன்பம் நம்மைத் தேடி வரும்!

என்ன? 'இது ஆயிரத்தில் ஒரு வார்த்தை' என்கிறீர்களா? சரிதான்!

★★★

தமிழ் இலக்கணம் என்பது மிகவும் பழமை வாய்ந்தது. மற்ற மொழிகளுடன் ஒப்பிடும்போது நமது கச்சிதமான இலக்கணக் கட்டமைப்பு பெருமைக்குரிய ஒன்று.

இலக்கணத்தைச் சிறப்பாக வரையறுக்கும் தமிழ் நூல்களுள் முக்கியமானவை, நன்னூல் மற்றும் தொல்காப்பியம்!

'பக்தித் தமிழ்'க்கு இடையே இலக்கண விவாதம் எதற்காக என்று யோசிக்கிறீர்களா? காரணம் இருக்கிறது!

தொல்காப்பியர் எழுதிய தொல்காப்பியத்திலும், பவணந்தி முனிவர் எழுதிய நன்னூலிலும் தமிழ்ச் சொற்கள், அவற்றின் பொருள், செய்யுள் எழுதும் விதம் என்று பல விஷயங்கள் விவாதிக்கப்பட்டாலும், அவற்றினிடையே தமிழர் வாழ்வியல் பற்றிய பல குறிப்புகள், அறிவுரைகள், நெறிமுறைகள் எல்லாம் உண்டு. அவற்றுள் பக்தி சம்பந்தமான ஒன்றைத்தான் நாம் இப்போது பார்க்கவிருக்கிறோம்.

இன்றைக்கு நாம் கோவிலுக்குச் சென்று பிள்ளையார், சிவன், திருமால், முருகன், பார்வதி, அனுமார், ராமர், காளி என்று பல தெய்வங்களை வணங்குகிறோம், வெவ்வேறுவிதமான பூஜைகள் செய்கிறோம், அதுபோல, அன்றைய தமிழர்கள் எந்தக் கடவுளை வணங்கினார்கள்? எப்படி வணங்கினார்கள்?

அவர்கள் இயற்கை வழிபாட்டில் நம்பிக்கை வைத்திருந்தார்கள். தங்களை வாழவைக்கும் சூரியனையும் நெருப்பையும் காற்றையும் நீரையும் வணங்கினார்கள்.

பின்னர், குறிப்பிட்ட கடவுளரை வணங்கும் உருவ வழிபாடு ஏற்பட்டபோதுகூட, அந்தந்தப் பகுதி மக்கள் வெவ்வேறு கடவுள்களை வணங்கத் தொடங்கினார்கள். அதற்குத் தெளிவான காரணங்களும் இருந்தன. முந்தைய இயற்கை வழிபாட்டுமுறையின் தொடர்ச்சியாகவே இது அமைந்தது.

இதனை விவரிக்கும் அழகான, எளிமையான தொல்காப்பியப் பாடல், இது:

மாயோன் மேய காடு உறை உலகமும்,
சேயோன் மேய மைவரை உலகமும்,
வேந்தன் மேய தீம் புனல் உலகமும்
வருணன் மேய பெருமணல் உலகமும்
முல்லை, குறிஞ்சி, மருதம், நெய்தல் எனச்
சொல்லிய முறையால் சொல்லவும் படுமே!

பழந்தமிழர் நிலங்கள் குறிஞ்சி, முல்லை, மருதம், நெய்தல், பாலை எனப் பிரிக்கப்பட்டிருந்தது நமக்குத் தெரியும். அதில் நான்குவிதமான நிலங்களின் முக்கியக் கடவுளர் யார் என்பதை இந்தப் பாடல் சொல்கிறது.

இங்கே 'முக்கிய' என்ற வார்த்தையைக் கவனிக்கவேண்டும். முல்லை நிலத்தில் வாழ்கிறவர்கள் மாயோனை வணங்குகிறார்கள் என்றால், அங்கே யாரும் மற்ற கடவுளரை வணங்கமாட்டார்கள் என்று அர்த்தம் இல்லை, பெரும்பாலான முல்லை நிலத்தோர் மாயோனை வழிபட்டார்கள் என்பதுதான் அதற்குப் பொருள். மற்ற கடவுள் வழிபாடுகளும் இருந்திருக்கலாம், முக்கியத்துவம் மாயோனுக்கு!

உண்மையில் 'மாயோன்' என்பது யார்?

'மாயோன்' என்ற சொல்லின் நேரடிப் பொருள், கரிய நிறம் கொண்ட கடவுள். அன்றைய காடுகள், அது சார்ந்த நிலங்களில் வாழ்ந்த மக்கள் இயற்கை உருவாக மாயோனைப் போற்றி வணங்கியிருக்கிறார்கள்.

பின்னர், மாயோன்பற்றிய பல தொன்மக் கதைகள் நிலவிவந்தன. இவை நாம் இப்போது வணங்கும் திருமால், கண்ணனுக்கு ஒத்துப்போகின்றன.

தமிழறிஞர் திரு.வி.க. இதுபற்றி எழுதும்போது, ஒரு சுவையான கோணத்தைக் குறிப்பிடுகிறார், காடு செழிக்க, மழை வேண்டும், மழை பொழிவதற்கு மேகங்கள் வேண்டும், அதுவும் சாதாரண மேகம் அல்ல, கருமேகம்.

திருமாலும் கார்மேக வண்ணனாகவே குறிப்பிடப்படுகிறார். அவரை வணங்குவதன்மூலம் தங்கள் வாழ்வு வளம் பெறும் என்று முல்லை நிலத்து மக்கள் நம்பியிருக்கவேண்டும், அவரையே தங்கள் கடவுளாக ஏற்றுக்கொண்டிருக்கவேண்டும் என்கிறார் திரு.வி.க.

அடுத்து, குறிஞ்சி நிலம், அதாவது, மலையும், மலை சார்ந்த

பகுதிகளும். இந்தக் குறிஞ்சி நிலத்துக்குரிய கடவுளாக, சேயோனைக் குறிப்பிடுகிறது தொல்காப்பியம்.

இதுவும் நமக்குப் புதுப் பெயர்தான். யார் அந்தச் சேயோன்?

தமிழில் 'சேயோன்' என்றால், சிவந்தவன் என்று பொருள், பண்டைத் தமிழ் மண்ணில் மலை வாழ் மக்கள் இந்தச் சேயோனை வணங்கிவந்தார்கள்.

இப்போது, குன்றிருக்கும் இடமெல்லாம் யாருடைய கோவில் இருக்கிறது என்று யோசித்துப்பாருங்கள். 'சேயோன்' புதிர் எளிதில் விடுபட்டுவிடும்.

'சேயோன்' என்பது முருகன்தான் என்று பரவலாக நம்பப்படுகிறது. அது சிவனுடைய பெயர் என்று வாதிடுகிறவர்களும் பலர் உண்டு.

சிவபெருமானும் கைலாய மலையில் வசிக்கிறவர்தானே? சிவந்த மேனி கொண்டவர்தானே? 'குனித்த புருவம், கொவ்வைச் செவ்வாயில் குமிண் சிரிப்பு, பனித்த சடை, பவளம்போல் மேனி' என்றெல்லாம் திருநாவுக்கரசர் சிவனை வர்ணித்திருக்கிறார். ஆகவே, 'சேயோன்' என்ற பெயர் சிவனுக்கும் பொருந்தும்.

'சேயோன்' என்பது உண்மையில் முருகனா, சிவனா என்கிற விவாதத்துக்குள் நாம் புகவேண்டாம். அன்றைய மலைத் தமிழர்கள் சேயோனை வணங்கியிருக்கிறார்கள் என்பதோடு நிறுத்திக்கொள்ளலாம்!

மூன்றாவதாக, மருத நிலம், அதாவது, விவசாய நிலம், வயலும், வயல் சார்ந்த பகுதியும், இதனைத் 'தீம் புனல் உலகம்' (இனிய நீரினால் சூழப்பட்ட இடம்) என்று குறிக்கிறார் தொல்காப்பியர். மருத நிலத்துக்குரிய கடவுளாக, 'வேந்தன்' என்ற பெயரைக் குறிப்பிடுகிறார்.

'வேந்தன்' என்ற சொல்லுக்கு இன்றைக்கு நாம் புரிந்துகொண்டிருக்கிற பொருள், 'அரசன்' என்பது. வயலைச்

சார்ந்து வாழ்ந்தவர்கள் (அதாவது, உழவர்கள்) தங்களை ஆண்ட அரசர்களையே கடவுளாக எண்ணி வணங்கினார்கள் என்று நாம் இதனைப் புரிந்துகொள்ளலாம்.

இன்னொரு தரப்பினர், 'வேந்தன்' என்பதைத் 'தேவேந்திரன்', அதாவது, தேவர்களுக்கெல்லாம் தலைவனான இந்திரன் என்கிறார்கள், உழவர்கள் இந்திரனை வழிபட்டதாகச் சொல்கிறார்கள்.

உண்மையில், 'இந்திரன்' என்ற சொல்லுக்கே 'தலைவன்' என்பதுதான் பொருள். உதாரணமாக, 'கஜேந்திரன்' என்றால், கஜ இந்திரன், யானைகளின் தலைவன்!

இந்த வரையறையின்படி பார்த்தால், வேந்தன் = இந்திரன் என்று ஒப்புக்கொள்ளலாம். அது நாம் புராணக் கதைகளில் பார்க்கும் அதே இந்திரன்தானா என்பது தெரியாது!

அடுத்து, கடலும், கடல் சார்ந்த பகுதிகளும், அதாவது, நெய்தல் நிலம். இதனைப் 'பெருமணல் உலகம்' என்று அழகாக வர்ணிக்கிறார் தொல்காப்பியர்.

நெய்தல் நிலத்தின் கடவுள் வருணன். மழையின் அதிபதியாகப் புராணங்களில் குறிப்பிடப்படுகிற தேவனின் பெயர்தான், ஆனால் நெய்தல் நிலக் கடவுளான வருணனும் இவரும் ஒருவர்தானா என்பதுபற்றி மாறுபட்ட கருத்துகள் உள்ளன.

முல்லை நிலத்தைச் சேர்ந்தவர்கள் காடு செழிப்பதற்காக மழையை விரும்பித் திருமாலை வணங்கியதுபோலவே, நெய்தல் நிலத்தோர் தங்களது வாழ்வுக்கு ஆதாரமான கடலுக்கு மழைதான் அடிப்படை என்பதைப் புரிந்துகொண்டு, வருணனை வழிபட்டிருக்கலாம்.

அது சரி, நான்குவிதமான நிலங்களைப்பற்றி நன்கு விவரித்த தொல்காப்பியர் 'பாலை' நிலத்தின் கடவுள் பெயரை மட்டும் சொல்லாமல் விட்டுவிட்டாரே!

காரணம் உண்டு. தமிழ் இலக்கணப்படி, பாலை நிலம் என்று தனியாக எதுவும் கிடையாது. காடும் மலையும் (அதாவது, முல்லையும் குறிஞ்சியும்) வெப்பத்தால் தீய்ந்து உருவானதுதான் பாலை.

ஆகவே, பாலை நிலத்துக்கென்று தனியே கடவுள் யாரும் இல்லை என்கிறார்கள். குறிஞ்சி நிலத்தைச் சேர்ந்தவர்கள் வழிபட்டுவந்த 'கொற்றவை'யே பாலை நிலத்தின் கடவுள் என்றும் நம்பப்படுகிறது. பல பழந்தமிழ்ப் பாடல்களில் இதற்கான குறிப்புகள் உள்ளன.

ஐந்து வகை நிலங்களின் கடவுளர் பெயர்கள் என்ன, உண்மையில் அவர்கள் யார் என்பதிலெல்லாம் பல குழப்பங்கள், சர்ச்சைகள் நீடித்தாலும், தங்களது வாழ்வியலுக்கு ஏற்றவிதத்தில் பக்தியை வரையறுத்துக்கொண்ட தமிழர்களின் முதிர்ச்சியை எண்ணி வியக்கலாம், பெருமை கொள்ளலாம்!

19

காலை நேரப் பரபரப்பு. மகனைப் பள்ளிக்குக் கிளப்பிக்கொண்டிருக்கிறார் ஒரு தாய். 'டேய், சீக்கிரமா குளிக்கப் போடா, ஸ்கூலுக்கு லேட்டாகுதுல்ல?'

பையன் பாத்ரூமுக்கு விரைகிறான். ஆனால் குளிப்பதற்காக அல்ல, குடுகுடுவென்று ஓடிச் சென்று, தலைக்குத் தேய்க்க வைத்திருந்த எண்ணெயைக் கீழே கவிழ்த்துவிடுகிறான்.

'அச்சச்சோ' என்று பதறியபடி ஓடி வருகிறார் தாய், சிதறிக் கிடக்கும் எண்ணெயில் யாரும் வழுக்கி விழுந்துவிடாதபடி சுத்தம் செய்கிறார்.

அதற்குள், உள்ளே யாரோ அலறும் சத்தம், சென்று பார்த்தால், தொட்டிலில் தூங்கிக்கொண்டிருந்த குழந்தை விழித்துக்கொண்டு அழுகிறது. பக்கத்திலேயே அதன் அண்ணன் திருதிருவென்று விழித்துக்கொண்டு நிற்கிறான்.

'டேய், உண்மையைச் சொல்லு, குழந்தையை நீதானே கிள்ளி எழுப்பினே?' என்று தாய் காதைத் திருகுகிறார், அவன் அதிலிருந்து தப்பித்துக்கொண்டு வேறு எங்கேயோ ஓடுகிறான்.

'பஸ் வந்துடும்டா, சீக்கிரம் குளிக்க வா' என்று கெஞ்சுகிறார் தாய், 'ஒழுங்காக் குளிச்சேன்னா, நீ கேட்ட குலாப் ஜாமூன் செஞ்சு தர்றேன்.'

'எப்போ?' குறும்புக்கார மகன் பேரம் பேசுகிறான்.

'சாயந்தரமா செஞ்சு தர்றேன், இப்போ ஒழுங்கா குளிக்க வாடா!'

'இப்பவே குலாப் ஜாமூன் தந்தா வருவேன், இல்லாட்டி வரமாட்டேன்!' அவன் மீண்டும் ஓட்டம் பிடிக்கிறான்.

'டேய், இந்த அழுக்குக் கோலத்தோட ஸ்கூலுக்குப் போனேன்னா, மத்த பிள்ளைங்கல்லாம் உன்னைப் பார்த்துச் சிரிக்கும்டா' என்றபடி தாயும் பின்னாலேயே ஓடுகிறாள், கஷ்டப்பட்டு அவனைப் பிடித்துக் குளிக்க இழுத்துச் செல்கிறாள்.

அநேகமாக ஒவ்வொரு வீட்டிலும் பார்க்கக்கூடிய அதிகாலைக் காட்சி இது. எப்படியாவது சிரமப்பட்டுப் பிள்ளையைப் பாத்ரூமினுள் இழுத்து முதல் குவளை தண்ணீரை மேலே ஊற்றினால்தான் பெற்றோருக்கு நிம்மதி.

நீங்கள் இதுவரை வாசித்த இந்த வர்ணனை மொத்தமும், பல நூறு ஆண்டுகளுக்கு முன்னால் பெரியாழ்வார் எழுதியது என்று சொன்னால் நம்புவீர்களா?

தன்னை யசோதாவாகக் கற்பனை செய்துகொண்டு, குழந்தைக் கண்ணனைப்பற்றி எண்ணற்ற அற்புதமான பாடல்களைப் பாடியிருக்கிறார் பெரியாழ்வார். அவற்றில் இரண்டை மட்டும் இங்கே பார்க்கலாம்.

> எண்ணெய்க் குடத்தை உருட்டி
>   இளம்பிள்ளை கிள்ளி எழுப்பி,
> கண்ணைப் புரட்டி விழித்துக்
>   கழகண்டு செய்யும் பிரானே,
> உண்ணக் கனிகள் தருவன்,
>   ஒலிகடல் ஓத நீர்போலே

வண்ணம் அழகிய நம்பி,
மஞ்சனம் ஆட நீ வாராய்!

கண்ணனைப் பார்த்து யசோதை கெஞ்சுகிறாள், 'ஒலிக்கின்ற கடல் நீரைப்போன்ற நிறத்தைக் கொண்ட என் மகனே, ஆண்களில் சிறந்தவனே, அழகனே, குளிக்க வா!'

'நீ குளிப்பதைத்தவிர மற்ற எல்லாம் செய்கிறாய், எண்ணெய்க் குடத்தை உருட்டுகிறாய், தூங்கும் பிள்ளையைக் கிள்ளி எழுப்புகிறாய், விசாரித்தால் ஒன்றும் தெரியாதவன்போல் கண்ணைப் புரட்டி விழிக்கிறாய்!'

'உனக்குப் பிடித்த பழங்களையெல்லாம் உண்ணத் தருகிறேன், குறும்பு செய்யாமல் குளிக்க வா!'

இந்தப் பாடலின் நடுவே, கழகண்டு என்று ஒரு வார்த்தை இருக்கிறதே, அதென்ன?

'விஷமக்காரக் கண்ணன்' என்று ஒரு பிரபலமான பாடல் உண்டு, அதற்கு இணையான ஓர் அழகிய தமிழ் வார்த்தையைப் பயன்படுத்துகிறார் பெரியாழ்வார், அதுதான் 'கழகண்டு', அதற்குக் குறும்பு, விஷமம் என்று பொருள்.

யசோதை இவ்வளவு தூரம் சொன்னபிறகும்கூட, கண்ணன் நீராட வரவில்லை. ஆகவே, அவள் இன்னொரு வழியில் முயற்சி செய்கிறாள்:

பூணித் தொழுவினில் புக்குப்
புழுதி அளைந்த பொன் மேனி
காணப் பெரிதும் உகப்பன்,
ஆகிலும் கண்டார் பழிப்பர்,
நாண் எத்தனையும் இலாதாய்!
நப்பின்னை காணில் சிரிக்கும்!
மாணிக்கமே! என் மணியே!
மஞ்சனம் ஆட நீ வாராய்!
'கண்ணா! என் மாணிக்கமே! மணியே!

நாள்முழுவதும் மாட்டுத் தொழுவத்தில் சுற்றி வந்த புழுதியெல்லாம், உன்னுடைய பொன்மேனியின்மீது படிந்திருக்கிறது, அதைப்பற்றி உனக்கு வெட்கம் ஏதும் இல்லை!

உன்னுடைய இந்த அழுக்கு மேனியும் எனக்குச் சந்தோஷம்தான். ஆனால், மற்றவர்களெல்லாம் அப்படியா நினைப்பார்கள்? பிள்ளையை இப்படித் திரியவிட்டிருக்கிறாளே என்று என்மீதுதானே பழி சொல்வார்கள்?

அதுமட்டுமா? இந்த நப்பின்னை உன்னைப் பார்த்துக் கேலி செய்து சிரிப்பாள், பரவாயில்லையா?'

இதற்குமேலும் என்னை அலைக்கழிக்காதே, ஒழுங்காகக் குளிக்க வா!'

★★★

இறைவனைப் பாடுவது பக்தி, அவனுடைய அடியவர்களைப் பாடுவது?

அதுவும் பக்திதான். அடியவரைப் போற்றுவது அவன் தாளையே சென்று சேரும், சேக்கிழார் பெருமான் அறுபத்து மூன்று நாயன்மார்களைப்பற்றித் திருத்தொண்டர் புராணம் எழுதவில்லையா!

அந்தவிதத்தில், துறைமங்கலம் சிவப்பிரகாச சுவாமிகள் எழுதிய ஓர் அற்புதமான நூல், 'நால்வர் நான்மணி மாலை'.

இங்கே 'நால்வர்' என்பது, சைவ மார்க்கத்திற்குப் பெரும் துணை புரிந்த நான்கு பெரும் புலவர்களைக் குறிக்கிறது: திருஞான சம்பந்தர், அப்பர், சுந்தரர் மற்றும் மாணிக்கவாசகர்!

இந்த நான்குபேரைப் பற்றியும் ஆளுக்குப் பத்து என மொத்தம் நாற்பது அருமையான பாடல்களை எழுதித் தொகுத்துள்ளார் சிவப்பிரகாச சுவாமிகள்.

'வெறும் நாற்பதுதானா?' என்று அலட்சியமாக நினைக்கிறீர்களா? கொஞ்சம் பொறுங்கள்.

'நான்மணி மாலை' என்பது, தமிழில் உள்ள 96 வகைச் சிற்றிலக்கியங்களில் ஒன்று. மிகவும் சிரமமான கட்டுப்பாடுகளைக் கொண்டது.

முதலில், நான்மணி மாலையில் சொல்வதற்காக நான்கு வெவ்வேறு விஷயங்களைத் தேர்ந்தெடுக்கவேண்டும். பிறகு, ஒவ்வொரு விஷயத்தையும் பத்து தனித்தனி கவிதைகளில் எழுதவேண்டும்

ஆனால், நாற்பது கவிதைகளும் ஒரேமாதிரி இருக்கக்கூடாது, பத்து வெண்பா, பத்து கலிப்பா, பத்து விருத்தம், பத்து அகவல் என ஒன்று மாற்றி ஒன்று நான்கு வகைக் கவிதைகளாக எழுதவேண்டும், அதாவது, முதல் கவிதை வெண்பா, 2வது கலிப்பா, 3வது விருத்தம், 4வது அகவல், 5வது மீண்டும் வெண்பா, 6வது மீண்டும் கலிப்பா... இப்படி

இந்த நாற்பது கவிதைகளும் அந்தாதித் தொடையில் அமையவேண்டும், அதாவது, முதல் பாடலின் நிறைவுச் சொல்லை வைத்து இரண்டாவது பாடலின் முதல் சொல் அமையவேண்டும், இரண்டாவது பாடலின் நிறைவுச் சொல்லை வைத்து மூன்றாவது பாடலின் முதல் சொல் அமையவேண்டும்... இப்படியே சென்று நாற்பதாவது பாடலின் நிறைவுச் சொல், மீண்டும் முதல் பாடலில் வந்து சேரவேண்டும்

இதைப் புரிந்துகொள்வதற்கு, ஒரு மாலை அல்லது சங்கிலியைக் கற்பனை செய்துகொள்ளுங்கள். அதில் உள்ள ஒவ்வொரு பூவும், அல்லது ஒவ்வொரு மணியும் அடுத்த பூ, மணியோடு ஒருங்கிணைத்து, நிறைவாக மீண்டும் பழைய இடத்திலேயே வந்து சேர்கிறதல்லவா? அதுபோல இந்நூலில் உள்ள நாற்பது பாடல்களும் அமையவேண்டும்.

இப்போது, நான்மணி மாலையின் மகத்துவம், அதை எழுதுவதில் உள்ள சிரமங்கள் நன்றாகப் புரிந்திருக்கும். மிகுந்த சவாலான இந்தப் பாடல் வகையில் பல புலவர்கள் அருமையான நூல்களைத் தந்துள்ளார்கள், தேசியக் கவி பாரதியார்கூட, 'விநாயகர் நான்மணி மாலை' பாடியுள்ளார்.

சிவப்பிரகாச சுவாமிகளின் 'நால்வர் நான்மணி மாலை'யில், சம்பந்தரைப் பற்றிய பத்து வெண்பாக்கள், அப்பரைப்பற்றிய பத்து கலிப்பாக்கள், சுந்தரர்பற்றிய பத்து விருத்தங்கள், மாணிக்கவாசகர்பற்றிய பத்து அகவல்கள் உள்ளன, அனைத்தும் அந்தாதிகளாகப் பயின்றுவந்து வாசிப்பு சுகம் தருகின்றன.

'நால்வர் நான்மணி மாலை'யின் கவிச்சிறப்புக்கு ஒரு பதமாக, சம்பந்தரைப் பற்றிய முதல் வெண்பா, இது:

பூவால் மலி மணி நீர்ப் பொய்கைக் கரையின் இயல்
பாவால் மொழி ஞானப் பால் உண்டு, நாவால்
மறித்து எம் செவி அமுதாய் வார்த்த பிரான் தண்டை
வெறித் தண் கமலமே வீடு

மலர்கள் பூத்துக் குலுங்கும் தோட்டம், பக்கத்தில் நீர் நிறைந்த பொய்கை, அதன் கரையில் சம்பந்தர் சிறு குழந்தையாக அமர்ந்திருக்கிறார். பசியால் அழுகிறார்.

இதைக் கண்ட அன்னை, தானே நேரில் வந்து அவருக்குப் பால் தருகிறாள், அதுவும் சாதாரணப் பால் அல்ல, ஞானப்பால்!

அதனை உண்ட சம்பந்தர், திரு ஞான சம்பந்தராகிறார். பின்னர் அவர் நாவை அசைக்க, அவர் உண்ட ஞானம் இயற்பாக்களாக, பக்தி இலக்கியமாக வந்து பொழிகிறது.

'ஐயனே, நீ தந்த ஞானப் பாடல்கள், எங்கள் காதுகளில் அமுதமாக வந்து பாய்கின்றன' என்று நெகிழ்கிறார் சிவப்பிரகாச சுவாமிகள், 'தண்டை அணிந்த, நறுமணமும் குளிர்ச்சியும் நிறைந்த தாமரைகளைப்போன்ற உன் பாதங்கள்தான் இனி என்னுடைய வீடு!'

சிவப்பிரகாசர் சொல்லும் சூட்சுமம் இதுதான்: மகாபக்தரான சம்பந்தரை நாம் வணங்கினாலே போதும், சிவபெருமான் தானே நமக்கு அருள் புரிவான்!

★★★

நெல்லை மாவட்டத்தில் விக்கிரமசிங்கபுரம் என்ற ஊரைச் சேர்ந்த பெரும் புலவர் ஒருவர், அவர் பெயர் நமச்சிவாயர்!

பாபநாசத்தில் எழுந்தருளியிருக்கும் உலகம்மைத் தாயார்மீது, நமச்சிவாயருக்குப் பெரும் பக்தி. அவளுடைய பெருமையைப் பல இனிய பாடல்களாகப் பாடி வணங்கினார்.

ஒருநாள், அந்தப் பகுதி மன்னன் கனவில் அன்னை தோன்றினாள், 'நமச்சிவாயர் என்பவர் சிறந்த பக்தர், அவருக்கு உரிய சிறப்புகளைச் செய்' என்று ஆணையிட்டாள்.

மன்னனுக்கு ஒருபக்கம் சந்தோஷம், 'தெய்வமே சிபாரிசு செய்யும் அளவுக்கு ஒரு பெரிய புலவர் தன்னுடைய நாட்டில் இருக்கிறாரே' என்று மகிழ்ந்தான்.

ஆனால் இன்னொரு பக்கம், அவனுக்குப் பொறாமையும் உண்டானது, 'அப்படி என்ன பெரிய புலவர் அவர்? ஒரு பரீட்சை வைத்துப் பார்த்துவிடலாமா?'

உலகம்மையின் வாக்குக்குமேல் ஒரு சர்ட்டிஃபிகேட் உண்டா? அவளே வாய் திறந்து சொன்னபிறகு, மன்னன் நமச்சிவாயர்மீது சந்தேகப்படலாமா?

இதுவும் அம்மையின் லீலைதான். மன்னன் மனத்தில் இப்படி ஓர் ஐயத்தை ஏற்படுத்தியதன்மூலம், நமச்சிவாயரின் புகழை உலகறியும்படி செய்துவிடத் தீர்மானித்திருந்தாள் அவள்!

அதுமட்டுமில்லை, நமச்சிவாயர்போல் அற்புதமாகப் பாடும் கவிஞர்கள்மீது அம்மைக்குத் தனி அன்பு, அவர்கள் வாயிலாக இன்னொரு பாடல் கேட்கவேண்டும் என்பதற்காக, இதுபோல் பல நாடகங்கள் ஆடுவாள்!

சுருக்கமாகச் சொன்னால், ஞானசம்பந்தர் தொடங்கிக் கவிஞர்களுக்கெல்லாம் கவிதை அமுதம் ஊட்டிப் பாட வைப்பதும் அவளே, அதைக் கேட்டு மகிழ்வதும் அவளே, குழந்தையின் மழலைப் பேச்சைக் கேட்டுக் கேட்டு ரசிக்கும் அன்னைபோல!

மறுநாள், மன்னன் நமச்சிவாயரை அழைத்தான், 'நீங்கள் உலகம்மைமீது ஒரு பாட்டுப் பாடவேண்டும்' என்றான்.

'ஓ, தாராளமாகப் பாடுகிறேனே!' என்றார் நமச்சிவாயர், 'உண்மையில் பாடுவது நானல்ல மன்னா, எனக்குள்ளிருந்து அவள்தான் பாடுகிறாள்!'

அவர் இந்த அளவு பணிவோடு சொல்லியும், மன்னனுக்கு நம்பிக்கை வரவில்லை, 'உலகம்மை நிஜமாகவே உங்கள் பாடலைக் கேட்பாளா?' என்றான்.

'அதிலென்ன சந்தேகம் அரசே?'

'சரி, உண்மையிலேயே அவள் உங்கள் பாடலைக் கேட்டால், அவளுடைய கைகளில் இருக்கும் பூச்செண்டு பறந்து வந்து உங்கள் கைகளில் விழவேண்டும்' என்றான் அரசன், 'பாடுங்கள்!'

நமச்சிவாயர் மனத்துள் உலகம்மையை வணங்கினார், பாடத் தொடங்கினார், மழை பொழியும் மேகத்தைப்போல் அவரது வாக்கில் தமிழ் வந்து விளையாடியது:

> விண் தலம் நின்ற சரத்கால சந்திர சுவேதமுக
> மண்டலமும், கைம்மலர் ஏடும், தோளில் வடிந்த ரத்னக்
> குண்டலமும் புனை வாலைப் பிராயக் குமாரத்தியாய்ச்
> செண்டு அலர் செம் கை உலகு ஆள், என் நாவில் சிறந்தனளே

'சரத் காலம்' என்றால் இலையுதிர் பருவம். அப்போது வானம் மிகவும் தெளிவாக இருக்கும். அதனால், சந்திரன் வழக்கத்தைவிடப் பிரகாசமாகத் தெரியும். 'சரத் சந்திரன்' என்று பெயர் வைப்பதன் காரணம் இதுதான்.

உலகம்மையின் முகம் 'விண்ணில் ஜொலிக்கும் சரத்கால சந்திர'னைப்போல இருந்தது என்கிறார் நமச்சிவாயர். அதிலும் குறிப்பாக, 'சுவேத முக மண்டலம்' என்கிறார், அதாவது, வெண்ணிற வதனம்!

நிலா என்று சொன்னபிறகு, வெண்ணிறம் என்று தனியே சொல்லவேண்டுமா? வேறு நிறத்தில் நிலவு கிடையாதே!

உண்மைதான். ஆனால், ஒருவேளை அமாவாசை நிலவையோ, வளர்பிறை, தேய்பிறை நிலவையோ நீங்கள் நினைத்துவிடக்கூடாது அல்லவா? அந்த அரைகுறை நிலவுகளெல்லாம், உலகம்மைக்கு உவமை சொல்லத் தகுதியற்றவை. முழுமையான பௌர்ணமி நிலவு அவள் முகம்!

கைகளில் புதுமலர்களும் ரத்னக் குண்டலமும் அணிந்து, சிவந்த கரங்களில் பூச்செண்டு ஏந்தியிருக்கும் வாலைக் குமரி அந்தத் தாய், உலகையே ஆள்கிற சிறப்பைக் கொண்டவள், என் நாவில் வந்து குடியேறியிருப்பவள்!

நமச்சிவாயர் இந்தப் பாடலைப் பாடியதுதான் தாமதம், உலகம்மையின் கரங்களில் இருந்த பூச்செண்டு தானாக வந்து அவருடைய கரங்களில் விழுந்தது.

இதைப் பார்த்துக்கொண்டிருந்த அரசனுக்கும் ஊர் மக்களுக்கெல்லாம் வியப்பு. அனைவருக்கும் நமச்சிவாயரின் கவித்திறனும் அவரது பக்தியின் சிறப்பும் புரிந்துவிட்டது.

அவர்மீது சந்தேகப்பட்டதற்காக மன்னிப்புக் கோரினான் மன்னன், ஏராளமான பரிசுகள், கௌரவங்களைக் கொடுத்து அவருக்குச் சிறப்புச் செய்தான்.

20

சுவாமி விவேகானந்தரின் புகழ்பெற்ற ஒரு பொன்மொழி, அவர்களுடைய ஊரில் பாரம்பரியமாகச் சொல்லப்படும் பழமொழி ஒன்றை அடிப்படையாகக் கொண்டது:

“நீங்கள் வேட்டையாட விரும்பினால், பெரிய காண்டாமிருகங்களை வேட்டையாடுங்கள். கொள்ளையடிக்க விரும்பினால், ராஜாவின் கஜானாவைக் கொள்ளையடிங்கள்.

அதை விட்டுவிட்டு, வெறும் எறும்புகளை வேட்டையாடுவதில் என்ன பெருமை? பிச்சைக்காரர்களைக் கொள்ளையடித்தால் யாருக்கு என்ன லாபம்?”

இப்படித் தொடங்கும் விவேகானந்தர், மிக அழகாக அதனைப் பக்தியுடன் தொடர்புபடுத்தி முத்தாய்ப்பு வைக்கிறார், ‘ஆகவே, நீங்கள் யார்மேலாவது அன்பு செலுத்த விரும்பினால், சின்னச் சின்ன இலக்குகளில் நேரத்தை வீணடிக்காதீர்கள், நேராகக் கடவுளையே நேசிக்கத் தொடங்கிவிடுங்கள்!’

ஆச்சர்யமான விஷயம், இதே கருத்தை, இதே பாணியில் ஒரு பழந்தமிழ்க் கவிஞரும் சொல்லியிருக்கிறார். திருவாசகம் தந்த மாணிக்கவாசகர்தான் அவர்.

திருவாசகத்தின் மிக அழகான, கவித்துவமும் பக்தியும் நிறைந்து ததும்பும் பகுதிகளில் ஒன்று, 'திருக்கோத்தும்பி'. அதில்தான் இந்தப் பாடல் இடம் பெறுகிறது.

'தும்பி' என்பது ஒருவகை வண்டு, 'கோ' என்றால் அரசன், 'திரு' என்றால் சிறந்தவன், செல்வம் நிறைந்தவன் என்று பொருள். ஆக, வண்டுகளுக்கெல்லாம் தலைவனாகிய, சிறந்த அரச வண்டை முன்வைத்து மாணிக்கவாசகர் பாடுகிற இருபது அருமையான பாடல்களின் தொகுப்புதான் இந்தத் 'திருக்கோத்தும்பி'.

அந்த வண்டைப் பார்த்து மாணிக்கவாசகர் கேட்கிறார், 'என்ன செஞ்சுகிட்டிருக்கே?'

'தெரியலையா? பூவிலே தேன் குடிக்கறேன்!'

'ச்சே, தக்கனூண்டு இருக்கு, இதெல்லாம் ஒரு பூவா? இதெல்லாம் ஒரு தேனா?' என்று அலட்சியமாகச் சொல்கிறார் மாணிக்கவாசகர், 'இதைவிட ரொம்பப் பெரிய ஒரு பூ இருக்கு, அதுல காலத்துக்கும் இனிமையான தேன் ஊறிகிட்டே இருக்கும். அந்தப் பூமேலே நீ போய் உட்காரக்கூட வேணாம், அதைப் பார்த்தாலே, அதைப்பத்தி மனசுல நினைச்சாலே போதும், உனக்குள்ளயே தானா தேன் சுரக்கும், தெரியுமா?'

'அப்படியா? நான் இதுவரைக்கும் ஏகப்பட்ட பூக்கள்ல தேன் குடிச்சிருக்கேன், ஆனா, நீ சொல்ற பூவைப் பார்த்ததே இல்லையே!' என்கிறது அந்த வண்டு, 'அந்தப் பூ எங்கே இருக்குன்னு சொல்லு, உடனே அங்கே போய்ப் பார்க்கறேன்.'

மாணிக்கவாசகர் சொல்லத் தொடங்குகிறார்:

> தினைத்தனை உள்ளதோர் பூவினில் தேன் உண்ணாதே,
> நினைத்தொறும், காண்தொறும், பேசும்தொறும், எப்போதும்
> அனைத்து எலும்பு உள் நெக ஆனந்தத் தேன் சொரியும்
> குனிப்பு உடையானுக்கே சென்று ஊதாய், கோத்தும்பீ!

அந்த அரச வண்டு இப்போது தேன் அருந்திக்கொண்டிருக்கும்

பூவைத் 'தினைத்தனை உள்ளது' என்று அலட்சியமாகச் சொல்கிறார் மாணிக்கவாசகர். அதாவது, தினை என்கிற தானியத்தைப்போலச் சின்னஞ்சிறியதாக உள்ள பூ. 'இதில் என்ன பெரிய தேன் கிடைத்துவிடும் உனக்கு? முதலில் இதை நிறுத்து, இந்தத் தேனை உண்ணாதே' என்கிறார்.

ஆனால், சோலையில் உள்ள எல்லாப் பூக்களும் இந்தமாதிரிதானே இருக்கின்றன? பிறகு அந்த வண்டு வேறு எந்தத் தேனை அருந்தும்? அதற்குப் பசிக்காதா?

'வண்டே, நான் சொல்லும் பூ மிகப் பெரியது, அதை நாம் நினைத்தாலே நம் எலும்புகள் நெகிழும், அதைப் பார்த்தாலோ, அதைப்பற்றிப் பேசினாலோ இன்னும் உருகிப்போய்விடுவோம், உள்ளே ஆனந்தத் தேன் தானாகப் பொழியும்.'

'அப்படிப்பட்ட அருமையான தேனைப் பொழிகின்ற அந்தப் பூ எங்கே இருக்கிறது தெரியுமா? கயிலாயத்தில்! ஆட்டப் பிரியனாகிய என் நாயகன் சிவபெருமான்தான் அந்தப் பூ!'

'அரச வண்டே, நீ அந்தப் பெருமானுடைய காலடியைச் சென்று வணங்கு, அதன்மூலம், என்றைக்கும் குறையாத தேனைப் பெற்றுக்கொள்!'

இந்தப் பாடலில் வரும் தும்பி, தேன், சிறிய பூ, பெரிய பூ, நிரந்தரமாகக் கிடைக்கும் தேன்... எல்லாமே வெறும் குறியீடுகள்தான். உண்மையில் மாணிக்கவாசகர் அறிவுரை சொல்வது தும்பிக்கு அல்ல, நமக்குதான். அதே 'திருக்கோத்தும்பி' தொகுப்பின் இன்னொரு பாடலில் 'வைத்த நிதி, பெண்டிர், மக்கள், குலம், கல்வி' என்று நாம் துரத்துகிற 'சிறிய பூ'க்களைப் பட்டியல் போடுகிறார் அவர்.

அதாவது, காசு, பணம், நகை, நிலம், வீடு, மனைவி, குழந்தை, குடும்பம், குலம், கல்வி, வேலை, பிரமோஷன் என்பதுபோன்ற சின்னச் சின்னப் பூக்களிலெல்லாம் தேன் குடித்துச் சிற்றின்பத்தில் மூழ்காதீர்கள். பேரின்பத்தை அள்ளித் தரும் சிவபெருமான் என்கிற பூவில் நேரடியாகச் சென்று சேருங்கள்!

சுருக்கமாகச் சொல்வதென்றால், ‘உள்ளுவது எல்லாம் உயர்வு உள்ளல்’ என்றது திருக்குறள், ‘உள்ளுவது எல்லாம் அந்த உயர்ந்தவனை உள்ளல்’ என்கிறது திருவாசகம்!

★★★

புத்தரின் வாழ்க்கையில் நிகழ்ந்த ஓர் உண்மைக் கதை.

நெடுநேரம் வெய்யிலில் நடந்து மிகவும் களைத்துப்போயிருந்தார் புத்தபிரான். ஓர் இடத்தில் சற்றே துவண்டு படுத்தவர் அப்படியே தூங்கிவிட்டார்!

அப்போது அங்கே ஒரு சிறுவன் வந்தான். அவன் இடையர் குலத்தைச் சேர்ந்தவன். ஆடு மேய்த்துப் பிழைக்கிறவன்.

புத்தரைப் பார்த்த அந்தச் சிறுவனுக்கு, அவர்மீது அன்பு சுரந்தது. ‘அடடா, இவர் மயங்கிக் கிடக்கிறாரே, இவருக்கு நாம் ஏதாவது உதவி செய்யவேண்டுமே’ என்று நினைத்தான்.

ஆனால், அவனுக்கு புத்தரைத் தொடுவதற்குத் தைரியம் இல்லை. ‘இவரைப் பார்த்தால் ராஜ குடும்பம்போல் தெரிகிறது, நானோ ஏழை, தாழ்த்தப்பட்ட இனத்தைச் சேர்ந்தவன், இவரை நான் தொட்டால் அது தெய்வ குற்றமாகிவிடும்’ என்று நினைத்துத் தயங்கி நின்றான்.

பக்கத்தில் சில புதர்ச் செடிகள் இருந்தன. அவற்றிலிருந்து பெரிய கொம்புகளை ஒடித்து வந்து புத்தருக்குப் பக்கத்தில் நட்டான் அந்தச் சிறுவன். அதன்மூலம் ஓரளவு நிழலை உண்டாக்கி, அவர் முகத்தில் வெய்யில் படாமல் காத்தான்.

அடுத்து, அவருடைய பசியைத் தீர்க்கவேண்டும். அதற்கு என்ன செய்யலாம்?

அவனுக்கு ஒரு நல்ல யோசனை தோன்றியது. தன்னுடைய மந்தையில் உள்ள ஆடுகளிலேயே மிகச் சிறந்த ஒரு வெள்ளாட்டைத் தேர்ந்தெடுத்துப் புத்தர் அருகே அழைத்து வந்தான். அதன் மடியை நேரடியாகப் பிடித்து அவருடைய வாயில் பாலைக் கறந்துவிட்டான்.

சிறிது நேரத்தில் புத்தர் மயக்கம் கலைந்து எழுந்து உட்கார்ந்தார். சுற்றிக் குடை பிடித்து நிற்கும் இலைகளையும், எதிரில் கை கூப்பியபடி நிற்கின்ற அந்தச் சிறுவனையும் பார்த்தார். என்ன நடந்தது என்று புரிந்துகொண்டார், புன்னகையுடன் 'நன்றி தம்பி!' என்றார்.

ஆனால், புத்தருக்கு இன்னும் களைப்பு முழுமையாகத் தீர்ந்திருக்கவில்லை. கொஞ்சம் சோர்வாகவே தென்பட்டார், 'தம்பி, உன் கையில் ஒரு பாத்திரம் இருக்கிறதே, அதில் கொஞ்சம் ஆட்டுப் பால் கறந்து எனக்குக் கொடுப்பாயா?' என்று அந்தச் சிறுவனிடம் கேட்டார்.

'அச்சச்சோ!' என்று பதறினான் அந்தச் சிறுவன். 'என் கை பட்ட பாத்திரத்தை நீங்க தொடலாமா சாமி?'

'ஏன்? தொட்டால் என்ன தவறு?'

'ஐயா, நீங்கள் உயர்ந்த மனிதர், ஆனால் நான் ரொம்பச் சாதாரணமானவன், தாழ்த்தப்பட்ட குலத்தைச் சேர்ந்தவன், தீண்டத்தகாத மனிதன்' என்றான் அவன். 'நான் பாலைத் தொட்டுக் கறந்து உங்களுக்குக் கொடுப்பது தகாது.'

புத்தர் சிரித்தார், 'தம்பி, மனிதர்களில் சிறியவர், பெரியவர் என்று யாரும் கிடையாது' என்று அவனுக்கு அறிவுரை சொல்லத் தொடங்கினார்:

> 'இடர் வரும்போதும், உள்ளம் இரங்கிடும்போதும்
> உடன்பிறந்தவர்போல் மாந்தர் உறவுகொள்வர், அப்பா!
> ஓடும் உதிரத்தில், வடிந்து ஒழுகும் கண்ணீரில்,
> தேடிப் பார்த்தாலும் சாதி தெரிவதுண்டோ, அப்பா?
> எவர் உடம்பினிலும் சிவப்பே இரத்த நிறமப்பா,
> எவர் விழி நீர்க்கும் உவர்ப்பே இயற்கைக் குணமப்பா!
> நெற்றியில் நீறும், மார்பில் நீண்ட பூணூலும்
> பெற்று இவ்வுலகுதனில் எவரும் பிறந்ததுண்டோ அப்பா?
> பிறப்பினால் எவர்க்கும் உலகில் பெருமை வாராதப்பா,
> சிறப்பு வேண்டுமெனில், நல்ல செய்கை வேண்டும் அப்பா!

நன்மை செய்பவரே உலகம் நாடும் மேற்குலத்தார்,
தின்மை செய்பவரே, அண்டித் தீண்ட ஒண்ணாதார்!'

புத்தருடைய சொற்களைக் கேட்டு அந்தச் சிறுவன் சிலிர்த்துப்போனான். அவரை மீண்டும் ஒருமுறை வணங்கிவிட்டு, தன்னுடைய வெள்ளாட்டின் பாலைக் கறந்து அவருக்குக் கொடுத்தான். அவரும் அதனை வாங்கி அன்போடு குடித்தார், களைப்பு தீர்ந்து எழுந்தார்.

இந்தக் காட்சியைப் பார்த்துக்கொண்டிருந்த மக்களிடமும் புத்தர் அதே அறிவுரையைதான் சொன்னார், 'சாதி அடிப்படையில் மனிதர்களுக்குள் ஏற்றத் தாழ்வு பார்க்காதீர்கள், மனிதர்களில் எல்லாரும் சமம்தான்!'

'ஆசிய ஜோதி' என்ற பெயரில் புத்தரின் வாழ்க்கையை அருமையான காவியமாக எழுதியிருக்கிறார் கவிமணி தேசிக விநாயகம் பிள்ளை. அவரது அற்புதமான எழுத்தில் உருவான கதைப் பகுதியைத்தான் நாம் மேலே பார்க்கிறோம்!

★★★

வீதியில் கிரிக்கெட், வீட்டுக்குள் ஆங்க்ரி பேர்ட்ஸ் என்று நம்முடைய 'விளையாட்டு'கள் சுருங்கிவிட்டன. பல்வேறு அற்புதமான பழந்தமிழ் ஆட்டங்களைச் சர்வ சாதாரணமாக மறந்துவிட்டோம்.

உதாரணமாக, 'அம்மானை' என்கிற பெண்களுக்கான விளையாட்டு!

பொதுவாக மூன்று அல்லது ஐந்து பெண்கள் சேர்ந்து அம்மானை விளையாடுவார்கள். தரையில் இருக்கும் கற்களை மேலே தூக்கிப் போட்டுப் பிடிப்பதுதான் விளையாட்டு.

ஆனால், அந்தக் கற்களைச் சும்மா தூக்கிப் போடக்கூடாது, ஏதாவது ஒரு செய்தியையோ, கேள்வியையோ சொன்னபடி தூக்கிப் போட்டுப் பிடிக்கவேண்டும்.

அடுத்து, இரண்டாவது பெண் அந்தக் கற்களை எடுத்துக்கொள்வாள், முதல் பெண் கேட்ட கேள்விக்கு விடை அளிப்பாள், அல்லது, அவளுக்குப் பதிலடி கொடுப்பாள், அல்லது, வேறு ஏதாவது ஒரு புத்திசாலித்தனமான வாசகத்தைச் சொன்னபடி கற்களை வீசுவாள், பிடிப்பாள்!

இப்படியே ஒவ்வொருவரும் கலகலப்பாகப் பேசிக்கொண்டு கற்களை மேலே தூக்கிப் போட்டுப் பிடிப்பதால், அவர்களுடைய கண்ணுக்குப் பயிற்சி, கைக்குப் பயிற்சி, மனத்துக்கும் சிந்தனைக்கும் நல்ல பயிற்சி. இதனால் நன்றாகப் பொழுதுபோகும், நட்பும் வளரும்.

மதுரையை ஆண்டுவந்த பாண்டிய மன்னனுக்கு மகளாக அவதரித்தாள் பார்வதி தேவி. மீன் போன்ற அழகிய கண்களை உடைய அந்தக் குழந்தைக்கு 'மீனாட்சி' என்று பெயர் சூட்டினான் அரசன்.

எத்துணை அவதாரங்கள் எடுத்தாலும், அம்மையும் அப்பனும் ஒருவரை ஒருவர் மறப்பதில்லையே. மீனாட்சியைக் கைப்பிடிக்கச் சுந்தரேசராக அழகுக் கோலம் எடுத்து வந்தார் சிவபெருமான். மதுரையில் அவர்களுடைய திருமணம் நடைபெற்றது. இன்றும் அந்தத் தம்பதியினர் அங்கே நல்லாட்சி செய்துவருவதாக மரபு.

மதுரை மீனாட்சிமீது பக்தி கொண்ட குமர குருபரர், அம்மையைச் சிறு குழந்தையாகக் கற்பனை செய்து அழகாக வர்ணித்து ஒரு நூலைப் படைத்தார். அதுதான் 'மதுரை மீனாட்சியம்மை பிள்ளைத்தமிழ்'.

தமிழில் பிள்ளைத்தமிழ் நூல்களுக்கென்று ஓர் இலக்கணம் உண்டு. அந்தந்த வயதில் குழந்தைகள் என்னவெல்லாம் செய்யும் என்பதைக் கவனித்து, அதற்கேற்ப வெவ்வேறு பருவங்கள் அமையுமாறு பாடல்களை எழுதுவார்கள்.

அந்தவிதத்தில், மீனாட்சியம்மை தன் தோழிகளுடன் அம்மானை ஆடியதாகக் கற்பனை செய்கிறார் குமர குருபரர். அந்த அழகைப் பத்துப் பாடல்களாக எழுதுகிறார்.

சாதாரணமாக அம்மானை ஆடுகிற பெண்கள், வெறும் கல்லைத்தான் பயன்படுத்துவார்கள். அல்லது, மரம், ஈயம் போன்றவற்றால் ஆன உருண்டைகளை வைத்து ஆடுவார்கள்.

மீனாட்சியம்மை அரசகுமாரி அல்லவா? இதுபோன்ற சாதாரணக் கற்களை அவள் தொடலாமா? தன்னுடைய தகுதிக்கு ஏற்ப, மரகதம், நீலம், முத்து போன்ற விலை உயர்ந்த கற்களால் இழைக்கப்பட்ட அம்மானைக் காய்களால் விளையாடுகிறாள் அவள்.

முதலில், அம்மையின் கையில் இருந்து பச்சை நிற மரகதக் கல் மேலே செல்கிறது, அடுத்து, நீல நிறக் கல், மூன்றாவதாக, முத்து, அதாவது வெண்மைக் கல்!

இந்தக் காட்சியைப் பார்த்துக்கொண்டிருக்கும் குமர குருபரர் கேட்கிறார், 'தாயே, நீ அம்மானை விளையாடுகிறாயா? அல்லது, நெற்றிக்கண்ணைக் கொண்ட சிவபெருமானுக்குச் சேதி அனுப்புகிறாயா?'

'நீ முதலில் மேலே போட்ட மரகதக் கல், நீ வளர்த்த பச்சைக் கிளியைப்போலத் தோன்றுகிறது. 'எம்பெருமானிடம் சென்று என்னைப்பற்றி, என் காதலைப்பற்றி சொல்லிவிட்டு வா' என்று அந்தக் கிளியிடம் சொல்லி, சிவன் இருக்கிற திசையை நோக்கி நீ அதனை அனுப்புகிறாய்.'

'அந்தக் கிளி சிவனைச் சந்தித்துத் திரும்பி வருவதற்குள் நீ பொறுமை இழந்துவிடுகிறாய், அடுத்தபடியாக நீலக்கல்லை, அதாவது, நீ வளர்த்த அழகிய குயிலைச் சிவனிடம் அனுப்புகிறாய்.'

'இந்த இரண்டும் போதாது என்று மூன்றாவதாக ஒரு வெள்ளைக் கல், அதாவது வெண்ணிற அன்னப் பறவையையும் சிவனை நோக்கிச் செலுத்திவிட்டாய்.'

'கிளி, குயில், அன்னம் என ஒன்றுக்கு மூன்று பறவைகள் சிபாரிசு செய்தால், சிவபெருமான் உன்னை நாடி வராமலா இருப்பான்? நிச்சயம் வருவான்!'

'சேறுகள் நிறைந்த வயலில் அரச அன்னங்கள் தங்களுடைய பெண் அன்னங்களை அணைத்துக்கொண்டு தூங்கும் மதுரையில் எழுந்தருளியிருக்கும் மீனாட்சி அம்மையே, மன்னன் மகளே, கல்யாண சவுந்தரியே, தொடர்ந்து அம்மானை ஆடு, உன் பெருமானை நாடு!'

அருமையான கற்பனை நயம் கொண்ட அந்தப் பாடல்:

ஒள்ளொளி மரகதமும் முழு நீலமும்
    ஒண் தரளத் திரளும்
ஒழுகு ஒளி பொங்க இழைத்திடும் அம்மானை
    ஒரு மூன்று அடைவில் எடாக்
கள் அவிழ் கோதை விசும்பு உற வீசுவ
    கண் நுதல் பால் செல நின்
கையில் வளர்த்த பசுங்கிளியும், வளர்
    காமர் கருங்குயிலும்,
பிள்ளை வெள் ஓதிமமும் முறைமுறையால்
    பெருகிய காதலை மேல்
பேச விடுப்ப கடுப்ப அணைத்து ஒரு
    பெடையோடு அரச அனம்
அள்ளல் வயல் துயில் மதுரைத் துரைமகள்
    ஆடுக அம்மனையே!
அழகு தழைந்த கல்யாண சவுந்தரி,
    ஆடுக அம்மனையே!

குமர குருபரர் சொன்னதுபோலவே, மீனாட்சியின் காதலைப் புரிந்துகொண்டு சிவபெருமான் நேரில் வந்தான், அவளைக் கைப்பிடித்தான், இருவரும் நம்மைக் காக்கத் தம்பதி சமேதராக மதுரையில் எழுந்தருளியிருக்கிறார்கள்!

21

ஒரு பெரிய நிறுவனத்தின் ஆண்டு விழா. வந்திருந்த எல்லாரும் அந்நிறுவனத்தின் சாதனைகளை ஒவ்வொன்றாகக் குறிப்பிட்டுப் பாராட்டிக்கொண்டிருந்தார்கள்.

திடீரென்று, அந்த நிறுவனத்தின் தலைவர் எழுந்தார். தன்னுடைய வளர்ச்சியில் துணை புரிந்த அனைவருக்கும் நன்றி சொன்னார், குறிப்பாக, தன்னுடைய பைக்குக்கு.

என்னது? பைக்குக்கு நன்றியா?! எதற்கு?!

'இந்த நிறுவனத்தைத் தொடங்கியபோது, நானும் என்னுடைய நண்பர் ஒருவரும்தான் ஊழியர்களாக இருந்தோம், வாடிக்கையாளர்கள் கேட்கிற விஷயத்தைக் கேட்கிற நேரத்தில் சரியாகக் கொண்டுசென்று தந்து நல்ல பெயர் வாங்குவதற்கு, பிஸினஸை மேலும் மேலும் வளர்ப்பதற்கு இந்த பைக் உதவியது' என்று நெகிழ்ச்சியோடு சொன்னார் அவர். 'அதனால்தான், இந்த வெற்றி விழாவில் அந்த பைக்குக்கும் நன்றி சொல்கிறேன்!'

அவருடைய நன்றிக் குறிப்பு வேஷமல்ல. உண்மையாகவே அவர் தனது முன்னேற்றத்துக்கான ஒரு துணைவனாகத்தான்

அந்த வாகனத்தைக் கருதுகிறார். இன்றைக்கும் அதனை அக்கறையாகப் பராமரித்துப் பயன்படுத்திவருகிறார்.

கிட்டத்தட்ட இதேமாதிரி ஒரு விஷயத்தை, அருணகிரிநாதரும் செய்கிறார், முருகன் சார்பாக. அதைப்பற்றிப் பேசுவதற்கு முன்னால், ஒரு சின்னக் கதை.

புதிதாக ஒன்றுமில்லை. நாரதர் ஞானப் பழத்தோடு வந்த கதைதான், எல்லாருக்கும் தெரிந்ததுதான்.

அந்தப் பழத்தைச் சிவன் பார்வதிக்குக் கொடுக்க, பார்வதி தன் மகன்களில் ஒருவருக்குத் தர விரும்ப, 'எனக்குதான் வேண்டும்' என்று அவர்கள் இருவரும் ஆசைப்பட, ஒரு போட்டி ஏற்பாடானது. 'உங்களில் யார் முதலில் எல்லா உலகங்களையும் சுற்றி வருகிறீர்களோ, அவர்களுக்குதான் ஞானப் பழம்!'

உடனடியாக, முருகன் உலகத்தைச் சுற்றப் புறப்பட்டுவிட்டார். அவர் திரும்பி வருவதற்குள், விநாயகர் தன் தாய், தந்தையரைச் சுற்றி வந்து, ஞானப் பழத்தை வாங்கிவிட்டார்.

பரிசு கிடைக்கவில்லை, அதனால், முருகனுக்குப் பெருமை இல்லாமல் போகுமா? அத்தனை உலகங்களையும் சட்டென்று சுற்றி வருவது சாதாரண விஷயமா?

சூரனை வதைத்த முருகனின் இந்தச் சூறாவளிச் சுற்றுப்பயணத்துக்கு முக்கியத் துணையாக நின்றது யார்? முருகனுடைய வாகனமாகிய மயில்தானே? அந்தக் குமரனுடன் சேர்ந்து இந்த மயிலும்தானே உலகங்களைச் சுற்றிவந்தது. அந்த வேகத்தை, சாதனையைப் பாராட்டவேண்டாமா?

முருகனின் பெரும் பக்தரான அருணகிரிநாதர் அவனைப்பற்றித் 'திருப்புகழ்' பாடினார், அவனுடைய கையில் உள்ள வேலுக்கும், வாகனமான மயிலுக்கும், கொடியில் இருக்கும் சேவலுக்கும் தனித்தனியே மூன்று பாமாலைகள் பாடினார். அவை: வேல் விருத்தம், மயில் விருத்தம், சேவல் விருத்தம்.

அவற்றுள், மயில் விருத்தத்தில் வருகிற முதல் பாடல், உலகங்களைச் சுற்றி வந்த முருகனின் பணியில் மயிலின் பங்களிப்பைக் குறிப்பிட்டுப் புகழ்கிறது, வணங்குகிறது:

> சந்தான புஷ்ப பரிமள கிண்கிணீமுகச் சரணயுகள அமிர்தப்ரபா
> சந்த்ரசேகர மூஷிகா ஆருட வெகு மோக சத்ய ப்ரிய
> ஆலிங்கன
> சிந்தாமணிக் கலச கர கட கபோல த்ரி யம்பக விநாயகன் முதல்
> சிவனை வலம் வரும் அளவில் உலகடைய நொடியில் வரு
> சித்ர கலாப மயிலாம்,
> மந்தாகிநி பிரபவ தரங்க விதரங்க வனசரோதய கிர்த்திகா
> வரபுத்ர ராஜீவ பரியங்க தந்தி அ வர அசலன் குலிசாயுதத்து
> இந்த்ராணி மங்கில்ய தந்து ரட்ஷாபரண இகல் வேல் விநோதன்
> அருள்கூர்
> இமையகிரி குமரி மகன் ஏறு நீலக்ரீவ ரத்னக் கலாப மயிலே!

முருகன் கங்கை நதியில் தோன்றியவன், நம் மனக் கவலைகளைப் பிளந்து எறிகிறவன், காட்டில் வேடனாகத் தோன்றியவன், கார்த்திகை மாதர்களின் அன்புப் புதல்வன், தாமரைமலரில் துயில்பவன், பாம்பின் வடிவமாகிய திருச்செங்கோட்டில் வாழ்பவன்...

குலிசப் படை கொண்ட இந்திரனின் மனைவி சசிதேவி, அவளுடைய மாங்கல்யத்தைக் காத்தவன், வலிமை வாய்ந்த வேலைக் கையில் ஏந்தியவன், அழகன், இமய மலை அரசனுடைய மகளாகிய பார்வதியின் புத்திரன்...

அப்படிப்பட்ட முருகன், நீலக் கழுத்தைக் கொண்ட, ரத்தினம் போன்ற தோகையை உடைய மயிலின்மீது ஏறி வருகிறான். அந்த மயிலின் பெருமை உங்களுக்குத் தெரியுமா?

இந்த முருகனின் அண்ணன், மூன்று கண்களை உடைய விநாயகர், தேவலோகத்தைச் சேர்ந்த சந்தானம் என்கிற மரத்தின் மலர்களைச் சூடியிருப்பார், அவருடைய இரண்டு திருவடிகளிலும் கிண்கிணி ஒலிக்கும், அமுத ஒளி பரவும், தலையில் பிறைமதி இருக்கும், மூஞ்சூறின்மீது ஏறி வருவார்...

விநாயகருக்கு உண்மையின்மீது தனிப் பிரியம், அதை எப்போதும் தழுவிக்கொண்டிருப்பார், சிந்தாமணியைப்போல் நாம் கேட்டதையெல்லாம் தருவார், எந்நேரமும் தாய், தந்தையரைப் பூஜிப்பதற்காகக் கும்பத்தை ஏந்தியிருப்பார், அவருடைய கன்னங்களில் மத நீர் வழியும்...

அப்படிப்பட்ட விநாயகர், தன் தந்தையாகிய சிவபெருமானைச் சுற்றி வருவதற்குள், எல்லா உலகங்களையும் வலம் வந்துவிட்ட அதே மயில்தான் இது!

இந்தப் பாடலைக் கவனித்துப் பார்த்தால், ஓர் அழகிய நயம் தெரியும். மயிலைப்பற்றி இரண்டே வரி. முருகனைப்பற்றி மூன்று வரி, பிள்ளையாரைப்பற்றி மூன்று வரி... இப்படிப் பாடல் முழுவதும் அவர்களைப் புகழ்ந்தாலும், அந்த இரண்டு வரிகளில் உலகங்கள் அனைத்தையும் வலம் வந்த பெருமையை மயிலுக்கு முழுமையாகத் தந்துவிடுகிறார் அருணகிரிநாதர். முருகனும் சந்தோஷமாகத் தலையாட்டி அதை அங்கீகரிப்பான்!

★★★

நாட்டுப்பற்றை ஊட்டும் பாடல்களுக்காகத் 'தேசிய கவி' என்று புகழப்படும் பாரதியார், பல அருமையான பக்திப் பாடல்களையும் எழுதியுள்ளார். குறிப்பாக, கண்ணனைப்பற்றி அவர் எழுதும்போது, ஆழ்வார் பாடல்களுக்கு இணையான அனுபவத்தை அவற்றில் காணமுடியும்.

யமுனை ஆற்றங்கரையில் ஆயர்பாடியில் ஒரு பெண், தன் தோழியுடன் அமர்ந்திருக்கிறாள். அப்போது எங்கிருந்தோ புல்லாங்குழல் ஓசை கேட்கிறது. சிலிர்த்துப்போகிறாள். தன் தோழியிடம் கேட்கிறாள்:

> எங்கிருந்து வருகுவதோ? ஒலி
> யாவர் செய்குவதோ? அடி தோழி!

அந்தத் தோழிக்கும் இந்த ஒலி எங்கிருந்து வருகிறது என்று தெரியவில்லை. ஆகவே, அந்தப் பெண் தொடர்ந்து விதவிதமாகக்

கற்பனை செய்கிறாள், சத்தம் இங்கிருந்து வந்திருக்குமோ, அங்கிருந்து வந்திருக்குமோ என்று பாரதியின் கற்பனை திசை திசையாக ஓடுகிற அழகைப் பாருங்கள்:

குன்றினின்றும் வருகுவதோ? மரக்
    கொம்பினின்றும் வருகுவதோ? வெளி
மன்றினின்று வருகுவதோ? என் தன்
    மதி மருண்டிடச் செய்குதடி இஃது!
அலை ஒலித்திடும் தெய்வ யமுனை
    ஆறினின்றும் ஒலிப்பதுவோ? அன்றி
இலை ஒலிக்கும் பொழிலிடை நின்றும்
    எழுவதோ இஃது இன் அமுதைப்போல்?
காட்டினின்றும் வருகுவதோ? நிலாக்
    கற்றை கொண்டு தருகுவதோ? வெளி
நாட்டினின்றும் இத் தென்றல் கொணர்வதோ?
    நாதம் இஃது என் உயிரை உருக்குதே!
பறவை ஏதும் ஒன்று உள்ளதுவோ! இங்ஙன்
    பாடுமோ அமுதக் கனல் பாட்டு,
மறைவில் நின்றிடும் கின்னரர் ஆதியர்
    வாத்தியத்தின் இசை இதுவோ!

தோழி,

உண்மையைச் சொல், இந்தச் சத்தம் எங்கிருந்து வருகிறது? அந்தக் குன்றிலிருந்தா? மரக் கொம்பிலிருந்தா? ஒருவேளை, நம் ஊருக்கு வெளியிலிருக்கும் ஏதோ ஒரு மன்றத்திலிருந்து வருகிறதோ? இதைக் கேட்கும்போது என்னுடைய மனம் மயங்குவது ஏன்?

நம்முடைய ஊருக்குப் பக்கத்தில் இருக்கும் தெய்விகமான யமுனை ஆற்றிலிருந்து எழும் ஓசையோ இது? அல்லது, அங்கே இருக்கும் பொழிலில் இருந்து வருகிறதா? இனிய அமுதத்தைப்போல் இருக்கிறதே இந்த இசை!

ஒருவேளை, இது காட்டிலிருந்து வருகிறதோ? அல்லது,

நிலாவின் கற்றைதான் வானிலிருந்து இந்த இசையைக் கீழே கொண்டுவந்து தருகிறதோ? வெளிநாட்டிலிருந்து தென்றல் இந்த இசையைக் கொண்டுவந்ததோ? கேட்கக் கேட்க அந்த நாதம் என் உயிரை உருக்குகிறதடி!

ஏதோ ஒரு பறவைதான் இப்படிப் பாடுகிறது என்று நினைக்கிறேன். ஆனால், அமுதம் போல் பாடக்கூடிய பறவைகள் உலகத்தில் உண்டா? கின்னரர் எனப்படும் தேவ கணங்கள்தான் எங்கேயோ ஒளிந்து நின்றுகொண்டு இதை வாசிக்கிறார்கள் என்று தோன்றுகிறது.

இப்படி விதவிதமாகக் கற்பனை செய்தவளுக்கு, சட்டென்று உண்மை புரிகிறது. 'அட, இது தெரியாம இருந்துட்டேனே' என்று புன்சிரிப்போடு வெட்கமாக நாக்கைக் கடித்துக்கொள்கிறாள்:

கண்ணன் ஊதிடும் வேய்ங்குழல்தானடீ!
காதிலே அமுது, உள்ளத்தில் நஞ்சு,
பண் அன்றாம் அடி, பாவையர் வாடப்
பாடி எய்திடும் அம்பு அடி தோழி!
அட, இது கண்ணனுடைய புல்லாங்குழல் ஓசையாச்சே!

இதைக் கேட்கும்போது, காதில் அமுது பாய்ந்தாற்போலிருக்கிறது, ஆனால் அடுத்த நிமிடம் உள்ளத்தில் அவன் நினைவு என்னை வாட்டத் தொடங்கிவிடுகிறது. ஆகவே, அது நஞ்சாகவும் இருக்கிறது!

இப்படி அவள் சொன்னதும், தோழி சிரிக்கிறாள். 'என்னடி நீ? ஒரு சாதாரணப் பாட்டு, இதுக்குபோய் இப்படி உருகறியே' என்று அவளைக் கிண்டலடிக்கிறாள்.

'தோழி, இதை வெறும் பாட்டு என்று சொல்லிவிடாதே' என்கிறாள் அந்தப் பெண், 'அந்தக் கண்ணன் இருக்கிறானே, அவன் என்னைப்போன்ற பெண்களை வாடச் செய்வதற்காகப் பாட்டு வடிவத்தில் அம்பு எய்கிறான். அதுதான் இந்தப் புல்லாங்குழல் ஓசை!'

இப்படிச் சொல்லிவிட்டு, அவள் அரை நிமிடமும் அங்கே நிற்பதில்லை. விறுவிறுவென்று ஓசை வந்த திசையில் நடக்கத் தொடங்கிவிடுகிறாள், தன் கண்ணனைத் தேடி!

★★★

சிறு குழந்தைகளுக்கு உடல் பாகங்களை அறிமுகப்படுத்தும் புத்தகங்கள், சுவரொட்டிகள், குறுந்தகடுகள் கிடைக்கின்றன. அவற்றில் மனிதனைப் படமாக வரைந்து, 'இது கண், இதன்மூலம் நாம் பொருள்களைப் பார்க்கலாம்', 'இது காது, இதன்மூலம் நாம் ஒலிகளைக் கேட்கலாம்' என்றெல்லாம் எழுதி விளக்குவார்கள்.

இந்தப் பாடம் சின்னப் பிள்ளைகளுக்கு மட்டும்தானா? ஒருவேளை, அது பெரியவர்களுக்கும் வேண்டுமோ?

எதற்கு? கண், காது, மூக்கு போன்றவற்றை எப்படிப் பயன்படுத்துவது என்று நமக்குதான் நன்றாகத் தெரியுமே. இன்னொருவர் வந்து சொல்லித்தரவேண்டுமா என்ன?

அவசரப்படாதீர்கள். சொல்லித்தருபவர் சாதாரண ஆசாமி இல்லை. திருநாவுக்கரசர் என்று போற்றப்படும் அப்பர் பெருமான். அவர் சொன்னால் ஏதாவது விஷயம் இருக்கும். கவனிப்போம்.

அப்பர் நடத்தும் இந்தப் பாடம், 'திரு அங்க மாலை'யில் வருகிறது. தலை தொடங்கிக் கால்வரையில் ஒவ்வொரு பாகமாகக் குறிப்புட்டு, அதன் நிஜமான பயனைச் சொல்கிற பாடல்கள் இவை:

தலையே, நீ வணங்காய், தலை
　　மாலை தலைக்கணிந்து
தலையாலே பலி தேரும் தலைவனைத்
　　தலையே, நீ வணங்காய்!

என் தலையே, உன் வேலை என்ன தெரியுமா? தலைகளைக் கோத்து மாலையாக அணிந்தவன், பிரமனின் தலையைக்

கொய்தவன், அப்படிப்பட்ட அந்தச் சிவனை நீ எப்போதும் வணங்கிக்கொண்டே இரு!

கண்காள், காண்மின்களோ, கடல்
நஞ்சு உண்ட கண்டன்தன்னை
எண் தோள் வீசி நின்று ஆடும் பிரான்தன்னைக்
கண்காள், காண்மின்களோ!

கண்களே, உங்கள் வேலை என்ன தெரியுமா? கடலில் இருந்து வந்த விஷத்தை உண்டவன், நீலகண்டன், எட்டுத் தோள்கள் வீசி நின்று ஆடுகிற அந்தச் சிவனை நீங்கள் எப்போதும் பார்த்துக்கொண்டே இருங்கள்!

மூக்கே, நீ முரலாய், முது
காடு உறை முக்கணனை,
வாக்கே நோக்கிய மங்கை மணாளனை
மூக்கே, நீ முரலாய்!

மூக்கே, உன் வேலை என்ன தெரியுமா? பழைய காட்டில் வாழ்கிறவன், மூன்று கண்களை உடையவன், தன்னுடைய பேச்சை எதிர்நோக்கிக் காத்திருக்கும் பார்வதியின் கணவன், அவன் பெயரை நீ எப்போதும் சுவாசத்தோடு சேர்த்துக்கொள்!

வாயே, வாழ்த்து கண்டாய், மத
யானை உரி போர்த்துப்
பேய்வாழ் காட்டு அகத்து ஆடும் பிரான்தன்னை
வாயே, வாழ்த்து கண்டாய்!

வாயே, உன் வேலை என்ன தெரியுமா? மத யானையின் தோலை உரித்துப் போர்த்தியவன், பேய்கள் வாழ்கிற காட்டினுள்ளே நடனமாடும் பிரான், அவனை நீ எப்போதும் வாழ்த்திக்கொண்டே இரு!

நெஞ்சே, நீ நினையாய், நிமிர்
புன்சடை நின்மலனை
மஞ்சு ஆடும் மலை மங்கை மணாளனை
நெஞ்சே, நீ நினையாய்!

நெஞ்சே, உன் வேலை என்ன தெரியுமா? நிமிர்ந்த சடாமுடியைக் கொண்டவன், குற்றமில்லாதவன், மயில்கள் ஆடுகின்ற மலை நாட்டைச் சேர்ந்த பார்வதியின் கணவன், அந்தச் சிவனை நீ எப்போதும் நினைத்துக்கொண்டே இரு!

கைகாள், கூப்பித் தொழீர், கடி
மாமலர் தூவி நின்று
பைவாய்ப் பரம்பரை ஆர்த்த பரமனைக்
கைகாள், கூப்பித் தொழீர்!

கைகளே, உங்கள் வேலை என்ன தெரியுமா? நாகங்களை இடுப்பில் அணிந்திருக்கின்ற சிவபெருமானுக்கு நல்ல மலர்களைத் தூவி, அவனை நீங்கள் எப்போதும் கூப்பித் தொழுதுகொண்டே இருங்கள்!

ஆக்கையால் பயன் என்? அரன்
கோயில் வலம் வந்து
பூக்கையால் அட்டிப் போற்றி என்னாத இவ்
ஆக்கையால் பயன் என்?

உடம்பே, உன்னால் என்ன பயன்? சிவன் ஆலயத்தைச் சுற்றி வந்து, பூக்களைத் தூவி, அவனைப் 'போற்றி' என்று சொல்லி வணங்கினால்தான் உன்னால் எனக்குப் பிரயோஜனம் உண்டு!

கால்களால் பயன் என்? கறைக்
கண்டன் உறை கோயில்
கோலக் கோபுரக் கோகரணம் சூழாக்
கால்களால் பயன் என்?

கால்களே, உங்களால் என்ன பயன்? கழுத்தில் நீலக்கறை படிந்த அந்தச் சிவபெருமான் வாழ்கின்ற கோயில்களின் அழகுக் கோபுரங்களை, குறிப்பாகக் கோகரணம் என்கிற ஆலயத்தைச் சுற்றி வந்தால்தான் நீங்கள் எனக்குப் பயன்படுவீர்கள்!

22

பாரதியாருக்குப் பார்த்த இடங்களிலெல்லாம் நந்தலாலா தெரிந்ததாகப் படித்திருக்கிறோம். அதற்கு என்ன அர்த்தம்?

'நான் பார்க்கிற எல்லாமே நீதான்' என்பது, ஒருமுகப்பட்ட சிந்தனையைக் குறிக்கிறது. அதனால்தான் அதைக் கடவுளுக்கும் சொல்கிறார்கள், காதலுக்கும் சொல்கிறார்கள்.

பாரதியாருக்கு முன்னோடியாக ஒரு கவிஞர், 'நான் கண்ணைத் திறந்தாலே உன் முகம்தான்' என்று பாடியிருக்கிறார். பாரதியாருக்குக் கண்ணன் என்றால், அவருக்கு முருகன்.

அந்தக் கவிஞர், திருப்புகழ் பாடிய பெரும்பக்தர் அருணகிரிநாதர்தான். அவரது 'கந்தர் அலங்காரம்' என்ற நூலில் உள்ளது இந்த அருமையான பாடல்:

> விழிக்குத் துணை, திரு மென் மலர்ப் பாதங்கள், மெய்ம்மை குன்றா
> மொழிக்குத் துணை, முருகா எனும் நாமங்கள், முன்பு செய்த
> பழிக்குத் துணை, அவன் பன்னிரு தோளும், பயந்த தனி
> வழிக்குத் துணை, வடிவேலும், செங்கோடன் மயூரமுமே!

முதலில், முருகனை 'விழிக்குத் துணை' என்கிறார்

அருணகிரிநாதர். அதாவது, 'நான் பார்க்கும் இடங்களில் எல்லாம் உன்னை மட்டும்தான் காணவேண்டும். என்னுடைய விழியை விட்டு எப்போதும் நீங்காத, அதற்கு ஏற்ற துணை, உன்னுடைய மென்மையான திரு மலர்ப் பாதங்கள்தாம்.'

இதைச் சற்றே வேறுவிதமாகவும் சொல்லலாம், 'உன்னுடைய பாதங்களைத்தவிர வேறெதையும் நான் காண விரும்பவில்லை முருகா, உன் காலடியிலேயே நிரந்தரமாக எனக்கு இடம் கொடு!'

விழிக்கு அடுத்து, மொழி. அதுவும் மெய்ம்மை குன்றாத, பொய் பேசாத மொழி. அதற்கு ஏற்ற துணை என்ன தெரியுமா?

முருகா, கந்தா, கடம்பா, கதிர்வேலா, கார்த்திகேயா, வள்ளி மணவாளா, ஷண்முகா, வடிவேலா, சுப்ரமணியா என்றெல்லாம் விதவிதமாக உன்னைப் போற்றுகிற பல்வேறு திருநாமங்கள்தான். அவற்றின் துணையோடு பேசுகிறபோது, எழுதுகிறபோது, எல்லாம் சிறப்பாக அமையும்.

அறிந்தோ, அறியாமலோ, இதற்குமுன் நான் நிறைய தவறுகள் செய்திருக்கலாம். அந்தப் பழிக்கெல்லாம் துணை (அதாவது, பரிகாரம்) உன்னைப்பற்றிப் பாடுவதுதான், உன்னுடைய அழகான பன்னிரண்டு தோள்களில் என்னுடைய பாமாலையைச் சூட்டவேண்டும்!

முருகா, இந்த உலகில் எல்லாப் பாதைகளும் பயமுறுத்துகின்றன. அவற்றில் தனியே நடந்து செல்ல பயமாக இருக்கிறது. நீயும் என்னோடு வழித்துணையாக வருவாயா?

அதுவும், நீமட்டும் தனியே வந்தால் போதாது, உன்னுடைய அழகிய வேல், மயிலையும் அழைத்துக்கொண்டு வா!

ஆக, விழித்துணை உன் பாதங்கள், மொழித்துணை உன் நாமங்கள், பழித்துணை உன் தோள்கள், வழித்துணையாக நீயும் உன் வேலும் மயிலும்!

★★★

நாட்டரசன் கோட்டை அருகே திருக்கோஷ்டியூர் என்று ஒரு பிரபலமான வைணவத் தலம் இருக்கிறது. அங்குள்ள சௌம்ய நாராயணப் பெருமாள் ஆலயம் அற்புதமான அழகு கொண்டது.

இந்தியாவில் அநேகமாக ஒவ்வொரு ஊரின் பெயருக்குப் பின்னாலும் ஒரு சுவாரஸ்யமான கதை இருக்கும். 'திருக்கோஷ்டியூர்'க்கான பெயர்க் காரணம் இது:

இரணியன் என்ற அசுரன். அவன் செய்யும் கொடுமைகள் தாளாமல் உலகம் தடுமாறுகிறது. எப்படியாவது அவனை அழித்தாகவேண்டும், அதற்கு என்ன வழி என்று எல்லாக் கடவுள்களும் கூட்டம் போட்டுப் பேச விரும்பினார்கள்.

ஆனால், இரணியன் மகா பொல்லாதவன். இப்படி ஒரு கூட்டம் நடக்கிறது என்று தெரிந்தாலே, அதனைக் கலைப்பதற்கு நேரில் வந்துவிடுவான்.

ஆகவே, இரணியனால் நுழையமுடியாத ஓர் இடம் வேண்டும். அதைக் கண்டுபிடித்தால்தான் முக்கியமான அந்தக் கூட்டம் நடக்கும், அசுரனை அழிக்கமுடியும்.

இன்றைக்கு மாநாடுகள், கருத்தரங்கங்கள் நடத்துவதற்குப் பொருத்தமான இடம் தேடுகிறாற்போல, அன்றைக்குக் கடவுள்கள் ஒரு நல்ல இடத்தைத் தேடினார்கள். இந்த ஊரைத் தேர்வு செய்தார்கள்.

ஏன்? அங்கே இரணியன் வரமாட்டானா?

அவன் நினைத்தாலும் வரமுடியாது. கதம்ப முனிவரின் கட்டளைப்படி, இந்த ஊர் எல்லைக்குள் நல்லவர்களுக்கு மட்டுமே அனுமதி, தீயவர்கள் யாரும் அங்கே நுழையமுடியாதாம்.

'ஆஹா, இப்படி ஓர் இடம்தானே நமக்கு வேண்டும்' என்று உற்சாகமான கடவுள்கள் அங்கே கலந்தாலோசனை நடத்தினார்கள். நரசிம்ம அவதாரம் நிகழ்ந்தது. இரணியன் அழிக்கப்பட்டான்.

அதன்பிறகுதான் இந்த ஊருக்குத் ‘திருக்கோஷ்டியூர்’ என்ற பெயர் வந்ததாம். பிரம்மா, சிவன், விஷ்ணு உள்ளிட்ட தேவர்கள் எல்லாரும் இங்கே வந்து ‘கோஷ்டி’ சேர்ந்து பேசிய இடம் என்ற அர்த்தம்.

சுவையான கதைதான். பொருத்தமான விளக்கம்தான், ஆனால், இந்தப் பெயரில் ஒரு கிரந்த எழுத்து (ஷ்) இருக்கிறதே. அதைத் தவிர்த்துவிட்டால் ‘திருக்கோட்டியூர்’ என்று மாறிவிடுமே.

அதற்கும் அர்த்தம் உண்டு. அதைச் சொல்லும் அருமையான பாடல், பிள்ளைப் பெருமாள் ஐயங்கார் எழுதிய ‘அஷ்டப் பிரபந்தம்’ தொகுப்பில், ‘நூற்றெட்டுத் திருப்பதி அந்தாதி’ என்ற நூலில் இருக்கிறது:

> வான் பார்க்கும் பைங்கூழ் போல், வாளா உனது அருளே,
> நான் பார்க்க, நீ பார்த்து இரங்கினாய், தேன் பார்ப்பின்
> ஓசைத் திருக்கோட்டி ஊரானே, இன்னமும் என்
> ஆசைத் திருக்கு ஓட்டி அருள்!

எம்பெருமானே, தேன் உறிஞ்சிய வண்டுகள் சத்தமிடும் திருக்கோட்டியூரில் எழுந்தருளியிருக்கும் திருமாலே,

ஒரு செடி, மேலும் செழித்து வளர்வதற்காக வானத்தில் இருக்கும் மேகத்தைப் பார்த்து ஏங்கி நிற்கும். அந்த மேகம் ஓரிரு துளி மழை பொழிந்தால்தான் அந்தச் செடிக்கு வாழ்வு.

அதுபோல, நானும் உன்னைப் பார்த்தபடி ஏங்கியிருக்கிறேன். உன் அருள் துளி விழுந்தால்தான் என் வாழ்வு செழிக்கும்.

என்னுடைய பக்தியை நீ புரிந்துகொண்டாய், என்மேல் இரக்கம் கொண்டாய், உன் அருள் பார்வையை வீசினாய், நான் பிறவிப் பயனைப் பெற்றேன்!

அடுத்து, எனக்கு இன்னோர் விண்ணப்பம் உண்டு. என்னுடைய மனத்தில் ஆசைகள் இன்னும் இருக்கின்றன, உலகத்தின்மீது பற்றோடுதான் வாழ்கிறேன்.

'ஆசை' என்னும் என்னுடைய அந்தத் துன்பத்தை நீ ஓட்டிவிடு, உன்னுடைய பக்தி ஒன்றே போதும் என்று எண்ணி வாழ்கிற மனத்தை எனக்குக் கொடு!

தமிழில் 'திருக்கு' என்றால் துன்பம், தீய வினைகள், மாறுபாடு, வஞ்சனை போன்ற பொருள்கள் உண்டு. கம்ப ராமாயணத்தில் 'திருக்கு இல் சிந்தையர்' என்று வானரப் படையினரைப் புகழ்கிறார் கம்பர். அதாவது 'புத்தி குறுக்கால யோசிக்காத பயல்கள்', *Straightforward Personalities!*

இந்தப் பாடலில், என்னுடைய 'ஆசைத் திருக்கை ஓட்டி அருள்' என்று திருமாலை வேண்டுகிறார் பிள்ளைப் பெருமாள் ஐயங்கார். அதாவது, என் மனத்தில் இருக்கும் ஆசை என்கிற துன்பத்தைத் துரத்திவிடு!

ஆக, உங்களுக்குக் 'கோஷ்டி' என்ற வார்த்தை பிடிக்காவிட்டாலும் பிரச்னையில்லை, பிள்ளைப் பெருமாள் ஐயங்கார் வழிப்படி திருக்கோட்டியூர் என்பதைத் திருக்கு + ஓட்டி + ஊர் என்று பிரித்துக்கொள்ளலாம். அதாவது, நம்முடைய துன்பங்களை, பழைய வினைகளை, பொல்லாத்தனங்களை விரட்டும் ஊர்!

இந்தப் பாடலில் இன்னொரு சுவை, அதில் உள்ள 'தேன் பார்ப்பின் ஓசை' என்ற பதம். இதன் பொருள், தேன் உறிஞ்சிக் குடிக்கிற வண்டுகளின் சத்தம்.

பொதுவாகச் சோலை உள்ள எல்லா ஊரிலும் வண்டுகள் நிச்சயமாக இருக்கும், அவை எழுப்புகின்ற ஒலியை வர்ணனையாகப் பயன்படுத்துவது வழக்கம்தான்.

ஆனால் இந்தப் பாடலில், வண்டு என்ற சொல்லுக்கு இன்னோர் அர்த்தமும் உண்டு என்று சொல்கிறார்கள். அது ராமானுஜரைக் குறிப்பிடுகிறதாம்!

திருக்கோட்டியூர் நம்பி என்ற ஆசானிடம்தான் ராமானுஜர் உபதேசம் பெற்றார். அப்போது, அவருக்கு இடப்பட்ட முக்கியமான நிபந்தனை, 'இந்த ரகசியத்தை நீ யாரிடமும் சொல்லக்கூடாது!'

'சரி' என்று ஒப்புக்கொண்டார் ராமானுஜர். அக்கறையோடு மந்திரத்தை ஊன்றிக் கற்றுக்கொண்டார்.

பின்னர், நேராகத் திருக்கோட்டியூர் கோயில் கோபுரத்தின்மீது ஏறினார் ராமானுஜர். அங்கிருந்தபடி, தான் கற்றுக்கொண்ட மந்திரத்தை எல்லாருக்கும் உபதேசித்துவிட்டார். இதைக் குறிப்பிடும்வகையில், திருக்கோட்டியூர் கோபுரத்தின் உச்சிக்குச் சற்று கீழே, ராமானுஜர் சிலை இப்போதும் உண்டு!

ராமானுஜர் செய்ததைக் கேள்விப்பட்ட திருக்கோட்டியூர் நம்பி அதிர்ந்துபோனார். 'குருவுக்குத் தந்த வாக்கை மீறிவிட்டாயே, உனக்கு நல்ல கதி கிடைக்காது' என்று கோபித்தார்.

'பரவாயில்லை குருவே' என்று வணங்கினார் ராமானுஜர். 'மக்கள் எல்லாருக்கும் நல்லது நடக்கவேண்டும் என்பதற்காக, நான் துன்பம் அனுபவிக்கத் தயாராக இருக்கிறேன்!'

இதைக் கேட்டு, ராமானுஜரின் மகிமையைப் புரிந்துகொண்டார் திருக்கோட்டியூர் நம்பி. நல்லவை எல்லாருக்கும் பொதுவாகச் சென்று சேரவேண்டும் என்பதை ஏற்றுக்கொண்டார்.

தேனை உறிஞ்சுகிற வண்டுகளைப்போல், அன்றைக்கு ராமானுஜர் மந்திரங்களை நன்கு கிரகித்துக்கொண்டார். பின்னர், அந்த வண்டுகள் எழுப்பும் ஒலியைப்போல, அதனை எல்லாருக்கும் சொல்லிவிட்டார். ஆகவே, அவரை வண்டு என்று இந்தப் பாடல் குறிப்பிட்டால், அது மிகப் பொருத்தம்தானே?

★★★

பொதுவாக ஆலயங்களிலும் வீடுகளிலும் சிவபெருமானுக்குப் பூக்களைப் போட்டுப் பூஜை செய்வார்கள், அல்லது, வில்வ இலைகளைப் போட்டுப் பூஜை செய்வார்கள்.

ஆனால் ஒருவர், சிவனுக்குத் தன்னுடைய கண்களையே பூவாகப் போட்டுப் பூஜை செய்திருக்கிறார். அவர் யார்?

இந்தக் கேள்விக்குப் பதிலாக, பெரும்பாலானோர் கண்ணப்ப

நாயனாரின் பெயரைதான் சொல்வார்கள். ஆனால் அவரைப்போலவே இன்னொருவரும் தன் கண்ணைப் பறித்துச் சிவனை அர்ச்சித்திருக்கிறார், தெரியுமா?

சுந்தரமூர்த்தி நாயனாரின் இந்தப் பாடலைப் படித்தால், புதிருக்கு விடை கிடைக்கும்:

அருமலரோன் சிரம் ஒன்று அறுத்தீர்,
செறுத்தீர் அழல் சூலத்தில் அந்தகனை,
திருமகள் கோன் நெடுமால் பல நாள்
சிறப்பு ஆகிய பூசனை செய்பொழுதில்
ஒருமலர் ஆயிரத்தில் குறைவா
நிறைவாக ஒரு கண் மலர் சூட்டலுமே
பொருவிறல் ஆழி புரிந்து அளித்தீர்
பொழில் ஆர் திருப்பத்தூர் புனிதனீரே!

இங்கே ‘மலர்’ என்பது தாமரையைக் குறிக்கிறது. ‘அருமலரோன்’ என்றால், அரிய தாமரை மலரில் அமர்ந்திருக்கும் பிரம்மன் என்று பொருள்.

பிரம்மாவுக்கு முன்பு ஐந்து தலைகள் இருந்ததாகவும், அதில் ஒன்றைச் சிவபெருமான் கொய்துவிட்டதாகவும் சொல்வார்கள். அதைத்தான் இந்தப் பாடலின் முதல் வரி குறிப்பிடுகிறது.

இரண்டாவது வரியில் வருவது, அந்தகன் என்ற அசுரனின் கதை. நெருப்பு பாய்கிற தன்னுடைய சூலத்தால் அவனை வதைத்தார் சிவபெருமான்.

மூன்றாவது வரியில், நம்முடைய புதிரை அவிழ்க்கும் கதை தொடங்குகிறது. அதற்குத் துணையாக, திருமூலர் சொல்லும் திருமந்திரப் பாடல் ஒன்று:

எங்கும் கலந்தும் என் உள்ளத்து எழுகின்ற
அங்க முதல்வன், அருமறை ஓதி பால்
பொங்கும் சலந்தரன் போர் செய்ய நீர்மையின்
அங்கு விரல் குறித்து ஆழி செய்தானே

‘எங்கும் கலந்து இருக்கும் சிவனே, என் உள்ளத்தில் எழுந்தருளியிருப்பவனே, சமயங்களாகிய அங்கங்களுக்கு முதல்வனே, அரிய வேதங்களை ஓதியவனே’ என்று அழைத்து வணங்கும் திருமூலர், அடுத்த வரிகளில் ‘கோபத்தோடு பொங்கி வந்த சலந்திரனை அழிப்பதற்காக விரல்களால் வட்டம் போட்டுச் சக்கரத்தை உருவாக்கியவனே’ என்கிறார்.

யார் அந்தச் சலந்திரன்? அவனை அழிப்பதற்காகச் சிவன் ஏன் வட்டம் போடவேண்டும்? சக்கரம் என்று திருமூலர் சொல்வது எதை?

சலந்திரன் என்பவன் ஒரு கொடியவன். தன்னுடைய உடல் வலிமையால் எல்லா உலகங்களையும் துன்புறுத்திவந்தான். அவனுடைய கொடுமை தாங்காமல் தேவலோகத்து வானவர்களே தடுமாறி ஒளிந்துகொண்டார்கள் என்றால், பொதுமக்கள் அனுபவித்த சிரமங்களைச் சொல்லவேண்டியதில்லை!

அந்தச் சலந்திரனுக்கு, சிவபெருமானுடன் சண்டையிட்டு ஜெயிக்கவேண்டும் என்று விருப்பம். நேராகப் புறப்பட்டுக் கயிலாயத்துக்குச் சென்றுவிட்டான்.

இவன் வருவதை முன்கூட்டியே தெரிந்துகொண்ட சிவபெருமான், ஒரு முதியவர் வேடத்தில் காத்திருந்தார். வேகமாகச் செல்லும் சலந்திரனை நிறுத்தி, ‘எங்கே போறே?’ என்று விசாரித்தார்.

‘நான் சிவனோட சண்டை போடப்போறேன்’ என்றான் அவன்.

‘யார்? நீயா?’ என்று சிரித்தார் முதியவர்.

‘ஆமாம்! ஏன்? என்னைப் பார்த்தா வீரனாத் தெரியலையா? நான் சிவனை ஜெயிக்கமாட்டேனா?’ ஆவேசத்துடன் கேட்டான் சலந்திரன்.

முதியவர் தன்னுடைய விரல்களால் தரையில் ஒரு வட்டம் போட்டார், ‘முடிஞ்சா இந்த வட்டத்தைக் கையிலே எடுத்துப் பாரு, அப்புறமா சிவனை ஜெயிக்கறதுபத்தி யோசிக்கலாம்’ என்றார்.

சலந்திரன் விழுந்து விழுந்து சிரித்தான், 'இது ஒரு பெரிய விஷயமா?' என்றபடி அந்த வட்டத்தைப் பெயர்த்து எடுத்தான், தன் தலையில் வைத்தான்.

மறுவிநாடி, அந்த வட்டம் கூரான ஆயுதமாக மாறியது. அவன் உடம்பைப் பிளந்து கொன்றுவிட்டது. கொடியவன் வீழ்ந்ததால் உலகம் மகிழ்ந்தது.

சலந்தரனை வதம் செய்வதற்காகச் சிவபெருமான் எடுத்த உருவத்துக்கு, 'சலந்தரவத மூர்த்தி' என்று பெயர். இவர் திருவாரூர் அருகே உள்ள திருவிற்குடியில் எழுந்தருளியுள்ளார்.

ஆக, திருமூலரின் வார்த்தைகளில் சொல்வதென்றால், சிவபெருமான் 'விரல் குறித்துச் செய்த ஆழி'தான் சக்ராயுதம். சலந்தரனை வீழ்த்திய வட்ட வடிவ ஆயுதம்!

அந்தச் சக்ராயுதத்தைத் திருமால் பெற விரும்பினார். அதற்காகத் திருவீழிமிழலை என்ற திருத்தலத்துக்குச் சென்றார், அங்குள்ள சிவனுக்கு ஆயிரம் தாமரை மலர்களைத் தூவி பூஜை செய்தார்.

ஆனால், அந்த ஆயிரம் மலர்களில் ஒன்றுமட்டும் காணாமல்போய்விட்டது. அதனால், பூஜை நிறைவடையவில்லை. இப்போது என்ன செய்வது?

திருமால் கொஞ்சமும் யோசிக்கவில்லை. அவர் 'தாமரைக் கண்ணன்' அல்லவா? தாமரை போன்ற தன்னுடைய கண்களில் ஒன்றைப் பறித்து அர்ச்சனை செய்தார்.

மறுவிநாடி, சிவன் அங்கே தோன்றினார். திருமால் கேட்டபடி அவருக்குச் சக்ராயுதத்தை வழங்கினார்.

இந்தக் கதையைதான் சுந்தரர் தன்னுடைய பாடலில் அழகாகத் தொகுக்கிறார். 'சோலைகள் நிறைந்த திருப்பத்தூரில் எழுந்தருளியிருப்பவனே, திருமாலுக்குச் சக்ராயுதத்தை வழங்கியவனே, உன்னைத் தொழுகிறேன்!'

23

திருக்கடவூர் என்று சொன்னவுடன், எல்லாருக்கும் சட்டென்று அமிர்தகடேஸ்வரர், மார்க்கண்டேயர் ஞாபகம் வரும், அடுத்து அபிராமித் தாயார், அதன்பிறகு, அந்த அம்மையை மிக அற்புதமாகப் பாடிய அபிராமி பட்டரும் அவருடைய அபிராமி அந்தாதி நூலும்!

ஒரு பாடலின் நிறைவுச் சொல்லில் இன்னொரு பாடலின் தொடக்கத்தை வைத்துப் பாடிய 'அந்தாதி' வகை என்பதாலோ என்னவோ, 'அபிராமி அந்தாதி' பக்தர்கள் மத்தியில் பெரும் புகழ் பெற்றுவிட்டது. பல பாடகர்களும் மேடைப் பேச்சாளர்களும் அதனை அருமையாக இசை, சொற்பொழிவு வடிவத்தில் நமக்கு வழங்கியிருக்கிறார்கள்.

அபிராமி அந்தாதி அளவுக்கு அற்புதமான, ஆனால் பாடல் எண்ணிக்கையில் சிறிய இன்னொரு நூலையும் அபிராமி பட்டர் வழங்கியுள்ளார். அந்நூலின் பெயர், 'அபிராமி அம்மைப் பதிகம்'.

அன்னை அபிராமியுடன் நேரடியாக உரையாடும் தொனியில் இந்த நூலை வடித்துள்ளார் அபிராமி பட்டர். ஒவ்வொரு

பாடலிலும் பக்தியோடு, உரிமையான அன்பும் கேட்கும். பழந்தமிழ்ப் பாடல்தான் என்றாலும், அதிகச் சிரமம் இல்லாமல் நேரடியாகப் படித்தாலே புரியும்!

உதாரணமாக, அபிராமி அம்மைப் பதிகத்திலிருந்து ஓர் அருமையான பாடல் இங்கே:

வஞ்சகக் கொடியோர்கள் நட்பு வேண்டாமலும், மருந்தினுக்கா
வேண்டினும், மறந்தும் ஓர் பொய்ம்மொழி சொல்லாமலும்,
தீமை ஆம் வழியினில் செல்லாமலும்,
விஞ்சு நெஞ்சு அதனில் பொறாமை தரியாமலும், வீண்
வம்பு புரியாமலும், மிக்க பெரியோர்கள் சொலும்
வார்த்தை தள்ளாமலும், வெகுளி அவை கொள்ளாமலும்,
தஞ்சம் என நினது உபய கஞ்சம் துதித்திடத் தமியேனுக்கு
அருள் புரிந்து, சர்வ காலமும் எனைக் காத்து
அருள வேண்டினேன், சலக் கயல்கள் விழியை அனைய
வஞ்சியர் செவ்வாய் நிகரும் வாவி ஆம்பல் மலரும்
வளர் திருக் கடவூரில் வாழ் வாமி! சுப நேமி! புகழ் நாமி!
சிவ சாமி மகிழ் வாமி! அபிராமி உமையே!

உமையே, அபிராமியே, சுபங்களை அள்ளித் தருபவளே, புகழை வழங்குபவளே, சிவபெருமானுடன் எப்போதும் எழுந்தருளி அவரை மகிழச் செய்யும் தாயே!

சலத்தில் (நீரில்) நீந்தும் கயல் மீன்களைப் போன்ற விழிகளைக் கொண்ட அழகிய பெண்கள், அவர்களுடைய சிவந்த வாயைப் போல் குளத்தில் ஆம்பல் மலர்கள் பூக்கின்ற, வளம் நிறைந்த, அழகிய கடவூரில் வாழும் அபிராமியே!

அதென்ன கடவூர்? அந்த ஊரின் பெயர் திருக்'கடையூர்' அல்லவோ?

அது பின்னர் வந்த பெயர், பழந்தமிழ்ப் பாடல்களில் இந்தத் தலத்தின் பெயர் 'கடவூர்' என்றே குறிப்பிடப்படுகிறது. உதாரணமாக, 'பண் இடைச் சுவைகள் பாடி ஆடிடும் பத்தர்க்கு என்றும் கண் இடை மணியர் போலும் கடவூர் வீரட்டனாரே' என்று திருநாவுக்கரசர் பாடுவார்.

கடவூர் அபிராமியிடம் பட்டர் வேண்டும் வரங்கள் என்னென்ன?

'அன்னையே, தஞ்சம் என்று உன் காலடியில் சேர்ந்துவிட்டேன், நான் தனி மனிதன், எனக்கு நீதான் எல்லாம், கெட்டவை என்னைச் சேராமல் எந்நேரமும் என்னைக் காத்து அருள்வாய்.'

அதென்ன 'கெட்டவை'?

நல்லதைச் செய்வது ஒரு வாழ்க்கை முறை என்றால், கெட்டதைச் செய்யாமல் இருப்பதும் அதற்கு இணையான முக்கியத்துவம் உள்ள விஷயம்தானே? அதற்காக, ஒன்று, இரண்டு அல்ல, ஒரு பட்டியலே போடுகிறார் அபிராமி பட்டர். அத்தனையும் தவிர்க்கவேண்டிய விஷயங்கள், இன்னும் சரியாகச் சொல்வதென்றால், அவர் தவிர்க்க விரும்பும் விஷயங்கள். அவை தன்னை நெருங்காமல் தடுப்பதற்கு அன்னையின் அருளைக் கோருகிறார்!

1. *நெஞ்சில் வஞ்சகம் வைத்திருக்கும் கொடியவர்களின் நட்பு கூடாது, நானும் அவர்களைத் தேடிச் செல்லமாட்டேன், அவர்களும் என்னைத் தேடிவரக் கூடாது!*
2. *எனக்கே தெரியாமல்கூட ஒரு பொய் சொல்லிவிடக் கூடாது!*
3. *கெட்ட வழியில் செல்லக் கூடாது!*
4. *என் நெஞ்சத்தில் யார்மீதும் பொறாமை ஏற்படக் கூடாது!*
5. *வீண் வம்பு விஷயங்களைப் பேசக் கூடாது!*
6. *பெரியவர்கள் சொல்லும் சொற்களை மதித்து ஏற்காமல் தள்ளக் கூடாது!*
7. *யார்மேலும் கோபப்படக் கூடாது!*

இந்த ஏழு வரங்களும் இன்றைக்கும், நமக்கும் மிக அவசியமானவைதான். அபிராமி பட்டரின் மொழியில் திருக்கடவூர் அன்னையை வேண்டிக்கொள்வோமே!

★★★

முருகனுக்கு ஆயிரம் பெயர்கள் இருந்தாலும், 'ஆறுமுகன்' என்ற பெயருக்குத் தனிச் சிறப்பு உண்டு.

தெய்வங்களுள் அதிக முகங்கள் முருகனுக்குதான். அந்த ஆறு முகங்களும் எப்படி வந்தன என்பது குறித்த அழகான ஒரு நம்பிக்கையும் நம் மரபில் இருக்கிறது.

ஆனால், முருகனுக்கு எதற்கு ஆறு முகங்கள்? ஒரே ஒரு முகம் போதாதா?

இதற்குப் பல கவிஞர்கள் பலவிதமான விளக்கங்களைத் தந்திருக்கிறார்கள். அருணகிரிநாதர் எழுதிய 'ஏறுமயில் ஏறி விளையாடும் முகம் ஒன்று' என்ற பிரபலமான பாடலை ஏற்கெனவே 'பக்தித் தமிழ்' வரிசையில் பார்த்துள்ளோம்!

அதே ஆறு முகங்களுக்கு, திருமுருகாற்றுப்படையில் நக்கீரர் தரும் விளக்கத்தில் கவித்துவமும் பக்தி அழகும் செறிந்திருக்கும். அந்தப் பாடலைப் பார்ப்பதற்குமுன்னால் அதென்ன 'ஆற்றுப்படை'?

தமிழில் 'ஆற்றுப்படுத்தல்' என்றால் அறிமுகப்படுத்திவைத்தல் என்று பொருள். உதாரணமாக, எனக்குத் தெரிந்த ஒருவரிடம் உங்களை நான் கூட்டிச் சென்று, 'இவர் நல்லவர், வல்லவர்' என்று சொன்னால், அதை 'ஆற்றுப்படை' என்று அழைக்கலாம்.

அன்றைய புலவர்களும் மற்ற கலைஞர்களும் தங்களுக்கு வாரி வழங்கும் அரசர்களை அல்லது வள்ளல்களைப் பிறருக்கு அறிமுகப்படுத்தும்விதமாக, அவர்களுடைய சபையில் தாங்கள் நடத்தப்பட்ட விதம், பெற்ற பரிசுகள் போன்றவற்றைப் பட்டியலிட்டு 'நீயும் அவரைச் சென்று பார், புகழ்ந்து பாடு, உனக்கும் இதேபோன்ற பரிசுகள் கிடைக்கும்' என்று சக கலைஞர்களுக்குச் சொல்லும்விதமாக எழுதிய நூல்களைதான் 'ஆற்றுப்படை' என்பார்கள். இலக்கியத்தில் இதற்கென்று தனி இலக்கண நெறிமுறைகளெல்லாம்கூட உண்டு.

மற்ற ஆற்றுப்படை நூல்களுடன் ஒப்பிடும்போது, திருமுருகாற்றுப்படை கொஞ்சம் வித்தியாசமானது. இங்கே

அறிமுகப்படுத்தப்படுகிறவர், அதாவது பாட்டுடைத் தலைவராகப் போற்றப்படுபவர் சாதாரண மன்னரோ, பெரும் பணக்காரரோ அல்ல, முருகப் பெருமான். ஆகவே, இந்த ஆற்றுப்படை நூலின் நோக்கம், பணப் பரிசையோ தங்க நகைகளையோ பெறுவது அல்ல, முருகனைச் சென்றடைந்து அவனுடைய அருள் எனும் அமுதத்தை ருசிப்பது எப்படி என்று வழிகாட்டும்வகையில் இந்நூல் உருவாகியுள்ளது.

இதை எழுதிய நக்கீரரும் நமக்கு நன்கு அறிமுகமானவர்தான். திருவிளையாடலில் தருமியின் பாடலில் குறை கண்டு, ‘பெண்களின் கூந்தலுக்கு இயற்கை மணம் கிடையாது’ என்று வாதிட்டு சிவபெருமானின் கோபத்தைச் சம்பாதித்துக்கொண்ட அதே நக்கீரர்தான்.

பின்னர் ஒருமுறை, அவர் சிவபெருமானை நினைத்துத் தவம் செய்துகொண்டிருந்தபோது, கொஞ்சம் கவனம் சிதறிவிட்டார். ஆகவே, அவர் ஒரு குகைக்குள் அடைந்து கிடக்க நேர்ந்தது.

அங்கே அவரைப்போல் இன்னும் பல நூறு பேர் அடைபட்டிருந்தார்கள். எல்லாரும் வெளியே செல்ல என்ன வழி என்று எதுவும் புரியாமல் தவித்தார்கள்.

அவர்களுக்காக, நக்கீரர் முருகப் பெருமானை நினைத்து வணங்கினார். ஓர் அருமையான பாடலைப் பாடினார். அதில் மகிழ்ந்த கந்தவேள் அவர்கள் எல்லாரையும் விடுவித்து அருளினார். அந்தப் பாடல் தொகுப்புதான் இப்போது நாம் வாசிக்கும் ‘திருமுருகாற்றுப்படை’!

நக்கீரர் போற்றும் முருகனின் ஆறு திருமுகங்கள் இவை:

> மாஇருள் ஞாலம் மறு இன்றி விளங்கப்
> பல்கதிர் விரித்தன்று ஒருமுகம்!
> ஒருமுகம்
> ஆர்வலர் ஏத்த அமர்ந்து இனிது ஒழுகிக்
> காதலின் உவந்து வரம் கொடுத்தன்றே!
> ஒருமுகம்

மந்திர விதியின் மரபுளி வழாஅ
அந்தணர் வேள்வி ஓர்க்கும்மே!
ஒருமுகம்
எஞ்சிய பொருள்களை ஏமுற நாடித்
திங்கள்போலத் திசை விளக்கும்மே!
ஒருமுகம்
செறுநர்த் தேய்த்துச் செல் சமம் முருக்கிக்
கறுவுகொள் நெஞ்சமொடு களம் வேட்டன்றே!
ஒருமுகம்
குறவர் மடமகள் கொடிபோல் நுசுப்பின்
மடவரல் வள்ளியொடு நகை அமர்ந்தன்றே!
ஆங்கு அம்
மூ இரு முகனும் முறை நவின்று ஒழுகலின்!

முருகனின் ஆறு முகங்கள் எதற்காக என்று தெரியுமா?

இந்த உலகத்தைப் பெரிய இருள் சூழ்ந்திருக்கிறது, அது குற்றம் இல்லாமல் திகழ்வதற்காகப் பல கதிர்களை விரித்து வெளிச்சம் தருகிறது முருகனின் ஒரு முகம்.

இதை நாம் சூரியன் என்றோ சந்திரன் என்றோ பார்க்கலாம். அவற்றுக்கு ஒளியை வழங்குவதே முருகன்தான் என்று அர்த்தம் சொல்லலாம்!

அடுத்த முகம், பக்தர்களுக்கு வரம் கொடுக்கிறது. அவர்கள் முருகனைச் சுற்றி நின்றபடி அவனைப் புகழ்ந்து பாடுகிறார்கள், அவர்களைப் பார்த்து இனிமையாகச் சிரிக்கிறது இந்த முகம்!

இன்னொரு பக்கம், அந்தணர்கள் சிரத்தையாக அமர்ந்து வேதங்களை முழங்கி பல யாகங்களை நிகழ்த்திக் கொண்டிருக்கிறார்கள். அவற்றை ஏற்றுக்கொள்கிறது முருகனின் இன்னொரு முகம்.

அடுத்த முகமோ, யாராலும், எந்த நூலாலும் ஆராய்ந்து உணர்த்தமுடியாத உண்மைகளை விளக்குகிறது. அந்த முகம் ஞானப் பிரகாசத்தில் ஒளிர்கிறது!

இப்படி முருகன் அருளில் உலகத்தில் எல்லாம் நல்லதாக நடந்துகொண்டிருக்கும்போது, நடுவே சில தீய சக்திகள் மட்டும் கொஞ்சம் வம்பு பண்ணுகின்றன. அவர்களோடு போர் செய்து வெல்கிறது முருகனின் இன்னொரு முகம், தீமையை அழித்து நன்மையை நிலைநாட்டுகிறது!

நிறைவாக, ஆறாவது முகம், பூங்கொடி போன்ற இடையைக் கொண்ட குறத்தி வள்ளியுடன் புன்னகையோடு நமக்குக் காட்சி தருகிறது.

இப்படிப் பன்முகத்தன்மையோடு இயங்கும் முருகனுக்கு, நிஜமாகவே பன்முகங்கள் இருப்பதில் ஆச்சர்யம் என்ன?

★★★

கண்ணன் வாழ்கின்ற ஆயர்ப்பாடியின்மீது இந்திரனுக்குக் கோபம். தன் கட்டுப்பாட்டில் உள்ள மேகங்களை அங்கே ஏவுகிறான். ஊரெல்லாம் பெருமழை பொழிகிறது.

மழை விடாமல் பெய்யப் பெய்ய, அங்குள்ள மக்கள், மாடுகள், மற்ற உயிரினங்கள் எல்லாம் துன்பப்படுகின்றன. இதைப் பார்த்து மனம் இரங்கிய கண்ணன் அருகே இருந்த கோவர்த்தன மலையையே ஒரு குடையாகக் கையில் பிடித்துத் தூக்குகிறான். அதற்குக் கீழே எல்லாரும் சரண் அடைந்து உயிர் பிழைக்கிறார்கள்.

நம் அனைவருக்கும் தெரிந்த இதே கதையைத்தான் பெரியாழ்வாரும் கேள்விப்பட்டிருக்கிறார். ஆனால் அவருக்கு அதில் ஒரு புதுமையான கோணம் தெரிந்திருக்கிறது.

'கோவர்த்தன மலையைக் கண்ணன் தூக்கினான் என்பது அவனுக்குப் பெருமை, ஆனால் கண்ணனால் தூக்கப்பட்டது என்பது அந்த மலைக்குப் பெருமை அல்லவா? பகவான் கை படுவதற்கு அந்த மலை என்ன பாக்கியம் செய்ததோ' என்று நெகிழ்கிறார் பெரியாழ்வார். கோவர்த்தன மலையின் பெருமைகளைப் பல பாடல்களாக எழுதுகிறார். ஒவ்வொன்றும்

மிகச் சுவாரஸ்யமான, அருமையான காட்சிகள். அவற்றுள் ஒரு பாடலை மட்டும் இங்கே பார்ப்போம்:

படங்கள் பலவும் உடைப் பாம்பு அரையன்
    படர் பூமியைத் தாங்கிக் கிடப்பவன் போல்
தடங்கை விரல் ஐந்தும் மலர வைத்துத்
    தாமோதரன் தாங்கு தடவரைதான்
அடங்கச் சென்று இலங்கையை ஈடு அழித்த
    அனுமன் புகழ் பாடித் தம் குட்டன்களை
குடங்கைக் கொண்டு மந்திகள் கண் வளர்த்தும்
    கோவர்த்தனம் என்னும் கொற்றக் குடையே!

'கோவர்த்தனம் என்பது வெறும் மலை அல்ல, அது ஒரு கொற்றக் குடை' என்கிறார் பெரியாழ்வார். 'பெரிய மன்னர்கள் வரும்போது அவர்களுக்கு மற்றவர்கள் குடை பிடிப்பார்கள். ஆனால் கண்ணன் தனக்குத் தானே கோவர்த்தன மலையைக் கொற்றக் குடையாகத் தாங்கிப் பிடிக்கிறான்!

கண்ணன் கோவர்த்தன கிரியைத் தூக்கும் அழகை நான்கு வரிகளில் மிக அற்புதமாக வர்ணிக்கிறது இந்தப் பாடல். தன் கையில் இருக்கும் விரல்கள் ஐந்தையும் ஒரு மலர்போல விரித்து கண்ணன் அந்த மலையைத் தாங்குகிறானாம்!

'அப்போது கண்ணனின் கை, ஆதிசேஷனைப்போலவே இருந்தது' என்று பெரியாழ்வார் கற்பனை செய்கிறார். காரணம், ஆதி சேஷனுக்குப் பல தலைகள் உண்டு. அவை எல்லாம் சேர்ந்து இந்த பூமியைத் தாங்கி நிற்கின்றன.

ஆக, கண்ணனின் விரல்கள் ஒவ்வொன்றும், ஆதிசேஷனின் ஒரு தலையைப்போல் பெரியாழ்வாருக்குத் தெரிகிறது. 'அவற்றில் கோவர்த்தன கிரியை இப்படி அழகாகத் தூக்குகிறானே!' என்று வியந்து நிற்கிறார்.

எத்துணையோ மலைகள் இருக்க, கண்ணன் ஏன் கோவர்த்தன கிரியைத் தூக்கவேண்டும்? அதற்கு அப்படி என்ன சிறப்பு?

அந்த மலைமீது குரங்குக் குடும்பங்கள் இருக்கின்றன. அவற்றில் பெண் குரங்குகள் தங்களுடைய சிறு குழந்தைகளைக் கதை சொல்லி, பாட்டுப் பாடித் தட்டிக் கொடுத்துத் தூங்க வைக்கின்றன.

அதுவும் எந்தக் கதை தெரியுமா? அனுமன் கதை!

ஆமாம்! இலங்கை நகரத்துக்குள் அதிரடியாக நுழைந்து, சீதாப் பிராட்டியைச் சந்தித்து, ராமனின் கணையாழியைக் கொடுத்து, அவள் உயிரை மீட்டுத் தந்து, அதன்பிறகு அங்கிருந்த அடாவடிப் பேர்வழிகளோடு சண்டை போட்டு ஜெயித்து, ராவணன் போன்ற அரக்கர்களின் கர்வத்தை அடக்கிய ஆஞ்சனேனரின் வீர தீர சாகசங்களைதான் அந்தக் குரங்குகள் தங்கள் குட்டிகளுக்குச் சொல்கின்றன.

பின்னே, நாமெல்லாம் நம்முடைய குழந்தைகளுக்குப் புகழ் பெற்ற மனிதர்களின் கதையைச் சொல்வதில்லையா? அதுபோல, வானரக் குலத்தில் புகழ் பெற்ற வானரம் அனுமன்தானே? தாய்க் குரங்குகள் அவனுடைய புகழைப் பாடி 'நீயும் அனுமன்மாதிரி வரணும்' என்று சொல்லித் தங்களுடைய குழந்தைகளைத் தூங்கவைப்பதுபோல் அழகாகக் கற்பனை செய்கிறார் பெரியாழ்வார்.

ராமன் வேறு, கிருஷ்ணன் வேறா? ராமனுடைய அன்புக்குரிய தொண்டனாகிய அனுமனின் பெயரை அந்தக் குரங்குகள் பாட, அதனால் அந்த மலையே புனிதம் பெற்றுவிட்டது. ஆகவேதான் கிருஷ்ணன் அந்த மலையைக் கையில் தூக்கி மேலும் பெருமைப்படுத்திவிட்டான்!

24

இந்த உலகத்திலேயே, இன்னும் சரியாகச் சொல்வதென்றால், இருக்கின்ற அனைத்து உலகங்களிலும் மிகச் சிறந்த கடவுள் யார்?

'இதென்ன அபத்தமான கேள்வி?' என்று பதறவேண்டாம். கடவுளருக்குள் ஏற்றதாழ்வு ஏதும் இல்லை என்பது நமக்குத் தெரியும். ஆனால், அன்றைய சபையில் ஓர் அறிஞருக்குத் தெரியவில்லை. இப்படி ஒரு விநோதமான கேள்வியைக் கேட்டுவிட்டார். அவருக்கு என்ன பதில் சொல்வது?

எல்லாரும் யோசித்தார்கள், உண்மையிலேயே மற்ற கடவுளரைவிடத் தனித்துவம் வாய்ந்த ஒரு 'விசேஷக்' கடவுள் இருக்கிறாரா? அவர் யார்?

'சிவன், விஷ்ணு, பிரம்மன் என்று தனித்தனியே பார்த்தால் அவர்களில் யாராவது ஒருவர் மட்டும் சிறந்தவர் என்று தேர்ந்தெடுக்கவேண்டியிருக்கும், அதற்குக் காரணம் சொல்லவேண்டியிருக்கும்' என்று யோசித்தார் ஒரு புலவர், 'மும்மூர்த்திகள்' என்று பொதுவாகச் சொல்லிவிட்டார்.

இன்னொருவர், 'தேவர்கள் எல்லாருமே சிறந்தவர்கள்தான்' என்றார்.

'அப்படியானால், அந்தத் தேவர்களின் தலைவன் இந்திரன் இருக்கிறானே, அவன்தான் சிறந்த கடவுளா?' என்று குறுக்குக் கேள்வி கேட்டார் மற்றொருவர்.

'நாலு வேதங்களைச் சொல்கிற அனைவரும் சிறந்தவர்கள்' என்றார் இன்னொருவர். 'அதாவது, தவம் புரியும் முனிவர்கள்தான் உலகில் தலைசிறந்தவர்கள்!'

'வேதம் படித்தால்தானா? இறைவன் பெருமையைப் பாடுகிற எல்லாருமே சிறந்தவர்கள்தான்!' என்று சமத்துவக் கருத்தை முன்வைத்தார் ஒருவர்.

அடுத்தவர் அங்கிருந்து இன்னொரு படி மேலே ஏறினார், 'அட, மனிதப் பயல்தான் சிறந்தவனா? இந்த உலகில் வாழும் எல்லா உயிர்களிலும் இறைவன் இருக்கிறான்' என்றார் அவர், 'ஆகவே, ஒவ்வொரு உயிரும் சிறந்ததுதான், இதில் வேறு பேச்சுக்கே இடம் இல்லை!'

அந்தச் சபையில் இருந்த கம்பர் சிரித்தார். 'நீங்கள் சொன்ன எல்லா பதிலும் தப்பு!' என்றார்.

'அப்படியா? உண்மையான பதில் உங்களுக்குத் தெரிந்தால் சொல்லுங்களேன்!'

கம்பரின் தமிழ் ஓர் அழகிய பாடலாகப் பாய்ந்து வந்தது. அவர் எழுதிய சரஸ்வதி அந்தாதி எனும் அருமையான நூலில் இடம்பெற்றுள்ள பாடல் இது:

> 'தேவரும் தெய்வப் பெருமானும் நான் மறை செப்புகின்ற
> மூவரும் தானவர் ஆகியுள்ளோரும் முனிவரரும்
> யாவரும் ஏனைய எல்லா உயிரும் இதழ் வெளுத்த
> பூவரும் மாதின் அருள் கொண்டு ஞானம் புரிகின்றதே!'

'அறிஞர்களே, நீங்கள் சொன்ன தேவர்கள், அவர்களுடைய

தலைவனான இந்திரன், மும்மூர்த்திகள், நான்மறை ஓதுவோர், இறைவன் புகழ் பாடுவோர், முனிவர்கள், மற்ற மனிதர்கள், பிற உயிர்கள்... இவை அனைத்தும் மிக உயர்ந்தவை. நான் அதை ஒப்புக்கொள்கிறேன்.'

'ஆனால், இந்தப் பட்டியலில் உள்ள எல்லாரும் சிறந்த விளங்க என்ன காரணம்?'

கம்பரின் கேள்விக்குப் பதில் தெரியாமல் சபை விழித்தது. அவரே தொடர்ந்து பேசினார், 'இவர்கள் அனைவரும் தங்களுடைய அபரிமிதமான ஞானத்தால் அல்லவா சிறந்து விளங்குகிறார்கள்? அதனால்தானே அவர்களால் தங்களது குணத்தைப் பாதுகாக்கவும், செயல்பாடுகளை நிறைவேற்றவும், சாதனைகளைப் புரியவும், உலகுக்குப் பயன் தரும்விதமாக வாழவும் முடிகிறது?'

'ஆக, மற்ற எதையும்விட ஞானம் என்பதே உயர்ந்தது. கல்விதான் சிறந்தது!' என்றார் கம்பர், 'அந்த ஞானத்தை அருள்கிறவர், இதழ் வெளுத்த தாமரையில் அமர்ந்திருக்கும் கலைமகள், சரஸ்வதி தேவி!'

கவிச் சக்கரவர்த்தியின் பதிலை அவை கரகோஷம் செய்து ஏற்றுக்கொண்டது. கலைமகள் நாளும் ஞானமாகப் பொழிகிற கருணைக்கு நன்றி சொல்லித் தொழுதது!

★★★

'கண்ணனை எப்படியாவது அழித்துவிடவேண்டும்' என்று நினைத்தான் கம்சன். அதற்காக, வரிசையாகப் பல வடிவங்களில் பல அசுரர்களை அனுப்பிவைத்தான்.

ஆனால், கம்சன் எண்ணியது நிறைவேறவில்லை. வந்த அசுரர்களையெல்லாம் கண்ணன் வீழ்த்திக்கொண்டிருந்தான்.

இந்தக் கதைகளைக் கேட்கக் கேட்க, கம்சனுக்கு எரிச்சல் கூடியது. 'பெரிய மன்னனாக இருந்து என்ன பயன்? அந்தச் சின்னப் பயலை ஒன்றும் செய்யமுடியவில்லையே!' என்று தனக்குள் புலம்பினான்.

அப்போதுதான் அவனுக்கு ஒரு விஷயம் புரிந்தது. 'கண்ணன் அங்கே ஆயர்ப்பாடியில் இருக்கும்வரை, அவனை யாராலும் எதுவும் செய்யமுடியாது.'

அதாவது, 'முதலைக்குத் தண்ணீரில்தான் பலம், வெளியே கரைக்கு இழுத்துவந்தால் அதைச் சுலபமாகத் தோற்கடித்துவிடலாம்!' என்பது கம்சனின் (தப்புக்) கணக்கு. அதற்காகக் கண்ணனையும் அவனுக்குத் துணை நிற்கும் அண்ணன் பலராமனையும் தான் ஆளும் மதுராபுரிக்கு வரவழைக்க எண்ணினான். அங்கே அவர்களைக் கொல்வதற்குக் குவலயாபீடம் என்ற யானை, பெரும் மல்லர்கள் என்று ஒரு சதித் திட்டமே தீட்டிவிட்டான்.

ஆனால், அவர்களை எப்படி இங்கே வரவழைப்பது?

அதற்காக, பிரமாதமான வில்விழா ஒன்றுக்கு ஏற்பாடு செய்தான் கம்சன். அதற்கு வருமாறு கண்ணனுக்கும் பலராமனுக்கும் அழைப்பு அனுப்பினான்.

இந்த அழைப்பைச் சும்மா தபாலிலோ கூரியரிலோ அனுப்பமுடியுமா? ஏதோ சதி இருக்கிறது என்று புரிந்துகொண்டு கண்ணன் வராமலிருந்துவிடுவானே!

நிஜமாகவே கண்ணன்மீது அக்கறை கொண்ட ஒருவர் இந்த அழைப்பிதழைக் கொண்டுசெல்லவேண்டும். தனிப்பட்டமுறையில் அவனை அன்போடும் மரியாதையோடும் அழைக்கவேண்டும். அப்போதுதான் அவன் வருவான், கம்சன் விரித்திருக்கும் வலையில் சிக்குவான்.

இதற்காகக் கம்சன் தேர்ந்தெடுத்த நபர், அக்குரூரர்.

'நீங்கள் உடனடியாக கோகுலத்துக்குச் செல்லுங்கள்' என்று அக்குரூரருக்குக் கட்டளையிட்டான் கம்சன், 'எப்படியாவது அந்தக் கண்ணனையும் பலராமனையும் இங்கே அழைத்துவந்துவிடுங்கள், மற்றவற்றை நாங்கள் பார்த்துக்கொள்கிறோம்!'

அக்குரூரருக்குக் கண்ணன்மீது மிகுந்த அன்பும் பக்தியும் உண்டு. ஆனால், அவரால் ராஜ கட்டளையை மீறமுடியுமா? கோகுலத்துக்குப் புறப்பட்டார்.

அப்போதும், அவருக்குக் கண்ணனைப் பார்க்கப்போகும் மகிழ்ச்சிதான். கம்சன் எத்தனை வலை விரித்தாலும் கண்ணன் அவற்றைக் கிழித்தெறிந்து வெற்றி காணுவான் என்பதில் அவருக்குச் சந்தேகமே இல்லை!

விரைவில், அக்குரூரர் கோகுலத்தை வந்தடைந்தார். கண்ணனையும் பலராமனையும் தரிசித்தார், பரவசத்தோடு அவர்கள் காலில் விழுந்து எழுந்தார்.

கண்ணன் சிரித்தான், 'என்ன விஷயம் அக்குரூரரே? இவ்வளவு தூரம் வந்திருக்கிறீர்கள்!'

'மதுராபுரியில் வில் விழா ஏற்பாடாகியுள்ளது கண்ணா, நீயும் பலராமனும் அங்கே வரவேண்டும்' என்றார் அவர்.

'அவ்வளவுதானே, வந்துவிடுகிறோம்!' என்று புன்னகைத்தான் கண்ணன். 'அங்கே எங்களுக்கும் நிறைய முக்கியமான வேலைகள் உள்ளன!'

அக்குரூரர் தயக்கத்துடன், 'கண்ணா, இந்த மதுராபுரியில்...' என்று இழுத்தார்.

'எல்லாம் யாம் அறிவோம், கலங்கவேண்டாம்' என்றான் கண்ணன், 'ஆபத்தை வலிய வாங்கிக்கொள்வது உங்கள் அரசருக்குப் புதிதா என்ன? எனக்கு வைக்கும் பொறியில் கம்சன் தானே சிக்கிக்கொள்ளப்போவது உறுதி!'

அக்குரூரர் எதிர்பார்த்ததும் இதைத்தான். ஆனால், கண்ணன் வாயால் அதைக் கேட்பதில் ஒரு மகிழ்ச்சி. திருப்தியுடன் மதுராபுரிக்குக் கிளம்பினார்.

அவருடைய தேரில், கண்ணனும் பலராமனும் ஏறிக்கொண்டார்கள். அவர்களுடைய கம்பீரமான அழகை

ஓரக்கண்ணால் பார்த்து ரசித்தபடி தேரைச் செலுத்தினார் அக்குரூரர்.

வழியில், அவர் யமுனை நதியில் நீராட விரும்பினார். கண்ணன், பலராமனிடம் அனுமதி கேட்டார்.

'தாராளமாகக் குளித்துவிட்டு வாருங்கள், நாங்கள் இங்கேயே இருக்கிறோம்' என்றான் கண்ணன். அவனுடைய அழகிய புன்னகையில் கொஞ்சம் குறும்பும் கலந்திருந்தது.

அக்குரூரர் நதியில் இறங்கினார். தண்ணீரில் மூழ்கிய அதே நிமிடம், அவருக்கு அதிர்ச்சி!

காரணம், அவர் அழைத்துவந்த கண்ணனும் பலராமனும் யமுனை நதிக்குள் காட்சியளித்தார்கள்!

'அட, இப்போதுதானே தேரில் பார்த்தேன்? திடீரென்று இவர்களும் தண்ணீரில் இறங்கிவிட்டார்களா?' என்று வியந்தார் அக்குரூரர். அவசரமாகத் தனது குளியலை முடித்துக்கொண்டு கரைக்கு ஓடி வந்தார்.

அங்கே, அதே தேரில், அதே கண்ணன், பலராமன், ஆனால் அவர்கள் இருவரும் முன்பு உட்கார்ந்த அதே நிலையில் இருந்தார்கள். உடம்பில் குளித்த அடையாளமே இல்லை.

திகைத்த அக்குரூரர் மறுபடி யமுனைக்கு ஓடினார், நீரில் மூழ்கினார், அங்கே கண்ணன், பலராமன். பரபரப்பாகக் கரைக்கு ஓடி வந்தார், அங்கே தேரிலும் கண்ணன், பலராமன்.

இப்படி மாறி மாறி பலமுறை நீரிலும் தேரிலும் கண்ணன், பலராமனைப் பார்த்தபிறகு, அவருக்குக் கண்ணன் தன்னிடம் விளையாடுவது புரிந்தது. அவனைப் போற்றிப் பாடினார், மகிழ்ந்தார்.

அற்புதமான இந்தக் காட்சி, 'திருவரங்கத்து மாலை' எனும் நூலில் வருகிறது. பிள்ளைப் பெருமாள் ஐயங்கார் எழுதிய அந்த அழகான பாடல்:

> நீரில் புகும், கண்டு, தேரினைப் பார்க்கும், நிறுத்திய பொன்
> தேரில் தொழும், பின்னை, நீரினில் காணும், சிறந்த பச்சைக்
> காரின் திற மெய் அரங்கனும், சேடனும், கஞ்ச வஞ்சன்
> ஊரில் செல, உடன்போம் அக்குரூரன் தன் உள்மகிழ்ந்தே!

மேக வண்ணம் கொண்ட அரங்கனும் (கண்ணனும்), ஆதிசேஷனும் (பலராமனும்), வஞ்சகனாகிய கஞ்சனின் (கம்சனின்) ஊருக்கு(மதுராபுரிக்கு)ச் செல்கிறார்கள். அவர்களோடு சென்றார் அக்குரூரர்.

அப்போது வழியில், யமுனை ஆற்றங்கரையில், அவர்களைத் தண்ணீரில் பார்த்தார், தரையில் பார்த்தார், மறுபடி தண்ணீர், மறுபடி தரை என்று பலமுறை அவர்களைப் பார்த்துப் பார்த்து உள்ளம் மகிழ்ந்தார், இறைவனின் திருவிளையாடலை எண்ணி வியந்தார்!

★★★

பத்துத் தலைகளைக் கொண்ட அசுரன் அவன். அதற்குப் பொருத்தமாக 'தசமுகன்' என்று பெயர்.

அசுரர்களின் ஒரு தலைக்கே கனம் தாங்காது, பத்துத் தலை என்றால் கேட்கணுமா? உலகே என்னுடையதுதான் என்று சொல்லும்விதமாகத் திரிந்தான் அவன்.

அந்தத் தசமுகன் நிச்சயமாகப் பெரிய வீரன்தான். ஆனால் இப்படிக் கர்வம் பிடித்து அலையலாமோ? அவனுக்கு ஒரு பாடம் புகட்டவும், அவனைத் தன் பக்தனாக மாற்றவும் எண்ணினார் சிவபெருமான்.

தசமுகனிடம் ஒரு புஷ்பக விமானம் இருந்தது. அவன் நினைத்த நேரத்தில் நினைத்த இடத்துக்கு அவனைத் தூக்கிச் செல்லும் வல்லமை அதற்கு உண்டு.

ஒருநாள், தசமுகன் அந்தப் புஷ்பக விமானத்தில் பறந்துகொண்டிருந்தான், திடீரென்று அது நின்றுபோய்விட்டது!

போயிங் விமானம் நின்றால் எஞ்சின் கோளாறைப் பார்த்துச் சரி செய்யலாம், புஷ்பக விமானம் ஏன் நிற்கிறது? தசமுகனுக்கு ஒன்றும் புரியவில்லை. எதிரே பார்த்தான், ஒரு மலை.

'தசமுகா, இது சிவன் வாழும் கயிலாய மலை' என்றார் நந்தி பகவான், 'இந்தப் புனித மலையின்மீது விமானம் பறக்காது, சுற்றிக்கொண்டு போ!'

'என்னது? சுற்றிக்கொண்டு போகவேண்டுமா?' என்று கர்ஜித்தான் தசமுகன். 'நான் யார் தெரியுமா?'

'நீ யாராக இருந்தாலும் சரி, இந்த மலையின்மீது யாரும் பறக்கமுடியாது!'

'யார் சொன்னார்கள்? இந்த மலையையே இங்கிருந்து தள்ளி வைத்துவிட்டு நான் இங்கே பறந்துதான் செல்வேன், சுற்றிக்கொண்டு செல்லமாட்டேன்' என்றான் தசமுகன். சட்டென்று புஷ்பக விமானத்திலிருந்து இறங்கி, கயிலாய மலையைத் தூக்க முயன்றான்.

அந்த மலையே நடுங்கியது. நிஜமாகவே தன் வலிமையால் அந்த மலையைத் தூக்கிவிட்டான் தசமுகன்.

சிவபெருமான் எதுவும் செய்யாமல் புன்னகைத்துக் கொண்டிருந்தார். அருகே இருந்த உமையன்னைக்கு லேசாக நடுக்கம்.

தசமுகன் மலையைத் தூக்கிவிட்டான், அடுத்து என்ன செய்வானோ என்று உலகமே கவலையுடன் பார்க்க, சிவபெருமான் லேசாகத் தன் கட்டை விரலால் கீழே அழுத்தினார்.

அவ்வளவுதான். தசமுகன் மலைக்குக் கீழே சிக்கிக்கொண்டான்!

எப்பேர்ப்பட்ட பலசாலியாக இருந்தென்ன? சிவனின் கட்டை விரல் வலுவை அவனால் தாங்கமுடியவில்லை. மலைக்குக் கீழே மாட்டிக்கொண்டு, கதறி அழுது, 'ராவணன்' என்ற

பெயரைப் பெற்றான், பின்னர் சிவபெருமானின் அருளால் அங்கிருந்து விடுபட்டான்.

இந்தக் கதையை எண்ணி நெகிழ்கிறார் திருநாவுக்கரசர். 'தசமுகன்மீது நீ வெறும் கட்டை விரலை மட்டும்தான் வைத்து அழுத்தினாய், என்மீது உனது திருப்பாதம் முழுவதையும் வைத்து அருளினாயே!' என்கிறார்.

தசமுகனால் சிவனின் கட்டை விரல் அழுத்தத்தைத் தாங்கமுடியவில்லையே. திருநாவுக்கரசர் சிவனுடைய பாதம் மொத்தத்தையும் எப்படித் தாங்கினார்?

'அட, அதை விடுங்கள்' என்கிறார் திருநாவுக்கரசர், 'கரடுமுரடான என்னுடைய தலைமீது பாதம் பதித்தானே அந்தச் சிவன், பாறைமீது கால் பட்டதுபோல் அவனுக்கு வலித்திருக்குமல்லவா?' என்று வாஞ்சையோடு கேட்கிறார்.

> உய்த்தகால் உதயத்து உம்பர்,
> உமையவள் நடுக்கம் தீர
> வைத்த கால் அரக்கனோ தன்
> வான்முடி தனக்கு நேர்ந்தான்,
> மொய்த்தகான் முகில்வெண் திங்கள்
> மூர்த்தி என் உச்சி தன்மேல்
> வைத்தகால் வருந்தும் என்று
> வாடி நான் ஒடுங்கினேனே!

தசமுகன் கயிலை மலையை எடுக்கத் தொடங்கினான், அப்போது அதனால் பார்வதிக்கு நடுக்கம் ஏற்பட்டது, அந்த நடுக்கத்தைத் தீர்ப்பதற்காக, சிவபெருமான் தன் விரலை வைத்து அழுத்தினான்.

அதனால், அந்த அரக்கன் மலைக்குக் கீழே சிக்கிக்கொண்டான், அவனுடைய மணிமுடிகள் அனைத்தும் சிவபெருமானை நோக்கி வணங்கி நின்றன.

அதேபோல் இப்போது, பிறை சூடிய பெருமானாகிய

சிவனுடைய வண்டுகள் மொய்க்கும் மலர் போன்ற கால்கள், என் உச்சிமீது படிகின்றன, அது நான் செய்த பாக்கியம்.

ஆனால், கரடுமுரடான என்னுடைய தலைமீது அந்தச் சிவனின் பாதம் பட்டால், அவனுக்கு வலிக்குமே! அதற்காக, அவன் பாதம் என்மீது பட்டுவிடாதபடி நான் தாழ்ந்து ஒடுங்கி நிற்கிறேன்!

நாம் ஒடுங்கி நின்றால் என்ன? உண்மையான பக்தனை இறைவனின் பாதம் தேடி வரும், வாழ்வு தரும்!

25

விளையாடச் செல்லுவோர் உடலுக்குக் கவசம் அணிவதைப் பார்த்திருக்கிறோம். கை விரல்களில் அடிபடாமல் இருக்க ஒரு கவசம், காலுக்கு ஒன்று, தொடைக்கு ஒன்று, தலைக்கு ஒன்று, இடுப்புக்கு ஒன்று என்று இன்னும் நிறைய.

இவர்களுக்கே இப்படியென்றால், காவல்துறையினர், ராணுவத்தினர், தீயணைப்புப் படையினர் போன்ற ஆபத்தான பணிகளில் ஈடுபடுவோர் இன்னும் வலுவான கவசங்களை அணிவார்கள். பெரிய தலைவர்கள் பொது இடங்களுக்கு வரும்போது, குண்டு துளைக்காத கவசங்களை அணிந்திருப்பார்கள்.

ஆனால், இவையெல்லாம் ஓரளவுக்குதான் பலன் தரும். எல்லாக் கவசங்களிலும் ஏதோ ஒரு குறை உண்டு, எதிராளி அதைத் தெரிந்துவைத்துக்கொண்டு தாக்கினால், அடி விழுவது நிச்சயம்.

மாறாக, ஒரு கவசம், மிகவும் வலுவானது. யாராலும் தகர்க்கமுடியாதது. அது, ஆண்டவன் எனும் கவசம். அவனை வேண்டி, என்னைக் காப்பாற்று என்று முழுமையாகச் சரணடையும்போது அவன் தருகிற பாதுகாப்புக்கு ஈடு, இணை கிடையாது.

தமிழில் பல கவச நூல்கள் இருப்பினும், வேலவன்மீது குமரகுருபர சுவாமிகள் எழுதிய 'சண்முகக் கவசம்' மிகவும் அருமையானது. உடலின் ஒவ்வொரு பாகத்தையும் கவனமாகக் குறிப்பிட்டுச் சொல்லி, அவற்றைக் கந்தன் எப்படிக் காக்கவேண்டும் என்று அவன்முன் பணிந்து வணங்கிக் கேட்கும் அழகு தமிழ்ப் பாடல் இது. பாராயணம் செய்ய ஏற்றது.

உடலுக்குத் தலைதானே பிரதானம், குமரகுருபர சுவாமிகள் அங்கிருந்து தொடங்குகிறார்:

அண்டமாய், அவனி ஆகி,
அறிய ஒணாப் பொருள் அது ஆகித்
தொண்டர்கள் குருவும் ஆகித்
துகள் அறு தெய்வம் ஆகி
எண் திசை போற்ற நின்ற
என் அருள் ஈசன் ஆன
திண் திறல் சரவணத்தான்
தினமும் என் சிரசைக் காக்க!

முருகன்தான் அண்டம், இந்த உலகும் அவன்தான், ஆனால் இவ்வளவுதான் அவன் என்று யாராலும் வரையறுத்து அறிய முடியாத அளவு பரந்து விரிந்தவன், தொண்டர்களுக்குக் குரு, எந்தக் குறையும் இல்லாத தெய்வம், எட்டுத் திசைகளில் உள்ள எல்லாரும் அவனைப் போற்ற, அனைவருக்கும் எனக்கும் அருள் செய்து நிற்கும் ஈசன் அவன், திறமையும் வலிமையும் கொண்ட சரவணன், அவன் என் தலையைக் காக்கவேண்டும்!

அடுத்து, முகத்துக்கான கவசம் பாடுகிறார் குமர குருபர சுவாமிகள்:

ஆதியாம் கயிலைச் செல்வன்
அணிநெற்றி தன்னைக் காக்க!
தாது அவிழ் கடப்பத் தாரான்
தான் இரு நுதலைக் காக்க!
சோதியாம் தணிகை ஈசன்
துரிசு இலா விழியைக் காக்க!

நாதனாம் கார்த்திகேயன்
    நாசியை நயந்து காக்க!
இரு செவிகளையும் செவ்வேள்
    இயல்புடன் காக்க! வாயை
முருக வேல் காக்க! நா, பல்
    முழுதும் நல் குமரன் காக்க!
துரிசு அறு கதுப்பை யானைத்
    துண்டனார் துணைவன் காக்க!
திருவுடன் பிடரி தன்னைச்
    சிவசுப்ரமணியன் காக்க!

அனைத்துக்கும் ஆதியாக விளங்கும் கயிலைச் செல்வன் கந்தன், என்னுடைய அழகிய நெற்றியைக் காக்கட்டும், தேன் சிந்துகிற கடப்ப மாலையை அணிந்தவன் எனது இரண்டு புருவங்களைக் காக்கட்டும், சோதியான தணிகை ஈசன் குறை இல்லாத கண்களைக் காக்கட்டும், கார்த்திகேயக் கடவுள் என்னுடைய மூக்கைக் காக்கட்டும், செவ்வேள் இறைவன் என் இரு செவிகளைக் காக்கட்டும், வாயைக் காக்கட்டும், நாக்கு, பற்கள் அனைத்தையும் காக்கட்டும், அழகான கன்னங்களை விநாயகனின் தம்பியாகிய முருகன் காக்கட்டும், பிடரியைச் சிவசுப்ரமணியன் காக்கட்டும்!

அட, இத்தனை நுட்பமா என்று ஆச்சர்யப்படவேண்டாம், இதெல்லாம் சும்மா சாதாரணம். குமர குருபர சுவாமிகளின் அடுத்தகட்ட வர்ணனைகளைக் கவனியுங்கள்:

ஈசனாம் வாகுலேயன்
    எனது கந்தரத்தைக் காக்க!
தேசு உறு தோள், விலாவும்
    திருமகள் மருகன் காக்க!
ஆசு இலா மார்பை ஈராறு
    ஆயுதன் காக்க! என்றன்
ஏசு இலா முழங்கை தன்னை
    எழில் குறிஞ்சிக் கோன் காக்க!
உறுதியாய் முன் கை தன்னை

உமை இள மதலை காக்க!
தறுகண் ஏறிடவே என் கைத்
தலத்தை மா முருகன் காக்க!
புறங்கையை அயிலோன் காக்க!
பொறிக் கர விரல்கள் பத்தும்
பிறங்குமால் மருகன் காக்க!
பின் முதுகைச் சேய் காக்க!

கந்தரம் என்பது இங்கே கழுத்தைக் குறிக்கிறது. அதனை வாகுலேயன் எனும் முருகன் காக்கட்டும். தேஜஸ் விளங்குகிற எனது தோள், விலா ஆகியவற்றைத் திருமகளின் மருமகன் முருகன் காக்கட்டும், குற்றமில்லாத என் மார்பைப் பன்னிரு கரங்களிலும் ஆயுதம் ஏந்திய முருகன் காக்கட்டும்!

அடுத்து, கைகளுக்கு வருகிறார். அங்கேயும் சிறப்பாக முழங்கை, முன்கை, கைத்தலம் (உள்ளங்கை), புறங்கை என்று பிரிக்கிறார். இவை ஒவ்வொன்றையும் குறிஞ்சி நிறக் கடவுளான முருகன், உமையம்மையின் இளைய மகன், மா முருகன், அயிலோன், திருமாலின் மருமகனாகிய அந்தக் கார்த்திகேயன் காக்கட்டும்!

இப்போது, பின் முதுகுக்கு வருகிறார். அங்கிருந்து பாடல் தொடர்கிறது:

ஊண் நிறை வயிற்றை மஞ்ஞை
ஊர்தியோன் காக்க! வம்புத்
தோள் நிமிர் கரேசன் உந்திச்
சுழியினைக் காக்க! குய்ய
நாணினை அங்கி கௌரி
நந்தனன் காக்க! பீஜ
ஆணியைக் கந்தன் காக்க!
அறுமுகன் குதத்தைக் காக்க!

உணவு தங்கும் வயிற்றை, மயிலில் ஊர்ந்து செல்லும் முருகன் காக்கட்டும்! தொப்புள் சுழியை நிமிர்ந்த தோள் உள்ள கரேசன் காக்கட்டும்!

அடுத்து, 'குய்ய நாண்' என்கிறார். இது தொப்புளுக்குக் கீழே உள்ள பகுதி, அதனைக் கௌரி நந்தனன் முருகன் காக்கட்டும், பீஜங்களை இணைக்கின்ற தண்டைக் கந்தன் காக்கட்டும், பின்புறத்தை அறுமுகன் காக்கட்டும்!

கைக்கு நுட்பமாக வித்தியாசம் காட்டியவர் காலை விடுவாரா? அங்கேயும் கந்தனை வேண்டிக் கவனமாகக் கவசங்கள் போடுகிறார் இப்படி:

எஞ்சிடாது இடுப்பை வேலுக்கு
இறைவனார் காக்க, காக்க!
அஞ்சகனம் ஓரிரண்டும்
அரன் மகன் காக்க, காக்க!
விஞ்சிடு பொருள் காங்கேயன்
விளர் அடித் தொடையைக் காக்க!
செஞ்சரண் நேச ஆசான்
திமிரு முன் தொடையைக் காக்க!

இடுப்புதான் நமது நடையை, திறமையை, வலிமையைத் தீர்மானிப்பது, அதை வேலுக்கு இறைவனான முருகன் காக்கட்டும், தொடையின் உள்பக்கத்தை அரன் மகன் காக்கட்டும், அடித்தொடையைக் காங்கேயன், முன் தொடையை நேச ஆசான் முருகன் காக்கட்டும்!

இப்போது, அறுபடை வீடுகளில் உள்ள முருகனை அழைத்து வணங்கிக் கவசம் கேட்கிறார் குமர குருபர சுவாமிகள்:

ஏரகத் தேவன் என் தாள்
இரு முழங்காலும் காக்க!
சீர் உடைக் கணைக்கால் தன்னைச்
சீரலைவாய்த் தே காக்க!
நேர் உடைப் பரடு இரண்டும்
நிகழ் பரங்கிரியன் காக்க!
சீரிய குதிக்கால் தன்னைத்
திருச்சோலை மலையன் காக்க!

என்னுடைய முழங்கால்களைச் சுவாமிமலையில் எழுந்தருளியுள்ள தெய்வம் காக்கட்டும், கணைக்கால்களைச் சீரலைவாய்த் தெய்வம் காக்கட்டும், புறங்கால்களைத் திருப்பரங்குன்றத் தெய்வம் காக்கட்டும், குதிக்கால்களைப் பழமுதிர்ச்சோலைத் தெய்வம் காக்கட்டும்!

உச்சியில் தொடங்கிய உடல் பகுதிக் கவசம், இப்போது பாதங்களை வந்தடைகிறது:

ஐயுறு மலையன் பாதத்(து)
　　அமர் பத்து விரலும் காக்க!
பையுறு பழநி நாத
　　பரன் அகம் காலைக் காக்க!
மெய் உடல்முழுதும் ஆதி
　　விமல சண்முகவன் காக்க!
தெய்வ நாயக விசாகன்
　　தினமும் என் நெஞ்சைக் காக்க!

மலைகளின் தலைவனான முருகன் என் பாதத்தில் உள்ள பத்து விரல்களையும் காக்கட்டும், உள்ளங்கால்களைப் பழநித் தெய்வம் காக்கட்டும், உடல்முழுவதும் சண்முகன் காக்கட்டும், தெய்வ நாயக விசாகனான முருகன் ஒவ்வொரு நாளும் என் நெஞ்சைக் காக்கட்டும்!

சண்முகக் கவசம் இதன்பிறகும் தொடர்கிறது. நாம் இங்கே பார்த்தது உடலின் வெவ்வேறு பாகங்களுக்குக் குமர குருபரர் தமிழால் சூட்டும் கவசங்களைத்தான்!

★★★

ஒரு பெண். காதல் வயப்பட்டுவிட்டாள்.

அடுத்து என்னவெல்லாம் நடக்கும்? பல சினிமாப் பாடல்களில் நாம் பலமுறை பார்த்த விஷயம்தானே?

★ ராத்திரியெல்லாம் தூக்கம் வராது, பகலிலும் தூக்கம் வராது
★ காதலனை நினைத்துக் கண்களில் நீர் பெருகும்

- ★ பெருமூச்சு விடுவாள், உள்ளே உருகுவாள்
- ★ கைகளும் கால்களும் தரையில் கோலம் வரையும்
- ★ ஆடை, அணிகலன்களில் ஆர்வம் குறையும்
- ★ வெட்கம் மறப்பாள், அவனுடைய கண்ணை, காதை, மூக்கை, கம்பீரத்தை, சட்டையை, ஸ்டைலாகத் தலை கோதும் கையை... இப்படிப் பலவற்றை எண்ணி மயங்குவாள்
- ★ 'உன்னைவிட்டு என்னால் வாழமுடியாது' என்று அவனை நோக்கிப் புலம்புவாள்

இவையெல்லாம் நவீன காதல் கவிதைகளில்தானே படித்திருக்கிறோம்? பல நூற்றாண்டுகளுக்கு முன்னால் நம்மாழ்வார் இவற்றைத் தன் பாடல்களில் தொகுத்துள்ளார் என்றால் நம்புவீர்களா?

அவர் எழுதிய 'திருவாய்மொழி'யில், திருமால்மீது நேசம் கொண்ட ஒரு பெண்ணைக் காண்பிக்கிறார். அவளுடைய வர்ணனைகள்தான் மேலே நாம் படித்தவை.

'திருமாலே, உன்மீது என் மகள் இத்துணை காதலோடு இருக்கிறாளே, அவளை நீ எப்படி ஆட்கொள்ளப்போகிறாய்?' என்று அந்தப் பெண்ணின் தாய் இறைவனிடம் கேட்கும்வண்ணம் அமைந்த பாடல்கள் இவை. அவற்றின் பக்திச் சுவை, தமிழ் இனிமைக்கு ஆதாரமாக, ஒரு பாடல் மட்டும் இங்கே:

கங்குலும் பகலும் கண் துயில் அறியாள்,
கண்ண நீர் கைகளால் இறைக்கும்,
'சங்கு சக்கரங்கள்' என்று கை கூப்பும்,
'தாமரைக் கண்' என்றே தளரும்,
'எங்ஙனே தரிக்கேன் உன்னை விட்டு!' என்னும்,
இருநிலம் கை துழா இருக்கும்,
செங்கயல் பாய் நீர்த் திருவரங்கத்தாய்!
இவள்திறத்து என் செய்கின்றாயே?

கயல் மீன்கள் பாய்கின்ற நீர் வளத்தைக் கொண்ட திருவரங்கத்தில் எழுந்தருளியிருக்கும் இறைவனே,

என் மகள் உன்னை நினைத்து இரவு, பகல் தூங்குவதில்லை, கண்களில் நீர் வழிய நிற்கிறாள், அதைக் கைகளால் இறைக்கும் அளவுக்கு அழுகிறாள்!

எப்போதும் உன்னுடைய சங்கு சக்கரங்களை எண்ணிக் கை கூப்புகிறாள், தாமரைக் கண்களை நினைத்துத் தளர்கிறாள். 'உன்னை விட்டு எப்படி வாழ்வேன்?' என்று புலம்பியபடி தரையைக் கைகளால் துழாவுகிறாள்!

இப்படி இவள் படும் சிரமங்களைப் பார்ப்பதற்கு எனக்கு வேதனையாக உள்ளது. உன்னையே எண்ணி வாழும் இவளை நீ எப்படி ஆட்கொள்வாயோ!

★★★

இறைவனைச் சென்றடையும்போது, அது முழுமையான சரணாகதியாக இருக்கவேண்டும்.

அதாவது, எனக்கு இது வேண்டும் என்ற தேவையோடு அவன்முன்னே நிற்பதால் பயன் இல்லை. நமக்கு எது வேண்டும் என்று அவனைத்தவிர யாரறிவார்? அதையும் அவனிடமே விட்டுவிடலாமே!

இது விட்டேத்தியான மனோபாவம் அல்ல, முழுமையான நம்பிக்கை. சிவபோகசாரம் என்ற நூலில் தேசிக பரமாசாரிய சுவாமிகள் சொல்கிற இந்தப் பாடலைப் பாருங்கள்:

> என்னது அன்று, நின் செயலே என்று அறிந்தால் யான் விரும்பி
> என்ன என்று வாய் திறப்பேன் ஈசனே? இன்னும் இன்னும்
> எப்படியோ நாயேனை ஈடேற்றவேண்டும் உனக்கு,
> அப்படியே செய்து அருளுவாய்!

ஈசனே,

உன்முன்னே நான் சாதாரணமானவன், நாய்க்குச் சமமானவன்.

அப்படிப்பட்டவன் உன்னிடம் எதைக் கேட்பேன்? வாய் திறந்து பேசத்தான் எனக்குத் தகுதி உண்டா?

எனக்கு இதுவரை நடந்தவை அனைத்தும் என் செயல் இல்லை, உன்னுடைய செயல்தான். அதை நான் நன்கு அறிந்திருப்பதால்தான், என்னுடைய விருப்பங்கள் என்று எவற்றையும் வளர்த்துக்கொள்ளவில்லை!

உன்னைப்பற்றி எனக்குத் தெரியும், என்னை என்ன செய்யவேண்டும் என்று நீ ஏற்கெனவே மனத்துக்குள் எண்ணிவிட்டாய், இனி என்ன தயக்கம்? அதை அப்படியே செய்து அருள்!

இதனை உறுதி செய்வதுபோல், இன்னொரு பாடலில் இன்னும் வலுவாகச் சொல்கிறார் தேசிக பரமாசாரிய சுவாமிகள்:

எங்கே நடத்துமோ, எங்கே கிடத்துமோ,
எங்கே இருத்துமோ என்று அறியேன், கங்கை மதி
சூடினான் தில்லையிலே தொம் தொம் என நின்று நடம்
ஆடினான் எம் கோன் அருள்!

எங்கள் தலைவா, தலையில் கங்கையும் பிறை நிலவும் சூடியவனே, தில்லையில் 'தொம் தொம்' என்று நடனம் ஆடுகிறவனே, உன்னுடைய அருள் என்னை எங்கே நடத்திச் செல்லுமோ, எங்கே இருத்துமோ, எங்கே கிடத்துமோ எதுவும் எனக்குத் தெரியாது. யாவும் உன் சித்தம். அதன்படி நடக்கக் கடமைப்பட்டவன் நான்!

கொஞ்சம் புரிகிறாற்போல் சொல்வதென்றால், ஆற்றோட்டம் இறைவன், அதில் மிதக்கும் சருகுதான் நாம், எங்கே கொண்டுசெல்லவேண்டும் என்று ஆற்றுக்குத் தெரியும், சருகின் வேலை, அதை நம்பி மிதப்பதுமட்டுமே. அதுபோல, நம் வேலை, அவனை வணங்கிப் பின் செல்வது மட்டுமே!

26

திருப்பதி இப்போது ஆந்திரப் பிரதேசத்தில் இருக்கிறது. என்னதான் நாடுமுழுவதிலும் இருந்து பக்தர்கள் சென்று வணங்கினாலும், தெலுங்குதான் அங்கே முதன்மை மொழி.

பாஷை அடிப்படையில் திருப்பதி ஆந்திரர்களிடம் சென்றிருந்தாலும், முன்பு அது தமிழகத்தின் ஒரு பகுதியாகவே இருந்தது. அம்மலையைக் குறிப்பிடும் 'வேங்கடம்' என்ற பெயரே தமிழிலிருந்து வந்ததுதான் என்பார்கள்.

'வேங்கடம்' என்பதை வேம் + கடம் என்று பிரிக்கவேண்டும். 'வேம்' என்றால் பாவங்கள், 'கடம்' என்றால் எரித்தல், பாவங்களை எரிக்கும் மலை வேங்கடம், அதில் எழுந்தருளியிருப்பவன் வேங்கடாசலபதி, அதாவது, வேங்கடம் + அசலம் + பதி: வேங்கட மலையின் தலைவன்!

இன்னும் சிலர் இதனை வேய் + கடம் என்று பிரிப்பார்கள். 'வேய்' என்றால் மூங்கில், 'கடம்' என்றால் காட்டு வழி. மூங்கில்கள் நிறைந்த காட்டு வழி கொண்ட மலை என்ற அர்த்தத்தில் இந்த ஊருக்கு 'வேய்ங்கடம்' என்று பெயர் வந்து, பின்னர் அது 'வேங்கடம்' என மாறியிருக்கலாம்.

இந்த மலையில் யானைகள் அதிகம். அவற்றின் மதத்துக்கு 'வேங்கடம்' என்று ஒரு பெயர் உண்டு. அதுவும் இந்தப் பெயருக்குக் காரணமாக இருக்கலாம்.

எப்படியோ, வேங்கடமலை தமிழுக்கும் உரியதுதான். அந்தத் திருமலையைப் பற்றியும் அதில் எழுந்தருளியிருக்கும் வேங்கடவனைப் பற்றியும் ஏராளமான தமிழ்ப் பாடல்கள், பக்தி ரசம் சொட்டும் வர்ணனைகள் உண்டு.

திருமழிசையாழ்வாரின் நான்முகன் திருவந்தாதியில், வேங்கடமலை பற்றிய அற்புதமான பல பாடல்களைக் காணலாம். அவருடைய கையைப் பிடித்துக்கொண்டு, கொஞ்ச நேரம் அந்த 'ஏழு மலை வாசன்' ராஜ்ஜியத்தில் நடந்துவருவோம்:

> காணல் உறுகின்றேன், கல் அருவி முத்து உதிர
> ஓண விழவில் ஒலி அதிர, பேணி
> வரு வேங்கடவா! என் உள்ளம் புகுந்தாய்,
> திரு வேங்கடம் அதனைச் சென்று

ஓண விழாவா? அது கேரளப் பண்டிகை ஆயிற்றே, எப்படி திருப்பதியில்?

இங்கே 'ஓணம்' என்பது திருவோணத்தைக் குறிக்கிறது. அதுதான் வேங்கடவனுடைய அவதார நட்சத்திரம். அதை முன்னிட்டு, அந்த ஓணத் திருநாளன்று திருப்பதியில் எங்கு பார்த்தாலும் வேதங்கள் ஒலிக்கப்படுகின்றன, பக்தர்கள் மகிழ்ச்சியில் ஆடிப் பாடுகிறார்கள், அந்தச் சத்தத்தில் மலையே அதிர்கிறது.

இன்னொரு பக்கம், அருவிகளில் நீர் முத்துப்போல் விழுகிறது. அந்த ஒலி 'கல்' என்று எங்கேயும் கேட்கிறது!

இப்படிப்பட்ட வேங்கட மலைக்கு, பக்தர்கள் கூட்டம் கூட்டமாக வருகிறார்கள். வேங்கடவனைத் தரிசிக்கிறார்கள். அத்தகைய பெருமை கொண்ட இறைவனே, நீ என் உள்ளத்தில் புகுந்தாய்!

இனி, நான் இங்கே இருந்து என்ன செய்யப்போகிறேன்? இதோ, நீ வாழும் திருவேங்கடமலைக்கு நானும் வருகிறேன்!

பெருமை நிறைந்த இந்தத் திருப்பதி மலைக்கு இன்னும் யார் யாரெல்லாம் வருகிறார்கள்? அடுத்து வரும் பாடலில் அதைச் சொல்கிறார் திருமழிசையாழ்வார்:

சென்று வணங்குமினோ, சேண் உயர் வேங்கடத்தை,
நின்று வினை கெடுக்கும் நீர்மையால், என்றும்
கடிக் கமல நான்முகனும் கண் மூன்றத்தானும்
அடிக் கமலம் இட்டு ஏத்தும் அங்கு

பக்தர்களே, நீங்கள் உயர்ந்த வேங்கடமலைக்குச் சென்று வணங்குங்கள். அதனால் நீங்கள் செய்த பிழைகள் எல்லாம் நீங்கிவிடும், நீங்கள் தூய்மையாகிவிடுவீர்கள்!

சந்தேகமாக இருக்கிறதா? அதோ, பாருங்கள். வாசனை நிறைந்த தாமரையில் எழுந்தருளியிருக்கும் பிரம்மனும், மூன்று கண்களைக் கொண்ட சிவபெருமானும் வேங்கடமலைக்கு வருகிறார்கள். அங்கே உள்ள வேங்கடவன் பாதங்களில் தாமரை தூவித் தொழுகிறார்கள்.

அடுத்த பாடலில், ஓர் அழகான இயற்கைக் காட்சி. இரவு நேரம், வேங்கடமலையில் இருக்கும் யானை ஒன்று கையை மேலே தூக்கிச் சத்தமிடுகிறது. அதைப் பார்த்த ஆழ்வாருக்கு இப்படிக் கற்பனை:

வைப்பன் மணி விளக்கா மாமதியை மாலுக்கு என்று
எப்பொழுதும் கை நீட்டும் யானை

அந்த யானையும் திருமாலை வணங்கிவந்தது. அவர் கோயிலுக்கு விளக்கு வைக்கவேண்டும் என்று ஆசைப்பட்டது.

ஆனால், காட்டில் வாழும் யானை, விளக்குக்கு எங்கே போகும்?

அப்போது, அந்த யானை கண்ணில் மேலே உள்ள சந்திரன் தென்படுகிறது. ‘அதோ, அந்த விளக்கைப் பிடித்துத் திருமாலுக்கு

வைத்துவிடலாம்' என்று நினைத்துக் கை நீட்டுகிறது!

யானைகள் மட்டுமா? திருவேங்கடத்தில் இன்னும் பல உண்டு. அவற்றை இந்தப் பாடலில் காணலாம்:

நல் மணிவண்ணன் ஊர், ஆளியும் கோள் அரியும்
பொன்மணியும் முத்தமும் பூ மரமும் பன்மணி நீ
ரோடு பொருது உருளும் கானமும் வானரமும்
வேடும் உடை வேங்கடம்

நல்ல மணியைப் போன்ற வண்ணம் கொண்ட எம்பெருமானின் ஊர், வேங்கடமலை. அங்கே நான் பார்த்த காட்சிகள் என்னென்ன தெரியுமா?

யாளிகளைப் பார்த்தேன், சிங்கங்களைப் பார்த்தேன், குரங்குகளைப் பார்த்தேன், வேடுவர்களைப் பார்த்தேன்!

அப்புறம், தங்கமும் ரத்தினங்களும் முத்துகளும் பார்த்தேன்!

காட்டில் இதெல்லாம் ஏது?

வேங்கடமலையில் ஆறு ஓடி அருவியாக விழுகிறதல்லவா? அது இந்த விலை உயர்ந்த பொருள்களையெல்லாம் அடித்துக்கொண்டு வந்துள்ளது. அவற்றோடு, பூக்களும் சேர்ந்து புரள்கின்றன!

யானை, சிங்கம், குரங்கு எல்லாம் இருக்கட்டும். திருப்பதியில், இறைவனை வணங்க வருகிறவர்களில் பெரும்பாலும் இளைஞர்களா, அல்லது முதியவர்களா?

'ரிடையரானபிறகு உம்மாச்சி கும்பிடலாம்' என்று தள்ளிப்போடாதீர்கள், 'இளம் வயதிலேயே இறைவனைச் சென்று தரிசித்துக் கும்பிடுங்கள்' என்கிறார் திருமழிசையாழ்வார்:

குமரன் நிற்கும் பொழில் வேங்கட மலைக்கே
போம் குமரர் உள்ளீர், புரிந்து!

இங்கே 'குமரன்' என்பது முருகன் அல்ல, என்றைக்கும்

இளமையாகத் தோற்றமளிக்கும் வேங்கடவன், அவன் நிற்கின்ற, பொழில்கள் நிறைந்த மலை வேங்கடம்.

அவனைப்போல், நாம் என்றைக்கும் இளமையோடு இருக்கமுடியாது. ஆகவே, இப்போது இளமையாக உள்ளவர்களே, உடனே கிளம்பிச் செல்லுங்கள், பக்தியோடு அவனை வணங்குங்கள்!

★★★

'கோயிலுக்குச் செல்லலாம், ஆனால் வேலை அதிகமாக இருக்கிறதே, எனக்கு ஆஃபீஸில் லீவே இல்லையே' என்பார்கள் சிலர். 'வரணும்ன்னுதான் நினைக்கறேன், ஆனா ஏதாவது ஓர் இடைஞ்சல் வந்துடுது!' என்று சாக்குச் சொல்வார்கள்.

இவர்களுக்குப் பாடம் சொல்வதுபோல் ஒரு நிகழ்வு, சேக்கிழார் பெருமான் எழுதிய பெரிய புராணத்தில் வருகிறது.

சுந்தரமூர்த்தி நாயனாரும் சேரமான் பெருமாள் நாயனாரும் சிவபெருமானைத் தரிசிக்கத் திருக்கண்டியூர் சென்றார்கள். அவரை வணங்கி மகிழ்ந்தார்கள்.

அடுத்து, அவர்களுக்குத் திருவையாறு செல்ல ஆசை. ஆனால், வழியில் காவிரி ஆறு குறுக்கிட்டது.

அதனால் என்ன? படகிலோ ஓடத்திலோ நதியைக் கடக்கலாமே!

உண்மைதான். ஆனால் அப்போது, பெருமழை பொழிந்து ஆற்றில் வெள்ளம் புரண்டுகொண்டிருந்தது. சாதாரண வெள்ளம் இல்லை, படகுகளை உடைத்து எறியக்கூடிய அளவு ஆவேசம் நிறைந்த வெள்ளம்.

என்ன செய்யலாம்? இப்படியே திரும்பிவிடலாமா?

சேரமான் பெருமாளுக்கு மனம் வரவில்லை. 'இவ்வளவு தூரம் வந்துவிட்டு, ஈசனைத் தொழாமல் திரும்பிச் செல்வதா?' என்று தயங்கினார்.

சுந்தரர் யோசித்தார். 'அவன் தாள் தொழ விரும்புகிறோம், அதற்கு வழி இல்லாதபடி ஆற்றில் வெள்ளம் பாய்கிறது. இந்நிலையில் நமக்கு வேறு யார் உதவமுடியும்? அந்தச் சிவபெருமானையே கேட்போம்!' என்றார். பாட ஆரம்பித்தார்:

பரவும் பரிசு ஒன்று அறியேன் நான்,
    பண்டே உம்மைப் பயிலாதேன்,
இரவும் பகலும் நினைத்தாலும்
    எய்த நினையமாட்டேன் நான்,
கரவு இல் அருவி கமுகு உண்ணத்
    தெங்கங்குலைக் கீழ் கருப்பு ஆலை
அரவம் திரைக் காவிரிக் கோட்டத்து
    ஐயாறு உடைய அடிகேளோ!

காவிரியில் வெள்ளம் பாய்ந்து வருகிறது. அதனால், கரையில் நிற்கும் ஒரு பாக்கு மரமே மூழ்கிவிடுகிறது!

இன்னொரு பக்கம், தென்னை மரம். அதில் காய்கள் குலைகுலையாகக் காய்த்துள்ளன. அவற்றுக்குக் கீழே கரும்பைப் பிழியும் ஆலைகளின் சத்தம் கேட்கிறது!

இப்படிக் காவிரிக் கரையில் ஐயாறு (திருவையாறு) என்ற திருத்தலத்தில் எழுந்தருளியிருக்கும் என் இறைவா, என்னுடைய கோரிக்கையைக் கேள்!

உன்னை எப்படிப் புகழ்வது என்பதுகூட எனக்குத் தெரியாது. ஆகவே, முன்பு உன்னுடைய பக்தனாக நான் இருக்கவில்லை.

இப்போது, நான் திருந்திவிட்டேன். இரவும் பகலும் உன்னையே நினைக்கிறேன். ஆனால், அது போதுமா என்ன? உன்னைச் சென்றடையவேண்டுமென்றால் நான் செய்யவேண்டிய நல்ல விஷயங்கள் இன்னும் ஏராளம் உண்டு!

ஆகவே இறைவா, திருவையாறு வந்து உன்னைத் தரிசிக்க விரும்புகிறேன். அதற்கு வழி செய்!

இப்படித் தொடங்கிப் பத்து பாடல்களைப் பாடினார் சுந்தரர். இறைவன் அவற்றை ஆனந்தமாகக் கேட்டு மகிழ்ந்தான்.

மறுகணம், காவிரியின் மத்தியில் ஒரு பாதை தோன்றியது. இருபுறமும் நீர் பெருக்கெடுத்து ஓட, நடுவில் இந்தப் பாதையில் மட்டும் துளி நீர் இல்லை.

இதைப் பார்த்த மக்கள் வியந்தார்கள். சுந்தரரும் சேரமான் பெருமாளும் அதில் நடந்து சென்று திருவையாறை அடைந்தார்கள். அங்கே ஈசனை வழிபட்டு நெகிழ்ந்தார்கள்.

பின்னர், அவர்கள் அதே பாதையின் வழியே திரும்பி வந்தார்கள். அவர்கள் கரையேறியதும், காவிரிக்கு நடுவில் தோன்றிய அந்த வழி மறைந்தது. பழையபடி ஆவேசத்துடன் வெள்ளம் ஓடத் தொடங்கியது!

ஆகவே, இறைவனைத் தரிசிக்கவேண்டும், வணங்கவேண்டும் என்று நாம் உண்மையாக விரும்பினாலே போதும், மற்ற எல்லாவற்றையும் அவன் பார்த்துக்கொள்வான்!

★★★

இவ்வளவு சொன்னாலும், செய்தாலும், சிலருக்குக் கோயில் செல்ல நேரம் இல்லை. செய்யும் வேலையை ஒழுங்காகச் செய்தால் அதுவே பக்தி என்பது இவர்களுடைய கட்சி.

அதுவும் சரிதான், ஆனால் அந்த வேலையின்போதும் இறைவனை நினைத்துக்கொண்டு செய்தால், சிரமமும் தெரியாது, நல்லவை நமக்குக் கிடைக்கும்!

இதற்குச் சாட்சி, 'முக்கூடற்பள்ளு' என்ற அருமையான மக்கள் பாடலில் இருக்கிறது. நெல்லை மாவட்டத்தில் உள்ள முக்கூடல் அழகர்(திருமால்)மீது பாடப்பட்ட நூல் இது.

அந்த முக்கூடலைச் சேர்ந்த விவசாயிகள், தங்களுடைய வயலில் நடவு தொடங்குகிறார்கள். அப்போது, களைப்புத் தெரியாமல் இருக்க அவர்கள் பாடும் பாடல் இது:

படை கொண்டே வரும் கரனையும், பொரு
விடயம் சேர் திரி சிரனையும்
பண்டு முடித்த கணையினார், குகன்
கண்டு பிடித்த துணைவனார்!
குடை குன்றாய்ப் பசுக்கு இடை நின்றார், முக்
கூடல் அழகர் வயல் உள்ளே
கொண்டாடிக் கொண்டு நடச் செய்தே, இன்று
கண்டோம் இது என்ன புதுமையோ!
கடிக்கும் அரவில் நடிக்கும் இறைவர்,
கஞ்சனார்க்கு ஒரு நஞ்சு அனார்,
கடையும் அமுதம் உடையும் திரையில்
காட்டி அண்டருக்கு ஊட்டினார்,
அடிக்குள் அடங்கும்படிக்கு முதல்வர்,
அழகர் முக்கூடல் வயல் உள்ளே
ஆடிப் பாடி நாற்று முடியை
அலைத்துக் குலைத்து நடச்செய்தே...

ராமாயணத்தில் சூர்ப்பனகைக்கு என்ன நடந்தது என்று நமக்குத் தெரியும். அவளுடைய மூக்கை லட்சுமணன் அறுத்துவிட, அவள் அலறிக்கொண்டு ஓடினாள்.

அவளுடைய உடன்பிறந்தவன் கரன். தங்கைக்கு நேர்ந்த அவமானத்துக்குப் பழி வாங்குவதற்காக இவன்தான் முதன்முறையாக ராமர், லட்சுமணர்மீது போர் தொடுத்து வந்தான். ராவணனெல்லாம் அதன்பிறகுதான்!

அந்தக் கரனையும், திரிசிரன் என்ற இன்னோர் அரக்கனையும் ராமர் தன்னுடைய அம்பால் வென்றார். அதை இந்தப் பாடலின் முதல் பகுதி சொல்கிறது.

இப்படி அரக்கர்களை அழித்த ராமர், குகன் என்ற வேடனுக்கு அன்புத் துணைவரானார்!

பின்னர், அவரே கிருஷ்ணராக அவதாரம் எடுத்தார். பசுக்களுக்கு இடையே உலவினார், பெரிய மழையின்போது

கோவர்த்தன மலையைக் குடையாகத் தூக்கி நின்றார், உலகைக் காப்பாற்றினார், கடிக்கக்கூடிய பாம்பின்மீது (காளிங்கன்) நடனம் ஆடினார், கஞ்சன் என்கிற கம்சனுக்கு நஞ்சாக மாறி அவனை வீழ்த்தினார்.

தீயவனை அழித்த ராமர், நல்லவனுக்குத் துணையானதுபோல், தீய கம்சனுக்கு விஷம் ஊட்டிய அவர், நல்லவர்களுக்கு அமுதமும் ஊட்டினார்.

அதற்காக, அவர் ஒரு மோகினியாக அவதரித்தார். பாற்கடலைக் கடையும்போது அதிலிருந்து வந்த அமுதத்தைத் தேவர்களுக்குத் தந்தார்.

அவர் ஒரு சிறிய குள்ள வடிவம் எடுத்ததும் உண்டு. ஆனால் அவரது பாதங்களுக்குள் இந்த உலகையே அளந்துவிட்டார்!

இந்த ராமரும் கிருஷ்ணரும் மோகினியும் வாமனரும் வேறு யாரோ அல்ல, எங்களுடைய முக்கூடல் அழகரின் வெவ்வேறு வடிவங்கள்தான்!

அப்படிப்பட்ட முக்கூடல் அழகரை நாங்கள் பாடிப் போற்றுகிறோம், கொண்டாடுகிறோம். அவர் பெயரைச் சொல்லி வணங்கியபடி நாற்று நடுகிறோம்!

இப்படி அவன் புகழ் பாடியபடி எந்த வேலையைச் சிரத்தையாகச் செய்தாலும், அதுவும் பக்திதான்!

27

ஊத்துக்காடு, ஊத்துக்குளி!

இந்த இரு ஊர்களுக்கும் பெயர்ப் பொருத்தம் தவிர, இன்னொரு பொதுப் புள்ளியும் உண்டு: வெண்ணெய்!

ஊத்துக்குளியில் வெண்ணெய் ஃபேமஸ். இன்னொரு பக்கம் ஆயர்ப்பாடியில் வெண்ணெயை அள்ளி அள்ளி உண்ட கண்ணனை விதவிதமாகக் 'கிருஷ்ண கானம்' பாடிய வேங்கட சுப்பையரின் ஊர், ஊத்துக்காடு.

'அலை பாயுதே', 'குழலூதி மனமெல்லாம்', 'பால் வடியும் முகம்' என்று ஊத்துக்காடு வேங்கட சுப்பையரின் ஏராளமான பாடல்கள் கர்நாடக இசை மேடைகளிலும், மக்களிடையேயும் நன்கு பிரபலமானவை. வெண்ணெய் உண்ணும் கண்ணனின் அழகை, குறும்பை அவர் பலவிதமாகப் பதிவு செய்துள்ளார். அதில் கொஞ்சம் நாமும் அள்ளி உண்போமா?

ஓர் ஆயர் குலப் பெண். அவளுக்குக் கண்ணன்மேல் அன்பு. ஆனால் அவனோ, எந்நேரமும் வெண்ணெயைத் தின்றுகொண்டிருக்கிறான். இதனால் அந்தப் பெண்ணுக்கு வெண்ணெய்மேல் கோபம் வந்துவிடுகிறது. இப்படிப் பாடுகிறாள்:

> பாரோடு விண்ணாகப் பரந்திருந்தானே,
> பச்சைப் பிள்ளைத்தனம் போகவில்லையே!
> மிச்சம் மீதி இல்லாது வெண்ணெய் களவாடுவான்,
> அலைந்து வெண்ணெய் திருட, அதில் என்ன இருக்கோ!

இந்தக் கண்ணன் வாமனனாகப் பிறந்தபோது, பூமியையும் வானத்தையும் அளக்கும் அளவு பெரிதாக வளர்ந்தான். ஆனால் என்ன பிரயோஜனம்? மனத்தில் இன்னும் சின்னக் குழந்தையாகதானே இருக்கிறான்!

பின்னே? ஊரில் யாருக்கும் ஒரு துளி வெண்ணெயை விட்டுவைக்காமல் களவாடிவிடுகிறான். அப்படி அலைந்து திரிந்து திருடித் தின்னும் அளவுக்கு அந்த வெண்ணெயில் அப்படி என்ன ருசி?

இன்னொரு பெண்ணுக்கு, கண்ணனை எல்லாரும் 'கள்ளன்' என்று சொல்கிறார்களே என்று கவலை. அவனை ஏன் இப்படிக் கண்டபடி பேசுகிறார்கள் என்று வருந்துகிறாள்:

> கை கொள்ளும் வெண்ணெய் உண்ட கருணையினை மனமார
> கள்ளம், கள்ளம், கள்ளம் என்றோமே!
> கை கொண்ட வெண்ணெய் அது உண்டதன்றி
> கள்ளமே அறியாத கண்ணனை,
> கண்டபடி சொல்லப்போகாதே!

அவன் அப்படி என்ன தவறு செய்துவிட்டான்? ஒரே ஒரு கை வெண்ணெய் அள்ளித் தின்றான், அவ்வளவுதானே? எல்லாக் குழந்தைகளும்தான் சொல்லாமல் எடுத்துத் தின்கிறார்கள். அது ஒரு பிழையா? அதற்காகக் 'கள்ளம், கள்ளம், கள்ளம்' என்று திரும்பத் திரும்பச் சொல்வதா?

அந்தக் கருணை வழியும் முகத்தைப் பாருங்கள், கண்ணனுக்குக் கள்ளமே தெரியாது, அவனைக் கண்டபடி பேசாதீர்கள்!

அடுத்தவள், 'அவன் தயிரையும் வெண்ணெயையும் களவாடினான் என்கிறீர்கள், ஆனால் அதைவிடப் பெரிய

களவு ஒன்றை அவன் செய்திருக்கிறான், தெரியுமா?' என்று குற்றம் சாட்டுகிறாள்.

அப்படி என்ன தவறு?

தயிரொடு நவனீதம் களவிட

வந்ததுவும் போனதுவும் இமைப்பொழுது, ஆனாலும்

மனம் அன்றோ களவானதே!

இமைப்பொழுதில் வந்து தயிர், வெண்ணெயைக் கவர்ந்துகொண்டு அவன் ஓடிவிட்டான். ஆனால் அந்தச் சிறு நேரத்துக்குள் என் மனத்தையும் திருடிவிட்டான்!

இன்னொருத்தி, 'நான் வெண்ணெயாக மாறக்கூடாதா?' என்று ஏங்குகிறாள். 'இல்லாவிட்டால், நான் புல்லாங்குழலாக மாறிவிடவேண்டும், அல்லது, பாம்பின் படமாக மாறவேண்டும்.'

அவளுக்கு ஏன் அப்படிப்பட்ட ஆசைகள்?

நான் வெண்ணெயாகிவிட்டால், பசிக்கும்போதெல்லாம் கண்ணன் என்னை அள்ளிச் சாப்பிடுவானே! நான் புல்லாங்குழலாகிவிட்டால், அவன் பாடும்போதெல்லாம் என்னை வாசிப்பானே, நான் பாம்பின் படமாகிவிட்டால், அவன் என்மீது நடனமாடுவானே!

> பாட எண்ணி என் மனம் குழல் என்று ஆகும்,
> பசிக்கு வெண்ணெய் என ஆனாலும் ஆகும்,
> ஆட எண்ணி என் மனம் அரவு படம் ஆகும்!

இவர்கள் இப்படிப் பேசிக்கொண்டிருக்கும்போது, கண்ணன் ஒரு வீட்டினுள் நுழைகிறான். அங்கிருந்த பெண்ணிடம் 'எனக்குச் சாப்பிட வெண்ணெய் வேணும்!' என்று கேட்கிறான்.

'கொஞ்சம் பொறு கண்ணா, இப்போதுதான் வெண்ணெய் கடைந்துகொண்டிருக்கிறேன்!'

'ம்ஹூம், எனக்கு இப்பவே வெண்ணெய் வேணும்' என்று பிடிவாதம் பிடிக்கிறான் கண்ணன்.

அந்தப் பெண் செல்லக் கோபத்தோடு பாடுகிறாள்:

ஆக்கப் பொறுத்தவர்க்கு
ஆறப் பொறுக்காமல்
அவசரப்படலாமோ? இது தகுமோ?
பாக்கியவதி தேவகி தரும் பாலா,
பண் ஆர்ந்த குழல் ஊதும் பால கோபாலா!

கண்ணன் இதற்கெல்லாம் அசருவானா? 'வெண்ணெய் தாருங்கள்' என்று மறுபடி கேட்கிறான். 'இப்படி வம்பு செய்தால் வெண்ணெய் வந்துவிடுமா?' என்று சிரிக்கிறாள் அவள்.

மத்துப் புரி அணைந்து வாங்கிக் கடையுமுன்னே
வம்பு செய்தால் வெண்ணெய் வந்திடுமோ?
பண் ஆர்ந்த குழல் ஊதும் கண்ணன் உன் பெயர் சொன்னால்
வெண்ணெய் என்ன தானாய்த் திரண்டிடுமோ?
கத்தும் கறவைக்கு எத்தனை சொன்னாலும்
கட்டி வெண்ணெயாய்க் கறந்திடுமோ?

கண்ணா, கொஞ்சம் பொறு, மத்தை வைத்துக் கடைந்து வெண்ணெய் எடுக்கும்வரை காத்திரு, அதற்குமுன்னால் வம்பு செய்தால் வெண்ணெய் தானே வந்துவிடுமா?

நீ நல்ல கீதங்களைக் குழலால் வாசிக்கிறாய். உண்மைதான். அதற்காக, உன் பெயரைச் சொன்னதும் வெண்ணெய் தானாகத் திரண்டுவிடுமா? அல்லது, கறவை மாடுகளிடம் சென்று உன் பெயரைச் சொன்னால் அவை பாலுக்குப் பதிலாக வெண்ணெய்க் கட்டிகளையே கறந்துவிடுமா?

கண்ணனுக்குக் காத்திருக்கப் பொறுமை இல்லை. இன்னொரு பெண்ணிடம் ஓடுகிறான். 'வெண்ணெய் வேண்டும்' கேட்கிறான். அவள் கொஞ்சம் வெண்ணெய் எடுத்துத் தருகிறாள். 'இது போதாது, இன்னும் வேண்டும்!' என்கிறான். அவள் சிரித்தபடி பாடுகிறாள்:

> கண்ணல்லவோ ஸ்வாமீ,
> கார்மேனிக் கட்டழகா!

சின்னக் கையளவு வெண்ணெய் தந்தால் மெய்யவும் போதாது என்று

> பையப் பைய வாதாடுகிறாய், அய்யய் யய்யய்ய அய்ய!

கார்முகில்போன்ற மேனி கொண்ட கட்டழகா, நீ என் கண்ணல்லவா? ஏன் இப்படிப் பிடிவாதம் பிடிக்கிறாய்?

உன்னுடைய சிறிய கை நிறைய வெண்ணெய் தந்திருக்கிறேன். அது போதாது என்று வாதாடுகிறாய். இது சரியா?

அப்படியானால் கண்ணனுக்கு எவ்வளவு வெண்ணெய்தான் வேண்டும்?

அதை இன்னொரு பெண் சொல்கிறாள். வேறொரு பாடலில்:

> முந்தாநாள் அந்தி நேரத்தில் செந்தமுதன் கிட்டே வந்து
> விந்தைகள் பலவும் செய்து விளையாடினான்,
> 'பந்து அளவாகிலும் வெண்ணெய் தந்தால் விடுவேன்' என்று

முந்துகிலைத் தொட்டு இழுத்துப் போராடினான்!

கண்ணன் அவளுடைய சேலையைப் பிடித்துக்கொண்டு விடமாட்டேன் என்று பிடிவாதம் பிடிக்கிறானாம். 'பந்து அளவு வெண்ணெய் தந்தால்தான் விடுவேன்' என்கிறானாம்!

சிறிது நேரம் கழித்து, அடுத்த வீட்டில் சத்தம் கேட்கிறது. கண்ணன் வெண்ணெயைக் களவாடும் அழகை ரசித்து ஒரு பெண் பாடுகிறாள்:

> காணீரே! கஞ்சமலர்க்
> கண்ணன் வந்து நின்றதுவும்,
> கை வெண்ணெயைத் தின்றதுவும்...
> தொங்கும் உறிமேலே

துப்புக் கண்டுகொண்டான், யாரோ சொல்லிவைத்தாற்போலே!
நாணிக் கோணி நின்ற ஒரு நங்கை அவள் மேலே
நல்ல மணம் கமழ் பதம் கொண்டு ஏறி
மெல்ல உரியாடி, களவாடி...

ஆனாலும், வெண்ணெய் வெண்ணெய் வெண்ணெய் என்றான் கண்ணன்,

இவனுக்கு அப்படித்தான் வெண்ணெய் என்ன சுவையோ!

பெண்களே, இங்கே வந்து பாருங்கள், தாமரை மலர் போன்ற இந்தக் கண்ணன் வருவதையும், கை நிறைய வெண்ணெயை அள்ளித் தின்பதையும் பாருங்கள்!

இவன் அந்த வெண்ணெயை எப்படித் திருடினான் தெரியுமா?

உரிமேல் வெண்ணெய் இருப்பதை இவனுக்கு யார் சொன்னார்களோ, எப்படியோ அதைத் தெரிந்துகொண்டு விட்டான். வெண்ணெயைத் திருடத் திட்டமிட்டான்.

இவன் அருகே ஒரு பெண் வெட்கமாகக் கோணிக்கொண்டு நின்றாள். நறுமணம் கமழ்கிற பாதங்களை அவள்மேல் வைத்து மேலே ஏறி வெண்ணெயைக் களவாடித் தின்றான்.

ஆனால் அதன்பிறகும், வெண்ணெய் வெண்ணெய் வெண்ணெய் என்றுதான் சொல்லிக்கொண்டிருக்கிறான். இவனுக்கு வெண்ணெய்மேல் அப்படி ஒரு பிரியம் ஏன் வந்ததோ? அதில் என்ன சுவையோ!

கண்ணன் வெண்ணெயைத் தின்பதோடு நிறுத்துவதில்லை. அதை வைத்துப் பல குறும்புகளையும் செய்வான்.

அன்றைக்கு அப்படிதான், நந்தகோபனைப் பார்ப்பதற்காக ஒரு விருந்தினர் வந்திருந்தார். நன்றாகச் சாப்பிட்டுவிட்டு, பயணக் களைப்பில் தூங்கிக்கொண்டிருந்தார்.

வழக்கம்போல், கண்ணன் அன்றைக்கும் வெண்ணெய்

திருடினான். அதைத் தின்றதுபோக, மீதமிருந்த வெண்ணெயை அந்த விருந்தினருடைய வாயில் அப்பிவிட்டான்.

வெண்ணெயைத் திருடியது யார் என்று தேடிக்கொண்டு வந்த பெண்கள் அந்த விருந்தினரைப் பார்த்தார்கள். அவருடைய வாயில் வெண்ணெய் அப்பியிருப்பதால், அவர்தான் வெண்ணெய் திருடியிருக்கவேண்டும் என்று நினைத்துவிட்டார்கள்.

அன்றொருநாள், இந்த வழி வந்த விருந்தினரும்
அயர்ந்து படுத்து உறங்கும் போதினிலே, கண்ணன்
தின்றதுபோகக் கையில் இருந்த வெண்ணெயை அந்த
விருந்தினர் வாயில் நிறைத்து மறைந்தனனே!
நிந்தை மிகு பழி இங்கே, பாவம் அங்கே!

இதையெல்லாம் அந்தக் கண்ணனின் தாய் யசோதையிடம் புகார் சொல்லலாம் என்று சென்றால், அங்கேயும் கண்ணன் வந்து நிற்கிறான். குறும்பு செய்கிறான்:

அன்னை யசோதை அருகினில் சென்று இவன்
வெண்ணெய் திருடி வந்த வித்தை சொல்லப்போனால்
அன்னையின் பின்னே சென்று அணைத்துக்கொண்டு நின்று
'சொல்லாதே' என்று கண்ணால் சொல்லிடும்
கள்ளப் பார்வை ஒன்றே போதுமே!

இதையும் மீறி, யாரோ யசோதையிடம் புகார் சொல்லி விட்டார்கள். அவள் கண்ணனை அழைத்துக் கண்டிக்கிறாள். ஆனால், அவளால் கோபமாகப் பேசவும் இயலவில்லை. அந்தத் தடுமாற்றத்தை இந்தப் பாடலில் பார்க்கலாம்:

கொஞ்சும் மழலை பேசி, குறுநகையை வீசி
குற்றம்தனை மறைக்கப் பாராதே, நான்
கோபம் கொண்டால் கொஞ்சத்தினில் மாறாதே!
கெஞ்சினால் மிஞ்சும் கண்ணா, மிஞ்சினால் கெஞ்சுவாய்,
கிட்ட கிட்ட வந்தபோது அஞ்சுவாய்,
பஞ்சமோ இங்கு என்ன பாலுக்கும் வெண்ணெய்க்கும்?

நம் வீட்டில் பாலுக்குக் குறைச்சலா? வெண்ணெய்க்குக் குறைச்சலா? நீ ஏன் அக்கம்பக்கத்தில் சென்று திருடவேண்டும் கண்ணா? கேட்டால் நானே உனக்குத் தருவேனே!

'நான் அவங்க வீட்ல வெண்ணெய் திருடலைம்மா' என்கிறான் கண்ணன். அன்னையின் கோபத்தைத் தணிப்பதற்காகப் புல்லாங்குழல் ஊதுகிறான்.

மெய்யெல்லாம் வெண்ணெய் பூச்சு வெட்ட வெளிச்சமாச்சு
வேணு கானம் ஊதிவிட்டால் போதுமா கண்ணா?

'உன் உடலெல்லாம் வெண்ணெய் பூசியிருக்கிறது, அதைப் பார்த்தாலே நீ செய்த தவறு வெட்டவெளிச்சமாகத் தெரிகிறது!' என்கிறாள் யசோதை, 'புல்லாங்குழல் வாசித்து என்னை ஏமாற்றப் பார்க்காதே!'

இப்படி வெண்ணெய் உண்ணும் கண்ணனை ஊத்துக்காடு வேங்கடசுப்பையர் அழகழகாகப் பாடிவைத்திருக்கிறார். ஒவ்வொரு பாடலிலும், அந்த வெண்ணெய்க்கு இணையான சுவை!

அதெல்லாம் சரி. கண்ணன் ஏன் வெண்ணெய் திருடவேண்டும்?

யசோதை கேட்பது நியாயம்தானே? நந்தகோபன் வீட்டில் ஏராளமான பசுக்கள் உண்டு. அங்கே பால், தயிர், வெண்ணெய் எதற்கும் குறைச்சலே இல்லை.

ஆனால், கண்ணன் அதையெல்லாம் சாப்பிடுவதில்லை, மற்ற வீடுகளுக்குச் சென்று அங்கே வைத்திருக்கும் தயிர், வெண்ணெயைதான் திருடித் தின்கிறான். மாட்டிக்கொள்கிறான். திட்டு வாங்குகிறான். இதெல்லாம் எதற்கு?

இதற்குப் பலவிதமான விளக்கங்கள் தரப்படுகின்றன. அவற்றுள் மிக அருமையான ஒன்று, நம்மாழ்வார் சொல்வது:

உண்டாய் உலகு ஏழ் முன்னமே,
　　உமிழ்ந்து, மாயையால் புக்கு

உண்டாய் வெண்ணெய்ச் சிறு மனிசர்
உவலை யாக்கை நிலை எய்தி!

திருமால் ஏழு உலகங்களையும் முன்பு உண்டவன், உமிழ்ந்தவன். அதன்பிறகு, மாயையினால் இந்த உலகத்தில் 'சிறு மனிச'னாக அவதரித்தான், வெண்ணெயை உண்டான்.

கவனமாக, 'சிறு மனிசர்' என்ற பதத்தைப் பயன்படுத்துகிறார் நம்மாழ்வார். அப்பேர்ப்பட்ட இறைவன், சிறிய மனிதனாக நம்முடன் வாழ்ந்தானே, அவனுக்கும் நமக்கும் தொடர்பு ஏற்படுத்த ஒரு கருவி வேண்டாமா?

கண்ணனுக்கு வெண்ணெய் என்பது அப்படிப்பட்ட ஒரு கருவிதான். அதன்மூலம், அவன் நம்மைப்போன்ற சிறு மனிதர்களுடன் உறவாடுகிறான். 'வெண்ணெய் தாருங்கள்' என்று கேட்கிறான், தராவிட்டால் வேண்டுமென்றே மாட்டிக்கொள்வதுபோல் திருடுகிறான். பிடிபடுவதுபோல் நடிக்கிறான், 'எங்க அம்மாகிட்ட சொல்லிடாதீங்க' என்கிறான்...

எல்லாம் ஒரு நாடகம், வெண்ணெயைக் காரணமாக வைத்து சிறு மனிசர்களுடன் அன்பாகப் பழகுகிறான் கண்ணன். அதற்கு நாம் கொடுத்துவைத்திருக்கவேண்டுமே!

28

சிவபெருமானின் திருவிளையாடல்களைப் பட்டியலிடுகிற போதெல்லாம் அதில் கண்டிப்பாக இடம்பெறும் ஒரு விஷயம், அவர் திரிபுரங்களை எரித்தது!

அதென்ன திரிபுரம்?

புரம் என்றால் ஊர். காந்திபுரம், அண்ணாபுரம், ஆர். ஜே. புரம் என்றெல்லாம் ஒரு நகரின் வெவ்வேறு பகுதிகளுக்குப் பெயர் சூட்டப்படுவது இப்போதும் வழக்கத்தில் உண்டு.

'திரி' என்றால், திரிதல் என்ற செயலைக் குறிக்கிறது. அதாவது, ஓர் இடத்தில் நிற்காமல் எப்போதும் திரிந்துகொண்டே இருக்கிற புரம்தான் திரிபுரம்.

உண்மையில் சிவன் எரித்தது ஒரு திரிபுரம் அல்ல, மூன்று திரிபுரங்களை. ஆங்கிலத்தில் சொன்னால் Three திரிபுரம், அதாவது மூன்று திரியும் ஊர்கள், இவற்றை 'முப்புரம்' என்றும் அழைப்பார்கள்.

இந்த மூன்று ஊர்களும் மிக வலுவானவை. ஒன்று இரும்பால் ஆனது, இன்னொன்று வெள்ளியால் ஆனது, மூன்றாவது தங்கத்தால் ஆனது.

அதுமட்டுமில்லை, இவை மூன்றும் ஒரு தெருவில் பக்கத்துப் பக்கத்து வீடுகளைப்போலக் கட்டப்படவில்லை, மூன்று வெவ்வேறு தளங்களில், அடுக்கு மாடிக் கட்டடம்போலக் கட்டப்பட்டிருந்தன.

அவற்றில் முதல் தளம், இங்கே பூமியில் இருந்தது. இரண்டாவது தளம், வானத்தில் இருந்தது, மூன்றாவது தளம், மேல் உலகத்தில் இருந்தது.

இங்கே 'இருந்தது' என்ற சொல்லைவிட, 'திரிந்தது' என்ற சொல்தான் பொருத்தம். அந்த மூன்று ஊர்களும் எப்போதும் திரிந்துகொண்டே இருக்கும்வண்ணம் வடிவமைக்கப்பட்டிருந்தன.

அந்தப் 'புரங்கள்' ஏன் அப்படித் திரியவேண்டும்?

காரணம் இருக்கிறது. அந்தப் புரங்களை யாராலும் ஊடுருவ முடியாது. யாராவது அவற்றை அழிக்க விரும்பினால், ஒரே அம்பால் மூன்று புரங்களையும் அழிக்கவேண்டும்.

ஆகவே, அந்த நகரங்கள் மூன்றும் அருகருகே இருந்தாலோ, ஒன்றன்மீது ஒன்று இருந்தாலோ, எதிரிகள் எளிதில் குறி வைத்து அழித்துவிடுவார்கள். இப்படித் திரிந்துகொண்டே இருந்தால் அது சிரமம்.

மிக அபூர்வமாக, சுமார் ஆயிரம் வருடங்களுக்கு ஒருமுறை அந்தத் திரிபுரங்களும் ஒரே நேர்கோட்டில் வரும், அதுவும் சிறிது நேரம்தான். பிறகு மறுபடி விலகிச் சென்றுவிடும். அந்தச் சிறிய நேரத்துக்குள் யாரேனும் அந்த நகரங்களை அழிப்பது மிகவும் சிரமம்.

ஆகவே, அந்தப் புரங்களை வடிவமைத்த அசுரர்கள் ஆனந்தப்பட்டார்கள். தங்களை யாராலும் அசைக்கமுடியாது என்று நம்பினார்கள், மற்ற பகுதிகளில் இருந்த அசுரர்களும் அடைக்கலம் தேடி அங்கே வந்தார்கள். நல்லவர்களை இன்னும் தைரியமாகத் துன்புறுத்தத் தொடங்கினார்கள். வானவர் தொடங்கி மக்கள்வரை எல்லாரும் நடுநடுங்கினார்கள்.

அதன்பிறகு என்ன நடந்தது? வெவ்வேறு கவிஞர்கள் சொல்லும் விவரங்களைக் கேட்போம்.

முதலில், காரைக்கால் அம்மையார் பாடல்:

> கையில் சிலையால்
> முனிவார் திரிபுரம் மூன்றும் வெந்து அன்று செந்தீயின் மூழ்கத்
> தனி வார் கணை ஒன்றினால் மிகக் கோத்த எம் சங்கரனே!

சங்கரனே,

உன்மீது விரோதம் கொண்டவர்கள் திரிபுரங்கள் மூன்றை அமைத்தார்கள்.

நீயோ, கையில் ஒரு வில்லை எடுத்தாய், ஒப்பற்ற ஒரு கணையைத் தொடுத்தாய், அதன்மூலம் அந்தத் திரிபுரங்கள் மூன்றும் செந்தீயில் மூழ்கி வெந்தன!

அரக்கர்களுக்குச் சிவன்மீது என்ன விரோதம்?

அந்தக் கதை இன்னொரு பாடலில் இருக்கிறது. அதை எழுதியவர் திருநாவுக்கரசர்:

> ‘நேச நீலக் குடி அரனே’ எனா
> நீசராய், நெடு மால் செய்த மாயத்தால்
> ஈசன் ஓர் சரம் எய்ய எரிந்து போய்
> நாசமானார் திரிபுர நாதரே!

அந்த மூன்று திரிபுரங்களில் இருந்தவர்களை ‘நீசர்’ என்கிறார் திருநாவுக்கரசர். காரணம், அவர்கள் ‘நேச நீலக் குடி அரனே’ என்று சிவனை வணங்கவில்லை. வேறு வழியில் சென்றார்கள், அவரைப் பகைத்துக்கொண்டார்கள்.

அதற்குக் காரணம் நெடுமால், அதாவது விஷ்ணு செய்த மாயம்!

அவர்தான் குறும்புக்காரர் ஆயிற்றே. அசுரர்கள் சிவனைப் புறக்கணிக்கும்படி தந்திரம் செய்தவர் அவர்தான். ஆகவே,

ஈசனுக்கு அசுரர்கள்மீது கோபம் வந்தது, ஓர் அம்பை எய்தார், அந்த நீசர்கள் எரிந்து நாசமானார்கள்!

அப்பேர்ப்பட்ட மூன்று ஊர்களை, சிவன் எய்த ஒரே ஓர் அம்பு அழித்துவிட்டதா! அப்படியானால் அந்த அம்பு எப்படிப்பட்ட சிறப்புடையதாக இருக்கவேண்டும்!

அந்த விவரமும் பல பாடல்களில் உண்டு. திருவாசகத்தில் மாணிக்கவாசகர் எழுதும் நான்கு பாடல்களைப் பார்ப்போம்:

வளைந்தது வில்லு,
    விளைந்தது பூசல்,
உளைந்தன முப்புரம் உந்தீ பற,
    ஒருங்குடன் வெந்தவாறு உந்தீ பற!
ஈரம்பு கண்டிலம்,
    ஏகம்பர் தம் கையில்,
ஓரம்பே, முப்புரம் உந்தீ பற,
    ஒன்றும் பெரு மிகை உந்தீ பற!
தச்சு விடுத்தலும்
    தாம் அடி இட்டலும்
அச்சு முரிந்ததென்று உந்தீ பற,
    அழிந்தன முப்புரம் உந்தீ பற!
உய்ய வல்லார்
    ஒரு மூவரைக் காவல் கொண்டு
எய்ய வல்லானுக்கே உந்தீ பற,
    இளமுலை பங்கனென்று உந்தீ பற!

இந்தப் பாடலில் வரும் 'உந்தி பற' அல்லது 'உந்தீ பற' என்பது ஒரு பழைய விளையாட்டு. இளம் பெண்கள் கூட்டமாகச் சேர்ந்து இப்படிப் பாடியபடி விளையாடுவார்கள். இங்கே அவர்கள் சிவனின் புகழைப் பாடுகிறார்கள்.

சிவனின் வில் வளைந்தது, அதனால் பூசல் எழுந்தது, முப்புரங்களும் வருத்தமடைந்தன, ஒரே நேரத்தில் அவை வெந்து சாம்பலாகிவிட்டன. அதற்காக இறைவன் பயன்படுத்தியது

இரண்டு அம்புகள்கூட இல்லை. அவர் கையில் ஒரே ஓர் அம்புதான் இருந்தது என்கிறார் மாணிக்கவாசகர்.

அடுத்த வரியில், ஒரு சஸ்பென்ஸ் வைக்கிறார், 'அந்த ஓர் அம்பையும் அவர் பயன்படுத்தவில்லை!'

என்னது? ஓர் அம்பைக்கூட அவர் பயன்படுத்தவில்லையா? பிறகு எப்படித் திரிபுரங்கள் எரிந்தன?

அந்த சஸ்பென்ஸ் அப்படியே இருக்கட்டும். அதற்குப் பதில் தேடுமுன், அடுத்த பாடல்களையும் பார்த்துவிடுவோம். அங்கே ஒரு மிகச் சுவாரஸ்யமான கதை இருக்கிறது.

சிவன் திரிபுரங்களை அழிப்பதற்காகத் தேரில் காலடி வைக்கிறார். அவரது வலிமையைத் தாங்கமுடியாமல் அந்தத் தேரின் அச்சு முறிந்துவிடுகிறது.

ஆனாலும், அவருடைய செயல் தடைப்படவில்லை. திரிபுரங்களை அழித்துவிட்டார் அவர். அதில் இருந்த எல்லாரும் அழிந்துபோனார்கள், மூன்றே மூன்று பேரைத்தவிர!

யார் அந்த மூன்று பேர்? அவர்களை மட்டும் சிவன் ஏன் அழிக்கவில்லை?

இதற்குப் பதிலாக, சுந்தரரின் இந்தப் பாடலைப் பாருங்கள்:

ஒக்க முப்புரம் ஓங்கு எரி தூவ
உன்னை உன்னிய மூவர் நின் சரணம்
புக்கு மற்றவர் பொன் உலகு ஆளப்
புகழினால் அருள் ஈந்த...

மூன்று புரங்களும் ஒன்றாகச் சேர்ந்த நேரத்தில் நீ அங்கே நெருப்பைத் தூவினாய், அப்போது அங்கே இருந்த மூன்று பேர்மட்டும் உன்னை உணர்ந்து, உன்னிடம் சரணம் அடைந்தார்கள். அவர்கள் பொன்னான மேலுலகத்தை ஆளும்படி நீ அருள் செய்தாய்!

அந்த மூன்று பேர், சுதன்மன், சுசூலன், சுபுத்தி. திரிபுரங்களும் எரிந்தபோது, இந்த மூன்று சிவபக்தர்கள் மட்டும் அதிலிருந்து பிழைத்தார்கள், சிவன் அருளால் சிறந்து நின்றார்கள்.

அது சரி, அந்த சஸ்பென்ஸ் என்ன ஆனது? சிவன் அந்த அம்பைப் பயன்படுத்தாமல் முப்புரங்களை எரித்தது எப்படி?

திரிபுரங்களை வீழ்த்தச் சென்ற சிவன் கையில் இருந்த வில்லும் அம்பும் சாதாரணமானதா? அவற்றைத் திருநாவுக்கரசர் வர்ணிக்கும் அழகைப் பாருங்கள்:

> நிலை இலா ஊர் மூன்று ஒன்ற, நெருப்பு, அரி, காற்று அம்பாகச்
> சிலையும் நாண் அதுவும் நாகம் கொண்டவர்...

நிலை இல்லாத ஊர் என்றால், திரிகின்ற ஊர், அதாவது திரிபுரம், முப்புரம்.

அந்த மூன்றும் ஒரே இடத்தில் ஒன்றியபோது, சிவன் தன் கையில் ஓர் அம்பை எடுத்தார். அது மூன்று பேர் சேர்ந்த அம்பு: நெருப்பு, காற்று மற்றும் திருமால்!

'முப்புரம் எரி தூவ' என்று மேலே சுந்தரர் சொல்லியிருப்பதை இங்கே பொருத்திப் பாருங்கள், சிவன் எடுத்த அம்பின் நுனியில் அக்னிதேவனே இருந்தார். அதனால்தான் திரிபுரத்தில் எங்கும் நெருப்பு பரவியது.

இப்படிப்பட்ட வலுவான அம்பை எய்ய ஒரு மிக வலுவான வில் வேண்டுமல்லவா?

'அபிராமி அந்தாதி'யில் அதைச் சொல்கிறார் அபிராமி பட்டர்:

> தங்கச் சிலை கொண்டு தானவர் முப்புரம் சாய்த்து...

இங்கே 'தங்கச் சிலை' என்றால், சிற்பம் அல்ல, தங்கத்தால் ஆன மலை, அதாவது மேரு மலை!

சிவன் மேரு மலையை வில்லாக ஏந்திக்கொண்டார், நாணாக வாசுகி என்ற பாம்பைக் கட்டினார். அதில் அம்பைப் பொருத்தி இழுத்தார்.

இந்தக் காட்சி, ஓர் அருமையான பாடலில் இருக்கிறது. அதைப் பாடியவர் திருநாவுக்கரசர்:

கற்றார் பயில் கடல் நாகைக் காரோணத்து எம் கண் நுதலே,
வில் தாங்கிய கரம் வேல் நெடும் கண்ணி வியன் கரமே,
நல் தாள் நெடும் சிலை நாண் வலித்த கரம் நின் கரமே,
செற்றார் புரம் செற்ற சேவகம் என்னைகொல் செப்புமினே!

கடல் சூழ்ந்த நாகையில் திகழும் காரோணத்தில் கற்றவர்கள் எல்லாரும் பயிலும்படி வீற்றிருக்கும் நெற்றிக் கண் கொண்ட எங்கள் தெய்வமே,

உன்னுடைய பகைவர்களின் புரத்தை அழிப்பதற்காக நீ வில் தாங்கினாய். அது உன்னுடைய இடது கரம்.

ஆனால், உன் இடப்பக்கத்தில் இருப்பது வேல் போன்ற பெரிய கண்களைக் கொண்ட உமாதேவி அல்லவா? ஆகவே, வில்லைப் பிடித்தது நீ அல்ல, உமாதேவிதான்!

அதேசமயம், நீ உன் வலது கையால் நாணை இழுத்தாய், அந்தக் கை உன்னுடைய கைதான்!

இப்படி உமாதேவியும் நீயும் சேர்ந்துதான் திரிபுரத்தை அழித்தீர்கள், எங்களைக் காத்தீர்கள், உங்களுடைய கருணையை நான் எப்படி உரைப்பேன்?

இதுபோல் கவிஞர்கள் கேள்வி எழுப்புவார்கள் என்று நினைத்துதானோ என்னவோ, சிவன் இழுத்த அம்பைச் செலுத்தவில்லையாம். ‘இந்தத் திரிபுரங்களை அழிக்க இதுபோன்ற வில், அம்பெல்லாம் தேவையா?’ என்று நினைத்தாரோ என்னவோ, கொஞ்சம் சிரித்தாராம்!

அவ்வளவுதான், திரிபுரங்களும் அழிந்துவிட்டன!

இந்தக் காட்சியைச் சொல்லும் சில பாடல்களைப் பார்ப்போம். முதலில், பரஞ்சோதி முனிவர், திருவிளையாடற்புராணம் என்ற நூலில் பாடியது:

திரிபுரம் எரிய நக்க சேவகம் போற்றி!

'நக்க' என்றால் சிரித்த என்று பொருள். திரிபுரங்களும் எரியும்படி சிரித்தவனே, உன்னைப் போற்றுகிறோம்!

திருஞானசம்பந்தரும் இதையே சொல்கிறார், இந்தப் பாடலில்:

நடை மரு திரிபுரம் எரி உண நகை செய்த
படை மரு தழல் எழ மழு வல பகவன்

எப்போதும் இயங்கிக்கொண்டே இருக்கின்ற திரிபுரங்களை நெருப்பு உண்ணும்படி சிரித்தவன் சிவன். கையில் மழுவை ஏந்திய அந்தப் பெருமானின் சிரிப்பாகிய படையினால் நெருப்பு எழுந்தது, அந்நகரங்களை அழித்தது!

திருவருட்பாவில் வள்ளலார் பெருமானும் இந்தச் சிரிப்பைக் குறிப்பிடுகிறார்:

நாட்டும் முப்புரம் நகைத்து எரித்தவனே!

சிவன் சிரித்தால் மூன்று ஊர்கள் எரிந்துவிட்டனவா? ரொம்பக் கோபக்காரரோ?

அவர் நல்லவர்களுக்கு நல்லவர், கெட்டவர்களுக்குக் கெட்டவர். எதிரிகளை அழிப்பதில் ஆவேசம் காட்டுவார், பக்தர்களுக்கு அருள்வதிலும் அதே வேகம் காட்டுவார்.

இதனைத் திருவாசகத்தில் ஒரு பாடலில் சொல்கிறார் மாணிக்கவாசகர்:

வேவத் திரிபுரம் செற்ற வில்லி
வேடுவனாய்க் கடி நாய்கள் சூழ
ஏவல் செயல் செய்யும் தேவர் முன்னே
எம்பெருமான்தான் இயங்கும் காட்டில்
ஏவுண்ட பன்றிக்கு இரங்கி ஈசன்
எந்தை பெருந்துறை ஆதி அன்று
கேவலம் கேழலாய்ப் பால் கொடுத்த
கிடப்பு அறிவார் எம்பிரான் ஆவாரே!

வில்லை ஏந்தி, அதன்மூலம் திரிபுரங்களும் வேகும்படி அழித்தார் சிவன். உண்மைதான்.

ஆனால் அதே சிவன், ஒரு வேடனாக உருவெடுத்து, நாய்கள் சூழ, தனக்கு ஏவல் செய்யக்கூடிய தேவர்களுக்கு முன்னால் ஒரு காட்டில் நடந்து வந்தார், தெரியுமா?

அப்போது, அந்தக் காட்டில் ஒரு பெண் பன்றி இறந்துவிட்டது. ஆகவே, அதன் குட்டிகள் வாடின.

இதைக் கண்ட சிவனுக்கு இரக்கம் பிறந்தது. திருப்பெருந்துறையில் எழுந்தருளியிருக்கும் அந்த இறைவன், கேவலம் ஒரு பன்றியாக மாறினான், அந்தக் குட்டிகளுக்குப் பால் கொடுத்தான்.

இந்தப் பன்றிக் குட்டிகளைப்பற்றி ஒரு முன்கதை உண்டு. அந்தக் குட்டிகள் அனைத்தும் உண்மையில் மனிதர்கள்தான், ஏதோ குறும்பு செய்து ஒரு முனிவரிடம் சாபம் பெற்றுவிட்டார்கள். அதனால் பன்றிகளாக மாறிவிட்டார்கள்.

அவற்றுக்குதான் சிவன் பால் கொடுத்தான். அவர்களைப் பழைய உருவுக்குக் கொண்டுவரச் செய்து அருளினான்.

அங்கே தீயவர்களை எரித்த அதே இறைவன்தான், இங்கே பன்றிக் குட்டிகளுக்கு மனம் இரங்கிப் பால் கொடுத்தான். இந்தத் தன்மையை அறிந்தவர்கள், எமக்குத் தலைவர்கள்!

29

அயோத்தியில் இருந்தவரை ராமனுக்கு மூன்று சகோதரர்கள்: லட்சுமணன், பரதன், சத்ருக்கனன்.

அங்கிருந்து காட்டுக்கு வந்த ராமன், இன்னும் மூவரைச் சகோதரர்களாக ஏற்றுக்கொண்டான். முதலில் கங்கைக் கரையில் குகன், அடுத்து கிஷ்கிந்தையில் சுக்ரீவன், பின்னர் இலங்கையில் விபீஷணன்.

இவர்களில் சுக்ரீவன், விபீஷணன் இருவரும் ராமனால் அரசர்களானவர்கள். குகன் அதற்குமுன்பே அரசனாக இருந்தவன். சிருங்கிபேரம் என்ற பகுதியை ஆண்டுவந்தவன். ஆனாலும் ராமனின் தொண்டனாக, அவர்மீது பகுதியும் அன்பும் காட்டி அதனால் சிறப்புப் பெற்றவன்.

குகன் பெரிதாகப் படித்தவன் இல்லை, நாகரிகம் என்று நாம் நினைக்கும் அம்சங்களும் அவனிடம் இல்லை. ஆனால், மனிதத்தன்மையும், ராமன்மீது அளவற்ற பக்தியும் அவனிடம் இருந்தது. அதனால்தான், அதற்குமுன் யாருக்கும் தராத ஒரு கௌரவத்தை அவனுக்குத் தருகிறார் ராமன்.

அந்தக் காட்சியைத் திருமங்கை ஆழ்வார் வர்ணிக்கும் அழகைப் பாருங்கள்:

ஏழை, ஏதலன், கீழ் மகன் என்னாது
இரங்கி, மற்று அவற்கு இன் அருள் சுரந்து,
'மாழை மான் மட நோக்கி உன் தோழி;
உம்பி எம்பி' என்று ஒழிந்திலை உகந்து
'தோழன் நீ எனக்கு இங்கு ஒழி' என்ற
சொற்கள் வந்து அடியேன் மனத்து இருந்திட,
ஆழி வண்ண! நின் அடியினை அடைந்தேன்,
அணி பொழில் திரு அரங்கத்து அம்மானே!

'அழகான பொழில்களை உடைய ஸ்ரீரங்கத்தில் எழுந்தருளி யிருக்கும் அம்மானே, கடல் வண்ணம் கொண்டவனே' என்று திருமாலை அழைக்கும் ஆழ்வார், 'நான் உன் திருவடிகளை வந்து சேர்ந்தேன்' என்கிறார். 'அப்படி வரும்போது என் மனத்தில் இருந்தவர் யார் தெரியுமா? அன்றைக்கு நீ கங்கைக் கரையில் சந்தித்தாயே, அந்த வேடன் குகன்தான்!'

இறைவனைச் சந்திக்க வரும்போது ஆழ்வார் ஏன் குகனை நினைக்கவேண்டும்?

காரணம் இருக்கிறது. அந்தக் குகன் எப்படிப்பட்டவன் என்று கொஞ்சம் யோசித்துப்பாருங்கள்.

முதலில் அவன் ஓர் ஏழை... இங்கே 'ஏழை' என்ற சொல்லுக்குப் பணம் இல்லாதவன் என்று அர்த்தம் இல்லை, ஞானத்தால் ஏழை, அதாவது கல்வி அறிவு இல்லாதவன்!

அடுத்து, அவன் ஏதலன்... அதாவது, எதிரி, பகைவன், காட்டில் வாழ்கிறவன்.

மூன்றாவதாக, அவன் தாழ்வான குலத்தைச் சேர்ந்தவன், ராமனைப் போன்ற ஓர் இளவரசனை நெருங்கும் தகுதியற்றவன்.

இதையெல்லாம் ஆழ்வார் சொல்லவில்லை, ராமனும் சொல்லவில்லை, பொதுவாக குகனைப் பார்க்கிற யாரும் அப்படித்தான் நினைப்பார்கள். அதுதான் எதார்த்தம். ஆனால் ராமன் அப்படி நினைக்கவில்லை. அவன் மனத்தில்

இயல்பாகவே குகன்மீது அன்பு பிறந்தது, கள்ளம் கபடமில்லாத அவனது குணத்தைப் பார்த்து அருள் பொங்கியது. அவனை அருகே அழைத்துச் சொன்னான், 'குகனே, நீ என்னுடைய தோழன், இங்கே என் பக்கத்திலேயே இரு!'

அதேபோல், 'மாழை மான் மடநோக்கி உன் தோழி' என்கிறான் ராமன். அதாவது, 'மான்போன்ற பார்வையைக் கொண்ட இந்தப் பெண், சீதை, உன்னுடைய தோழி!' வெறும் 'தோழன்', 'தோழி'தானா? 'சகோதரன்' என்று சொல்லவில்லையா?

அதையும் ராமன் தெளிவாகச் சொல்கிறான், 'உம்பி எம்பி'. அதாவது, 'என் அருகே நிற்கும் இந்த லட்சுமணன் உன்னுடைய தம்பி, என்னுடைய தம்பியும்கூட!'

இருவருக்கும் ஒரே தம்பிதான் என்றால் என்ன அர்த்தம்? குகன் ராமனுக்குச் சகோதரன் ஆகிவிடுகிறான் அல்லவா?

'கங்கைக் கரையில் ஒரு படகோட்டிக்கு இப்படி அருள் செய்த அரங்கத்து அம்மானே, என்னுடைய அன்பையும் ஏற்றுக்கொள், என்னையும் உன் திருவடிகளில் சேர்த்துக்கொள்' என்று நெகிழ்ந்து வணங்குகிறார் ஆழ்வார்.

கம்ப ராமாயணத்தில் குகனின் பாத்திரம் மிக விரிவாக, மிக அழகாகக் காட்சிப்படுத்தப்பட்டுள்ளது. ஒப்பீட்டளவில் சில பாடல்களில் மட்டுமே வந்தாலும்கூட, மற்ற துணைப் பாத்திரங்கள் அனைத்துக்கும் இணையாகக் குகனை உயர்த்திவைக்கிறார் கம்பர்.

குகன் அறிமுகமாகும் அந்த முதல் காட்சியிலேயே, அவனை நம் கண்முன்னே நிறுத்துவதுபோன்ற அற்புதமான வர்ணனைகளைக் கம்பர் பொழிகிறார்:

ஆய காலையின் ஆயிரம் அம்பிக்கு
நாயகன், போர்க் குகன் எனும் நாமத்தான்
தூய கங்கைத் துறை விடும் தொன்மையான்
காயும் வில்லினன், கல் திரள் தோளினான்!

தூய்மையான கங்கையின் கரையில் வாழும் குகன், ஆயிரம் மரப் படகுகளுக்குத் தலைவன், வில் ஏந்தியவன், கல் போல் திரண்ட தோள்களை உடையவன்!

துடியன், நாயினன், தோல் செருப்பு ஆர்த்த பேர்
அடியன், அல் செறிந்தன்ன நிறத்தினான்,
நெடிய தானை நெருங்கலின் நீர் முகில்
அடியினோடு எழுந்தால் அன்ன ஈட்டினான்!

குகன் கையில் 'துடி' என்கிற பறை இருக்கிறது. அவன் கையில் சில வேட்டை நாய்களைப் பிடித்துக்கொண்டிருக்கிறான், தோலால் ஆன செருப்பு அணிந்திருக்கிறான், அவனுடைய கால்கள் மிகப் பெரியவை. இருட்டைத் திரட்டிச் செய்ததுபோன்ற கருப்பு நிறம் கொண்டவன் அவன்!

அந்தக் குகன் தனியே வரவில்லை, அவனோடு ஒரு பெரிய படையே வருகிறது. அதைப் பார்க்கும்போது, மேகங்கள் கூட்டமாகக் கிளம்பி வந்தாற்போல் இருக்கிறது!

கொம்பு, துந்துமி, கோடு, அதிர் பேரிகை,
பம்பை, பம்பு படையினன், பல்லவத்து
அம்பன், அம்பிக்கு நாதன், அழி கவுள்
தும்பி ஈட்டம் புரை கிளை சுற்றத்தான்!

குகனின் படை பலவிதமான ஒலிக் கருவிகளைத் தூக்கிக்கொண்டு சத்தமிட்டபடி வருகிறது. கொம்பு, துந்துபி, சங்கு, பேரிகை, பம்பை... இப்படி எல்லாம் சத்தம் எழுப்ப, சிவந்த அம்புகளோடு அவன் வருகிறான். அவனுக்குச் சொந்தமான படகுகள் பின்னே வருகின்றன, யானைபோல் வலிமை உடைய அவனது படை வீரர்கள், சுற்றத்தாரும் வருகிறார்கள்.

காழம் இட்ட குறங்கினன், கங்கையின்
ஆழம் இட்ட நெடுமையினான், அரைத்
தாழ விட்ட செந்தோலன், தயங்குறச்
சூழ விட்ட தொடுபுலி வாலினான்!

குகன் தன்னுடைய தொடையில் 'காழம்' என்ற உடையை

அணிந்திருக்கிறான். கங்கை நதியின் ஆழம்வரை சென்று அறிந்தவன் அவன். இடுப்பில் சிவந்த தோல் ஆடை. அதை இறுக்கிக் கட்டுவதற்கு பெல்ட்போலப் புலி வால்!

பல் தொடுத்து அன்ன பல் சூல் கவடியன்
கல் தொடுத்து அன்ன போலும் கழலினான்
அல் தொடுத்து அன்ன குஞ்சியினான், கதிர்
நெல் தொடுத்து நெரித்த புருவத்தான்!

குகனின் கழுத்தில் ஒரு மாலை. அதன் வடிவமைப்பைப் பார்த்தால், பற்களைத் தொடுத்துவைத்தாற்போல் இருக்கிறது. அவனுடைய கால் மிகவும் வலுவானது, அது கற்களை வைத்துக் கட்டினாற்போலிருக்கிறது!

குகனின் தலைமுடி மிகவும் கருமையானது. இருட்டையே திரட்டிவைத்தாற்போன்ற கருப்பு நிறம். அதில் அலங்காரமாக ஒரு நெல் கதிரைச் செருகிவைத்திருக்கிறான். புருவங்களை நெரித்துப் பார்க்கிறான்.

பெண்ணை வல் செறும்பின் பிறங்கிச் செறி
வண்ண வல் மயிர் வார்ந்து உயர் முன் கையான்
கண் அகல் தட மார்பு எனும் கல்லினான்,
எண்ணெய் உண்ட இருள் புரை மேனியான்!

குகனின் கைகள், பனை மரத்தின் வலுமையான சிறாம்புபோன்றவை. அவனுடைய மார்பு பரந்து விரிந்தது, கல் போல் உறுதியானது. அவனது உடல்முழுவதும் எண்ணெய் பூசப்பட்டிருக்கிறது.

கச்சொடு ஆர்த்த கறைக் கதிர் வாளினான்
நச்சு அராவு நடுக்குறு நோக்கினான்
பிச்சராம் அன்ன பேச்சினன், இந்திரன்
வச்சிராயுதம் போலும் மருங்கினான்!

குகன் இடுப்பில் கச்சு கட்டியிருக்கிறான். அதில் ரத்தக் கறை படிந்த வாளைச் செருகியிருக்கிறான். அவனுடைய

பார்வையைப் பார்த்தால், விஷப் பாம்பும் பயந்துவிடும். அவனுடைய இடுப்பு, வஜ்ராயுதம்போல் வலுவானது.

ஆனால், இப்பேர்ப்பட்ட குகன் பேச ஆரம்பித்தால், அதில் தெளிவே இல்லை. ஏதோ பித்தன்போலப் பொருத்தமில்லாத சொற்களைப் பேசுகிறான்!

இப்போது, உங்கள் மனத்தில் குகன் வந்து நிற்கும் காட்சி ஆர்ப்பாட்டமாகப் பதிவாகியிருக்கும். அவன் ராமனிடம் என்ன சொல்கிறான்? அதனை ராமநாடகக் கீர்த்தனைகளில் அருணாசலக் கவிராயர் எழுதியிருக்கும் அழகைப் பார்ப்போம்:

இங்கே இருங்காணும், தரிசனம் தந்து
　　என்னை ரட்சிக்க வேணும்!
மங்கையாம் என் தாயும், ராமா நீயும், இந்த
　　வரிசைத் தம்பியும், அய்ய!
　　ஒரு பத்தன் குகன் உய்ய!
இங்கே இருங்காணும்!

ராமன் ஏன் இங்கேயே இருக்கவேண்டும்? காரணங்களை அடுக்குகிறான் குகன்:

பூ உண்டு, கனி உண்டு, ஊன் உண்டு, தேன் உண்டு,
　　புது மர உரிகளும் போர்வையும் உண்டு,
தாழ்வுண்டு தடம் உண்டு, கங்கா நதி உண்டு
　　தான் வேண பட்சணம் உண்டு, நானே செய் ரட்சணம் உண்டு!

‘ராமா, நீங்கள் விரும்பும் எல்லாம் இங்கே கிடைக்கும், நானே உங்களைப் பாதுகாப்பேன். தயவுசெய்து இங்கேயே எங்களுடன் இருந்துவிடுங்கள்!’ என்கிறான் குகன். அதோடு திருப்தியடையாமல், தான் ராமனுக்கு என்னவெல்லாம் செய்ய இயலும் என்பதைச் சொல்கிறான். இப்படி:

எட்டுத் திக்கிலும் செல்லுவேன்,
　　கிழங்கு வகை கெல்லுவேன்,
　　எதிர்த்தவரை வெல்லுவேன்,
　　வழி செல்லுவேன்!

கட்டிக் காத்து நானே
கண் இமைபோலேதானே
காலாலே காட்டினது எல்லாம்
கையாலே செய்குவேனே!

இத்தனை அன்பாக ஒருவர் கேட்கும்போது மறுக்கமுடியுமா? ராமன் நெகிழ்ந்துபோகிறான். குகனை அருகே அழைத்துப் பேசுகிறான். அந்தக் காட்சியைக் கம்பர் வர்ணிப்பது இப்படி:

அன்னவன் உரை கேளா, அமலனும் உரை நேர்வான்
'என் உயிர் அனையாய் நீ, இளவல் உன் இளையான், இந்
நல் நுதலவள் நின் கேள், நளிர் கடல் நிலம் எல்லாம்
உன்னுடையது, நான் உன் தொழில் உரிமையின் உள்ளேன்.'

குற்றமில்லாத அமலனாகிய ராமன் சொல்கிறான், 'குகனே, நீ என் உயிருக்குச் சமம்! என்னுடைய தம்பி, உன்னுடைய தம்பி, நல்ல நெற்றியை உடைய இந்தச் சீதை, உன்னுடைய தோழி! குளிர்ந்த கடலால் சூழப்பட்ட இந்தப் பூமி மொத்தமும் உன்னுடைய சொந்தம். நான் உன் உரிமைக்குக் கட்டுப்பட்டவன்!'

குகனுக்கு ராமனைப் பிரிய மனமே இல்லை. ஆனாலும், அவர் இப்படிப் பேசும்போது மறுக்க இயலுமா? வேறு வழியில்லாமல் அவன் அங்கிருந்து புறப்படுகிறான். அதன்பிறகு, குகன் மனத்தில் எப்போதும் ராமனின் எண்ணம்தான். அவரையே நினைத்து உருகிக்கொண்டிருக்கிறான். ஒருநாள், குகன் வசிக்கும் கரைக்கு எதிர்க் கரையில் பரதனும் அவனுடைய படைகளும் வந்து சேர்கின்றன. அதைப் பார்த்த குகன் கொதிக்கிறான். 'என் ராமனுடைய நாட்டை வஞ்சகமாகப் பிடுங்கிக்கொண்டு அவரைக் காட்டுக்கு அனுப்பியவர்கள் இங்கேயும் துரத்திக்கொண்டு வந்துவிட்டார்களா?' என்று சீறுகிறான்.

அஞ்சன வண்ணன், என் ஆருயிர் நாயகன் ஆளாமே
வஞ்சனையால் அரசு எய்திய மன்னரும் வந்தாரே,
செம் சரம் என்பன தீ உமிழ்கின்றன செல்லாவோ,
உஞ்சு இவர் போய்விடின், 'நாய்க் குகன்' என்று எனை ஓதாரோ?

'ஒருவேளை இந்தப் பரதனும் அவனுடைய படைகளும் என்னை மீறிச் சென்றுவிட்டால், என்னை மக்கள் நாய் என்று இழிவாகப் பேசமாட்டார்களா?' என்று கோபப்படுகிறான் குகன். அதுதான் அவனுடைய இயல்பு.

அதேசமயம், கொஞ்சம் நெருங்கிச் சென்று பரதனின் நிலையைக் கண்ட குகன் உண்மையைப் புரிந்துகொள்கிறான். சட்டென்று தன் எண்ணத்தை மாற்றிக்கொள்கிறான்:

> 'நம்பியும் என் நாயகனை ஒக்கின்றான், அயல் நின்றான்
> தம்பியையும் ஒக்கின்றான், தவ வேடம் தலைக் கொண்டான்,
> துன்பம் ஒரு முடிவு இல்லை, திசை நோக்கித் தொழுகின்றான்,
> எம்பெருமான் பின் பிறந்தார் இழைப்பரோ பிழைப்பு?' என்றான்.

பரதனைப் பார்த்தால், என் நாயகன் ராமன்போலவே இருக்கிறது, அருகே நிற்கும் சத்ருக்கனனைப் பார்த்தால், லட்சுமணன் போலவே இருக்கிறது. இருவரும் தவவேடம் பூண்டிருக்கிறார்கள். துன்பத்தோடு அழுதவண்ணம் இருக்கிறார்கள், ராமன் இருக்கும் திசையை நோக்கி வணங்குகிறார்கள்...

இவர்களையெல்லாம் பார்த்தால், போர் செய்ய வந்தவர்களைப் போல் தெரியவில்லையே... எம்பெருமான் ராமனுக்குப் பின்னே பிறந்தவர்கள் தவறு செய்வார்களா என்ன?

இப்படி யோசித்த குகன் அன்பின் வடிவாகிப் பரதனைச் சந்திக்கிறான். அவனை ராமனிடம் அழைத்துச் செல்கிறான். பரதன் தன் அண்ணன்மீது வைத்துள்ள பக்தியைக் கண்டு நெகிழ்கிறான்.

அதன்பிறகு, ராமாயணத்தில் குகன் அதிகம் தென்படுவதில்லை. ஆனால், யுத்தகாண்டத்தில் ராவணனை வென்றபின்னர் அயோத்தி திரும்பும் ராமன் குகனைச் சந்திக்கிறான். அப்போது நிகழும் உணர்ச்சிமயமான காட்சியைக் கம்பர் இப்படிக் காட்டுகிறார்:

> தொழுதனன், மனமும் கண்ணும்
> துளங்கினான்; சூழ ஓடி

அழுதனன்; கமலம் அன்ன
அடித்தலம் அதனின் வீழ்ந்தான்;
தழுவினன் எடுத்து, மார்பில்
தம்பியைத் தழுவுமாபோல்,
'வழு இலர், வலியர் அன்றோ
மக்களும் மனையும்?' என்றான்!

குகன் ராமனை வணங்குகிறான், அவனுடைய மனம் தடுமாறுகிறது, கண்கள் அலை பாய்கின்றன, அழுகிறான், தாமரை போன்ற ராமனின் பாதங்களில் விழுகிறான்.

உடனே, குகனை அப்படியே அள்ளி எடுத்துத் தன் மார்போடு தழுவுகிறான் ராமன். தன்னுடைய தம்பியைப்போன்ற பாசத்தை அவனிடம் காண்பிக்கிறான். 'உன்னுடைய மக்கள் நலமா? உன்னுடைய குடும்பத்தினர் நலமா? எல்லாரும் வலுவோடு நன்கு வாழ்கிறார்களா?' என்று விசாரிக்கிறான்.

இத்தனை காலம் பிரிந்திருந்த மனைவியை மீண்டும் சேர்ந்த ராமன், ஒரு பெரிய போர் செய்து ராவணன் போன்ற எதிரியை அழித்த ராமன், தம்பியைச் சந்திப்பதற்காக அயோத்தியை நோக்கிச் சென்றுகொண்டிருக்கும் ராமன், நடுவில் குகன் போன்ற ஒரு தொண்டனைச் சந்திக்க நேரம் ஒதுக்குவதும், அவனுடைய மக்களின் நலன்குறித்து அக்கறையாக விசாரிப்பதும்... சாதாரணமாகக் காணக்கூடிய காட்சியா?

அந்த அன்புதான் ராமன். அதனால்தான் அவனுக்குக் குகன்போல், நம்மைப்போல் எண்ணற்ற தொண்டர்கள்!

30

தமிழ்க் கடவுள் முருகன். அழகு என்ற பொருளிலேயே அமைந்த அந்தக் கந்தன் பெருமையைப் பல தமிழ்ப் புலவர்கள் அழகழகாகப் பதிவு செய்துள்ளார்கள். சரவணனைப் பாட்டுடைத் தலைவனாகக் கொண்டு 'கந்த புராணம்' என்கிற அருமையான காப்பியமொன்றும் உள்ளது. சிறுவயது சுப்பிரமணியனைப்பற்றிப் பல பிள்ளைத் தமிழ்ப் பாடல்கள் பாடப்பட்டுள்ளன. இவைதவிர, கார்த்திகேயன் புகழ் சொல்லும் தனிப் பாடல்களும் ஏராளம்.

கொஞ்சம் பொறுங்கள். முருகன், கந்தன், சரவணன், சுப்பிரமணியன், கார்த்திகேயன்... ஒரே ஒரு பத்திக்குள் இவருக்கு இத்தனை பெயர்களா!

இன்னும் இருக்கிறது! திருச்செந்தூரில் எழுந்தருளியிருக்கும் முருகனைப்பற்றித் திருச்சிற்றம்பல நாடிகள் எழுதிய 'திருச்செந்தூர் அகவல்' என்ற நூலில் வரும் வரிகள் இவை:

ஓம் எனும் தாரக ஒண்பொருள், சிவனுக்(கு)
ஆம் என மொழிந்தே அருள் குரு ஆனோன்,
பொற்பு உறு பொதிய வெற்பு உறு முனிக்கு

நல் பொருள் விளக்கும் ஞான தேசிகன்,
பொய்வழிச் சமணப் புலை இருள் நீக்கிச்
சைவம் வளர்க்கும் சம்பந்த மூர்த்தி,
முருகன், குமரன், மூ இரு முகன், மால்
மருகன், சிவன் அருள் மைந்தன், கந்தன்,
மலைமகள் பாலன், வயம்கிளர் வேலன்,
கலை பயில் புலவன், கார்த்திகேயன்,
வளை ஒரு மருப்பு, வாரண முகவற்(கு)
இளையவன், குமரன், மயில் ஏறும் பெருமாள்,
சூர சங்காரன், சுப்பிரமணியன்,
வீரருள் வீரன், விரை கமழ் கடம்பன்,
சேந்தன், வள்ளி, தெய்வயானை
காந்தன், செவ்வேள், காங்கேயன், சிலம்பன்,
ஆயிரம் நாமத்து ஐயன், துய்யன்,
சேய், அருள் கோமான், சேவல் துவசன்,
வரம் கிளர் கருணைப் பரங்கிரி உறைவோன்,
மா இனம் வளர்க்கும் ஆவினன் குடியோன்,
நந்து ஊர் அலைவாய்ச் செந்தூர்க் கடவுள்,
பாரகம் விளக்கும் ஏரகத்து அமர்வோன்,
மால் அயன் இறைஞ்சும் சோலைமா மலையோன்!

‘ஓம்’ என்கிற தாரக மந்திரத்தின் செறிவான அர்த்தத்தைச் சிவனுக்கு விளக்கினான் கந்தன். அதனால், தந்தைக்கே பாடம் சொன்ன குரு ஆனான்!

சிறப்பு நிறைந்த பொதிகை மலையில் உறையும் தமிழ் முனிவர் அகத்தியர். அவருக்கு நல்ல தமிழை விளக்கிச் சொல்லி ஞான தேசிகன் ஆனான்.

பிற வழிகளில் சென்றுகொண்டிருந்த மக்களைச் சைவம் என்கிற நல்வழிக்குத் திருப்பிய சம்பந்த மூர்த்தி அவன்! இன்னும் அவனுடைய பெயர்கள்:

முருகன், குமரன், ஆறு முகன், மால் மருகன் (திருமாலின் மருமகன்), சிவக்குமார் (சிவனின் மகன்), கந்தன், மலைமகள்

(பார்வதி) பாலன், வேலன் (கையில் வேலை ஏந்தியவன்), ஒற்றைத் தந்தம் கொண்ட யானை முகன் தம்பி, குமரன், மயில் ஏறும் பெருமாள், சூரனை வதைத்தவன், சுப்பிரமணியன், வீரர்களில் வீரன், மணம் கமழும் கடம்ப மாலையை அணிந்தவன், சேந்தன், வள்ளி மணாளன், தெய்வயானை மணாளன், செவ்வேள், காங்கேயன், சிலம்பன், ஆயிரம் பெயர்களைக் கொண்ட ஐயன், துய்யன், சேயோன், அருள் கோமான், சேவற்கொடியோன், திருப்பரங்குன்றத்தில் வாழ்பவன், ஆவினன்குடியில் அருள்பவன்...

திருச்சிற்றம்பல நாடிகள் கந்தனின் அழகுப் பெயர்களைக் காரணத்தோடு அடுக்கிக்கொண்டே செல்கிறார். 'ஆயிரம் நாமத்து ஐயன்' என்று புகழ்கிறார்.

முருகனைச் சந்த நயத்தோடு பாராட்டிப் பணிந்தவர் திருப்புகழ் தந்த அருணகிரிநாதர். கந்தன்மீது அவர் இன்னும் பல நூல்களைத் தந்திருந்தாலும், இந்த ஒரு நூலின் பெருமை தனித்துவமானது. எந்தப் பாடலைத் தொட்டாலும் பக்தி நயம் சொட்டும் அற்புதப் படைப்பு அது!

அனங்கன் நொந்து நைந்து வெந்து குந்து சிந்த
அன்று கண் திறந்து இருண்ட கண்டர் தந்த அயில் வேலா,
அடர்ந்து அடர்ந்து எதிர்ந்து வந்த வஞ்சர் அஞ்ச
வெம் சமம் புரிந்த அன்பர் இன்ப, நண்ப, உரவோனே,
சினங்கள் கொண்டு இலங்கைமன் சிரங்கள் சிந்த
வெம் சரம் தெரிந்தவன் பரிந்த இன்ப மருகோனே,
சிவந்த செம் சதங்கையும் சிலம்பு, தண்டையும் புனைந்து
செந்தில் வந்த கந்த, எங்கள் பெருமாளே!

அனங்கன் என்கிற மன்மதன் நொந்துபோகும்படி அவனை நெற்றிக்கண் திறந்து எரித்தவன், நீலக் கழுத்தைக் கொண்ட சிவபெருமான். அவனுடைய மகனாக வந்த முருகனே, கையில் கூர்மையான வேலை ஏந்தியவனே,

நீ சிறந்த வீரன். உன்னை எதிர்த்துப் பல வஞ்சகர்கள் மொத்தமாகச் சேர்ந்து போரிட்டார்கள். ஆனால் நீயோ

அவர்கள் அஞ்சி நடுங்கும்படி தாக்கினாய், வென்றாய்.

ஆனால், அன்பர்களைப் பொறுத்தவரை நீ மிகவும் இனிமையானவன், எங்கள் நண்பன்!

கோபப்பட்டு, இலங்கை வேந்தனுடைய பத்துத் தலைகளும் சிதறும்படி வெம்மையான அம்புகளைத் தொடுத்தவன் திருமால். அவனுடைய அன்புக்குரிய மருமகன் நீ!

சிவந்த, சிறப்பான சதங்கை, சிலம்பு, தண்டை ஆகியவற்றை அணிந்துகொண்டு திருச்செந்தூரில் எங்களுக்கா அவந்து எழுந்தருளியிருக்கிற கந்தனே, எங்கள் பெருமாளே!

முருகனின் அழகு பக்தரான அருணகிரிநாதரை வசப்படுத்தியதில் பெரிய ஆச்சர்யமில்லை, போர் செய்ய வந்த சூரபத்மனே அவரிடம் மயங்கிப்போகிறான் என்றால் நம்புவீர்களா?

கந்த புராணத்தில் முருகனின் அழகைப்பற்றிச் சூரபத்மன் சொல்வதாகக் கச்சியப்ப சிவாச்சாரியார் தந்துள்ள இந்த அழகிய பாடலைப் பாருங்கள்:

ஆயிரம் கோடி காமர்
அழகு எலாம் திரண்டு ஒன்று ஆகி
மேயின எனினும் செவ்வேள்
விமலமாம் சரணம் தன்னில்
தூய நல் எழிலுக்கு ஆற்றாது
என்றிடின் இனைய தொல்லோன்
மாயிரு வடிவிற்கு எல்லாம்
உவமை யார் வகுக்க வல்லார்?

முருகனுடைய அழகுக்கு மன்மதனை உவமையாகச் சொல்லலாமா?

'ம்ஹூம், சாத்தியமில்லை' என்கிறான் சூரபத்மன். 'ஒன்று, இரண்டு அல்ல, ஆயிரம் கோடி மன்மதன்கள் இந்த உலகில் பிறந்து, அவர்கள் எல்லாருடைய அழகையும் ஒன்றாகத் திரட்டிச் செய்த ஓர் உருவம் இருந்தால்கூட, சிவந்த வேளாகிய இந்த

முருகனுடைய தூய்மையான பாதத்தின் அழகுக்கு முன்னே அது நிற்காது!'

'ஆகவே, தொன்மையான புகழைக் கொண்ட இந்தக் கந்தனின் அழகு வடிவத்துக்கு உவமை சொல்ல யாரால் முடியும்?' என்று சூர பத்மன் வியந்து நிற்கிறான்.

சங்க இலக்கியத்திலும் சரவணன் பெருமை உண்டு. குறிப்பாக, நக்கீரர் பாடிய திருமுருகாற்றுப்படைமுழுவதும் கந்தனிடம் நம்மை ஆற்றுப்படுத்தும் காவியம்தான்.

முருகன் தன் அழகிய மார்பில் கடம்ப மாலை அணிந்திருக்கிறான். அது எப்படிப்பட்ட மாலை என்று நக்கீரர் விவரிக்கும் அழகைப் பாருங்கள்:

கார் கொள் முகத்த கமஞ்சூல் மாமழை
வாள்போழ் விசும்பில் வள் உறை சிதறித்
தலைப்பெயல் தலை இய தண் நறும் கானத்து
இருள்படப் பொதுளிய பராஅரை மராஅத்து
உருள்பூத் தண் தார் புரளும் மார்பினன்!

மேகம் கடலுக்குச் சென்று தண்ணீரை முகந்துகொள்கிறது. அதனால், அது கருமை நிறத்தைப் பெற்றுக் கர்ப்பம் அடைகிறது. அதனை மின்னல் வெட்டும் வானத்தில் மழையாகப் பெய்கிறது.

அப்படிப் பெய்த முதல் மழை காட்டைக் குளிர்ச்சியாக்குகிறது, நல்ல மணம் வீசச் செய்கிறது.

அந்தக் காட்டில் அடர்த்தியான, செறிவான, பெரிதான செங்கடம்ப மரம் இருக்கிறது. அதில் அழகிய பூக்கள் உருள்கின்றன. அவற்றைத் தொகுத்துக் கட்டிய மாலையை அணிந்த திருமார்பு முருகனுடையது!

முருகனைச் சிறு பாலனாகச் சந்தித்துச் 'சுட்ட பழம்' பெற்ற சிறப்புக்குரியவர் ஔவையார். அவரும் பல அழகான கந்தன் பாடல்களைத் தந்துள்ளார். அத்தகைய பாடல்களில் ஒன்றைச் சிறு கற்பனைக் கதையோடு பார்ப்போம்.

ஔவையார் ஒரு மன்னனைச் சந்திக்கச் செல்கிறார், அவன் பக்தியில் கவனம் இல்லாமல் தன்னுடைய படை பலத்தின்மீது கர்வம் கொண்டிருப்பதை அறிகிறார். அவனுக்கு அறிவுரை சொல்ல முயற்சி செய்கிறார்.

ஆனால், மன்னன் திருந்தவில்லை, 'யானைப்படை, குதிரைப்படை, தேர்ப்படை, காலாட்படை என்று நான்கு வகைப் படைகளும் என்னிடம் உள்ளன, என்னை யாரால் வெல்ல முடியும்?' என்கிறான்.

'மன்னா, உனக்கு மட்டுமில்லை, நினைத்தால் யாருக்கு வேண்டுமானாலும் நான்கு வகைப் படைகள் கிடைக்கும்' என்கிறார் ஔவையார்.

'என்ன சொல்கிறீர்கள் ஔவையே? நால்வகைப் படைகள் எல்லாருக்கும் எப்படிக் கிடைக்கும்?'

'முருகனை நினைத்தால் கிடைக்கும்!'

'அது எப்படி?'

ஔவையார் விளக்குகிறார்:

> மதுர மொழி நல் உரையான் புதல்வன் மலர்ப் பதத்தை
> முதிர நினையவல்லார்க்கு அரிதோ முகில்போல் முழங்கி
> அதிர வருகின்ற யானையும் தேரும் அதன்பின் சென்ற
> குதிரையும் காதம் கிழவியும் காதம் குல மன்னனே!

மன்னா, இனிமையான சொற்களை நன்கு உரைக்கக்கூடிய சிவபெருமானின் புதல்வன் முருகன், அவனுடைய மலர்ப் பாதங்களை ஒருவர் எந்நேரமும் நினைத்துக்கொண்டிருந்தால் என்ன கிடைக்கும் தெரியுமா?

முதலில், மேகத்தைப் போல் முழக்கமிட்டபடி நிலம் அதிர நடந்துவரும் யானைப்படை கிடைக்கும். அதாவது, முருகனின் தமையன் விநாயகன் அவர்களுக்கு அருள்வான்.

அங்கிருந்து ஒரு காத தூரத்தில், முருகனுடைய தேர் அவர்களை ஏற்றிச் செல்ல வரும். ஆகவே, அவர்களுக்குத் தேர்ப்படையும்

கிடைத்துவிடும்.

இன்னொரு காத தூரத்தில், மாணிக்கவாசகருக்குக் கிடைத்தது போல் குதிரையும் வரும். அதன் பின்னே காலாட்படையாக, அதாவது நடந்துகொண்டு, முருகன் பெயரைப் பாடிக்கொண்டு ஔவை என்கிற இந்தக் கிழவியும் வருவேன்.

முருகனை நினைத்தால் எல்லாம் கிடைக்கும், நீயும் அவனை வணங்கி நலன் பெறுவாய்!

பாரதியாருக்கும் முருகன்மீது தனிப் பிரியம். பல அருமையான பாடல்களைக் கந்தன்மேல் பாடியுள்ளார். அவற்றில் மிகப் பிரபலமான ஒரு வர்ணனைப் பாடல்:

வில்லை ஒத்த புருவம் வளைத்தனை, வேலவா, அங்கோர்
வெற்பு நொறுங்கிப் பொடிப்பொடி ஆனது, வேலவா!
சொல்லினைத் தேனில் குழைத்து உரைப்பாள் சிறு வள்ளியைக் கண்டு
சொக்கி மரமென நின்றனை தேன்மலைக் காட்டிலே!
கல்லினை ஒத்த வலிய மனம் கொண்ட பாதகன், சிங்கன்
கண் இரண்டு ஆயிரம் காக்கைக்கு இரை இட்ட வேலவா!
பல்லினைக் காட்டி வெண் முத்தைப் பழித்திடும் வள்ளியை, ஒரு
பார்ப்பனக் கோலம் தரித்துக் கரம் தொட்ட வேலவா!

வேலவா, வில் போன்ற புருவத்தை நீ வளைத்தாய், அங்கே ஒரு மலை நொறுங்கிப் பொடிப்பொடியாக ஆகிவிட்டது. கல் போன்ற கடினமான மனம் கொண்ட கொடியவன் சிங்கன், அவனுடைய ஆயிரக்கணக்கான கண்களைப் பறித்துக் காக்கைக்குத் தின்னக் கொடுத்தாய்! ஆனால், அத்தகைய வீரம் கொண்ட நீ, தேன் நிறைந்த மலைக் காட்டில் சிறு வள்ளியைக் கண்டாய், தேனில் குழைத்த சொற்களைப் பேசும் அவளைப் பார்த்துச் சொக்கிப்போய் மரமாக நின்றுவிட்டாய்!

அந்த வள்ளியைத் திருமணம் செய்துகொள்வதற்காக, பார்ப்பனர் போல் வேடமிட்டு நீ வந்தாய். வெண்முத்துகளைப் போன்ற பற்களைக் கொண்ட அவளை மணந்துகொண்டாய்!

முருகனின் பெருமைகளைச் சொல்லிப் பாரதியார் வணங்க, அவனை வணங்குவதால் கிடைக்கும் நலன்களை நாமக்கல் கவிஞர் அழகாக எழுதுகிறார்:

முருகன் என்ற சிறுவன் வந்து முணுமுணுத்த சொல்லினால்

முன் இருந்த எண்ணம் யாவும் பின்னம் உற்றுப் போனதே!
அருகு வந்து மனம் உவந்தே அவன் உரைத்த ஒன்றினால்
அடிமை என் மனத்து இருந்த அச்சம் அற்றுப் போனதே!
இளமை அந்த முருகன் வந்து என்னோடு என்று சொல்லவே
என்னுளத்து இருந்த பந்தம் ஏதுமற்றுப் போனதே!
வளமை உற்ற இளமை பெற்று வலி மிகுந்தது என்னவே
வந்ததே சுதந்திரத்தில் வாஞ்சை என்ற ஞானமே!
அழகன் அந்த முருகன் வந்து என் அருகு இருந்த போதிலே
ஐம்புலன்களுக்கு ஒடுங்கி அஞ்சி அஞ்சி அஞ்சி நான்
பழமை என் உடற்கண் வைத்த பற்று யாவும் அற்றதால்
பாரில் என்னை யாரும் கண்டு பணியுமாறு செய்ததே!
அன்பன் அந்த முருகன் வந்து அழைத்து இருத்தி என்னையே
அஞ்சல் அஞ்சல் அஞ்சல் என்று அகம் குழைந்து சொன்னதால்
துன்பம் மிக்க அடிமை வாழ்வில் தோய்ந்து இருந்த என் மனம்
சோகம் விட்டு விடுதலைக்கு மோகம் முற்று விட்டதே!

இளமை, அழகு, அன்பு என்ற சொற்களையே முருகனுக்கு அடையாளமாக்குகிறார் நாமக்கல் கவிஞர். முருகன் வந்து என் காதில் சில சொற்களை முணுமுணுக்க, அதுவரை நான் நினைத்திருந்த எல்லாம் மாறிவிட்டது என்று நெகிழ்கிறார்.

அதுவரை, நான் உலக வாழ்க்கைக்கு அடிமையாக இருந்தேன். ஆனால், முருகன் என் அருகே வந்து, மனம் கனிந்து சில நல்ல மொழிகளைச் சொல்ல, என்னுடைய மனத்தில் இருந்த அச்சம் தீர்ந்தது. 'நீ என்னோடு இரு' என்று அவன் சொல்ல, என்னுடைய பந்தங்கள் அறுந்தன, எனக்கு வளம் பெருகியது, இளமையாக உணர்ந்தேன், வலிமை கூடியது, ஞானம் பெருகியது.

ஐம்புலன்களுக்கு அஞ்சி என் உடல்மீது நான் வைத்த பற்று, முருகனால் தீர்ந்தது. அதன்பிறகு, எல்லாரும் என்னைக் கண்டு பணிவாக வணங்குகிறார்கள். ‘பயப்படாதே’ என்று முருகன் சொன்ன அந்தச் சொல், அடிமை வாழ்வில் இருந்த என் மனத்தை விடுதலை பெறச் செய்தது!

நாமக்கல் கவிஞருக்குப் பல ஆண்டுகள் முன்பாக, வள்ளலாரும் இதேபோன்ற அனுபவத்தைப் பெற்றுள்ளார். அவரது பாடல் இது:

விண்ணவர்க் கோன் அரும் துயரம் நீங்கிடவும்
மாது தவ விளைவும் நல்கும்
கண் அகன்ற பேர் அருளின் கருணையினால்
குஞ்சரியைக் காதலோடு
மண் உலகோர் முதல் உயிர்கள் மகிழ்ந்திடவும்
மணம் புரிந்த வள்ளலே என்
திண்ணிய தீ வினை ஒழிப்பாய், சிங்கபுரி
தனில் அமர்ந்த தெய்வக் குன்றே!

பொதுவாகக் ‘குன்று இருக்கும் இடமெல்லாம் குமரன் இருக்கும் இடம்’ என்பார்கள். ஆனால் இங்கே வள்ளலார் குமரனையே ‘தெய்வக் குன்று’ என்கிறார்.

முருகா, தேவர்கள் தலைவன் இந்திரன், அவனுடைய அரிய துன்பத்தை நீ நீக்கினாய். அவனுடைய மகளாகிய அமுதவல்லியின் காதலை ஏற்றுக்கொண்டு கருணை செய்தாய், இந்தப் பூமியில் வசிக்கிற எல்லாரும் மகிழும்படி அவளைத் திருமணம் செய்துகொண்டாய்.

அத்தகைய பெருமையுடையவனே, என்னுடைய தீய வினைகள் ஏராளம், அவற்றைப் பொறுத்துக்கொண்டு என்னை வாழவைப்பாய், சிங்கபுரியில் எழுந்தருளியிருக்கும் குன்று போன்ற இறைவனே!

முருகன் என்றும் அன்புவடிவமானவன், தமிழில் வணங்க இன்னும் மகிழ்வோடு அருள்வான்!

31

யமுனை நதிக்கரை. இடையர்கள் மாடு மேய்த்துக் கொண்டிருக்கிறார்கள். பெண்கள் பூப்பறித்துக்கொண்டிருக் கிறார்கள். அவர்களுடைய பேச்சொலி எங்கும் கேட்கிறது. பக்கத்தில் சிறுவர்களின் விளையாட்டுச் சத்தம்.

திடீரென்று, அங்கே ஒரு பெரிய சத்தம், யாரோ சுருண்டு விழுகிறார்கள். ஓடிச் சென்று பார்த்தால், நதியில் நீர் அருந்திய ஒருவர் மயங்கி விழுந்திருக்கிறார்.

அவரைக் கவனித்து முதலுதவி செய்வதற்குள், சுற்றிலும் பலர் அதேபோல் விழுகிறார்கள். என்ன நடந்திருக்கும் என்று அவர்களுக்குப் புரியத் தொடங்குகிறது.

தண்ணீரைக் குடித்த எல்லாரும் சுருண்டு விழுகிறார்கள். அப்படியென்றால், யமுனை நதி நீரில் விஷம் கலந்திருக்கிறதா?

மக்கள் அதிர்ந்துபோகிறார்கள். குடிநீரில் விஷம் கலக்குவது யார் என்று தவிக்கிறார்கள். அப்போதுதான், அவர்களுக்கு அந்த நதியில் காளிங்கன் அல்லது காளியன் என்ற பாம்பு மறைந்து வாழ்வது தெரிகிறது. அந்த நாகத்தின் விஷம்தான் நீரில் கலந்துவிட்டது.

இப்போது, என்ன செய்வது? காளிங்கனை அங்கிருந்து வெளியேறச் சொல்லமுடியுமா? பூனைக்குக்கூட மணி கட்டிவிடலாம், பாம்புக்கு எப்படிக் கட்டுவது?

ஆயர்களுக்கு ஒரு குறை என்றால் தீர்க்க வேறு யார்? அந்தக் கண்ணனைத்தான் தஞ்சமடையவேண்டும்!

கண்ணன் வருகிறான். அங்கிருந்த ஒரு கடம்ப மரத்தின்மீது ஏறுகிறான். நீருக்குள் பாய்கிறான்.

இதைக் கண்ட காளிங்கனுக்குக் கோபம். தன்னுடைய பல தலைகளையும் தூக்கிக்கொண்டு கண்ணனைக் கொத்த வருகிறான். படமெடுத்து ஆடும் அவனுடைய தலைமீது நாட்டியம் ஆடுகிறான் கண்ணன். அவனை வெல்கிறான்.

கண்ணன் நினைத்தால், காளிங்கனை அப்படியே அழித்திருப்பான். காளிங்கனின் மனைவிகள் வேண்டிக்கொண்டதால், அவனை உயிரோடு விடுகிறான்.

'காளிங்க நர்த்தனம்' என்ற பெயரில் மிகவும் பிரபலமான கண்ணன் கதை இது. படமெடுத்து ஆடும் நாகத்தின்மீது கண்ணன் ஆடும் அந்த அழகிய நடனத்தைப் பல ஓவியர்கள் அற்புதமாகப் பதிவு செய்திருக்கிறார்கள், நடனக் கலைஞர்கள் பலர் கண்முன்னே நிகழ்த்திக் காட்டியிருக்கிறார்கள்.

நடனத்தை வரையலாம், ஆடலாம், எழுத இயலுமா?

கண்டிப்பாக இயலும். அற்புதமான பல பாடல்களின் மூலம் கண்ணனின் காளிங்க நடனத்தை ஆழ்வார்களும் மற்ற தமிழ்ப் புலவர்களும் விதவிதமாக வர்ணித்துள்ளார்கள். அவற்றில் சிலவற்றை இங்கே பார்ப்போம்!

முதலில், பெரியாழ்வார். கண்ணனைக் குழந்தையாகப் பார்த்துப் பல அழகழகான பாடல்களைப் பாடியவர். தெய்வத்துக்கே பல்லாண்டு கூறி வாழ்த்தியவர். அவரது 'பல்லாண்டு' பாடல்களில் ஒன்று:

> எந்நாள் எம் பெருமான் உன் தனக்கு அடியோம் என்று எழுதப்பட்ட
> அந்நாளே அடியோம்கள் அடிக் குடில் வீடு பெற்று உய்ந்தது காண்!
> செந்நாள் தோற்றித் திருமதுரையுள் சிலை குனித்து, ஐந்தலையப்
> பைந்நாகத் தலைப் பாய்ந்தவனே! உன்னைப் பல்லாண்டு கூறுதுமே!

எம்பெருமானே, கண்ணா,

உன்னுடைய அடியவர்களாக நாங்கள் எங்களை ஒப்படைத்த அந்த நாள்தான், எங்கள் வாழ்க்கையில் மிகவும் முக்கியமானது. நாங்கள் மட்டுமில்லை, எங்களுடைய குலத்தைச் சேர்ந்தவர்களும் குடும்பத்தினரும்கூட அதனால் மோட்சப் பதவியை அடைந்துவிட்டோம்.

செம்மையான கோகுலாஷ்டமியின்போது பிறந்தவனே, வடமதுரையில் வில்லை வளைத்து உடைத்தவனே, ஐந்து தலைகளைக் கொண்ட காளிங்கன் என்ற நாகத்தின்மீது பாய்ந்தவனே, உனக்குப் பல்லாண்டு கூறி நான் வாழ்த்துவேன்!

வில்லை வளைத்து உடைத்தவனா? அது சீதை சுயம்வரத்தின்போது ராமர் செய்தது அல்லவா? கிருஷ்ணர் பெருமையைச் சொல்லும் பாடலின் இடையே ராமாவதாரம் ஏன் வரவேண்டும்?

சீதைக்காக ராமர் ஒரு வில்லை முறித்தது உண்மைதான். கண்ணனும் அதேபோல் இன்னொரு வில்லை முறிக்கிறான். மதுராபுரியில் கம்சனின் யாகத்துக்காக வைக்கப்பட்டிருந்த வில் அது! இந்த நிகழ்வைத்தான் பெரியாழ்வார் குறிப்பிடுகிறார்!

கண்ணனின் காளிங்க நர்த்தனத்து அழகைப் பெரியாழ்வார் வர்ணிக்கும் இன்னொரு பாடல்:

> காளியன் பொய்கை கலங்கப் பாய்ந்திட்டு, அவன்
> நீள் முடி ஐந்திலும் நின்று நடம் செய்து
> மீள அவனுக்கு அருள் செய்த வித்தகன்

> தோள் வலி வீரமே பாடிப் பற,
> தூ மணி வண்ணனைப் பாடிப் பற!

இந்தப் பாடலில் இரு பெண்கள் 'உந்தி பறத்தல்' என்ற ஆட்டத்தை விளையாடுகிறார்கள். ஒருத்தி ராமன் பெருமைகளைச் சொல்ல, இன்னொருத்தி கண்ணன் பெருமைகளைச் சொல்கிறாள். அதில் ஒரு பாடல்தான் இது.

காளியன் என்கிற பாம்பு ஒரு பொய்கையில் வசித்தது. அந்தப் பாம்பு கலங்கும்படி பாய்ந்து, அதன் நீளமான ஐந்து தலைகளிலும் நின்று நடனம் செய்து, பின்னர் அந்தப் பாம்புக்கு அருள் செய்த வித்தகன் கண்ணன். அவனுடைய தோள்களின் வலிமையை, அந்தத் தூய்மையான மணி போன்ற வண்ணம் கொண்டவனின் சிறப்பை நாம் பாடுவோம்!

இந்தக் காட்சியை இன்னும் கொஞ்சம் நுட்பமாக வேறொரு பாடலில் பெரியாழ்வார் காட்டுகிறார்:

> காயும் நீர் புக்கு, கடம்பு ஏறி, காளியன்
> தீய பணத்தில் சிலம்பு ஆர்க்கப் பாய்ந்து, ஆடி,
> வேயின் குழல் ஊதி வித்தகனாய் நின்ற
> ஆயன் வந்து அப்பூச்சி காட்டுகின்றான்,
> அம்மனே அப்பூச்சி காட்டுகின்றான்!

குழந்தைகளை மகிழ்விப்பதற்காகப் பெரியவர்கள் ஒளிந்து நின்று சட்டென்று தோன்றுவார்கள். அது மகிழ்ந்து சிரிக்கும். சில நேரங்களில் குழந்தையே ஒளிந்துகொண்டு விளையாடுவதும் உண்டு. இவற்றை 'அப்பூச்சி' என்பார்கள்.

அப்படிக் கண்ணன் அப்பூச்சி காட்டுவதாகப் பாடிய ஒரு பாடலில், பெரியாழ்வார் காளிங்க நர்த்தனக் காட்சியை விவரிக்கிறார். இப்படி:

கண்ணன் விஷத்தால் கொடுமையாகியிருந்த நீருக்குள் செல்ல விரும்பினான், அதற்காகக் கடம்ப மரத்தில் ஏறினான், அங்கிருந்து நீரில் குதித்து, காளிங்கனின் கொடுமையான

படங்களின்மீது பாய்ந்து ஆடினான். அப்போது அவனுடைய சிலம்புகள் சத்தமிட்டன.

அதன்பிறகு, கண்ணன் அந்தப் பாம்பின்மீது புல்லாங்குழல் ஊதிக்கொண்டு வித்தகனாக நின்றான். அந்த ஆயன்தான் இப்போது அப்பூச்சி காட்டி விளையாடுகிறான்!

அதே குழந்தைக் கண்ணன், செங்கீரைப் பருவம் என்று சொல்லப்படுகிற ஒரு வயதில், கீரைச் செடிபோல் தலையை அழகாக ஆட்டி மகிழ்ந்தான். அந்தக் காட்சியிலும் காளிங்க நர்த்தனத்தை வர்ணித்துப் பாடுகிறார் பெரியாழ்வார்:

காய மலர் நிறவா! கரு முகில் போல் உருவா!
  கானக மா மடுவில், காளியன் உச்சியிலே
தூய நடம் புரியும் சுந்தர! என் சிறுவா!
  துங்க மதக் கரியின் கொம்பு பறித்தவனே,
ஆயம் அறிந்து பொருவான் எதிர் வந்த மல்லை
  அந்தரம் இன்றி அழித்து ஆடிய தாள் இணையாய்,
ஆய! எனக்கு ஒருகால் ஆடுக செங்கீரை,
  ஆயர்கள் போர் ஏறே! ஆடுக ஆடுகவே!

கண்ணா, காயாம்பூ போன்ற நிறத்தை உடையவனே, கருத்த மேகம் போன்ற உருவம் கொண்டவனே,

அன்றைக்கு அந்தக் காட்டுக்குள் இருந்த மடுவில், காளிங்கன் என்கிற பாம்பின் உச்சியில் அருமையான நடனம் ஆடினாயே, அழகனே, என் சிறுவனே!

உன்னைக் கொல்ல நினைத்த யானையின் கொம்பைப் பறித்தவனே, உன்னோடு சண்டையிட வந்த மல்லர்களை அழித்து ஆடியவனே, உன்னுடைய இரு பாதங்களின் புகழை எப்படி வர்ணிப்பது?

ஆயனே, ஆயர்களின் போர்க் காளையே, எனக்காக ஒருமுறை செங்கீரை ஆடுவாயா?

இந்தக் காட்சியை ஆழ்வார் இத்தனை விதமாக வர்ணிக்க, அதைக் கேட்ட தேவகியின் மனம் வாடுகிறது!

தேவகிதான் கண்ணனைப் பெற்ற தாய். ஆனால், அவள் சிறைவயப்பட்டிருந்ததாலும், சந்தர்ப்ப சூழ்நிலையாலும் அவளால் கண்ணனை வளர்க்க இயலவில்லை. ஆகவே, இந்த லீலைகளையெல்லாம் அவள் நேரில் பார்க்கவில்லை.

இதையெல்லாம் எண்ணி தேவகி வருந்திப் பாடுவதுபோல் குலசேகராழ்வார் பல அருமையான பாடல்களைத் தந்துள்ளார். அவற்றில் காளிங்க நர்த்தனக் காட்சி இடம்பெறும் ஒரு பாடல்:

குன்றினால் குடை கவித்ததும், கோலக்
குரவை கோத்ததுவும், குடம் ஆட்டும்,
கன்றினால் விளவு எறிந்ததும், காலால்
காளியன் தலை மிதித்ததும் முதலா
வென்றி சேர் பிள்ளை நல் விளையாட்டம்
அனைத்திலும் அங்கு என் உள்ளம் உள்குளிர
ஒன்றும் கண்டிடப் பெற்றிலேன் அடியேன்,
காணுமாறு இனி உண்டு எனில் அருளே!

கண்ணா,

நீ மழையில் சிக்கிய ஆயர்களைக் காப்பதற்காக ஒரு குன்றைக் குடையாகப் பிடித்தாயாமே! பின்னர் ஒரு கன்றைப் பிடித்து எறிந்து விளாங்காய்களை உதிர்த்தாயாமே! எல்லாருடனும் மகிழ்ச்சியாகக் குரவையாட்டம் ஆடினாயாமே, குடக் கூத்து ஆடினாயாமே! காளிங்கன் என்கிற பாம்பின் தலையைக் காலால் மிதித்து நடனம் ஆடினாயாமே!

இப்படி நீ செய்த பிள்ளைக் குறும்புகளையெல்லாம் பலர் சொல்கிறார்கள். ஆனால், அவற்றை நான் என்னுடைய உள்ளம் குளிரும்படி பார்க்கவில்லை.

கண்ணா, எனக்காக அவற்றை இன்னொரு முறை நிகழ்த்திக் காட்டுவாயா?

காளியன்மீது கூத்தாடிய கண்ணனைச் செல்லமாகக் 'கூத்தனார்' என்று அழைக்கிறாள் ஆண்டாள், 'நாச்சியார் திருமொழி'யிலிருந்து ஒரு பாடலில்:

ஆய்ச்சிமார்களும் ஆயரும் அஞ்சிட,
பூத்த நீள் கடம்பு ஏறிப் புகப் பாய்ந்து
வாய்த்த காளியன்மேல் நடம் ஆடிய
கூத்தனார் வரில் கூடிடு கூடலே

அப்போதெல்லாம், ஏதாவது ஒரு விஷயம் நடக்குமா நடக்காதா என்று தெரிந்துகொள்ள, கை நிறைய மஞ்சள் கிழங்குகளை அள்ளி எடுப்பார்கள். அவற்றை இரண்டிரண்டாக வைத்து எண்ணுவார்கள். இரட்டைப்படையாக வந்தால், அவர்கள் எண்ணியது நிறைவேறும் என்று அர்த்தம். இதற்குக் 'கூடல் இழைத்தல்' என்று பெயர்.

கண்ணன்மீது காதல்வயப்பட்ட ஒரு பெண், கூடல் இழைக்கிறாள். தன் நேசம் நிறைவேறவேண்டும் என்ற எண்ணத்துடன் அவள் பாடும் வரிகள் இவை:

காளிங்கன் என்ற பாம்பைப் பார்த்து ஆயர்களும் ஆய்ச்சியர்களும் அஞ்சினார்கள். அதைக் கண்ட கண்ணன் பூத்துக் குலுங்கும் நீண்ட கடம்ப மரம் ஒன்றில் ஏறினான், நீரில் குதித்தான், காளிங்கன்மீது நடனம் ஆடினான்!

அந்தக் 'கூத்தனார்' என்னை ஏற்றுக்கொள்ள வருவாரா? ஆம் எனில், கூடலே, நீ கூடிவிடு!

திருமங்கையாழ்வாரும் காளிங்க நர்த்தனத்தை அருமையாகப் பாடியிருக்கிறார். உதாரணமாக:

பல்லவம் திகழ் பூங் கடம்பு ஏறி, அக்
    காளியன் பண அரங்கில்
ஒல்லை வந்து உறப் பாய்ந்து அரு நடம் செய்த
    உம்பர் கோன் உறை கோயில்
நல்ல வெம் தழல் மூன்று, நால் வேதம், ஐ

வேள்வியோடு ஆறு அங்கம்
வல்ல அந்தணர் மல்கிய நாங்கூர்
வண் புருடோத்தமமே!

தளிர்கள் நிறைந்த கடம்ப மரம். அதில் ஏறி நின்று, அங்கிருந்து காளிங்கனின் படங்களாகிய அரங்கத்தில் பாய்ந்து அரிய நடனத்தைச் செய்தவன், தேவர்களின் தலைவன் எழுந்தருளியிருக்கும் கோயில், மூன்று வகையான நல்ல தழல்கள், நான்கு வேதங்கள், ஐந்து வகை வேள்விகள், அவற்றின் ஆறு அங்கங்கள் என எல்லாவற்றையும் நன்றாக உணர்ந்த அந்தணர்கள் அதிகம் வாழும் திருநாங்கூர்!

திருமங்கையாழ்வாரின் இன்னோர் அற்புதமான பாசுரம் இந்தக் காட்சியை இன்னும் விரிவாகப் பேசுகிறது:

வளைக் கை நெடும் கண் மடவார் ஆய்ச்சியர் அஞ்சி அழைப்ப,
தளைத்து அவிழ் தாமரைப் பொய்கைத் தண் தடம் புக்கு அண்டர் காண
முளைத்த எயிற்று அழல் நாகத்து உச்சியில் நின்று, அது வாடத்
திளைத்து அமர் செய்து வருவான் சித்திரகூடத்துள்ளானே!

திருச்சித்திரக்கூடத்தில் எழுந்தருளியிருக்கும் இந்தப் பெருமான் யார் தெரியுமா?

முன்பு ஒருநாள், நதியில் காளிங்கனைப் பார்த்த ஆய்ச்சியர்கள் பயந்து அலறினார்கள். கையில் வளையலை அணிந்த, நீண்ட கண்களைக் கொண்ட அந்தப் பெண்களின் குரலைக் கேட்டு இவன் வந்தான். மலர்கள் நிறைந்த அந்தப் பொய்கையில் புகுந்தான், விஷமுள்ள பற்களைக் கொண்ட நாகத்தின் உச்சியில் பாய்ந்து, அது வாடும்படி ஆனந்தமாக நடனம் ஆடிப் போர் செய்தான்.

என்னது? நடனம் ஆடிப் போர் செய்வதா? அது எப்படி சாத்தியம்?

கண்ணன் நினைத்தால் எல்லாம் நடக்கும். நம்ப இயலாவிட்டால்,

ஆண்டாளைக் கேளுங்கள்:

ஆர்க்கும் என் நோய் இது அறியல் ஆகாது,
அம்மனைமீர், துழதிப்படாதே
கார்க் கடல் வண்ணன் என்பான் ஒருவன்
கை கண்ட யோகம் தடவத் தீரும்,
நீர்க் கரை நின்ற கடம்பை ஏறிக்
காளியன் உச்சியில் நட்டம் பாய்ந்து
போர்க்களமாக நிருத்தம் செய்த
பொய்கைக் கரைக்கு என்னை உய்த்திடுமின்!

தாய்மார்களே, நான் கொண்ட நோய் எப்படிப்பட்டது என்று அறிய நினைக்கிறீர்களா? அது யாராலும் இயலாது! குழம்பாதீர்கள், என்னுடைய நோய் தீர என்ன வழி என்று நானே சொல்கிறேன்.

தண்ணீர்க் கரையில் நின்ற ஒரு கடம்ப மரத்தின்மீது ஏறி, காளியன் என்ற நாகத்தின் உச்சியில் பாய்ந்து, போர்க்களம்போல் அங்கே நடனம் செய்த அந்தக் கண்ணன் இருக்கிறானே, அவனுடைய பொய்கைக் கரையில் என்னைக் கொண்டுசென்று விட்டுவிடுங்கள். கருத்த கடலின் வண்ணத்தைக் கொண்ட அவன் என்னைத் தொட்டால் போதும், என் துன்பம் தீரும்!

ஆக, திருமங்கையாழ்வார் கண்ணனின் நடனத்தை 'அமர்' (போர்) என்கிறார், ஆண்டாள் அதைப் 'போர்க்களம்' என்றே தெளிவாகக் குறிப்பிட்டுவிடுகிறாள்.

போர்போல ஒரு நடனம் என்றால், அதற்குத் தாளம் எப்படி இருக்கும்?

'காளிங்கன் சிரத்திலே கதித்த பதத்திலே என் மனத்தை இருத்தி' என்றும் 'காளிங்கனை வென்றவனே' என்றும் 'காளியன் தலமிசை இருந்து தாண்டவம் ஆடிய பதம்' என்றும் கண்ணனைப் பாடும் ஊத்துக்காடு வேங்கட கவி ஒரு பாடலில் கண்ணனின் காளிங்க நர்த்தனத்துக்கு ஜதி சொல்கிறார், இப்படி: தாம் தீம் தரண தாம் தீன தகிட.... தாம் தீம் தரன தாம் தித் தகிட திமிர்தகிட திமிர் தகிட ததிங்கிணதொம்!

'பொறி வரி அரவின் ஆடும் புனிதன்' என்று கண்ணனை வர்ணிக்கிறார் கம்பர். 'விடத்தை உடைத்த படத்தினில் நட நவில்' என்கிறார் அருணகிரிநாதர்!

திருவேங்கடமாலை என்ற நூலை எழுதியவர் பிள்ளைப் பெருமாள் ஐயங்கார். அவர் ஒரு பாடலில் காளிங்க நர்த்தனக் காட்சியை வர்ணிக்கும்போது, 'பாதமாம் போதைப் படத்து வைத்தார்' என்கிறார். மலர் போன்ற பாதத்தைப் பாம்பின் படத்தில் வைத்தாராம்.

இதை ஏன் அவர் குறிப்பிட்டுச் சொல்லவேண்டும்?

காளிங்கன் இந்த நதியில் வந்து ஒளிந்துகொண்டிருக்கக் காரணம், அவனுக்குக் கருடனை எண்ணி பயம். தான் இப்போது இந்த நதியிலிருந்து வெளியேறிவிட்டால் கருடன் தன்னை என்ன செய்வானோ என்று அச்சப்படுகிறான்.

ஆகவே, கண்ணன் அவனது தலைமீது தன் காலை முத்திரையாகப் பதிக்கிறார். 'இந்தத் திருவடியைப் பார்த்தால் அந்தக் கருடன் உன்னை எதுவும் செய்யமாட்டான்' என்று அருள் செய்கிறார்.

இதன் அர்த்தம், கண்ணன் அந்தக் காளிங்கனைத் துன்புறுத்துவதற்காக அவன்மேல் ஏறி நடனமாடவில்லை, அவனுக்கு உதவுவதற்காகத்தான் ஆடியிருக்கிறார்!

திருமுருக கிருபானந்த வாரியார் இந்தக் காட்சியை விளக்கும்போது, அதற்கு ஒரு சுவையான விளக்கம் தருவார். 'காளிங்கன் என்பது வெறும் பாம்பு அல்ல, அது நம் மனம்' என்பார்!

அந்தக் காளிங்கனுக்கு ஐந்து தலைகள், நமக்கு ஐந்து புலன்கள்!

அது தலைகளின் வழியே நஞ்சைக் கக்குகிறது. நாம் புலன்களால் பிழைகளைச் செய்கிறோம்.

கண்ணன் அந்த ஐந்து தலைகளின்மீது குதித்து அவற்றைக்

கட்டுப்படுத்தி நடனமாடுகிறான். அதுபோல, அறிவின் துணையோடு நாம் ஐம்புலன்களைக் கட்டுப்படுத்த இயலும்.

அன்றைக்கு நதிக்கரையில் காளிங்கனைப் பார்த்து அலறிய ஆயர்கள்போல, நமக்குள் இருக்கும் காளிங்கனைப் பார்த்து அலறுவோம், அதன்மீது நடனம் செய்யக் கண்ணனை அழைப்போம், அவன் அருள்வான்!

32

ஒரு பிரபலமான கதை.

பிரம்மாவுக்கும் விஷ்ணுவுக்கும் இடையே சிறு சச்சரவு. 'நம் இருவரில் யார் பெரியவர்?' என்று விவாதித்தார்கள். 'படைக்கிற நானே உயர்ந்தவன்' என்றார் பிரம்மா. 'காக்கிற நானே உயர்ந்தவன்' என்றார் விஷ்ணு.

தெய்வங்களுக்கு இடையில் இப்படியெல்லாம் சின்னப் பிள்ளைத்தனமாகப் போட்டி வருமா என்று நினைக்கவேண்டாம். நமக்குச் சில பேருண்மைகளை விளக்குவதற்காக, அவர்கள் இதுமாதிரி நடந்துகொள்வது வழக்கம்தானே!

ஆக, அவர்கள் போட்டி போட்டார்கள். அல்லது, போட்டி போடுவதுபோல் நடந்துகொண்டார்கள். நேராகச் சிவபெருமானிடம் சென்று தங்களுடைய பிரச்னையைச் சொன்னார்கள்.

சிவபெருமான் இருவரையும் பார்த்தார். 'உங்களில் யார் பெரியவர் என்று தெரிந்துகொள்ள நான் ஓர் எளிய வழி சொல்லட்டுமா?' என்றார்.

'சொல்லுங்கள்!'

'உங்கள் இருவருக்கும் ஒரு போட்டி. அதில் யார் ஜெயிக்கிறீர்களோ, அவர்கள்தான் உயர்ந்தவர்!'

பிரம்மா, விஷ்ணு இருவரும் மிகுந்த நம்பிக்கையுடன் இதற்குச் சம்மதித்தார்கள். 'என்ன போட்டி? சொல்லுங்கள், எதுவானாலும் நாங்கள் தயார்!'

சிவபெருமான் ஒரு பெரிய ஜோதி வடிவெடுத்து நின்றார். 'என்னுடைய அடி, முடியைக் கண்டுபிடிக்கவேண்டும். அதுதான் போட்டி' என்றார்.

உடனே, பிரம்மா சிவனின் முடியை நோக்கிப் பயணமானார், விஷ்ணு சிவனின் காலடியைத் தேடத் தொடங்கினார். ஒருவர் மேலே, இன்னொருவர் கீழே என்று தொடர்ந்து சென்றார்கள்.

ஆனால், நெடுந்தூரம் ஆகியும் அவர்களால் சிவனின் அடி, முடி காண இயலவில்லை. உடலெல்லாம் வலி எடுத்ததுதான் மிச்சம். திணறிப்போனார்கள். சிவனின் பெருமையை உணர்ந்தார்கள்.

இந்தக் கதையைக் கவிதையாக எழுதவேண்டுமென்றால், எத்தனை சொற்கள் தேவைப்படும்?

சிலர் நூறு சொற்களில் எழுதுவார்கள், எட்டே வரியில் எழுதுகிறவர்கள் உண்டு, கொஞ்சம் முயற்சி செய்தால், நான்கு அல்லது இரண்டு வரிகளில்கூடச் சொல்லலாம்.

திருஞானசம்பந்தருக்கு இந்தக் கதையைச் சொல்ல நான்கே நான்கு சொற்கள்தான் தேவைப்பட்டன. அதுவும் எதுகை அழகோடு மிக அற்புதமாக எழுதிவிட்டார். இப்படி:

> பூவினானும், தாவினானும்,
> நாவினாலும் நோவினாரே!

'பூவினான்' என்றால், தாமரைப் பூவில் அமர்ந்திருக்கும் பிரம்மன்.

'தாவினான்' என்றால், தாவியவன், வாமனனாக அவதாரம் எடுத்துத் தாவி உலகை அளந்தவன், அதாவது விஷ்ணு.

இவர்கள் இருவரும், 'நோவினார்', அதாவது உடல் நொந்து வருந்தினார்கள். அத்தனை முயற்சி செய்தும் சிவனின் அடி, முடி காண இயலாமல் தவித்தார்கள்.

அதன்பிறகு, அவர்கள் ஓர் உத்தி கண்டுபிடித்தார்கள். 'நாவினால்', அதாவது, தங்கள் நாக்கினால் சிவபெருமானைப் புகழ்ந்து பாடினார்கள்.

உடனே, சிவபெருமான் அவர்களுக்குக் கிடைத்துவிட்டார். அதுபோல, நாமும் நமது நாவினால் அவன் பெயரைச் சொல்லிப் புகழ்ந்து பாடினால் போதும், கண் முன்னே வந்து நிற்பார்!

★★★

பிரம்மாவும் விஷ்ணுவும் உண்மையில் போட்டி போட்டார்களோ இல்லையோ, இந்த உலகில் இன்னொரு போட்டி என்றென்றும் உள்ளது: கல்வியா, செல்வமா, வீரமா?

கல்விக்குத் தெய்வம் கலைமகள், சரஸ்வதி. செல்வத்தின் தெய்வம் திருமகள், லட்சுமி. வீரத்தின் தெய்வம் மலைமகள், பார்வதி. இந்த மூவரில் யார் உயர்ந்தவர்?

சிலர் கல்வி இருந்தால் எல்லாம் வரும் என்பார்கள். சிலர் செல்வத்தால் அறிவை வாங்கலாம் என்பார்கள். சிலர் வீரம் இன்றி வாழ்வு ஏது என்பார்கள்.

இந்தக் கேள்விக்குக் கம்பர் ஒரு நல்ல பதில் சொல்கிறார். கவிச் சக்கரவர்த்தி அல்லவா? கல்வித் தெய்வத்தை வணங்கி அவர் எழுதிய 'சரஸ்வதி அந்தாதி' நூலில் இடம்பெறும் அந்தப் பாடல்:

> வைக்கும் பொருளும் இல்வாழ்க்கைப் பொருளும் மற்று எப்
> பொருளும்
> பொய்க்கும் பொருள், அன்றி நீடும் பொருள் அல்ல. பூதலத்தின்
> மெய்க்கும் பொருளும் அழியாப் பொருளும் விழுப்பொருளும்
> உய்க்கும் பொருளும் கலைமான் உணர்த்தும் உரைப்பொருளே!

இந்த உலகத்தில் சேமிக்கப்படும் பொருள்கள் நிறைய உண்டு, வாழ்க்கைக்காகச் சேர்க்கும் பொருள்கள் உண்டு, இன்னும் பலவிதமான பொருள்கள் உண்டு.

அவை எல்லாமே பொய்க்கும் பொருள், அதாவது பொய்யாகிவிடக்கூடிய பொருள் என்கிறார் கம்பர். 'அவை நிலைத்து நிற்காது' என்று வலியுறுத்துகிறார்.

அப்படியானால், 'மெய்க்கும் பொருள்', அதாவது என்றும் நிலைத்து நிற்கும் பொருள் எது? அழியாத பொருள் எது? சிறந்த பொருள் எது? நம்மை வாழவைக்கும் பொருள் எது?

கலைமகளாகிய சரஸ்வதி தரும் கல்விதான் அந்தப் பொருள்!

★★★

ராமாயணத்தை வால்மீகி முனிவர் பல ஆயிரம் சுலோகங்கள் கொண்ட வட மொழி நூலாக எழுதினார். கம்பர் பத்தாயிரத்துக்கும் மேற்பட்ட பாடல்களாக்கினார். இன்னும் பல மொழிகளில் ராமாயணம் மிக விரிவாக எழுதப்பட்டுள்ளது. இப்போதும் கோயில்களில், விழாக்களில் பல நாள் ராமாயணம் சொல்வார்கள்.

அந்தப் பெரிய கதையைச் சுருக்கமாகச் சொல்ல இயலுமா?

நாலாயிரம் திவ்யப் பிரபந்தம் பெரிய திருமொழியில் திருமங்கையாழ்வார் இந்தச் சவாலை ஏற்றுக்கொள்கிறார். நான்கே வரிகளில் ராமாயணத்தைச் சொல்கிறார். இப்படி:

> கலையும் கரியும் பரி மாவும் திரியும் கானம் கடந்து போய்,
> சிலையும் கணையும் துணையாகச் சென்றான் வென்றிச் செருக் களத்து
> மலை கொண்டு அலை நீர் அணை கட்டி மதிள் நீர் இலங்கை வாள் அரக்கர் தலைவன்
> தலை பத்து அறுத்து உகந்தான் சாளக்கிராமம் அடை நெஞ்சே!

என்னுடைய நெஞ்சே,

சாளக்கிராமத்தில் எழுந்தருளியிருக்கும் எம்பிரான் என்னவெல்லாம் செய்தான் தெரியுமா?

கலை மானும் யானையும் குதிரைகளும் திரிகின்ற கானகத்துக்குச் சென்றான். பிறகு அங்கிருந்து போர்க்களத்துக்குச் சென்றான். அங்கே அவனுக்குத் துணை யார் தெரியுமா?

வேறு யார்? அவனுடைய வில்லும் அம்பும்தான் துணை.

போர்க் களத்துக்கு அவன் நேராகச் சென்றுவிடவில்லை. வழியில் ஒரு பெரிய கடல் இருந்தது. அலைகள் பாயும் அந்தக் கடலை அவன் எப்படிக் கடந்தான்?

மலைகள், பாறைகளைக் கொண்டு, நீர் நடுவே அணை கட்டினான். அதில் நடந்து சென்று மதிள் சுவர்களாலும் கடலாலும் சூழப்பட்ட இலங்கைக்குச் சென்றான்.

இலங்கையில் அரக்கர்கள் வாழ்ந்துவந்தார்கள். அவர்களுடைய தலைவன், பத்துத் தலை கொண்ட ராவணன். அவனது தலைகளை அறுத்து வென்றான் ராமன்.

அப்படிப்பட்ட ராமனின் திருத்தலமான சாளக்கிராமத்துக்கு நீ செல்வாய்!

★★★

ராமர் இலங்கைக்குப் போரிடச் சென்றபோது, அவரிடம் வில்லும் அம்பும் இருந்தன. அவற்றின் துணையோடு அவர் ராவணனை வென்றார்.

ஆனால், திரிபுரங்களை வெல்லப் புறப்பட்ட சிவபெருமானிடம் வில் இல்லை. அவர் என்ன செய்வார்?

மேரு மலையை வில்லாக்கிக்கொண்டார் சிவன் என்று நாம் படித்திருக்கிறோம். குமர குருபரர் அதனை ஓர் அழகிய கற்பனையாகக் காட்டுகிறார்.

சிவபெருமான் மேரு மலையின்முன் சென்று நிற்கிறார். அந்த மலை அவரைப் பார்க்கிறது.

பொதுவாக மலை என்றாலே கம்பீரம், திடம், வலிமை என்றுதான் அர்த்தம். அதுவும் மேரு மலை என்றால் கேட்கவேண்டுமா? உலகிலேயே மிகச் சிறந்த மலை அது, பொன்மயமாகப் பொலிவது!

ஆனால், அப்பேர்ப்பட்ட மேரு மலை, அன்றைக்குச் சிவபெருமானைப் பார்த்துத் திகைத்துப்போகிறது. காரணம், அவருடைய தோள் அழகு!

'இந்தத் தோள்களோடு ஒப்பிடும்போது நான் மிகவும் சிறியவன்' என்று வெட்கம் கொண்டது மேரு மலை. வெட்கப்படுகிறவர்கள் நாணிக் கோணி வளைந்து நிற்பார்கள் அல்லவா? அப்படி வளைந்தது.

சிவபெருமான் எதிர்பார்த்தது அதைத்தான். சட்டென்று அந்த மலையைப் பிடித்து எடுத்தார். வளைந்திருந்த மலையில் நாண் ஏற்றித் திரிபுரங்களை அழிக்கப் பயன்படுத்திக்கொண்டார்!

> பார் பெற்ற வல்லிக்கு, பாகீரதிக்கு மெய் பாதியும் அத்
> தார் பெற்ற வேணியும் தந்தார் தியாகர், 'தடம் புயத்தின்
> சீர் பெற்றிலேம்' என்று நாணால் வசங்கிச் சிலை எனவும்
> பேர் பெற்றதால் பொன் மலை குனித்தார் எம் பிரான் என்பரே!

பார் பெற்ற வல்லி என்றால் உமாதேவி, பார்வதி. பாகீரதி என்றால், கங்கை.

இந்த இருவருக்கும், சிவபெருமான் இரண்டு விஷயங்களைக் கொடுத்தார்: உமாதேவிக்குத் தன் உடலில் பாதியைக் கொடுத்தார், கங்கைக்கு மாலை அணிந்த தன் சடா முடியைக் கொடுத்தார்.

அப்படிப்பட்ட அந்தத் தியாகேசர், பொன்மலையாகிய மேரு மலையின்முன் வந்து நின்றார். அவருடைய வலுவான தோள்களைப் பார்த்து 'நான் இத்தனை சிறப்பாக இல்லையே' என்று வெட்கப்பட்டது அந்த மேரு மலை. அதனால் வளைந்து நின்றது!

சிவனுடைய மேனி அழகை, பிரகாசத்தைக் கண்ட அந்தத் தங்க மலை, அவர்முன்னே ஒரு சாதாரணக் கல் மலையாக மாறி நின்றது!

உடனே, அந்த மலையை எடுத்துத் தனது வில்லாகப் பயன்படுத்திக்கொண்டார் எம்பிரானாகிய சிவன்.

★★★

மேரு மலைக்கு முன்னே இறைவன் வந்து நின்றதும், அது நாணிக் கோணியது. அதுபோல, இறைவன் உங்கள் முன்னால் வந்தால், நீங்கள் என்ன செய்வீர்கள்?

அதைவிட முக்கியம், இறைவன் தரிசனம் கிடைத்தபிறகு, நீங்கள் என்ன செய்வீர்கள்?

கடவுளைப் பார்க்கும்வரை நாம் ஆயிரம் கதை பேசலாம். ஆனால் அவரைக் கண்டபிறகு, பேச்சு மறந்துவிடுமாம். இறைவனைப் பார்த்தவர்கள் மௌனத்தையே கொண்டிருப்பார்களாம்!

ஆகவே, இன்னும் இறைவன் திருவடிகளைக் காணாதவர்கள், மௌனம் காக்கவேண்டும். அல்லது, வாயைத் திறந்தாலே இனிய சொற்களைத்தான் பேசவேண்டும், பேச்சில் கருணை பொங்கவேண்டும், எல்லாரிடமும் அன்போடு நடந்துகொள்ளவேண்டும், ஏழைகளுக்குத் தங்களால் இயன்ற உதவிகளைச் செய்யவேண்டும்!

இதையெல்லாம் செய்தால், இறைவன் நம் முன்னே தோன்றுவாரா?

அட, ஏன் குழப்பம்? இனிமையாகப் பேசுவதும், அன்பாக, கருணையாக நடந்துகொள்வதும், பிறருக்கு உதவுவதும்தான் இறைவன், அதுதான் கடவுளின் தரிசனம். இவற்றை முறைப்படி செய்தாலே போதும், பின்னர் இந்த உலகத்தில் என்றும் இன்பமாக வாழலாம்!

பக்திக்கு இப்படி ஓர் அழகிய வரையறையைத் தருபவர்

கவிமணி தேசிக விநாயகம் பிள்ளை. அவரது 'போதனை' என்ற பாடலில் வரும் வரிகள் இவை:

ஈசன் இரங்கி அடியவருக்(கு)
 இனிய காட்சி அளித்திடு நாள்
ஈசன் அடியார் யாவும் மறந்து
 ஈசன் அடியே கண்டிருப்பர்!
ஈசன் அடியைக் கண்டவர், பின்
 என்றும் மௌனம் கொண்டிருப்பர்,
ஈசன் அடி காணாதவரே
 எங்கும் முழங்கி அலைந்திடுவர்!
என்றும் ஈசன் திருவடிகள்
 இதயக் கமலம் சேர்ப்பீரேல்,
என்றும் கருணை ததும்பி எழும்
 இனிய உரைகள் உரைப்பீரேல்,
என்றும் ஏழை எளியவருக்கு
 இயன்ற உதவி புரிவீரேல்,
என்றும் என்றும் இவ்வுலகில்,
 இனிய வாழ்வு வாழ்வீரே!

33

சம்பாதி என்பவர் கழுகுகளின் அரசர். ராமாயணத்தில் வரும் முக்கியமான ஒரு துணைப் பாத்திரம்!

சீதையைத் தேடிக் குரங்குகள் வருகின்றன. ஆனால், எங்கெங்கோ பார்த்தும் அவரைக் கண்டறிய இயலவில்லை. நிறைவாகக் கடலை அடைந்து திகைத்து நிற்கின்றன.

'இதற்குமேல் எங்கே போவது? எப்படி அன்னையைக் காண்பது?' குரங்குகளுக்குக் குழப்பம். வெறும் கையோடு திரும்பிச் செல்வதா, அல்லது இங்கேயே இருந்துவிடுவதா என்றெல்லாம் யோசிக்கின்றன.

அப்போதுதான், அங்கே சம்பாதி வருகிறார். 'சீதையை ராவணன் தூக்கிச் சென்றதை நான் பார்த்தேன். அவள் கடலுக்கு அந்தப் பக்கம் இலங்கையில் சிறையில் இருக்கிறாள்' என்று சொல்கிறார்.

சம்பாதி சொன்ன இந்த விஷயத்தின் அடிப்படையில்தான் அனுமன் கடல் தாண்டிச் செல்கிறார். அன்னையைச் சந்திக்கிறார், அண்ணலின் செய்தியைச் சொல்கிறார், திரும்பி

வந்து ராமரிடம் விஷயத்தைச் சொல்லிப் போருக்கு ஆவன செய்கிறார், ராவணன் வீழ்கிறான், தர்மம் வெல்கிறது.

அப்பேர்ப்பட்ட சம்பாதி, ஒரு பூங்கா வைத்திருந்தாராம். அதில் ஆசையாகப் பூச்செடிகளை வளர்த்தாராம். அங்கிருந்து தினமும் பூக்களைப் பறித்துக் கொண்டுசென்று சிவனுக்குப் பூஜை செய்தாராம்.

அதுவும் பக்கத்தில் உள்ள சிவன் கோயிலில் அல்ல, இங்கே பறித்த பூக்களை, ஒரு யோஜனை தொலைவில் இருந்த சிவனுக்குத் தினந்தோறும் அர்ச்சனை செய்திருக்கிறார் இந்தக் கழுகரசர்.

சம்பாதியின் அந்தப் பூங்கா, காவிரிப் பூம்பட்டினம் என்கிற பூம்புகார் நகரில் இருந்ததாக நம்பிக்கை. அங்கிருந்து ஒரு யோஜனை தொலைவில் திருப்புள்ளிருக்கு வேளூர் என்ற சிவத்தலம் அமைந்திருந்தது.

அப்படி ஒரு பெயரையே கேள்விப்பட்டதில்லையே என்று யோசிக்கிறீர்களா? பிரபலமான 'வைத்தீஸ்வரன் கோயில்' திருத்தலத்தின் தமிழ்ப் பெயர்தான் அது.

புள்ளிருக்கு வேளூர் என்ற ஊரின் பெயரை, புள் + ரிக் + வேள் + ஊர் என்று பிரிக்கிறார்கள். இங்கே எழுந்தருளியிருக்கும் வைத்தீஸ்வரனை வழிபட்டவர்களுடைய பெயர்களே இந்த ஊருக்குப் பெயராக அமைந்துவிட்டதாம்:

புள் என்றால் பறவை. சம்பாதியும் ஜடாயுவும் இங்கே சிவனை வழிபட்டதாக நம்பிக்கை.

ரிக் என்றால் நான்கு வேதங்களில் முதன்மையான ரிக் வேதம், வேள் என்றால், முருகன். ஊர் என்றால் சூரியன். இவர்கள் மூவரும் இந்தச் சிவனை வழிபட்டுள்ளார்கள்.

ஆக, சம்பாதி, ஜடாயு என்கிற புள்(பறவை)கள், ரிக் வேதம், வேள் ஆகிய முருகப் பெருமானும், ஊர் என்கிற சூரியன்

அனைவரும் சிவனை வழிபட்ட தலம் என்பதால் இதற்குப் புள்ளிருக்கு வேளூர் என்ற பெயர் அமைந்ததாம். அதன் சிறப்பைக் கருதித் ‘திரு’ என்ற அடைமொழியைச் சேர்க்கப்பட்டு ஊரின் பெயர் ‘திருப்புள்ளிருக்கு வேளூர்’ ஆனதாம்.

ஆனால், இந்த விளக்கத்தைச் சிலர் ஏற்கவில்லை. அவர்கள் இந்த ஊரின் பெயரைத் திரு + புள் + இருக்கு(ம்) + வேள் + ஊர் என்று பிரிக்கிறார்கள். புள் என்றால் பறவை, மயில், அது வேளை, அதாவது முருகனை வழிபடும் ஊர் என்பது இவர்களுடைய விளக்கம்.

சம்பாதி காவிரிப் பூம்பட்டினத்தில் பூங்கா அமைத்து, அங்கிருந்து பூக்களை எடுத்துக்கொண்டு தினமும் ஒரு யோஜனை தூரம் பறந்து வந்து திருப்புள்ளிருக்கு வேளூரில் உள்ள சிவபெருமானுக்குப் பூஜை செய்வாராம். பிறகு மீண்டும் அதே அளவு தூரம் பயணம் செய்து காவிரிப் பூம்பட்டினம் சென்று, அடுத்த நாள் பூஜைக்குத் தேவையான மலர்களைப் பறித்துவருவாராம். இந்தச் செய்தியைச் சொல்லும் திருஞானசம்பந்தர் தேவாரப் பாடல் இது:

வாச நலம் செய்து இமையோர்
நாள் தோறும் மலர் தூவ,
ஈசன் எம் பெருமானார்
இனிதாக உறையும் இடம்,
யோசனை போய்ப் பூக் கொணர்ந்து அங்கு
ஒரு நாளும் ஒழியாமே
பூசனை செய்து இனிது இருந்தான்
புள்ளிருக்கு வேளூரே!

இமையோர் என்றால், கண்களை இமைக்காதவர்கள். அதாவது, தேவர்கள்.

அவர்கள் இந்த ஊரில் தங்குகிறார்கள், நல்ல செயல்களைச் செய்கிறார்கள். ஒவ்வொரு நாளும் இறைவனுக்கு மலர் தூவி அர்ச்சனை செய்கிறார்கள். சிவபெருமானாகிய எம்பெருமானும் இங்கே இனிதாகத் தங்கியிருக்கிறார்.

அது எந்த ஊர்?

நாள்தோறும் ஒரு யோசனை தூரம் சென்று, பூக்களைக் கொண்டு வந்து சிவனுக்கு அர்ச்சித்து இனிமையாக வாழ்ந்தார் சம்பாதி. அந்தக் கழுகால் வணங்கப்பட்ட சிவன் எழுந்தருளியிருக்கும் திருப்புள்ளிருக்கு வேளூர்தான் அந்த ஊர்!

★★★

கழுகின் பக்தியைப் பார்த்துவிட்டோம். அடுத்து, மயிலின் வீரம்.

மழை வந்தால் மயில் அழகாகத் தோகை விரித்து ஆடும், கேள்விப்பட்டிருக்கிறோம். ஆனால் அதற்கு வீரமெல்லாம் உண்டா என்ன?

இது என்ன சாதாரண மயிலா? முருகப் பெருமானின் வாகனமாகிய மயில். அதற்குத் தனி வேகம் உண்டல்லவா? அதைப் பார்த்தாலே தீயவர்கள் நடுங்கிவிடமாட்டார்களா?

முருகன் மயிலின்மீது ஏறி அமர்கிறான். கடிவாளத்தை இறுகப் பிடிக்கிறான். அவனுடைய இன்னொரு கையில் வெற்றி வேலை ஏந்தியிருக்கிறான். அந்தக் கம்பீரத்தால் அசுரர்களின் குடல் குழம்புகிறது.

மறுகணம், அந்த மயில் அதிவேகமாகப் பறக்கிறது. சாட்டையால் விளாசப்பட்ட குதிரைகூட அந்த அளவு விரைவாகப் பயணம் செய்யாது, அப்படி ஒரு வேகம்!

மயில் வேகமாகப் பறக்கும்போது, அதன் தோகை அசையுமல்லவா? அதனால் காற்று ஏற்படுகிறது, அந்தக் காற்று எல்லாத் திசைகளிலும் வேகமாக வீசுகிறது.

அந்தக் காற்று, வலுவான மேரு மலைமீது சென்று மோதுகிறது. அப்போது அந்த மலையே அசைகிறது.

யாராலும் அசைக்கமுடியாத மேரு மலையை இந்த மயில் அசைத்துவிட்டதே என்று பார்த்தவர்களெல்லாம் வியக்கிறார்கள். அதை வைத்து அந்த மயிலின் வேகத்தைப் புரிந்துகொண்டு திகைத்து நிற்கிறார்கள்.

மறுகணம், அந்த மயில் கீழே இறங்குகிறது. அதன் காலடி பட்ட வேகத்தில், எட்டுத் திசைகளிலும் உள்ள மலைகள் அனைத்தும் தூள் தூளாகிவிடுகின்றன.

இந்த மலைத் துகள்களெல்லாம் கடலில் சென்று விழுகின்றன. அதனால், சிறிது நேரத்தில் அங்கே கடலே இல்லை, வெறும் நிலப் பகுதிதான் தெரிகிறது.

அற்புதமான இந்தக் காட்சியை விவரிப்பவர், அருணகிரிநாதர். அவருடைய 'கந்தர் அலங்காரம்' நூலில் வரும் அருமையான பாடல் இது:

> குசை நெகிழா வெற்றி வேலோன், அவுணர் குடர் குழம்பக்
> கசை இடு வாசி விசை கொண்ட வாகனப் பீலியின் கொத்து
> அசை படு கால் பட்டு அசைந்தது மேரு, அடியில் எண்
> திசை வரை தூள் பட்ட, அத் தூளின் வாரி திடர்பட்டது!

★★★

மால் மருகனின் வாகனமான மயிலின் வீரத்தைப் பார்த்துவிட்டோம். அப்படியானால், அந்தத் திருமாலின் வாகனம் எப்படிப்பட்ட வீரத்தைக் கொண்டிருக்கும்!

திருமாலின் வாகனம், கருடன். அவரது கோயில்களில் 'கருடாழ்வார்' என வணங்கப்படும் பெருமைக்குரியவர். 'பெரிய திருவடி' என்றும் அவருக்கு ஒரு சிறப்புப் பெயர் உண்டு.

அதென்ன பெரிய திருவடி?

இறைவன் தன்னுடைய வாகனத்தில் ஏறி அமரும்போது, அவருடைய திருவடி அந்த வாகனத்தின்மீது படுமல்லவா? அதனால் அதனைத் திருவடி என்று அழைப்பது மரபு.

கருடன் பெரிய திருவடி என்றால், சிறிய திருவடியும் உண்டா?

கண்டிப்பாக உண்டு. அனுமன்தான் அவர்!

ராவணனோடு போர் செய்தபோது, ராமருக்குத் தேர் இல்லை. அதைக் கண்டு வருந்திய அனுமன், 'என்மீது ஏறிப் போர்

செய்யுங்கள்' என்று கேட்டுக்கொண்டார். ராமரும் அதற்கு ஒப்புக்கொண்டார்.

ஆகவே, அனுமன்மீது ராமனின் திருவடி பட்டது. அவரைச் 'சிறிய திருவடி' என்று கொண்டாடுகிறார்கள் பக்தர்கள்.

'பெரிய திருவடி'யின் சிறப்பைச் சொல்லும் பல நல்ல பாடல்கள் உள்ளன. அவற்றில் வித்தியாசமான ஒன்று, நம்மாழ்வார் எழுதிய இந்தப் பாடல்:

> குறைவு இல் தடங்கடல் கோள் அரவு ஏறித் தன் கோலச் செந்தாமரைக் கண்
> உறைபவன் போல ஓர் யோகு புணர்ந்த ஒளி மணிவண்ணன் கண்ணன்,
> கறை அணி மூக்கு உடைப் புள்ளைக் கடாவி அசுரரைக் காய்ந்த அம்மான்
> நிறை புகழ் ஏத்தியும் பாடியும் யான் ஒரு முட்டு இலனே!

கொஞ்சமும் குறைவே இல்லாத பெரிய பாற்கடல்தான் திருமாலின் இருப்பிடம். அங்கே கம்பீரமாக உள்ள ஆதிசேஷனின்மீது ஏறித் துயில்கிறான் அவன்.

அப்போது திருமாலின் அழகான, செந்தாமரை போன்ற கண்கள் தூங்குவதுபோல் இருக்கின்றன. ஆனால் உண்மையில் அவன் யோக நித்திரைதான் செய்கிறான் அந்த மணிவண்ணன், கண்ணன்.

அவன் மூக்கில் கறையை அணிந்த பறவையைச் செலுத்தி அசுரர்களை வென்றவன். அவனுடைய நிறைந்த புகழை நான் போற்றிப் பாடுவேன். எனக்கு ஒரு தடையும் இல்லை!

மூக்கில் கறையை அணிந்த பறவையா? இதென்ன வித்தியாசமான வர்ணனை?

கருடனைத்தான் சொல்கிறார் நம்மாழ்வார். எல்லாரும் மூக்கில் மூக்குத்தி போடுவார்கள். ஆனால் கருடன் அங்கே கறையை அணிந்திருக்கிறாராம்.

அது என்ன கறை?

இதற்கு இரண்டுவிதமான விளக்கங்கள் தரப்படுகின்றன. முதலில், கறை என்பது ரத்தக் கறை. திருமாலை எதிர்க்கும் தீயவர்களுடன் சண்டையிட்டு அவர்களைக் கொத்தி வீழ்த்திய காரணத்தால், கருடனின் மூக்கில் கறை படிந்திருக்கிறதாம்!

அந்தக் கறையைத் துடைக்கக்கூடாதா? பெருமையாக அணிந்துகொள்ளவேண்டுமா?

செய்யலாம். ஆனால், கருடனுக்கு ஏது நேரம்? திருமால் பக்தர்களைக் காக்க எப்போதும் பயணம் செய்துகொண்டே இருப்பதால், இந்தக் கறையைக் கழுவிக்கொள்ளக்கூட நேரம் இல்லையாம்.

அதனால்தான், ‘கறை அணி மூக்கு’ என்று தெளிவாக வர்ணிக்கிறார் ஆழ்வார். உண்மையில் அது கறை அல்ல, அதுதான் கருடனின் மூக்குக்கு ஆபரணம், அதன் வீரத்துக்கு அடையாளம்!

இதே ‘கறை’க்கு இன்னொரு சுவாரஸ்யமான விளக்கமும் தரப்படுகிறது.

கருடனின் தாய் விநதை. அவர் முட்டைக்குள் இருந்தபோது, விநதைக்குப் பொறுமை இல்லையாம். தன் மகனைப் பார்க்கவேண்டும் என்ற ஆவலில் தன்னுடைய மூக்கினால் முட்டையைக் குத்திப் பார்த்தாளாம். அப்போது, முட்டைக்குள் இருந்த கருடனின் மூக்கில் ஒரு வடு ஏற்பட்டுவிட்டதாம். இந்த வடுவைதான், ‘கறை அணி மூக்கு’ என்று ஆழ்வார் குறிப்பிடுவதாகச் சிலர் சொல்கிறார்கள்!

கறைக்குக் காரணம் எதுவோ, இறையைச் சுமக்கும் பெரிய திருவடிக்கு அதுவும் ஓர் அழகுதான்!

34

ஒரு ஊரில் ஒரு மனிதர், சாதாரண மனிதர்.

அவருக்கு நல்லது, கெட்டது தெரியும். ஆனால், கெட்டதன் கவர்ச்சிதான் அவரை ஈர்க்கும். நல்லதை யாராவது எடுத்துச் சொன்னால் கேட்டுக்கொள்வார். ஓரிரு நாள் அதன்படி நடப்பார். ஆனால் மீண்டும் கெட்டது அவரைக் கவர்ந்துவிடும். சலனங்களுக்கு அடிமையாக உள்ள மனிதர் அவர்.

ஒரு பூச்சி, அது தீயைப் பழம் என்று நினைக்கிறது. அதைச் சாப்பிடலாம் என்று மேலே சென்று விழுகிறது. மறுகணம், அதன் உடல் தீயில் கருகிவிடுகிறது.

அதுபோலதான் இந்த மனிதரும், அவர் 'பழம்' என்று நினைத்துக்கொண்டிருப்பது வெறும் தீ, அதாவது கெட்ட விஷயங்கள். ஆனால் அவர் யாரோ சொன்னதைக் கேட்டு, தான் பார்த்தவற்றை நம்பி, தன் உடலில் உள்ள ஐம்புலன்களால் ஈர்க்கப்பட்டு அதைப் பழம் என்றே எண்ணுகிறார். அதை நெருங்கிக்கொண்டிருக்கிறார்.

இதில் ஒரே ஒரு நல்ல விஷயம், பூச்சியைத் தீ உடனே சுட்டுவிடும். அதன்பிறகு அது பிழைக்க இயலாது. ஆனால்,

இந்தக் கெட்ட விஷயங்கள் அவரை மாயையில் ஆழ்த்தி மெதுவாகத்தான் சுடும். அதற்குள் அவர் விழித்துக்கொண்டால், உயிர் பிழைக்கலாம்.

அந்த மனிதர் தினமும் நடந்து செல்லும் பாதையில் ஒருவர் தோன்றுகிறார். 'நீ பழம் என்று நினைப்பது வெறும் தீ' என்று அறிவுரை சொல்கிறார். 'அதைச் சாப்பிடாதே, இதோ, இதைச் சாப்பிடு, நீ சாப்பிடக்கூட வேண்டாம், நானே ஊட்டிவிடுகிறேன்!' என்கிறார்.

'என்ன இது?'

'அமுதம்!'

'நிஜமாகவா?'

'ஆமாம்!'

அவர் யோசிக்கிறார். அவருக்குப் 'பழ'த்தின் ஈர்ப்புதான் பெரிதாகத் தோன்றுகிறது. 'எனக்கு வேண்டாம்' என்று சொல்லிவிட்டுச் சென்றுவிடுகிறார்.

அமுதத்தைக் கையில் வைத்துக்கொண்டு அவர் நிற்கிறார். 'ஊரில் எல்லாரும் இந்த அமுதத்துக்காகப் போட்டி போடுகிறார்கள். ஆனால் இவர் அதை வேண்டாம் என்று மறுக்கிறாரே' என்று தனக்குள் சிரித்துக்கொண்டு திரும்புகிறார்.

ஆனால், அவருக்குக் கோபம் இல்லை. மறுநாளும் அதே இடத்தில் வருகிறார். அந்தச் சாதாரண மனிதரை நிறுத்தி அமுதம் தருகிறார். 'ம்ஹூம் வேண்டாம்' என்று மறுபடியும் மறுப்புதான் பதிலாகக் கிடைக்கிறது.

இப்படி அந்த மனிதர் எத்தனைமுறை மறுத்தபோதும், அமுதத்தோடு அவர் திரும்பத் திரும்ப வருகிறார். 'இதைத் தருகிறேன், ஏற்றுக்கொள்' என்று நீட்டுகிறார்.

பல நாள் கழித்து, அந்த மனிதர் பழம் என்று நம்பியிருந்த

தீ சுடத் தொடங்குகிறது. உண்மையை உணர்கிறார் அந்தச் சாதாரண மனிதர். அப்போதுதான் கையில் அமுதத்தோடு வந்து தன்னைத் தினமும் வழிமறித்தவர் யார் என்று புரிகிறது. 'இத்தனை தவறு செய்தபிறகும், என்னைத் திருத்தி வழிநடத்த முயற்சி செய்தாயே இறைவா, நான் அதைக்கூட மறுத்துவிட்டேனே, என்னைப்போல் முட்டாள் உண்டா?' என்று கதறுகிறார்.

திருவாசகத்தில் வரும் மாணிக்கவாசகரின் அற்புதமான பாடல் சொல்லும் கதை இது. பலருடைய வாழ்க்கையில் இதை நிஜமாகவே பார்க்கலாம்!

> செழிகின்ற தீப் புகு விட்டிலின் சில் மொழியாரில் பல் நாள்
> விழுகின்ற என்னை விடுதி கண்டாய், வெறி வாய் அறு கால்
> உழுகின்ற பூ முடி உத்தர கோச மங்கைக்கு அரசே,
> வழி நின்று நின் அருள் ஆர் அமுது ஊட்ட, மறுத்தனனே!

'செழிகின்ற தீ' என்றால் வளர்ந்து பெரிதாக எரிகின்ற தீ. அதைப் பழம் என்று நினைக்கிறது விட்டில். அங்கே போய் விழுகிறது. அதுபோல, நானும் கொஞ்சிப் பேசும் பெண்களுடைய சொற்களைக் கேட்டு விழுந்தேன். அதுவும் ஒருநாள், இரண்டு நாள் அல்ல, பல நாள் விழுந்தேன்!

அப்போதும் இறைவா, நீ என்னை மன்னிக்கத் தயாராக இருந்தாய். வாயில் தேன் நிரம்பிய, ஆறு கால்களைக் கொண்ட வண்டுகள் மொய்க்கிற பூவைத் தலையில் அணிந்த உத்தரகோசமங்கையின் தலைவா, நீ எனக்காக என் பாதையில் வந்தாய். உன்னுடைய அருள் என்கிற ஆரமுதை எனக்கு ஊட்ட முயற்சி செய்தாய். ஆனால் நானோ, அதை ஏற்றுக்கொள்ளாமல் மறுத்துவிட்டேன். எம்பெருமானே, என்னை விட்டுவிடுவாயா?

திருந்தாதபோதே மன்னித்த இறைவன், திருந்தியவர்களையா தண்டிப்பான்? விட்டில் பூச்சிக்கு அமுதம் நிச்சயம், தீயின் கவர்ச்சியை விட்டு வந்தால் போதும்!

★★★

யமுனை ஆற்றங்கரை. அந்தப் பகுதியில் மாடு மேய்க்க வந்திருந்த கண்ணனும் மற்ற இடைச் சிறுவர்களும் வட்டமாகச் சுற்றி அமர்ந்திருந்தார்கள். சாப்பிடத் தொடங்கலாமா என்று யோசித்தார்கள்.

அப்போதுதான், ஒரு சிறுவன் சுற்றிலும் பார்த்துவிட்டுக் கத்தினான். 'அடடா, நம் மாடுகள் எங்கே?'

இதைக் கேட்டு எல்லாரும் அதிர்ந்தார்கள். எழுந்து ஓடினார்கள். எல்லாப் பக்கமும் மாடுகளைத் தேடினார்கள். பலன் இல்லை. ஒரு மாடுகூட அங்கே தென்படவில்லை!

எல்லா மாடுகளும் எங்கே போயிருக்கும்? ஒருவேளை காட்டுக்குள் புல் மேயச் சென்றிருக்குமோ? இப்போது எப்படி வெறும் கையோடு வீடு திரும்புவது? மாடுகள் எங்கே என்று கேட்கிற தந்தை, தாய்க்கு என்ன பதில் சொல்வது?

இடைச் சிறுவர்கள் பதற, கண்ணன் சிரித்தான். 'கவலைப்படாதீர்கள், நான் மாடுகளைத் தேடிக் கண்டுபிடித்துக் கொண்டுவருகிறேன்' என்று புறப்பட்டான்.

ஆனால், கண்ணன் எவ்வளவோ தேடியும் மாடுகள் கிடைக்கவில்லை. குழப்பத்தோடு தன்னுடைய நண்பர்கள் இருந்த இடத்துக்கு வந்தான். திகைத்தான்.

காரணம், அங்கே அவனுடைய நண்பர்களையும் காணவில்லை. எங்கே போயிருப்பார்கள்? மாடுகளைத் தேடிக்கொண்டு அவர்களும் சென்றுவிட்டார்களா? ஊருக்குத் திரும்பிவிட்டார்களா?

கண்ணன் யோசித்தான், அவனுக்கு உண்மை புரிந்தது.

படைப்புக் கடவுளான பிரம்மனுக்குக் கண்ணனோடு விளையாட விருப்பம். வேண்டுமென்றே அவனுடைய நண்பர்களையும் பசுக்களையும் கவர்ந்து சென்றுவிட்டான்.

கண்ணன் கலங்கவில்லை. காணாமல் போன நண்பர்களையும் மாடுகளையும் அவனே உருவாக்கிவிட்டான்!

ஆம். அவனோடு இருந்த சிறுவர்கள் எல்லாரும், இப்போது மாய வடிவில் அங்கே வந்தார்கள், மாடுகளும் வந்தன, எல்லாரும் வீடு திரும்பினார்கள். எப்போதும்போல் தங்களுடைய பெற்றோருடன் வீடு சென்று உணவு அருந்தினார்கள், விளையாடினார்கள், தூங்கினார்கள், எழுந்தார்கள், மாடு மேய்த்தார்கள்… எந்த வித்தியாசமும் யாருக்கும் தெரியவில்லை!

அடுத்த பல வாரங்கள், பல மாதங்கள் இது தொடர்ந்தது. கண்ணன் உருவாக்கிய மாயச் சிறுவர்கள், மாயப் பசுக்களை யாராலும் கண்டறிய இயலவில்லை.

பிரம்மதேவனுக்குக் குழப்பம். தான் சிறுவர்கள், பசுக்களை மறைத்துவைத்தும்கூட எந்தக் குழப்பமும் நேரிடவில்லையே என்று யோசித்தார். உண்மை அறிவதற்காக நேரில் வந்தார்.

இப்போது, அங்கே இருந்த காட்சியைப் பார்த்து அவர் திகைத்துப்போனார். தான் கொண்டுசென்ற அதே சிறுவர்கள், அதே மாடுகள் இதோ இருக்கின்றன… இது எப்படி சாத்தியம்?

பரபரப்பாக ஓடிச் சென்ற பிரம்மன் தான் சிறுவர்கள், பசுக்களை மறைத்துவைத்த இடத்தைப் பார்த்தார். அவர்கள் பத்திரமாக இருந்தார்கள். அப்படியானால், அங்கே இருப்பது யார்?

அப்போதுதான் அவருக்குக் கண்ணனின் மகிமை புரிந்தது. நேராகச் சென்று கண்ணனை வணங்கினார். தான் மறைத்து வைத்த சிறுவர்களை, பசுக்களை மீண்டும் கொண்டுவந்தார்.

உடனே, மாயச் சிறுவர்கள், மாயப் பசுக்களைக் கண்ணன் மறைத்துவிட்டான். ஒன்றும் நடக்காததுபோல் பசுக்களோடு யமுனைக் கரைக்கு வந்தான்.

அங்கே அமர்ந்திருந்த சிறுவர்களுக்கு நடந்தது எதுவும் தெரியவில்லை. தாங்கள் காணாமல் போய் ஒரு வருடமாகிவிட்டது என்பதைக்கூட அவர்கள் உணரவில்லை. சிரித்துப் பேசிக்கொண்டு வீடு திரும்பினார்கள்.

இந்தக் கதை இடம்பெற்ற பாடல், 'திருவரங்கத்து மாலை' என்ற நூலில் உள்ளது. இதை எழுதியவர், பிள்ளைப் பெருமாள் ஐயங்கார்:

குன்றா விளைவுடன் வண்மை, பருவம், குணங்கள் இவை
பொன்றாது இருந்த கண்மாயம் என்னோ! பொன்னி சூழ் அரங்கா!
அன்று ஆயர் தம் குல மைந்தர்களாயும், அலகு இல் இளம்
கன்றாயும் நாள்தொறும் சென்று வந்து ஆடிய காலத்திலே!

'பொன்னி' எனும் காவிரி நதி சூழ்ந்து ஓடுகிற ஸ்ரீரங்கத்தில் எழுந்தருளியிருக்கும் அரங்கநாதனே,

அன்றைக்கு, பிரம்மன் பல ஆயர் குலச் சிறுவர்களையும் இளம் கன்றுகளையும் மறைத்துவிட்டான். அப்போது, நீயே அத்தனை பேராகவும் மாறினாய்.

அதாவது, ஒரு கண்ணன், அத்தனை சிறுவர்களாக ஆனான், அத்தனைப் பசுக்களாகவும் ஆனான். தினந்தோறும் வெளியே சென்று, மாடு மேய்த்து, விளையாடிச் சிரித்துக்கொண்டிருந்தான்.

அப்போது, அந்த மாயச் சிறுவர்களும் சரி, மாயப் பசுக்களும் சரி, உண்மையான சிறுவர்களைப்போலவே, அதே வளர்ச்சி, அதே வலிமை, அதே வயது, அதே குணங்களுடன் காணப்பட்டார்கள், ஒரு சிறிய குறைகூட யாருக்கும் தெரியவில்லை. இது எப்படிச் சாத்தியம்? 'கண் மாயம்', அதாவது செப்பிடு வித்தையா இது?

★★★

திருப்புகழில் அருணகிரிநாதரின் பாடல் ஒன்றில் பிள்ளையாரை வர்ணிக்கும் பகுதி இது:

கன பெரும் தொப்பைக்கு எள் பொரி, அப்பம்,
    கனி, கிழங்கு, இக்கு, சர்க்கரை, முக்கண்,
    கடலை, கண்டு அப்பி பிட்டொடு மொக்கும் திருவாயன்!
கவள துங்கக் கைக் கற்பக முக்கண்
    திகழும் நம் கொற்றத்து ஒற்றை மருப்பன்,
    கரி முகன், சித்ரப் பொன் புகர் வெற்பன்!

அதாவது, பிள்ளையாரின் கனமான, பெரிய தொப்பைக்கு எள் பொரி, அப்பம், பழங்கள், கிழங்கு, கரும்பு, சர்க்கரை, தேங்காய், கடலை, கற்கண்டு போன்றவை படைக்கப்படுகின்றன. அவரும் அவற்றை அள்ளிப் பிட்டோடு சேர்த்து உண்கிறார். அந்தக் கற்பக விநாயகருக்கு யானை முகம், தூய்மையான கையில் சோற்றுக் கவளம், மூன்று கண்கள், ஒரே தந்தம், புள்ளிகளை உடைய தோற்றம், மலை போன்ற உருவம்...

முருகனைப் பாட வந்த அருணகிரிநாதர் ஏன் பிள்ளையாரை இப்படி வர்ணிக்கவேண்டும், அடுத்த சில வரிகளைப் பார்த்தால் புரியும்:

... தனை ஈனும்
பனவி, ஒன்று எட்டு சக்ர தலப் பெண்,
    கவுரி, செம் பொன் பட்டு உத்தரியப் பெண்,
    பழய அண்டத்தைப் பெற்ற மடப் பெண், பணிவாரைப்
பவ தரங்கத்தைத் தப்ப நிறுத்தும்
    பவதி, கம்பர்க்குப் புக்கவள் பக்கம்
    பயில் வரம் பெற்றுக் கச்சியில் நிற்கும் பெருமாளே!

இப்படிப்பட்ட பிள்ளையாரை ஈன்றவள், பனவி, ஒன்று + எட்டு, அதாவது நவ சக்ர பீடத்தில் வீற்றிருக்கும் பெண், கவுரி, சிவந்த பொன்னைப்போன்ற பட்டாடையை உடுத்தியவள், பழமையான இந்த அண்டத்தைப் படைத்தவள், மடப்பம் என்ற குணத்தைக் கொண்டவள், தன்னை வணங்குபவர்களுடைய பிறவி என்கிற கடலைத் தடுத்து நிறுத்துகிற பவதி, கம்பர், அதாவது ஏகாம்பரநாதருடன் எழுந்தருளியிருக்கும் தேவி...

அத்தகைய குணங்களைக் கொண்ட தேவியின் அருகே நிற்கும் வரம் பெற்றுள்ள பெருமாளே, என் முருகா, கச்சியில், அதாவது காஞ்சிபுரத்தில் உள்ள குமரக் கோட்டத்தில் நிற்கும் கோமானே! எனக்கு ஒரு வரம் வேண்டும்.

என்ன வரம்? அதைப் பாடலின் முன் பகுதியில் அருணகிரிநாதர் கேட்கிறார்:

.... இனி அற்பம்
திரு உளம் பற்றி செச்சை மணக்கும்
சிறு சதங்கைப் பொன் பத்மம் எனக்கு என்று அருள்வாயே!

நான் ஓர் அற்பன். என்மீது இரக்கம் காட்டு. வெட்சி மாலையின் மணம் வீசுகிற, சிறிய சதங்கையை அணிந்த, தங்கத் தாமரை போன்ற உன்னுடைய பாதங்களை எனக்கு அருள்!

முருகன் தன்னுடைய திருப் பாதங்களை ஏன் அருணகிரிநாதருக்குக் காண்பிக்கவேண்டும்? அதை வைத்துக்கொண்டு அவர் என்ன செய்யப்போகிறார்? இதற்கான விளக்கம் இன்னும் முன்னே வருகிறது:

புன மடந்தைக்குத் தக்க புயத்தன்,
குமரன் என்று எத்திப் பத்தர் துதிக்கும்
பொருளை, நெஞ்சத்துக் கற்பனை முற்றும், பிறிது ஏதும்
புகலும் எண்பத்து எட்டு எட்டு இயல் தத்வம்
சகலமும் பற்றிப் பற்று அற நிற்கும்
பொதுவை, ஒன்று ஒக்கத் தக்கது ஓர் அத்தம்தனை, நாளும்
சினமுடன் தர்க்கித்துச் சிலுகிக்கொண்டு
அறுவரும் கை குத்து இட்டு ஒருவர்க்கும்
தெரிவு அரும் சத்யத்தைத் தெரிசித்து, உன் செயல் பாடித்
திசைதொறும் கற்பிக்கைக்கு...

முருகா,

தினைப்புனத்தைக் காவல் காத்த வள்ளி எனும் மடந்தைக்கு ஏற்ற தோள்களைக் கொண்டவனே, 'குமரன்' என்று பக்தர்களால் போற்றிப் பாடப்படுகிறவனே, நெஞ்சத்தில் உள்ள கற்பனை முழுவதும், மற்ற விஷயங்களும், எண்பத்து எட்டு + எட்டு, அதாவது, 'தொண்ணூற்றாறு தத்துவங்கள்' என்று சொல்லப்படுகிறவை எல்லாம் பற்றியும் பற்றாமலும் நிற்கும் பொதுவானவனே, சூரியனுக்கு இணையாகச் சொல்லக்கூடிய அளவுக்குச் சிறப்பானவனே...

ஆறு வகைச் சமயங்கள் உள்ளதாகச் சொல்கிறார்கள். அவற்றைச் சேர்ந்தவர்கள் எல்லாரும் ஒருவரோடு ஒருவர் வாதாடி, சண்டையிட்டு, கைகளைக் குத்திக்கொண்டு விவாதம் செய்கிறார்கள். ஆனால், அவர்களுக்கெல்லாம் உண்மையான கடவுள் யார் என்பது தெரியாது. அந்த அரிய உண்மையாகிய உன்னை நான் தரிசிக்க விரும்புகிறேன், உன்னுடைய சிறப்பைப் பாட விரும்புகிறேன். எல்லாத் திசைகளுக்கும் சென்று மக்களுக்கு அதைச் சொல்லி அவர்களையும் நல்ல வழிக்குக் கொண்டுவர விரும்புகிறேன்...

அதற்காக, உன் திருவடிகளை எனக்குக் காட்டி அருள்!

35

சிவபெருமான் வாழும் புனிதமான கயிலை மலை.

அவரைத் தரிசிப்பதற்காகப் பல தேவர்களும் முனிவர்களும் வந்திருக்கிறார்கள். எங்கும் ஒரே கூட்டம். சிவனை வணங்கிப் பாடும் ஓசை.

இதனிடையே, பிரம்மதேவன் மிகுந்த கவலையோடு இருக்கிறார். காரணம், இத்தனை கூட்டத்தில் அவருக்குச் சிவனைக் காண நேரம் கிடைக்கவில்லை.

ஆகவே, அவர் திரும்பி வருகிறார். முகத்தில் குழப்பம். அங்கும் இங்கும் பார்த்துத் தடுமாறுகிறார்.

இதைப் பார்த்த யாரோ அவரை வணங்கி விசாரித்தார்கள். 'என்ன ஆயிற்று? ஏன் கவலையோடு இருக்கிறீர்கள்?'

'என்னுடைய அன்னப் பறவையைக் காணவில்லை' என்கிறார் பிரம்மன். அன்னம் அவருடைய வாகனம் அல்லவா? அது இல்லாமல் அவர் எப்படித் திரும்பிச் செல்வார்?

நியாயமான குழப்பம்தான். ஆனால், அன்னம் எப்படிக் காணாமல் போகும்?

கயிலை மலையில் எங்கும் பனி படர்ந்திருக்கிறது. ஆகவே, எந்தப் பக்கம் பார்த்தாலும் வெள்ளை நிறம்.

அன்னப் பறவையும் வெள்ளை நிறம்தானே. அதனால்தான் இந்தப் பனிக்கு நடுவே அன்னப் பறவையைக் காண இயலவில்லை. எங்கோ இருக்கிறது, ஆனால் எங்கே என்று தெரியவில்லை. பிரம்மதேவன் தடுமாறுகிறார்.

இன்னொரு பக்கம், திருமால். காதில் வெள்ளைக் குண்டலங்களை அணிந்த சிவனைத் தொழ அவர் வந்திருக்கிறார்.

திருமால் சிவனைத் தரிசிக்கச் சென்றுவிட்டார். ஆகவே, அவருடைய வாகனமாகிய கருடன் கயிலை மலையை மெதுவாகச் சுற்றிப் பார்த்துக்கொண்டிருக்கிறார்.

பனி அதிகமாக இருக்கும் இடத்தில் எப்போதும் வெளிச்சம் அதிகமாக இருக்கும். அதாவது, சூரியக் கதிர்கள் அதில் பட்டுப் பிரதிபலிக்கும். அத்தனை வெளிச்சத்தில் சரியாகப் பார்க்க இயலாது. ஆகவே, கருடனுக்கும் ஒரு குழப்பம் ஏற்பட்டது.

கயிலை மலை அடிவாரத்தில் ஒரு குகையைப் பார்த்தார் கருடன். அங்கே விநாயகரின் வாகனமாகிய மூஞ்சூறு இருந்தது.

இத்தனை வெளிச்சத்தில், கருடனுக்கு அந்த மூஞ்சூறு சரியாகத் தெரியவில்லை. அதை வராகம் என்று நினைத்துவிட்டார். மூஞ்சூறு தன் குகைக்குள் நுழைகிற காட்சி, அது கயிலை மலையைக் குடைந்துகொண்டு கீழே செல்வதைப்போல அவருக்குத் தோன்றியது.

கருடனுக்கு வியப்பு, கயிலை மலைக்குக் கீழே குடைந்துகொண்டு செல்லும் இந்த வராகம் யார்? இது ஏன் இப்படிச் செய்கிறது என்று யோசித்தார். அவருக்கு ஒரு பழைய விஷயம் ஞாபகத்துக்கு வந்தது.

முன்பு ஒருமுறை பிரம்மனுக்கும் திருமாலுக்கும் யார் பெரியவர் என்ற விஷயத்தில் சர்ச்சை ஏற்பட்டபோது, அதைத் தீர்த்து வைப்பதற்காகச் சிவபெருமான் சிவந்த சுடராகி நின்றார்.

அதன் உச்சியைக் காணப் பிரம்மன் சென்றார், பாதத்தைக் காணத் திருமால் வராக உருவில் தரையைக் குடைந்துகொண்டு சென்றார்.

அதுபோல, இங்கே சிவபெருமான் வெள்ளைச் சுடராகி நிற்கிறாரோ! அதுதான் இந்தக் கயிலை மலையோ! அவருடைய பாதத்தைக் காண்பதற்குத்தான் இந்த வராகம் தரையைக் குடைந்துகொண்டு செல்கிறதோ! இப்படியெல்லாம் பலவிதமாக யோசித்து வியந்தது கருடன்.

கயிலை மலையின் பனி படர்ந்த தோற்றத்தை வர்ணிக்கும் இந்த அழகிய காட்சிகளை விவரிப்பவர், சேக்கிழார். அவரது பெரிய புராணத்தில் வரும் பாடல்கள் இவை:

நாயகன் கழல் சேவிக்க நான்முகன்
மேய காலம் அலாமையின் மீண்டவன்
தூய மால் வரைச் சோதியில் மூழ்கி ஒன்று
ஆய அன்னமும் காணாது அயர்க்குமால்!
காதில் வெண் குழையோன் கழல் தொழ நெடியோன்
காலம் பார்த்திருந்ததும் அறியான்,
சோதி வெண் கயிலைத் தாழ்வரை முழையில்
துதிக்கையோன் ஊர்தியைக் கண்டு
'மீது எழு பண்டைச் செம் சுடர் இன்று
வெண் சுடர் ஆனதென்று அதன் கீழ்
ஆதி ஏனம் அதாய் இடக்கல் உற்றான்' என்று
அதனை வந்து அணைதரும் கலுழன்!

'நாயகன்' என்பது சிவபெருமானைக் குறிக்கிறது. அவர் தன் பாதங்களில் அணிந்திருக்கும் வீரக் கழலைச் சேவிப்பதற்காக நான்முகன் வந்தார். அத்தனை கூட்டத்தில் அதற்கு ஏற்ற நேரம் கிடைக்காமல் சோர்வோடு திரும்பினார்.

அப்போது, தூய்மையான, பெரிய மலையின் வெண்மைச் சோதியில் மூழ்கி, அதில் ஒன்றாகிவிட்ட தன்னுடைய அன்ன வாகனத்தை அவரால் காண இயலவில்லை. அதைத் தேடித் தடுமாறினார்.

'வெண் குழை' என்பவை, சிவபெருமான் அணிந்திருந்த வெள்ளை நிறக் குண்டலங்கள். அவருடைய வீரக் கழலைத் தொழ நெடியோனாகிய திருமால் வந்தார். காத்திருந்தார்.

அப்போது, வெள்ளை நிறச் சோதி நிறைந்த கயிலையின் தாழ்வரையில், அதாவது அடிவாரத்தில், ஒரு குகையில் துதிக்கையோன் ஊர்தி, அதாவது பிள்ளையாரின் வாகனமான மூஞ்சூறைக் கண்டான் கலுழன் என்கிற கருடன். 'அன்றைக்குச் சிவந்த சுடராக வந்த சிவன் இன்று வெள்ளைச் சுடராக ஆனான் என்று அதன் கீழே ஏனம், அதாவது வராகம் குடைந்து செல்கிறதோ' என்று எண்ணி அதனை நெருங்கினான்!

★★★

ஒருவருக்குப் பிறந்த நாள், இரண்டு நண்பர்கள் அவருக்குப் பரிசு தருகிறார்கள்.

ஒருவர் தந்த பரிசு, விலை உயர்ந்த பேனா, இன்னொருவர் தன் கைப்பட வரைந்த வாழ்த்து அட்டை ஒன்றைத் தருகிறார்.

இந்த இரண்டையும் வாங்கிக்கொண்டவர், முதல் நண்பரை உயர்வாகவும் இரண்டாவது நண்பரைத் தாழ்வாகவும் நினைப்பாரா? அப்படி நினைத்தால் அது சரியா?

அவரவர் தங்களால் இயன்றதைச் செய்கிறார்கள். அதன் பின்னால் இருக்கும் உணர்வுகளைப் பார்க்கவேண்டும், பரிசின் விலை மதிப்பு என்ன என்று பார்க்கக்கூடாது.

இதைச் சொல்வது சுலபம். செய்வது சிரமம். யார் நமக்கு என்ன செய்கிறார்கள் என்பதைப் பார்த்து அதன் அடிப்படையிலேயே அவர்களை எடை போடப் பழகிவிட்டோம்.

கிட்டத்தட்ட இதேபோன்ற ஒரு சூழ்நிலையில், ராமர் என்ன செய்தார் என்று பார்ப்போம்.

ராமாயணத்தில் அனுமாரும் உண்டு, அணிலாரும் உண்டு. இருவரும் ராமருக்குச் சேவை செய்தவர்கள். ஆனால் அவை

ஒரேமாதிரியான சேவைகள் அல்ல.

அனுமார் வானர குல இளவரசனான சுக்ரீவனை ராமருக்கு அறிமுகப்படுத்தினார். சீதையைத் தேடி எங்கெங்கோ திரிந்தார். கடல் தாண்டி இலங்கையில் புகுந்தார். பல ஆபத்துகளைத் தாண்டிச் சீதையைச் சந்தித்தார். ராமர் நலமாக உள்ளார், விரைவில் வருவார் என்ற செய்தியைச் சொல்லி அவருடைய உயிரை மீட்டுத் தந்தார். பின்னர் இங்கே ராமரிடம் திரும்பி வந்து சீதையைப் பற்றிய விவரத்தைச் சொல்லி இவருடைய உயிரையும் மீட்டார். யுத்தத்தில் வீரத்தோடு போரிட்டார். லட்சுமணன் தாக்கப்பட்டு வீழ்ந்தபோது மருந்து மலையைச் சுமந்து வந்து உயிர் காத்தார். பரதன் உயிர் துறக்கத் தயாரானபோது ராமர் வரும் செய்தியைச் சொல்லி அவருடைய உயிரையும் காப்பாற்றினார்.

சுருக்கமாகச் சொன்னால், ராமாயணத்தில் ராமருக்கு உற்ற தோழர் அனுமார்தான். அவரது உயிரை, அவரது மனைவி, தம்பிகள் இருவர் உயிர்களையும் பல சந்தர்ப்பங்களில் காத்திருக்கிறார். போரில் ராமரைத் தன்மீது சுமந்து திரிந்த வீரர். சிறந்த தொண்டராக எப்போதும் அவரது பெயரைச் சொல்லிக்கொண்டு வாழ்கிறார்.

இதோடு ஒப்பிட்டால், அணிலார் செய்தது மிகவும் குறைவு. ராமர் இலங்கைக்குப் பாலம் கட்டும்போது, தன் உடலைக் கடலில் நனைத்துக்கொண்டு, அதில் ஒட்டிக்கொண்ட மணலைப் பாலத்தில் சென்று உதிர்த்தது. அவ்வளவுதான்.

கம்ப ராமாயணத்தில் அந்தப் பாலத்தின் அளவு எத்தகையது என்று விவரிக்கும் ஒரு பாடல்:

> எய்து யோசனை ஈண்டு ஒரு நூறுடன்
> ஐ இரண்டின் அகலம் அமைந்திடச்
> செய்ததால் அணை என்று செப்பினார்
> வைய நாதன் சரணம் வணங்கியே!

பாலம் கட்டி முடித்த வானரர்கள் உலகுக்கே அரசனாகிய

ராமன் முன்னால் சென்று நிற்கிறார்கள், 'நூறு யோசனை நீளம், ஐ இரண்டு, அதாவது பத்து யோசனை அகலத்தில் ஒரு பாலத்தைக் கட்டிவிட்டோம்' என்று சொல்கிறார்கள்.

உண்மையில் அது பாலமே அல்ல, கடலுக்கு நடுவில் கட்டப்பட்ட ஓர் அணை. நூறு யோசனை நீளம், பத்து யோசனை அகலம் என்றால் அது எத்தனை பெரிதாக இருந்திருக்கும் என்று நினைத்துப் பாருங்கள்.

அத்தனை பெரிய பாலத்தில், ஓர் அணில் உதிர்த்த மணல் துகள்கள் எத்தனை இருக்கும்? ஒருவேளை அந்த அணில் அங்கே இல்லாவிட்டாலும் அந்தப் பாலம் கண்டிப்பாகக் கட்டப்பட்டிருக்கும் அல்லவா?

ஆனால், ராமர் அப்படி நினைக்கவில்லை. அந்தச் சிறிய அணில் தன்னால் இயன்ற உதவியைச் செய்கிறது என்பது அவருக்குப் புரிந்தது. அந்த உதவியை அவர் மகிழ்ச்சியுடன் ஏற்றுக்கொண்டார். நன்றி தெரிவிக்கும் விதமாக அந்த அணிலைக் கையில் எடுத்து வருடிக்கொடுத்தார்.

கம்ப ராமாயணத்தில் அணில் வருவதில்லை. ஆனால், இந்த இனிமையான காட்சி பல மக்கள் இலக்கியங்களில் அருமையாக விவரிக்கப்பட்டுள்ளது. குறிப்பாக, குழந்தைகளுக்கு இந்தக் கதையைச் சொல்லி மகிழ்வார்கள் மக்கள்.

அனுமார், அணிலாரை ஒப்பிட்டு அவரவர் அளவில் அவரவர் உதவி பெரியது என்று சொல்லும் அழகிய குழந்தைப் பாடல் ஒன்று, லெமன் எழுதியது:

அனுமாருக்கும் வால் அதிகம்,
அணிலாருக்கும் வால் அதிகம்,
அதனால்தான் ராமாயணத்தில்
அவ்விருவருக்கும் பேர் அதிகம்!
அனுமார் அரிய பணி செய்தார்,
அணிலார் ஆன பணி செய்தார்,
ஆனால் ராமர் இருவரையும்
அகிலம் புகழும்படி செய்தார்!

ராமாயணத்தை ‘ராம அயணம்’ என்று அறியவேண்டும். அதாவது, ராமன் காட்டும் பாதை. அவரைப்போல் நம் வாழ்வில் ‘அரிய பணி’ செய்தவர்களுக்குத் தரும் முக்கியத்துவத்தைத் தங்களால் ‘ஆன பணி’ செய்வோருக்கும் தரவேண்டும்!

★★★

முருகனின் கையில் உள்ளது வேல். மற்ற பலர் கையில் வேல் இருப்பினும், முருகன் வேல் சிறந்தது. அதனால்தான் ‘வேலவன்’ என்ற பெயர் அவருக்கு அமைந்தது.

பகை வெல்ல முருகனுக்குத் துணை இந்த வேல்தான். அதனால், முருகனின் பெருமைகளைப் போற்றுவதுபோல் வேலையும் போற்றவேண்டுமல்லவா!

இப்படி எண்ணிய அருணகிரிநாதர் ‘வேல் விருத்தம்’ என்ற பெயரில் ஓர் அழகிய நூலைத் தந்துள்ளார். அதில் முருகனின் வேல் அருமையான சந்தப் பாடல்களால் விவரிக்கப்பட்டுள்ளது.

வேல் விருத்தத்திலிருந்து ஒரு பாடல் இங்கே:

மாமுதல் தடிந்து, தண் மல்கு கிரி ஊடு போய்,
வலிய தானவர் மார்பு இடம்
வழி கண்டு, கமல பவனத்தனைச் சிறை இட்டு,
மகவான் தனைச் சிறை விடுத்து,
ஓம இருடித் தலைவர் ஆசி பெற்று, உயர் வானில்
உம்பர் சொல் உறுதி பெற்று, நா
உடைய கீரன் தனது பாடல் பெற்று உலகுதனில்
ஒப்பு இல் புகழ் பெற்ற வைவேல்!
...மகா
தேவ நந்தன, கஜானன சகோதர குகன்
செம் பொன் திருக் கை வேலே!

மாமுதல் தடிந்து என்றால், மாமரத்தை வேரோடு அழித்து என்று பொருள்.

முருகனுடன் போரிட்ட சூரன், மாமரமாக நின்றான். அவனுடைய வேரைப் பிளந்து அழித்தது இந்த வேல்.

மரத்தை அழிப்பது ஒரு பெரிய விஷயமா? மலை அதைவிடப் பெரிதாயிற்றே!

சூரனுக்குத் துணையாக ஒன்றல்ல, பல மலைகள் நின்றன. குளிர்ச்சி நிறைந்த அந்த மலைகளையெல்லாம் இந்த வேல் ஊடுருவிச் சென்று அழித்தது!

மலை பெரியதுதான். ஆனால் அதைவிட வலுவான மார்பு கொண்ட அவுணர்கள் இருந்தார்கள். இந்த வேல் அந்த அவுணர்களின் மார்பையும் துளைத்துச் சென்றது.

ஒருமுறை பிரம்மதேவனிடம் பிரணவத்துக்குப் பொருள் கேட்டார் முருகன். அவருக்குத் தெரியவில்லை. ஆகவே, அவரைச் சிறையில் இட்டது இந்த வேல்.

ஆனால், இந்த வேலுக்குச் சிறைப்படுத்தத்தான் தெரியும் என்று அர்த்தமில்லை. சிறையிலிருந்து விடுவிக்கவும் தெரியும்!

இந்திரனையும் பிற தேவர்களையும் சிறையில் இட்டுத் துன்புறுத்தினான் சூரன். அவனைக் கொன்று அவர்களை யெல்லாம் சிறையிலிருந்து விடுவித்தது இந்த வேல்தான்!

இப்படிப் பல சிறப்புகளைக் கொண்ட இந்த வேலுக்குத் தினந்தோறும் யாகங்கள் செய்யும் முனிவர்கள் ஆசி தருகிறார்கள், உயர்ந்த வானில் வாழும் தேவர்கள் அதனை வாழ்த்துகிறார்கள். சிறப்பான நாவன்மை கொண்ட கீரன் (நக்கீரர்) அந்த வேலைப் போற்றிப் பாடியிருக்கிறார். தனக்கு இணை என்று உலகில் யாரையும் சொல்லமுடியாத சிறப்பான வேல் அது!

இத்தனை தூரம் புகழப்படும் அத்தகைய வேல் எது தெரியுமா?

மகாதேவனாகிய சிவபெருமானின் மைந்தன், யானை முகம் கொண்ட கணபதியின் சகோதரன், அந்தக் குகனுடைய சிவந்த பொன் போன்ற திருக்கைகளில் உள்ள வேல்தான்!

36

இறைவனை வணங்கும்போது, அவருடைய பெருமைகளைச் சொல்லிப் போற்றுவது மரபு.

அதற்குப் 'போற்றி' என்ற சொல் அழகாக அமைகிறது. பக்தர்களும் புலவர்களும் கடவுளின் வெவ்வேறு பெயர்களையும் அவர் நிகழ்த்திய நற்செயல்களையும் குறிப்பிட்டு, நிறைவாகப் 'போற்றி' என்று சொல்லி வணங்குவார்கள்.

அந்த வகையில் வள்ளலார் இயற்றிய 'போற்றித் திருவிருத்தம்' முருகனின் பெருமைகளைச் சொல்கிறது. பதினைந்து பாடல்களில் எளிய, இனிய தமிழில் சரவணனைப் போற்றிப் புகழ்ந்து அனுபவித்துப் பாடியுள்ளார் வள்ளலார். அவற்றைக் கேட்கும்போதும் சொல்லும்போதும் நமக்கும் அந்த ஆனந்தம் கிடைக்கும்!

கங்கை அம் சடை சேர் முக் கண்
    கரும்பு அருள் மணியே போற்றி!
அங்கை அம் கனியே போற்றி!
    அரும்பெரும் கடலே போற்றி!
பங்கையன் முதலோர் போற்றும்
    பரம் பரம் சுடரே போற்றி!

சங்கை தீர்த்து அருளும் தெய்வச்
சரவண பவனே போற்றி!

கங்கை தங்கும் சடையை உடைய முக்கண் கடவுளாகிய சிவபெருமானைக் 'கரும்பு' என்று அழைக்கிறார் வள்ளலார். அந்தக் கரும்பிலிருந்து தோன்றிய மணியாகிய முருகா, உன்னைப் போற்றிப் பாடுகிறோம்!

உள்ளங்கையில் வைத்த நெல்லிக்கனியைப்போல் எங்களைத் தெளிவடையச் செய்பவனே, அருளை வாரி வழங்கும் கடலே, உன்னைப் போற்றிப் பாடுகிறோம்!

'பங்கையன்' என்றால், தாமரை மலரில் வசிக்கிற பிரம்மன். அந்தப் பிரம்மனில் தொடங்கி எல்லாத் தேவர்களும் வாழ்த்துகிற மிகச் சிறந்த சுடரே, எங்கள் மனத்தில் ஏற்படுகிற சந்தேகங்களைத் தீர்த்து அருள் செய்பவனே, சரவணப் பொய்கையில் பிறந்த தெய்வமே, உன்னைப் போற்றிப் பாடுகிறோம்!

பனிப்பு அற அருளும் முக்கண்
பரம் சுடர் ஒளியே போற்றி!
இனிப்பு உறு கருணை வான் தேன்
எனக்கு அருள் புரிந்தாய் போற்றி!
துனிப் பெரும் பவம் தீர்த்து என்னைச்
சுகம் பெற வைத்தோய் போற்றி!
தனிப் பெரும் தவமே போற்றி!
சண்முகத்து அரசே போற்றி!

'பனிப்பு' என்றால் அச்சம். அந்த அச்சத்தை இல்லாமல் செய்யும்படி அருள் செய்த முக்கண் இறைவனாகிய பரமசிவன் தந்த ஒளியே, உன்னைப் போற்றிப் பாடுகிறோம்!

இனிமை நிறைந்த அருள் என்கிற சிறந்த தேனை எனக்குத் தந்தவனே, வெறுக்கக்கூடிய பிறப்பை நீக்கி எனக்குச் சுகம், அதாவது, பிறவாத வரத்தை வழங்குபவனே, சிறந்த தவத்துக்கு இணையானவனே, சண்முகத்து அரசா, உன்னைப் போற்றிப் பாடுகிறோம்!

மணப் புது மலரே, தெய்வ
வான் சுவைக் கனியே போற்றி!
தணப்பு அற அடியார்க்கு இன்பம்
தரும் ஒரு தருவே போற்றி!
கணப் பெரும் தலைவர் ஏத்தும்
கழல் பதத்து அரசே போற்றி!
குணப் பெரும் குன்றே போற்றி!
குமர சற்குருவே போற்றி!

மணம் நிறைந்த புது மலர் போன்றவனே, சிறந்த சுவை நிறைந்த கனி போன்றவனே, எங்கள் தெய்வமே, உன்னைப் போற்றிப் பாடுகிறோம்!

'தணப்பு' என்றால் நீங்குதல். அது இல்லாதபடி தொடர்ந்து இன்பம் தருகிற எங்கள் தருவே, தெய்வ கணங்களுடைய தலைவர்களெல்லாம் வணங்கும் வீரக் கழல் அணிந்த அரசனே, குணங்கள் நிறைந்த குன்றே, குமரா, சற்குருவே, உன்னைப் போற்றிப் பாடுகிறோம்!

தவம் பெறு முனிவர் உள்ளத்
தாமரை அமர்ந்தோய் போற்றி!
பவம் பெறும் சிறியேன் தன்னைப்
பாதுகாத்து அளித்தோய் போற்றி!
நவம் பெறு நிலைக்கு மேலா
நண்ணிய நலமே போற்றி!
சிவன் பெறும் பயனே போற்றி!
செங்கதிர் வேலோய் போற்றி!

தவங்கள் செய்த முனிவர்களுடைய உள்ளமாகிய தாமரையில் அமர்ந்தவனே, உன்னைப் போற்றிப் பாடுகிறோம்!

ஆனால், நாங்கள் தவம் எதுவும் செய்யவில்லை. பிழைகளைச் செய்து, அதனால் திரும்பத் திரும்பப் பிறக்கும் சிறியவர்கள். எங்களையும் நீ பாதுகாக்கிறாய், உன்னைப் போற்றிப் பாடுகிறோம்!

உருவம், அருவம், அருவுருவம் என ஒன்பது உருவ நிலைகள் உண்டு. அவற்றுக்கெல்லாம் மேலாக நிற்கிறவனே, சிவபோகத்தின் பயனே, சிவந்த ஒளி வீசும் வேலை ஏந்தியவனே, உன்னைப் போற்றிப் பாடுகிறோம்!

மூ வடிவு ஆகி நின்ற
முழு முதல் பரமே போற்றி!
மா அடி அமர்ந்த முக்கண்
மலை தரு மணியே போற்றி!
சே அடி வழுத்தும் தொண்டர்
சிறுமை தீர்த்து அருள்வோய் போற்றி!
தூ வடிவேல் கை கொண்ட
சுந்தர வடிவே போற்றி!

மூன்று வடிவங்களாகி நிற்கும் முழுமுதல் கடவுளே, மாமரத்தின்கீழே மூன்று கண்களுடன் எழுந்தருளிய மலை போன்ற சிவன் அருளிய மணியே, உன்னைப் போற்றிப் பாடுகிறோம்!

அரசமரத்தின்கீழ் பிள்ளையார் இருப்பார், தெரியும். மாமரத்தின்கீழ் சிவன் தோன்றினாரா?

காஞ்சிபுரத்தில் சிவபெருமானை எண்ணித் தவம் இருந்தார் பார்வதி. அப்போது அவருக்கு அருள் செய்வதற்காக மாமரத்தின்கீழ் சிவன் தோன்றினார்.

அத்தகைய சிவனின் மகனான முருகா, உன்னுடைய சிறந்த காலடிகளை வணங்கும் தொண்டர்களுடைய குற்றங்களைத் தீர்த்து அருள் செய்கிறாய், தூய்மையான, கூரான வேலைக் கையில் கொண்ட அழகா, உன்னைப் போற்றிப் பாடுகிறோம்!

விண் உறு சுடரே, என்னுள்
விளங்கிய விளக்கே போற்றி!
கண் உறு மணியே, என்னைக்
கலந்த நல் களிப்பே போற்றி!
பண் உறு பயனே, என்னைப்

பணிவித்த மணியே போற்றி!
எண்ணுறும் அடியார் தங்கட்கு
இனிய தெள் அமுதே போற்றி!

விண்ணில் திகழும் சிறந்த சுடர் நீ, எனக்குள்ளே விளக்காக இருந்து வழிகாட்டுகிறாய், என் கண்ணின் மணி நீ, எனக்குக் கிடைத்த நல்ல இன்பம் நீ, உன்னைப் போற்றிப் பாடுகிறோம்!

நல்ல இசையின் பயனே, என்னைப் பணியவைத்த மணியே, நினைக்கும் அடியவர்களுக்கு இனிய அமுதமே, முருகா, உன்னைப் போற்றிப் பாடுகிறோம்!

இப்படி இனிய தமிழில் முருகனுக்கு இன்னும் பல ‘போற்றி’களைப் பாடியுள்ளார் வள்ளலார். திருவருட்பாவில் அவற்றை முழுமையாக ரசிக்கலாம். தினமும் பூஜையின்போது பாடித் துதிக்கலாம்!

★★★

வள்ளலார் மட்டுமா? வள்ளியும் தெய்வானையும்கூட முருகனை இறைஞ்சினார்கள், அவனையே மணந்தார்கள்.

அதுபோல, முருகனை மனத்தில் எண்ணிய ஒரு பெண். எந்நேரமும் அவனையே நினைத்துக்கொண்டிருக்கிறாள். நிலா வெளிச்சம்கூட அவளுக்கு இனிமையைத் தரவில்லை. முருகனுக்காக ஏங்குகிறாள்.

இந்தக் காட்சியை அந்தப் பெண்ணின் தாய் பார்க்கிறார். அவருக்குத் தன் மகளின் நிலையை எண்ணி வருத்தம் ஏற்படுகிறது. நேராக முருகனிடம் சென்று பேசுகிறார்.

செம் மான் கரத்தன் அருள் சேயா, நெடியோனை
அம்மான் எனப் பெற்று அருள் வேலா, இம் மான்
கரும்பு இறைக்கும் வெண் பிறைக்கும் கண் அம்பு இறைக்கும்
அரும்பு இறைக்கும் கூந்தல் அணை!

சிறந்த மானைக் கையில் ஏந்தியவன் சிவபெருமான். அவனுடைய

மகனே, சேயோனே, முருகா!

நெடியவனாக வளர்ந்து உலகத்தை அளந்த திருமாலை மாமனாகப் பெற்றவனே, எல்லாருக்கும் அருள் புரிகிறவனே!

என்னுடைய மகளாகிய இந்த மானைப் பார், இவளுக்கு மட்டும் உன் அருள் பார்வை ஏன் கிடைக்கவில்லை?

கரும்பு வில் ஏந்திய கடவுள், அதாவது மன்மதன் இவளைத் துன்பப்படுத்துகிறான். இன்னொரு பக்கம், வெண்ணிறப் பிறை நிலவும் இவளைத் துன்பப்படுத்துகிறது. கண்களிலிருந்து நீர் கொட்டுகிறது, கூந்தலிலிருந்து மலர்கள் உதிர்கின்றன.

முருகா, விரைவில் வா, இவளை அணைத்துக்கொள்!

காதல் வயப்பட்ட ஒரு பெண்ணின் தாய் பாடுவதாக இந்த வெண்பாவை எழுதியவர் ஔவையார்!

★★★

ராமனுக்குப் பட்டாபிஷேகம்.

பல நாடுகளைச் சேர்ந்த அரசர்களெல்லாம் இந்த விழாவில் கலந்துகொள்ள வந்திருக்கிறார்கள். ஆனால், பட்டாபிஷேகத்துக்கான நாள் இன்னும் அறிவிக்கப்படவில்லை.

குழம்பிய சுக்ரீவன் விசாரிக்கிறார், 'என்ன ஆயிற்று?'

பரதன் பதில் சொல்கிறார், 'பட்டாபிஷேகத்துக்கு ஏழு கடல்களில் இருந்தும் ஒரு பெரிய நதியிலிருந்தும் புனித நீரைச் சேகரித்து வரவேண்டுமே!'

'அதனால் என்ன? சேகரித்து வரச்சொல்லுங்கள்!'

'அதற்குப் பல நாள் ஆகுமே!' என்கிறார் பரதன். 'அதனால்தான் நாங்களெல்லாம் காத்திருக்கிறோம்!'

சுக்ரீவன் சிரிக்கிறார். பக்கத்தில் இருந்த அனுமனைப் பார்க்கிறார். அவர் அதைப் புரிந்துகொண்டு சட்டென்று கிளம்புகிறார்.

உடனே, சுக்ரீவன் பரதன் பக்கம் திரும்புகிறார், 'புனித நீர் சரியான நேரத்தில் வந்துவிடும். நீங்கள் பட்டாபிஷேகத்துக்கு நாள் குறியுங்கள்!' என்கிறார்.

வசிஷ்டர் வருகிறார். பரதன் அவரை வணங்கி, ராமரின் பட்டாபிஷேகத்துக்கு ஏற்ற நாள் எது என்று பார்த்துச் சொல்லும்படி வேண்டுகிறார்.

'நாளைக்கே நல்ல நாள்!' என்கிறார் வசிஷ்டர்.

பரதனுக்கு அண்ணன் முடிசூடப்போகிறான் என்கிற மகிழ்ச்சி ஒருபக்கம், நாளைக்குள் அனுமன் ஏழு கடல்களில் இருந்தும் புனித நீரைச் சேகரித்துக்கொண்டு வரவேண்டுமே என்கிற கவலை இன்னொரு பக்கம்.

ஆனால், சுக்ரீவனுக்கு அனுமனின் திறமை, வலிமை, வேகம் தெரியும். ஆகவே, விழா ஏற்பாடுகளைக் கவனிக்குமாறு பரதனிடம் சொல்கிறார்.

ஏழு கடல்களும் எங்கெங்கோ இருக்கின்றன. அவற்றிலிருந்து புனித நீரைத் திரட்டிக்கொண்டு ஒரே நாளில் திரும்பிவருவது சாத்தியமா?

மற்றவர்களுக்கு எப்படியோ, அனுமனால் அது இயலும். சொன்ன நேரத்தில் ஏழு கடல்களிலிருந்தும் புனித நீரை எடுத்துக்கொண்டு அனுமன் வந்துவிட்டான்.

முன்பு லட்சுமணன் போரில் மூர்ச்சையடைந்தபோது, அவருடைய உயிரைக் காப்பதற்காக உடனே மருந்து மலையைக் கொண்டுவந்த அனுமன், இப்போது ராமனின் பட்டாபிஷேகத்துக்காக ஒரே நாளில் ஏழு கடல்களுக்கும் சென்று திரும்பிவிட்டதை எண்ணி எல்லாரும் வியந்தார்கள். 'எல்லாம் ராமர்மீது அவர் வைத்துள்ள பக்தியால்தான்' என்றார்கள்.

அதையடுத்து, சிங்காசனத்தை அனுமன் தாங்கிக்கொள்ள,

உடைவாளை அங்கதன் பற்றிக்கொள்ள, பரதன் வெண்குடை பிடிக்க, லட்சுமணனும் சத்ருக்கனனும் கவரி வீச, சடையப்ப வள்ளலுடைய வம்சத்தைச் சேர்ந்த முன்னோர் கிரீடத்தைக் கொண்டுவந்து கொடுக்க, அதை வசிட்டன் வாங்கி ராமனுக்குச் சூட்டுகிறான். கம்பனின் வரிகளில் இந்தக் காட்சிகள் விரியும் அழகு இதோ:

இருந்தனர் அனைய மாடத்து இயல்பு எலாம் எண்ணி எண்ணி,
பரிந்தனன் இரவி மைந்தன். பரதனை வணங்கி, 'தூயோய்,
கரும் தடம் கண்ணினாற்குக் காப்பு நாண் அணியும் நன்னாள்
தெரிந்திடாது இருத்தல் என்னோ?' என்றலும் அண்ணல் செப்பும்.

'ஏழ் கடல் அதனின் தோயம், இரு நதி பிறவின் தோயம்,
தாழ்விலாது இவண் வந்து எய்தற்கு அருமைத்து ஓர் தன்மைத்து' என்ன
ஆழி ஒன்று உடையோன் மைந்தன் அனுமனைக் கடிதின் நோக்க,
சூழ் புவி அதனை எல்லாம் கடந்தனன் காலின் தோன்றல்.

அரியணை பரதன் ஈய, அதன்கண் ஆண்டிருந்த அந்தப்
பெரியவன் அவனை நோக்கி 'பெரு நிலக் கிழத்தியோடும்
உரிய மாமலராளோடும் உவந்து இனிது ஊழிக் காலம்
கரியவன் உய்த்தற்கு ஒத்த காப்பு நாள் நாளை' என்றான்.

'சூழ்கடல் நான்கின் தோயம், எழுவகையாகச் சொன்ன
ஆழ்திரை ஆற்றின் நீரோடு அமைத்தி இன்று' என்ன, 'ஆம்' என்று
ஊழியின் இறுதி செல்லும் தாதையின் உலவி அன்றே
ஏழ் திரை நீரும் தந்தான் இருந்துயர் மருந்து தந்தான்.

அரியணை அனுமன் தாங்க, அங்கதன் உடைவாள் பற்ற,
பரதன் வெண் குடை கவிக்க, இருவரும் கவரி வீச
விரை செறி கமலத் தாள் சேர் வெண்ணெய்மன் சடையன் தங்கள்
மரபுளோர் கொடுக்க வாங்கி வசிட்டனே புனைந்தான் மௌலி!

37

திருக்கடவூர்!

எழிலான இந்தச் சிற்றூரில் அமிர்தகடேஸ்வரரும் அன்னை அபிராமியும் எழுந்தருளியுள்ளனர். பக்தர்கள் கேட்கும் வளங்களை மட்டுமல்ல, அவர்கள் கற்பனையிலும் எண்ணியிராத நன்மைகளை அள்ளித் தந்துகொண்டிருக்கிறார்கள்.

அந்தத் திருக்கடவூரில் அபிராமி பட்டர் என்று ஒருவர் இருந்தார். அவருடைய நிஜப் பெயர் வேறு ஏதோ, அன்னை அபிராமிமீது கொண்ட பக்தியால் அவரை எல்லாரும் அப்படி அழைத்தார்கள்.

சிறந்த ஒன்றை நாடும் மனம் அற்ப விஷயங்களில் கவனம் செலுத்தாது. அதுபோல, அபிராமி பட்டர் இந்த உலக வாழ்க்கையையும் மனிதர்களையும் பொருட்படுத்தவில்லை. எந்நேரமும் அன்னையை நினைத்து அவளுடைய புகழையே பாடி மகிழ்ந்துகொண்டிருந்தார்.

இது, மற்றவர்களுக்குப் புரியவில்லை. அவரைப் பித்தர் என்று நினைத்துவிட்டார்கள்.

சிவனுக்கே பித்தர் பட்டம் சூட்டப்பட்டது. ஆகவே, அபிராமி பட்டர் அதையும் அவமானமாக நினைக்கவில்லை. அவர்களுடைய கேலி, கிண்டலுக்கு மத்தியில் தன்னுடைய தூய்மையான பக்தியில் மூழ்கியிருந்தார்.

> வாடாமல் உயிர் எனும் பயிர் தழைத்து ஓங்கி வர அருள் மழை பொழிந்ததும், இன்ப
> வாரிதியில் நின்னது அன்பு எனும் சிறகினால் வருந்தாமலே அணைத்துக்
> கோடாமல் வளர் சிற்றெறும்பு முதல் குஞ்சரக் கூட்ட முதலான சீவ
> கோடிகள் தமக்கு எல்லாம் புசிக்கும் புசிப்பினைக் குறையாமலே கொடுத்து
> நீடு ஆழி உலகங்கள் யாவையும் நேயமாய் நின் உதர பந்தி பூக்கும்
> நின்மலி! அகிலங்களுக்கு அன்னை என்று ஓதும்; நீலி என்று ஓதுவாரோ
> ஆடாய நான் மறையின் வேள்வியால் ஓங்கு புகழ் ஆதி கடவூரின் வாழ்வே!
> அமுத ஈசர் ஒரு பாகம் அகலாத சுக பாணி! அருள்வாய்! அபிராமியே!

இந்த உலகத்திலே இருக்கும் உயிர்கள் எல்லாம் வாடாமல் தழைத்திருக்கும்படி அருள் மழை பொழிகிற அன்னையே! அபிராமி! நீ தரும் இன்ப வெள்ளத்தில் நாங்கள் திளைக்கிறோம். சிறிய எறும்பு முதல், பெரிய யானைக் கூட்டங்கள்வரை அனைத்துக்கும் என்னென்ன தேவையோ அவற்றைக் குறைவில்லாமல் தருகிறாய், உன்னுடைய அன்பு என்கிற சிறகினால் அணைத்துக் காக்கிறாய், எங்களுடைய தாய்ப் பறவை நீ!

உலகங்கள் அனைத்துக்கும் உன்னுடைய நேசத்தைத் தருகிறாய், குறையில்லாதவளே, உலகின் அன்னையே, நீலியே, நான்கு வேதங்களையும் ஓதிச் சிறப்படையும் இந்தத் திருக்கடவூரின் வாழ்வே, அமுதீசராகிய எங்கள் இறைவனின் ஒரு பகுதியாக நிற்கும் சுகபாணியே, அருள்வாய்!

ஒருநாள், அந்த நாட்டின் மன்னர் திருக்கடவூர் ஆலயத்துக்கு வந்தார். எதேச்சையாக அபிராமி பட்டரைக் கண்டார். 'யார் இவர்?' என்று விசாரித்தார்.

'அவரை நீங்கள் பொருட்படுத்தவேண்டியதில்லை மன்னா' என்று பதில் வந்தது, 'அவர் ஒரு பித்தர், எந்நேரமும் ஏதோ நினைவில் உளறிக்கொண்டிருப்பார். இந்த ஊரில் யாரும் அவரை மதிப்பதில்லை!'

மன்னருக்கு அபிராமி பட்டரைப் பார்த்தால் அப்படித் தோன்றவில்லை. அவர் மனத்தில் அபிராமி பட்டருடைய எண்ணம் வந்துகொண்டே இருந்தது.

ஆகவே, மன்னர் அவரை நெருங்கினார். அவரிடம் ஏதோ பேச முயன்றார்.

வழக்கம்போல், அபிராமி பட்டர் சுய நினைவில் இல்லை. தியானத்தில் மூழ்கியிருந்த அவர் அபிராமி அன்னையின் முகத்தைக் கண்டு மகிழ்ந்துகொண்டிருந்தார்.

மன்னர் மீண்டும் கேட்டார், 'பட்டரே, இன்று என்ன நாள்?'

அபிராமி பட்டரின் மனக் கண்ணில் அன்னை அபிராமியின் முழு நிலவு முகம் தெரிந்தது. அதே நினைவில் 'இன்றைக்குப் பவுர்ணமி' என்றார்.

மன்னருக்குத் திகைப்பாக இருந்தது. காரணம், அன்றைக்குப் பவுர்ணமி இல்லை. ஆனால் இந்த பட்டர் பவுர்ணமி என்கிறார். மற்றவர்கள் சொல்வதுபோல் இவர் பித்தரா, அல்லது, இவர் இப்படிச் சொல்ல வேறு ஏதாவது காரணம் இருக்குமோ என்று யோசித்தார்.

அபிராமி பட்டரின் பேச்சைக் கேட்டு மன்னர் கோபப்பட்டதாகவும், அவர் சொன்னதுபோல் அன்று இரவு பவுர்ணமி முழு நிலவு வராவிட்டால் அவரைக் கொன்றுவிடுவதாக மிரட்டியதாகவும் சொல்லப்படுகிறது.

மாறாக, மன்னர் எதுவும் பேசாமல் சென்றுவிட்டதாகவும், அவர் சென்றபிறகு பட்டரே சுய நினைவை அடைந்து தான் தவறாகச் சொல்லிவிட்டதை எண்ணி வருந்தியதாகவும் சொல்லப்படுகிறது.

எது எப்படியோ, பட்டர் சொன்ன 'இன்றைக்குப் பவுர்ணமி' என்ற வாசகம், அந்த ஊர்முழுக்கப் பரவியது. எப்போதும் அவரைக் கேலி செய்கிறவர்கள் இப்போது இன்னும் அதிகமாகக் கிண்டலடித்தார்கள்.

வழக்கமாக பட்டர் இதுபோன்ற பேச்சுகளைப் பொருட்படுத்த மாட்டார். ஆனால் இன்றைக்கு, தான் பிழையாகச் சொல்லி விட்டதை எண்ணி அவர் வருந்தினார். தன்னைத்தானே தண்டித்துக்கொள்ளத் தீர்மானித்தார்.

'அன்னையே, எனக்கென்று நான் எதையும் நினைப்பதில்லை. எல்லாம் உனக்குதான். இவர்கள் என்னை வசைபாடுவதெல்லாம் தூய்மையின் உருவமாகிய உன்னைச் சென்றடையலாமா? அது பிழையல்லவா, ஆகவே, ஒன்று, நான் சொன்னது சரி என்று நிரூபிக்கவேண்டும். அல்லது, பிழையாகப் பேசிய நான் உயிரை விடவேண்டும். இவற்றில் எது உனக்கு மகிழ்ச்சியோ அதைச் செய்வாயாக!' என்றார் அபிராமி பட்டர்.

உடனே, அவர் அன்னை சன்னிதிக்கு முன்னால் ஒரு குழி வெட்டினார். அதில் விறகுகளை அடுக்கித் தீ மூட்டினார். அதற்குமேல் ஓர் உறியைக் கட்டி, அதில் நூறு கயிறுகளை இணைத்தார்.

நிறைவாக, அந்த உறியில் ஏறி அமர்ந்துகொண்டார் அபிராமி பட்டர். அன்னையைப்பற்றிப் பாட ஆரம்பித்தார்:

> **உதிக்கின்ற செங்கதிர், உச்சித் திலகம், உணர்வு உடையோர்**
> **மதிக்கின்ற மாணிக்கம், மாதுளம் போது, மலர்க் கமலை**
> **துதிக்கின்ற மின் கொடி, மென் கடிக் குங்கும தோயம் என்ன**
> **விதிக்கின்ற மேனி அபிராமி, எந்தன் விழுத்துணையே!**

அன்னையே,

நீ உதிக்கின்ற செங்கதிருக்கு இணையானவள், உச்சித்திலகம் போன்றவள், பக்தி உணர்வு கொண்டவர்களால் மதிக்கப்படுகின்ற மாணிக்கம், மாதுள மொட்டைப் போன்றவள்,

தாமரை மலரில் வீற்றிருக்கும் திருமகளும் உன்னைப் போற்றித் துதிப்பாள், மின்னல் கொடியே, மணம் நிறைந்த குங்குமக் குழம்புபோன்ற சிவந்த மேனியை உடையவளே, என்னுடைய துணை நீயே, காப்பாற்றுவாயாக!

இந்தப் பாடல்களை அவர் அந்தாதி என்ற வகையில் அமைத்திருந்தார். அதாவது, முதல் பாடலின் நிறைவுச் சொல் அடுத்த பாடலின் முதல் சொல்லாக அமையும்.

இப்படி ஒவ்வொரு பாடலையும் பாடியவுடன், அந்த உறியிலிருந்த கயிறுகளில் ஒன்றை அறுத்தார் அபிராமி பட்டர். பாடல் வளர வளர கயிறுகள் அறுபட்டுக்கொண்டே இருந்தன. எல்லாக் கயிறுகளும் அறுந்தவுடன், அவர் கீழே எரிந்துகொண்டிருக்கும் குழியில் விழவேண்டியதுதான்.

இவ்வாறாக, ஐம்பது, அறுபது, எழுபது கயிறுகளுக்குமேல் அறுபட்டுவிட்டன. அந்த நிலையில் எழுபத்து ஒன்பதாவது பாடலாக இவ்வாறு பாடினார் அபிராமி பட்டர்:

> விழிக்கே அருள் உண்டு, அபிராம வல்லிக்கு, வேதம் சொன்ன
> வழிக்கே வழிபட நெஞ்சு உண்டு எமக்கு, அவ்வழி கிடக்க,
> பழிக்கே சுழன்று, வெம் பாவங்களே செய்து, பாழ் நரகக்
> குழிக்கே அழுந்தும் கயவர் தம்மோடு என்ன கூட்டு இனியே?

அன்னையே,

உன் விழிகளில் என்மீது எப்போதும் அருள் உண்டு. உன்னை முறைப்படி வழிபடுவதற்கு என் நெஞ்சு உண்டு.

இவை இரண்டும் இருக்கும்போது, பழியின் பின்னால் சென்று, பாவங்களைச் செய்து, நரகக் குழியில் சென்று விழும் கயவர்களோடு எனக்கு என்ன கூட்டு இனிமேல்?

அபிராம வல்லியே, என்னை உன் பாதத்தில் சேர்த்துக்கொள்வாய்!

மறுகணம், அபிராமி பட்டரின் மனக்கண்ணில் காட்சி கொடுத்துக்கொண்டிருந்த அபிராமி அன்னை அவருக்கு முன்னால் தோன்றினாள். அழகும் அருளும் ததும்பி வழியும்படி புன்னகை செய்தாள்.

அன்னையை வணங்கித் துதித்தார் அபிராமி பட்டர். அவள் தன்னுடைய காதில் இருந்த தோடு ஒன்றை எடுத்து வானத்தில் விட்டாள்.

அவ்வளவுதான். ஒன்று என்ன, பல லட்சம் நிலாக்கள் வானில் தோன்றியதுபோன்ற ஒளி பரவியது. அப்படி ஒரு 'பவுர்ணமி'யை அந்த உலகம் அதற்குமுன் பார்த்ததே இல்லை!

மன்னரும் மக்களும் அபிராமி பட்டரின் சொல் உண்மையாகிவிட்டதை எண்ணி வியக்க, அவர் எப்போதும்போல் அன்னையைப் போற்றித் தொழுதார், 'என்னையும் ஒரு பொருட்டாக மதித்து, என் சொல்லை உண்மையாக்க நேரில் வந்தாயே தாயே, உன் கருணையை எப்படிப் புகழ்வேன்!' என்று நெகிழ்ந்தவர் தொடர்ந்து பாடினார்:

> கூட்டியவா என்னைத் தன் அடியாரில், கொடிய வினை
> ஓட்டியவா, என்கண் ஓடியவா, தன்னை உள்ளவண்ணம்
> காட்டியவா, கண்ட கண்ணும் மனமும் களிக்கின்றவா,
> ஆட்டியவா நடம், ஆடகத் தாமரை ஆரணங்கே!

அன்னையே,

என்னை உன் அடியார்கள் கூட்டத்தில் சேர்த்துக்கொண்டவளே, என்னுடைய கொடிய வினைகளை ஓட்டியவளே!

இன்று, எனக்காக இங்கே ஓடி வந்தாய், உன் உண்மை உருவைக் காண்பித்து அருள் செய்தாய். உன்னைக் கண்ட என் கண்ணும் மனமும் களிக்கின்றன, நடனம் ஆடுகின்றன!

பொன் தாமரை போன்றவளே, என் தாயே, அருள்வாய்!

அபிராமி பட்டர் பாடிய அந்த நூறு பாடல்களும், இன்றைக்கு

'அபிராமி அந்தாதி' என்ற அற்புதமான நூலாக நம்மிடம் உள்ளன. ஒவ்வொரு பாடலிலும் பக்திப் பரவசமும் நெகிழ்ச்சியும் தமிழின் அழகும் பொங்கி வழிகிற பாமாலை அது!

இன்னும், அன்னையின் புகழைப் பாடும்வகையில் 'அபிராமி அம்மைப் பதிகம்' என்ற தலைப்பில் பல பாடல்களைத் தந்துள்ளார் அபிராமி பட்டர். அவையும் சொல் வளம், சந்த அழகோடு அன்னையின் கருணையைப் போற்றுபவை!

'பதினாறும் பெற்றுப் பெருவாழ்வு வாழ்க' என்று சொல்வார்கள். அந்தப் பதினாறு வளங்களும் வழங்கும் அபிராமி அன்னையை அபிராமி பட்டர் போற்றியுள்ள பாடல் இது:

> கலையாத கல்வியும் குறையாத வயதும் ஓர் கபடு வாராத நட்பும்
> கன்றாத வளமையும் குன்றாத இளமையும் கழு பிணி இலாத உடலும்
> சலியாத மனமும் அன்பு அகலாத மனைவியும் தவறாத சந்தானமும்
> தாழாத கீர்த்தியும் மாறாத வார்த்தையும் தடைகள் வாராத கொடையும்
> தொலையாத நிதியமும் கோணாத கோலும் ஒரு துன்பம் இல்லாத வாழ்வும்
> துய்ய நின் பாதத்தில் அன்பும் உதவிப் பெரிய தொண்டரொடு கூட்டு கண்டாய்,
> அலை ஆழி அறிதுயிலும் மாயனது தங்கையே, ஆதி கடவூரின் வாழ்வே,
> அமுத ஈசர் ஒரு பாகம் அகலாத சுக பாணி! அருள்வாய்! அபிராமியே!

அபிராமி அன்னையே, அலைகடலில் உறங்கும் மாயன் திருமாலின் தங்கையே, பழமை நிறைந்த திருக்கடவூரின் வாழ்வே, அமுத ஈசன் உன்னை விட்டு விலகாமல் எப்போதும் ஒருபக்கம் பொருந்தியிருக்கிறவளே,

1. *கலையாத கல்வி*
2. *நீண்ட ஆயுள்*

3. வஞ்சகம் இல்லாத நட்பு, நண்பர்கள்
4. நிறைந்த செல்வம்
5. என்றும் இளமை
6. நோயற்ற உடல்
7. சலிப்பற்ற மனம்
8. அன்பு நீங்காத மனைவி / கணவன்
9. குழந்தைப் பேறு
10. குறையாத புகழ்
11. சொன்ன சொல்லைக் காப்பாற்றும் தன்மை
12. பிறருக்குக் கொடுக்கும் எண்ணம், அப்படிக் கொடுப்பதற்குத் தடைகள் இல்லாத சூழ்நிலை
13. நிலைத்த செல்வம்
14. நேர்மையாக ஆட்சி செய்யும் அரசன் (தான் நேர்மையாக வாழ விரும்பும் உள்ளம் என்றும் எடுத்துக்கொள்ளலாம்)
15. துன்பம் இல்லாத வாழ்க்கை
16. உன்மேல் எப்போதும் அன்பு

இந்தப் பதினாறு செல்வங்களையும் எனக்குத் தருவாய், அதோடு, உன்னுடைய பக்தர்களுடன் என்றென்றும் கலந்து பழகி மகிழும் வரத்தையும் அருள்வாய்!

திருக்கடவூரில் எழுந்தருளியுள்ள அமுதகடேசுவரரைப்பற்றியும் பதிகம் பாடியுள்ளார் அபிராமி பட்டர். கால சம்ஹாரமூர்த்தி பதிகம், விநாயகர் பதிகம் போன்றவற்றையும் பாடியுள்ளார்.

> சுடர் மணிக் குழையும் மலர்க் கரத்து உழையும் தும்பிகள் இடையிடை நுழையும்
> தும்ப மாலிகையும் வம்பு வார் சடையும் துண்ட வெண் பிறையும் முந்நூலும்
> நடன பங்கயமும் கிரண கங்கணமும் நங்கை பங்கு அமர்ந்த சுந்தரமும்
> நயனம் மூன்றுடைய கோலமும் கண்டோர் நமனையும் காண

வல்லவரோ?
கொடி பல தொடுத்த நெடிய மா மணி பொன் கோபுரம் பார் இடம் தொடுத்துக்
கொழுந்து விட்டு எழுந்து வாள் நிலவு எறிப்பக் கொண்டல் வந்து உலவியே நிலவும்
கடி மலர்த் தடமும் சுருதி ஓது இடமும் கன்னி மா மாடமும் சூழ்ந்து
கன வளம் செறிந்த கடவை அம் பதியாய், காலனைக் காய்ந்த தற்பரனே!
அமுதம் போன்ற எங்கள் ஈசனே,

உன்னுடைய ஒளி விடும் மணிக் குழையும், மலர் போன்ற கரத்தில் ஒரு மானும், தும்பிகள் மொய்க்கிற தும்பை மாலையும், இழுத்துக் கட்டப்பட்ட சடையும், அதில் வெண்மையான பிறைச் சந்திரனும், முப்புரி நூலும், நடனமாடும் தாமரை போன்ற திருப்பாதங்களும், ஜொலிக்கும் பொன் முடியும், அன்னைக்குத் தன் உடலின் ஒரு பகுதியைக் கொடுத்த அழகும், மூன்று கண்களை உடைய சிறப்பும் கண்டவர்கள், எமனைக் காண்பார்களா? மாட்டார்கள்!

கொடிகள் நிறைந்த, எழுந்து நின்று நிலாவையே தொடும் அளவுக்கு உயர்ந்த பொன் கோபுரங்கள், அவற்றில் உலாவும் மேகங்கள், வாசனை நிறைந்த மலர்களைக் கொண்ட சோலைகள், வேதங்களை ஓதும் இடங்கள், மாடங்கள் போன்றவை சூழ்ந்து வளம் நிறைந்த திருக்கடவூரில் எழுந்தருளியிருக்கும் எங்கள் தலைவனே, எமன்மீது கோபம் கொண்ட பரம்பொருளே, எங்களுக்கு அருள்வாய்!

38

நம்மாழ்வார்!

பெயரிலேயே 'நம்ம' என்று உரிமை கொண்டாடும் அளவுக்கு பக்தர்களைக் கவர்ந்துவிட்ட ஆழ்வார். ஆயிரத்துக்கும் மேற்பட்ட பாடல்களில் திருமாலின் பெருமையைப் பாடி மகிழ்ந்தவர்.

நம்மாழ்வாருக்கு இன்னும் பல பெயர்கள் உண்டு. குருகூர் நம்பி, மாறன், சடகோபன், பராங்குசன் அல்லது பராங்குச நாயகி, வேதம் தமிழ் செய்த மாறன் என்று விதவிதமான பெயர்களில் அவரைப் போற்றுவார்கள். இந்தப் பெயர்கள் ஒவ்வொன்றுக்கும் காரணம் உள்ளது.

'மாறன்' என்ற பெயரின் பொருள், மாறுபட்டவன், அதாவது, இயற்கையான விதத்துக்கு மாறுபட்டு நடக்கிறவன். காரியார், உடைய நங்கை இருவரின் மகனாகப் பிறந்த மாறன், அழவில்லை, பால் குடிக்கவில்லை. இந்த விநோதத்தைப் பார்த்து எல்லாரும் திகைத்தார்கள்.

பொதுவாகக் குழந்தைகள் பிறந்தவுடன் அழும். அப்போது அழாவிட்டாலும், பின்னர் பசிக்கும்போது அழும், பால் குடித்துவிட்டுத் தூங்கும். இந்த இயற்கைகளுக்கெல்லாம்

மாறுபட்டு அவர் இருந்ததால், 'மாறன்' என்ற பெயரில் அவரை எல்லாரும் அழைத்தார்கள்.

முந்நீர் ஞாலம் படைத்த
    எம் முகில்வண்ணனே!
அந்நாள் நீ தந்த
    ஆக்கையின்வழி உழல்வேன்!
வெம் நாள் நோய் வீய
    வினைகளை வேர் அறப் பாய்ந்து
எந்நாள் யான் உன்னை
    இனி வந்து கூடுவனே?

'முந்நீர்' எனப்படும் கடலால் சூழப்பட்ட இந்த உலகத்தைப் படைத்தவனே, எங்களுடைய முகில்வண்ணனே!

நான் எப்போதோ செய்த வினைகளுக்காக, நீ எனக்கு இந்த உடலைக் கொடுத்துவிட்டாய். அது என்னை எந்தப் பக்கம் இழுத்துச் செல்கிறதோ அந்தப் பக்கம் நான் சென்று சிரமப்படுகிறேன்.

பிறவி என்கிற இந்தத் துன்பம் எப்போது தீரும்? என்னுடைய வினைகள் வேரோடு அழிவது என்றைக்கு? யான் உன் பாதத்தில் சேரும் நாள் எப்போது வரும்?

இப்படியெல்லாம் பெரியவர்கள் யோசிக்கலாம். பிறந்த குழந்தை யோசிக்குமா? பிறகு ஏன் அது அழுகிறது?

குழந்தை பிறக்கும்போது, அதன் உச்சந்தலையில் 'சடம்' என்ற காற்று படுகிறது. உடனே, அந்தக் குழந்தை மாயையில் சிக்கிக்கொள்கிறது, அழத் தொடங்குகிறது.

நம்மாழ்வாரையும் அந்தச் 'சடம்' என்ற காற்று தொட வந்தது. ஆனால், அவர் கோபமாகப் பார்த்தவுடன், அந்தக் காற்று பயந்து விலகிவிட்டது. ஆகவே, சடத்தைக் கோபித்தவர் என்ற பொருளில் அவரைச் 'சடகோபன்' என்று அழைத்தார்கள்.

மாயையை உருவாக்கும் ‘சடம்’ என்ற காற்று படாத காரணத்தால், அவர் அழவில்லை, பால் குடிக்கவில்லை. எப்போதும் அமைதியாக இருந்தார்.

ஒரு குழந்தை பால் குடிக்காமல் எத்தனை நாள் இருக்கும்? இன்றைக்கு இல்லாவிட்டாலும் நாளைக்குப் பசிக்காதா? சாப்பிடாவிட்டால் அதன் உடல் மெலிந்துபோகாதா?

ஆனால், குழந்தை மாறனுக்கு அப்படி எந்தப் பிரச்னையும் இல்லை. அவர் எப்போதும் கண்ணை மூடிக்கொண்டுதான் இருந்தார். அழவில்லை, பேசவில்லை, பால் குடிக்கவில்லை, வேறு எதுவும் சாப்பிடவில்லை, அப்படியே வளர்ந்தார்.

> முடியானேஎ! மூ உலகும் தொழுது ஏத்தும் சீர்
> அடியானேஎ! ஆழ்கடலைக் கடைந்தாய்! புள் ஊர்
> கொடியானேஎ! கொண்டல்வண்ணா! அண்டத்து உம்பரில்
> நெடியானேஎ! என்று கிடைக்கும் என் நெஞ்சமே.

சிறந்த திருமுடியைக் கொண்டவனே, மூன்று உலகங்களில் உள்ளவர்களும் வணங்கிப் போற்றும் சிறந்த பாதங்களை உடையவனே, ஆழ்கடலைக் கடைந்தவனே, புள், அதாவது, பறவையில், கருடன்மீது செல்கிறவனே, பறவையைக் கொடியாகக் கொண்டவனே, மேகவண்ணனே, தேவர்கள் எல்லாருக்கும் தலைவனே!

இப்படியெல்லாம் சொல்லிக்கொண்டு என் உள்ளம் கிடக்கிறது!

பெற்றோர் அவரைத் திருக்குருகூர் கோயிலுக்குக் கொண்டுசெல்ல, அங்கிருந்த ஒரு புளிய மரத்தடிக்குச் சென்றார் அவர். அங்கேயே பதினாறு ஆண்டுகள் தவம் செய்தார்.

அதேசமயம், மாறனின் ஞானம் வளர்ந்தது. தத்துவங்கள், சாத்திரங்கள் என அனைத்தையும் அவர் கற்றுக்கொண்டார். அவரிடமிருந்து வீசிய ஒளி எல்லாரையும் கவர்ந்தது. ‘இந்தப் பிள்ளையிடம் ஏதோ சிறப்பு இருக்கிறது’ என்று அவர்கள் வியப்போடு பேசினார்கள்.

உள்ளம், உரை, செயல்
உள்ள இம் மூன்றையும்
உள்ளிக் கெடுத்து இறை
உள்ளில் ஒடுங்கே.

மனமும் சரி, சொல்கிற சொற்களும் சரி, செயலும் சரி, இறைவனைத்தான் எண்ணவேண்டும், அவன் பெயரைதான் சொல்லவேண்டும், அவனுக்குத்தான் பணி செய்யவேண்டும்.

அப்படி இல்லாமல், உன்னுடைய மனம், சொல், செயல் போன்றவை வேறு எங்காவது திரிந்துகொண்டிருந்தால், உடனே அதனை மீட்டுக் கொண்டு வா. அவற்றை இறைவன்பக்கம் திருப்பு!

மாறனின் ஞான ஒளியை, அயோத்தியில் ஒருவர் கண்டார். அவர், மதுரகவி ஆழ்வார்!

இந்த ஒளியைப் பார்த்ததும் மதுரகவி ஆழ்வார் திகைத்துப் போனார். இது எங்கிருந்து வருகிறது என்று யோசித்தார். அதைத் தேடிச் செல்லத் தீர்மானித்தார். அயோத்தியிலிருந்து திருக்குருகூருக்கு வந்தார்.

அங்கே, புளிய மரத்தடியில் மாறன் தவத்தில் இருந்தார். அவருடைய மேனியிலிருந்து எழும் ஞான ஒளியை மதுரகவி ஆழ்வார் பார்த்துப் பரவசப்பட்டார்.

இத்தனை ஆண்டுகளாகத் தவத்தில் இருந்த மாறனை, மதுரகவி ஆழ்வார்தான் விழிக்கச் செய்தார். அவரிடம் ஒரு கேள்வி கேட்டார் அவர்:

செத்ததன் வயிற்றில் சிறியது பிறந்தால்
எத்தைத் தின்று எங்கே கிடக்கும்?

மதுரகவி ஆழ்வார் 'செத்தது' என்று சொல்வது உடம்பைத்தான். அது அறிவற்ற பொருள் அல்லவா?

அந்த உடம்பில் சிறியது, அதாவது உயிர் பிறக்கிறது. அந்த உடலை இயக்குகிறது.

உடம்பில் உயிர் சென்று சேர்கிறது என்றால், அது பிறக்கிறது என்று அர்த்தம். அப்போது அது எதை அனுபவித்துக்கொண்டு எங்கே இருக்கும் என்று மதுரகவி ஆழ்வார் கேட்டார்.

அதற்கு நம்மாழ்வார் சொன்ன பதில்:

அத்தைத் தின்று அங்கே கிடக்கும்!

அவர் 'அத்தைத் தின்று' என்று சொல்வது எதை?

ஒருவன் பிறக்கிறான் என்றால், அதன் காரணம் அவன் செய்த வினை. அந்த வினைகள் தீரும்வரை அவன் அந்த உடலிலேயே கிடக்கவேண்டியதுதான்,

இந்தப் பதிலைக் கேட்டதும் மதுரகவி ஆழ்வார் மகிழ்ந்தார். நம்மாழ்வாருடைய அறிவையும் பக்தியையும் கண்டு வியந்து, அவரையே தனது ஆசிரியராக ஏற்றுக்கொண்டார்.

நாடீர் நாள்தோறும்,
வாடா மலர் கொண்டு
பாடீர் அவன் நாமம்,
வீடே பெறலாமே!

அன்பர்களே, நீங்கள் தினந்தோறும் அந்தத் திருமாலைச் சேருங்கள். இனிய மலர்களை அவனுடைய பாதங்களில் இட்டு வணங்குங்கள், அவனுடைய பெயரைப் பாடுங்கள். இப்படிச் செய்கிறவர்களுக்கு வீடு பேறு கிடைக்கும்!

சிறந்த நான்கு வேதங்களையும் கற்றுணர்ந்தவர் நம்மாழ்வார். அவற்றின் சாரத்தைதான் அவர் தன்னுடைய நூல்களில் தந்தார் என்பார்கள். அவரை 'வேதம் தமிழ் தந்த மாறன்' என்று அழைப்பது அதனால்தான்.

நம்மாழ்வாரின் அந்த நான்கு ஒப்பற்ற நூல்கள்:

★ திருவிருத்தம் (100 பாசுரங்கள்)

★ திருவாசிரியம் (7 பாசுரங்கள்)

★ *பெரிய திருவந்தாதி (87 பாசுரங்கள்)*

★ *திருவாய்மொழி (1102 பாசுரங்கள்)*

மொத்தம்: 1296 பாசுரங்கள்

இறைமுறையான் சேவடிமேல் மண் அளந்த அந்நாள்
மறைமுறையால் வான்நாடர் கூடி, முறைமுறையின்
தாது இலகு பூ தெளித்தால் ஒவ்வாதே தாழ் விசும்பின்
மீது இலகித் தான் கிடக்கும் மீன்

பரந்த வானத்தில் நட்சத்திரங்கள் அழகாகத் திகழ்கின்றன. அவற்றைப் பார்த்தவுடன், நம்மாழ்வாருக்குத் திருமாலின் நினைவு வருகிறது.

அவர் வாமன அவதாரம் எடுத்தபோது, உலகை அளப்பதற்காகப் பெரிய உருவம் எடுத்தார். ஓர் அடியால் பூமியை அளந்தார். இன்னோர் அடியால் வானத்தை அளந்தார்.

அப்போது, வானத்தில் இருந்த தேவர்கள் திருமாலை வணங்கி மகரந்தத் தூள் நிறைந்த பூக்களைத் தூவினார்கள். அந்தப் பூக்களைப்போல் இந்த நட்சத்திரங்கள் வரிசையாக மின்னுகின்றன.

இப்படி எதிலும் இறைவனைக் கண்டவர் நம்மாழ்வார். அவருடைய ஒவ்வொரு பாடலிலும் இறைவன்மீது அவர் வைத்திருக்கும் அளவற்ற அன்பு வெளிப்படும்.

யானே என்னை அறியகிலாதே
யானே, என் தனதே என்று இருந்தேன்,
யானே நீ, என் உடைமையும் நீயே,
வானே ஏத்தும் எம் வானவர் ஏறே!

இறைவா, இத்தனை ஆண்டுகளாக நான் யார் என்று உணராமலே வாழ்ந்துவந்தேன். என்மீதும், என்னுடைய பொருள்கள் மீதும்தான் கவனம் செலுத்தினேன்.

உன்னை உணர்ந்தபிறகு, நானும் நீதான், என் உடைமையும் நீதான் என்று புரிந்துகொண்டேன். தேவர் போற்றும் தலைவனே, உன்னை வணங்குகிறேன்!

'பரன்' ஆகிய இறைவனைத் தன்னுடைய அன்பு என்கிற அங்குசத்தால் கட்டியவர் மாறன். ஆகவே, அவரைப் 'பராங்குசன்' என்பார்கள். திருமால்மீது அன்பு கொண்ட பெண்ணாகத் தன்னை எண்ணிக்கொண்டு பல அருமையான பாடல்களைப் பாடியதால் 'பராங்குச நாயகி' என்றும் குறிப்பிடுவார்கள். அவ்வாறு நம்மாழ்வார் பாடிய அருமையான பாடல்களில் ஒன்று:

போற்றி யான் இரந்தேன்,
புன்னை மேல் உறை பூங்குயில்காள்!
சேற்றில் வாளை துள்ளும்
திருவண் வண்டூர் உறையும்
ஆற்றல் ஆழி அம் கை
அமரர் பெருமானைக் கண்டு
மாற்றம் கொண்டு அருளீர்,
மையல் தீர்வதொருவண்ணமே!

திருமால்மீது மையல் கொண்ட பராங்குச நாயகி, புன்னை மரத்தின்மீது இருக்கும் அழகிய குயில்களைப் பார்க்கிறார். அவற்றுடன் பேசத் தொடங்குகிறார்:

'குயில்களே, உங்களைப் போற்றுகிறேன், உங்களிடம் ஓர் உதவி கேட்கிறேன்!

சேற்றிலே வாளை மீன்கள் துள்ளி விளையாடும் திருவண் வண்டூர் என்ற திருத்தலம். அங்கே அமரர்களுக்கெல்லாம் தலைவனாகிய எம்பெருமான் எழுந்தருளியிருக்கிறான். அவனுடைய கையில் திறன் மிகுந்த சக்கராயுதம் இருக்கிறது.

அத்தகைய பெருமானை நீங்கள் கண்டு, அவனிடம் ஒரு விஷயம் கேட்டுக்கொண்டு வாருங்கள், அவன்மீது நான் கொண்ட இந்த மயக்கத்தைத் தீர்க்க, அவன் எப்போது நேரில் வருவான்? கேட்டுச் சொல்வீர்களா?'

இன்னொரு பாடலில், நம்மாழ்வார் திருமால்மீது நேசம் கொண்ட பெண்ணின் தாயாகத் தன்னை எண்ணிக்கொள்கிறார். தன் மகள் திருமாலைத் தேடிச் சென்றிருப்பதுபற்றி அந்தத் தாய் சொல்லும் பாடல் இது:

பூவை, பைங்கிளிகள், பந்து, தூதை, பூம்புட்டில்கள்
யாவையும் திருமால் திருநாமங்களே கூவி எழும் என்
பாவை போய் இனித் தண் பழனத் திருக்கோளூர்க்கே
கோவை வாய் துடிப்ப மழைக் கண்ணொடு என்செய்யுங்கொலோ!

என் மகள் சிறு பெண். பறவைகள், பச்சை கிளிகள், பந்து, சிறிய மரப்பானை, பூக்கூடை வைத்து விளையாடுகிறவள்.

ஆனால், கொஞ்ச நாளாகவே, அவளுக்கு இந்தப் பொம்மைகளில் ஆர்வம் இல்லை. இவற்றை விளையாடுவதைவிட அதிக இன்பம் திருமாலின் பெயரைச் சொன்னால் கிடைக்கும் என்று சொல்ல ஆரம்பித்தாள்.

தினமும் காலை எழுந்தது முதல் அவன் பெயரையே சொல்லிக்கொண்டிருக்கும் என்னுடைய மகள், இப்போது அந்தத் திருமாலைத் தேடித் திருக்கோளூருக்குச் சென்றிருக்கிறாள்!

குளுமையான வயல்கள் நிறைந்த திருக்கோளூருக்கு அவள் சென்று சேர்ந்திருப்பாளா? அங்குள்ள திருமால் முன் நின்று தன்னுடைய கோவைப்பழம் போன்ற வாய் துடிக்க, கண்களில் நீர் மழைபோல் பொழிய அவள் என்ன செய்கிறாளோ!

மனிசரும் மற்றும் முற்றுமாய்
    மாயப் பிறவி பிறந்த
தனியன், பிறப்பிலிதன்னை,
    தடங்கடல் சேர்ந்த பிரானை,
கனியை, கரும்பின் இன் சாற்றை,
    கட்டியை, தேனை, அமுதை
முனிவு இன்றி ஏத்திக் குளிப்பார்
    முழுது உணர் நீர்மையினாரே!

நம்மைப்போன்ற மனிதர்கள் தாங்கள் செய்யும் வினைகளால்

வேறு பிறவிகளை எடுக்கிறார்கள். இன்னொரு மனிதனாகவோ மாடாகவோ செடியாகவோ பிறக்கிறார்கள்.

ஆனால், திருமால் அப்படியில்லை. அவன் தன்னுடைய விருப்பத்தால்தான் பிறவி எடுக்கிறான். ஆகவே, அவனுக்கு இணை யாரும் இல்லை!

அப்படிப்பட்ட இறைவனை, பாற்கடலில் எழுந்தருளியிருக்கும் பிரானை, கனியை, கரும்புச் சாற்றை, இனிப்புக் கட்டியை, தேனை, அமுதை வணங்குங்கள், போற்றுங்கள், அருள் மழையில் குளித்து மகிழுங்கள்!

அப்படிச் செய்கிறவர்களுக்கு, எல்லா ஞானமும் கிடைக்கும். அனைத்தையும் உணர்ந்து சிறப்பாக வாழ்வார்கள்!

39

அவர் பெயர் மருள்நீக்கியார்.

விவசாயக் குடும்பத்தைச் சேர்ந்த மருள்நீக்கியார் பிறந்தது சைவ குலம்தான். ஆனால், அவர் சிறு வயதிலேயே வேறொரு மதத்தில் சேர்ந்துவிட்டார். அதன் பழக்கவழக்கங்களைப் பின்பற்றி வாழ்ந்துவந்தார்.

இதைக் கேள்விப்பட்ட அவருடைய தமக்கையார் திலகவதி மிகவும் வருந்தினார். தன் தம்பிக்கு நல்ல வழி காண்பிக்க வேண்டும் என்று ஈசனை வேண்டிக்கொண்டார்.

அதற்காக, இறைவன் அவருக்கு ஒரு சோதனையை அனுப்பிவைத்தான். அதன் பெயர், சூலை நோய்.

அது ஒரு கடுமையான வயிற்று நோய். பாதிக்கப்பட்டவர்களை மிகவும் வாட்டி, வதைத்து வலியைத் தரக்கூடியது.

அந்த நோய் மருள்நீக்கியாரைத் தாக்கியது. அவர் துன்பத்தில் துவண்டார்.

சுற்றியிருந்தவர்கள் அவருக்கு ஏதேதோ மருந்துகளைத் தந்தார்கள். மருத்துவன் சிவபெருமான் இருக்க, இதிலெல்லாம் அவருடைய நோய் குணமாகவில்லை.

ஒருகட்டத்தில், வலி தாளமுடியாத மருள்நீக்கியார் தன்னுடைய தமக்கையாரைச் சந்திக்க வந்தார். அவரிடம் தன் துயரத்தைச் சொல்லி வருந்தினார்.

'கவலைப்படாதே' என்று ஆறுதல் சொன்னார் திலகவதியார். 'உன்னுடைய நோய் தீர ஒரு வழி உள்ளது!'

'அப்படியா? என்ன வழி?'

'இறைவனைப் பாடு' என்றார் திலகவதியார். 'உன்னுடைய குறையைச் சொல்லி அவரிடம் அழு, அவரால் மட்டும்தான் உன்னைக் குணப்படுத்த இயலும்.'

இப்படிச் சொன்ன திலகவதியார் தான் வாழ்ந்த திருவதிகை வீரட்டானத்தில் எழுந்தருளியிருந்த சிவபெருமானைக் காண்பதற்காக அவரை அழைத்துச் சென்றார். அவரது நெற்றியில் திருநீறு பூசி, 'பாடு' என்றார்.

மருள்நீக்கியார் பொலபொலவென்று கண்ணீர் விட்டார். பாடத் தொடங்கினார்:

கூற்றாயின ஆறு விலக்ககிலீர்,
    கொடுமை பல செய்தன நான் அறியேன்,
ஏற்றாய் அடிக்கே இரவும் பகலும்
    பிரியாது வணங்குவன் எப்பொழுதும்
தோற்றாது என் வயிற்றின் அகம் படியே
    குடரோடு துடக்கி முடக்கியிட
ஆற்றேன் அடியேன், அதிகைக் கெடில
    வீரட்டானத் துறை அம்மானே!

திருவதிகையில் கெடில நதியின் அருகே உள்ள வீரட்டானத்தில் வீற்றிருக்கும் எங்களுடைய தலைவா,

ஒருவர் செய்த தவறுகள் அவரை வந்து துன்புறுத்தும் என்பது உண்மை. ஆனால், அது எனக்குத் தெரிந்திருக்கவில்லை. ஏதேதோ பிழைகள் செய்துவிட்டேன்.

இப்போது, அந்தப் பிழைகளெல்லாம், மொத்தமாக என் வயிற்றில் சேர்ந்து என்னை வாட்டுகின்றன. அதைத் தாங்கமுடியாமல் நான் வருந்துகிறேன்.

எம்பெருமானே, இந்தத் துயரத்தை நீங்கள் விலக்கவில்லையே. அது ஏன்? நான் இப்போது உங்களைச் சரணடைந்துள்ளேன். இரவும் பகலும் உங்களையே பாடித் துதிப்பேன். என்னை ஏற்றுக்கொள்ளுங்கள்!

இப்படித் தொடங்கி பத்து பாடல்களைப் பாடினார் மருள்நீக்கியார். இறைவன் திருவருள் புரிந்து அவருடைய சூலை நோயை முற்றிலுமாகக் குணப்படுத்தினான். அதுமட்டுமில்லை, 'இனிய சொற்களால் எம்மைப் பாடிய இவர் இனி நாவுக்கு அரசர் என்று அழைக்கப்படவேண்டும்' என்றான் இறைவன். அவரைப் பக்தர் கூட்டம் 'திருநாவுக்கரசர்' என்று மரியாதையுடன் அழைத்தது.

பின்னர் அவருக்கு 'அப்பர்' என்ற பெயரும் அமைந்தது. அது அவரைத் திருஞானசம்பந்தர் அன்போடு அழைத்த பெயர்.

திருநாவுக்கரசர் இப்போது சிவத் தொண்டராகிவிட்டார் என்ற செய்தி கேட்டு, அவர் முன்பு இருந்த மதத்தைச் சார்ந்தவர்கள் கோபப்பட்டார்கள். எப்படியாவது அவரைத் தண்டிக்கவேண்டும் என்று தீர்மானித்தார்கள். சில பொய்க் குற்றச்சாட்டுகளைச் சுமத்தினார்கள். அவர் செய்த பிழைகளுக்குத் தண்டனையாக, அவருடைய தலையை யானையைக் கொண்டு இடரச் செய்யவேண்டும் என்றார்கள்.

அதன்படி, அவர்கள் திருநாவுக்கரசரைப் பிடித்துக் கோபம் கொண்ட யானையின் முன்னே நிறுத்தினார்கள். அவர் சற்றும் அஞ்சவில்லை. இறைவனை எண்ணிப் பாடத் தொடங்கினார்:

சுண்ண வெண் சந்தனச் சாந்தும்
　　சுடர் திங்கள் சூளா மணியும்
வண்ண உரிவை உடையும்
　　வளரும் பவள நிறமும்

அண்ணல் அரண் முரண் ஏறும்
அகலம் வளாய அரவும்
திண்ணன் கெடிலப் புனலும்
உடையார் ஒருவர் தமர் நாம்!
அஞ்சுவது யாதொன்றும் இல்லை,
அஞ்ச வருவதும் இல்லை!

சிவன் திருநீற்றைக் குழைத்துப் பூசியவர், தலையில் சுடர் விடும் பிறை நிலாவையும் சூளா மணியையும் அணிந்தவர், அழகான தோலாடை உடுத்தியவர். அவருடைய மேனி பவள நிறமானது!

அறம்தான் அவருடைய அரண். ரிஷபம்தான் அவருடைய வாகனம், அகன்ற படத்தைக் கொண்ட நாகம்தான் அவருடைய ஆபரணம்! இப்பேர்ப்பட்ட சிவன், சிறந்த நதியாகிய கெடிலத்தின் கரையில் எழுந்தருளியிருக்கிறார். அவருக்கு நாம் அடியவர்கள். சிவன் துணையிருக்க, நமக்கு எதைக் கண்டும் பயம் இல்லை. எது வந்தாலும் நமக்கு அச்சமில்லை!

இப்படித் தொடங்கி நாவுக்கரசர் பத்துப் பாடல்களைப் பாடினார். மறுகணம், தாக்க வந்த யானை நின்றது. அவரை வணங்கிவிட்டுத் திரும்பச் சென்றது. யானை நாவுக்கரசரை எதுவும் செய்யவில்லை என்பதை அறிந்த மற்றவர்கள் திகைத்தார்கள். அவரை வேறு வழியில் வீழ்த்தவேண்டும் என்று எண்ணி, கல்லில் கட்டிக் கடலில் தூக்கிப் போட்டார்கள். இப்போதும் நாவுக்கரசர் அஞ்சவில்லை. இறைவன் பெயரைப் பாடினார்:

சொல் துணை வேதியன், சோதி வானவன்,
பொன் துணைத் திருந்து அடி பொருந்த கை தொழ
கல் துணை பூட்டி ஓர் கடலில் பாய்ச்சினும்
நல் துணை ஆவது நமச்சிவாயவே!

வேத முதல்வர், சோதியின் வடிவமாகத் திகழ்கிறவர், அவருடைய ஒளி நிறைந்த பாதங்களைச் சென்று சேர்ந்து நான் தொழுதேன்.

இனி எனக்குத் துணையாகக் கல்லைக் கட்டிக் கடலில் போட்டாலும் அச்சமில்லை, 'நமச்சிவாய' என்ற பெயரைச் சொல்ல, அவர் எனக்கு நல்ல துணையாக வந்து என்னைக் காப்பார்.

இப்படி நாவுக்கரசர் பத்துப் பாடல்களைப் பாட, அந்தக் கல் நீரில் மூழ்கவில்லை. இதைப் பார்த்து மக்களெல்லாம் வியந்து நின்றார்கள்.

அதன்பிறகு, இறைவன் புகழைப் பாடுவதே தன்னுடைய திருப்பணி என்று ஏற்றுக்கொண்டு வாழத் தொடங்கினார் திருநாவுக்கரசர். ஒவ்வோர் ஊராகச் சென்று சிவன் பெருமை பாடினார்.

அந்தவிதத்தில், 'திருக்கச்சி' எனப்படும் காஞ்சிபுரத்தில் எழுந்தருளியிருக்கும் ஏகாம்பரநாதரைப் பாடிய அழகிய பாடல்களில் இரண்டு:

> கரவாடும் வல் நெஞ்சர்க்கு அரியானை, கரவார்பால்
> விரவாடும் பெருமானை, விடை ஏறும் வித்தகனை,
> அரவு ஆடச் சடை தாழ அம் கையினில் அனல் ஏந்தி
> இரவாடும் பெருமானை என் மனத்தே வைத்தேனே.

மனத்தில் தீய எண்ணம் கொண்டவர்களுக்குச் சிவபெருமான் தென்படமாட்டான். மாறாக, நல்ல எண்ணத்தோடு உள்ளவர்கள் மனத்தில் அவன் குடியேறுவான்.

ரிஷப வாகனத்தில் ஏறும் அந்த வித்தகன் தன்னுடைய கழுத்தில் அணிந்துள்ள நாகம் அசைய, சடை எங்கும் பரந்து தாழ, உள்ளங்கையில் நெருப்பை ஏந்தி இரவு நேரத்தில் ஆடுகிறான். அவனை என் மனத்தில் வைத்தேன்!

> அடுத்த ஆனை உரித்தானை, அருச்சுனற்குப் பாசுபதம்
> கொடுத்தானை, குல வரையே சிலையாகக் கூர் அம்பு
> தொடுத்தானை புரம் எரிய, சுனை மல்கு கயிலாயம்
> எடுத்தானை தடுத்தானை என் மனத்தே வைத்தேனே!

சிவபெருமானைத் தாக்குவதற்காகப் பாய்ந்து வந்தது ஒரு யானை. அதன் தோலை உரித்து அணிந்துகொண்டார் அவர்.

அர்ச்சுனருக்குப் பாசுபதத்தைக் கொடுத்தார், மேரு மலையை வில்லாக்கி, கூரான அம்பு தொடுத்து முப்புரங்களையும் எரித்தார்.

அவர் வீற்றிருக்கும் கயிலாய மலையில் சுனைகள் பெருகி வழியும். ஆணவம் கொண்ட ராவணன் அந்த மலையை எடுக்க நினைத்தான். ஒரே ஒரு விரலால் அவனைத் தடுத்து நிறுத்தினார் சிவபெருமான். அப்படிப்பட்ட ஈசனை நான் என் மனத்தில் வைத்துள்ளேன்!

சிவபெருமான் ஆனையின் தோலை மட்டுமா அணிந்தார்? புலித்தோலையும்தான் அணிந்திருக்கிறார். அதையும் திருநாவுக்கரசர் பாடியிருக்கிறார்:

மடக்கினார் புலியின் தோலை,
    மாமணி நாகம் கச்சா
முடக்கினார், முகிழ் வெண் திங்கள்
    மொய்சடைக் கற்றை தன்மேல்
தொடக்கினார், தொண்டைச் செவ்வாய்த்
    துடியிடைப் பரவை அல்குல்
அடக்கினார், கெடில வேலி
    அதிகை வீரட்டனாரே!

கெடில நதியின் கரையில் இருக்கும் திருவதிகை வீரட்டனார் புலியின் தோலை மடித்து ஆடையாகக் கட்டிக்கொண்டார். அதற்குக் கச்சாக, சிறந்த மாணிக்கத்தைக் கொண்ட நாகத்தை இறுக்கிக் கட்டினார்.

அவர் தன்னுடைய சடாமுடியின்மீது பிறைச் சந்திரனை அணிந்தவர், சிவந்த வாய், உடுக்கை போன்ற இடை, கடல் போல் பரந்த இடுப்புப் பகுதியையும் கொண்ட பார்வதி தேவியைத் தன்னில் ஒரு பகுதியாகக் கொண்டார்!

சிவனுடைய கையில் மழு இருக்கும், மான் இருக்கும், தீ இருக்கும்... இதெல்லாம் எல்லாருக்கும் தெரியும். யாழ் இருக்கும், தாமரை இருக்கும் என்பது தெரியுமா?

திருக்கழிப்பாலையில் எழுந்தருளியிருக்கும் சிவபெருமானைப் பாடும்போது, நாவுக்கரசர் இதனை விவரிக்கிறார்:

நங்கையைப் பாகம் வைத்தார்,
ஞானத்தை நவிலவைத்தார்,
அம் கையில் அனலும் வைத்தார்,
ஆனையின் உரிவை வைத்தார்,
தம் கையில் யாழும் வைத்தார்,
தாமரை மலரும் வைத்தார்,
கங்கையைச் சடையுள் வைத்தார்
கழிப்பாலைச் சேர்ப்பனாரே!

திருக்கழிப்பாலையில் எழுந்தருளியுள்ள எங்கள் சிவபெருமான் தன் உடலின் ஒரு பாகமாகப் பார்வதியை வைத்தார், ஞானத்தை நமக்கு அருளினார், யானையின் தோலைப் போர்த்தியிருக்கும் அவருடைய கையில் அனல் உண்டு, யாழ் உண்டு, தாமரை மலர் உண்டு, சடையில் கங்கை உண்டு!

சிவாலயங்களைச் சுற்றிலும் புல் முளைத்திருந்தால் அவற்றை நாவுக்கரசரே சுத்தம் செய்வார். அதற்காக "உழவாரப்படை" எனப்படும் கருவியொன்றை எப்போதும் கையில் வைத்திருந்தார் அவர்.

நாவுக்கரசர் வயது முதிர்ந்தபிறகும் அயராது தன்னுடைய பணியைத் தொடர்ந்தார். இறைவனின் பெருமைகளைப் பாடி மகிழ்ந்தார்.

திருவாவடுதுறையின் நாதனாகிய சிவனை நாவுக்கரசர் பாடிய பாடல் இது:

முந்தி வானோர்கள் வந்து முறைமையால் வணங்கி ஏத்த
நந்திமாகாளர் என்பார் நடுவுடையார்கள் நிற்பச்

சிந்தியாதே ஒழிந்தார் திரிபுரம் எரிப்பர்போலும்
அந்தி வான் மதியம் சூடும் ஆவடு துறையனாரே!

மாலை நேரத்துப் பிறைச் சந்திரனைச் சூடிய சிவபெருமான் திருவாவடுதுறையில் எழுந்தருளியிருக்கிறார். சிந்திக்காமல் பிழை செய்த திரிபுர அரக்கர்களை அழித்தவர் அந்தப் பெருமான். தேவர்களெல்லாம் அவரை முறைப்படி வணங்கி நிற்கிறார்கள். சிவகணங்கள் அவரைத் தொழுகின்றன.

பாலகனாகப் பாலுக்கு அழுத திருஞானசம்பந்தருக்கு இறைவன் அருள் செய்த தன்மையைக் கேள்விப்பட்ட நாவுக்கரசர் நெகிழ்ந்தார். அவரைச் சந்திக்கவேண்டும் என்று விரும்பி சீர்காழிக்குச் சென்றார். நாவுக்கரசரின் பெருமைகளை அறிந்திருந்த ஞானசம்பந்தர் எதிரில் வந்து வணங்கினார். இருவரும் சிவன்மேல் கொண்ட அன்பால் ஒன்றுபட்டார்கள்.

பின்னர் அவர்கள் ஒன்றாகப் பல தலங்களுக்குச் சென்று இறைவனை வழிபட்டார்கள். திருமறைக்காட்டுக்கும் சென்றார்கள்.

அங்கே சிவபெருமான் ஆலயத்தின் கதவு மூடப்பட்டிருந்தது. மக்கள் வேறு வழியாகச் சென்று இறைவனை வழிபட்டுவந்தார்கள். இதைக் கண்டு வருந்திய ஞானசம்பந்தர், 'இந்தக் கதவு திறக்கும்படி நீங்கள் பாடவேண்டும்' என்று நாவுக்கரசரைக் கேட்டுக்கொண்டார். அவரும் பாடத் தொடங்கினார்:

பண்ணின் நேர் மொழியாள் உமை பங்கரோ,
மண்ணினார் வலம் செய் மறைக்காடரோ,
கண்ணினால் உமைக் காணக் கதவினைத்
திண்ணமாகத் திறந்து அருள் செய்ம்மினே!

பாடலைப்போல இனிமையான பேச்சைக் கொண்ட பார்வதியை ஒரு பங்காகக் கொண்ட இறைவா, எல்லாரும் வலம் வந்து வணங்கும் மறைக்காடரே,

உம்மைக் கண்களால் காண விரும்பி வந்தோம். மூடிக் கிடக்கும்

இந்தக் கதவைத் திறந்து அருள் செய்யுங்கள்!

இப்படித் தொடங்கி நாவுக்கரசர் பத்துப் பாடல்களைப் பாட, மூடியிருந்த கதவு தானே திறந்துகொண்டது. இதைக் கண்டவர்கள் இறைவனின் கருணையை எண்ணிப் போற்றினார்கள்!

நாவுக்கரசரின் பாடல் கேட்டால் கோயில் கதவுகள் மட்டுமல்ல, நம் மனக் கதவுகளும் திறக்கும், இறைவன் அங்கு வந்து குடியேறுவார்!

40

அருண்மொழித் தேவர்!

மன்னன் பெயர்போல் இருக்கிறதல்லவா?

இவரும் மன்னர்தான். ஆனால் தேசத்துக்கு அல்ல, பக்தி ததும்பும் தமிழை ஆட்சி செய்தவர். 'சேக்கிழார்' என்றால் சட்டென்று புரியும்.

'சேக்கிழார்' என்ற சொல்லே அழகானது. 'சே' என்றால் 'காளை' என்று பொருள். 'கிழார்' என்றால் உரிமையானவர் என்று பொருள். 'சேக்கிழார்' என்றால், காளையை உரிமையாகக் கொண்டவர், அதாவது விவசாயம் செய்து பிழைக்கிறவர் என்று அர்த்தம்.

அன்றைய தமிழகத்தில் விவசாயக் குடும்பங்கள் நிறைய இருந்தன, அவற்றில் ஒன்று 'சேக்கிழார் குடி'. அதில் பிறந்தவர்தான் இந்த அருண்மொழித் தேவர். பின்னர் அந்தக் குலத்துக்கே பெருமை தருகிற ஒருவராக வளர்ந்ததால், அவரையே 'சேக்கிழார்' என்று அழைக்கத் தொடங்கிவிட்டார்கள்.

சேக்கிழாரின் குடும்பத்துக்கு விவசாயம் ஒரு கண் என்றால், சிவனை வணங்குதல் இன்னொரு கண். இறைவனுக்குச் சேவை செய்வதைத் தங்களுடைய முக்கியக் கடமையாகக் கருதினார்கள்.

தொண்டை நாட்டில், புலியூர்க் கோட்டத்தில் உள்ள குன்றத்தூர் என்ற ஊரில் இருந்த சேக்கிழார் குலத்தில் அருண்மொழித் தேவர் பிறந்தார். சிறுவயதிலிருந்தே அவருக்குப் பக்தி அதிகம், சிரத்தை அதிகம், ஞானம் அதிகம். இறைவன்மீது அவர் வைத்திருந்த அன்பும் அவரது திறமையும் பல திசைகளிலும் பரவியிருந்தன.

இந்த விஷயம் அந்நாட்டின் அரசன் காதுகளை எட்டியது. இப்படிப்பட்ட சிறந்த மனிதர் தன்னுடைய அரசவையில் இருக்கவேண்டும் என்று அவன் நினைத்தான். அருண்மொழித் தேவரைத் தன்னுடைய அமைச்சராகப் பணியாற்றும்படி கேட்டுக்கொண்டான்.

அரசாங்கப் பணிகளில் ஈடுபட்டாலும், அருண்மொழித் தேவர் தன் சிவத்தொண்டை மறக்கவில்லை. திருநாகேசுவரத்தில் எழுந்தருளியிருக்கும் இறைவனிடம் மிகுந்த பக்தி கொண்ட அவர், தன்னுடைய சொந்த ஊரான குன்றத்தூரில் அதேபோன்ற கோயில் ஒன்றைக் கட்டினார்.

அன்றைய சோழ மன்னனின் சபையில் காவியம் ஒன்று விவாதிக்கப்பட்டுவந்தது. மன்னனும் அதைக் கேட்டு மகிழ்ந்துகொண்டிருந்தான்.

சேக்கிழாருக்குக் காவியச் சுவை பிடித்தமானதுதான். ஆனால் அதேசமயம், அது இம்மைக்கும் மறுமைக்கும் நன்மை தருமா? சிவன் பெயரைச் சொல்வதல்லவா நமக்குச் சிறப்பு?

இதை அவர் அரசனிடம் நேரடியாகவே சொன்னார். சிவன் பெருமையைக் கூறும் நூல்களை, சிவனடியார்களின் தொண்டை விவரிக்கும் நூல்களை வாசிக்குமாறு கேட்டுக்கொண்டார்.

மன்னன் மகிழ்ந்தான். 'சிவபெருமானின் மகிமையைப்பற்றி மேலும் கேட்க விரும்புகிறேன்' என்றான். 'சிவனைப்பற்றிப் பாடும் சிறந்த நூல்களை, சிவத்தொண்டர்களின் பக்தியை நீங்களே விவரித்துச் சொல்லுங்கள்' என்று வேண்டிக்கொண்டான்.

'அரசே, சுந்தரர் இயற்றிய திருத்தொண்டத்தொகை என்ற ஓர் அற்புதமான நூல் உள்ளது' என்று விளக்கத் தொடங்கினார் சேக்கிழார். அந்த நூல் எழுதப்பட்ட கதையை விவரித்தார்.

ஒருநாள் சுந்தரர் சிவபெருமானைத் தரிசிப்பதற்காகத் திருவாரூர் கோயிலுக்குச் சென்றிருந்தார். அங்கே சிவனடியார்கள் பலர் குழுமியிருந்தார்கள்.

அவர்களைப் பார்த்ததும், சுந்தரருக்குள் நெகிழ்ச்சி பொங்கியது. சிவனுக்கு அடியவர்களாகத் திகழும் அவர்களுக்குத் தான் அடியவனாகவேண்டும் என்று நினைத்தார்.

இறைவனுக்குச் சேவை செய்வது எந்த அளவு சிறப்பானதோ, அதே அளவு, சொல்லப்போனால் அதைவிடச் சிறப்பானது அடியார்களுக்குச் செய்யும் சேவை. தன் பக்தர்கள் போற்றப்படும்போது அந்தப் பரமனே மகிழ்வான். அந்தப் பணிவிடைகளெல்லாம் அவன் பாதத்தையே சென்றடையும்!

இதை எண்ணிய சுந்தரர் மனத்துக்குள் சிவபெருமானை நினைத்துக்கொண்டார், 'உங்கள் அடியவர்களுக்கு அடியவனாகப் பணிபுரிய எனக்கு வரம் தாருங்கள்' என்று கேட்டார்.

அப்போது, சிவபெருமான் அவருக்குத் தரிசனம் கொடுத்தார். சிவனடியார்களின் பெருமையைப் பாடும்படி கேட்டுக்கொண்டார். அதற்கு அவரே அடியெடுத்துக்கொடுத்தார், 'தில்லைவாழ் அந்தணர்!'

சுந்தரர் பாடத் தொடங்கினார்:

> தில்லைவாழ் அந்தணர்தம் அடியார்க்கும் அடியேன்,
> திருநீல கண்டத்துக் குயவனார்க்கு அடியேன்,

இல்லையே என்னாத இயற்பகைக்கும் அடியேன்,
இளையான்தன் குடிமாறன் அடியார்க்கும் அடியேன்,
வெல்லுமா மிகவல்ல மெய்ப்பொருளுக்கு அடியேன்,
விரிபொழில் சூழ் குன்றையார் விறல்மிண்டர்க்கு அடியேன்,
அல்லி மெல் முல்லை அம் தார் அமர்நீதிக்கு அடியேன்,
ஆரூரன் ஆரூரில் அம்மானுக்கு ஆளே!
தில்லைவாழ் அந்தணர்களின் அடியார்களுக்கு நான் அடியவனாவேன்!
குயவரான திருநீலகண்டர், அவருக்கும் அடியவனாவேன்!

யார் எதைக் கேட்டாலும் 'இல்லை' என்று சொல்லாத இயற்பகையாருக்கும் நான் அடியவனாவேன்! இளையான் குடிமாறனாருக்கும் அடியவனாவேன்!

வெற்றி நிறைந்த மெய்ப்பொருளாருக்கும் நான் அடியவனாவேன்! பொழில்கள் சூழ்ந்த செங்குன்றூரைச் சேர்ந்த விறல்மிண்டருக்கும் நான் அடியவனாவேன்!

அல்லி, மென்மையான முல்லை ஆகியவை கலந்த அழகிய மாலை அணிந்த அமர்நீதியாருக்கும் நான் அடியவனாவேன்!

இவர்கள் எல்லாரும் திருவாரூரில் எழுந்தருளியிருக்கும் சிவபெருமானின் தொண்டர்கள். ஆகவே, அவர்களுக்கு நான் தொண்டனாவேன்!

சேக்கிழார் விளக்க விளக்க, அரசனுக்குப் பரவசமானது. 'இந்தப் பாட்டில் வரும் திருநீலகண்டர், இயற்பகையார், இளையான்குடிமாறனார், மெய்ப்பொருளார், விறல்மிண்டர், அமர்நீதியார்... இவர்களெல்லாம் யார்? அவர்கள் செய்த சிவத்தொண்டு என்ன?' என்று கேட்டான்.

'அரசே, இந்தக் கேள்வி நமக்கு வரும் என்று முன்பே தெரிந்துகொண்டு, விநாயகப் பெருமானே இவற்றை விளக்கியிருக்கிறார்!' என்றார் சேக்கிழார்.

'விநாயகப் பெருமான் விளக்கினாரா? எங்கே? எப்போது? எப்படி?'

'சுந்தரர் பாடிய திருத்தொண்டத்தொகையில் அறுபத்து மூன்று அடியவர்கள் இடம்பெற்றார்கள். ஆனால் அவர்கள் ஒவ்வொருடைய தொண்டும் அதில் விரிவாக இடம்பெறவில்லை.'

'ஆகவே, திருநாரையூர் விநாயகர் அவற்றை விவரித்துச் சொன்னார், அதைக் கேட்டு ஒவ்வோர் அடியாருக்கும் ஒரு பாடலாக விவரித்தார் நம்பியாண்டார் நம்பி. அந்த நூலின் பெயர் திருத்தொண்டர் திருவந்தாதி!'

இதை விளக்கிய சேக்கிழார் அந்த நூலையும் அரசனுக்கு விவரித்தார்:

> செப்பத் தகு புகழ்த் தில்லைப்பதியில் செழுமறையோர்
> ஒப்பப் புவனங்கள் மூன்றினும் உம்பரின் ஊர் எரித்த
> அப்பர்க்கு, அமுதத் திருநடர்க்கு, அந்திப் பிறை அணிந்த
> துப்பர்க்கு உரிமைத்தொழில் புரிவோர்தமைச் சொல்லுதுமே!

சிறப்பாகச் சொல்லத்தக்க புகழைக் கொண்ட தில்லையிலே வாழும் அந்தணர்கள், மூன்று உலகங்களைப்போல் திரிபுரங்களை அமைத்துக்கொண்டிருந்த தீயவர்களின் ஊரை எரித்த அப்பன், அமுதம்போல் திருநடனம் புரிபவன், பிறை நிலவைத் தலையில் அணிந்த தூயவனுக்கு உரிமைத்தொழில் செய்பவர்கள் அவர்கள், அவர்களுடைய பெருமையை நாம் பேசுவோம்!

இப்படி ஒவ்வோர் அடியாரின் கதையையும் விரிவாகக் கேட்டு மகிழ்ந்தான் அரசன். இதனால் அவனுடைய மனம் மாறியது. சிவன்மீதும் சிவனடியார்கள்மீதும் மிகுந்த பக்தியும் பணிவும் கொண்டவனாக அவன் மாறினான்.

அது போதுமா? நாட்டிலுள்ள மற்ற மக்களெல்லாம் சிவனை வணங்குதலின் மகிமையை, சிவனடியார்களின் பெருமையை உணரவேண்டாமா? அதற்கும் சேக்கிழாரே வழி செய்யவேண்டும் என்று கேட்டுக்கொண்டான் அரசன்.

'நான் என்ன செய்யவேண்டும் அரசே?'

'நீங்கள் விவரித்துச் சொன்ன கதைகள் அனைத்தும் கேட்கச் சுவையாக இருந்தன, அதேசமயம் அதனால் பக்தியின் பெருமை புரிந்தது. சிவன்மீதும் அடியவர்கள்மீதும் பாசம் பெருகியது' என்றான் அரசன். 'இந்த அடியவர்களின் வரலாறுகளை எல்லாரும் தெரிந்துகொள்ளும்படி நீங்களே ஒரு காவியமாகப் பாடித் தரவேண்டும்!'

இதுவும் இறைவனின் திருவருள் என்று எண்ணினார் சேக்கிழார். சிவனடியார்களைப்பற்றிப் பாடுவதற்காகச் சிதம்பரம் வந்தார். திருக்குளத்தில் நீராடி நடராசரை வணங்கினார். தொண்டர் பெருமை சொல்லும் காப்பியத்திற்கு அடியெடுத்துக்கொடுக்குமாறு வேண்டினார்.

தொண்டர்களின் புகழைக் கேட்கச் சிவனுக்கும் விருப்பமே. 'உலகெலாம்' என்று முதலடியெடுத்துக் கொடுத்தான்.

சேக்கிழார் சிவனை வணங்கிப் பாடத் தொடங்கினார்:

> உலகு எலாம் உணர்ந்து ஓதற்கு அரியவன்,
> நிலவு உலாவிய நீர் மலி வேணியன்,
> அலகு இல் சோதியன், அம்பலத்து ஆடுவான்,
> மலர் சிலம்பு அடி வாழ்த்தி வணங்குவாம்!

உலகமெல்லாம் அவனுடைய மகிமையை முழுமையாக உணர்ந்து பாடுவது எளிதல்ல, அவன் சொற்களில் அகப்படாத பெருமை கொண்டவன், அரியவன்!

அவனுடைய சடாமுடியில் பிறை நிலவும் கங்கையும் சிறந்து விளங்குகின்றன. அவனுடைய சோதிவடிவான உருவத்தை அளவிடவே இயலாது!

அம்பலத்தில் ஆடுகிற அந்தச் சிவபெருமானின் மலர் போன்ற, சிலம்பு அணிந்த காலடிகளை வாழ்த்தி வணங்குவோம்!

தில்லையிலேயே தங்கிச் சிவனடியார்கள் அறுபத்து மூவரின் வாழ்க்கையையும் அற்புதமாகப் பாடினார் சேக்கிழார்.

இதை அறிந்த மன்னன் மகிழ்ச்சியுடன் தில்லைக்கு வந்தான். சேக்கிழாரைப் போற்றிப் பாராட்டினான்.

அப்போது, வானில் இருந்து ஓர் ஒலி கேட்டது, 'சேக்கிழார் செய்த அடியார் வரலாற்றை நீ கேட்பாயாக!'

இறைவனின் கருணையைப் போற்றிய அரசன் மக்களை அழைத்தான், சிவனடியார்களை அழைத்தான், பிற அரசர்களை அழைத்தான், அறிஞர்களை அழைத்தான், எல்லாரும் சேக்கிழார் சொல்லும் தொண்டர் புராணத்தைக் கேட்கத் தொடங்கினார்கள்.

அடுத்த ஓராண்டுக்குச் சேக்கிழார் அந்தக் காவியத்தை விவரித்தார். ஒவ்வொரு பாடலிலும் உள்ள தமிழ்ச்சுவை, பக்திச்சுவை ஆகியவற்றை விஞ்சி நிற்கும் தொண்டர்களின் பெருமையை மக்கள் எண்ணிப் போற்றினார்கள். அதனைப் 'பெரியபுராணம்' என்று சிறப்புப் பெயரிட்டு அழைத்தார்கள்.

மன்னன் பெரியபுராணத்தை யானைமீது ஏற்றிப் பெருமையோடு அழைத்துவந்தான். இறைவன்முன் அக்காவியத்தை வைத்து வணங்கினான். சேக்கிழாரைத் 'தொண்டர் சீர் பரவுவார்', அதாவது சிவனடியார்களின் பெருமையைச் சொல்லி மகிழ்பவர் என்று சிறப்புப் பெயர் சூட்டினான்.

சேக்கிழாரின் 'பெரியபுராணம்' பின்னர் பன்னிரு திருமுறைகளில் ஒன்றாக இணைக்கப்பட்டது. இன்றும் பக்தியுணர்வோடு வாசித்துப் போற்றப்படுகிறது!

41

சண்முகசிகாமணிக் கவிராயர்!

பெயரிலேயே கவித்துவம் தொனிக்கும் மனிதர். இறைவனை வணங்கித் துதிப்பதையும், அவன் புகழைப் பாடுவதையும் தன் கடமைகளாக எண்ணிவந்தவர்.

கவிராயரின் மனைவி, சிவகாமசுந்தரி. கணவரின் விருப்பம் அணிந்து நடப்பவர்.

இந்தத் தம்பதியருக்கும், எல்லா வளங்களும் இருந்தன, ஒரே ஒரு குறைதான்.

கவிராயருக்கும் சிவகாமசுந்தரி அம்மையாருக்கும் குழந்தைச் செல்வம் இல்லை. அதற்காகப் பல தெய்வங்களை இறைஞ்சிக்கொண்டிருந்தார்கள். பூஜைகள், விரதங்கள் எனத் தங்கள் கடமையைச் செய்தார்கள்.

அவர்களுடைய தகுதிக்கேற்ற ஒரு புதல்வனைத் தருவதற்குத்தான் இறைவன் காத்திருந்தான். அந்த நன்னாளும் வந்தது. சிவகாமசுந்தரி ஒரு நல்ல ஆண்மகவைப் பெற்றெடுத்தார்.

மகிழ்ந்த தம்பதியர் தங்கள் மகனை மிகவும் அக்கறையாக வளர்த்தார்கள். அவனுடைய ஒவ்வோர் அசைவையும் பார்த்துப் பார்த்து ரசித்தார்கள். இறைவனுக்கு நன்றி சொன்னார்கள்.

ஆனால், அவர்களுடைய மகன் மற்ற குழந்தைகளைப்போல் பேசவில்லை. ஐந்து வயதாகியும் இதே நிலைமைதான்.

கவிராயர் துடித்துப்போனார், காத்திருந்து பிறந்த மகனுக்கு இப்படி ஒரு குறையா என்று தவித்தார். அவருடைய மனைவியும் இதையே எண்ணி வாடினார். தங்கள் மகன் பேசமாட்டானா என்று ஏங்கினார்.

தம்பதியர் இருவரும், தங்களுடைய கோரிக்கையை இறைவன் முன்னால் வைக்கத் தீர்மானித்தார்கள். அதற்காக முருகன்முன் பாடுகிடக்க எண்ணினார்கள்.

'பாடுகிடத்தல்' என்றால், நாற்பது அல்லது நாற்பத்தெட்டு நாள் இறைவன் முன்னால் இருந்து அவனையே எண்ணி, அவன் பெயரையே சொல்லிப் பாடுவது. அதன்மூலம் நாம் எண்ணியவை நிறைவேறும்.

சண்முகசிகாமணிக் கவிராயரும் அவருடைய மனைவியாரும் தங்கள் மகனை அழைத்துக்கொண்டு திருச்செந்தூர் சென்றார்கள். அங்கே எழுந்தருளியிருக்கும் முருகன் முன்னிலையில் மகனை உட்காரவைத்துப் பாடுகிடக்க ஆரம்பித்தார்கள்.

நாள்கள் சென்றன. ஆனால், மகனிடம் எந்த மாற்றமும் இல்லை. அவன் வாய் திறந்து பேசுவதற்கான அறிகுறிகளே தென்படவில்லை.

இதனால், அவர்களுடைய ஏக்கம் நாளுக்கு நாள் அதிகமானது. அதைப் பக்தியாக வெளிப்படுத்தினார்கள்.

நாற்பத்தைந்தாவது நாள், குழந்தை உறங்கிக்கொண்டிருந்தான். அப்போது அவனருகே முருகர் தோன்றினார். உறங்கும் குழந்தையைத் தட்டி எழுப்பினார். அதன் நாவில் தன்னுடைய

வேலால் ஆறெழுத்து மந்திரத்தை எழுதினார். 'நம் புகழைப் பாடுவாயாக' என்று ஆசிர்வதித்தார்.

உடனே, அந்தக் குழந்தை 'அம்மையே, அப்பனே' என்று முருகரை அழைத்தது. பிள்ளைக்குப் பேச்சை வழங்கிய பெருமானை அனைவரும் வியந்து போற்றினார்கள்.

முருகர் புன்னகை செய்தார். 'இக்குழந்தை வெறுமனே பேசுவது மட்டுமல்ல, வாய் திறந்து பாடப்போகிறது, அற்புதமான பாடல்களால் அன்பர்களை நெகிழ்விக்கப்போகிறது' என்று அவர் சொல்ல விரும்பினார். குழந்தையை ஆசிர்வதித்துத் தன்னுடைய தோளிலிருந்து ஒரு மலரைக் கீழே விழச் செய்தார்.

அதைக் கண்ட அந்தக் குழந்தை, 'பூ' என்ற சொல்லையே முதலாவதாகக் கொண்டு பாடத் தொடங்கியது:

பூ மேவு செங்கமலப் புத்தேளும் தேறு அரிய
பா மேவு தெய்வப் பழ மறையும், தே மேவு
நாதமும் நாத அந்த முடிவும் நவை தீர்ந்த
போதமும் காணாத போதமாய், ஆதி நடு
அந்தம் கடந்த நித்தியானந்த போதமாய்
பந்தம் தணந்த பரம் சுடராய், வந்த
குறியும் குணமும் ஒரு கோலமும் மற்று எங்கும்
செறியும் பரமசிவமாய்...

செந்தாமரைப் பூவில் வசிக்கும் பிரம்மதேவனும் பாடல்களால் அமைந்த தெய்வத்தன்மை கொண்ட பழைய வேதங்களும்கூட அறிய இயலாத தெய்வமே,

நாத தத்துவம் நீ, அதன் நிறைவும் நீ, குற்றமில்லாத அறிவும்கூடக் காண இயலாத அறிவு நீ!

உனக்குத் தொடக்கம், நடு, நிறைவு என்பதெல்லாம் கிடையாது. அனைத்தையும் கடந்த நித்தியானந்தமான போதம் நீ! பாசத்தால் கட்டுப்படாதவன் நீ, பெயர், குணம், அழகிய உருவம் ஆகிய எல்லாவற்றாலும் எங்கும் நீக்கமற நிறைந்திருக்கும் பரமசிவம் நீயே!

பேசாத குழந்தை, இப்போது சந்த அழகோடு சொல் நயத்தோடு பொருள் சிறப்போடு பாடுகிறது என்று கண்டவர்களெல்லாம் வியந்தார்கள். முருகனின் பெருமையை எண்ணிப் போற்றினார்கள்.

அந்தக் குழந்தை, குமரகுருபரர். கந்தர் கலிவெண்பா, மீனாட்சியம்மை பிள்ளைத்தமிழ், முத்துக்குமார சுவாமி பிள்ளைத்தமிழ், சிதம்பர மும்மணிக் கோவை, சகலகலாவல்லி மாலை உள்ளிட்ட பல அருமையான நூல்களைத் தந்த புலவர்!

திருக்கைலாசம் என்ற ஊரில் பிறந்த குமரகுருபரர் இளம் வயதிலேயே இறைவன்மீது மிகுந்த பக்தி கொண்டிருந்தார். ஊர் ஊராகச் சென்று சிவத்தலங்களைத் தரிசித்தார். இறைவன் பெருமையைப் பாடல்களாக்கித் தந்தார்.

மீனாட்சியம்மை ஆட்சி புரியும் மதுரை நகருக்குக் குமரகுருபரர் வந்திருந்த நேரம். அப்போது அந்நாட்டை ஆண்டுகொண்டிருந்த மன்னன் கனவில் அன்னை மீனாட்சி தோன்றினார், 'குமரகுருபரர் எழுதியிருக்கும் நூலை அரங்கேற்றம் செய்க' என்று கட்டளையிட்டார்.

மீனாட்சியம்மை பிள்ளைத்தமிழ் என்பதுதான் அந்த நூலின் பெயர். அன்னை மீனாட்சியைக் குழந்தையாக எண்ணிக் குமரகுருபரர் பாடிய அற்புதக் காவியம்.

தமிழின் அழகான நூல்வகைகளில் ஒன்று பிள்ளைத்தமிழ். குழந்தையைப் பாடுவதுபோல நூலின் தலைவருடைய புகழைச் சொல்வதுதான் இதன் நோக்கம், இறைவனைக் குழந்தையாக எண்ணிப் பாராட்டுகிற சீராட்டுகிற உரிமையையும் நமக்குத் தந்து மகிழ்விக்கும்.

அப்படி அன்னை மீனாட்சியைப் போற்றிக் குமரகுருபரர் இந்தப் பிள்ளைத்தமிழை எழுதியிருந்தார். அதனைச் சிறப்பாக அரங்கேற்றம் செய்ய எண்ணினார் மன்னர்.

மதுரையில் அரங்கேற்ற விழா நடைபெற்றது. பிள்ளைத்தமிழை ஒவ்வொரு பாடலாகப் பாடத் தொடங்கினார் குமரகுருபரர்.

அப்போது, அங்கே ஒரு சிறுமி, மன்னர் மடியில் அமர்ந்தவாறு குமரகுருபரர் பாடும் பாடல்களைக் கேட்டு மகிழ்ந்தாள்.

பிள்ளைத்தமிழில் பல பருவங்கள் உண்டு. அவற்றுள் ஒன்று, முத்தப் பருவம். குழந்தையைப் போற்றி, 'முத்தம் கொடு' என்று கேட்பதுபோல் இதன் பாடல்கள் அமைந்திருக்கும்.

அந்தவகையில், குழந்தையாகக் காட்சிதரும் மீனாட்சி அம்மையிடம் தனக்கு முத்தம் கேட்டுப் பாடினார் குமர குருபரர். அந்தப் பாடல்:

> காலத்தொடு கற்பனை கடந்த கருவூலத்துப் பழம் பாடல்
> கலை மாச் செல்வர் தேடி வைத்த கடவுள் மணியே, உயிர் ஆல
> வாலத்து உணர்வு நீர் பாய்ச்சி வளர்ப்பார்க்கு ஒளி பூத்து அருள்
> பழுத்த
> மலர்க் கற்பகமே, எழுதாச் சொல் மழலை ததும்பு பசுங்குதலைச்
> சோலைக் கிளியே, உயிர்த் துணையாம் தோன்றாத் துணைக்கு
> ஓர் துணையாகித்
> துவாத சாந்தப் பெருவெளியில் துரியம் கடந்த பரநாத
> மூலத் தலத்து முளைத்த முழு முதலே, முத்தம் தருகவே!
> முக்கண் சுடர்க்கு விருந்து இடு மும்முலையாய், முத்தம் தருகவே!

நேரம், கற்பனை எல்லாவற்றையும் கடந்து நிற்கும் கருவூலமாகப் பழைய பாடல்கள் திகழ்கின்றன. கலை உணர்வுடையவர்கள் அவற்றைச் சேர்த்துவைத்திருக்கிறார்கள். ஆனால் உண்மையில் அவர்கள் தேடிவைத்திருப்பது, தெய்வமணியாகிய உன்னைத்தான்!

உயிர் என்கிற பாத்தியில், அறிவு என்கிற நீரைப் பாய்ச்சி வளர்க்கிறவர்களுக்கு ஒளியை மலராகத் தருகிறாய், அருளைப் பழமாகத் தருகிறாய், எங்கள் கற்பகமே!

இனிய குதலைச்சொல் பேசுகிற சோலைக்கிளியே, உன்னுடைய மழலைமொழிகளை எழுத இயலாது, அவற்றைக் கேட்கும்போது எங்களுக்கு வரும் மகிழ்ச்சிக்கு அளவில்லை!

பரமசிவன் யாராலும் காணப்படாதவர், ஆனால் எல்லா உயிர்களுக்கும் துணையாகத் திகழ்கிறவர். அவருக்குத் துணையானவள் நீ!

துரியநிலைக்கு அப்பாற்பட்ட பரநாத மூலத்தலமான துவாத சாந்தத் தானத்தில் தோன்றியவள் நீ, முழுமுதற்பொருள் நீ!

மூன்று கண்களை உடைய சிவபெருமான் என்கிற சுடருக்கு விருந்திடுகிறவள் நீ, மூன்று திருமார்புகளைக் கொண்டவள், எங்களுக்கு முத்தம் தருவாய்!

அவர் இந்தப் பாடலைப் பாடியவுடன், மன்னரின் மடியில் அமர்ந்து கேட்டுக்கொண்டிருந்த சிறுமி எழுந்தாள். தன்னிடமிருந்த முத்துமாலையைக் குமரகுருபரரின் கழுத்தில் இட்டுப் பாராட்டினாள்.

மறுகணம், அந்தச் சிறுமியைக் காணவில்லை. குமரகுருபரரின் பாடலைக் கேட்க அன்னை மீனாட்சியே சிறுமியாக வந்தருளினாள் என்று புரிந்துகொண்டு அனைவரும் மகிழ்ந்தார்கள்.

இந்த அருமையான காட்சி பல நூல்களில் இடம்பெற்றுள்ளது. குமரகுருபரர் இந்தப் பாடலைப் பாடும்போதுதான் அன்னை அவருக்கு முத்துமாலையை வழங்கினார் என்று சிலரும், ‘தொடுக்கும் கடவுள் பழம்பாடல்’ என்ற இன்னொரு பாடலின்போதுதான் அவர் முத்துமாலையை வழங்கினார் என்று வேறு சிலரும் குறிப்பிடுகிறார்கள்.

பாடல் எதுவானால் என்ன? குமரகுருபரரின் தமிழைக் கேட்க அன்னையே நேரில் வந்தார் எனும் பெருமையே பெரியது!

குமரகுருபரர் இவ்வாறு பல திருத்தலங்களுக்குச் சென்று பாடல்களைப் பாடிவந்த நேரம், அவர் தன்னுடைய ஞானகுருவைச் சந்தித்தார்.

அவர் பெயர் ஸ்ரீலஸ்ரீ மாசிலாமணி தேசிகர். தருமபுரம் ஆதீனத்தின் குருமூர்த்தியாக அவர் திகழ்ந்தார்.

தேசிகரைச் சந்தித்த குமரகுருபரர் உரிய மரியாதையுடன் அவரை வணங்கினார். தனக்கு உபதேசம் வழங்கும்படி கேட்டார்.

'நீங்கள் காசியாத்திரை சென்று திரும்பவேண்டும்' என்றார் தேசிகர்.

அவர் இப்படிச் சொன்னதும், குமரகுருபரர் கொஞ்சம் தயங்கினார். காரணத்தைப் புரிந்துகொண்டார் தேசிகர், 'பிறகு காசிக்குச் செல்லலாம், முதலில் சிதம்பரம் சென்று நடராஜரைத் தரிசியுங்கள்' என்றார்.

உடனே, குமரகுருபரர் சிதம்பரத்தை நோக்கிச் சென்றார். வழியில் வைத்தீஸ்வரன் கோயிலில் எழுந்தருளியிருக்கும் மருந்தீஸ்வரர், தையல்நாயகி அம்மை, முத்துக்குமார சுவாமி ஆகியோரை வணங்கினார். முன்பு மீனாட்சியம்மை பிள்ளைத்தமிழ் தந்த அவர், இப்போது முத்துக்குமாரசுவாமி பிள்ளைத்தமிழ் எழுதி முருகரைக் குழந்தையாக வர்ணித்து அவர் பெருமைகளைப் போற்றி மகிழ்ந்தார்:

> வடிவின் அழகும் எழுத அரிய புயமும் நறிய செச்சையும்
> மருமம் விரவு குரவும் அரையின் மணியும் மணிகொள் கச்சையும்
> கடவு மயிலும் அயிலும் ஒழுகும் கருணை வதன பற்பமும்
> கமல விழியும் விழியும் மனமும் எழுதி எழுதி நித்தலும்
> அடிகள் எனவுன் அடிகள் பணியும் அடியர் அலது மற்றும் வேறு
> அமரர் குழுவும் அகில மறையும் அரியும் அயனும் முற்று நின்
> முடியும் அடியும் உணர அரிய முதல்வ! தருக முத்தமே!
> முனிவர் பரவு பருதி புரியின் முருக! தருக முத்தமே!

முருகா,

உன்னுடைய உருவத்தின் அழகு, யாரும் வர்ணித்து எழுத இயலாத தோள்களின் அழகு, குளிர்ச்சியாக நீ சூடியிருக்கும் வெட்சி மலர், மார்பில் நீ அணிந்திருக்கிற குராமலர், இடுப்பில் அணிந்திருக்கும் மணி, ஆடை, நீ செலுத்துகிற மயில், உன் கையில் உள்ள வேல், கருணை பொங்கும் முகம்,

தாமரை போன்ற விழிகள், மனம்... இவற்றையெல்லாம் தினமும் பாடுகிறவர்கள், 'தெய்வமே' என்று உன் பாதத்தில் பணிகிறவர்கள் மட்டுமே உன்னுடைய திருமுடியையும் திருப்பாதங்களையும் உணர்வார்கள், மற்றபடி தேவர்கள், திருமால், பிரம்மா, யாராலும் அது இயலாது!

அப்படிப்பட்ட அரியவனே, எங்கள் முதல்வனே, முனிவர்கள் வணங்குகிற பருதிபுரியில் (வைத்தீஸ்வரன் கோயிலில்) எழுந்தருளியிருக்கும் முருகா, எங்களுக்கு முத்தம் தா!

அடுத்து, சிதம்பரம் சென்று நடராஜப் பெருமானைத் தரிசித்தார் குமரகுருபரர். அங்கே சிதம்பர மும்மணிக் கோவை பாடி மகிழ்ந்தார்:

புரம் ஒன்று இரண்டும் புகை அழல் உண்ணப் புவனம் உண்ணும்
சரம் ஒன்று அகிலம் சலிக்க, வெய்தோய் சலியா நடம் செய்
வரம் ஒன்று இரண்டு மலர்த்தாளும் ஊன்றின், தன் மாமகுடம்
பரம் ஒன்றும் என்றுகொல்லோ கொண்டவா அப் பதஞ்சலியே!

முப்புரங்களையும் புகையும் தீயும் உண்ணுமாறு ஓர் அம்பினால் அழித்த சிவபெருமானே, சோர்வின்றி நடம் புரிகிறவனே,

நீ உன்னுடைய இரண்டு திருவடிகளையும் தரையில் ஊன்றினால், பூமியைச் சுமக்கும் ஆதிசேடன் பாரம் தாங்காமல் திணறுவான். அதனால்தானோ நீ இப்படி உன் கால் ஒன்றைத் தூக்கி அற்புத நடனமாடுகிறாய்! அதற்காகத்தான் பதஞ்சலி முனிவர் இந்தத் திருக்கோலத்தில் உன்னைத் தரிசிக்க விரும்பினாரோ!

அதன்பிறகு, குமரகுருபரர் மீண்டும் தன்னுடைய குருநாதரைச் சந்தித்தார். அவர் இன்னொருமுறை காசியாத்திரையின் முக்கியத்துவத்தை விளக்கினார். 'அங்கே சென்று நன்மைகளைச் செய்துவாருங்கள்' என்று ஆசிர்வதித்தார்.

இதையடுத்து, குமரகுருபரர் காசிக்குப் புறப்பட்டார். நீண்ட பயணத்துக்குப்பிறகு அங்கே சென்று சேர்ந்தார். அங்குள்ள கோயில்களைத் தரிசித்து இறைவனைப் போற்றினார்.

அப்போது, காசியை ஆண்டுகொண்டிருந்த மன்னருக்குத் தமிழ் தெரியாது. ஆகவே, அவருக்குக் குமரகுருபரரின் பெருமையும் தெரியவில்லை.

நல்ல பணிகளைப் பலருக்கும் செய்யவேண்டுமென்றால், அரசனின் ஆதரவு தேவை. அந்த அரசனிடம் பேசவேண்டுமென்றால், அவனுடைய மொழி நமக்குத் தெரியவேண்டும், அல்லது, நம் மொழி அவனுக்குத் தெரியவேண்டும்.

ஆகவே, குமரகுருபரர் கலைமகளை வணங்கி நின்றார். 'சகலகலாவல்லி மாலை' பாடினார்:

> பண்ணும் பரதமும் கல்வியும் தீஞ்சொல் பனுவலும் யான்
> எண்ணும்பொழுதே எளிது எய்த நல்காய்! எழுதா மறையும்
> விண்ணும் புவியும் புனலும் கனலும் வெம் காலும் அன்பர்
> கண்ணும் கருத்தும் நிறைந்தாய் சகலகலாவல்லியே!

இசைப்பாடலும் நடனமும் கல்வியும் இனிய சொற்களாலான கவிதையும் நான் நினைத்தாலே எனக்கு எளிதாகக் கிடைக்கும்படி வரம் தா கலைமகளே!

எழுதாத வேதம், ஆகாயம், நிலம், நீர், நெருப்பு, காற்று என்ற ஐம்பூதங்கள், அன்பர்களின் கண், கருத்து என எல்லாவற்றிலும் நிறைந்திருக்கும் சகலகலாவல்லியே, எனக்கு அருள்வாய்!

இந்நூலைப் பாடியதும், வடமொழியில் பேசும் திறமை குமரகுருபரருக்கு இயல்பாகவே கிடைத்தது, மன்னரிடம் பேசினார். அவரது ஞானத்தை உணர்ந்துகொண்ட அரசர் அவருடைய பணிகளுக்கு முழு ஆதரவு தந்தார். அவர் பெயரில் மடம் ஒன்றும் அமைத்துக் கொடுத்தார்.

தமிழ்நாட்டிலிருந்து வடக்கே சென்ற முதல் புலவரான குமரகுருபரர் அங்கே தமிழின் சிறப்புகளை அந்த மக்கள் பேசும் மொழியிலேயே விளக்கினார். தமிழின் சிறந்த இலக்கியங்களையெல்லாம் அவர் விவரிக்க, அந்த ஊர்

மக்கள் தமிழின் பெருமையையும் இறைவனின் கருணையையும் உணர்ந்து மகிழ்ந்தார்கள்.

குமரகுருபரரின் பணி வடக்கே உள்ளவர்களுக்கு அவசியம் என்று உணர்ந்துதான் அவருடைய குருநாதர் அவரைக் காசிக்கு அனுப்பிவைத்தார். அங்கே குமரகுருபரர் இறைவன் திருப்பணிகளில் தோய்ந்து, அவரது புகழைப் பாடி, அதனைப் பிறருக்கும் சொல்லி நிறைவாக வாழ்ந்தார்!

42

விப்பிர நாராயணர்.

இதுதான் அவருக்குப் பெற்றோர் இட்ட பெயர். கும்பகோணம் அருகில் இருக்கும் திருமண்டங்குடி என்ற ஊரில் பிறந்தவர். திருவரங்கத்தில் பள்ளிகொண்டிருக்கும் இறைவனுக்குத் தொண்டு செய்தவர். தொண்டரடிப்பொடியாழ்வார் என்ற பெயர் பெற்றவர்.

> பச்சை மாமலைபோல் மேனி, பவள வாய் கமலச் செங்கண்,
> அச்சுதா! அமரர் ஏறே! ஆயர்தம் கொழுந்தே! என்னும்
> இச்சுவை தவிர யான் போய் இந்திர லோகம் ஆளும்
> அச்சுவை பெறினும் வேண்டேன், அரங்க மாநகருளானே!

திருவரங்கத்தில் பள்ளிகொண்டிருக்கும் இறைவா,

பச்சை நிறமுடைய சிறந்த மலையைப்போன்ற மேனி, பவளம் போல் சிவந்த வாய், தாமரை போன்ற கண்கள் கொண்ட அச்சுதனே, அமரர்களின் தலைவனே, ஆயர் குலத்தில் உதித்த கொழுந்தே என்று உன்னைப் பாடி மகிழ்கிறேன். இதுவே எனக்கு மகிழ்ச்சி. இதை விட்டுவிட்டு இந்திர லோகத்தையே ஆளும் பொறுப்பு எனக்குக் கிடைத்தாலும், நான் அதனை விரும்பமாட்டேன்!

தொண்டர் அடிப்பொடி என்றால், எம்பெருமானை வணங்கும் தொண்டர்களின் கால் தூசு என்று பொருள். அப்படித் தன்னைப் பணிவோடு அழைத்துக்கொண்டு பக்தர்களுக்குத் தொண்டு செய்தவர், இறைவன் அன்பில் ஆழ்ந்தவர். அதனால் இவர் பெயரே தொண்டரடிப்பொடியாழ்வார்.

கடிமலர்க் கமலங்கள் மலர்ந்தன இவையோ
கதிரவன் கனைகடல் முளைத்தனன் இவனோ
துடியிடையார் சுரிகுழல் பிழிந்து உதறித்
துகில் உடுத்து ஏறினர் சூழ்புனல் அரங்கா!
தொடை ஒத்த துளவமும் கூடையும் பொலிந்து
தோன்றிய தோள் தொண்டரடிப்பொடி என்னும்
அடியனை அளியன் என்று அருளி உன் அடியார்க்கு
ஆட்படுத்தாய்! பள்ளி எழுந்தருளாயே!

வாசனை வீசுகின்ற தாமரை மலர்கள் மலர்ந்தன, கதிரவன் கடலின்மீது உதித்துவிட்டான், உடுக்கை போன்ற இடையைக் கொண்ட பெண்கள் நீராடிவிட்டுத் தங்களுடைய கூந்தலைப் பிழிந்து உதறி ஆடை உடுத்திக்கொண்டு கரையேறுகிறார்கள், அப்படிப்பட்ட காவிரி சூழ்ந்த திருவரங்கத்தில் பள்ளிகொண்டிருக்கும் அரங்கனே,

என்னை உன் அடியார்க்கு அடிமையாகச் செய்தவனே, தொண்டரடிப்பொடி என்கிற நான் துளசி மாலையைத் தொடுத்து, அதைக் கூடையில் வைத்துத் தங்களுக்காக எடுத்துவருகிறேன், பள்ளி எழுந்தருள்வாய்!

சிறுவயதிலிருந்தே தொண்டரடிப்பொடியாழ்வாருக்கு இறைவன்மீது பக்தி அதிகம். அவனுக்குத் தொண்டு செய்வதே கடமை என்றெண்ணி வாழ்ந்துவந்தார்.

அப்படி அவர் ஏற்றுக்கொண்ட தொண்டு, புஷ்ப கைங்கர்யம். அதாவது, இறைவனுக்கு ஏற்ற மலர்களை நந்தவனம் வைத்து விளைவித்து அவற்றைப் பறித்து ஆலயத்துக்கு அழைப்பது.

இந்தப் பணியைத் தினமும் மிகுந்த அக்கறையுடன்

நிறைவேற்றிக்கொண்டிருந்தார் தொண்டரடிப்பொடியாழ்வார். ஊர் மக்கள் அவரது பக்தியை எண்ணிப் போற்றினார்கள்.

பாயும் நீர் அரங்கம்தன்னுள் பாம்பு அணைப் பள்ளி கொண்ட
மாயனார் திரு நல் மார்வும் மரகத உருவும் தோளும்
தூய தாமரைக் கண்களும் துவர் இதழ்ப் பவள வாயும்
ஆய சீர் முடியும் தேசும் அடியரோர்க்கு அகலலாமே?

பாயும் காவிரியால் சூழப்பட்ட திருவரங்கத்திலே பாம்பணையில் பள்ளிகொண்டிருக்கும் மாயனுடைய நல்ல திருமார்பும், மரகத உருவமும், தூய்மையான தாமரை போன்ற கண்களும், சிவந்த வாயும், சிறப்பு நிறைந்த திருமுடியும் அழகும் கண்டு மகிழ்ந்த அடியவர்கள் அதனை விட்டு நகர்வார்களா?

அந்த நேரத்தில், தேவதேவி என்ற பெண் தொண்டரடிப் பொடியாழ்வாரைக் கவனித்தாள். அவள் கணிகையர் குலத்தைச் சேர்ந்தவள், பெரிய அழகி.

ஆனால், தொண்டரடிப்பொடியாழ்வார் அவளை நிமிர்ந்தும் பார்க்கவில்லை. இறைவனுக்கு மலர்கள் பறிப்பதில் கவனமாக இருந்தார்.

இதனால், தேவதேவிக்குக் கோபம் ஏற்பட்டது. எல்லாரும் மயங்கும் தன்னுடைய அழகு இவரை மயக்கவில்லையா என்று திகைத்தாள்.

சுற்றியிருந்தவர்கள் சொன்னார்கள், ‘அவர் திருவரங்கனின் தொண்டர், அரங்கனின் தொண்டர்களுக்கெல்லாம் தொண்டர், மற்ற யாரையும் அவர் பொருட்படுத்தமாட்டார்.’

‘அதெப்படி? என் அழகுக்கு மயங்காதவர்கள் உண்டா?’

‘இவர் மயங்கமாட்டார்!’

தேவதேவி இதை ஒரு சவாலாக எடுத்துக்கொண்டாள். விப்பிர நாராயணரைத் தன் வலையில் வீழ்த்துவது என்று தீர்மானித்தாள்.

மறுநாள், தேவதேவி ஓர் எளிய ஆடை உடுத்திக்கொண்டு, இறைவனுடைய பக்தைபோல் அவர்முன்னே வந்தாள். 'எனக்கு ஏதாவது வேலை கொடுங்கள்' என்று கேட்டார்.

'உனக்குத் தருவதற்கு இங்கே வேலை எதுவும் இல்லையே' என்றார் விப்பிர நாராயணர்.

'உங்களுடைய திருப்பணியில் எனக்கும் ஒரு பங்கு இருக்கட்டும், நந்தவனத்தில் உள்ள சிறு வேலைகளை எனக்குத் தாருங்கள், இறைவன் பேரைச் சொல்லிக்கொண்டு செய்கிறேன்' என்றாள் தேவதேவி.

அவளுடைய எண்ணத்தை அறியாத விப்பிர நாராயணர் அதற்குச் சம்மதித்தார். அவள் தினமும் அங்கே வந்து செல்லத் தொடங்கினாள்.

சவால் என்று வந்துவிட்டால் தேவதேவி எந்த நிலைக்கும் துணிவாள். விப்பிர நாராயணரைக் கொஞ்சம் கொஞ்சமாகத் திட்டமிட்டு மயக்கிவிட்டாள்.

ஆனால், இதெல்லாம் கொஞ்ச நாள்தான். பணம் இல்லாத ஒருவரை அவள் மதிக்கிற பழக்கமே கிடையாது. ஒருகட்டத்தில் அவரை வெளியே துரத்திவிட்டாள்.

விப்பிர நாராயணர் திகைத்துப்போனார். அவள் நினைவாகவே நின்றார். தன்னை மீண்டும் அவள் அழைக்கமாட்டாளா என்று ஏங்கினார்.

இதைக் கண்ட மகாலட்சுமித் தாயார் வருந்தினார். இறைவன்மீது பக்தியுடன் இருந்த ஒருவர் இப்படிச் சிற்றின்பத்தில் மயங்கியிருக்கிறாரே என்று அவருக்கு வேதனை.

ஆகவே, திருமகள் திருமாலை நோக்கி, 'அவருக்கு அருள் செய்யக்கூடாதா?' என்று கேட்டார்.

திருமால் மனமிரங்கினார். ஏவலாள் வடிவம் எடுத்து வந்தார். தேவதேவியைச் சந்தித்தார். அவளிடம் ஒரு பொன் வட்டிலைக்

கொடுத்தார். 'விப்பிர நாராயணர் உங்களிடம் தரச்சொன்னார்!'

இதைக் கண்டு மகிழ்ந்த தேவதேவி விப்பிர நாராயணரை மீண்டும் தன் இல்லத்தினுள் அனுமதித்தாள். மயக்கத்தில் இருந்த அவரும் அவள் பின்னே சென்றார்.

மறுநாள், கோயிலில் இருந்த பொன் வட்டிலைக் காணவில்லை என்று ஊரே அமர்க்களப்பட்டது. அந்தப் பொன் வட்டில் தேவதேவியிடம் இருப்பது கண்டறியப்பட்டது.

'இது எப்படி உனக்குக் கிடைத்தது?' என்று எல்லாரும் கேட்க, 'விப்பிர நாராயணர்தான் கொடுத்தார்' என்றாள் அவள்.

'நானா?' விப்பிர நாராயணர் திகைத்தார்.

'ஆமாம், உங்கள் ஏவலாள்தான் கொடுத்தார்.'

'எனக்கேது ஏவலாள்?' என்றார் விப்பிர நாராயணர், 'நான் இந்தப் பொன் வட்டிலைத் திருடவில்லை, இவளிடம் கொடுக்கவும் இல்லை.'

அவர் பேச்சை யாரும் நம்பவில்லை. அவர்தான் திருடினார் என்று தீர்மானித்து அவரைச் சிறையில் தள்ளினார்கள்.

அப்போதுதான் விப்பிர நாராயணர் விழித்துக்கொண்டார். பெண்மேல் கொண்ட மோகத்தில் இத்தனை பெரிய பிழை செய்துவிட்டோமே என்று வருந்தினார்.

குரங்குகள் மலையை நூக்கக் குளித்துத் தாம் புரண்டிட்டு ஓடித்
தரங்க நீர் அடைக்கல் உற்ற சலம் இலா அணிலும்போலேன்,
மரங்கள்போல் வலிய நெஞ்ச வஞ்சனேன், நெஞ்சு தன்னால்
அரங்கனார்க்கு ஆட்செய்யாதே அளியத்தேன் அயர்க்கின்றேனே!

பெருமானே,

நீ ராமனாக அவதரித்தபோது, கடலுக்குக் குறுக்கே அணை கட்டுவதற்காகக் குரங்குகள் மலைகளை எடுத்தன. அதைப் பார்த்த அணில்களால் மலையைத் தூக்க இயலவில்லை,

அவற்றால் இயன்றது ஒன்றுதான், கடலில் குளித்து, அந்த ஈர உடலில் மண்ணைப் புரட்டிக்கொண்டு ஓடிச் சென்று மலைகளுக்கு நடுவே அதைப் போட்டன. கடலுக்கு அணை கட்டுவதில் தங்கள் கடமையைச் செய்தன.

கபடமில்லாத அந்த அணிலைப்போல நான் இல்லை, மரம் போன்ற கடினமான மனத்தைக் கொண்டிருக்கிறேன், என் நெஞ்சமெல்லாம் வஞ்சம்தான் இருக்கிறது. உனக்கு அடிமையாக இல்லாமல் அயர்ந்து நிற்கிறேன்.

ஆழ்வாருக்கு அருள் செய்ய எண்ணிய திருமால் அரசர் கனவில் தோன்றினார், 'விப்பிர நாராயணர் பொன் வட்டிலைத் திருடவில்லை' என்று அறிவித்தார். விப்பிர நாராயணர் விடுதலை செய்யப்பட்டார்.

இறைவன் தன்னைத் திருத்தி ஆட்கொண்ட அருளை எண்ணி வியந்தார் அவர். திருமாலுக்கும் அவர் தொண்டர்களுக்கும் பக்தனாக வாழ்ந்தார்!

> ஊர் இலேன், காணி இல்லை, உறவு மற்றொருவர் இல்லை,
> பாரில் நின் பாதமூலம் பற்றிலேன் பரம மூர்த்தி,
> கார் ஒளி வண்ணனே, கண்ணனே, கதறுகின்றேன்,
> ஆர் உளர் களைகண்? அம்மா! அரங்க மாநகருளானே!

திருவரங்கத்துப் பெருமானே, என் தாயே,

நான் சிறந்த ஊர்களில் பிறக்கவில்லை, எனக்கென்று நிலமோ மற்ற சொத்துகளோ இல்லை, உறவு என்று வேறு யாரும் இல்லை, நீ மட்டும்தான் என் உறவு, ஆனால், நானோ உன்னுடைய பாதத்தையும் பற்றாமல் இருக்கிறேன்,

பரம மூர்த்தியே, கார்மேகம் போன்ற நிறமுள்ளவனே, கண்ணனே, கதறுகின்றேன், உன்னைவிட என்னைப் பாதுகாப்பவர் வேறு யார்?

> ஆர்த்து வண்டு அலம்பும் சோலை அணி திருவரங்கம் தன்னுள்
> கார்த் திரள் அனைய மேனிக் கண்ணனே, உன்னைக் காணும்

மார்க்கம் ஒன்று அறியமாட்டா மனிசரில் துரிசனாய
மூர்க்கனேன் வந்து நின்றேன், மூர்க்கனேன், மூர்க்கனேனே.

வண்டுகள் சத்தமிட்டபடி அலைகிற சோலைகள் நிறைந்த அழகான திருவரங்கத்தில் காட்சி தரும் கார்மேகம் போன்ற மேனி கொண்ட கண்ணனே,

உன்னை முறைப்படி காணும் வழி என்ன என்று எனக்குத் தெரியவில்லை. மனிதர்களில் திருடனாக, முட்டாளாகப் பிறந்துவிட்ட நான் இங்கு வந்து நிற்பது முட்டாள்தனம் அல்லவா?

நாலாயிரம் திவ்யப் பிரபந்தத்தில் தொண்டரடிப்பொடியாழ்வாரின் திருமாலை, திருப்பள்ளி எழுச்சிப் பாடல்கள் ஒவ்வொன்றும் பக்தியின் சிறப்பைக் காட்டும். அதற்குச் சான்றாக, இந்தப் பாடல்:

குடதிசை முடியை வைத்துக் குணதிசை பாதம் நீட்டி
வடதிசை பின்புகாட்டித் தென்திசை இலங்கை நோக்கி
கடல் நிறக் கடவுள் எந்தை அரவணைத் துயிலுமாகண்டு
உடல் எனக்கு உருகுமாலோ! என்செய்கேன் உலகத்தீரே?

உலகத்து மக்களே,

கடல் போன்ற நிறத்தைக் கொண்ட கடவுள், என் தந்தை, பாம்பணையில் பள்ளிகொண்டிருக்கிறான். மேற்குத் திசையில் திருமுடியை வைத்துள்ளான், கிழக்குத் திசையில் பாதத்தை நீட்டியுள்ளான், வடக்குத் திசையில் பின்புறத்து அழகைக் காட்டுகிறான், தெற்குத் திசையில் இலங்கையை நோக்குகிறான். இந்த அழகைப் பார்க்கப் பார்க்க, என் உடல் உருகுகிறது, நான் என் செய்வேன்!

43

புனிதவதியார்.

காரைக்காலில் தனதத்தன் என்ற பெரிய வணிகரின் மகள். சிவபெருமான்மீது மிகுந்த அன்பும் பக்தியும் கொண்ட பெண்.

ஈசன் அவன் அல்லாது இல்லை என நினைந்து
கூசி மனத்து அகத்துக் கொண்டிருந்து பேசி
மறவாது வாழ்வாரை மண்ணுலகத்து என்றும்
பிறவாமை காக்கும் பிரான்

ஈசனாகிய சிவபெருமானைத்தவிர வேறு யாரும் நம்மைக் காப்பார் இல்லை என்று மனத்தில் நினைத்து, அவனையே நெஞ்சில் கொண்டிருந்து, எப்போதும் அவன் பெருமையைப் பேசி மறக்காமல் வாழ்பவர்கள் மீண்டும் பிறக்காதபடி அந்தப் பிரான் காப்பான்.

புனிதவதியாருக்குத் திருமணப் பருவம் வந்தவுடன், அவருக்கு ஏற்ற ஒருவரைத் தேடும் பணிகள் தொடங்கின. அந்த நேரத்தில் நாகப்பட்டினத்தைச் சேர்ந்த நிதிபதி என்பவர் தனதத்தனைத் தொடர்பு கொண்டார்.

நிதிபதியின் மகன் பெயர் பரமதத்தன். அவருக்கும் திருமண வயதுதான்.

ஆகவே, பரமதத்தனுக்குப் புனிதவதியாரை மணமுடிக்க நினைத்தார் நிதிபதி. இதில் தனதத்தனுக்கும் மகிழ்ச்சிதான்.

இதையடுத்து, இருவீட்டாரும் திருமண ஏற்பாடுகளைத் தொடங்கினார்கள். ஒரு சிறப்பான நாளில் அவர்களுடைய திருமணம் நடைபெற்றது.

பரமதத்தனும் புனிதவதியாரும் அன்பாக இல்லறம் நடத்தினார்கள். ஒருபக்கம் பரமதத்தன் தொழிலை நன்கு நடத்தி முன்னேற, இன்னொரு பக்கம் புனிதவதியார் இல்லத்தை அக்கறையோடு கவனித்துக்கொண்டார். சிவனடியார்கள் வந்தால் உணவளித்து அன்பாக உபசரித்து அவர்களுக்கு உரிய பணிவிடைகளைச் செய்து, வணங்கி ஆசி பெற்று மகிழ்ந்தார். இந்தத் தம்பதியரை ஊரே பாராட்டியது.

> கீழாயின துன்ப வெள்ளக் கடல் தள்ளி உள்ளூறப் போய்
> வீழாது இருந்து இன்பம் வேண்டும் என்பீர், விரவார் புரங்கள்
> பாழாயிடக் கண்ட கண்டன், எண் தோளன் பைம்பொன் கழலே
> தாழாது இறைஞ்சிப் பணிந்து பன்னாளும் தலை நின்மினே

இழிவான துன்ப வெள்ளக் கடலிலே தள்ளப்பட்டு, அதனுள் வீழ்ந்துவிடாமல், நிலையான இன்பம் வேண்டும் என்று விரும்புகிறவர்களே, அதற்கு ஒரு வழி உண்டு.

பகைவர்களின் முப்புரங்களும் பாழாகும்படி செய்த வல்லவன், எட்டுத் தோள்களை உடைய சிவபெருமானின் பைம்பொன் பாதங்களை வணங்கி வாழுங்கள்!

ஒருநாள், பரமதத்தனைப் பார்க்க ஒருவர் வந்திருந்தார். அவருக்கு இரண்டு மாங்கனிகளைக் கொடுத்தார். பரமதத்தன் அந்த மாங்கனிகளைச் சாப்பாட்டு நேரத்தில் உண்ணலாம் என்று நினைத்தார். அவற்றை வீட்டுக்கு அனுப்பிவைத்தார்.

புனிதவதியார் அந்த மாங்கனிகளைப் பெற்றுப் பத்திரப் படுத்தினார். கணவருக்காகச் சமையலைத் தொடர்ந்தார். அந்த நேரத்தில், சிவனடியார் ஒருவர் அவர்களுடைய வீட்டுக்கு

வந்தார். அவரை வணங்கி வரவேற்றார் புனிதவதியார். 'ஐயா, எங்கள் வீட்டில் அமுது செய்து எங்களை ஆசிர்வதிக்கவேண்டும்' என்றார். சிவனடியார் அதனை ஏற்றுக்கொண்டார்.

அப்போது, உணவு மட்டுமே தயாராகியிருந்தது. அதோடு சாப்பிடுவதற்கான கறி எதுவும் இல்லை.

சிவனடியாரோ பசியுடன் இருக்கிறார். அவரைக் காக்கச் சொல்லிவிட்டுக் கறி சமைக்க நேரமில்லை. என்ன செய்யலாம்? புனிதவதியார் யோசித்தார்.

அப்போது, அங்கிருந்த இரு மாங்கனிகளும் அவர் கண்ணில் பட்டன. அவற்றில் ஒன்றை அரிந்து உணவுடன் பரிமாறினார். சிவனடியாரும் அதனை மகிழ்ந்து உண்டார். அவருக்கு ஆசி வழங்கிவிட்டுக் கிளம்பினார்.

மறித்தும் மடநெஞ்சே வாயாலும் சொல்லிக்
குறித்துத் தொழு தொண்டர் பாதம், குறித்து ஒருவர்
கொள்ளாத திங்கள் குறுங்கண்ணி கொண்டார்மாட்டு
உள்ளாதார் கூட்டம் ஒருவு.

என் நெஞ்சே, இறைவனை எந்நேரமும் நினைத்து, வாயால் அவன் புகழைச் சொல்லி அவனுடைய தொண்டர்களைத் தொழுது வாழ்வாயாக, பிறை நிலவைச் சூடிய அவனை எண்ணாதவர்களின் கூட்டத்தில் சேராதே!

கழல் கொண்ட சேவடி காணலுற்றார் தம்மைப் பேணலுற்றார்
நிழல் கண்ட போழ்தத்து நில்லா வினை, நிகர் ஏதுமின்றித்
தழல் கொண்ட சோதிச் செம்மேனி எம்மானைக் கைம்மா மலர் தூய்த்
தொழக்கண்டு நிற்கிற்குமோ துன்னி நம் அடும் தொல்வினையே?

வீரக் கழலணிந்த சிவபெருமானின் சேவடிகளைக் கண்ட தொண்டர்களுக்குத் தொண்டு செய்பவர்களுடைய நிழல் கண்டாலே வினைகள் நிற்காது ஓடிவிடும்!

தழலேந்திய சோதியாகிய செம்மேனிப் பெருமானை மலர் தூவித் தொழுகிறவர்கள் முன்னே வினைகள் நிற்குமா?

சிறிது நேரத்தில் பரமதத்தன் வீட்டுக்கு வந்தார். சாப்பிட உட்கார்ந்தார். 'இரண்டு மாங்கனிகளை அனுப்பினேனே, வந்ததா?'

'ஆமாம், வந்தது!'

'அதில் ஒரு பழத்தை அரிந்து போடு!'

புனிதவதியார் மீதமிருந்த மாம்பழத்தை அரிந்து கணவருக்குப் பரிமாறினார். அவர் ரசித்து உண்டார். 'மிகவும் ருசியாக இருக்கிறது' என்றார். 'இன்னொரு பழத்தையும் அரிந்து கொண்டு வா!'

பரமதத்தன் இப்படிக் கேட்டதும் புனிதவதியார் அதிர்ந்தார். இருந்த பழங்களில் ஒன்றைச் சிவனடியாருக்குப் பரிமாறியாகி விட்டது. இன்னொன்றைக் கணவருக்கு வழங்கியாகிவிட்டது. இன்னொரு பழத்துக்கு எங்கே போவது?

புனிதவதியார் தன்னுடைய கணவரிடம் உண்மையைச் சொல்லத் தயங்கினார். இந்நிலையில் தனக்கு உதவுமாறு இறைவனை வேண்டிக்கொண்டார்.

மறுகணம், அவருடைய கையில் ஒரு கனி வந்தது. இறைவனின் அருளால் வந்த கனி.

மகிழ்ந்த புனிதவதியார் அந்தக் கனியைத் தன் கணவருக்குப் பரிமாறினார். அவர் மகிழ்ச்சியோடு உண்டார். 'அந்தக் கனியைவிட இந்தக் கனி இன்னும் சுவையாக இருக்கிறது' என்றார். 'இது சாதாரணக் கனியாகத் தோன்றவில்லை. உனக்கு இது எங்கிருந்து கிடைத்தது?' என்று கேட்டார்.

புனிதவதியார் திகைத்தார். உண்மையைச் சொல்வதா? சொன்னால் அவர் நம்புவாரா? கணவரிடம் பொய் சொல்வது நியாயமில்லையே என்று மயங்கினார்.

பிறகு, வேறு வழியில்லாமல் அவர் உண்மையைச் சொல்லிவிட்டார், 'நீங்கள் தந்த கனிகளில் ஒன்றைச் சிவனடியாருக்குத் தந்துவிட்டேன், இன்னொன்றை உங்களுக்குத் தந்தேன். மறுபடியும் இன்னொரு கனி வேண்டும் என்று நீங்கள் கேட்டதும், இறைவனிடம் கேட்டுப் பெற்றேன். அந்தக் கனிதான் இப்போது நீங்கள் சாப்பிட்டது!'

'இறைவனிடம் வேண்டிப் பெற்ற கனியா?' திகைப்போடு கேட்டார் பரமதத்தன், 'நிஜமாகவா சொல்கிறாய்?'

'ஆமாம்!' என்றார் புனிதவதியார்.

அப்போதும் பரமதத்தனுக்கு நம்பிக்கை வரவில்லை. 'நிஜமாகவே நீ இறைவனிடம் கனியைக் கேட்டுப் பெற்றது உண்மையென்றால், இன்னொரு கனியை எனக்குப் பெற்றுத் தா' என்றார்.

புனிதவதியார் இறைவனை இறைஞ்சினார். இன்னொரு கனி வந்தது. அதைக் கணவரிடம் வழங்கினார்.

பரமதத்தன் திகைப்போடு அந்தக் கனியைப் பெற்றுக்கொண்டார். அது அவர் கையில் வந்ததும் மறைந்துவிட்டது. சிவனருளைச் சந்தேகப்பட்டுவிட்டோமே என்று வெட்கப்பட்டார் அவர்.

இப்போது, புனிதவதியாரை அவர் மிகுந்த பக்தியோடு பார்த்தார். இவர் சாதாரணப் பெண் இல்லை என்று அவருக்குத் தோன்றியது. இவர் கேட்டதும் இறைவனே பழம் தருகிறார் என்றால், புனிதவதியார் ஒரு தெய்வப் பெண்ணாகத்தான் இருக்கவேண்டும் என்று அவர் புரிந்துகொண்டார்.

யானே தவமுடையேன், என் நெஞ்சே நன்னெஞ்சம்,
யானே பிறப்பறுப்பான் எண்ணினேன், யானே அக்
கைம்மா உரி போர்த்த கண்நுதலான் வெண்ணீற்று
அம்மானுக்கு ஆளாயினேன்

சிவபெருமானை எண்ணித் தவம் செய்தேன், என் நெஞ்சம் நன்னெஞ்சம் ஆனது, பிறப்பறுக்கும் அவனை எண்ணினேன்,

யானைத் தோல் போர்த்தவன், நெற்றிக் கண் கொண்ட அந்த வெண்ணீற்று அம்மானுக்கு நான் ஆளாகினேன்!

> எனக்கு இனிய எம்மானை, ஈசனை யான் என்றும்
> மனக்கு இனிய வைப்பாக வைத்தேன், எனக்கு அவனைக்
> கொண்டேன் பிரானாக, கொள்வதுமே இன்புற்றேன்,
> உண்டே எனக்கு அரியது ஒன்று?

எனக்கு இனியவனாகிய பெருமானை, ஈசனை மனத்துக்குள் வைத்தேன், என்னுடைய பிரானாக அவனை ஏற்றுக்கொண்டேன், அதனால் இன்பமுற்றேன், என்னால் இயலாத ஒன்று இனி உண்டா?

அதன்பிறகு, பரமதத்தன் புனிதவதியாரை வணங்கி வாழ்ந்தார், அவரைத் தன் மனைவியாக அவரால் எண்ண இயலவில்லை.

ஆகவே, புனிதவதியார் சிவனை வணங்கினார், 'என் கணவருக்காகதான் இந்த உடலைச் சுமந்திருந்தேன். இனி எனக்கு இந்த உடல் வேண்டாம், உன்னுடைய திருவடியை வந்து சேரும் வரம் அருள்வாய்' என்று வேண்டினார். அவருடைய பக்தியால் மகிழ்ந்த சிவபெருமான் அந்த வரத்தை அவருக்கு வழங்கினான்.

இப்போது, கயிலை மலை சென்று இறைவனைத் தரிசிக்க வேண்டும் என்ற பேராவல் புனிதவதியாருக்கு உண்டானது. திருப்பயணம் புறப்பட்டார்.

> அறிவானும் தானே அறிவிப்பான் தானே
> அறிவாய் அறிகின்றான் தானே, அறிகின்ற
> மெய்ப்பொருளும் தானே, விரிசுடர், பார், ஆகாசம்,
> அப்பொருளும் தானே அவன்.

அறிவைத் தருகிறவன் அவன், அறிகிறவன் அவன், அறியப்படுகிறவனும் அவனே, அதன் மெய்ப்பொருளும் அவனே, விரிகின்ற சுடர், நிலம், ஆகாயம் என்று எல்லாப் பொருள்களும் அந்தச் சிவபெருமான்தான்.

புனிதவதியார் கயிலை மலையை வந்தடைந்தார். அது சிவன் வாழும் மலையல்லவா? அங்கே நம்முடைய பாதம் படலாமா?

இப்படி எண்ணிய புனிதவதியார் தலையாலேயே நடந்து சென்றார். இதைக் கண்டவர்கள் அவரது அன்பை எண்ணி வியந்தார்கள். புனிதவதியார் இறைவனின் அருகே சென்றதும், 'அம்மையே' என்று கருணையோடு அழைத்தார் சிவபெருமான். அவருடைய திருவடிகளைப் புனிதவதியார் வணங்கினார்.

இறைவனால் 'அம்மை' என்று அழைக்கப்பட்ட புனிதவதியாருக்கு, 'காரைக்கால் அம்மையார்' என்ற சிறப்புப் பெயர் உண்டானது. தன்னை வணங்கிய காரைக்கால் அம்மையாரிடம், 'உனக்கு என்ன வரம் வேண்டும்?' என்று கேட்டார் சிவபெருமான்.

'பெருமானே, நான் உங்கள்மீது என்றென்றும் அன்போடு இருக்கவேண்டும்' என்றார் காரைக்கால் அம்மையார், 'நான் மீண்டும் பிறக்காத வரம் தாருங்கள், ஒருவேளை பிறந்தால், உங்களை எண்ணி வணங்கி வாழும் வரம் தாருங்கள்' என்றார். 'மேலும், நீங்கள் திருநடனம் செய்யும்போது அதைக் கண்டு மகிழ்ந்து பாடும் வரத்தை எனக்கு அருளுங்கள்.'

'நல்லது அம்மையே, திருவாலங்காட்டிலே நாம் ஆடும் நடனத்தை நீ கண்டு மகிழ்ந்து பாடலாம்' என்றார் சிவபெருமான். உடனே, காரைக்கால் அம்மையார் திருவாலங்காட்டுக்குச் சென்றார். அங்கே சிவபெருமானின் நடனத்தைக் கண்டு பாடிப் போற்றினார்.

> கொங்கை திரங்கி நரம்பு எழுந்து குண்டு கண் வெண் பல் குழி வயிற்றுப்
> பங்கி சிவந்து இரு பற்கள் நீண்டு பரடு உயர் நீள் கணைக்கால் ஓர் பெண் பேய்
> தங்கி அலறி உலறு காட்டில் தாழ்சடை எட்டுத் திசையும் வீசி
> அங்கம் குளிர்ந்து அனல் ஆடும் எங்கள் அப்பன் இடம் திரு ஆலங்காடே!

எங்கள் அப்பன் சிவபெருமானின் இடம் திருவாலங்காடு,

அங்கே திரிகிற பெண் பேய்கள் முலைகள் வற்றிச் சரிந்து போய், நரம்புகள் எழுந்து, கண்கள் பெரிதாகி, வெண் பற்கள் வெளியே தெரிய, வயிறு ஒட்டிப்போய், தலைமுடி சிவந்து அலைகின்றன. அப்படிப்பட்ட இடத்திலே, தாழ்சடைகள் எட்டுத் திக்கும் பரவும்படி வீசி, அங்கம் குளிர நெருப்பில் ஆடுகிறான் அவன்!

முள்ளி தீந்து முளரி கருகி மூளை சொரிந்து உக்குக்
கள்ளி வற்றி வெள்ளில் பிறங்கு கடு வெங் காட்டுள்ளே
புள்ளி உழைமான் தோல் ஒன்று உடுத்துப் புலித்தோல் பியற்கிட்டுப்
பள்ளி இடமும் அதுவே ஆகப் பரமன் ஆடுமே.

அந்தக் காட்டில் பிணங்கள் எரிவதால், அங்குள்ள முள் செடிகளெல்லாம் தீய்ந்துபோய்விட்டன, அவற்றின் மூளை சொரிந்து விறகுகள் கருகிக் கிடக்கின்றன. கள்ளி வற்றிப்போய்விட்டது, விளாமரம் மட்டுமே இருக்கிறது. அப்படிப்பட்ட வெம்மை கொண்ட காடு. அங்கே மானின் தோலும் புலித்தோலும் உடுத்திக்கொண்டு பரமன் ஆடுகிறான்!

சைவத் திருமுறை தந்த புலவர்களில் காரைக்கால் அம்மையார் மட்டுமே பெண். அவரது திருவாலங்காட்டுத் திருப்பதிகங்கள், திரு இரட்டை மணிமாலை, அற்புதத் திருவந்தாதி ஆகிய நூல்கள் பக்தர்களால் தொடர்ந்து பாடப்பட்டுவருகின்றன.

கண்ணாரக் கண்டும் என் கையாரக் கூப்பியும்
எண்ணார எண்ணத்தால் எண்ணியும், விண்ணோன்
எரியாடி என்றென்றும் இன்புறுவன் கொல்லோ
பெரியானைக் காணப் பெறின்

எரியேந்தி ஆடும் எம்பெருமானைக் கண்டால், கண்களில் அந்தக் காட்சியை நிரப்பிக்கொள்வேன், கைகளைக் குவித்து வணங்குவேன், அதன்பிறகு எண்ணத்தில் என்றும் அவன் மட்டுமே நிறைந்திருக்க இன்பத்தில் திளைப்பேன்!

44

தில்லையாடி!

அருணாசலக்கவிராயர் பிறந்த ஊர் இதுதான்.

சீர்காழிக்கு அருகே உள்ள ஒரு சிறு கிராமம். அங்கே விவசாயத் தொழிலில் ஈடுபட்டிருந்த நல்லதம்பிப்பிள்ளை, வள்ளியம்மை ஆகியோருக்கு நான்காவது மகனாகப் பிறந்தார் அவர்.

அருணாசலக்கவிராயரை வளர்த்தது அவருடைய அண்ணன்கள்தான். குழந்தைப் பருவத்திலிருந்தே அவருக்குக் கல்வியில் ஆர்வம் அதிகம். குறிப்பாக, இறைவன்மீது பக்தியை வெளிப்படுத்தும் பாடல்களை மிகுந்த ஆசையோடு கற்றார். தருமபுர ஆதீனத்தில் தமிழோடு தெலுங்கு, வடமொழி ஆகியவற்றையும் கற்றுக்கொண்டார்.

அவரது திறமையை, பக்தியைக் கண்டு மகிழ்ந்த அந்த ஆதீனத்தின் தலைவர் அவரை அழைத்தார். அருணாசலக்கவிராயர் துறவு பூண்டு ஆதீனப் பணிகளில் ஈடுபடவேண்டும் என்றார். அதைக் கேட்ட அவர் கொஞ்சம் தயங்கினார்.

'ஏன் தயக்கம்?' என்று கேட்டார் தலைவர்.

'தாங்கள் என்னைத் தவறாக எண்ணக்கூடாது' என்று பணிவோடு சொன்னார் அருணாசலக்கவிராயர். 'நான் பல அருள் நூல்களை ஊன்றிப் படித்திருக்கிறேன். அவற்றில் துறவறம்பற்றிப் பெருமையுடன் குறிப்பிட்டுள்ளார்கள்.'

'அப்புறம் ஏன் தயங்கவேண்டும்?'

'ஆனால், இல்லறம் பூண்டு, இந்த உலகத்தில் நமது கடமைகளை நிகழ்த்தியபிறகு துறவறம் ஏற்பதே சிறந்தது என்று அந்நூல்கள் கூறுவதாக நான் எண்ணுகிறேன்' என்றார் அருணாசலக்கவிராயர்.

அவர் தனது எண்ணத்தை மரியாதையுடன் வெளிப்படுத்த, ஆதீனத் தலைவர் அதைப் புரிந்துகொண்டார். 'நல்லது' என்று வாழ்த்தி அனுப்பிவைத்தார்.

ஆனால், அருணாசலக்கவிராயர் உடனே திருமணம் செய்துகொள்ளவில்லை. தொடர்ந்து பல நூல்களைப் படித்துவந்தார், பாடல்களை எழுதக் கற்றுக்கொண்டிருந்தார்.

முப்பது வயதில் அவருக்குத் திருமணம் நடந்தது. குடும்பத்தைக் கவனித்துக்கொள்வதற்காக ஒரு கடையைத் தொடங்கி நடத்தினார். ஆனால் அப்போதும், அவருடைய ஆர்வம் இலக்கியத்தின் மீதுதான் இருந்தது.

சைவம், வைணவம் என இருபெரும் இலக்கியங்களையும் ஊன்றிப் படித்தார் அருணாசலக்கவிராயர். திருக்குறள், பெரிய புராணம், ஆழ்வார்கள் அருளிய நாலாயிரம் திவ்யப்பிரபந்தங்கள், கம்ப ராமாயணம் ஆகியவை அவரது உள்ளம் கவர்ந்தன.

தான் படித்தவற்றை அவ்வப்போது பிறருக்கு அழகுற எடுத்துச் சொல்லிச் சிறப்பிப்பார் அருணாசலக்கவிராயர். பல சபையினர் அவரைச் சொற்பொழிவாற்ற அழைத்தார்கள். பக்தியின் சிறப்பையும் அதைப் பாடிய புலவர்களின் மேன்மையையும் சொல்லி மகிழ்ந்தார் அவர்.

ஒருமுறை, அருணாசலக்கவிராயர் சீர்காழியில் தனது உறவினரான சிதம்பரம்பிள்ளையைச் சந்தித்தார். அவர்

சீர்காழியின் பெருமையைச் சொல்லும் நூல் ஒன்றை எழுதத் தொடங்கியிருப்பதாகச் சொன்னார்.

'அருமை, அந்நூலைக் காட்டுங்கள், நான் வாசிக்க விரும்புகிறேன்' என்றார் அருணாசலக்கவிராயர்.

'நூல் இன்னும் முற்றுப்பெறவில்லை' என்று தயக்கத்துடன் அதனை எடுத்துத் தந்தார் சிதம்பரம்பிள்ளை. 'உங்களுடைய கவித்திறமையைப்பற்றிக் கேள்விப்பட்டிருக்கிறேன். இந்நூலை நீங்களே முழுமை செய்து தரலாமே!'

அருணாசலக்கவிராயர் அந்நூலை வாங்கிக்கொண்டார். அன்றிரவே அதை எழுதி முழுமை செய்துவிட்டார்.

ஆனால், சிதம்பரம்பிள்ளையின் இன்னொரு கோரிக்கையை அவர் ஏற்கவில்லை.

அருணாசலக்கவிராயர் சீர்காழிக்கே வந்து குடும்பத்துடன் தங்கியிருக்கவேண்டும் என்று சிதம்பரம்பிள்ளை விரும்பினார். ஆனால், அது சரிப்படாது என அருணாசலக்கவிராயர் கருதினார். ஆகவே, தான் எழுதிய நூலை இன்னொருவரிடம் தந்துவிட்டுக் கிளம்பிவிட்டார்.

அந்த நூல் சிதம்பரம்பிள்ளையிடம் சென்றது. அதை வாசித்த அவர் அருணாசலக்கவிராயரின் கவித்திறனை எண்ணி மகிழ்ந்தார். எப்படியாவது அவரைச் சீர்காழிக்கே வரச் செய்துவிடவேண்டும் என்று திட்டமிட்டார்.

உடனே, அவர் அருணாசலக்கவிராயர் குடும்பத்துக்காக ஒரு வீட்டை ஏற்பாடு செய்தார். தில்லையாடியிலிருந்த அவருடைய குடும்பத்தினரைத் தொடர்புகொண்டார், 'இனிமேல் நீங்கள் சீர்காழியில்தான் தங்கப்போகிறீர்கள், அருணாசலக்கவிராயரும் விரைவில் இங்கே வந்துவிடுவார்' என்றார்.

அருணாசலக்கவிராயரின் குடும்பத்தினருக்கு இந்த விஷயம் தெரியாது. அவர்கள் சிதம்பரம்பிள்ளையை நம்பிச் சீர்காழியில் குடியேறிவிட்டார்கள்.

தன் குடும்பம் சீர்காழிக்கு வந்துவிட்டது அருணாசலக் கவிராயருக்கும் தெரியாது. அவர் வேலை விஷயமாக வேறு ஊருக்குச் சென்றிருந்தார். அங்கிருந்து வீடு செல்லும் வழியில் சீர்காழி வந்தார். சிதம்பரம்பிள்ளையைச் சந்தித்தார்.

சிதம்பரம்பிள்ளை அருணாசலக்கவிராயரை வரவேற்றுத் தான் பார்த்துவைத்த வீட்டுக்கு அழைத்துச் சென்றார். அங்கே தன்னுடைய குடும்பத்தினர் இருப்பதைப் பார்த்து ஆச்சர்யப்பட்டார் அருணாசலக்கவிராயர்.

நடந்ததை அவருக்கு விளக்கினார் சிதம்பரம்பிள்ளை, 'இனிமேல் நீங்கள் இங்கேயேதான் தங்கவேண்டும்' என்று அன்புக் கட்டளையிட்டார். 'இங்கிருந்தபடி இறைவனைப் பாடுங்கள், உங்கள் திருப்பணியைத் தொடர்ந்து செய்யுங்கள்.'

இம்முறை அருணாசலக்கவிராயரால் மறுக்க இயலவில்லை. சீர்காழியிலேயே இருந்து பல அருமையான பாடல்களையும் நூல்களையும் எழுதினார்.

ஆயிரம் கண்கள் வேணும், மயிலாபுரி
ஆறுமுகச் சிங்கார வேலவரைக் காண
ஆயிரம் கண்கள் வேணும்!
மருவு தெய்வானையோடு ஒரு குற மின்னாளும்,
மன்மத வேளும் வழிபடும்
அழகு ஒழுகிய பன்னிரு தோளும் கண்டு எந்த நாளும்
கரையும் அன்பர் நிறையும் பொன்னூல் அரையும்
முகத்தாமரையும், மேனியில்
வருணமும் இரணமும் திருவாபரணமும் சரணமும் மூவிரு
சிரமும் கரமும் திருச் சுந்தரமும்
தரித்த நூலும் திருக் கை வேலும் தரிசிக்க
ஆயிரம் கண்கள் வேணும்!

மயிலாபுரியில் எழுந்தருளியிருக்கும் ஆறுமுகப் பெருமானான சிங்காரவேலவனைக் காண ஆயிரம் கண்கள் வேண்டும்! தெய்வானையும் குறவள்ளியும் அவனருகே எழுந்தருளியிருக்கிறார்கள். மன்மதனும் வழிபடுகின்ற அழகு

நிறந்த அவனுடைய பன்னிரண்டு தோள்கள் மின்னுகின்றன, அவற்றைக் கண்டு மனம் உருகும் பக்தர்கள் வந்து நிற்கிறார்கள்.

பொன்னாடை அணிந்த அவனது இடையும், முகமாகிய தாமரையும், மேனி அழகும், ஆபரணங்களும், திருவடிகளும் ஆறு திருமுகங்களும் பன்னிரண்டு திருக் கரங்களும், அந்தத் திருவழகும், திருக்கையில் ஏந்திய வேலும்... இவற்றையெல்லாம் தரிசிக்க ஆயிரம் கண்கள் வேண்டும்!

குறிப்பாக, ராமாயணம் அவரது மனத்துக்குப் பிடித்த காவியமாக இருந்தது. அவரிடம் பலரும் ராமாயணத்தைச் சொல்லித்தரச் சொன்னார்கள். ‘இதைப் பாடல்களாகச் செய்து தாருங்கள்’ என்று கேட்டுக்கொண்டார்கள்.

ராமாயணக் கதை எல்லாருக்கும் தெரிந்ததுதான். ஆனால், அதைப் பாடல்களாகப் பாடும்போது, அதன் செய்திகள் மனத்தில் அழுத்தமாகப் பதியும்.

ஆகவே, ராமாயணத்தின் சில முக்கியப் பகுதிகளைப் பாடல்களாக எழுதித் தந்தார் அருணாசலக்கவிராயர். அவரிடம் கற்றுக்கொண்டவர்கள் அவற்றை மேடைகளில் பாடினார்கள். அதற்கு நல்ல வரவேற்பு கிடைத்தது.

இந்தப் பாடல்களைக் கேட்டவர்கள் அருணாசலக்கவிராயரிடம் ‘நீங்கள் ராமாயணம் முழுவதையும் பாடல்களாக எழுதித் தரவேண்டும்’ என்றார்கள். வாழ்க்கைக்கு ஏற்ற அறிவுரைகளைச் சொல்லும் ராமனின் கதையைப் பாடல்களாக எழுதத் தொடங்கினார் அருணாசலக்கவிராயர். அதைப் பாமரர்களும் புரிந்துகொண்டு பாடி மகிழும்படி எழுதினார்.

> கோதண்ட தீட்சா குரு ராம நாடகத்தைத்
> தீது அண்டாவாறு அடியேன் செப்பவே, கோது அண்டா
> மாருதியே, அஞ்சனையாள் மைந்தனே, நற்கருணை
> வாருதியே, நீ துணையா வா!

கோதண்டத்தை ஏந்தி நிற்கும் ராமனுடைய கதையை நாடகமாகச் சொல்லத் தொடங்குகிறேன். எந்தத் தீமையும்

வராமல் அடியேன் இதனைச் சொல்வதற்கு மாருதி துணை நிற்கவேண்டும்!

தீமை நெருங்காத மாருதியே, அஞ்சனையின் மைந்தனே, கருணைக் கடலே, துணையாக வா!

அண்டர்தம் துயரம் தீர அயோத்தி மாநகரில் வந்து,
தண்டகாரணியம் சென்று, சமுத்திரம்மீது அணையைக் கட்டி,
கொண்டு ராவணனை மாட்டக் கோதண்டம் கையில் ஏந்தும்
புண்டரீகக் கண் ஆளி பொன்னடிக் கமலம் போற்றி!

தேவர்களின் துயரம் தீர்வதற்காக அயோத்தியில் வந்து பிறந்தவன், தண்டகாரணியத்தில் வசித்தவன், சமுத்திரத்தின்மீது அணையைக் கட்டிச் சென்று ராவணனை வீழ்த்துவதற்காகக் கோதண்டத்தைக் கையில் ஏந்தியவன், தாமரை போன்ற கண்களைக் கொண்ட சிங்கம் ராமன், அவனுடைய பொன்னடிகளாகிய தாமரைகளைப் போற்றுகிறேன்!

அருணாசலக்கவிராயரின் 'ராம நாடகக் கீர்த்தனை'களுக்கு அடிப்படை, கம்ப ராமாயணம்தான். கம்பர் தனது ராமாயணத்தை அரங்கேற்றிய ஸ்ரீரங்கத்திலேயே இந்நூலும் அரங்கேறவேண்டும் என்று விரும்பினார் அருணாசலக்கவிராயர்.

ஆனால், கோயிலின் நிர்வாகப் பொறுப்பில் இருந்தவர்கள் இதை ஏற்றுக்கொள்ளவில்லை. 'பெருமாள் ஆணையிட்டால் பார்க்கலாம்' என்று சொல்லிவிட்டார்கள்.

வருந்திய அருணாசலக்கவிராயர் இறைவனை எண்ணிப் பாடினார், அவரது ராமநாடகக் கீர்த்தனைகளில் வரும் தேவர்கள் திருமாலிடம் கேட்டதைப்போலவே!

கடைக்கண்ணால் இரங்கிப் பார் அய்யா, பார்த்துக்
காவாவிட்டால் இனிமேல் ஆர் அய்யா?
அடைக்கலம் என ஓடி வந்தோமே, நாங்கள்
ஆலைக் கரும்புபோல நைந்தோமே!

கடைக் கண்ணால் இரங்கிப் பார் அய்யா!

எம்பெருமானே, உன் கடைக்கண்ணால் எங்களை இரக்கத்துடன் பார், நீ காக்காவிட்டால் நாங்கள் என்ன ஆவோம்?

உன்னையே அடைக்கலம் என்று ஓடி வந்தோம், ஆலையில் அகப்பட்ட கரும்புபோல் நைந்திருக்கும் எங்களை இரக்கத்துடன் பார்!

மனமிரங்கிய இறைவன் அருணாசலக்கவிராயரின் கனவிலும், கோயில் நிர்வாகிகள் கனவிலும் தோன்றினார். இந்நூலை அரங்கேற்றலாம் என உளம் கனிந்தார்.

அதன்படி, அருணாசலக்கவிராயரின் கீர்த்தனைகள் ஸ்ரீரங்கத்தில் அரங்கேறின. கேட்ட அறிஞர்களும் பொதுமக்களும் வியந்து போற்றிப் பாராட்டினார்கள். இன்றும் அவரது பாடல்களை மேடைகளில் கேட்டு மகிழ்கிறார்கள்!

பரப் பிரம்ம சொரூபமே, ஸ்ரீராமனாகப்
பாரில் வந்தது பாரும்!
வரத்தினால் அரக்கரை வானத்தில் ஏற்றவும்
வானத்தில் தேவர்கள் மலர்மாரி தூற்றவும்
பரப் பிரம்ம சொரூபமே, ஸ்ரீராமனாகப்
பாரில் வந்தது பாரும்!
பத்தி முனிவர் கலைக்கோட்டு முனி
பண்ணிய யாக பலன் தேற,
சத்திய தசரதற்கு அறுபதினாயிரம்
சம்வச்ர பலன் நிறைவேற
சித்திரை மாசம் நவமி, கடகம்
செழும் புனர்பூசம் தேன் ஊற
ஒத்த கிரகங்கள் நால்வரும் பதினொன்றில்
உச்சத்தில் ஐவரும் ஏற, ஆதிப்
பரப் பிரம்ம சொரூபமே, ஸ்ரீராமனாகப்
பாரில் வந்தது பாரும்!

பரப்பிரம்மமே ராம அவதாரம் எடுத்து பூமியில் வந்தார்,

அரக்கர்களை வீழ்த்தவும் தேவர்களின் வாழ்த்துகளை ஏற்றுக்கொள்ளவும் அவர் இங்கே பிறந்தார்!

பக்தி நிறைந்த கலைக்கோட்டு முனிவர் செய்த யாகத்தின் பலனாக, சத்திய வாழ்க்கை வாழும் தசரதரின் மகனாக, சித்திரை மாதம் நவமி திதியன்று கடக லக்னத்தில் புனர்பூச நட்சத்திரத்தில் கிரகங்கள் எல்லாம் சிறப்பாக அமைந்த நன்னாளில் பரப்பிரம்மமே ராம அவதாரம் எடுத்து பூமியில் வந்தார்!

சீதைக்காக ராமர் வில்லை வளைத்து முறித்த காட்சியை அருணாசலக்கவிராயர் சொல்லும் அழகுப் பாடல் இது:

> வில்லானது ரண்டாய் ஒடிந்து விழுந்ததே, பாரில்!
> கலியாண ராமன் அனகன் கையால்,
> மிதிலையில் வாழ் சனகன் வில்லானது ரண்டாய் ஒடிந்து விழுந்ததே, பாரில்!
> சுத்திப் பெறும் முனிவோர்கள் மங்கள சோபனங்கள் கூற,
> பத்துத் திசை வானவர் எல்லோரும் பனிமலர் மாரிகள் தூற,
> சித்தப் பிரமையாலே நாலிரு திசை யானைகள் தலை பீற
> கத்திப் பிடியிடையாள் சானகி காதல் எண்ணம் நிறைவேற!

மிதிலையில் வாழும் சனகனின் வில், கலியாண ராமன் கையால் இரண்டாக ஒடிந்து விழுந்தது!

சுற்றியிருந்த முனிவர்களெல்லாம் வாழ்த்துப் பாடினார்கள், பத்துத் திசைகளிலிருந்தும் தேவர்கள் மலர்மழை பொழிந்தார்கள், எட்டுத் திசைகளிலும் இருந்த திசையானைகள் பிரமை பிடித்துத் திணறின, கத்திப் பிடி போன்ற சிறிய இடை கொண்ட சானகியின் காதல் எண்ணம் நிறைவேறியது!

இலங்கையில் சீதையைக் காணும் அனுமனின் பரவசத்தை இப்படிப் பாடலாக்கித் தருகிறார் அருணாசலக்கவிராயர்:

> சீதையைக் கண்டானே, அனுமான்
> செடிமேல் நின்று

சேவையைக் கொண்டானே, அனுமான்!
ஆதவன் காணாத இலங்கை மடுவிலே,
அரக்கியர் என்கின்ற புலிக்கூட்டம் நடுவிலே!
தாய் இவள், தாய் இவள், நிலை வரமே, சாமி
தனக்கும் இவள் மெத்த மனோகரமே,
தீயையும் சுடும் இவள் சரித்திரமே, தெய்வ
தெய்வங்களுக்கும் இவள் மீசரமே,
சாயும் சந்திர சூரிய வம்மிசமும் பெருக்கும்,
தனியாம் தருமமும் இனிமேல் அல்லோ செருக்கும்!
ஏய அடையாளம் கண்டேன், 'அஞ்சேன் ஒருவருக்கும்'
என்று செல்லரித்தாலும் இருந்திடத்தே இருக்கும்,
சீதையைக் கண்டானே, அனுமான்!

சூரியன்கூட வர அஞ்சுகிற இலங்கை மலைமேலே, அரக்கியர்களாகிய புலிக்கூட்டத்தின் நடுவே, செடிமேல் நின்ற அனுமன் சீதையைக் கண்டு சேவித்தான்!

'இவள் என் தாய், இவளைக் கண்டது நான் செய்த வரம், ராமனுக்கு ஏற்ற துணைவி, தீயையும் சுடும் தூய்மை நிறைந்தவள், தெய்வங்களுக்கெல்லாம் தெய்வம், சூரிய சந்திர வம்சங்களின் பெருமையை நிலை நாட்டக்கூடியவள், தருமத்துக்கே பெருமை தரக்கூடியவள்' என்றெல்லாம் நினைத்தான் அனுமன். 'ராமன் சொன்ன அடையாளங்கள் எல்லாம் பொருந்துகின்றன. யாருக்கும் அஞ்சாமல் உட்கார்ந்த இடத்திலேயே தவம் புரிகிறாள் இந்தத் தாய்.'

நிறைவாக, ராமன் மகுடம் சூட்டும் திருக்காட்சி:

மகுடாபிஷேகம் கொண்டானே, ஸ்ரீராமச்சந்திரன்
மகுடாபிஷேகம் கொண்டானே!
சகல ராசர்களும், சகல தேசர்களும்,
சகல வேதியரும், சகல சாதியரும்,
சகல மந்திரிகளும், சகல தந்திரிகளும்,
சகல முனிவர்களும், சகல மனிதர்களும்,
சந்திராதி மூவர்களும், இந்திராதி தேவர்களும்,

சந்தோஷமாப் பொருந்து சிங்காதனத்து இருந்து
மகுடாபிஷேகம் கொண்டானே!
ராமன் மகுடம் சூடினான்!

பல தேசங்களின் ராஜாக்கள், வேதியர் முதலான பல குலங்களைச் சேர்ந்தவர்கள், மந்திரிகள், தந்திரிகள், முனிவர்கள், மனிதர்கள், சந்திரன் முதலான மூவர், இந்திரன் முதலான தேவர்கள் எல்லாரும் மகிழ்ச்சியாகப் பார்க்க, ராமன் சிங்காசனத்தில் இருந்து மகுடம் சூடினான்!

ஸ்ரீரங்கநாதரை ராமனாகப் பாடிய அருணாசலக்கவிராயரின் இந்தப் பாடல் மிகவும் பிரபலமானது:

ஏன் பள்ளிகொண்டீர் ஐயா? ஸ்ரீரங்கநாதரே, நீர்
ஏன் பள்ளிகொண்டீர் ஐயா?
ஆம்பல் பூத்த சயபருவத மடுவிலே,
அவதரித்த இரண்டு ஆற்று நடுவிலே,
ஏன் பள்ளிகொண்டீர் ஐயா?
கோசிகன் சொல் குறித்ததற்கோ? அரக்கிக்
குலையில் அம்பு தெறித்ததற்கோ?
ஈசன் வில்லை முறித்ததற்கோ? பரசு
இராமன் உரம் பறித்ததற்கோ?

மாசு இலாத மிதிலேசன் பெண்ணுடன் வழிநடந்த இளைப்போ?
தூசு இலாத குகன் ஓடத்திலே கங்கைத் துறை கடந்த இளைப்போ?
மீ சரமாம் சித்ர கூடச் சிகரக் கல் மிசை கடந்த இளைப்போ?
காசினிமேல் மாரீசன் ஓடிய கதி தொடர்ந்த இளைப்போ? ஓடிக்
களைத்தோ? தேவியைத் தேடி
இளைத்தோ? மரங்கள் ஏழும்
தொளைத்தோ? கடலைக் கட்டி
வளைத்தோ? இலங்கை என்னும்
காவல் மா நகரை இடித்த வருத்தமோ?
ராவணாதிகளை அடித்த வருத்தமோ?

ஸ்ரீரங்கநாதரே, நீங்கள் ஸ்ரீரங்கத்தில் பள்ளிகொண்டது ஏன்? என்ன களைப்பு உங்களுக்கு?

விஸ்வாமித்திரர் சொல்லைக் கேட்டுத் தாடகையை வென்றீர்களே, அந்தக் களைப்பா? ஈசன் வில்லை முறித்தீர்களே, அந்தக் களைப்பா? பரசுராமர் வீரத்தைப் பறித்தீர்களே, அந்தக் களைப்பா?

சனகன் மகள் சீதையுடன் நடந்த களைப்பா? குகனுடைய ஓடத்தில் கங்கையைக் கடந்த களைப்பா? சித்ரகூடச் சிகரத்தில் உள்ள கல் பாதைகளில் நடந்த களைப்பா? மாரீசனைத் துரத்திக்கொண்டு ஓடிய களைப்பா? சீதா தேவியைக் காணாமல் தேடிய களைப்பா? மராமரங்கள் ஏழையும் தொளைத்த களைப்பா? கடலை அணை கட்டி வளைத்த களைப்பா? இலங்கை என்கிற காவல் நிறைந்த நகரை அழித்த களைப்பா? ராவணன் முதலானோரை அழித்த களைப்பா?

ஸ்ரீரங்கநாதரே, நீங்கள் ஸ்ரீரங்கத்தில் பள்ளிகொண்டது ஏன்?

அருணாசலக்கவிராயர் எழுதிய பிற முக்கியமான நூல்கள் சீர்காழித் தலபுராணம், அனுமார் பிள்ளைத்தமிழ், காழி அந்தாதி, காழிப் பள்ளு ஆகியவை. அவரது கீர்த்தனைகள் எளிய மொழியில் பக்தியை எல்லாருக்கும் செல்லும்வண்ணம் வெளிப்படுத்தியவை!

45

அழகான கொல்லி நகரம். திடவிரதன் என்ற மன்னர் அதனை ஆண்டுவந்தார்.

அவருக்கு ஓர் ஆண் குழந்தை பிறந்தது. ‘குலசேகரன்’ என்று மகனுக்குப் பெயர் சூட்டினார் மன்னர்.

இளவரசருக்குரிய எல்லாக் கலைகளும் குலசேகரனுக்குக் கற்பிக்கப்பட்டன. அவரும் ஆர்வத்துடன் அவற்றைக் கற்றுக்கொண்டு சிறந்தார்.

குறிப்பாக, ராமாயணக் கதையை யாராவது சொன்னால் போதும், குலசேகரனுக்கு இருக்கும் இடமே தெரியாது. அந்த அளவுக்கு அதில் மூழ்கிவிடுவார்.

> மன்னுபுகழ் கௌசலைதன் மணிவயிறு வாய்த்தவனே!
> தென்னிலங்கைக் கோன் முடிகள் சிந்துவித்தாய்! செம்பொன் சேர்
> கன்னி நல் மாமதிள் புடைசூழ் கணபுரத்து என் கருமணியே!
> என்னுடைய இன்னமுதே! இராகவனே! தாலேலோ!

நிலைத்து நிற்கும் புகழை உடைய கௌசலையின் மணிவயிற்றில் வந்து பிறந்தவனே, இராகவனே,

தென்னிலங்கை அரசனான ராவணனின் பத்துத் தலைகளும்

சிதறும்படி அம்பு எய்தவனே! சிறந்த பொன்னால் செய்யப்பட்ட பாதுகாப்பான மதில் சுவரால் நான்கு பக்கமும் சூழப்பட்டிருக்கிற திருக்கண்ணபுரத்தில் எழுந்தருளியிருக்கும் கருமணியே, என்னுடைய இன்னமுதே! உன்னைத் தாலாட்டுகிறேன்!

இளவரசர் வளர்ந்து அரசராக, ராமர்மீதும் கண்ணன்மீதும் அவர் வைத்திருந்த பக்தியும் வளர்ந்தது. அதேபோல், திருமாலின் பக்தர்கள்மீதும் அரசர் மிகுந்த மதிப்பு வைத்திருந்தார்.

அரசர் குலசேகரரின் சபையில் அவ்வப்போது ராமாயணச் சொற்பொழிவுகள் நடக்கும். அப்படி ஒருநாள், ராமர் அரக்கர்களுடன் போர் புரிந்த கதையைச் சொல்லிக் கொண்டிருந்தார் ஒருவர்.

இந்தப் பக்கம் ராமர் தனியாக நிற்கிறார், அந்தப் பக்கம் ஒரு பெரிய படையே வருகிறது. அதில் உள்ளவர்களெல்லாம் பிரமாண்ட அரக்கர்கள், அநியாயம் செய்யும் அவர்கள் நியாயத்தின் பக்கம் நிற்கும் ராமர்மீது பெரும் கோபத்தில் இருக்கிறார்கள். இதைக் கேட்ட குலசேகரர் தன்னை மறந்தார், 'போர் தொடங்கப்போகிறது, எல்லாரும் புறப்படுங்கள், படை தயாராகட்டும்' என்றார். அருகே இருந்தவர்கள் திகைத்துப்போனார்கள், 'மன்னா, என்ன சொல்கிறீர்கள்?'

'இந்தப் போரில் ராமரின் பக்கம் நம்முடைய படை நிற்கவேண்டும், கிளம்புங்கள்' என்றார் அரசர். மளமளவென்று தானும் அவர்களோடு புறப்படத் தயாரானார்.

எல்லாரும் இதைக் கேட்டு வியந்தார்கள். இவருடைய ராம பக்தியை, ராமர்மீது இவர் வைத்திருக்கும் அன்பைப் போற்றுவதா, அல்லது, எப்போதோ நடந்த யுத்தத்துக்கு இப்போது தயாராகிறார் என்று சிரிப்பதா என்று அவர்களுக்குத் தெரியவில்லை. ஆனால், அரசர் மனத்தளவில் போருக்குத் தயாராகிவிட்டார். அவரைப் பொறுத்தவரை, ராமருக்கு இப்போது படை பலம் தேவை, அவருக்குத் தராத படை என் நாட்டில் இருந்து என்ன பயன்? புறப்படுங்கள்!

அமைச்சர்கள் சொற்பொழிவாளரைப் பார்த்தார்கள், 'ஏதாவது செய்யுங்கள்' என்றார்கள். புரிந்துகொண்ட அவர் சட்டென்று கதையை விரைவாக்கி, 'மன்னா, கவலை வேண்டாம், போர் முடிந்துவிட்டது, அரக்கர்கள் எல்லாரையும் ராமர் தனி மனிதராக வீழ்த்திவிட்டார்' என்றார்.

அதைக் கேட்டு மன்னர் மகிழ்ந்தார். 'ராமருக்கு வெற்றி' என்று ஆனந்தக் கூத்தாடினார். ஆனால், அமைச்சர்கள் இதை விரும்பவில்லை. 'நாட்டை ஆளவேண்டிய அரசர் இப்படி நடந்துகொள்ளலாமா' என்று அவர்கள் ஆதங்கப்பட்டார்கள்.

'நாம் என்ன செய்ய இயலும்? அரசருக்கு ராமர்மீது அளவற்ற பக்தி!'

'அந்த பக்திக்கு யார் காரணம்? எந்நேரமும் அவரோடு இருக்கிற வைணவர்கள்தானே?'

'ஆமாம், அதற்கு என்ன செய்ய?'

'அந்த வைணவர்களை எப்படியாவது அரசரை நெருங்காமல் செய்யவேண்டும். என்ன செய்யலாம்?'

அவர்கள் யோசித்தார்கள். ஒரு திட்டம் தயாரித்தார்கள்.

மறுநாள், அவர்கள் இறைவனின் திருவாபரணத்தை எங்கோ எடுத்து வைத்துவிட்டார்கள். அதைக் காணோம் என்று எல்லாரும் தேடும்போது, 'வைணவர்கள்தான் இதை எடுத்திருக்கவேண்டும்' என்றார்கள்.

'நாங்கள் எடுக்கவில்லை' என்று வைணவர்கள் மறுத்தார்கள்.

'இதை நாங்கள் எப்படி நம்புவது?' என்றார்கள் அமைச்சர்கள், 'வேண்டுமானால் ஒன்று செய்யுங்கள், நச்சுப் பாம்பு உள்ள குடம் ஒன்றைக் கொண்டுவரச் சொல்கிறோம், அதற்குள் கையை விடுங்கள், நீங்கள் திருடியிருந்தால் பாம்பு உங்களைத் தீண்டும், இல்லாவிட்டால் தீண்டாது!'

வைணவர்கள் இதற்கு ஒப்புக்கொண்டார்கள். பாம்புள்ள குடம் கொண்டுவரப்பட்டது.

ஆனால், அவர்கள் அதற்குள் கையை விடுவதற்குள், அரசர் குறுக்கிட்டார். 'திருமாலின் பக்தர்கள் இதுபோல் அடுத்தவர் பொருளை எடுக்கமாட்டார்கள்' என்றார். 'உங்கள் சார்பாக, நானே குடத்துக்குள் கை விடுகிறேன்!'

அமைச்சர்கள் திகைத்தார்கள். அரசருக்கு ஏதேனும் ஆகிவிடுமோ என்று பதறினார்கள்.

அதற்குள், அவர் குடத்துக்குள் கையை விட்டுவிட்டார். பாம்பு அவரை எதுவும் செய்யவில்லை.

இதைப் பார்த்த எல்லாரும் இறைவன் அருளை எண்ணி வியந்தார்கள். அமைச்சர்கள் தங்கள் குற்றத்தைச் சொல்லி மன்னிப்புக் கேட்டார்கள்.

தனது அமைச்சர்கள் இப்படி நடந்துகொண்டதை எண்ணி அரசர் மிகவும் வருந்தினார். இறைவன் புகழைப் பாடுவதற்கும், அன்பர்களுக்குத் தொண்டு செய்வதற்கும் தடை போடுகிற அரச பதவி தேவையா என்று யோசித்தார். தன் மகனுக்குப் பட்டம் சூட்டிவிட்டு, முழுநேரமும் இறைவன் பணியில் மகிழ்ந்தார்.

செடியாய வல்வினைகள் தீர்க்கும் திருமாலே!
நெடியானே! வேங்கடவா! நின்கோயிலின் வாசல்
அடியாரும் வானவரும் அரம்பையரும் கடந்து இயங்கும்
படியாய்க் கிடந்து உன் பவளவாய் காண்பேனே.

துன்பங்களைத் தீர்க்கும் திருமாலே, நெடியவனே, வேங்கடவனே, உன்னுடைய கோயிலின் வாசலில் அடியவர்களும் தேவர்களும் அரம்பையர்களும் நடந்து செல்கிற ஒரு படியாகக் கிடக்க நான் விரும்புகிறேன், அப்போதுதான் உன்னுடைய பவளவாயைத் தினமும் பார்த்துக்கொண்டிருக்கலாம்!

அரசர், இப்போது ஆழ்வாரானார், பக்தியில் ஆழ்ந்து குலசேகராழ்வார் என்று பெயர் பெற்றார், பெருமாள் திருமொழி

பாடித் திருமாலைப் பணிந்தார்.

இருள் இரியச் சுடர்மணிகள் இமைக்கும் நெற்றி
இனத் துத்தி அணி பணம் ஆயிரங்கள் ஆர்ந்த
அரவு அரசப் பெரும்சோதி அனந்தன் என்னும்
அணி விளங்கும் உயர் வெள்ளை அணையை மேவி
திருவரங்கப் பெருநகருள் தெள்நீர்ப் பொன்னி
திரைக் கையால் அடி வருடப் பள்ளி கொள்ளும்
கருமணியை, கோமளத்தைக் கண்டுகொண்டு என்
கண் இணைகள் என்றுகொலோ களிக்கும் நாளே!

இருள் சிதறும்படி ஒளி விடுகிற மாணிக்கங்கள் திகழும் நெற்றி, சிறந்த புள்ளிகள், ஆயிரம் படங்கள் ஆகியவற்றைக் கொண்ட பாம்புகளின் அரசன் ஆதிசேஷன். அவன்மீது கிடந்த திருக்கோலத்தில் அருள் செய்கிறார் திருவரங்கப் பெருமான். அவருடைய பாதங்களில் தெளிவான நீரை வார்த்து வணங்குகிறது காவிரி நதி.

அத்தகைய கருமணியை, அழகனைக் கண்டு என்னுடைய கண்கள் மகிழும் நாள் என்றைக்கு?

தாமரைமேல் அயன் அவனைப் படைத்தவனே! தயரதன்தன்
மாமதலாய்! மைதிலிதன் மணவாளா! வண்டினங்கள்
காமரங்கள் இசை பாடும் கணபுரத்து என் கருமணியே!
ஏ மருவும் சிலை வலவா! இராகவனே! தாலேலோ!
தாமரைமீது பிரம்மனைப் படைத்தவனே, தசரதனின் புதல்வனே,
மைதிலியின் மணவாளனே, இராகவனே,

வண்டுகள் காமரம் என்னும் இசையைப் பாடுகிற திருக்கண்ணபுரத்தில் எழுந்தருளியிருக்கும் என் கருமணியே! அம்புகள் பொருந்திய வில்லை ஆள்பவனே, உன்னைத் தாலாட்டுகிறேன்!

திருமாலின் அவதாரங்களில் ராமரைப் பாடியதுபோலவே, கண்ணனையும் அனுபவித்துப் பாடியிருக்கிறார் குலசேகராழ்வார். ஆய்ச்சியர்கள் கண்ணன்மீது வைத்திருக்கும் அன்பை ஊடாக

வெளிப்படுத்துவதாக அவர் பாடியுள்ள பாடல்களில் ஒன்று:

கெண்டை ஒண்கண் மடவாள் ஒருத்தி
கீழை அகத்துத் தயிர் கடையக்
கண்டு ‘ஒல்லை நானும் கடைவன்’ என்று
கள்ள விழியை விழித்துப் புக்கு
வண்டு அமர் பூங்குழல் தாழ்ந்து உலாவ
வாண்முகம் வேர்ப்பச் செவ்வாய் துடிப்ப
தண் தயிர் நீ கடைந்திட்ட வண்ணம்,
தாமோதரா! மெய் அறிவன் நானே!

‘கண்ணா, உன் குறும்புகளை நான் நன்றாக அறிவேன்’ என்கிறாள் ஓர் ஆய்ச்சி.

‘என் வீட்டுக்குப் பக்கத்தில் மீன் போன்ற அழகிய கண்களை உடைய ஒரு பெண் இருக்கிறாள். அவள் ஒருநாள் தனியே தயிர் கடைந்துகொண்டிருந்தாள்.’

‘அப்போது, நீ அங்கே வந்தாய். நானும் உன்னோடு தயிர் கடைகிறேன்’ என்றாய்.’

‘திருட்டுப் பார்வையோடு நீ அவள் வீட்டுக்குள் நுழைந்து, வண்டுகள் மொய்க்கும் மலர் அணிந்த குழல் அவிழ்ந்து அசையும்படி, ஒளி நிறைந்த முகம் வியர்க்கும்படி, சிவந்த உதடுகள் துடிக்கும்படி குளிர்ந்த தயிரைக் கடைந்தாய். அது எனக்குத் தெரியும்!’

ஆய்ச்சியர்களின் ஊடலைப் பாடிய குலசேகராழ்வார் தேவகியின் வருத்தத்தையும் பாடியிருக்கிறார்.

எம்பெருமானை மகனாகப் பெற்றவர் தேவகி. அவருக்கு என்ன வருத்தம் இருக்க இயலும்?

கண்ணன் தேவகியின் மகன் என்றாலும், அவனுடைய சிறுபிள்ளைக் குறும்புகளையெல்லாம் தேவகி பார்க்கவில்லையே, யசோதைதானே பார்த்தார்? அதை எண்ணி தேவகி பாடுவதுபோல் குலசேகராழ்வார் பாடியுள்ள பாடல்களில் ஒன்று:

மருவு நின் திருநெற்றியில் சுட்டி
அசைதர, மணிவாயிடை முத்தம்
தருதலும் உன்தன் தாதையைப்போலும்
வடிவு கண்டுகொண்டு உள்ளம் உள்குளிர
விரலைச் செஞ்சிறுவாயிடைச் சேர்த்து
வெகுளியாய் நின்று உரைக்கும் அவ்வுரையும்
திருவிலேன் ஒன்றும் பெற்றிலேன்; எல்லாம்
தெய்வ நங்கை யசோதை பெற்றாளே!

கண்ணா, உன்னுடைய திருநெற்றியிலே சுட்டி அசைய, மணிவாயால் முத்தம் தருவாய், நீ உன்னுடைய தந்தையைப் போலவே தோன்றுகிற அழகைக் கண்டவர்கள் உள்ளம் குளிரும், விரலைச் செவ்வாயில் வைத்துக்கொண்டு மழலை மொழி பேசுவாய்!

ஆனால், இதெல்லாம் நான் கேட்கவில்லை, பார்க்கவில்லை. அனைத்துப் பாக்கியங்களும் யசோதைக்குத்தான் கிடைத்தன!

தேவகியின் வருத்தம் ஒருவிதம் என்றால், ராமர் காட்டுக்குச் சென்றபோது தசரதர் அனுபவித்த வருத்தம் வேறுவிதமானது. அதையும் பாடல்களாகத் தந்துள்ளார் குலசேகராழ்வார்:

வெவ்வாயேன் வெவ்வுரை கேட்டு இருநிலத்தை
வேண்டாதே விரைந்து வென்றி
மைவாய களிறொழிந்து தேரொழிந்து
மாவொழிந்து வனமே மேவி
நெய் வாய வேல் நெடுங்கண் நேரிழையும்
இளங்கோவும் பின்பு போக
எவ்வாறு நடந்தனை? எம் இராமாவோ!
எம்பெருமான்! என் செய்கேனே!

இராமா,

கொடிய வாயை உடைய நான் கொடுமையாகச் சில சொற்களை சொன்னேன், அதைக் கேட்டு, இந்தப் பெரிய நிலத்தை மறுத்து நீ காட்டுக்குச் சென்றுவிட்டாய்.

வெற்றியைத் தருகிற, மை மலை போன்ற யானைகள், தேர்கள், குதிரைகள் எல்லாவற்றையும் விட்டுவிட்டு, நெய் பூசிய நுனியைக் கொண்ட வேலைப் போன்ற கண்களை உடைய சீதையையும் தம்பி இலட்சுமணனையும் அழைத்துக்கொண்டு தரையில் நடந்து சென்றாயா ராமா? எப்படி நடந்தாய்? எம்பெருமானே, நான் என்ன செய்வேன்!

அம்பொன் நெடுமணி மாட அயோத்தி எய்தி,
அரசு எய்தி, அகத்தியன் வாய்த் தான் முன்கொன்றான்
தன் பெரும்தொல் கதை கேட்டு, மிதிலைச் செல்வி
உலகு உய்யத் திருவயிறு வாய்த்த மக்கள்
செம்பவளத் திரள்வாய்த் தன் சரிதை கேட்டான்
தில்லைநகர் திருச்சித்ரகூடந்தன்னுள்
எம்பெருமான் தன் சரிதை செவியால், கண்ணால்
பருகுவோம், இன் அமுதம் மதியோம் அன்றே!

அழகிய பொன், சிறந்த ரத்தினங்களைக் கொண்டு அமைக்கப்பட்ட மாடங்கள் நிறைந்த அயோத்திக்கு வந்து, அங்கே அரசனாக ஆட்சி செய்து, தான் முன்பு கொன்ற இராவணனின் கதையை அகத்தியர் சொல்லக் கேட்டான் ராமன்.

பின்னர், மிதிலைச் செல்வியான சீதை இந்த உலகம் உய்யுமாறு திருவயிற்றில் பெற்றெடுத்த லவ, குசர்களின் செம்பவள வாயால் தன்னுடைய கதையையே கேட்டான்.

அப்படிப்பட்ட ராமன், தில்லைநகர் திருச்சித்ரகூடத்தில் எழுந்தருளியிருக்கிறான், அவனுடைய கதை அமுதத்தைவிட இனிமையானது, அதைக் காதால் கேட்டுக் கண்ணால் பருகுவோம்!

46

காஞ்சித் திருநகரம்.

எந்தத் திசையில் திரும்பினாலும் கோயில்கள் நிறைந்திருக்கும் ஊர் அது. மக்கள் பக்தியோடு நல்லொழுக்கமாக வாழ்ந்துவந்தார்கள்.

'கச்சி' எனப்படும் காஞ்சியில் எழுந்தருளியிருக்கும் சிவபெருமானின் பெயர், கச்சியப்பர். அவரை வணங்கும் குடும்பங்கள் தங்களுடைய குழந்தைகளுக்கு அந்தப் பெயரைச் சூட்டுவது மரபு.

அப்படிக் காஞ்சியில் பிறந்த கச்சியப்பர்களில் ஒருவர் குமரகோட்டத்தில் குருக்களாகப் பணியாற்றிவந்தார். முருகன்மீது ஆழ்ந்த பக்தி கொண்டவர், நல்ல புலமை நிறைந்தவர் அவர்.

ஒருநாள், அவரது கனவில் முருகன் தோன்றினான், 'எல்லாரும் வாசிக்கும்வண்ணம் எமது வரலாற்றைத் தமிழில் எழுதுக' என்று ஆணையிட்டான்.

'அது என் பாக்கியம்' என்று வணங்கினார் கச்சியப்பர். 'ஆனால், இப்படி ஒரு காவியத்தை எழுதும் அளவுக்கு எனக்குப் புலமையோ, ஞானமோ இல்லையே.'

புன்னகை பூத்தான் முருகன். 'நானே காவியத்துக்கு முதல் அடி எடுத்துக்கொடுக்கிறேன்' என்றான்.

முருகன் தந்த அந்த முதல் அடி: 'திகடச் சக்கரம் செம்முகம் ஐந்துளான்' என்பது.

'திகடச் சக்கரம்' என்றால், 'திகழ் தசக்கரம்' என்று பொருள். அதாவது, திகழ்கின்ற பத்துக் கரங்களை உடையவன், செம்முகம் ஐந்து உடையவன் என்று விநாயகப் பெருமானைக் குறிப்பிடுகிறது இந்த வரி. அதையே தொடக்கமாகக் கொண்டு கச்சியப்பர் பாடத் தொடங்கினார்:

திகடச் சக்கரம் செம்முகம் ஐந்துளான்,
சகட சக்கரத் தாமரை நாயகன்,
அகட சக்கர இன்மணி யாவுறை
விகட சக்கரன் மெய்ப்பதம் போற்றுவாம்

திகழ்கின்ற பத்துக் கரங்களையும் ஐந்து செம்முகங்களையும் உடையவன், சக்ராயுதத்தை உடையவன், தாமரைமேல் வீற்றிருப்பவன், எங்கும் நிறைந்திருப்பவன், விகட சக்கரனாகிய அந்த விநாயகனின் பாதங்களை வணங்குவோம்!

அடுத்து, முருகனைப் போற்றிக் காப்புச் செய்யுள் எழுதினார் கச்சியப்பர்:

மூ இரு முகங்கள் போற்றி! முகம்பொழி கருணை போற்றி!
ஏவரும் துதிக்க நின்ற ஈர் ஆறு தோள் போற்றி, காஞ்சி
மாவடி வைகும் செவ்வேள் மலர்அடி போற்றி, அன்னான்
சேவலும் மயிலும் போற்றி, திருக்கை வேல் போற்றி போற்றி!

முருகா,

உன்னுடைய ஆறு முகங்களைப் போற்றுகிறேன், அவற்றில் வழியும் கருணையைப் போற்றுகிறேன், அனைவரும் துதித்து நிற்கும் உன்னுடைய பன்னிரு தோள்களைப் போற்றுகிறேன், காஞ்சி மாவடியில் எழுந்தருளியிருக்கும் செவ்வேள் முருகா,

உன்னுடைய மலரடிகளைப் போற்றுகிறேன், உன்னுடைய சேவலையும் மயிலையும் போற்றுகிறேன், திருக்கை வேலைப் போற்றுகிறேன்!

இவ்வாறு தொடங்கி கச்சியப்பர் கந்தனின் வரலாறை இனிய பாடல்களாக எழுதத் தொடங்கினார். தினமும் அன்றைய பாடல்களை எழுதியபின், அவற்றை முருகனின் திருவடிகளில் வைத்து வணங்கிவிட்டுச் செல்வார்.

மறுநாள் காலை வந்து பார்த்தால், அந்தப் பாடல்களில் ஆங்காங்கே திருத்தங்கள் செய்யப்பட்டிருக்கும். அவை அந்தப் பாடல்களை இன்னும் அழகாக்கியிருக்கும்.

இதைக் கண்டு கச்சியப்பர் உருகினார். 'என்னுடைய பாடல்களை இறைவனே திருத்தித் தருகிறான். என்னே அவனுடைய பெருமை!' என்று நெகிழ்ந்தார்.

இவ்வாறு கந்தபுராணத்தைத் தொடர்ந்து எழுதினார் அவர். பக்தியும் மொழியின் இனிமையும் கலந்த அருமையான காவியமாக அது உருவானது. அரங்கேற்றத்துக்கு ஏற்பாடு செய்யப்பட்டது.

அரங்கேற்றத்தின்போது, இறைவனை வணங்கி முதல் பாடலை வாசித்தார் கச்சியப்பர். 'திகட சக்கரம்' என்ற அந்தப் பாடலை அவர் வாசித்ததும், ஒரு புலவர் எழுந்தார், 'ஐயா, திகட சக்கரம் என்றால் என்ன?' என்றார்.

'திகழ் தசக்கரம் என்று பொருள்.'

'திகழ் + தசக்கரம் என்ற சொற்கள் சேரும்போது திகட சக்கரம் என்றா அமையும்?' சந்தேகமாகக் கேட்டார் புலவர், 'அப்படித் தொல்காப்பியமோ மற்ற இலக்கண நூல்களோ கூறவில்லையே.'

'உண்மைதான்' என்றார் கச்சியப்பர். 'ஆனால், இந்த முதல் அடி எனக்கு இறைவன் தந்தது, அதை அவ்வாறே வைத்து எழுதியுள்ளேன்.'

‘திகட சக்கரம் என்பது இலக்கணப்படி சரியானது என்று நிரூபிக்கவேண்டியது உங்கள் பொறுப்புதான்’ என்றார் அந்தப் புலவர். மற்றவர்களும் அதை ஏற்றுக்கொண்டார்கள்.

ஆகவே, கந்தபுராண அரங்கேற்றம் அப்படியே நின்றது. கச்சியப்பர் செய்வதறியாது தவித்தார்.

அன்று இரவு, அவர் கனவில் மீண்டும் முருகன் வந்தான். ‘நாளை அந்தப் புலவரின் சந்தேகம் சரியான முறையில் தீர்க்கப்படும்’ என்றான்.

மறுநாள், அரங்கேற்றம் தொடரவேண்டிய நேரம். புலவர் ஒருவர் சபையில் நுழைந்தார். அவர் கையில் ஒரு நூல்.

‘புலவரே, நீங்கள் யார்? அது என்ன நூல்?’ என்று எல்லாரும் கேட்டார்கள்.

‘இது ஓர் இலக்கண நூல், இதன் பெயர் வீர சோழியம்’ என்றார் அந்தப் புலவர், ‘இதில் உள்ள இந்த நூற்பாவைப் பாருங்கள்.’

சபையினர் ஆர்வத்தோடு பார்த்தார்கள். திகழ் + தசக்கரம் = திகட சக்கரம் என்பதற்கான இலக்கணம் அங்கே குறிப்பிடப்பட்டிருந்தது.

‘கச்சியப்பரே, நீங்கள் எழுதியது இலக்கணப்படி சரிதான்’ என்றார்கள் அந்தப் புலவர்கள், ‘நல்லவேளை, இந்தப் புலவர் சரியான விளக்கத்தைத் தந்து உங்கள் காவியத்துக்குப் பெருமை சேர்த்துவிட்டார்’ என்று சொல்லிவிட்டுத் திரும்பிப் பார்த்தால், அந்தப் புலவரைக் காணவில்லை.

அவையினர் அதிர்ந்தார்கள். வந்தது யார் என்று அவர்களுக்கு அப்போதுதான் புரிந்தது.

கச்சியப்பரின் காவியத்துக்கு முதல் அடி எடுத்துக்கொடுத்த இறைவன், அதில் இலக்கணப் பிழை உள்ளதாகச் சொன்னவர்களின் சந்தேகத்தைத் தீர்க்க அவனே நேரில் வந்தான். அனைவரும் அதை எண்ணி நெகிழ்ந்தார்கள்.

அதன்பிறகு, கந்தபுராணம் அருமையாக அரங்கேற்றப்பட்டது. வாசித்த அனைவரும் முருகனின் திருக்கதையைக் கேட்டு இன்புற்றார்கள். கந்தன் புகழைப் பாடக் கிடைத்த பாக்கியத்தை எண்ணி மகிழ்ந்தார் கச்சியப்பர்.

இன்றும் கந்தபுராணம் முருக பக்தர்களால் விரும்பிப் படிக்கப்படுகிறது. அவனது சரித்திரத்தை எளிய தமிழில் சொல்லும் இனிய காவியம் அது.

கந்தபுராணத்திலிருந்து, சிவபெருமான், பார்வதி திருமணக் காட்சி:

> எங்கு உள பொருளும் கோளும் ஈதலும் தானே ஆகும்
> சங்கரன் உலகம் எல்லாம் தந்திடும் கன்னி தன்னை
> மங்கல முறையால் கொண்டான் மலைமகன் கொடுப்ப, என்றால்
> அங்கு அவன் அருளின் நீர்மை யார் அறிந்து உரைக்கற்பாலார்?

எங்கும் இருக்கிற பொருள்கள் அனைத்தும் சிவபெருமான்தான். அவற்றைக் கொண்டிருப்பவனும் அவன்தான், தருவதும் அவன்தான்.

அவன் மணந்த பார்வதியோ உலகம் அனைத்தையும் தருகிறவள். சிவபெருமானில் சரிபாதி.

உண்மை இப்படியிருக்க, அவளை மகளாகப் பெற்ற மலையரசன் சிவனுக்கு மங்கலமுறைப்படி திருமணம் செய்துகொடுக்கிறான். சிவனும் அவனது கன்னிகாதானத்தை மனமுவந்து ஏற்றுக்கொள்கிறான்.

ஏன் என்றால், உலகம் உய்ய முருகன் பிறக்கவேண்டும் என்பதற்காகச் சிவபெருமான் அருள் செய்கிறான். அந்த அருளின் தன்மையை யாரால் உணர இயலும்? யாரால் சொல்ல இயலும்?

முருகன் பிறக்கும் திருக்காட்சி:

> அருவமும் உருவும் ஆகி அநாதியாய் பலவாய் ஒன்றாய்

பிரமமாய் நின்ற சோதிப் பிழம்பது ஓர் மேனியாகக்
கருணைகூர் முகங்கள் ஆறும் கரங்கள் பன்னிரண்டும் கொண்டே
ஒரு திரு முருகன் வந்து ஆங்கு உதித்தனன் உலகம் உய்ய.

தனிப்பெரும் அழகன், வீரன், அன்பனாகிய முருகன் உலகம் உய்யவேண்டும் என்பதற்காக இங்கே வந்து பிறந்தான். அருவமாக, உருவமாக, ஒன்றாகப் பலவாகப் பிரம்மமாக நின்ற சோதிப் பிழம்பே அவனுடைய மேனி, கருணை கொண்ட ஆறு முகங்கள், பன்னிரு கரங்களோடு அவன் பிறந்தான்!

பிறந்தது ஒரு முருகன்தானா? அல்லது, ஆறு முருகன்களா? குழப்பம்தான். கச்சியப்பர் அதை விவரிக்கும் அழகு:

ஓர் உரு தவழ, மெல்ல ஓர் உரு தளர்ந்து செல்ல,
ஓர் உரு நிற்றல் செல்லாது ஒய்யென எழுந்து வீழ,
ஓர் உரு இருக்க, பொய்கை ஓர் உரு உழக்கிச் சூழ,
ஓர் உரு தாய் கண் வைக, ஒருவனே புரிதல் உற்றான்.

ஒரு முருகன் தவழ்கிறான், இன்னொரு முருகன் தளர்ந்து நடக்கிறான், ஒரு முருகன் நிற்க இயலாது அழகாக விழுகிறான், ஒரு முருகன் அமர்ந்திருக்கிறான், இன்னொரு முருகன் பொய்கையைக் கலக்குகிறான், வேறொரு முருகன் தாய் அருகே இருக்கிறான்... இப்படிப் பலவிதமான விளையாட்டுகளையும் அவன் ஒருவனே செய்தான்!

அப்போது, அங்கே ஐயனும் அம்மையும் வருகிறார்கள், தன் மகனின் ஆறு உருவங்களையும் அன்பாக அணைக்கிறாள் அன்னை:

சரவணம்தனில் தனது சேய் ஆறு உருதனையும்
இரு கரங்களால் அன்புடன் எடுத்தனள் புல்லித்
திருமுகங்கள் ஓர் ஆறு, பன்னிரு புயம் சேர்ந்த
உருவம் ஒன்று எனச் செய்தனள் உலகம் ஈன்று உடையாள்

உலகை ஈன்று ஆளும் அன்னை, சரவணப் பொய்கையில் விளையாடிக்கொண்டிருந்த தன்னுடைய மகனின் ஆறு

உருவங்களையும் இரு கரங்களால் அன்பாக எடுத்தாள், அவர்களைத் தழுவினாள். அதனால், அந்த ஆறு உருவங்களும் ஒன்றாகி, ஆறு முகம், பன்னிரு கரம் கொண்ட திருக்கோலத்தைப் பெற்றான் முருகன்.

அறுமுகனின் பேரருளை வீரவாகு விவரிக்கும் பாடல் ஒன்று:

எங்கணும் பணிவதனங்கள், எங்கணும் விழிகள்,
எங்கணும் திருக்கேள்விகள், எங்கணும் கரங்கள்,
எங்கணும் திருக்கழலடி, எங்கணும் வடிவம்,
எங்கணும் செறிந்து அருள்செயும் அறுமுகத்து இறைக்கே

எந்தப் பக்கம் திரும்பினாலும் அந்த முருகனின் முகம்தான், எங்கு பார்த்தாலும் அவன் விழிகள்தான், திருச்செவிகள்தான், திருக்கரங்கள்தான், எங்கே சென்றாலும் அவனது பாதங்கள்தான், அவனது உருவம் இல்லாத இடமே இல்லை, எங்கும் செறிந்து நின்று அருள் செய்யும் ஆறுமுகக் கடவுள் அவன்!

சூரனை வதைக்க முருகன் போர்க் களத்துக்கு வரும் திருக்காட்சி:

மூவர்கள் முதல்வன் வந்தான், முக்கணான் குமரன் வந்தான்,
மேவலர் மடங்கல் வந்தான், வேற்படை வீரன் வந்தான்,
ஏவரும் தெரிதல் தேற்றாது இருந்திடும் ஒருவன் வந்தான்,
தேவர்கள் தேவன் வந்தான் என்றன சின்னம் எல்லாம்

முப்பெரும் கடவுளருக்கும் முதல்வனாகிய முருகன், முக்கண் சிவபெருமானின் புதல்வன், எதிரிகளை வெல்லும் சிங்கம், வேல் தாங்கிய வீரன், யாராலும் உணர்ந்துகொள்ள இயலாத ஒருவன், தேவர்களின் தேவன் போர்க்களத்துக்கு வந்தான்.

போரில் அசுரரை வென்று உலகைக் காத்தான் முருகன். தேவர்கள் மகிழ்வோடு அவனைப் போற்றிப் பாடினார்கள்:

மாறு முகம் கொண்டு பொரு வல் அவுணர் மாளாமல்
நூறு முகம் எட்டு நோதக்கன புரியத்

தேறு முகம் இன்றித் திரிந்தேமை ஆள அன்றோ
ஆறுமுகம் கொண்டே அவதரித்தாய் எம்பெருமான்!

முருகா, எங்களோடு மாறுபட்டு அசுரர்கள் போரிட்டார்கள். அவர்கள் செய்த கொடுமைகளையெல்லாம் பொறுத்துக்கொள்ள இயலாமல், எங்களைத் தேற்றுவதற்கு யாரும் இன்றி நாங்கள் திரிந்தோம். எங்களை ஆளுவதற்காகவே நீ ஆறு முகங்களுடன் அவதரித்தாய், எங்கள் பெருமானே!

நிறைவாக, முருகன் இரு தேவியருடன் உயிர்களுக்கெல்லாம் அருளும் திருக்காட்சி:

பெண் ஒரு பாகம் கொண்ட பிஞ்ஞகன் வதனம் ஒன்றில்
கண் ஒரு மூன்று வைகும் காட்சிபோல், எயினர் மாதும்
விண்உலகு உடைய மாதும் வியன் புடை தன்னின் மேவ,
அண்ணல் அம் குமரன் அன்னார்க்கு அருள் புரிந்து இருந்தான்
அங்கண்.

பார்வதியைத் தன் உடலின் ஒரு பாகமாகக் கொண்ட சிவனின் முகத்தில் மூன்று கண்கள் இருப்பதுபோல, வேடர் குலத்தில் பிறந்த வள்ளியும், விண்ணுலகைச் சேர்ந்த தேவயானியும் பக்கமிருக்க, முருகன் அருள் புரிகின்றான்!

47

பாண் பெருமாள்.

இப்படித்தான் அவரை மக்கள் அழைத்தார்கள். பாணர் இனத்தைச் சேர்ந்த அவர், இனிய பண்ணால், அதாவது இசையோடு பெருமானின் புகழைப் பாடி மகிழ்ந்தார்.

இறைவனின் மனத்தில் எல்லா பக்தர்களுக்கும் இடம் உண்டு. மனிதர்கள் அப்படியா இருக்கிறார்கள்?

பாண் பெருமாள் பிறந்த இனம் அன்றைய சமூகத்தில் இழிவாகக் கருதப்பட்டது. தங்களை உயர்ந்த இனமாகக் கருதிக்கொண்டவர்கள் இவர்களைத் தொடக்கூட மறுத்தார்கள்.

அதோடு நிறுத்தினார்களா? இறைவன் எழுந்தருளியிருக்கும் கோயிலுக்கு அவர்கள் வரக்கூடாது என்றார்கள். ஆற்றைக் கடந்து திருவரங்கத்துக்கு அவர்கள் வரவும் தடை விதிக்கப்பட்டது.

பாண் பெருமாள் என்ன செய்வார்? தினமும் காவிரிக்கரையில் வந்து நின்று அங்கிருந்தபடி இறைவன் பெருமையைப் பாடுவார். ஆற்றைக் கடந்து கோயிலில் நுழைந்து அரங்கனைத் தரிசிக்கத் தனக்கு வாய்ப்பில்லையே என்று ஏங்குவார்.

ஒருநாள், பாண் பெருமாள் வழக்கம்போல் காவிரிக்கரையில் நின்று மெய்மறந்து பாடிக்கொண்டிருந்தார். அப்போது அங்கே லோகசாரங்கர் வந்தார்.

லோகசாரங்கர் திருவரங்கக் கோயிலின் பட்டர். காவிரி நீரெடுத்து இறைவனுக்குத் திருமஞ்சனம் செய்வதற்காக வந்திருந்தார். ஆனால், அவர் வரும் வழியில் பாண் பெருமாள் நின்றுகொண்டிருந்தார். இறைவனை நினைத்து மனமுருகிப் பாடிக்கொண்டிருந்தார்.

இன்னொருவராக இருந்தால், தள்ளி விலக்கிவிட்டுச் செல்லலாம். ஆனால் பாணர் குலத்தில் பிறந்த பாண் பெருமாளைத் தான் எப்படித் தொடுவது? லோகசாரங்கர் தயங்கி நின்றார். சில நிமிடங்களாகியும் பாண் பெருமாள் நகரவில்லை. ஆகவே, லோகசாரங்கர் குரல் கொடுத்துப் பார்த்தார். அப்போதும் அவர் நகரவில்லை. ஆகவே, அங்கே கிடந்த ஒரு கல்லை எடுத்துப் பாண் பெருமாள்மீது வீசினார் லோகசாரங்கர். அப்போதுதான் சுயநினைவுக்குத் திரும்பிய பாண் பெருமாள் விலகிக்கொண்டார். கல் பட்டு அவருடைய தலையில் காயமானது. ரத்தம் வழிந்தது.

ஆனால், லோகசாரங்கர் அதையெல்லாம் கவனிக்கவில்லை. இறைவன் திருமஞ்சனத்துக்கு நீர் எடுத்துக்கொண்டு கோயிலுக்கு விரைந்தார். சன்னிதியை நெருங்கினார். மறுகணம், லோகசாரங்கர் அதிர்ந்து நின்றார். காரணம், அங்கே இறைவன் திருமேனி காயப்பட்டிருந்தது, பாண் பெருமாளுக்குக் காயம் பட்ட அதே இடத்தில். லோகசாரங்கர் துடித்துப்போனார். ஏதோ பிழை நேர்ந்துவிட்டதே என்று தவித்தார்.

அப்போது, அரங்கன் அவருடன் நேரடியாகப் பேசினான், 'என் பக்தனுக்குக் காயம் படலாமா?'

லோகசாரங்கர் வருந்தி நின்றார். 'நான் செய்த பிழைக்குப் பரிகாரம் உண்டா?'

'அவரைத் தோளில் சுமந்துகொண்டு திருவரங்கத்துக்குள் அழைத்துவாருங்கள்' என்று கட்டளையிட்டான் இறைவன்.

லோகசாரங்கர் ஓடினார். சற்றுமுன் தொடவே தயங்கிய பாண் பெருமாளை இப்போது தன் தோளில் சுமக்க அவர் தயாராக இருந்தார்.

ஆனால், பாண் பெருமாள் அதை ஏற்கவில்லை. 'நீங்கள் எப்பேர்ப்பட்ட பக்தர்! நீங்கள் என்னைத் தொடலாமா?'

லோகசாரங்கர் விடவில்லை. இறைவன் ஆணையைச் சொல்லி, பாண் பெருமாளை வலுக்கட்டாயமாகத் தன் தோளில் சுமந்துகொண்டார். அப்படியே திருவரங்கத்துக்கு அழைத்துச் சென்றார்.

இதைப் பார்த்த அனைவரும் திகைத்தார்கள். பாணர் குலத்தைச் சேர்ந்தவர்கள் திருவரங்கத்துக்குள்ளேயே வர இயலாது என்ற நிலைமை மாறி, லோகசாரங்கர் ஒரு பாணர் குல மனிதரைத் தன் தோளில் சுமந்து செல்கிறாரே என்று ஆச்சர்யப்பட்டார்கள்.

லோகசாரங்கர் அவரை ஆலயத்தினுள் அழைத்துச் சென்றார். முதன்முறையாகத் திருவரங்கக் கோயிலுக்குள் நுழையும் பாண் பெருமாள், இறைவனைக் கண் குளிரப் பார்த்தார். அப்போது அவர் நெகிழ்ந்து பாடிய பாடல்கள் 'அமலனாதிபிரான்' என்ற பெயரில் பக்திக் காவியமாகப் பதிவாகியுள்ளன. அவை ஒவ்வொன்றும், மனத்தை உருக்கும் அழகு நிறைந்தவை! அவற்றை எழுதிய பாண் பெருமாளைத் 'திருப்பாணாழ்வார்' என்று நாம் அன்பாக அழைக்கிறோம்.

> அமலன், ஆதிபிரான், அடியார்க்கு என்னை ஆட்படுத்த
> விமலன், விண்ணவர்கோன், விரை ஆர் பொழில் வேங்கடவன்,
> நிமலன், நின்மலன், நீதி வானவன், நீள்மதிள் அரங்கத்து அம்மான் திருக்
> கமலபாதம் வந்து என் கண்ணின் உள்ளன ஒக்கின்றதே!

குற்றமில்லாதவன், அனைத்துக்கும் முதலாகத் திகழும் பெருமான், தன்னுடைய அடியவர்களுக்கு என்னை ஆட்படுத்துவதற்காக வந்தான்!

அந்த விமலன், விண்ணவர்களின் தலைவன், நறுமணம் கமழும் சோலைகள் நிறைந்த திருவேங்கடமலையில் எழுந்தருளியிருக்கும் நிமலன், எங்களிடம் உள்ள குறைகளைப் பொருட்படுத்தாமல் அருள் செய்கிறவன், உலகுக்கு நீதி வழங்குபவன், நீண்ட மதில் சூழந்த திருவரங்கத்து அம்மான்... அவனுடைய தாமரைப் பாதங்கள் என் கண்களில் நிறைந்துவிட்டன!

அடுத்து, இறைவனின் ஆடையழகைப் பாடுகிறார் திருப்பாணாழ்வார்:

உவந்த உள்ளத்தனாய் உலகம் அளந்து அண்டம் உற
நிவந்த நீள்முடியன், அன்று நேர்ந்த நிசாசரரைக்
கவர்ந்த வெம்கணைக் காகுத்தன், கடி ஆர் பொழில் அரங்கத்து அம்மான் அரைச்
சிவந்த ஆடையின்மேல் சென்றதாம் என் சிந்தனையே!

உயர்ந்த திருமுடிகளோடு மகிழ்ச்சியாக அன்று உலகத்தை அளந்த வாமனன், அரக்கர்களை வெல்வதற்காக வெம்மையான கணைகளைத் தொடுத்த காகுத்தன் ராமன், மணம் நிறைந்த சோலைகளைக் கொண்ட திருவரங்கத்தில் எழுந்தருளியுள்ள அம்மான், அவனுடைய இடுப்பில் கட்டப்பட்டிருக்கும் சிவந்த ஆடையின்மீதுதான் என் சிந்தனை!

அடுத்து, அரங்கனின் நாபிக்கமலத்தைப்பற்றிப் பாடுகிறார்:

மந்திபாய் வடவேங்கட மாமலை வானவர்கள்
சந்தி செய்ய நின்றான், அரங்கத்து அரவின் அணையான்
அந்திபோல் நிறத்து ஆடையும் அதன்மேல் அயனைப் படைத்ததோர் எழில்
உந்தி மேலதன்றோ அடியேன் உள்ளத்து இன்னுயிரே!

குரங்குகள் பாய்கின்ற வடவேங்கட மாமலையில் வானவர்களின் பூஜையை ஏற்றுக்கொண்டு நிற்கிற இறைவன், திருவரங்கத்தில் ஆதிசேடன்மீது துயில் கொண்டுள்ளான். அவனுடைய செவ்வானம்போன்ற ஆடை, அதன்மீதுள்ள பிரம்மனைப் படைத்த அழகிய நாபிக்கமலம்... இவற்றின்மீது என் மனமும்

உயிரும் பதிந்திருக்கின்றன!

அடுத்த பாடல், இறைவனின் ‘உதரபந்தனம்’ என்ற ஆபரணத்தைப்பற்றியது:

சதுரமா மதிள்சூழ் இலங்கைக்கு இறைவன் தலை பத்து
உதிர ஓட்டி ஓர் வெம்கணை உய்த்தவன், ஓதவண்ணன்,
மதுரமா வண்டு பாட மாமயில் ஆட அரங்கத்து அம்மான் திருவயிற்று
உதரபந்தனம் என் உள்ளத்துள் நின்று உலாகின்றதே

சதுரவடிவத்து மதிளால் சூழப்பட்ட இலங்கையை ஆண்ட ராவணனுடைய தலைகள் உதிரும்படி வெம்மையான கணைகளைத் தொடுத்தவன், கடல்வண்ணன், வண்டு இனிமையாகப் பாட, அந்த இசைக்கு ஏற்ப மயில் ஆடுகிற திருவரங்கத்து அம்மான், அவனது திருவயிற்றில் உள்ள உதரபந்தனம் என்கிற ஆபரணம் என் உள்ளத்தில் நிற்கிறது!

இப்போது, இறைவனின் திருமார்பைப் பாடுகிறார் திருப்பாணாழ்வார்:

பாரமாய பழவினை பற்றறுத்து என்னைத் தன்
வாரமாக்கி வைத்தான், வைத்தது அன்றி என்னுள் புகுந்தான்,
கோர மாதவம் செய்தனன்கொல், அறியேன், அரங்கத்து அம்மான் திரு
ஆர மார்பு, அதுவன்றோ அடியேனை ஆட்கொண்டதே!

முற்பிறவியில் நான் செய்த பிழைகளின் பாரத்தை அறுத்து, பற்றை அறுத்து, என்னைத் தன்மீது அன்புடைய பக்தனாகச் செய்தான், என்னுள் புகுந்தான், அதற்கு நான் என்ன தவம் செய்தேனோ!

அந்த அரங்கத்து அம்மானின் மாலை சூடிய மார்பின் அழகு என்னை ஆட்கொண்டுவிட்டது!

அடுத்து, கழுத்தை வர்ணிக்கிறார்:

துண்ட வெண்பிறையான் துயர் தீர்த்தவன், அம் சிறைய
வண்டுவாழ் பொழில் சூழ் அரங்க நகர் மேய அப்பன்,
அண்டரண்ட பகிரண்டத்து ஒரு மாநிலம் எழு மால்வரை முற்றும்
உண்ட கண்டம் கண்டீர், அடியேனை உய்யக் கொண்டதே!

பிறைச்சந்திரனை அணிந்த சிவபெருமானின் துயரைத் தீர்த்தவன், அழகிய சிறகுகளைக் கொண்ட வண்டுகள் வாழும் சோலைகள் நிறைந்த திருவரங்கத்தில் எழுந்தருளியிருக்கும் அப்பன், தேவர்கள் வாழும் வானுலகத்தில் தொடங்கி எல்லா உலகங்களையும் மலைகளையும் முழுவதுமாக உண்ட அவனுடைய கழுத்தின் அழகைப் பாருங்கள், அதுதான் என்னை உய்விக்கிறது!

இப்போது, வாயின் அழகைப் பாடுகிறார்:

கையின் ஆர் சுரிசங்கு அனல் ஆழியர், நீள்வரைபோல்
மெய்யனார், துளப விரை ஆர் கமழ் நீள்முடி எம்
ஐயனார், அணி அரங்கனார், அரவின் அணைமிசை
மேய மாயனார் செய்ய வாய், ஐயோ! என்னைச் சிந்தை
கவர்ந்ததுவே!

கையில் சுரிசங்கு, தீ உமிழ்கிற சக்கரத்தை ஏந்தியவர், பெரிய மலையைப்போன்ற மேனியழகைக் கொண்டவர், துளசி மணக்கிற நீள்முடியைக் கொண்ட எங்கள் ஐயன், திருவரங்கத்தில் எழுந்தருளியிருக்கும் அழகன், ஆதிசேஷனாகிய பாம்புப் படுக்கையில் உள்ள மாயன், அவருடைய சிவந்த வாய், ஆஹா, என்னுடைய உள்ளத்தைக் கவர்கிறதே!

அடுத்து, திருக்கண்களின் அழகு:

பரியனாகி வந்த அவுணன் உடல் கீண்ட, அமரர்க்கு
அரிய ஆதிபிரான், அரங்கத்து அமலன் முகத்து
கரிய ஆகிப் புடைபரந்து மிளிர்ந்து செவ்வரி ஓடி நீண்ட அப்
பெரியவாய கண்கள் என்னைப் பேதைமை செய்தனவே!

அசுரனாகிய இரணியனின் உடலைக் கிழித்து உலகுக்கு அருள்

செய்தவன், தேவர்களுக்கும் கிடைப்பதற்கு அரிய ஆதிபிரான், திருவரங்கத்தில் எழுந்தருளியிருக்கும் அமலன், அவன் முகத்தில் கருமையாகப் பரந்து விரிந்து மிளிர்ந்து சிவந்த வரிகளோடு நீண்டிருக்கும் அந்தப் பெரிய கண்கள் என்னை மயக்கிவிட்டன!

இப்போது, பெருமானின் முழு அழகையும் காண்கிறார் திருப்பாணாழ்வார். அவரது உள்ளம் நெகிழ்கிறது:

ஆல மாமரத்தின் இலைமேல் ஒரு பாலகனாய்
ஞாலம் ஏழும் உண்டான், அரங்கத்து அரவின் அணையான்,
கோல மாமணி ஆரமும் முத்துத் தாமமும் முடிவு இல்லதோர் எழில்
நீலமேனி, ஐயோ, நிறைகொண்டது என் நெஞ்சினையே!

பெரிய ஆலமரத்தின் இலைமீது ஒரு சிறுவனாகக் கிடந்தவன், ஏழு உலகங்களையும் உண்டவன், திருவரங்கத்தில் பாம்புப் படுக்கையில் பள்ளிகொண்டிருப்பவன், அவனுடைய அழகிய மணிமாலையும், முத்துமாலையும், எல்லையில்லாத எழில் நிறைந்த நீலமேனியும்... ஆஹா, என் நெஞ்சில் நிறைந்துவிட்டனவே!

நிறைவாக, இப்பேர்ப்பட்ட அழகைக் கண்ட தன்னுடைய கண்களால் வேறெதையும் காண விருப்பமில்லை என்கிறார் திருப்பாணாழ்வார்:

கொண்டல் வண்ணனை, கோவலனாய் வெண்ணெய்
உண்ட வாயன், என் உள்ளம் கவர்ந்தானை,
அண்டர்கோன், அணி அரங்கன், என் அமுதினைக்
கண்ட கண்கள் மற்றொன்றினைக் காணாவே!

மேகவண்ணம் கொண்டவன், பசுக்களை மேய்த்தவன், வெண்ணெய் உண்ட வாயன், என் உள்ளம் கவர்ந்தவன், தேவர்களுக்கெல்லாம் தலைவன், திருவரங்கத்தில் எழுந்தருளியிருக்கும் அழகன், என் அமுது, அவனைக் கண்ட கண்களால் நான் வேறெதையும் பார்க்க விரும்பவில்லை!

48

திருவாதவூரர்.

இப்படிதான் அவரை எல்லாரும் அழைத்தார்கள். திருவாதவூர் என்ற திருத்தலத்தில் பிறந்தவர் என்பதாலும், சிறந்த கல்வி ஞானமும் புத்திசாலித்தனமும் நிறைந்தவர் என்பதாலும்.

திருவாதவூரர் இளமையிலேயே நன்கு புகழ் பெற்றார். அரிமர்த்தன பாண்டியன் என்ற அரசன் அவரைத் தன்னுடைய மந்திரியாக்கிக்கொண்டான். பாண்டிய நாட்டின் நன்மைக்காகத் தன் சிந்தனையை, உழைப்பைத் தந்தார் அவர்.

அதேசமயம், திருவாதவூரரின் மனம் சிவபக்தியில் நிறைந்திருந்தது. சிவனுக்கும் அடியார்களுக்கும் தொண்டு செய்வதைத் தன்னுடைய கடமையாக அவர் கருதினார். சைவ நெறிகளை ஒரு நல்ல ஆசிரியரிடம் கற்கவேண்டும் என்ற விருப்பமும் தேடலும் அவருக்கு இருந்தது.

அப்போதைய பாண்டியன் படையில் குதிரைகள் வலுவானவையாக இல்லை. அதனை மாற்ற எண்ணினான் அரசன். திருவாதவூரரை அழைத்தான். அவரிடம் நிறைய தங்கத்தைக் கொடுத்து, ‘நம் படைக்கு ஏற்ற நல்ல குதிரைகளாக

வாங்கிவாருங்கள்' என்று ஆணையிட்டான். அவரும் புறப்பட்டார்.

அரசன் ஆணைப்படி குதிரைகளைத் தேடிச் சென்ற திருவாதவூரரை ஆட்கொள்ள எண்ணினார் சிவபெருமான். திருப்பெருந்துறையில் ஒரு குருந்த மரத்தடியில் அவருக்குக் காட்சி தந்தார். ஞான உபதேசம் நல்கினார்.

இறைவனிடம் பாடம் கேட்ட திருவாதவூரர், மற்ற அனைத்தையும் மறந்துவிட்டார். அங்கேயே இருந்து அவனது திருக்கோயிலுக்கும் அன்பர்களுக்கும் பணி செய்வதில் தன் நேரத்தைச் செலவிட்டார்.

நமச்சிவாய வாழ்க! நாதன் தாள் வாழ்க!
இமைப்பொழுதும் என் நெஞ்சில் நீங்காதான் தாள் வாழ்க!
கோகழி ஆண்ட குருமணி தன் தாள் வாழ்க!
ஆகமம் ஆகி நின்று அண்ணிப்பான் தாள் வாழ்க!
ஏகன் அநேகன் இறைவன் அடி வாழ்க!

'நமச்சிவாய' என்று அன்பர்கள் போற்றித் தொழும் எங்கள் தலைவனுடைய திருப்பாதங்கள் வாழ்க, இமைப்பொழுதும் என் நெஞ்சில் நீங்காமல் நிறைந்திருக்கும் இறைவனின் திருப்பாதங்கள் வாழ்க, திருப்பெருந்துறையை ஆளும் குருநாதன் திருப்பாதங்கள் வாழ்க, ஆகமமாகி நின்று நெஞ்சில் இனிப்பவனுடைய திருப்பாதங்கள் வாழ்க, ஒன்றாகவும் பலவாகவும் திருவருள் புரியும் இறைவனின் திருப்பாதங்கள் வாழ்க!

இந்தத் திருப்பணிகளில் மன்னன் தந்த தங்கம் முழுவதும் செலவாகிவிட்டது. அதைப்பற்றிக் கவலைப்படாமல் திருவாதவூரர் இறைவனைத் தொழுது மன நிறைவு கண்டார்.

ஈசனடி போற்றி! எந்தையடி போற்றி!
தேசனடி போற்றி! சிவன் சேவடி போற்றி!
நேயத்தே நின்ற நிமலனடி போற்றி!
மாயப் பிறப்பு அறுக்கும் மன்னன் அடி போற்றி!
சீரார் பெருந்துறை நம் தேவன் அடி போற்றி!

நம் ஈசன், தந்தை சிவன் திருவடிகள் போற்றி, ஒளிமயமான அந்தச் சிவனின் செம்மையான திருவடிகள் போற்றி! நம்மீது நேசம் வைத்து அருள் புரியும் தூய்மையான தேவனின் திருவடிகள் போற்றி! மாயத்தில் நம்மை மூழ்கவைக்கும் பிறப்பு என்கிற கட்டை அறுக்கும் மன்னனின் திருவடிகள் போற்றி! சிறப்பு நிறைந்த திருப்பெருந்துறையை ஆளும் நம் தேவனின் திருவடிகள் போற்றி!

அதே நேரம், அங்கே மன்னனுக்குக் குழப்பம். தங்கத்தோடு சென்ற அமைச்சர் என்ன ஆனார் என்று தெரியாமல் திகைத்தான். விசாரிப்பதற்கு ஆள்களை அனுப்பினான்.

அவர்கள் திருவாதவூரரைத் தேடிக் கண்டுபிடித்தார்கள். அவரை வணங்கி, 'நீங்கள் குதிரைகளை வாங்கிவிட்டீர்களா என்று மன்னர் விசாரித்துவரச்சொன்னார்' என்றார்கள்.

அப்போதுதான், திருவாதவூரருக்கு அந்த நினைவே வந்தது. சிவபெருமானை வணங்கி, 'அரசன் தந்த பணத்தையெல்லாம் திருப்பணிக்குச் செலவிட்டுவிட்டேன். இனி குதிரைகளுக்கு என்ன செய்வேன்?' என்றார்.

'குதிரைகள் விரைவில் வரும் என்று அரசனுக்குச் சொல்லியனுப்பு' என்றார் சிவபெருமான். திருவாதவூரரும் அவ்வாறே செய்தார். பின்னர் இறைவன் பணியைத் தொடர்ந்தார்.

புல்லாகிப் பூடாய்ப் புழுவாய் மரமாகிப்
பல் விருகமாகிப் பறவையாய்ப் பாம்பாகிக்
கல்லாய் மனிதராய்ப் பேயாய்க் கணங்களாய்
வல் அசுரர் ஆகி, முனிவராய்த் தேவராய்ச்
செல்லாஅ நின்ற இத் தாவர சங்கமத்துள்
எல்லாப் பிறப்பும் பிறந்து இளைத்தேன், எம்பெருமான்
மெய்யே உன் பொன் அடிகள் கண்டு இன்று வீடு உற்றேன்,
உய்ய என் உள்ளத்துள் ஓங்காரமாய் நின்ற
மெய்யா, விமலா, விடைப் பாகா, வேதங்கள்
'ஐயா' என ஓங்கி ஆழ்ந்து அகன்ற நுண்ணியனே!

புல்லாக, பூண்டாக, புழுவாக, மரமாக, பல மிருகங்களாக, பறவையாக, பாம்பாக, கல்லாக, மனிதராக, பேயாக, கணங்களாக, அசுரராக, முனிவராக, தேவராக... இப்படி எத்தனையோ பிறப்புகள் எடுத்தேன். அவற்றால் எனக்குக் கிடைத்ததெல்லாம் இழிவுதான்.

ஆனால் இன்றைக்கு, என் உள்ளத்தில் ஓங்காரமாக நிற்கிற மெய்யன், குறையற்றவன், விடையேறும் பாகன், வேதங்கள் 'ஐயா' என வணங்கும் அளவுக்கு ஆழ்ந்த ஞானம் உடைய நுட்பமானவன், எம்பெருமானான உன் பொன்னடிகளைக் கண்டேன், வீடுபேறு பெற்றேன்!

திருவாதவூரர் சொல்லி அனுப்பிய விவரத்தைக் கேட்ட மன்னன் மகிழ்ந்தான். குதிரைகள் வருவதற்காகக் காத்திருந்தான்.

ஆனால், மறுநாள், அடுத்த வாரம், அடுத்த மாதம்... குதிரைகள் வரவில்லை. மன்னனின் குழப்பம் அதிகரித்தது.

அதேநேரம், சிவபெருமான் திருவாதவூரரை மன்னனிடம் செல்லுமாறு குறிப்பிட்டார், 'குதிரைகள் வந்துகொண்டிருக்கின்றன' என்று அவனிடம் நேரில் சென்று சொல்லச் சொன்னார். திருவாதவூரரும் அவ்வாறே செய்தார்.

ஆனால், குதிரைகள் இன்னும் வரவில்லை. எனவே, மன்னனுக்கு அவர்மீது சந்தேகம் வந்தது. தான் கொடுத்த தங்கத்தை அவர் எங்கேயோ ஒளித்துவைத்துவிட்டுப் பொய் சொல்கிறார் என்று நினைத்தான்.

மன்னன் திருவாதவூரரைச் சிறையில் அடைக்க ஆணையிட்டான். அவரை அடித்துத் துன்புறுத்தி எப்படியாவது தங்கத்தைத் திரும்பப் பெற எண்ணினான்.

திருவாதவூரர் துடித்தார். அவரிடம் தங்கமும் இல்லை, குதிரைகளும் இல்லை, என்ன செய்வார்? சிவனே சரண் என்று ஏங்கியிருந்தார்.

நாடகத்தால் உன் அடியார்போல் நடித்து நான் நடுவே
வீடு அகத்தே புகுந்திடுவான் மிகப்பெரிதும் விரைகின்றேன்
ஆடகம் சீர் மணிக்குன்றே, இடை அறா அன்பு உனக்கு என்
ஊடு அகத்தே நின்று உருகத் தந்து அருள் எம் உடையானே!
எங்களை உடைமையாகக் கொண்ட பெருமானே,

உன்னுடைய நிஜமான அடியவர்களுக்கு நடுவே, நான் வெறும் நாடகம்தான் நடிக்கிறேன். அதன்மூலம் எப்படியாவது வீடுபேறு பெற்றுவிட நினைக்கிறேன்.

சிறந்த பொன் மணிக் குன்றே, என்னுடைய உள்ளத்தில் உன்மீது அன்பு இடைவெளியில்லாமல் பெருகவேண்டும், நான் உன்னை எண்ணி உருகவேண்டும், அதற்கு அருள் புரிவாயாக!

திருவாதவூருடைய நிலையைக் கண்ட சிவன் தன்னுடைய கணங்களை அழைத்தார். அவர்களைக் குதிரையோட்டிகளாக மாறும்படி ஆணையிட்டார்.

அதன்பிறகு, காட்டில் அலைந்துகொண்டிருந்த நரிகளைப் பரிகளாக மாற்றினார் சிவபெருமான். அவற்றின்மீது சிவகணங்கள் ஏறி வர, சிவனே தலைமைக் குதிரையோட்டியாக வந்தார்.

இந்தக் குதிரைகளைக் கண்ட மன்னன் மகிழ்ந்தான். இத்தனை அழகான, வலுவான குதிரைகளை வாங்கிய திருவாதவூரரைச் சிறையில் இட்டுவிட்டோமே என்று வருந்தினான். அவரை விடுதலை செய்ய ஆணையிட்டான்.

ஆனால், அந்த மகிழ்ச்சி நெடுநேரம் நீடிக்கவில்லை. அன்று இரவே அந்தக் குதிரைகள் பழையபடி நரிகளாக மாறிவிட்டன. காட்டை நோக்கி ஓடிவிட்டன.

இந்த விஷயத்தைக் கேள்விப்பட்ட மன்னன் திருவாதவூரர்மீது மறுபடி கோபம் கொண்டான். அவரைச் சிறையில் அடைத்துக் கொடுமைப்படுத்தினான்.

வம்பனாய்த் திரிவேனை ‘வா’ என்று, வல்வினைப் பகை மாய்த்திடும்
உம்பரான், உலகு ஊடுஅறுத்து அப்புறத்தனாய் நின்ற எம்பிரான்,
அன்பரானவர்க்கு அருளி மெய்யடியார்கட்கு இன்பம் தழைத்திடும்
செம்பொன் மாமலர்ச் சேவடிக்கண் நம் சென்னி மன்னி திகழுமே!

நான் வெறும் வம்பனாகத் திரிந்துகொண்டிருந்தேன். என்னை ‘வா’ என்று அழைத்து அருளினான் எம்பிரான், வல்வினையாகிய பகைகளை வீழ்த்தும் மேலானவன், உலகைக் கடந்து அப்புறத்தனாக நிற்கும் பெருமான், அன்பர்களுக்கு அருள் செய்து, உண்மையான அடியவர்களுக்கு இன்பம் தரும் அவனது செம்பொன் மாமலர்த் திருவடிகளில் நம் தலையைத் தாழ்த்தி வணங்குவோம், அதுவே நமக்கு மேன்மை!

திருவாதவூரரின் மகிமையை மன்னன் புரிந்துகொள்ளவேண்டும் என்பதற்காக, வையையில் வெள்ளம் வரச்செய்தார் சிவபெருமான். அதன் கரைகள் உடைந்து ஊருக்குள் வெள்ளம் புகுந்தது.

உடனே, மன்னன் மக்களை அழைத்து, ‘எல்லாரும் சேர்ந்து வையையின் கரைகளை அடைக்கவேண்டும்’ என்று ஆணையிட்டான். யார் யார் எந்தப் பகுதியை அடைக்கவேண்டும் என்று வரையறுக்கப்பட்டது. அதன்படி பலரும் தங்கள் பங்குக் கரைகளை அடைக்கத் தொடங்கினார்கள். அந்த ஊரில் வந்தி என்ற மூதாட்டி பிட்டு செய்து விற்றுவந்தார். அவரும் தன் பங்குக்கு வையைக் கரையை அடைக்கவேண்டியிருந்தது. ஆனால், முதுமை காரணமாக அவரால் அப்பணியைச் செய்ய இயலவில்லை. கூலிக்கு யாராவது கிடைப்பார்களா என்று பார்த்துக்கொண்டிருந்தார்.

அப்போது, சிவபெருமான் ஒரு கூலியாள்போல் வந்தார். வந்தி வாழும் தெருவில் நடந்தார்.

வந்தி அவரை அழைத்தார். ‘என் பங்குக் கரையை அடைப்பாயா?’ என்று கேட்டார்.

'செய்கிறேன்' என்றார் சிவபெருமான்.

'கூலி தர என்னிடம் பணம் இல்லை, பிட்டுதான் தர இயலும்!' என்றார் வந்தி.

'பரவாயில்லை, தாருங்கள்' என்று பிட்டை வாங்கி உண்டார் சிவபெருமான். வையைக் கரையை அடைந்து பணி செய்யத் தொடங்கினார்.

ஆனால், அங்கே அவர் பணி செய்த நேரத்தைவிட விளையாடிய நேரம்தான் அதிகம். வேண்டுமென்றே அவர் பணியில் சுணக்கம் காட்ட, மற்ற பகுதிகள் அனைத்தும் அடைக்கப்பட்டன. வந்திக்கு உரிய கரைமட்டும் அடைக்கப்படவில்லை.

இதைக் கண்ட மன்னன் கோபப்பட்டான். ஒரு பிரம்பை எடுத்து, கூலியாளாக வந்த சிவபெருமான் முதுகில் அடித்தான்.

மறுகணம், அந்த அடி உலகில் இருந்த எல்லாருடைய முதுகிலும் விழுந்தது. மன்னன், மந்திரி, மக்கள், மிருகங்கள் என அனைவரும் அடி வாங்கினார்கள்.

சிவபெருமான் வையைக் கரையை அடைத்து ஊரைக் காத்தார். பின், அசரீரியாகப் பேசி, திருவாதவூரரின் பெருமையைச் சொல்லி, மன்னனுக்கும் அருள் செய்தார்.

> அரைஆடு நாகம் அசைத்தபின் அவனியின்மேல்
> வரைஆடு மங்கைதன் பங்கொடும் வந்து ஆண்டதிறம்
> உரையாட, உள்ளொளியாட ஒண்மாமலர்க் கண்களில் நீர்த்
> திரையாடுமா பாடித் தெள்ளேணம் கொட்டாமோ!

சிவபெருமான் பெருமைகளைப் பாடித் தெள்ளேணம் கொட்டி ஆடுவோம்!

மலையின்மீது ஆடிப் பாடி வளர்ந்த மங்கையான பார்வதியைத் தன் உடலின் ஒரு பாகமாகக் கொண்டு தோன்றி நம்மை ஆள்கின்றவன், இடுப்பில் நாகம் அசைய ஆடுகிறவன், அவனுடைய திறத்தை எண்ணிப் பேசும்போது வார்த்தைகள்

தடுமாறும், அதேசமயம் நமக்குள் இருக்கும் உள்ளொளி நம்மை ஆடவைக்கும், ஆனந்தத்தால் கண்களில் நீர் பெருகும்!

மன்னன் திருவாதவூரரை விடுதலை செய்து அவரிடம் மன்னிப்புக் கோரினான். அவர் இறைவன் புகழைப் பாடித் தனது வாழ்நாளைச் செலவிடத் தீர்மானித்தார்.

மாணிக்கம் போன்ற சொற்களால் இறைவனைப் பாடிய அவருக்கு 'மாணிக்கவாசகர்' என்ற பெயரே அமைந்தது. அவர் எழுதிய சிறந்த பாடல்களை நாம் 'திருவாசகம்' என்ற பெயரில் பாடித் துதிக்கிறோம்!

49

ஒரு குழந்தை பிறந்திருக்கிறது என்றால், பார்க்க வருகிறவர்கள் விதவிதமான பரிசுகளை வாங்கிவருவார்கள்.

அதுபோல, குழந்தைக் கண்ணனையும் பார்ப்பதற்குப் பலர் வருகிறார்கள். சிறப்பான பரிசுகளை வாங்கிவருகிறார்கள். அவற்றை யசோதை அவனுக்குச் சொல்லித் தூங்கவைக்கிறாள்.

இப்படியொரு காட்சியைக் கற்பனை செய்திருப்பவர் பெரியாழ்வார். 'தாலேலோ' என்று பாடி யசோதை கண்ணனிடம் இவற்றை விவரிப்பதாக அவர் எழுதியிருக்கும் பாடல்கள் அனைத்தும் அழகு நிறைந்தவை, பக்திச் சுவை ததும்புபவை.

முதலில், பிரம்மன் வருகிறார். அவர் என்ன பரிசு கொண்டுவருகிறார்?

> மாணிக்கம் கட்டி வயிரம் இடை கட்டி
> ஆணிப் பொன்னால் செய்த வண்ணச் சிறு தொட்டில்
> பேணி உனக்குப் பிரமன் விடுதந்தான்
> மாணிக் குறளனே, தாலேலோ! வையம் அளந்தானே, தாலேலோ!

சிறந்த தங்கத்தால் செய்த அழகான சிறிய தொட்டில், அதில் மாணிக்கமும் வைரமும் கோத்துக் கட்டப்பட்டுள்ளது. அப்படிப்பட்ட அருமையான இந்தத் தொட்டிலை, நீ தூங்குவதற்காகப் பிரமன் விருப்பத்தோடு தந்தார்.

வாமனனாக வந்த இறைவா, தாலேலோ!
இந்த உலகத்தை அளந்தவனே, தாலேலோ!

அடுத்து வருகிறவர், காளையை வாகனமாகக் கொண்ட கபாலி ஈசன் (சிவபெருமான்). அவர் என்ன பரிசு கொண்டுவந்திருக்கிறார் தெரியுமா?

உடை ஆர் கன மணியோடு ஒண் மாதுளம் பூ
இடை விரவிக் கோத்த எழில் தெழ்கினோடு
விடை ஏறு காபாலி ஈசன் விடுதந்தான்,
உடையாய் அழேல், அழேல், தாலேலோ! உலகம் அளந்தானே, தாலேலோ!

கண்ணா, நீ இடுப்பில் அணிந்துகொள்வதற்கான அழகான சரிகை, அதில் ஆங்காங்கே தங்கமும் மணியும் கலந்து கோக்கப்பட்டிருக்கிறது, அதோடு மாதுளம்பூக் கோவை எனப்படும் அழகான ஆபரணம் ஒன்றையும் கொண்டுவந்துள்ளார் அந்தச் சிவபெருமான்.

ஆகவே, என் இறைவா, அழாதே, உலகத்தை அளந்தவனே, தாலேலோ!

அடுத்து, இந்திரன் வருகிறார். அவர் கொண்டுவந்துள்ள பரிசு என்ன?

என் தம் பிரானார் எழில் திரு மார்வர்க்கு
சந்தம் அழகிய தாமரைத் தாளர்க்கு
இந்திரன் தானும் எழில் உடைக் கிண்கிணி
தந்து உவனாய் நின்றான், தாலேலோ! தாமரைக் கண்ணனே, தாலேலோ!

என்னுடைய பிரான், அழகான திருமார்பைக் கொண்டவன்,

நிறத்தாலும் அழகாலும் சிறந்து விளங்கும் தாமரை போன்ற பாதங்களைக் கொண்டவன் இந்தக் கண்ணன்.

அவனைப் பார்க்க வருகிறார் இந்திரன். அழகான கிண்கிணி ஒன்றைக் கண்ணனிடம் தந்துவிட்டு, சற்றுத் தொலைவில் நிற்கிறார்!

அப்படிப்பட்ட கண்ணனே, தாலேலோ, தாமரை போன்ற கண்களை உடையவனே, தாலேலோ!

தேவர்களின் அரசனாகிய இந்திரனைத் தொடர்ந்து, அழகிய வானத்தில் வாழும் தேவர்கள் எல்லாரும் வருகிறார்கள். அவர்கள் கொண்டுவரும் பரிசுகள் என்னென்ன தெரியுமா?

> சங்கின் வலம்புரியும் சேவடிக் கிண்கிணியும்
> அங்கைச் சரிவளையும் நாணும் அரைத் தொடரும்
> அம் கண் விசும்பில் அமரர்கள் போத்தந்தார்,
> செம் கண் கரு முகிலே, தாலேலோ! தேவகி சிங்கமே, தாலேலோ!

சங்குகளில் சிறந்த வலம்புரி, கண்ணனின் சிவந்த கால்களுக்கு ஏற்ற கிண்கிணி, அழகான கைகளில் அணியப்படும் வளையல்கள், அரை நாண், அரை வடம்...

> சிவந்த கண்களைக் கொண்ட கருப்பான மேகமே, தாலேலோ!
> தேவகி பெற்றெடுத்த சிங்கமே, தாலேலோ!

அடுத்து, குபேரன் வருகிறார். அவர் கொண்டுவந்திருக்கும் பரிசு என்ன?

> எழில் ஆர் திருமார்வுக்கு ஏற்கும் இவை என்று
> அழகிய ஐம்படையும் ஆரமும் கொண்டு
> வழு இல் கொடையான் வயிச்சிரவணன்
> தொழுது உவனாய் நின்றான், தாலேலோ! தூ மணிவண்ணனே, தாலேலோ!

சிறு குழந்தைகளுக்கு எந்தக் குறையும் ஏற்படாமல் இருப்பதற்காக, ஐந்து ஆயுதங்களை நகைபோலச் செய்து அவர்கள் கழுத்தில் அணிவிக்கும் பழக்கம் உண்டு. இதற்கு 'ஐம்படை' என்று பெயர்

எழிலான திருமார்பைக் கொண்ட கண்ணனுக்கு அந்த நகையை வழங்க நினைத்தார் கொடைவள்ளல் குபேரன். அழகான ஐம்படையும் முத்து மாலையும் செய்து கொண்டுவந்தார். கண்ணனை வணங்கி அவற்றைக் கொடுத்துவிட்டு, சற்றுத் தொலைவில் நிற்கிறார்!

தூய்மையான மணியின் வண்ணத்தைக் கொண்ட என் இறைவா, தாலேலோ!

அடுத்து, வருணன் வருகிறார்!

ஓதக் கடலின் ஒளி முத்தின் ஆரமும்
சாதிப் பவளமும் சந்தச் சரி வளையும்
மா தக்க என்று வருணன் விடுதந்தான்,
சோதிச் சுடர்முடியாய், தாலேலோ! சுந்தரத் தோளனே, தாலேலோ!

அலைகள் நிறைந்த கடலில் கிடைத்த, ஒளி வீசுகின்ற முத்துகளைக் கோத்த மாலையும், சிறந்த பவளங்களால் செய்த மாலையும், முன் கைகளில் அணிந்துகொள்வதற்கு ஏற்ற வளையல்களையும் வருணன் கொண்டுவருகிறார். 'இவை அனைத்தும் இந்தப் பிள்ளைக்கு உகந்தவை' என்று சொல்லி வணங்குகிறார்!

ஒளி வீசும் கிரீடத்தை உடையவனே, தாலேலோ!
அழகான தோள்களைக் கொண்டவனே, தாலேலோ!

அடுத்து, தேன் நிறைந்த தாமரை மலரின்மேல் வீற்றிருக்கும் மகாலட்சுமி கொடுத்தனுப்பிய அன்புப் பரிசுகள் வருகின்றன. அவை என்னென்ன தெரியுமா?

கான் ஆர் நறும் துழாய் கை செய்த கண்ணியும்
வான் ஆர் செழும் சோலைக் கற்பகத்தின் வாசிகையும்
தேன் ஆர் மலர்மேல் திருமங்கை போத்தந்தாள்,
கோனே! அழேல், அழேல், தாலேலோ! குடந்தைக் கிடந்தானே, தாலேலோ!

காட்டில் வளர்ந்து நறுமணம் வீசும் துளசியைத் தொடுத்த 'கண்ணி' என்ற மாலை, வானில் வளரும் கற்பக மரத்தின்

பூக்களைத் தொடுத்த 'வாசிகை' என்ற மாலை ஆகியவை மகாலட்சுமி தந்த பரிசுகள்.

எங்கள் தலைவா, அழாதே, அழாதே! குடந்தை நகரில் கோயில் கொண்டுள்ள இறைவா, தாலேலோ!

அடுத்து, அச்சுதனாகிய எங்கள் கண்ணனுக்கென்று பூமாதேவி கொடுத்தனுப்பிய அன்புப் பரிசுகள் வருகின்றன. அவை என்னென்ன தெரியுமா?

> கச்சொடு பொற்சுரிகை காம்பு, கன வளை
> உச்சி மணிச் சுட்டி, ஒண் தாள் நிரைப் பொன் பூ
> அச்சுதனுக்கு என்று அவனியாள் போத்தந்தாள்,
> நச்சு முலை உண்டாய், தாலேலோ! நாராயணா, அழேல், தாலேலோ!

ஆடையின்மேல் அணியும் கச்சு, தங்கத்தால் ஆன உடைவாள், தங்கத்தால் ஆன வளையல்கள், உச்சியில் சூடுகின்ற, மணிகள் பொருந்திய சுட்டி, அழகிய காம்புகளை உடைய வரிசையான தங்கப் பூக்கள்...

> அரக்கியின் விஷ முலையை உண்டவனே, தாலேலோ!
> நாராயணா, அழாதே, தாலேலோ!

கோபம் கொண்ட கலை மானை வாகனமாகக் கொண்ட துர்க்கை அம்மன் அடுத்து வருகிறார். அவர் கண்ணனுக்குத் தரும் பரிசுகள் என்னென்ன தெரியுமா?

> மெய் திமிரும் நானப் பொடியோடு மஞ்சளும்
> செய்ய தடங்கண்ணுக்கு அஞ்சனமும் சிந்துரமும்
> வெய்ய கலைப்பாகி கொண்டு உவளாய் நின்றாள்
> அய்யா, அழேல், அழேல், தாலேலோ! அரங்கத்து அணையானே, தாலேலோ!

உடலில் பூசுவதற்கான வாசனைப் பொடிகள், மஞ்சள், சிவந்த, பெரிய கண்களுக்கு அஞ்சனம், சிந்துரம்...

> இவற்றையெல்லாம் பார் ஐயா, அழாதே, தாலேலோ! அரங்கத்தில் பள்ளிகொண்டிருக்கும் இறைவனே, தாலேலோ!

இந்தப் பரிசுகள் அனைத்தையும் விவரித்தபிறகு, நமக்கும் ஒரு பரிசு உண்டு என்கிறார் பெரியாழ்வார்:

வஞ்சனையால் வந்த பேய்ச்சி முலை உண்ட
அஞ்சன வண்ணனை ஆய்ச்சி தாலாட்டிய
செஞ்சொல் மறையவர் சேர் புதுவைப் பட்டன் சொல்
எஞ்சாமை வல்லவர்க்கு இல்லை இடர்தானே!

கண்ணனைக் கொல்லும் வஞ்ச எண்ணத்துடன் ஓர் அரக்கி வந்தாள். அவளுடைய மார்பில் பால் குடிப்பதுபோல், அவளை வீழ்த்தினான் இந்த அஞ்சன வண்ணன் (மை போன்ற நிறத்தை உடையவன்).

அப்படிப்பட்ட கண்ணனை, ஆய்ச்சி யசோதை தாலாட்டினாள், சிறப்பான சொற்களைச் சொல்லும் வேதவிற்பன்னர்கள் வாழும் ஸ்ரீவில்லிபுத்தூரைச் சேர்ந்த விஷ்ணுசித்தர் இவற்றைப் பாடிய அந்தப் பாடல்களைக் குறைவில்லாமல் சொல்ல வல்லவர்களுக்கு, எந்தத் துன்பமும் வராது! எல்லா இன்பங்களும் அவர்களுக்கு அந்தக் கண்ணனே அருள்வான்!

50

திருஞானசம்பந்தருக்கு ஒரு ரகசிய விண்ணப்பம் வந்திருந்தது.

மதுரையில் பாண்டியன் ஆட்சியில் இன்னொரு மதத்தைச் சார்ந்தவர்களின் ஆதிக்கம் அதிகமாகியிருந்தது. அவர்களுடைய சில செயல்களைத் தாங்க இயலாமல் மன்னனின் மனைவியே திருஞானசம்பந்தருக்கு எழுதியிருந்தார். 'அரசரை மீண்டும் சைவநெறியின்பால் திருப்பவேண்டும். அதற்குத் தாங்கள் இங்கே எழுந்தருளவேண்டுகிறேன்.'

திருஞானசம்பந்தர் உடனே புறப்படத் தயாராகிவிட்டார். ஆனால் அவரோடு இருந்த அப்பர் தடுத்தார், 'அங்கே சென்றால் உங்களுக்கு ஏதேனும் ஊறு விளையுமோ என்று எனக்கு அச்சமாக இருக்கிறது.'

'இறைவன் துணையிருக்கும்போது யார்தான் என்ன செய்ய இயலும்?' என்றார் திருஞானசம்பந்தர். 'இதற்கு அஞ்சிப் பயணத்தை நிறுத்துவதா?'

அப்பர் யோசித்தார். 'நீங்கள் உறுதியாக இருக்கிறீர்கள், குறைந்தபட்சம் இன்றைக்குப் புறப்படாமல் இன்னொருநாள் கிளம்பலாமே' என்றார்.

‘ஏன்? இன்றைக்கு என்ன பிரச்னை?’

‘நாள் சரியில்லை’ என்றார் அப்பர். ‘பொறுத்திருந்து பின்னர் செல்லலாமே!’

திருஞானசம்பந்தர் சிரித்தார். ‘அப்பரே, தாங்கள் அறியாததா? எம்பெருமான் துணையிருக்கும்போது எல்லா நாளும் நல்ல நாள்தானே? அனைத்துக் கிரகங்களும் அடியவர்களுக்கு நல்லதை மட்டும்தானே செய்யும்? தீமைகள் எதிரே நிற்க இயலாமல் ஓடிவிடுமே!’ என்றார்.

அப்போது திருஞானசம்பந்தர் பாடிய பாடல்கள்தான் ‘கோளறு திருப்பதிகம்’. இறைவன் இதயத்தினுள் இருக்கும்போது, அடியவர்களை எந்தத் துயரமும் நெருங்காது என்பதை உறுதியாகச் சொல்லும் இந்தப் பாடல்களைப் படிப்பவர்களுக்கு எல்லா மனத்துயரும் விலகி நல்லது நடக்கும் என்பது நம்பிக்கை.

> வேயுறு தோளிபங்கன், விடம்உண்ட கண்டன் மிக நல்ல வீணை தடவி
> மாசுஅறு திங்கள், கங்கை முடிமேல் அணிந்து என் உளமே புகுந்தஅதனால்,
> ஞாயிறு, திங்கள், செவ்வாய், புதன், வியாழம், வெள்ளி, சனி, பாம்பு இரண்டும்உடனே
> ஆசுஅறு நல்ல, நல்ல, அவை நல்ல, நல்ல அடியார் அவர்க்கு மிகவே.

மூங்கில் போன்ற தோள்களை உடைய எங்கள் அன்னையை உடலின் ஒரு பகுதியாகக் கொண்டவன், நஞ்சுண்ட கழுத்தன், இனிதாக வீணை இசைக்கிறவன், குற்றமில்லாத நிலாவையும் கங்கையாற்றையும் முடிமேல் அணிந்தவன் என் உள்ளத்தில் புகுந்திருக்கிறான். அதனால், ஞாயிறு, திங்கள், செவ்வாய், புதன், வியாழம், வெள்ளி, சனி, ராகு, கேது என்ற பாம்புகள் ஆகிய ஒன்பது கோள்களும் என்போன்ற அடியவர்களுக்குக் குற்றமில்லாதபடி நல்லவையாகத் திகழும். நல்லதையே செய்யும்!

கோள்களைப்போலவே, நட்சத்திரங்களும் அடியவர்களுக்கு

நல்லதையே செய்யும் என்கிறார் திருஞானசம்பந்தர். அதுவே இரண்டாவது பாடல்:

என்பொடு கொம்பொடு ஆமை இவை மார்புஇலங்க எருது ஏறி ஏழையுடனே
பொன்பொதி மத்த மாலை, புனல் சூடி வந்து என் உளமே புகுந்தஅதனால்
ஒன்பதொடு ஒன்றொடு ஏழு பதினெட்டொடு ஆறும் உடனாய நாள்கள் அவைதாம்
அன்பொடு நல்ல, நல்ல, அவை நல்ல, நல்ல, அடியார் அவர்க்கு மிகவே.

எலும்பு, கொம்பு, ஆமை ஆகியவை மார்பில் திகழ, எருதின்மீது ஏறி, அன்னையுடன் வருகை தரும் எம்பெருமான், தலையில் பொன்னாலான குளிர்ச்சியான மாலையையும் கங்கை ஆற்றையும் சூடியவன் என் உள்ளத்தில் புகுந்திருக்கிறான். அதனால், ஒன்பது, ஒன்று, ஏழு, பதினெட்டு, அதிலிருந்து ஆறு என எண்ணிக் குறிப்பிடப்படுகிற பூரம், கிருத்திகை, ஆயில்யம், பூராடம், பூரட்டாதி போன்ற நட்சத்திரங்கள் அனைத்தும் அடியவர்களுக்குக் குற்றமில்லாதபடி நல்லவையாகத் திகழும். நல்லதையே செய்யும்!

எத்தனையோ நட்சத்திரங்கள் இருக்கும்போது திருஞானசம்பந்தர் இவற்றைக் குறிப்பிடக் காரணம், பொதுவாக சில நட்சத்திரங்களில் பயணம் செய்யக்கூடாது என்பார்கள். இறைவன் துணையிருந்தால் எந்த நட்சத்திரமும் நல்லதையே செய்யும் என்று வலியுறுத்துகிறது இந்தப் பாடல்.

இறைவன் நமக்குள் உள்ளபோது, மற்ற தெய்வங்களும் நமக்குத் துணை நிற்பார்கள். இதனை மூன்றாவது பாடல் குறிப்பிடுகிறது:

உருவளர் பவள மேனி ஒளிநீறு அணிந்து உமையோடும் வெள்ளை விடைமேல்
முருகுஅலர் கொன்றை, திங்கள் முடிமேல் அணிந்து என் உளமே புகுந்தஅதனால்

> திருமகள், கலையது ஊர்தி, செயமாது, பூமி, திசை தெய்வமான பலவும்
> அருநெதி நல்ல, நல்ல, அவை நல்ல, நல்ல, அடியார் அவர்க்கு மிகவே.

அழகிய பவள மேனியின்மீது ஒளிவீசுகின்ற திருநீறணிந்து, உமையன்னையோடு வெள்ளை எருதின்மீது ஏறி வரும் சிவபெருமான், முடியில் தேன் நிறைந்த கொன்றை மலரையும் நிலாவையும் அணிந்தவன் என் உள்ளத்தில் புகுந்திருக்கிறான். அதனால், திருமகள், கலைகளை வாகனமாகக் கொண்ட கலைமகள், வெற்றிக்கு அதிபதியான மலைமகள், நிலமகள், மற்ற திசை தெய்வங்கள் எல்லாரும் அடியவர்களுக்குக் குற்றமில்லாதபடி நல்லவற்றையே செய்வார்கள்!

அடுத்த பாடலில், நோய்களைக் குறிப்பிட்டு அவையெல்லாம் அடியவர்களைத் துன்புறுத்தாது என்கிறார் திருஞானசம்பந்தர்:

> மதிநுதல் மங்கையோடு வடபாலிருந்து மறையோதும் எங்கள் பரமன்
> நதியொடு கொன்றைமாலை முடிமேல் அணிந்து என் உளமே புகுந்தஅதனால்
> கொதியுறு காலன், அங்கி, நமனோடு தூதர் கொடுநோய்களான பலவும்
> அதிகுண நல்ல, நல்ல, அவை நல்ல, நல்ல, அடியார் அவர்க்கு மிகவே.

பிறைநிலவு போன்ற நெற்றியைக் கொண்ட உமையன்னையோடு வடக்குத் திசையிலிருந்து மறையோதுகின்ற எங்கள் பரமன், முடிமேல் கங்கையையும் கொன்றை மாலையையும் அணிந்தவன் என் உள்ளத்தில் புகுந்திருக்கிறான். அதனால், உடம்பில் கொதிப்பை ஏற்படுத்தும் நோய்கள், எமனின் தூதுவர்கள் எல்லாரும் நல்ல குணம் கொண்டவர்களாக இருப்பார்கள், அடியவர்களுக்குக் குற்றமில்லாதபடி நல்லவற்றையே செய்வார்கள்!

நோய்களைப்போலவே மக்கள் அஞ்சி நடுங்கும் வேறு சில விஷயங்கள், இடி, மின்னல், அசுரர்கள் போன்றவை. திருஞானசம்பந்தர் அவற்றையும் நல்லவை என்கிறார்:

நஞ்சுஅணி கண்டன், எந்தை, மடவாள்தனோடும் விடையேறும் நங்கள் பரமன்,
துஞ்சுஇருள் வன்னி, கொன்றை முடிமேல் அணிந்து என் உளமே புகுந்தஅதனால்
வெஞ்சின அவுணரோடு உரும் இடியும் மின்னும் மிகையான பூதம் அவையும்
அஞ்சிடும், நல்ல, நல்ல, அவை நல்ல, நல்ல, அடியார் அவர்க்கு மிகவே.

எங்கள் தந்தை, கழுத்தில் நஞ்சை அணிந்தவன், அன்னையோடு விடைவாகனத்தில் வரும் நம் பரமன், இருளைத் தோற்கடிக்கும் வன்னி, கொன்றை மலர்களை முடிமேல் அணிந்தவன் என் உள்ளத்தில் புகுந்திருக்கிறான். அதனால், சினம் கொண்ட அசுரர்கள், இடி, மின்னல், ஐம்பூதங்கள் போன்றவையெல்லாம் அவனை எண்ணி அஞ்சும், அடியவர்களுக்குக் குற்றமில்லாதபடி நல்லவற்றையே செய்யும்!

அடுத்த பாடலில், கொடிய மிருகங்களைச் சொல்லி, 'அவை எல்லாம் நல்லதே செய்யும்' என்கிறார் திருஞானசம்பந்தர்:

வாள்வரி அதளதுஆடை வரிகோவணத்தர் மடவாள்தனோடும் உடனாய்
நாள்மலர் வன்னி, கொன்றை, நதி சூடி வந்து என் உளமே புகுந்தஅதனால்
கோள்அரி உழுவையோடு கொலை யானை, கேழல், கொடுநாகமோடு கரடி,
ஆள்அரி நல்ல, நல்ல, அவை நல்ல, நல்ல, அடியார் அவர்க்கு மிகவே.

வாள்போன்ற கூர்மையான வரிகளைக் கொண்ட புலித்தோலால் ஆன ஆடையை அணிந்தவர், அன்னையோடு எழுந்தருளுகிறவர்,

புதிய வன்னி, கொன்றை மலர்களையும் கங்கையையும் முடிமேல் சூடியவர் என் உள்ளத்தில் புகுந்திருக்கிறார். அதனால், கொடிய புலி, யானை, காட்டுப்பன்றி, நாகம், கரடி, சிங்கம் என எல்லாமே அடியவர்களுக்குக் குற்றமில்லாதபடி நல்லவற்றையே செய்யும்!

வாதம், பித்தம் போன்ற நோய்களும் அடியவர்களைத் துன்புறுத்தாது என்று திருஞானசம்பந்தர் தனது அடுத்த பாடலில் குறிப்பிடுகிறார்:

> செப்புஇளமுலை நன்மங்கை ஒருபாகமாக விடையேறு செல்வன் அடைவார்
> ஒப்புஇளமதியும் அப்பும் முடிமேல் அணிந்து என் உளமே புகுந்தஅதனால்
> வெப்பொடு குளிரும் வாதம் மிகையான பித்தும் வினையான வந்து நலியா
> அப்படி நல்ல, நல்ல, அவை நல்ல, நல்ல, அடியார் அவர்க்கு மிகவே.

அழகிய, இளம் தனங்களைக் கொண்ட நன்மங்கையான அன்னையைத் தன் உடலில் ஒரு பாகமாகக் கொண்டு விடைவாகனத்தில் ஏறும் செல்வன், இளைய நிலாவையும், கங்கையையும் முடிமேல் அணிந்தவன் என் உள்ளத்தில் புகுந்திருக்கிறான். அதனால், வெப்பமான காய்ச்சல், குளிர்க் காய்ச்சல், வாதம், பித்தம் தொடர்பான நோய்கள் போன்றவை துன்புறுத்தாது, அவை எல்லாம் அடியவர்களுக்கு நல்லவற்றையே செய்யும்!

இறைவனைத் துணையாகக் கொண்ட அடியவர்களை அரக்கர்களால் எதுவும் செய்ய இயலாது என அடுத்த பாடல் வலியுறுத்துகிறது:

> வேள் பட விழி செய்தன்று விடைமேலிருந்து மடவாள்தனோடும் உடனாய்
> வாள்மதி, வன்னி, கொன்றை மலர் சூடி வந்து என் உளமே

புகுந்தஅதனால்
ஏழ்கடல் சூழ் இலங்கை அரையன்தனோடும் இடரான வந்து நலியா,
ஆழ்கடல் நல்ல, நல்ல, அவை நல்ல, நல்ல, அடியார் அவர்க்கு மிகவே.

மன்மதனை நெற்றிக்கண்ணால் எரித்தவன், விடைவாகனத்தில் அன்னையுடன் தோன்றுகிறவன், ஒளி நிறைந்த நிலா, வன்னி, கொன்றை மலர்களை முடியில் சூடியவன் என் உள்ளத்தில் புகுந்திருக்கிறான். அதனால், ஏழு கடல்களால் சூழப்பட்ட இலங்கைக்குத் தலைவனாகிய ராவணன் போன்ற எந்த அரக்கனாலும் இடர் இல்லை. ஆழ்கடல்களும் அடியவர்களுக்கு நல்லவற்றையே செய்யும்!

சிவபெருமானை வணங்குகிறவர்களுக்குத் திருமால், பிரம்மன் தொடங்கி எல்லாரும் நலம் அருள்வார்கள் என்பது அடுத்த பாடல்:

பலபல வேடமாகும் பரன், நாரிபாகன், பசுஏறும் எங்கள் பரமன்,
சலமகளோடு எருக்கு முடிமேல் அணிந்து என் உளமே புகுந்தஅதனால்
மலர்மிசையோனும் மாலும் மறையோடு தேவர் வருகாலமான பலவும்
அலைகடல், மேரு நல்ல, அவை நல்ல, நல்ல, அடியார் அவர்க்கு மிகவே.

அடியவர்களைக் காக்கப் பல வடிவங்களில் தோன்றிய பரன், உமையன்னையை உடலின் ஒரு பாகமாகக் கொண்டவன், பசுவேறும் எங்கள் பரமன், கங்கையையும் எருக்கம்பூக்களையும் முடிமேல் அணிந்தவன் என் உள்ளத்தில் புகுந்திருக்கிறான். அதனால், மலர்மேல் தவம் செய்கிற பிரம்மனும் திருமாலும் வேதங்களும் தேவர்கள் எல்லாரும் யமனும் அலைகடலும் மேருவும் அடியவர்களுக்கு நல்லவற்றையே செய்வார்கள்!

இத்தனை பேரும் நல்லவற்றைச் செய்யும்போது, பிற

மதத்தவர்களுடைய வாதங்கள் அடியவர்களை என்ன செய்யும்? இதனை அடுத்த பாடலில் குறிப்பிடுகிறார் திருஞானசம்பந்தர்:

> கொத்துஅலர் குழலியோடு விசயற்கு நல்கு குணமாய வேட விகிர்தன்
> மத்தமும் மதியும் நாகம் முடிமேல் அணிந்து என் உளமே புகுந்தஅதனால்
> புத்தரொடு அமமணை வாதில் அழிவிக்கும் அண்ணல் திருநீறு செம்மை திடமே,
> அத்தகு நல்ல, நல்ல, அவை நல்ல, நல்ல, அடியார் அவர்க்கு மிகவே.

கொத்தாக மணக்கும் மலர்களைக் கூந்தலில் சூடிய அன்னையோடு தோன்றும் சிவபெருமான், அர்ஜுனனுக்கு அருள் செய்வதற்காக வேடன் வடிவில் வந்தவன், கங்கையையும் நிலாவையும் பாம்பையும் முடிமேல் அணிந்தவன் என் உள்ளத்தில் புகுந்திருக்கிறான். அதனால், புத்த மதத்தவர்கள், சமண மதத்தவர்களை வாதத்தில் அவனே வெல்வான், அவனுடைய திருநீறு செம்மையானது, திடமானது, அடியவர்களுக்கு நல்லவற்றையே செய்வது!

நிறைவாக, இதுவரை சொன்ன அனைத்தும் உறுதியானவை எனக் குறிப்பிட்டு, இறைவனைப் போற்றி வணங்குகிறார் திருஞானசம்பந்தர்:

> தேன்அமர் பொழில்கொள் ஆலை விளை செந்நெல் துன்னி வளர் செம்பொன் எங்கும் திகழ
> நான்முகன் ஆதியாய பிரமாபுரத்து மறைஞான ஞான முனிவன்
> தானுறு கோளும் நாளும் அடியாரை வந்து நலியாதவண்ணம் உரைசெய்
> ஆனசொல் மாலை ஓதும் அடியார்கள் வானில் அரசாள்வர், ஆணை நமதே!

தேன் நிறைந்த மலர்கள் நிரம்பிய சோலைகள், கரும்பாலைகள், செந்நெல் வயல்களால் எங்கும் செம்பொன்போல் வளம்

நிறைந்திருக்கும் ஊர் சீர்காழி, அங்கே நான்முகனான பிரம்மன் தொடங்கி அனைத்துத் தேவர்களும் வந்து சிவபெருமானை வணங்குவார்கள், அவ்வூரில் வாழும் ஞான முனிவன், கோள்களும் நாளும் அடியவர்களைத் துன்புறுத்தாதவண்ணம் சொன்ன சொல்மாலையாகிய இதனை ஓதும் அடியவர்கள் வானுலகச் சிறப்பை அடைவார்கள், இது உறுதி!

51

முதலாமவர் பெயர், பொய்கையாழ்வார். காஞ்சியில் பிறந்தவர்.

இரண்டாமவர் பெயர், பூதத்தாழ்வார். மாமல்லபுரத்தில் பிறந்தவர்.

மூன்றாமவர் பெயர், பேயாழ்வார். மயிலையில் பிறந்தவர்.

மூவருக்கும் ஒற்றுமை, திருமாலின் புகழைப் பாடியவர்கள், வெவ்வேறு ஊர்களுக்குச் சென்று இறைவனின் பெருமையைச் சொல்லி மகிழ்ந்தவர்கள்.

இவர்கள் மூவரும், ஒருநாள் திருக்கோயிலூர் சென்றிருந்தார்கள். அங்கே அன்றைக்கு நல்ல மழை.

பொய்கையாழ்வார் ஓர் ஆசிரமத்துக்குச் சென்றார். ஒரு சிறு அறையில் ஒதுங்கினார். மழை தொடர்ந்து பெய்ததால், அங்கேயே படுத்துக்கொண்டார்.

பின்னர் அங்கே பூதத்தாழ்வார் வந்தார். மழைக்கு ஒதுங்க இடம் கேட்டார்.

படுத்திருந்த பொய்கையாழ்வார் அமர்ந்துகொண்டார். அருகே பூதத்தாழ்வாரும் அமர்ந்தார்.

பின்னர் அங்கே பேயாழ்வார் வந்தார். மழைக்கு ஒதுங்க இடம் கேட்டார்.

அமர்ந்திருந்த பொய்கையாழ்வாரும் பூதத்தாழ்வாரும் எழுந்துகொண்டார்கள். அருகே பேயாழ்வாரும் நின்றார்.

அந்தச் சிறிய அறையில், இப்போது அவர்கள் மூவரும் மழைக்கு ஒதுங்கி நின்றிருந்தார்கள். அவர்களுடன் இன்னொருவரும் இருப்பதுபோல் உணர்ந்தார்கள்.

யார் அவர்? எப்படிக் கண்டறிவது?

'விளக்கேற்றிப் பார்க்கலாம்' என்றார் பொய்கையாழ்வார். அவரே முதல் விளக்கைப் பாடலாகத் தந்தார்:

> வையம் தகளியா, வார்கடலே நெய்யாக,
> வெய்ய கதிரோன் விளக்காக, செய்ய
> சுடர் ஆழியான் அடிக்கே சூட்டினேன் சொல் மாலை
> இடர் ஆழி நீங்குகவே என்று!

இந்த உலகமே ஒரு பெரிய விளக்காக, அதில் உள்ள கடலே நெய்யாக, வெப்பம் நிறைந்த சூரியனே விளக்காகச் செய்து, இறைவனின் திருவடிக்குச் சொற்களால் மாலை சூட்டினேன். அவன் என் துன்பக் கடலை நீக்கி அருள் செய்வான்!

அடுத்து, பூதத்தாழ்வார் ஒரு விளக்கைப் பாடினார்:

> அன்பே தகளியா, ஆர்வமே நெய்யா,
> இன்பு உருகு சிந்தை இடுதிரியா, என்பு உருகி
> ஞானச்சுடர் விளக்கு ஏற்றினேன் நாரணர்க்கு
> ஞானத் தமிழ்புரிந்த நான்.

என்னுடைய அன்பே விளக்காக, இறைவன்மீது உள்ள ஆர்வமே நெய்யாக, அவனை எண்ணி உருகும் சிந்தனைகளே திரியாகச்

செய்து, உடல் உருக ஒரு ஞான விளக்கு ஏற்றிவைத்தேன், சிறந்த தமிழால் அந்த நாரணனைப் போற்றினேன்.

இப்போது, பேயாழ்வார் பாடினார்:

திருக்கண்டேன், பொன்மேனி கண்டேன், திகழும்
அருக்கன் அணிநிறமும் கண்டேன், செருக்கிளரும்
பொன்ஆழி கண்டேன், புரிசங்கம் கைக்கண்டேன்,
என் ஆழிவண்ணன்பால் இன்று

கடல்வண்ணனான எம்பெருமானைக் கண்டேன், பிராட்டியான திருமகளைக் கண்டேன், அவனது அழகிய திருமேனியைக் கண்டேன், சூரியன்போல் திகழும் சிறப்பைக் கண்டேன், அவனுடைய திருக்கைகளைக் கண்டேன், போரில் வீரம் காட்டும் சக்ராயுதம், வலம்புரிச் சங்கைக் கண்டேன். இன்று நான் கண்ட திருக்காட்சிகள் இவை!

திருக்கோயிலூரில் பொய்கையாழ்வாரும் பூதத்தாழ்வாரும் பேயாழ்வாரும் இறைவனைக் கண்டு மகிழ்ந்து பாடிய பாடல்கள் 'திருவந்தாதி' என அழைக்கப்படுகின்றன. எளிய மொழியில் இறைவனை இனிமையாகப் பாடிய இம்மூவரை 'முதலாழ்வார்கள்' என்று வணங்கிப் போற்றுகிறது வைணவ மரபு.

அன்னை வயிற்றில் இருக்கும்போதே அரங்கனை வணங்கத் தொடங்கிவிடவேண்டும் என்கிறார் பொய்கையாழ்வார்:

ஒன்றும் மறந்தறியேன், ஓதநீர் வண்ணனைநான்
இன்று மறப்பனோ ஏழைகாள்? அன்று
கருவரங்கத்துள் கிடந்து கைதொழுதேன், கண்டேன்,
திருவரங்க மேயான் திசை

இந்தப் பூமியில் பிறக்க நேரும்போது, கருப்பையினுள் வசிக்கும்பொழுதே திருவரங்கத்தில் எழுந்தருளியிருக்கும் எம்பெருமானை நோக்கிக் கை தொழுதேன், அவனை இன்று நான் மறந்துவிடுவேனா? மறக்கமாட்டேன். என்றைக்கும் அவனையே எண்ணியிருப்பேன்!

திருமாலின் பல்வேறு அவதாரங்களை ஒரே பாட்டில் வைத்துச் சொல்கிறார் பூதத்தாழ்வார்:

கொண்டது உலகம் குறளுருவாய், கோளரியாய்
ஒண்திறலோன் மார்வத்து உகிர்வைத்தது, உண்டதுவும்
தான்கடந்த ஏழுஉலகே, தாமரைக்கண் மால் ஒருநாள்
வான்கடந்தான் செய்த வழக்கு

விண்ணையும் விஞ்சும் அளவு பெருமை கொண்ட தாமரைக்கண் திருமால் செய்த செயல்கள் என்னென்ன தெரியுமா? வாமனனாக வந்து உலகை அளந்து பெற்றான், நரசிம்ம உருவெடுத்து இரணியனின் மார்பில் நகம் வைத்துக் கிழித்தான், தான் பெற்றுக்கொண்ட ஏழு உலகங்களையும் பிரளயத்தின்போது உண்டு, தன் வயிற்றில் வைத்துக் காத்தான்!

பாற்கடலில் பள்ளிகொள்ளும் இறைவன் பக்தர்களின் உள்ளத்திலும் தங்கி அருள்வான் என்கிறார் பேயாழ்வார்:

பணிந்துயர்ந்த பௌவப் படுதிரைகள் மோத,
பணிந்த பணிமணிகளாலே அணிந்து, அங்கு
அனந்தன் அணைக்கிடக்கும் அம்மான், அடியேன்
மனம்தன் அணைக்கிடக்கும் வந்து

அலைகள் மேலும் கீழும் மோத, மணிகள் நிறைந்த தலையைத் தாழ்த்தி இறைவனுக்குப் படுக்கை அமைத்துத் தருகிற ஆதிசேஷன்மீது பள்ளிகொள்கிறவன் திருமால். என் மனத்திலும் அவன் வந்து தங்குகிறான்!

இறைவனின் தன்மை எப்படிப்பட்டது என்று விவரிக்கிறார் பொய்கையாழ்வார்:

தமர் உகந்தது எவ்வுருவம், அவ்வுருவம் தானே,
தமர் உகந்தது எப்பேர், மற்று அப்பேர், தமர் உகந்து
எவ்வண்ணம் சிந்தித்து இமையாது இருப்பரே,
அவ்வண்ணம் ஆழியானாம்

எம்பெருமானைப் பக்தர்கள் எந்த உருவில் காண

விரும்புகிறார்களோ, அந்த உருவில் அவன் திகழ்கிறான். பக்தர்கள் எந்தப் பெயர் சொல்லி அவனை அழைக்க விரும்புகிறார்களோ, அந்தப் பெயரே அவனுக்கு விருப்பம். பக்தர்கள் எந்தவிதமாக அவனைச் சிந்தித்துப் போற்றுகிறார்களோ, அந்தவிதமாகவே அவன் எழுந்தருளுகிறான்.

திருமாலின் பெயரைச் சொல்வது கடமை என்கிறார் பூதத்தாழ்வார்:

> திருமங்கை நின்றருளும் தெய்வம் நாவாழ்த்தும்
> கருமம் கடைப்பிடிமின் கண்டீர், உரிமையால்
> ஏத்தினோம் பாதம் இருந்தடக்கை எந்தைபேர்
> நாற்றிசையும், கேட்டீரே நாம்?

திருமகளை மார்பில் தாங்கிய தெய்வமாகிய திருமாலை நாவினால் வாழ்த்துகின்ற பணியைத் தொடர்ந்து செய்வோம், உரிமையுடன் அவனுடைய பாதங்களைத் தொழுவோம், நீண்ட திருக்கைகளையுடைய இறைவனின் பெயரைப் பாடுவோம், நான்கு திசைகளிலும் அவன் பெயர் ஒலிக்கட்டும்.

இறைவன் பல அவதாரங்களில் செய்த லீலைகளைக் குறிப்பிட்டு நெகிழ்கிறார் பேயாழ்வார்:

> நீயன்றே நீரேற்று உலகம் அடியளந்தாய்!
> நீயன்றே நின்று நிரைமேய்த்தாய்! நீயன்றே
> மாவாய் உரம் பிளந்து, மாமருதினூடுபோய்
> தேவாசுரம் பொருதாய் செற்று!

பெருமானே, மகாபலியிடம் உலகத்தைப் பெற்று அதனை அளந்தவன் நீயல்லவா! கண்ணனாக வந்து பசுக்களை மேய்த்தவன் நீயல்லவா! குதிரை வடிவில் வந்த கேசி என்ற அசுரனின் வாயைப் பிளந்தவன் நீயல்லவா! பெரிய மருத மரங்களின் இடையே போய் அவற்றை முறித்தவன் நீயல்லவா! தேவர்கள், அசுரர்கள் இடையிலான யுத்தத்தில் தேவர்கள் வெல்ல உதவிய வீரன் நீயல்லவா!

திருமாலைச் சிந்தித்தவர்கள் பெறும் நன்மைகளைச் சொல்கிறார் பொய்கையாழ்வார்:

காப்பு உன்னை உன்னக் கழியும், அருவினைகள்
ஆப்பு உன்னை உன்ன அவிழ்ந்தொழியும், மூப்பு உன்னைச்
சிந்திப்பார்க்கு இல்லை திருமாலே, நின்னடியை
வந்திப்பார் காண்பர் வழி

திருமாலே, உன்னை எண்ணினால் தடைகள் விலகும், அருவினைகளின் பந்தம் அவிழ்ந்தொழியும், மூப்பு வராது, உன்னை வந்தனம் செய்து போற்றுபவர்களுக்கு நல்வழி தானே தெரியும்!

இறைவனைக் காண எப்படிப்பட்ட தவம் செய்யவேண்டும் என்று சொல்கிறார் பூதத்தாழ்வார்:

நவின்று உரைத்த நாவலர்கள் நாள்மலர் கொண்டுஆங்கே
பயின்றதனால் பெற்றபயன் என்கொல்! பயின்றார்தம்
மெய்த்தவத்தால் காண்புஅரிய மேக மணிவண்ணனை, யான்
எத்தவத்தால் காண்பன்கொல் இன்று!

இறைவன் பெயரைக் கவிஞர்கள் சொல்லிச் சொல்லி, அன்றைக்குப் பூத்த மலர்களைத் தூவி வணங்குகிறார்கள். இதனால் அவர்கள் பெற்ற பயன் என்ன? உடலை வருத்தித் தவம் செய்தால் அவனைக் கண்டுவிட இயலுமா? மேகம் போன்ற, நீலமணி போன்ற வண்ணம் கொண்ட அந்தப் பெருமானை நான் எந்தத் தவத்தால் காண்பேன்? அவனே மனம் இரங்கி எனக்குக் காட்சி தந்தால்தான் உண்டு!

இறைவனைக் காண்பது எளிய விஷயம்தான். நினைத்தாலே போதும், அவன் காட்சி தருவான் என்கிறார் பேயாழ்வார்:

நெஞ்சால் நினைப்பரியனேலும் நிலைபெற்று என்
நெஞ்சமே பேசாய், நினைக்குங்கால் நெஞ்சத்துப்
பேராது நிற்கும் பெருமானை என்கொலோ
ஓராது நிற்பது உணர்வு

என் நெஞ்சமே, திருமாலை நெஞ்சால் நினைப்பது அரிய விஷயம்தான். ஆனாலும், நீ அவன் புகழைத் தொடர்ந்து பேசிக்கொண்டிரு.

ஒருமுறை நினைத்தாலே அந்த நெஞ்சத்திலிருந்து விலகாமல் நிற்பவன் நம்பெருமான். நீ எப்போதும் அவனையே எண்ணியிருப்பாய்!

பொய்கையாழ்வாரும் இதையே தன் மனத்துக்குச் சொல்கிறார்:

ஓரடியும் சாடு உதைத்த ஒண்மலர்ச் சேவடியும்
ஈரடியும் காணலாம் என் நெஞ்சே, ஓரடியில்
தாயவனை, கேசவனை, தண்துழாய் மாலைசேர்
மாயவனையே மனத்து வை

என் நெஞ்சே, ஒரே காலடியில் இந்த உலகத்தை அளந்தவனை, கேசவனை, குளிர்ச்சியான துளசி மாலை அணிந்த மாயவனை மனத்தில் வை!

அப்படிச் செய்தால், உலகத்தை அளந்த அவனுடைய ஓரடியைக் காணலாம், குழந்தைக் கண்ணனைத் தாக்குவதற்காகச் சக்கரத்தின் வடிவில் ஓர் அரக்கன் வந்தபோது, அந்தச் சக்கரம் உடையும்படி உதைத்த அழகிய பூப்போன்ற சிவந்த அடியைக் காணலாம், இந்த இரண்டு திருவடிகளையும் நாம் கண்டு வணங்கலாம்!

இறைவன்மீது தான் வைத்துள்ள அன்பு அளவற்றது என்கிறார் பூதத்தாழ்வார்:

மாலே! நெடியோனே! கண்ணனே! விண்ணவர்க்கு
மேலா! வியன்துழாய்க் கண்ணியனே! மேலால்
விளவின்காய் கன்றினால் வீழ்த்தவனே, என்றன்
அளவு அன்றால் யானுடைய அன்பு

திருமாலே, நெடியவனே, கண்ணனே, விண்ணவர்க்கெல்லாம் மேலானவனே, அழகிய துளசி மாலையை அணிந்தவனே,

முன்பு ஒரு கன்றை வீசி விளாங்காயை உதிர்த்தவனே, உன்மேல் நான் வைத்திருக்கிற அன்புக்கு அளவில்லை!

எம்பெருமானின் பிராட்டியான திருமகளின் பெருமையைச் சொல்லி மூன்றாம் திருவந்தாதியை நிறைவு செய்கிறார் பேயாழ்வார்:

சார்வு நமக்கு என்றும் சக்கரத்தான், தண்துழாய்த்
தார்வாழ் வரைமார்பன்தான் முயங்கும் கார்ஆர்ந்த
வான் அமரும் மின் இமைக்கும் வண்தாமரை நெடும்கண்
தேன் அமரும் பூமேல் திரு

சக்ராயுதத்தை ஏந்தியவன், குளிர்ச்சியான துளசி மாலை விளங்கும் மலை போன்ற மார்பை உடையவனால் விரும்பப்படுகிறவள், மேகங்கள் நிறைந்த வானத்திலே மின்னல் அடிப்பதுபோல் அழகிய தாமரை போன்ற நீண்ட திருக்கண்களை உடையவள், தேன் நிறைந்த தாமரை மலர்மேல் வசிப்பவள், அந்தத் திருமகளைச் சரணம் அடைந்து வணங்குவோம்!

முதலாழ்வார்களின் பாடல்கள் அனைத்தும் தனிச்சுவை கொண்டவை. அவற்றில் வெளிப்படும் ஆழமான அன்பும் பக்தியும் அற்புதமானவை!

52

அவர் ஒரு சிவயோகியார்.

நந்தியின் மாணவர், சிவபெருமான்மீது மிகுந்த பக்தி கொண்டவர்.

அவர் அகத்தியரைச் சந்திப்பதற்காகப் பொதிகை மலையை நோக்கிச் சென்றுகொண்டிருந்தார். வழியிலுள்ள சிவத்தலங்கள் அனைத்திலும் இறைவனையும் இறைவியையும் தரிசித்து நெகிழ்ந்தார்.

ஒன்று அவன், தானே இரண்டு, அவன் இன்னருள்
நின்றனன் மூன்றினுள், நான்கு உணர்ந்தான், ஐந்து
வென்றனன், ஆறு விரிந்தனன், ஏழு உம்பர்ச்
சென்றனன், தானிருந்தான் உணர்ந்து எட்டே!

இந்த உலகுக்கெல்லாம் ஒரு பொருள், அந்தச் சிவபெருமான்.

அவனே சிவன், சக்தி என இரு பொருள்களாகவும் இருக்கிறான். ஆண், பெண், அஃறிணைப் பொருள்கள் என மூன்றிலும் அவன் உயிராக நிற்கிறான், அறம், பொருள், இன்பம், வீடு

என்கிற நான்கையும் உணர்த்துகிறான் ஐம்புலன்களை வென்ற அவன்.

ஆறு ஆதாரங்களிலும் அந்தச் சிவன் விரிந்துள்ளான், ஏழாவது இடமான சகசிரதளத்தில் விளங்குகிறான், நிலம், நீர், காற்று, தீ, ஆகாயம், சூரியன், சந்திரன், ஆன்மா என்ற எட்டுப் பொருள்களிலும் உணர்வோடு கலந்திருக்கிறான். அவனை நாம் வணங்குவோம்!

ஒவ்வொரு திருத்தலமாக வழிபட்டுவந்த அந்தச் சிவயோகியார் திருவாவடுதுறைக்கு வந்திருந்தார். அங்கே சிவபெருமானைத் தரிசித்து வணங்கினார்.

சிவனொடு ஒக்கும் தெய்வம் தேடினும் இல்லை,
அவனொடு ஒப்பார் இங்கு யாவரும் இல்லை,
புவனம் கடந்தன்று பொன்னொளி மின்னும்
தவனச் சடைமுடித் தாமரையானே!

சிவனுக்கு இணையான தெய்வம் தேடினாலும் கிடைக்காது. அவனோடு ஒப்பிட்டுப் பேசக்கூடிய யாரும் இங்கே இல்லை. அவனுடைய செந்நிறச் சடைமுடியின் பொன்னொளி இந்த உலகைக் கடந்து வீசும், அந்தத் தாமரையானை வணங்குவோம்!

திருவாவடுதுறையிலிருந்து கிளம்ப எண்ணியபோது, அவருக்குள் ஏதோ ஒரு வித்தியாசமான உணர்வு. இந்த ஊரை விட்டுச் செல்லக்கூடாது என்று அவர் மனம் சொன்னது.

அந்த நேரத்தில் அவர் ஒரு விநோதமான காட்சியைப் பார்த்தார்.

அங்கே சில பசுக்கள் மேய்ந்துகொண்டிருந்தன. ஆனால், அவை எல்லாம் அழுதுகொண்டிருப்பதாகத் தோன்றியது.

எல்லாப் பசுக்களும் ஒரே நேரத்தில் அழுகின்றன என்றால் என்ன காரணம்? அதைத் தெரிந்துகொள்வதற்காக அருகே சென்றார் சிவயோகியார்.

அப்போதுதான், அவர் அந்த பசுக்களை மேய்க்க வந்திருந்த

ஆயனைக் கவனித்தார். அவன் கீழே இறந்து கிடந்தான்.

ஆயன் இறந்ததால்தான் இந்த பசுக்கள் அழுகின்றன என்பதைச் சிவயோகியார் தெரிந்துகொண்டார். அவர் மனத்துக்குள் கருணை பெருகியது. எப்படியாவது இந்தப் பசுக்களின் துயரத்தைத் தீர்க்கவேண்டும் என்று எண்ணினார். அதற்காக, அந்த ஆயனுக்கு உயிர் தரத் தீர்மானித்தார்.

சிவயோகியாருக்குக் கூடு விட்டுக் கூடு பாயும் வித்தை தெரியும். அதன்படி தன்னுடைய உடலிலிருந்து அந்த ஆயனுடைய உடலுக்கு மாறி, அவனை உயிரோடு கொண்டுவர எண்ணினார் அவர்.

ஆனால், அப்படிச் செய்தால் அவருடைய உடல் என்ன ஆகும்?

அதற்காக, தன்னுடைய உடலை ஓர் இடத்தில் பத்திரப்படுத்தி வைத்தார் சிவயோகியார். இப்போதைக்கு ஆயன் உடலுக்குள் புகுந்துகொண்டு பசுக்களின் துயரத்தைத் தீர்ப்பது, பின்னர், அவற்றை ஊருக்குள் அழைத்துச் சென்று விட்டுவிட்டுத் திரும்பிவந்து தன்னுடைய உடலுக்குள் சென்றுவிடுவது என்று தீர்மானித்தார் அவர்.

அதன்படி, சிவயோகியார் தன்னுடைய உடலுக்குளிருந்து அந்த ஆயனின் உடலுக்குள் பாய்ந்தார். அவன் உயிர் பெற்று எழுந்தான்.

உடனே, அங்கிருந்த பசுக்கள் அனைத்தும் அந்த ஆயனைச் சூழ்ந்துகொண்டன. மகிழ்ச்சியாகக் குரலெழுப்பின. இதைக் கண்டு சிவயோகியார் மகிழ்ந்தார்.

பின்னர், ஆயன் உருவத்திலிருந்த சிவயோகியார் அந்தப் பசுக்களை ஊருக்குச் செல்லுமாறு விரட்டினார். அவை நடந்த பாதையிலேயே அவரும் நடந்தார்.

பசுக்கள் ஊருக்குள் வந்துவிட்டன அதே நேரம், ஒரு பெண் அந்த ஆயனை நெருங்கினாள். 'களைத்துப்போயிருப்பீர்கள்,

வாருங்கள், உணவு உண்ணுங்கள்' என்று அவரைத் தன் இல்லத்துக்கு அழைத்தாள்.

அப்போதுதான், அந்த ஆயனைப்பற்றிச் சிவயோகியார் தெரிந்துகொண்டார். அவன் பெயர் மூலன். அவனுடைய மனைவிதான் இவள்.

அந்தப் பெண் மூலன் வடிவத்திலிருந்த சிவயோகியாரைப் பார்த்துத் திகைத்தாள். 'இவர் என் கணவரைப்போலதான் இருக்கிறார். ஆனால், இவரிடம் ஏதோ ஒரு வித்தியாசம் தெரிகிறதே' என்று யோசித்தாள்.

சிவயோகியாருக்குப் பிரச்னை பெரிதாகிவிட்டது புரிந்தது. பசுக்களைக் காப்பாற்றுவதற்காக அவர் கூடு விட்டுக் கூடு பாய்ந்தார். ஆனால் இப்போது, இந்தப் பெண் அவரைத் தனது கணவனாக எண்ணுகிறாள். என்ன செய்வது?

அந்தப் பெண்ணை ஏமாற்றுவதற்கு அவருக்கு மனம் வரவில்லை. அதேசமயம் அவளிடம் உண்மையை சொல்வதும் சாத்தியமில்லை. ஆகவே, அவர் எதுவும் பேசாமல் ஓர் இடத்தில் அமைதியாக அமர்ந்தார். இறைவனைத் தியானிக்கத் தொடங்கினார்.

> பிறப்பிலி, பிஞ்ஞகன், பேரருளாளன்,
> இறப்பிலி, யாவர்க்கும் இன்பம் அருளும்
> துறப்பிலிதன்னைத் தொழுமின், தொழுதால்
> மறப்பிலி மாயா விருத்தமும் ஆமே.

பிறப்பு, இறப்புகளைக் கடந்த பிஞ்ஞகன் அந்தச் சிவபெருமான், எல்லார்க்கும் இன்பம் அருளுகிறவன், அவனைத் தொழுவோம். அப்படித் தொழுதால், நம்முடைய மயக்கங்கள் தீரும்!

அவர் இப்படிப் பேசாமல் அமர்ந்திருப்பதைப் பார்த்து அந்தப் பெண் குழம்பினாள். தன்னுடைய கணவன் இப்படியெல்லாம் நடந்துகொண்டதே கிடையாதே என்று யோசித்தாள். ஊர்ப் பெரியவர்களிடம் சென்று நடந்ததைக் கூறினாள். தன்னைத்

தன் கணவனுடன் சேர்த்து வைக்குமாறு கேட்டுக்கொண்டாள்.

பெரியவர்கள் மூலனை வந்து பார்த்தார்கள். அவன் முகத்தில் தெரிந்த ஒளியைக் கண்டு வியந்தார்கள், அவன் மிகுந்த பக்தி எண்ணங்களுடன் இருப்பதை உணர்ந்தார்கள். அவனிடம் என்ன பேசுவது, அந்தப் பெண்ணுக்கு என்ன சொல்லி இதைப் புரியவைப்பது என்று தெரியாமல் குழம்பினார்கள்.

அரனடி சொல்லி அரற்றி அழுது
பரனடி நாடியே பாவிப்ப, நாளும்
உரன்அடி செய்து அங்கு ஒதுங்கவல்லார்க்கு
நிரன் அடிசெய்து நிறைந்து நின்றானே.

சிவபெருமானின் பெயரைச் சொல்லி, அரற்றி, அழுது வழிபடுவோம், அவனுடைய பாதங்களே சரணம் என்று நாடுவோம், அப்படி மன உறுதியோடு தினமும் சொல்லி வழிபடுகிறவர்களுக்குள் சிவன் நிறைந்திருப்பான்!

அதேநேரம், சிவயோகியாரும் மிகுந்த குழப்பத்தில் இருந்தார். மூலனின் பசுக்களுக்காக அவர் காட்டிய கருணை மிகப் பெரிய பிரச்னையாகிவிட்டது. இதனை மேலும் நீட்டிக்காமல், சட்டென்று தன்னுடைய பழைய உடலுக்குத் திரும்பிவிட எண்ணினார் அவர்.

விரைவாக தன்னுடைய உடலை வைத்த இடத்துக்குச் சென்றார் சிவயோகியார். ஆனால், அங்கே அவருடைய உடலைக் காணவில்லை.

சிவயோகியார் திகைத்தார். தன்னுடைய உடலை இழந்து மூலன் என்கிற ஆயனின் உடலுக்குள் சிக்கிக்கொண்டுவிட்டார் அவர். இதுவும் இறைவன் விருப்பம்தானோ?

பின்னைநின்று என்னே பிறவி பெறுவது
முன்னை நன்றாக முயல்தவம் செய்திலர்,
என்னை நன்றாக இறைவன் படைத்தனன்,
தன்னை நன்றாகத் தமிழ்செய்யுமாறே!

முந்தைய பிறவிகளில் நல்ல செயல்களையும் தவத்தையும் செய்திருந்தால், பின்னர் பிறவியெடுக்கவேண்டிய அவசியம் ஏற்பட்டிருக்காது. இருந்தாலும், இப்போது என்னை இறைவன் நன்றாகப் படைத்திருக்கிறான், அவனுடைய புகழைத் தமிழில் நன்றாகப் பாடுவதற்காக!

என்னதான் ஆயன் வடிவத்தில் இருந்தாலும் அவருக்குள்ளிருந்த அந்த பக்திச் சிந்தனைகள் சற்றும் குறையவில்லை. ஆகவே, அவர் இப்போதும் சிவபெருமானை எண்ணிக்கொண்டுதானிருந்தார், இறைவன் பெருமையை நினைக்க நினைக்க, அவருக்குள் அன்பு பெருகியது, அந்த எண்ணங்களை இனிய, எளிய, ஆழமான பாடல்களாகத் தர ஆரம்பித்தார்.

யான்பெற்ற இன்பம் பெறுக இவ்வையகம்,
வான்பற்றி நின்ற மறைப்பொருள் சொல்லிடின்
ஊன்பற்றி நின்ற உணர்வுறு மந்திரம்
தான்பற்றப் பற்றத் தலைப்படும்தானே.

அன்பர்களே, சிவனை வழிபட்டு நான் பெற்ற இன்பத்தை இந்த உலகமே பெறவேண்டும், அதற்காகத்தான், விண்ணைத் தாங்கி நிற்கும் மறைப்பொருளான சிவபெருமானைப்பற்றிச் சொல்கிறேன். மந்திர வடிவில் அவன் நம் உடலைத் தாங்குகிறான், உணர்ந்து அவனை வழிபட்டால், வெளிப்பட்டு அருள் செய்வான்!

மூலன் என்கிற ஆயனின் வடிவத்தில் சிவயோகியார் எழுதிய அந்தப் பாடல்கள், 'திருமந்திரம்' என்கிற பக்தி நூலாகத் தொகுக்கப்பட்டிருக்கின்றன. அவற்றை வழங்கிய அவர், 'திருமூலர்' என்று போற்றப்படுகிறார்.

நந்தி அருளாலே மூலனை நாடிப்பின்
நந்தி அருளாலே சதாசிவன் ஆனேன்,
நந்தி அருளால் மெய்ஞ்ஞானத்துள் நண்ணினேன்,
நந்தி அருளாலே நானிருந்தேனே!

நந்திதேவன் அருளாலே இங்கே வந்தேன், மூலன் என்கிற

ஆயனின் உடலை நாடினேன், பின்னர், அந்த நந்தியின் அருளாலே எந்நேரமும் சிவநாமத்தைப் பாடுகிறவனாக ஆனேன், மெய்ஞானத்தை உணர்ந்தேன், என் வாழ்வே அந்த நந்திதேவனின் அருளால்தான்!

மாணிக்கத்துள்ளே மரகதச் சோதியாய்
மாணிக்கத்துள்ளே மரகத மாடமாய்
ஆணிப்பொன் மன்றில் ஆடும் திருக்கூத்தைப்
பேணித் தொழுதென்ன பேறு பெற்றாரே!

மாணிக்கத்துள்ளே மரகத ஒளிபோல, மரகத மாடம்போல ஆணிப்பொன் மன்றத்திலே சிவபெருமான் ஆடுகிற திருக்கூத்தைப் பார்த்து வணங்குகிறவர்கள் என்ன தவம் செய்தார்களோ!

இங்கே மாணிக்கம் என்பது, சிவபெருமானின் பொன்னார்மேனி. மரகதம் என்பது அம்மையின் பசுமை நிறம். ஆணிப்பொன் மன்று என்பது, பொன்னம்பலம்!

பற்றது பற்றிற் பரமனைப் பற்றுமின்,
முற்றது எல்லா முதல்வன் அருள்பெறில்
கிற்ற விரகின் கிளர்ஒளி வானவர்
கற்றவர் பேரின்பம் உற்றுநின்றாரே!

நீங்கள் எதையாவது பற்றவேண்டும் என்று நினைத்தால், பரமனைப் பற்றிக்கொள்ளுங்கள்!

எல்லாவற்றையும் வழங்கும் முதல்வனுடைய அருளைப் பெற்றால், சகலமும் கிடைக்கும். வானவர்களும் இதேபோல்தான் சிவனை வழிபட்டுப் பேரின்பம் பெறுகிறார்கள்.

திருமந்திரத்தில் பல நேரடியான பாடல்கள் இருப்பினும், மிக ஆழமான தத்துவங்களையும் சொல்லும் சிறந்த பக்தி நூல் அது. எல்லாம் வல்ல இறைவனின் தன்மையைப் பலவிதமாகச் சொல்லி மகிழும் இனிய அனுபவத்தைத் திருமூலரின் பாடல்கள் வழங்குகின்றன.

பதி, பசு, பாசம் எனப் பகர் மூன்றில்
பதியினைப்போல் பசு,பாசம் அனாதி,
பதியினைச் சென்று அணுகாப் பசு, பாசம்,
பதி அணுகில் பசு,பாசம் நில்லாவே!

பதி, பசு, பாசம் என்று மூன்று தொன்மையான விஷயங்களைச் சொல்வார்கள். அதாவது, பதியாகிய சிவன், பசுவாகிய ஜீவன், அதைக் கட்டிவைத்திருக்கும் கயிறு.

அந்த ஜீவன் சிவனை அணுகாது, அதனைக் கட்டிவைத்திருக்கும் கயிறுகள் அதை விடாது.

அதேசமயம், சிவன் ஜீவனை நெருங்கிவந்தால், அந்தக் கயிறுகள் அறுந்துவிடும். என்று அவனைச் சிந்தித்து நாம் இனிதே வாழலாம், அவன் தாள் சேரலாம்!

53

பிள்ளைப்பெருமாள் ஐயங்கார் ஒரு சிறந்த பக்தர். திருவரங்கத்தில் எழுந்தருளியிருக்கும் ஸ்ரீரங்கநாதன்மீது மிகுந்த பற்று கொண்டவர்.

இளவயதிலிருந்தே இறைவன்மீதும் தமிழின்மீதும் இவருக்கு ஆர்வம் அதிகம். பல புலவர்களின் பாடல்களை வாசித்தாலும் திருவரங்கப் பெருமானைப்பற்றிய பாடல்கள் என்றால் அவருக்கு மிகவும் விருப்பம். ஆழ்வார்களின் திவ்யப்பிரபந்தப் பாடல்களை மிகவும் மகிழ்வோடு படித்தார்.

இவரது குருநாதர் பராசரபட்டர். அவரிடம் நல்ல விஷயங்களையும் நற்பண்புகளைக் கற்றுக் கல்வி கேள்வியில் சிறந்து விளங்கினார் பிள்ளைப்பெருமாள் ஐயங்கார்.

> நெடுங்கடல் நிற்பதும், ஞாயிறு காய்வதும், நித்தலும் கால்
> ஒடுங்கி நடப்பதும், தண்கார் பொழிவதும், ஊழிதன்னில்
> சுடும்கனல் பற்றிச் சுடாதே இருப்பதும், தும்பை புனைந்து
> அடும்கனல் ஆழி அரங்கேசர்தம் திருஆணையினே.

இந்தப் பெரிய கடல் பொங்காமல் நிற்பது யாராலே? சூரியன் காய்வது யாராலே? தினமும் காற்று ஒடுங்கி அளவாக

வீசுவது யாராலே? குளிர்ந்த மழை பொழிவது யாராலே? ஊழியின்போது சுடக்கூடிய நெருப்பு இப்போது சுடாமல் இருப்பது யாராலே?

இவை அனைத்தும் தும்பைப் பூமாலையைச் சூடிக்கொண்டு, கொடியவர்களை அழிக்கும் சக்ராயுதத்தை ஏந்திய ஸ்ரீரங்கநாதனின் திரு ஆணையினால்தான்! (திருவரங்கத்து மாலை)

பிள்ளைப்பெருமாள் ஐயங்கார்போன்ற சிறந்த மேதைகள் தன்னுடைய அரசவையில் இருக்கவேண்டும் என்று அந்நாட்டு மன்னன் நினைத்தான். அவரை அழைத்து உரிய பதவி ஒன்றைக் கொடுத்து மிகவும் மரியாதையுடன் நடத்தினான்.

ஒருநாள், மன்னனின் அவையில் ஏதோ ஒரு விவாதம். அங்கே அமர்ந்திருந்த பிள்ளைப்பெருமாள் ஐயங்கார் திடீரென்று தன்னுடைய மேலாடையைக் கையிலெடுத்து வேகமாகக் கசக்கினார், 'கிருஷ்ணா, கிருஷ்ணா' என்றார்.

இதைப் பார்த்து அரசன் குழம்பிப்போனான். 'என்ன ஆயிற்று? ஏன் இப்படிச் செய்தீர்கள்?' என்று விசாரித்தான்.

ஐயங்கார் அவர்களுக்கு விளக்கம் சொன்னார், 'எம்பெருமான் திருத்தேரில் வந்துகொண்டிருந்தார். அப்போது திரைச்சீலையில் நெருப்பு பற்றிக்கொண்டுவிட்டது. அதை அணைப்பதற்காகதான் நான் இப்படிச் செய்தேன்.'

அரசன் குழப்பத்துடன் கேட்டான் 'எங்கே நெருப்பு? எனக்கு எதுவும் தெரியவில்லையே!'

ஐயங்கார் சொன்னார், 'இங்கே இல்லை, திருவரங்கத்தில்.'

அரசனுக்கு வியப்பு. ஒருவனை ரகசியமாக வரவழைத்துத் திருவரங்கத்திற்கு சென்று என்ன நடந்தது என்று தெரிந்துகொண்டுவருமாறு சொன்னான்.

அந்த ஆள் சிறிதுநேரத்தில் திரும்பிவந்தான். ஐயங்கார் சொன்னவை அனைத்தும் திருவரங்கத்தில் உண்மையாகவே நடந்ததை உறுதிப்படுத்தினான்.

இதைக் கேட்ட அரசன் வியந்துபோனான். பெருமான்மீது இத்தகைய பக்தி உள்ள ஒரு மகானைச் சாதாரண நிர்வாகப் பதவியிலா அமர்த்துவது என்று தோன்றியது அவனுக்கு. உடனே, அவரை அப்பதவியிலிருந்து விடுவித்து, அவருக்கு வேண்டிய வசதிகளைச் செய்துதந்தான். அவரது திருப்பணி தொடருமாறு செய்தான்.

அதன்பிறகு ஐயங்கார் தன்னுடைய பக்தியையும் இறைப் பணியையும் தொடர்ந்துவந்தார். தினந்தோறும் மக்களும் சீடர்களும் அவரிடம் நல்விஷயங்களைக் கேட்டு நெகிழ்ந்தார்கள். திருவரங்கத்துப் பெருமானைப் போற்றினார்கள்.

வாராக, வாமனனே, அரங்கா, வட்ட நேமி வல
வா, ராகவா, உன் வடிவுகண்டால் மன்மதனும் மட
வாராக ஆதரம் செய்வன் என்றால் உய்யும்வண்ணம் எங்கே
வாராக வாச முலையேனைப்போலுள்ள மாதருக்கே!

வராக அவதாரம் எடுத்தவனே, வாமனனாக வந்தவனே, அரங்கனே, சக்ராயுதத்தை வீசித் தீமைகளை அழிக்க வல்லவனே, ராகவனே,

உன்னுடைய அழகைக் கண்டால், மன்மதனும் பெண்ணாகப் பிறக்கவேண்டும் என்று எண்ணுவான். அப்படியானால், ஏற்கெனவே பெண்ணாகப் பிறந்திருக்கிறவர்களின் நிலை என்ன ஆகும்! (திருவரங்கத்தந்தாதி)

வையம் ஒரு பொன்தகட்டுத் தகளியாக,
வார்கடலே நெய்யாக அதனுள் தேக்கி,
வெய்யகதிர் விளக்காகச் செஞ்சொல் மாலை
மெல்அடிக்கே சூட்டினான் மேன்மையாட
துய்யமதி மண்டலத்தின் மறுவே ஒப்பச்
சோதிவிடு கத்தூரி துலங்கு நாமச்
செய்யதிரு முகத்து அரங்கர், ஆடிர் ஊசல்,
சீரங்க நாயகியொடு ஆடிர் ஊசல்!

இந்த நிலத்தையே பொன் தகட்டால் ஆன அகலாக்கி, அதில்

நீண்ட கடலையே நெய்யாக உள்ளே தேக்கி, வெம்மையான சூரியனையே விளக்காக்கிச் செஞ்சொற்களால் இறைவனுடைய மென்மையான திருவடிக்குப் பாமாலை சூட்டினார் பொய்கையாழ்வார். அப்படிப்பட்ட மேன்மையான இறைவன் பெயரைப் பாடுவோம்!

தூய்மையான சந்திரமண்டலத்தில் உள்ள மருவைப்போல, ஒளிர்கின்ற கஸ்தூரித் திலகம் திருமுகத்தில் விளங்கும் அரங்கநாதரே, ஊசலாடுங்கள், சீரங்கநாயகியுடன் ஊசலாடுங்கள்! (சீரங்கநாயகர் ஊசல்)

ஐயங்கார் தொடர்ந்து திருவரங்கப்பெருமானைப்பற்றியே பாடல்கள் பாடிக்கொண்டிருப்பதைக் கேட்டுத் திருப்பதியில் எழுந்தருளியிருக்கும் திருவேங்கடமுடையானுக்கு ஒரு விருப்பம், அவரது பாடலைத் தானும் கேட்கவேண்டும் என்று எண்ணினார்.

ஒருநாள் இரவு, திருவேங்கடமுடையான் ஐயங்காரின் கனவில் தோன்றினார். திருவேங்கடமலையைப்பற்றிச் சில பாடல்கள் பாடவேண்டும் என்றார்.

ஐயங்கார் அதை உடனடியாக மறுத்துவிட்டார். அரங்கனைப் பாடிய வாயால் இன்னொரு தெய்வத்தைப் பாடமாட்டேன் என்பது அவருடைய எண்ணம்.

திருவரங்கத்தில் இருப்பவனும் அங்கே திருப்பதியில் எழுந்தருளியிருப்பவனும் ஒரே இறைவன்தானே. ஆனால் ஏனோ, ஐயங்கார் இப்படிப் பிடிவாதம் பிடித்தார். அவருக்கு இப்பேருண்மையை உணர்த்த விரும்பிய இறைவன் அவரை ஒரு நோய் பற்றுமாறு செய்தார்.

நோயில் வாடிய ஐயங்கார் அதற்கான காரணத்தை மனத்தால் சிந்தித்துத் தெரிந்துகொண்டார். தான் முன்பு சொன்னதை நினைத்து வருந்திய அவர் திருவேங்கடப் பெருமானை மனத்துள் எண்ணிப் பாடத் தொடங்கினார்.

பொன்னும் மணியும் பொலிந்தோங்கி, பார்மகட்கு
மின்னும் மணிமுடியாம் வேங்கடமே, மன்னும்
பரமபத நாட்டினான், பைஅரவின் சூட்டில்
சிரமபதம் நாட்டினான் சேர்வு

பொன்னும் மணியும் சிறந்து விளங்கும் மலை, பூமாதேவிக்கு மின்னுகின்ற மணிமுடியாகத் திகழும் மலை திருவேங்கடம். நிலைபெற்ற பரமபதமென்னும் திருநாட்டைச் சேர்ந்தவன், காளிங்கன் என்கிற படத்தையுடைய பாம்பின் தலையில் நடனம் செய்தவன் எழுந்தருளியிருக்கும் மலை அது! (திருவேங்கட மாலை)

அந்தப் பாடல்கள் ஒவ்வொன்றாக மலர, இறைவன் திருவுள்ளம் மகிழ்ந்தான். அவன் அருளால் அவருடைய நோயும் குணமானது.

வந்திக்க, வந்தனைகொள் என்று கந்தனும் மாதவரும்
சிந்திக்க வந்தனை; வேங்கடநாத! பல்சீவன் தின்னும்
உந்திக் கவந்தனைச் செற்றாய்! உனக்கு உரித்தாயபின்னும்
புந்திக்கு அவம்தனைச் செய்து ஐவர் வேட்கையொரும் என்னையே!

கந்தனும் பெரிய தவமுனிவர்களும் உன்னை வணங்கி, 'எங்கள் வணக்கத்தை ஏற்றுக்கொள்' என்று சிந்திக்க, அவர்களுக்குக் காட்சி கொடுத்தாய், வேங்கடநாதனே! பல உயிர்களையும் தின்னும் வயிற்றை உடைய கவந்தன் என்பவனை வென்றவனே, நான் உனக்கு உரியவனாகிவிட்டேன், ஆனால் அதன்பிறகும், இந்த ஐந்து பொறிகளின் ஆசை என்னைத் தொடர்ந்து துன்புறுத்துகிறது. நான் என்ன செய்வேன்? (திருவேங்கடத்தந்தாதி)

அதுவரை திருவரங்கத்தை மட்டும் பாடிக்கொண்டிருந்த ஐயங்கார், அதன்பிறகு பல்வேறு திருப்பதிகளையும் பாட ஆரம்பித்தார். அவரது பாடல்கள் ஒவ்வொன்றும் திருமாலின் பெருமைகளை எல்லாரும் உணரும்வண்ணம் அமைந்திருந்தன.

வானேர்முதலா மரம்அளவா எப்பிறப்பும்
ஆனேற்கு அவதியிடல் ஆகாதோ? தேன்ஏயும்
பூ வரமங்கை, புவிமங்கை நாயகனே,
சீவரமங்கை அரைசே

தேன் நிறைந்த தாமரையில் வசிக்கும் திருமகளுக்கும் நிலமகளுக்கும் தலைவனே, ஸ்ரீவரமங்கை என்ற திருத்தலத்தில் எழுந்தருளியிருக்கிறவனே, தேவர் பிறவி தொடங்கி, சாதாரணத் தாவரப் பிறவிவரை எல்லாவிதமான பிறவிகளையும் எடுத்து அவதிப்பட்டுவிட்டேன், எனக்கு அருள் செய்வாய்! (நூற்றெட்டுத் திருப்பதி அந்தாதி)

மண்தலமும் விண்தலமும் நின் வட குன்றமும்
வளைந்த மலையும் கடலும் மூது
அண்டமும் அகண்டமும் அயின்றவர் துயின்றுஅருள்
அரும்பதி விரும்பி வினவின்,
கொண்டல் குமுறும் குடகுஇழிந்து மதகுஉந்தி, அகில்
கொண்டு நுரைமண்டி வருநீர்
தெண்திரைதொறும் தரளமும் கனகமும் சிதறு
தென் திருவரங்கநகரே!

மண்ணுலகம், விண்ணுலகம், மேரு, அதைச் சுற்றியுள்ள பிற மலைகள், கடல்கள், தொன்மையான அண்டம் என அனைத்தையும் அமுது செய்தருளிய எம்பெருமான் பள்ளிகொண்டருளும் அரிய திருத்தலம் எது என விரும்பிக் கேளுங்கள்!

மேகங்கள் படிந்து முழங்குகிற காவிரி நதி குடகு மலையிலிருந்து பெருகி வந்து, மதகுகளைத் தள்ளிக்கொண்டு, அகில் கட்டைகளை எடுத்துக்கொண்டு, நுரையோடு பொங்கி, தெளிந்த நீரலைகள் ஒவ்வொன்றிலும் முத்துகளையும் பொன்னையும் சிந்துகிற அழகிய திருவரங்கம் என்னும் நகரம்தான்! (திருவரங்கக் கலம்பகம்)

வினைக்கும் மருந்து அரிக்கும் பிணிமூப்புக்கும் வேகின்ற வே
தனைக்கும் மருந்துஅன்ன தாள்அழகா! செய்ய தாமரைஅம்

கனைக்கும் அருந்து அமுதே! அருளாய், நின்னைக் காதலித்து
நினைக்கும் அருந்ததி தன் உயிர் வாழ்க்கை நிலை பெறவே!

வினையாகிய நோய்கள், மருந்துகளை அழிக்கும் கொடிய நோய்கள், முதுமை, துன்புறுத்தும் வேதனைகள் அனைத்துக்கும் மருந்தாகத் திகழும் திருவடிகளைக் கொண்ட அழகனே, செந்தாமரை மலரில் எழுந்தருளியிருக்கும் திருமகள் அருந்தும் அமுதமே, உன்னை விரும்பி எப்போதும் உன்னையே நினைத்துக்கொண்டிருக்கும் அருந்ததி போன்ற இந்தப் பெண்ணின் உயிர் நிலைப்பதற்கு அருள் செய்வாய்! (அழகர் அந்தாதி)

பிள்ளைப்பெருமாள் ஐயங்கார் எழுதிய எட்டு சிறந்த நூல்களை 'அஷ்டப்பிரபந்தம்' என்று அழைக்கிறார்கள் அவை:

★ *திருவரங்க கலம்பகம்*

★ *திருவரங்கத்து மாலை*

★ *திருவேங்கடமாலை*

★ *திருவரங்கத்தந்தாதி*

★ *திருவேங்கடத்தந்தாதி*

★ *அழகர் அந்தாதி*

★ *நூற்றெட்டுத் திருப்பதி அந்தாதி*

★ *சீரங்கநாயகர் ஊசல்*

தொழும்புஆய நான் நல்ல சூது அறிந்துகொண்டேன்,
செழும்பாய் அலைமுத்தம் சிந்தி, முழங்கும்
திருப்பாற்கடலான் தாள்சேர்ந்தார் அடிசேர்ந்து
இருப்பாற்கு அடல்ஆம் இடர்

திருமாலின் அடியவனான நான் ஒரு விஷயத்தை நன்கு தெரிந்துகொண்டேன். செழிப்பாகப் பாயும் அலைகளில் முத்துகள்

கொழித்து ஒலிக்கின்ற திருப்பாற்கடலில் எழுந்தருளியிருப்பவன் எம்பெருமான். அவனது திருவடிகளைச் சேர்ந்த அடியவர்களின் பாதங்களைப் பற்றி வழிபடுகிறவர்களுக்குப் பிறவித் துன்பங்களெல்லாம் தீரும்! (நூற்றெட்டுத் திருப்பதி அந்தாதி)

இடர்உடையேன் சொல்ல எளிதோ? பிரமன்
அடரும் விடையோற்கும் அரிதே, தொடரும்
கருவைகும் தம் பிறவிக்கட்டு அறுத்து, மீளாத்
திருவைகுந்தம் பெறுவார் சீர்

தொடர்ந்து வந்து, கருவில் நுழையக் காரணமாக அமைகிற பிறவிக்கட்டை அறுத்து, எப்போதும் மீளாத திருவைகுந்தத்தைச் சென்று சேர்பவர்களின் சிறப்பை என்னால் சொல்ல இயலுமா? பிரம்மன், போர் செய்யும் எருதை வாகனமாக உடைய சிவன்கூட அந்தச் சிறப்பைச் சொல்ல இயலாதே! (நூற்றெட்டுத் திருப்பதி அந்தாதி)

பிள்ளைப்பெருமாள் ஐயங்காரின் பாடல்கள் எளிய மொழியில் பக்திக் கருத்துகளைச் சிறப்பாகச் சொன்னவை. அதனால்தான் இன்றும் பலரால் பரவலாக வாசிக்கப்பட்டு, இறைவனைத் துதிக்கப் பயன்படுகின்றன!

54

சுந்தரர்!

திருநாவலூர் என்ற திருத்தலத்தில் பிறந்தவர். எல்லாரையும்போல இயல்பானதொரு வாழ்க்கைதான் அவருக்கும் அமைந்தது. வளர்ந்தார், படித்தார், அவருக்குத் திருமண ஏற்பாடுகள் நடந்தன.

சுந்தரரைத் தடுத்தாட்கொள்ளத் தீர்மானித்தான் சிவபெருமான். அதற்காக ஒரு நாடகம் நடத்த எண்ணினான். திருமண நாளன்று, இறைவன் ஒரு வேதியரின் வடிவத்தில் பூமிக்கு வந்தான். கையில் ஓலையுடன் திருமணம் நடைபெறும் இடத்தை நோக்கி நடந்தான்.

அங்கே திருமண ஏற்பாடுகள் மும்முரமாக நடைபெற்றுக் கொண்டிருந்தன. பலரும் திருமணத்தைக் காண வந்திருந்தார்கள். எங்கும் மகிழ்ச்சி ஒலி. அப்போது வேதியராக வந்த சிவபெருமான் அங்கே நுழைந்து 'திருமணத்தை நிறுத்துங்கள்' என்றான்.

திருமணத்தைக் காணக் கூடியிருந்த மக்கள் எல்லாரும் அதிர்ந்தார்கள். 'ஐயா, யார் நீங்கள்? ஏன் திருமணத்தை நிறுத்தச்சொல்கிறீர்கள்?' என்று விசாரித்தார்கள்.

அந்த வேதியர் சுந்தரரைச் சுட்டிக்காட்டி 'இவன் என்னுடைய அடிமை' என்றார், 'என்னுடைய அனுமதி இல்லாமல் நீங்கள் எப்படி இவனுக்குத் திருமணம் செய்யலாம்?'

சுந்தரர் கோபத்துடன் எழுந்தார். 'என்ன ஐயா சொல்கிறீர்கள்? நான் உங்களுக்கு அடிமையா?'

'ஆமாம், நீ எனக்கு அடிமைதான்' என்றார் சிவபெருமான்.

'நான் எப்படி உங்களுக்கு அடிமையானேன்?'

'உன்னுடைய வம்சம் முழுவதும் எனக்கு அடிமை என்று உன் பாட்டனார் ஓலை எழுதி கொடுத்திருக்கிறார்' என்று தன் கையிலிருந்த ஓலையைக் காட்டினார் சிவபெருமான். 'இதன்படி நீ என்னுடைய அடிமை' என்றார்.

இதைக் கேட்ட சுந்தரர் சிரித்தார். 'என்ன ஐயா சொல்கிறீர்கள்? உங்களைப் பார்த்தால் அந்தணராகத் தோன்றுகிறது. நானும் அந்தணன். ஓர் அந்தணன் இன்னோர் அந்தணனுக்கு அடிமையாவது வழக்கமில்லையே. நீரென்ன பித்தரா?' என்றார்.

வேதியரும் சிரித்தார் 'நீ என்னைப் பித்தர் என்று அழைப்பதுபற்றி ஆட்சேபணையில்லை, இந்த ஓலையின்படி நீ எனக்கு அடிமை. அதுதான் உண்மை!' என்றார்.

அது பொய் ஓலையாக இருக்குமோ என்று எல்லாருக்கும் சந்தேகம் எழுந்தது. ஆனால் பரிசோதித்துப்பார்த்தபோது அது உண்மையான ஓலைதான் என்று தெரிந்தது.

ஆகவே சுந்தரர் அந்த வேதியரின் அடிமை என்பது உறுதியானது. அவர் அந்த வேதியருடன் செல்லவேண்டும், அவர் சொல்லும் பணிகளைச் செய்யவேண்டும் என்று ஊர் தீர்மானித்தது.

சுந்தரருக்குத் திருமணம் நின்ற கோபம். திடீரென்று ஒருவர் தன்னை அடிமை என்கிறாரே என்கிற குழப்பம். இவற்றோடு அந்த வேதியரின் பின்னே நடந்தார் அவர். இப்போது இறைவன் தன்னுடைய உண்மை உருவை சுந்தரருக்குக் காட்டி

அருளினான். தன்னை ஆட்கொள்வதற்காகச் சிவபெருமானே இங்கே வந்திருக்கிறார் என்பதை உணர்ந்த சுந்தரர் நெகிழ்ந்து அவரைப் போற்றினார். சிவபெருமான் புன்னகை செய்து 'என்னைப் பாடுக' என்று ஆணையிட்டார்.

'இறைவனே, நான் உன்னை எப்படிப் பாடுவேன்!' என்று சொல்லி நெகிழ்ச்சியுடன் அவர்முன்னே வணங்கி நின்றார் சுந்தரர்.

'சற்றுமுன் என்னைப் பித்தன் என்று அழைத்தாயல்லவா? அந்த வாசகமும் எனக்குப் பிடித்தமானதே. அப்படியே தொடங்கி நீ என்னைப் பாடலாம்' என்றார் சிவபெருமான்.

அதன்படி சுந்தரர் சிவபெருமானைப் போற்றிப் பாடத் தொடங்கினார்:

பித்தா, பிறைசூடீ! பெருமானே, அருளாளா,
எத்தான் மறவாதே நினைக்கின்றேன் மனத்துஉன்னை
வைத்தாய் பெண்ணைத் தென்பால் வெண்ணெய்நல்லூர் அருள்துறையுள்
அத்தா, உனக்கு ஆளாய் இனி அல்லேன் எனலாமே!

பித்தனே, பிறைநிலவைச் சூடியவனே, எங்கள் பெருமானே, அருளாளனே, உன்னை மறக்காமல் நெஞ்சில் நினைக்கிறேன்,

பெண்ணையாற்றின் தென்கரையில் இருக்கும் திருவெண்ணெய்நல்லூரிலுள்ள அருள்துறை என்ற கோயிலில் எழுந்தருளியிருக்கும் எங்கள் தந்தையே, நான் உனக்கு அடியவன், ஆனால் இப்போது, உன்னிடமே அதை மறுத்துப் பேசினேன், இது பொருந்துமா?

பொன்னார்மேனியனே, புலித் தோலை அரைக்குஅசைத்து
மின்னார் செஞ்சடைமேல் மிளிர்கொன்றை அணிந்தவனே,
மன்னே, மாமணியே, மழபாடியுள் மாணிக்கமே,
அன்னே உன்னையல்லால் இனி யாரை நினைக்கேனே?

பொன்னைப்போன்ற திருமேனியைக் கொண்ட சிவபெருமானே,

இடுப்பில் புலித்தோலை உடுத்தவனே, மின்னல்போல் செஞ்சடையில் கொன்றைமாலையை அணிந்தவனே, தலைவா, சிறந்த ரத்தினமே, திருமழபாடியில் எழுந்தருளியிருக்கும் மாணிக்கமே, என் தாயே,

இனி, உன்னையன்றி நான் யாரை நினைப்பேன்? நீதான் எனக்கு எல்லாம்!

அதன்பிறகு இறைவனைப் பாடுவதே தன் பணி என்று ஏற்றுக்கொண்டுவிட்டார் சுந்தரர். அவரைச் சுந்தரமூர்த்தி நாயனார் என்று பக்தர்கள் அழைத்து மகிழ்ந்தார்கள். அவர் பாடிய பாடல்களைப் பாடி இறைவனைப் போற்றினார்கள்.

சொல்லிடில் எல்லை இல்லை
சுவையிலாப் பேதை வாழ்வு,
நல்லதோர் கூரை புக்கு
நலம்மிக அறிந்தேன்அல்லேன்,
மல்லிகை மாட நீடு
மருங்கொடு நெருங்கிளங்கும்
அல்லி வண்டுஇயங்கும் ஆரூர்
அப்பனே, அஞ்சினேனே!

மாடங்கள் உயர்ந்து, அங்கெல்லாம் வண்டுகள் மல்லிகைகளை மொய்க்கின்ற திருவாரூர் அப்பனே,

என்னுடைய பழைய, சுவையில்லாத, பேதைத்தனமான வாழ்க்கையைச் சொல்லத் தொடங்கினால், அதற்கு எல்லையே இல்லை. நான் ஒரு நல்ல வீட்டில் வாழ்ந்து சரியான வழியில் நடந்தவன் இல்லை, அதை எண்ணும்போது எனக்குப் பயமாயிருக்கிறது. நீதான் என்னைக் காத்தருளவேண்டும்!

பல சிவத்தலங்களுக்குப் பயணம் செய்த சுந்தரமூர்த்தி நாயனார் இறைவனின் மகிமைகளைப் பலவிதமாகப் பாடிப் போற்றினார். அவர் நிகழ்த்திய அற்புதங்களும் இன்றுவரை நெகிழ்ச்சியுடன் குறிப்பிடப்படுகின்றன. திருநின்றியூர் பெருமானை அவர் பாடிய அழகான பாடல்களில் ஒன்று:

ஆறு உகந்தார் அங்கம் நான்மறையார் எங்கும்ஆகி அடல்
ஏறு உகந்தார், இசை ஏழு உகந்தார், முடிக் கங்கைதன்னை
வேறு உகந்தார், விரிநூல் உகந்தார், பரிசாந்தம்அதா
நீறு உகந்தார் உறையும் இடமாம் திருநின்றியூரே!

நான்கு வேதங்களை, அவற்றின் ஆறு அங்கங்களை விரும்பிச் செய்தவர், எங்கும் நிறைந்திருப்பவர், வெல்லுகின்ற ஏற்றின்மீது விரும்பி ஏறுகிறவர், ஏழு இசைகளை விரும்பிக் கேட்பவர், கங்கையைத் தன் திருமுடியில் விரும்பிச் சூடியிருப்பவர், முப்புரி நூலை விரும்பி அணிகிறவர், பூசிக்கொள்ளும் சந்தனமாகத் திருநீற்றை விரும்புகிறவர்... அவர் உறைகின்ற இடம், திருநின்றியூர்!

இந்தப் பாடலில் சிவனை அறியாதவர்போல் கேள்வி கேட்கிறார் சுந்தரர். ஆனால், அந்தக் கேள்வியின் நோக்கமும், அவன் புகழைப் பாடுவதுதான்!

கோணல் மாமதி சூடரோ, கொடுகொட்டி காலொர் கழலரோ,
வீணைதான் அவர் கருவியோ, விடையேறு வேதமுதல்வரோ,
நாண்அதாக ஓர் நாகம் கொண்டு அரைக்கு ஆர்ப்பரோ, நலம்ஆர்தர
ஆணையாக நம் அடிகளோ, நமக்கு அடிகள்ஆகிய அடிகளே!

பக்தர்களே, நம் தலைவனான சிவபெருமான் உண்மையில் யார்?

வளைந்த, சிறந்த பிறைநிலவைத் தலையில் சூடியவரா? 'கொடுகொட்டி' என்ற கூத்தை ஆடுபவரா? காலில் கழல் அணிந்தவரா? வீணைதான் அவருடைய இசைக்கருவியா? விடைவாகனத்தில் ஏறும் வேத முதல்வரா அவர்? இடுப்பில் அரைநாணாக ஒரு நாகத்தைக் கட்டிக்கொள்பவரா? நம்மேல் ஆணையாக நமக்கு நலம் தந்து ஆட்சி செய்பவரா? சொல்லுங்கள்!

இப்படிக் கேள்வி கேட்கும் சுந்தரரே இதற்கு விளக்கமாகப் பதிலும் சொல்கிறார். திருவெஞ்சமாக்கூடல் சிவனைப்பற்றி

அவர் பாடிய பாடல் இது:

தொழுவார்க்கு எளியாய், துயர்தீர நின்றாய்,
சுரும்புஆர் மலர்க் கொன்றை துன்றும் சடையாய்,
உழுவார்க்கு அரி அவ் விடைஏறி ஒன்னார்
புரம் தீ எழ ஓடுவித்தாய், அழகார்
முழவார்ஒலி பாடலொடு ஆடல் அறா
முதுகாடு அரங்கா நடமாட வல்லாய்,
விழவுஆர் மறுகின் வெஞ்சமாக்கூடல்
விகிர்தா, அடியேனையும் வேண்டுதியே!

சிவபெருமானே, உன்னைத் தொழுகிறவர்களுக்கு நீ எளிதில் அருள் செய்கிறாய், அவர்களுடைய துன்பம் தீரும்படி துணையாக நிற்கிறாய்,

வண்டுகள் ஒலிக்கின்ற கொன்றை மலர் திகழும் சடையைக் கொண்டவனே, விடை வாகனத்தில் ஏறி, பகைவர்களின் திரிபுரத்தில் தீ எழுமாறு செய்தாய், அவர்களை ஓடவைத்தாய், அழகான மத்தளம் ஒலிக்க, பாடல் கேட்க, புறங்காட்டையே அரங்கமாகக் கொண்டு நடனமாடுகிறவனே, விழாக்கள் நிறைந்த தெருக்களையுடைய திருவெஞ்சமாக்கூடலில் எழுந்தருளியிருக்கும் விகிர்தனே, என்னையும் உன் அடியவர்களில் ஒருவனாக எண்ணி விரும்பி அருள் செய்!

இன்னொரு பாடலில் பல சிவத்தலங்களைக் குறிப்பிட்டு, பாட்டினை உணர்ந்த எல்லாரும் பரமனை உணர்ந்து பாடுவார்கள் என்கிறார்:

காட்டூர்க் கடலே, கடம்பூர் மலையே, கானப்பேரூராய்,
கோட்டூர்க் கொழுந்தே, அழுந்தூர் அரசே, கொழுநல் கொல்ஏறே,
பாட்டூர் பலரும் பரவப்படுவாய், பனங்காட்டூரானே,
மாட்டுஊர் அறவா, மறவாது உன்னைப் பாடப் பணியாயே!

காட்டூரில் எழுந்தருளியிருக்கும் கடலே, கடம்பூர் மலையே, கானப்பேரூரில் அருள் செய்பவனே, கோட்டூரில் எழுந்தருளியிருக்கும் கொழுந்தே, அழுந்தூரின் அரசனே,

கொழுநலில் திகழும் சிங்க ஏறு போன்றவனே, பனங்காட்டூரானே,

பாடுகிற பலரும் உன்னைப் புகழ்ந்து பாடுகிறார்கள், மாட்டின்மீது ஊர்ந்துசெல்கிறவனே, அறமாகத் திகழ்கிறவனே, உன்னை மறக்காமல் நான் தொடர்ந்து பாடவேண்டும் என்று எனக்குக் கட்டளையிடு, அருள் செய்!

பலவிதமாகச் சிந்தித்துத் தன்னை வேறு திசைகளில் இழுக்கப் பார்க்கும் மனத்துக்கு, 'சிவனை வழிபடு' என்று கட்டளையிடுகிறார் சுந்தரர்:

நில்லாய் மனம், என்னொடு சூள்அறு, வைகலும்
நல்லான், நமை ஆளுடையான் நவிலும் இடம்
வில்வாய்க் கணை வேட்டுவர் ஆட்ட வெருண்டுபோய்ப்
புல்வாய்க்கணம் புக்குஒளிக்கும் புனவாயிலே!

மனமே, ஏதேதோ பேசிக்கொண்டிருக்காதே, என்னோடு சண்டையிடுவதை நிறுத்து,

நன்மையின் வடிவமானவன், நம்மை அடியவராகக் கொண்ட சிவபெருமான் எழுந்தருளியிருக்கும் திருத்தலங்களுக்குச் சென்று வணங்கு!

வேடர்கள் வில்லில் அம்பு தொடுக்க, அதனால் பயந்துபோன மான் கூட்டங்கள் கோயிலில் புகுந்து ஒளிந்துகொள்கின்ற திருப்புனவாயிலுக்குச் சென்று தினமும் அவனைக் கும்பிடு. அதுவே நாம் உய்ய வழி!

இந்தக் கண்கள் இருக்கும் காரணமே, அந்தப் பெருமானைக் காணத்தான் என்கிறார் ஒரு பாடலில்:

உற்றவர்க்கு உதவும் பெருமானை,
ஊர்வது ஒன்றுஉடையான் உம்பர்கோனை,
பற்றினார்க்கு என்றும் பற்று, அவன்தன்னைப்
பாவிப்பார் மனம் பாவிக்கொண்டானை
அற்றம்இல் புகழாள் உமை நங்கை

ஆதரித்து வழிபடப்பெற்ற
கற்றைவார்சடைக் கம்பன் எம்மானைக்
காணக் கண் அடியேன் பெற்றவாறே!

தன்னிடம் வந்தவர்களுக்கு நன்மை செய்கின்ற பெருமான், விடை வாகனத்தில் வரும் தேவர் தலைவன், தன்னைப் பற்றியவர்களுக்கு என்றும் பற்றுக்கோடானவன், தன்னை எண்ணுபவர் மனத்தில் வசிப்பவன், அழிவில்லாத புகழ் கொண்ட உமையாள் ஆதரித்து வழிபட்ட இறைவன், கற்றையான, நீண்ட சடையைக் கொண்ட திருவேகம்பன், அவனைக் காண்பதற்குதான் எனக்குக் கண்கள் அமைந்திருக்கின்றன!

சிவனின் மகத்துவத்தை இந்தப் பாடலில் சிறப்பாக விவரிக்கிறார்:

மெய்யைமுற்றப் பொடி பூசி ஓர் நம்பி,
வேதம் நான்கும் விரித்துஓதி ஓர் நம்பி,
கையில் ஓர் வெண்மழு ஏந்தி ஓர் நம்பி,
கண்ணும் மூன்று உடையான் ஒரு நம்பி,
செய்ய நம்பி, சிறு செஞ்சடை நம்பி,
திரிபுரம் தீ எழச் செற்றதோர் வில்லால்
எய்த நம்பி, என்னை ஆளுடை நம்பி,
எழுபிறப்பும் எங்கள் நம்பி கண்டாயே!

திருமேனிமுழுக்கத் திருநீற்றைப் பூசியிருக்கும் ஒப்பற்ற நம்பி, வேதங்கள் நான்கையும் விரித்து ஓதிய ஒப்பற்ற நம்பி, கையில் ஒரு வெண்மழுவை ஏந்திய ஒப்பற்ற நம்பி, கண்கள் மூன்றைக் கொண்ட நம்பி, சிவந்த திருமேனி கொண்ட நம்பி, செஞ்சடை கொண்ட நம்பி, திரிபுரங்களில் நெருப்பு எழுமாறு வில்லை வளைத்து எய்த நம்பி, என்னை ஆளும் நம்பி, எல்லாப் பிறவிக்கும் நீயே எங்கள் தலைவன்!

55

கோதை!

அதுதான் அவளுடைய பெயர். ஆனால் தமிழறிந்த எல்லாரும் பிறரும் அவளை 'ஆண்டாள்' என்றே அன்போடும் பக்தியோடும் அழைக்கிறார்கள்.

ஆழ்வார்களில் ஒரே பெண்பிள்ளையான ஆண்டாளின் கதை அனைவரும் அறிந்ததே. திருவில்லிப்புத்தூர் கோயிலில் திருப்பணிகளில் ஈடுபட்டுவந்த பெரியாழ்வாரின் மகள், இறைவன்மீது அன்பு கொண்டு அவனுக்குத் தொடுக்கப்பட்ட மாலைகளைத் தானே சூடிக் கொடுத்த சுடர்க்கொடி. இவ்விஷயம் வெளியே தெரிந்து அதனைப் பெரியாழ்வாரே தடுத்துவிட்டபோது, ஆண்டாள் சூடாத மாலைகளை இறைவன் ஏற்க மறுத்தான். அவளுடைய அன்பைப் புரிந்துகொண்டு உலகம் நெகிழ்ந்தது.

இறைவனையே மணக்கவேண்டும் என எண்ணிய ஆண்டாள் தனது தீந்தமிழ்ப் பாடல்களால் அவனது புகழைப் பாடினாள், அவன் தாள் சேர்ந்தாள். திருப்பாவை, நாச்சியார் திருமொழி

எனும் அந்த இரு நூல்களும் நாலாயிரம் திவ்யப் பிரபந்தத்தின் மிக அழகான பகுதிகள்.

திருப்பாவை என்பது பாவைநோன்பிருக்கும் பெண்கள் பாடுவதாக எழுதப்பட்ட முப்பது பாடல்களைக் கொண்டது. மார்கழி மாதத்தில் அதிகாலையில் எழுந்து அவர்கள் இறைவனைக் கொண்டாடுகிறார்கள், தூங்கிக்கொண்டிருக்கும் மற்ற பெண்களை எழுப்புகிறார்கள், எல்லாரும் ஆலயம் சென்று இறைவனைத் தரிசிக்கிறார்கள். அந்தப் பாடல்களினூடே அப்பெண்களின் அன்பும் பக்தியும் அற்புதமாக வெளிப்படுகிறது.

மார்கழித் திங்கள் மதிநிறைந்த நன்னாளால்,
நீராடப் போதுவீர் போதுமினோ நேர்இழையீர்
சீர்மல்கும் ஆய்ப்பாடிச் செல்வச் சிறுமீர்காள்,
கூர்வேல் கொடும்தொழிலன் நந்தகோபன் குமரன்

ஏர்ஆர்ந்த கண்ணி யசோதை இளம்சிங்கம்
கார்மேனிச் செம்கண் கதிர்மதியம்போல் முகத்தான்
நாராயணனே நமக்கே பறை தருவான்
பாரோர் புகழப் படிந்தேலோர் எம்பாவாய்!

சிறப்பு நிறைந்த ஆயர்ப்பாடியில் வாழுகின்ற பாக்கியம் செய்த சிறுமிகளே,

மார்கழி மாதம் இது, சந்திரன் முழுமையாகத் திகழும் பௌர்ணமி நாள். நீராடச் செல்வோம், வாருங்கள்,

நாம் இவ்வாறு நீராடிவிட்டு இறைவன் புகழைப் பாடினால், கூரான வேலைக் கையில் ஏந்திய, காவல் தொழில் புரியும் நந்தகோபனின் மகன், அழகிய கண்களைக் கொண்ட யசோதையின் இளம்சிங்கம், கருத்த மேனி, சிவந்த கண்கள், சூரியனும் சந்திரனும்போன்ற திருமேனி கொண்ட நாராயணன், நமக்கு வேண்டிய அனைத்தையும் தருவான், உலகமே நம்மைப் பாராட்டிப் புகழும், வாருங்கள், அவனை வணங்கச் செல்வோம்.

தோழியரோடு பாவைநோன்புக்குச் செல்லும் ஆண்டாள்,

கண்ணனின் அரண்மனைக்குச் செல்கிற காட்சியையும் பாடுகிறாள். நேரடியாக இறைவனிடம் உரிமையோடு பேசும் மொழியில் அமைந்த அழகிய பாடல்கள் திருப்பாவையில் உள்ளன:

ஏற்ற கலங்கள் எதிர்பொங்கி மீதுஅளிப்ப
மாற்றாதே பால்சொரியும் வள்ளல் பெரும்பசுக்கள்
ஆற்றப் படைத்தான் மகனே! அறிவுறாய்!
ஊற்றம்உடையாய்! பெரியாய்! உலகினில்

தோற்றமாய் நின்ற சுடரே! துயில்எழாய்!
மாற்றார் உனக்கு வலிதொலைத்து உன் வாசற்கண்
ஆற்றாது வந்து உன் அடிபணியுமாபோலே
போற்றி யாம் வந்தோம், புகழ்ந்தேலோர் எம்பாவாய்!

பாத்திரங்கள் நிரம்பி வழியும்படி தொடர்ந்து பாலைத் தருகிற வள்ளல்களான பெரிய பசுக்களை உடைய நந்தகோபனின் மகனே, துயில்எழுவாய்!

வேதங்களில் ஊன்றியிருப்பவனே, பெரியவனே, உலகில் தோன்றி நிலைக்கும் சுடரே, துயில்எழுவாய்!

உன்னுடைய எதிரிகள் தங்களுடைய வலிமையை இழந்து உன் வாசலில் வந்து வணங்குவார்கள். அதுபோல, நாங்களும் இங்கே வந்து உன்னைப் போற்றுகிறோம், புகழ்கிறோம்! துயில்எழுவாய், எங்களுக்குக் காட்சி தந்து அருள்வாய்!

ஆண்டாளின் இன்னோர் அற்புதமான பக்திக் காவியமான 'நாச்சியார் திருமொழி'யில் இன்னும் பலவிதமான அழகிய கற்பனைகள், இறைச் சிந்தனைகள் உண்டு. முதல் பாடலிலேயே கண்ணனுக்காகத் தன்னை விதிக்கும்படி மன்மதனைக் கேட்கிறாள் அவள்:

'தைஒரு திங்களும் தரைவிளக்கி, தண்மண்டலம்இட்டு, மாசி முன்னாள்
ஐய நுண்மணல் கொண்டு தெருஅணிந்து, அழகினுக்கு

அலங்கரித்து, அனங்கதேவா,
உய்யவும்ஆம்கொலோ என்று சொல்லி உன்னையும் உம்பியையும் தொழுதேன்,
வெய்யதோர் தழல் உமிழ் சக்கரக்கை வேங்கடவற்கு என்னை விதிக்கிற்றியே!'

மன்மதனே,

நீ வருவதற்காகத் தை மாதம் முழுவதும் தரையை அலங்கரித்து, குளிர்ந்த தரையில் கோலம் போட்டுவைத்தேன், மாசி மாதத்தின் முன்பகுதியில் நுட்பமான மணலைக் கொண்டு தெருவை அலங்காரம் செய்து அழகாக்கினேன், 'என்னைப் பிழைக்கவை' என்று சொல்லி உன்னையும் உன் தம்பியான சாமனையும் வணங்கினேன், எதிரிகள்மீது தீப்பொறிகளைச் சிந்தும் சக்கரத்தைக் கையில் ஏந்திய திருவேங்கடமுடையானுக்கு உரிமையாக நீ என்னை ஆக்கவேண்டும்!

அடுத்து, கண்ணனைச் சிறு பிள்ளையாகவும் தன்னை அவனுடைய தோழியாகவும் கற்பனை செய்கிறாள் ஆண்டாள். அவளும் மற்ற பெண்களும் மணலில் சிறுவீடு கட்டி விளையாட, கண்ணன் அதை வந்து சிதைக்கிறான். அப்போது அவனிடம் ஆண்டாள் சொல்லும் அழகிய பாடல்களில் ஒன்று:

'பெய்யு மாமுகில்போல்வண்ணா! உன்றன் பேச்சும் செய்கையும் எங்களை
மையல்ஏற்றி மயக்க உன்முகம் மாயமந்திரம்தான்கொலோ!
நொய்யர் பிள்ளைகள் என்பதற்கு உன்னை நோவ நாங்கள் உரைக்கிலோம்,
செய்யதாமரைக் கண்ணினாய்! எங்கள் சிற்றில் வந்து சிதையேலே!'

மழை பெய்யும் மேகம் போன்ற நிறத்தைக் கொண்டவனே,

உன்னுடைய பேச்சும் செய்கையும் எங்களுக்கு மயக்கம் தருகிறது, பித்துப்பிடிக்கவைக்கிறது, உன் முகத்தில் என்ன மாயமந்திரம் வைத்திருக்கிறாயோ!

எங்களைப் பார், நாங்கள் பலவீனமான பிள்ளைகள், உன் மனம் நோகும்படி நாங்கள் எதுவும் பேசமாட்டோம்,

சிவந்த தாமரைக் கண்களைக் கொண்டவனே, எங்களுடைய மணல் வீடுகளைச் சிதைக்காதே!

அடுத்து, பெண்கள் ஆற்றில் குளிக்கச் செல்கிறார்கள். அங்கே கண்ணன் வந்து அவர்களுடைய ஆடைகளை எடுத்துக்கொண்டு குருந்த மரத்தின்மீது ஏறிக்கொண்டுவிடுகிறான். அந்த ஆடைகளைத் திரும்பத் தந்துவிடுமாறு ஆண்டாள் அவனிடம் வேண்டுகிறாள்:

> 'இதுஎன் புகுந்துஇங்கு? அந்தோ! இப்பொய்கைக்கு எவ்வாறு வந்தாய்?
> மதுவின் துழாய்முடிமாலே! மாயனே! எங்கள் அமுதே!
> விதியின்மையால் அதுமாட்டோம் வித்தகப் பிள்ளாய்! விரையேல்!
> குதிகொண்டு அரவில் நடித்தாய்! குருந்துஇடைக் கூறை பணியாய்.'

கண்ணா, இது என்ன மாயம், இந்தப் பொய்கைக்கு நீ எப்படி வந்தாய்?

தேன் நிறைந்த திருத்துழாய் மாலையை அணிந்தவனே, பெரியவனே, மாயனே, எங்கள் அமுதே, வித்தகனே, நீ செய்வது முறையல்ல,

காளிங்கன் என்ற பாம்பின்மீது குதித்து நடனமாடியவனே, ஓடாதே, குருந்த மரத்தின்மீது நீ வைத்துள்ள ஆடைகளைத் திரும்பக் கொடுத்துவிடு!

இப்படி வேடிக்கை பல செய்தாலும், கண்ணன் அருகில் இல்லையென்றால் ஆண்டாளுக்கு வருத்தம்தான். அவள் 'கூடல் இழைத்து'ப் பார்க்கிறாள்.

'கூடல் இழைத்தல்' என்றால், தரையில் ஒரு வட்டம் போடுவார்கள், அதில் கணக்குப் பார்க்காமல் நிறைய கீறுவார்கள். பிறகு, அந்தக் கீறல்களை எண்ணிப்பார்ப்பார்கள்.

அந்த எண் இரட்டைப்படை என்றால், அவர்கள் எண்ணியது நிறைவேறும், ஒற்றைப்படை என்றால் நிறைவேறாது என்று நம்பிக்கை.

'மாடமாளிகைசூழ் மதுரைப் பதி
நாடி நம் தெருவின்நடுவே வந்திட்டு
ஓடை மாமத யானை உதைத்தவன்
கூடுமாகில், நீ கூடிடு கூடலே!'

நெற்றிப்பட்டத்தை உடைய, மதம் கொண்ட யானையாகிய குவலயாபீடத்தை உதைத்தே அழித்தவன் கண்ணன்,

அவன் இப்போது மாடமாளிகைகள் சூழ்ந்த மதுரை மாநகரிலே நம்மைத் தேடி நம் தெருவில் வந்து நம்மோடு கூடுவான் என்றால், கூடலே, நீயும் சரியாகப் பொருந்திவிடு!

அடுத்து, ஆண்டாள் குயிலிடம் பேசுகிறாள். 'அவன் இங்கே வரவேண்டும், அதற்காக நீ கூவுவாய்' என்று கேட்கிறாள்:

'பொங்கிய பாற்கடல் பள்ளிகொள்வானைப் புணர்வது ஓர் ஆசையினால் என்
கொங்கை கிளர்ந்து குமைத்துக் குதுகலித்து ஆவியை ஆகுலம் செய்யும்,
அம்குயிலே! உனக்கு என்ன மறைந்துஉறைவு? ஆழியும் சங்கும் ஒண்தண்டும்
தங்கிய கையனை வரக்கூவில் நீ சாலத்தருமம் பெறுதி!'

அழகிய குயிலே,

அலைகள் பொங்கும் பாற்கடலில் பள்ளிகொள்ளும் எம்பெருமானைச் சேர ஆசைகொண்டேன், அதனால் என்னுடைய மார்பகங்கள் பருத்து மகிழ்ச்சியோடு விம்மி என் உயிரைத் துன்புறுத்துகின்றன,

இந்நிலையில் நீ ஒளிந்திருப்பது ஏன்? சக்கரமும் சங்கும் ஒளி பொருந்திய தண்டும் தங்குகின்ற திருக்கைகளை உடைய

கண்ணன் இங்கே வரவேண்டும் என்று கூவு, அதனால் உனக்குப் பல தர்மங்களைச் செய்த பலன் கிடைக்கும்!

அடுத்து, ஆண்டாள் ஒரு கனவு காண்கிறாள், அதில் கண்ணனை அவள் மணம் செய்துகொள்கிறாள். அக்கனவைத் தன்னுடைய தோழியிடம் விவரிக்கிறாள்:

'வாரணம் ஆயிரம் சூழ வலம் செய்து
நாரண நம்பி நடக்கின்றான் என்று எதிர்ப்
பூரணப் பொற்குடம் வைத்துப் புரம்எங்கும்
தோரணம் நாட்டக் கனாக்கண்டேன், தோழீ! நான்.'

'மத்தளம் கொட்ட, வரிசங்கம் நின்றுஊத
முத்துஉடைத் தாமம் நிரைதாழ்த்த பந்தற்கீழ்
மைத்துனன் நம்பி மதுசூதனன் வந்துஎன்னைக்
கைத்தலம் பற்றக் கனாக்கண்டேன், தோழீ! நான்.'

'இம்மைக்கும் ஏழு ஏழ் பிறவிக்கும் பற்றுஆவான்
நம்மை உடையவன் நாராயணன் நம்பி
செம்மை உடைய திருக்கையால் தாள்பற்றி
அம்மி மிதிக்கக் கனாக் கண்டேன், தோழீ! நான்.'

தோழி, நான் ஒரு கனாக்கண்டேன், அதில் நிகழ்ந்தவற்றைச் சொல்கிறேன்,

ஆயிரம் யானைகள் சூழ்ந்து வர, நாரண நம்பியான எம்பெருமான் கம்பீரமாக நடந்தான். அவனை வரவேற்பதற்காக இந்த நகரம் முழுவதும் பொன்னாலான பூரண கும்பங்களை வைத்து, தோரணம் கட்டி அலங்கரித்தார்கள்,

மத்தளங்கள் முழங்கின, வரிகளைக் கொண்ட சங்குகள் நன்மை தரும் ஒலியை எழுப்பின, முத்துகளைக் கொண்ட மாலைகள் நிறைந்த பந்தலின்கீழ் நாராயணன் வந்து என்னுடைய கைகளைப் பற்றிக்கொண்டு திருமணம் செய்துகொண்டான்,

இந்தப் பிறவிக்கும், இனி வரும் ஏழேழ் பிறவிகளுக்கும் பற்றாகத் திகழ்பவன் நாராயணன், அவனே என்றும் நமக்குத் தலைவன்,

அவன் தன்னுடைய சிறந்த திருக்கைகளால் என்னுடைய காலைப் பிடித்து அம்மியின்மீது வைத்து மிதிக்கச்செய்தான், அந்தக் காட்சியை நான் கனவில் கண்டேன்!

கனவு சரி, கண்ணனை நேரில் எங்கே காண்பது? ஆண்டாள் சிலரைக் கேட்கிறாள், அவர்கள் கண்ணன் இருக்கும் இடத்தைச் சொல்லி அவளது துயரத்தைத் தீர்த்துவைக்கிறார்கள்:

> 'நாட்டைப் படைஎன்று அயன்முதலாத் தந்த நளிர் மாமலர் உந்தி
> வீட்டைப் பண்ணி விளையாடும் விமலன்தன்னைக் கண்டீரே?
> காட்டைத் தேடித் தேனுகனும் களிறும் புள்ளும் உடன்மடிய
> வேட்டையாடி வருவானை விருந்தாவனத்தே கண்டோமே.'

குளிர்ந்த, பெரிய மலரை உடைய தன்னுடைய நாபியாகிய வீட்டில் பிரம்மன் முதலானவர்களைப் படைத்து, அவர்களிடம் உலகங்களைப் படைக்குமாறு ஆணையிட்டு விளையாடும் குற்றமற்ற கண்ணனை நீங்கள் கண்டீர்களா?

ஆமாம், கண்டோம்!

எங்கே கண்டீர்கள்?

தேனுகாசுரன், குவலயாபீடம் என்கிற யானை, பகாசுரன் என்கிற பறவை போன்றவற்றை வேட்டையாடிக் காட்டிலிருந்து திரும்புகிற அந்தக் கண்ணனை நாங்கள் பிருந்தாவனத்தில் கண்டோம். நீயும் அவனை அங்கு காணலாம்!

56

ராமலிங்கம் சிறுவயதிலேயே மிகவும் பக்தி நிறைந்த குழந்தை. இறைவனை வணங்குவது, ஆலயத்துக்குச் செல்வது, அவன் புகழைக் கூறும் பாடல்களைக் கேட்பது, பண்பாக நடந்துகொள்வது என எல்லாருக்கும் பிடித்த பிள்ளை.

அவனுடைய குடும்பம் வறுமையில் வாடியது. ஆனால் அதனிடையேயும் அவர்கள் பக்தியை, பண்பைக் கைவிடவில்லை. எல்லாம் இறைவன் அருள் என்ற எண்ணத்துடன் இருப்பதைக் கொண்டு வாழ்ந்துவந்தார்கள்.

பிழைப்புத்தேடி அவர்கள் சென்னையில் குடியேறினார்கள். ராமலிங்கத்தின் அண்ணன் ஆங்காங்கே மேடைப்பேச்சுகளை நிகழ்த்தத் தொடங்கினார். அதன்மூலம் ஓரளவு வருமானம் கிடைத்தது.

ராமலிங்கத்தை வளர்த்தது அவரது அண்ணனும் அண்ணியும்தான். சிறுவயதிலிருந்தே பக்திநெறியோடு வளர்ந்த குழந்தை என்பதால், அவருக்குப் பிற விஷயங்கள் எதிலும் ஆர்வம் செல்லவில்லை. குறிப்பாகப் படிப்பு என்ற பெயரில்

திணிக்கப்படும் விஷயங்களைவிட, இறைகல்வியே நற்கல்வி, இறைபணியே நற்பணியெனக் கருதினார்.

பெரியவர்கள் இதை ஏற்பார்களா? அவர்கள் ராமலிங்கம் நன்றாகப் படிக்கவேண்டும் என்று திரும்பத் திரும்ப வற்புறுத்தினார்கள். ஆனால் அவருடைய எண்ணம் எப்போதும் இறைச் சிந்தனையிலேயே மூழ்கியிருந்தது.

அந்தச் சிறுவயதிலேயே அவருக்குப் பாடல் புனையும் திறன் வந்திருந்தது. இறைவனைப் பாடி மகிழ்ந்தார்.

அருள்ஆர்அமுதே சரணம், சரணம்,
அழகா, அமலா, சரணம், சரணம்,
பொருளா எனைஆள் புனிதா, சரணம்,
பொன்னே, மணியே, சரணம், சரணம்,

மருள்வார்க்கு அரியாய், சரணம், சரணம்,
மயில்வாகனனே, சரணம், சரணம்,
கருணாலயனே, சரணம், சரணம்,
கந்தா, சரணம், சரணம், சரணம்!

அருள் நிறைந்த அமுதமே, அழகனே, குற்றமில்லாத தூயவனே, என்னையும் ஒரு பொருட்டாக எண்ணி என்னை ஆள்கின்ற புனிதனே, பொன்னே, மணியே, மயங்குபவர்களுக்கு எட்டாமல் அரியவனாக இருக்கிறவனே, மயில்வாகனத்தில் வீற்றிருப்பவனே, கருணையின் உறைவிடமே, கந்தா, உன்னை வணங்குகிறேன்!

ஆரம்பத்தில் அவரைப்பற்றிக் கவலையோடு இருந்த ராமலிங்கத்தின் குடும்பமும் பிறகு அவரைப் புரிந்துகொண்டது. அவருடைய நல்ல குணத்தையும் இறைவன்மீது வைத்திருக்கிற அன்பையும் பார்த்து, அவரை அவருடைய போக்கில் விட்டுவிடத் தீர்மானித்தது.

இதனால், ராமலிங்கம் மகிழ்ச்சியுடன் இறைப்பணியில் ஈடுபட்டார். எந்நேரமும் இறைவனை நினைத்துக்கொண்டிருக்க ஒரு வாய்ப்பு என்றே இந்த வாழ்க்கையை அவர் கருதினார்.

வளைத்தே வருத்தும் பெரும்துயரால்
வாடிச் சவலை மகவுஆகி,
இளைத்தேன், தேற்றும் துணை காணேன்,
என்செய்துஉய்கேன் எந்தாயே,

விளைத்தேன் ஒழுகும் மலர்த்தருவே,
விண்ணே, விழிக்கு விருந்தே, சீர்
திளைத்தோர் பரவும் திருத்தணிகைத்
தேவே, ஞானச் செழும்சுடரே.

சிறப்பு நிறைந்தவர்கள் வந்து வணங்கும் திருத்தணிகைமலையில் வீற்றிருக்கும் தெய்வமே, ஞானச் செழும்சுடரே, முருகா,

பெரிய துயரங்கள் என்னை வளைத்து வருத்துகின்றன, அதனால் நான் வாடிச் சவலைக் குழந்தைபோல் இளைத்துவிட்டேன், என்னைத் தேற்றுவதற்கு ஒரு துணையைக் காணவில்லை, நான் என்ன செய்வேன்?

என் தந்தையே, தேன் விளையும் மலர்கள் நிறைந்த மரம் போன்றவனே, வான்போல் உயர்ந்தவனே, விழிக்கு விருந்தானவனே, அருள் புரிவாய்!

ஒருநாள், கோயிலில் அவர் அம்பிகைமுன்பு அமர்ந்திருந்தார். அன்னையின் அழகிய திருமுகத்தை, அவளது கருணை வெள்ளத்தை எண்ண எண்ண அவருக்கு நேரம் சென்றதே தெரியவில்லை.

இரவு நெடுநேரமானபின், ராமலிங்கம் நிஜ உலகுக்கு வந்தார். வீடு திரும்பினார்.

அவர்களுடைய வீடு பூட்டப்பட்டிருந்தது. தூங்கிக்கொண்டிருக்கும் அண்ணன், அண்ணியைத் தொந்தரவு செய்யவேண்டாமென்று ராமலிங்கம் திண்ணையிலேயே படுத்துத்தூங்கிவிட்டார்.

சிறிதுநேரம் கழித்து அவரை யாரோ அழைத்தார்கள். எழுந்து பார்த்தால், அண்ணி.

'இப்படித்தான் சாப்பிடாமல் தூங்குவதா?' என்று அவரை உரிமையுடன் கேட்டார் அண்ணி. அன்போடு உணவு பரிமாறினார்.

இந்த நேரத்தில் அண்ணிக்குத் தொந்தரவு கொடுக்கிறோமே என்ற எண்ணத்துடன் ராமலிங்கம் மளமளவென்று சாப்பிட்டார். மீண்டும் திண்ணையிலேயே உறங்கிப்போனார்.

மறுநாள் காலை, ராமலிங்கம் தூங்கி எழுந்தபோது அண்ணி அவரைப் பார்த்து மிகவும் வருந்தினார், 'இரவு சாப்பிடாமலேயே படுத்துவிட்டாயே, என்னை எழுப்பியிருந்தால் சாப்பாடு போட்டிருப்பேனே' என்றார்.

ராமலிங்கம் திகைத்தார், 'அண்ணி, நீங்கள்தானே என்னை எழுப்பிச் சாப்பாடு போட்டீர்கள்?' என்றார்.

அண்ணி சிரித்தார், 'இல்லையே, நீ வருவதற்கு முன்பாகவே நான் தூங்கிவிட்டேன். இப்போது காலையில்தான் எழுந்தேன்' என்றார்.

ராமலிங்கத்துக்கு அப்போதுதான் நடந்தது புரிந்தது. பக்தன் பசியோடு உறங்குவதைக் கண்டு மனம் பொறாமல் அந்த அம்பிகையே அண்ணி வடிவத்தில் வந்து உணவூட்டியதைப் புரிந்துகொண்டார். நெகிழ்ந்து அன்னையின் கருணையைப் போற்றினார்.

அன்னை அப்பனும் நீஎன மகிழ்ந்தே
அகம்குளிர்ந்து நான் ஆதரித்துஇருந்தேன்,
என்னை இப்படி இடர்கொள விடுத்தால்
என்செய்கேன்? இதை யாரொடு புகல்வேன்?

பொன்னை ஒத்தநின் அடித்துணைமலரைப்
போற்றுவார்க்கு நீ புரிகுவதுஇதுவோ?
உன்னை எப்படிஆயினும் மறவேன்
உனைஅலால் எனை உடையவர் எவரே!

எம்பெருமானே, என் அன்னை நீ, அப்பனும் நீ, இதை எண்ணி மகிழ்ந்து, அகம் குளிர்ந்து நான் இன்பமாக இருந்தேன், நீயே எனக்குத் துயர் தந்தால், நான் என்ன செய்வேன்? யாரிடம் சொல்வேன்? பொன்போன்ற உன்னுடைய திருவடிகளை வணங்குகிறவர்களுக்கு நீ செய்யும் நலம் இதுதானா?

எனினும், இறைவா, நான் உன்னை மறக்கமாட்டேன், உன்னையன்றி என்னை ஆள்பவர் யார்?

இறைவன் எல்லார்மீதும் கருணையைப் பொழிவதுபோல், நாமும் அனைவர்மேலும் அன்பாக இருக்கவேண்டும் என்று எண்ணினார் ராமலிங்கம். அவருடைய மனம் ஒரு குறுகிய வட்டத்துக்குள் நிற்கவில்லை, ஜாதி, மதம், இனம் போன்றவற்றை அவர் பார்க்கவில்லை. மனிதர்கள், மிருகங்கள், தாவரங்கள் என்ற வேறுபாட்டைக்கூட அவர் காணவில்லை. எல்லாமே உயிர்கள்தான். எல்லாமே அன்போடு காக்கப்படவேண்டியவைதான் என்று எல்லாருக்கும் சொல்லிவந்தார்.

சிந்தை மயங்கித் தியங்குகின்ற நாயேனை
முந்தைவினை தொலைத்துஉன் மொய்கழற்குஆள் ஆக்காதே
நிந்தைஉறும் நோயால் நிகழவைத்தல் நீதியதோ?
எந்தைநீ ஒற்றி எழுத்துஅறியும் பெருமானே.

திருவொற்றியூரில் எழுந்தருளியிருக்கும் எழுத்தறியும் பெருமானே, என் தந்தையே,

நான் மனம் கலங்கிக் குழம்புகிறேன், நாய்போன்ற என்னுடைய பழைய வினைகளை நீக்கி, உன்னுடைய திருவடிகளில் அடிமையாகச் சேர்த்துக்கொள்வாயா? அவ்வாறின்றி எல்லாரும் என்னை நிந்தை செய்யும்படி நோய்தருதல் என்ன நீதி? அருள் செய்வாய்!

எல்லார்மீதும் அன்பை அவர் வாரி வழங்குவதால் மக்கள் அவரை 'வள்ளலார்' என்றே அழைத்தார்கள். பல ஊர்களுக்குச் சென்று கருணையின் முக்கியத்துவத்தை, அனைவர்மீதும்

அன்புடன் வாழ்கிற வாழ்க்கையின் இனிமையை, அதுவே இறைவனுக்கு மிகப்பெரிய வழிபாடு என்பதைத் தொடர்ந்து சொல்லிவந்தார், எழுதிவந்தார்.

இதனால் அவர் கடுமையான எதிர்ப்பைச் சந்தித்தார். பழமைவாதத்தில் மூழ்கியிருந்த சிலர் அவரது கருத்துகளைக் கண்டித்தார்கள். அவரை எதிர்த்துக் கோஷமிட்டார்கள்.

எல்லார்மீதும் அன்பையே பொழிகிற வள்ளலார் அவர்களையும் எதிரியாகக் கருதவில்லை. என்றேனும் ஒருநாள் அவர்களும் எல்லையற்ற கருணையைப் புரிந்துகொள்வார்கள், இவ்வழியில் வருவார்கள் என்றே நம்பினார்.

சாதியும் மதமும் சமயமும் தவிர்ந்தேன்,
சாத்திரக் குப்பையும் தணந்தேன்,
நீதியும் நிலையும் சத்தியப்பொருளும்
நித்தியவாழ்க்கையும் சுகமும்

ஆதியும் நடுவும் அந்தமும்இல்லா
அருட்பெரும்சோதி என்றுஅறிந்தேன்,
ஓதிய அனைத்தும் நீஅறிந்தது, நான்
உரைப்பதுஎன் அடிக்கடி உனக்கே?

இறைவா, நான் சாதி, மதம், சமயம் என்கிற மாறுபாடுகளை விட்டுவிட்டேன், சாத்திரங்கள் சொல்லும் பிழைகளை விட்டுவிட்டேன்,

நீதி, நிலை, உண்மைப்பொருள், நிலைத்த வாழ்க்கை, சுகம் என அனைத்தும், தொடக்கம், நடு, நிறைவு ஏதுமில்லாத அந்த அருட்பெருஞ்சோதிதான் என்று நான் அறிந்துகொண்டேன், இவற்றை நீயும் நன்கு அறிவாய்!

ஆர்அமுதம் அனையவள், என் அம்மை, அபிராமி
ஆனந்தவல்லியொடும் அம்பலத்தே விளங்கும்
பேரமுதமயமாம் உன் திருவடிவைக் குறித்துப்
பேசுகின்றபோது மணம் வீசுகின்றதொன்றோ,

சீர்அமுதம்ஆகி எல்லாம் தித்திப்பது, அன்புஓர்
சிறிதும்இலாக் கடைப்புலையேன் திறத்துக்குஇங்குஎன்றால்
ஊர்அமுதப் பேரன்பர் பேசும்இடத்தவர்பால்
உற்றவண்ணம் இற்றிதுஎன்ன உன்னமுடியாதே!

அரிய அமுதமானவள், என் அம்மை, அபிராமி, ஆனந்தவல்லியோடு அம்பலத்தே காட்சிதரும் சிவபெருமானே, பேரமுதம் நிறைந்த உன் திருவடிகளைப்பற்றிப் பேசும்போது, இனிய மணம் வீசுகின்றது, சிறந்த அமுதம்போல் எல்லாம் தித்திக்கிறது,

சிறிதும் அன்பு இல்லாத கடையனாகிய எனக்கே நீ இப்படி அருள்செய்கிறாய் என்றால், சிறந்த அன்பர்களுக்கு நீ எப்படிப்பட்ட ஆனந்தத்தை வழங்குவாய்! என்போன்றவர்களால் அதைச் சிந்திக்கக்கூட இயலாதே!

வள்ளலார் எல்லாருக்கும் உணவளிக்கிற, எல்லாருக்கும் அன்பளிக்கிற பல அமைப்புகளை நிறுவினார். அதன்மூலம் எண்ணற்றோர் மகிழ்ந்து அவரை வாழ்த்தினார்கள், இறைவனைப் போற்றினார்கள்.

தொடர்ந்து இறைவன்மீது அழகிய தமிழ்ப்பாடல்களைப் பாடிவந்தார் வள்ளலார். அவற்றின் தொகுப்புதான் இன்றும் பக்தர்களால் நெகிழ்வுடன் வாசிக்கப்படுகிற 'திருவருட்பா'.

நீட்டம் உற்றதோர் வஞ்சக மடவார்
நெடும்கண் வேல்பட நிலைஅது கலங்கி
வாட்டம் உற்றனை ஆயினும், அஞ்சேல்,
வாழி, நெஞ்சமே, மலர்க்கணை தொடுப்பான்

கோட்டம் உற்றதோர் நிலையொடு நின்ற
கொடிய காமனைக் கொளுவிய நுதல்தீ
நாட்டம் உற்றதோர் நாதன்தன் நாமம்
நமச்சிவாயம் காண், நாம்பெறும் துணையே!

நெஞ்சே, நீண்ட கண்களைக் கொண்ட வஞ்சகப் பெண்களின்

விழிவேல் பட்டு நிலை கலங்கி வாடியிருக்கிறாய், ஆனாலும், பயப்படாதே, நீ வாழ்வாய்,

அந்தக் காமனை வென்றவன் ஒருவன் இருக்கிறான். அவன் நம்மைக் காப்பான்.

காமன் தன்னுடைய மலர் அம்புகளை நிலை தடுமாறி அந்தச் சிவன்மீது எய்ய, தன் நெற்றிக்கண்ணால் அந்தக் காமனையே கொளுத்திவிட்டான், அத்தகைய நாதனின் நாமமான 'நமச்சிவாய' என்பதுதான் நம்முடைய துணை!

என்ன நான்சொலி நிறுத்தினும் நில்லா(து)
ஏகுகின்றது இவ்ஏழையேன் மனம்தான்,
உன்னது இன்அருள் ஒருசிறிது உண்டேல்,
ஒடுக்கி நிற்பனால் உண்மை, மற்றுஇன்றேல்

இன்னதென்று அறியாமல் இருளில்
இடர்கொள்வேன், அன்றி என்செய்வேன் சிவனே?
அன்னது உன்செயல், ஒற்றியூர் அரசே,
அம்பலத்தின் நின்றுஆடல்செய் அமுதே.

திருவொற்றியூர் அரசனே, தில்லையம்பலத்தில் ஆடல் செய்கின்ற அமுதமே,

என் மனத்திடம் நான் என்னென்னவோ சொல்லி அதை நிறுத்திப்பார்த்தேன். அது நிற்காமல் ஓடுகின்றது. இந்த ஏழை என்ன செய்வேன்? உன்னுடைய அருள் சிறிது இருந்தால் போதும், என் மனத்தை அடக்கிவிடுவேன், இல்லையென்றால், எதுவும் தெரியாமல் இருளில் துயரப்படுவேன், சிவபெருமானே, எல்லாம் உன் செயல்!

வள்ளலாரின் 'எல்லார்மீதும் அன்பு, எல்லாவற்றின்மீதும் அன்பு' என்ற கொள்கை என்றைக்கும் பொருந்துவது. இன்றைய அவசர உலகத்தில் மகிழ்ச்சியோடு வாழவும் அதுவே வழி!

எத்துணையும் பேதம்உறாது எவ்உயிரும்
தம்உயிர்போல் எண்ணி உள்ளே

ஒத்துஉரிமை உடையவராய் உவக்கின்றார்
யாவர், அவர் உளம்தான் சுத்த

சித்துருவாய் எம்பெருமான் நடம்புரியும்
இடம்என நான் தெரிந்தேன், அந்த
வித்தகர்தம்அடிக்கு ஏவல் புரிந்திட என்
சிந்தைமிக விழைந்ததாலோ!

எந்தப் பேதமும் பார்க்காமல் எல்லா உயிர்களையும் தங்கள் உயிர்போல் எண்ணி மகிழ்கிறவர்கள் யாரோ, அவர்கள் மனத்தில்தான் ஞான உருவாக எம்பெருமான் நடனம் புரிகிறான், அத்தகையவர்களுக்குப் பணி செய்ய என் மனம் விரும்புகிறது!

அனைத்திலும் இறைவன் உள்ளான் என்று நம்பும்போது, அனைத்தின்மீதும் அன்பு செய்வதுதானே உண்மையான பக்தியாக இருக்கும்! இறைவன் நம்மிடம் எதிர்பார்ப்பதும் அதைத்தான்!

57

தாயுமானவர்!

சிவபெருமானின் பெயரைத்தான் அந்தக் குழந்தைக்குச் சூட்டியிருந்தார்கள். அதுவும் சிவன்மீது மிகுந்த பக்தியுடன் வளர்ந்தது.

இளவயதில் ஒருநாள் தாயுமானவர் ஆலயத்தில் அமர்ந்து இறைவனை நோக்கித் தியானம் செய்துகொண்டிருந்தார். அப்படியே அந்த ஆனந்தத்தில் மூழ்கிவிட்டார் அவர். சுற்றியுள்ளது எதுவும் அவருக்குத் தெரியவில்லை.

நெடுநேரமாகியும் அவர் வீடு திரும்பவில்லை என்பதால், எல்லாரும் அவரைத் தேடத் தொடங்கினார்கள். நிறைவாக அவரை ஆலயத்தில் கண்டறிந்தார்கள், 'ஏன் எந்நேரமும் இப்படியே உட்கார்ந்திருக்கிறாய்? வீட்டுக்கு வா, மற்ற வேலைகளைக் கவனி' என்று அவர்கள் கேட்க, தாயுமானவர், 'சிவபெருமானை நினைப்பதையன்றி வேறு என்ன வேலை நமக்கு?' என்றே எண்ணியிருப்பார்!

> 'எல்லாம் சிவன்செயல் என்றுஅறிந்தால், அவன் இன்அருளே
> அல்லால் புகல்இடம் வேறும்உண்டோ? அதுவே நிலையா
> நில்லாய், உன்னால் தமியேற்குக் கதிஉண்டு இந்நீள்நிலத்தில்,
> பொல்லா மயக்கத்தில் ஆழ்ந்து ஆவதுஎன்ன புகல்நெஞ்சமே!'

நெஞ்சே,

பொல்லாத மயக்கத்தில் ஏன் ஆழ்கிறாய்? அதனால் என்ன கிடைத்துவிடும்?

இங்கே நடப்பவை அனைத்தும் சிவன்செயல் என்று அறிந்துகொண்டபிறகு, அவனுடைய இன்னருளைத்தவிர நாம் சேர்வதற்கு வேறு இடமுண்டா?

ஆகவே, சிவனின் திருவடிகளே கதி என்று நிலையாக நில், அதனால், வேறு துணையில்லாத தனியனாகிய எனக்கு இவ்வுலகத்தில் நற்கதி கிடைக்கும்!

எப்போதும் இறைச்சிந்தனையில் இருந்தவர் தாயுமானவர். உலகக் கடமைகள், திருமணம் போன்ற குடும்பத் தேவைகள் ஆகியவற்றை நிறைவேற்றினாலும், ஒருகட்டத்தில் தன் குருநாதரிடம் உபதேசம் பெற்றுத் துறவறம் பூண்டார்.

தமிழை ஆழ்ந்து கற்ற தாயுமானவர் தனது பக்தியுணர்வை அழகிய பாடல்களாகப் பாடினார். அவை வாசிக்க எளியவையாகவும் சிவபெருமானின் பெருமைகளைப் போற்றும்வண்ணமும் அமைந்தன.

‘சோதியாய் இருள்பிழம்பைச் சூறையாடும்
தூவெளியே, எனைத் தொடர்ந்து தொடர்ந்து எந்நாளும்
வாதியா நின்ற வினைப்பகையை வென்ற
வாழ்வே, இங்கு உனைப்பிரிந்து மயங்குகின்றேன்,
மயக்குறும் என்மனம் அணுகாப் பாதை காட்டி,
வல்வினையைப் பறித்தனையே, வாழ்வே, நான் என்
செயக்கடவேன்? செயலெலாம் நினதே என்று
செங்கை குவிப்பேன், அல்லால் செயல்வேறில்லை.’

பிரகாசமான சோதியாக, இருள்பிழம்பை அழிக்கின்ற தூயவெளியே,

என்னைத் தொடர்ந்து வந்து என்றென்றும் துன்பம் தருகிற வினைகளை வென்ற என் வாழ்வே, இங்கே உன்னைப்

பிரிந்து நான் மயங்குகிறேன், என் மனத்துக்கு வழிகாட்டி, என் வல்வினையைப் பறித்தவனே, என் வாழ்வே, நான் இப்போது என்ன செய்வேன்?

'எல்லாம் நின்செயல்' என்று கைகள் குவித்து உன்னை வணங்குவேன், மற்றபடி நான் செய்யக்கூடியது ஏதுமில்லை!

'சும்மா இரு' என்று சாதாரணமாகச் சொல்வார்கள், இருப்பதிலேயே அதுதான் கடினம் என்றார் தாயுமானவர். அதற்கு அருள் செய்யச்சொல்லி இறைவனை வேண்டினார்:

'கந்துக மதக்கரியை வசமா நடத்தலாம்,
கரடி, வெம்புலி வாயையும்
கட்டலாம், ஒருசிங்கம் முதுகின்மேல் கொள்ளலாம்,
கண்செவி எடுத்துஆட்டலாம்,
வெந்தழலின் இரதம்வைத்து ஐந்துலோகத்தையும்
வேதித்து விற்றுஉண்ணலாம்,
வேறொருவர் காணாமல் உலகத்துஉலாவலாம்,
விண்ணவரை ஏவல் கொளலாம்,
சந்ததமும் இளமையோடுஇருக்கலாம், மற்றுஒரு
சரீரத்தினும் புகுதலாம்,
சலமேல் நடக்கலாம், கனல்மேல் இருக்கலாம்,
தன்நிகர்இல் சித்திபெறலாம்,
சிந்தையை அடக்கியே சும்மாஇருக்கின்ற
திறம்அரிது, சத்தாகிஎன்
சித்தம்மிசை குடிகொண்ட அறிவான தெய்வமே,
தேசோமயஆனந்தமே.'

என் சிந்தனையில் சத்தாகத் திகழ்கிற அறிவு தெய்வமே, ஒளிமயமான ஆனந்தமே,

மதயானையை நம்வசமாக்கிவிடலாம், கரடி, புலியின் வாயைக் கட்டலாம், சிங்கத்தின்மீது ஏறலாம், பாம்பைக் கையில் பிடிக்கலாம், மற்ற உலோகங்களைப் பொன்னாக்கலாம், இன்னொருவருக்குத் தெரியாமல் நடமாடலாம், தேவர்களை

அடிமையாக்கலாம், எப்போதும் இளமையோடு இருக்கலாம், இன்னோர் உடலில் புகலாம், நீர்மேல் நடக்கலாம், நெருப்பின்மேல் நடக்கலாம், தனக்கு யாரும் இணையில்லாத சித்திகளைப் பெறலாம்,

ஆனால், இத்தனையையும் செய்தாலும், சிந்தனையை அடக்கிச் 'சும்மா' இருப்பது சிரமம். அந்தத் திறன் எளிதில் வந்துவிடாது, அதை எனக்கு அருள்வாய்!

தன்னை மறந்து இறைவனின் திருவடிகளில் ஒன்றுவதே தாயுமானவரின் கோரிக்கை. அந்த எண்ணம் வளர வளர, எல்லா உயிர்கள்மீதும் அவருக்கு நேசம் பொங்கியது, அதுவும் இறைவன் அருளே என்று நம்பினார்.

'கையினால் தொழுதுஏத்திக் கசிந்துஉளம்
மெய்யினால் உனைக்காண விரும்பினேன்,
ஐயனே, அரசே, அருளே, அருள்
தையல் ஓர்புறம்வாழ் சகநாதனே!'

பெருமானே, உன்னைக் கையால் தொழுது, போற்றிப் பாடி, உள்ளம் கசிந்து, மெய்யாக உன்னைக் காண விரும்பினேன்,

ஐயனே, அரசே, அருளே, கருணைமயமான உமையம்மையை ஒரு பாகமாகக் கொண்ட சகநாதனே, அருள் புரிவாய்!

'ஞானமே வடிவாய்த் தேடுவார் தேடும்
நாட்டமே, நாட்டத்துள் நிறைந்த
வானமே, எனக்கு வந்துவந்துஓங்கும்
மார்க்கமே, மருளர்தாம் அறியா
மோனமே, முதலே, முத்திநல் வித்தே,
முடிவிலா இன்பமே, செய்யும்
தானமே, தவமே, நின்னைநான் நினைந்தேன்,
தமியனேன் தனைமறப்பதற்கே.'

ஞானமே வடிவாகத் திகழ்கிறவனே, எல்லாரும் தேடுகிற சிறப்பே, அப்பொருளினுள் நிறைந்த வானமே, எனக்கு வழியாகத்

திகழ்கிறவனே, பயந்தவர்களால் அறிய இயலாத மோனநிலையே, முதலே, மோட்சத்துக்கு வழிகாட்டும் நல்விதையே, முடிவில்லாத இன்பமே, செய்யும் தானமே, தவமே,

தனியனான நான், என்னை மறக்க உன்னை எண்ணுகிறேன், அருள் செய்வாய்!

'பிள்ளைமதிச் செஞ்சடையான், பேசாப் பெருமையினான்,
கள்அவிழும் பூங்கொன்றைக் கண்ணியான், உள்ளபடி
கல்ஆலின்கீழ் இருந்து கற்பித்தான் ஓர்வசனம்
எல்லாரும் ஈடேறவே.'

செஞ்சடையில் பிறைநிலவைச் சூடியவன், பேச்சில் சொல்ல இயலாத பெருமையைக்கொண்டவன், தேன் சொட்டும் கொன்றைமலர் மாலையணிந்தவன், கல்ஆலின்கீழ் இருந்து நாம் எல்லாரும் ஈடேற நல்வழியைக் கற்பித்தவன் அந்தச் சிவபெருமான்!

தாயுமானவரின் 'பராபரக்கண்ணி' பாடல்கள் மிகவும் எளியவடிவில் எல்லாரும் பாடக்கூடியவையாக அமைந்தன, அதேசமயம் ஆழமான கருத்துகளைக் கொண்டிருந்தன. அந்தப் பாடல்களில் சிவபெருமானிடம் அவர் வைக்கும் கோரிக்கைகள் அவர் தனக்காகக் கேட்டவை அல்ல, உலக நன்மைக்கானவை:

'ஆரா அமுதே, அரசே, ஆனந்தவெள்ளப்
பேராறே, இன்பப் பெருக்கே, பராபரமே.'
'முத்தே, பவளமே, மொய்த்த பசும்பொற்சுடரே,
சித்தே, என்உள்ளத் தெளிவே, பராபரமே.'
'கண்ணே, கருத்தே, என் கற்பகமே, கண்நிறைந்த
விண்ணே, ஆனந்த வியப்பே, பராபரமே.'
'அன்பைப் பெருக்கி எனது ஆருயிரைக் காக்கவந்த
இன்பப் பெருக்கே, இறையே, பராபரமே.'
'கன்றினுக்குச் சேதா கனிந்துஇரங்கல்போல எனக்கு
என்றுஇரங்குவாய் கருணை, என்தாய், பராபரமே.'
'கற்றஅறிவால் உனைநான் கண்டவன்போல் கூத்துஆடில்

குற்றம்என்று என்நெஞ்சே கொதிக்கும், பராபரமே.'
'எவ்வுயிரும் என்உயிர்போல் எண்ணிஇரங்கவும் நின்
தெய்வ அருள்கருணை செய்யாய், பராபரமே.'
'பித்தனை, ஏதும்அறியாப் பேதையனை, ஆண்டஉனக்கு
எத்தனைதான் தெண்டன்இடுவேன் பராபரமே.'
'கேட்டதையே சொல்லும் கிளிபோல நின்அருளின்
நாட்டம்இன்றி வாய்பேசல் நன்றோ, பராபரமே.'
'கல்எறியப் பாசிகலைந்து நல்நீர் காணும், நல்லோர்
சொல்உணரின் ஞானம்வந்து தோன்றும், பராபரமே.'
'எல்லாரும் இன்புற்றுஇருக்க நினைப்பதுவே
அல்லாமல் வேறொன்றுஅறியேன் பராபரமே.'
'நேசத்தால் நின்னை நினைக்கும் நினைவுஉடையார்
ஆசைக் கடலில் அழுந்தார், பராபரமே.'
'தேடுவேன் நின்அருளை, தேடுமுன்னே எய்தில், நடம்
ஆடுவேன் ஆனந்தம்ஆவேன், பராபரமே.'
'கல்லாதேன் ஆனாலும் கற்றுஉணர்ந்த மெய்யடியார்
சொல்லாலே நின்னைத் தொடர்ந்தேன், பராபரமே.'

தெவிட்டாத அமுதமே, எங்கள் அரசே, ஆனந்தவெள்ளம் பொங்கும் பேராறே, இன்பப் பெருக்கே, முத்தே, பவளமே, பசும்பொற்சுடரே, சித்துப்பொருளே, என் உள்ளத்தின் தெளிவே, கண்ணே, கருத்தே, என் கற்பகமே, கண்ணில் நிறைந்த வானமே, ஆனந்த வியப்பே, பராபரமே,

என் உள்ளத்தில் அன்பைப் பெருக்கி, என் உயிரைக் காக்கவந்த இன்பப் பெருக்கே, இறைவா, என் தாயே, பசு தன் கன்றின்மீது இரக்கம் காட்டுவதுபோல், நீ எனக்கு இரக்கம் காட்டுவது எப்போது?

நான் கற்றுக்கொண்டவற்றை வைத்து உன்னைக் கண்டுவிட்டேன் என்று கூத்தாடினால், அது குற்றம் என்று என் நெஞ்சே கொதிக்கிறது!

எல்லா உயிர்களையும் என் உயிரைப்போல் நான் எண்ணி அவற்றின்மீது கருணை காட்ட நீ எனக்குக் கருணை காட்டு,

நான் ஒரு பித்தன், ஏதுமறியாப் பேதை, என்றாலும், நீ என்னை ஆண்டாய், உன்னை நான் எப்படி வணங்கி நன்றி சொல்வேன்?

கிளி தான் கேட்டதை அப்படியே திரும்பச் சொல்லும். அதுபோல, நானும் உன்னைப்பற்றி எங்கேயோ கேட்டவற்றை, வாசித்தவற்றைத் திரும்பச் சொல்லிக்கொண்டிருக்கிறேன், அதனால் என்ன நன்மை? நான் உன்னை அனுபவித்து உணரவேண்டும்.

பாசி படிந்த குளத்தில் கல்லை எறிந்தால், பாசி விலகி நல்ல நீர் தோன்றும், அதுபோல, நல்லவர்களின் சொல்லைக் கேட்டால் ஞானம் வரும்.

எல்லாரும் மகிழ்ச்சியாக இருக்கவேண்டும். இதை எண்ணிப் பிரார்த்தனை செய்வதைத்தவிர, வேறேதும் எனக்குத் தெரியாது!

இறைவா, அன்பாலே உன்னை நினைக்கிறவர்கள் ஆசைக்கடலில் அழுந்தமாட்டார்கள்.

நான் உன் அருளைத் தேடுவேன், அப்படித் தேடுமுன் நீ எனக்குக் காட்சி தந்தால், ஆனந்தமடைந்து நடனம் ஆடுவேன்.

கல்லாதவனான நான், கற்றுணர்ந்த மெய்யடியார்களின் சொல்லைக் கேட்டு நின்னைத் தொடர்ந்துவந்தேன், பராபரமே, எனக்கு அருள் செய்வாய்!

இறைவன் அருள் பெற்று அவனை வணங்கவேண்டும் என்பதே தாயுமானவரின் வேண்டுதல், சிந்தனை, அனைத்தும்:

‘ஆழ்ஆழி கரைஇன்றி நிற்கவிலையோ? கொடிய
ஆலம் அமுதுஆகவிலையோ?
அக்கடலின்மீது வடஅனல் நிற்கவில்லையோ?
அந்தரத்து அகிலகோடி
தாழாமல் நிலைநிற்கவிலையோ? மேருவும்
தனுவாக வளையவிலையோ?
சத்தமேகங்களும் வச்ரதரன்ஆணையில்

சஞ்சரித்திடவில்லையோ?
வாழாது வாழவே இராமன்அடியால் சிலையும்
மடமங்கைஆகவிலையோ?
மணிமந்த்ரம்ஆதியால் வேண்டு சித்திகள் உலக
மார்கத்தில் வைக்கவிலையோ?
பாழான என்மனம் குவிய ஒரு தந்திரம்
பண்ணுவது உனக்கு அருமையோ?
பார்க்கும் இடம்எங்கும் ஒருநீக்கம்அற நிறைகின்ற
பரிபூரணஆனந்தமே.'

ஆழமான கடலுக்குக் கரை இல்லை. ஆனாலும் அது உனக்குக் கட்டுப்பட்டு நிற்கவில்லையா? கொடிய நஞ்சு உன் அருளால் அமுதமாகவில்லையா? கடல்மீது வடமுகாக்னி எனப்படும் அனல் அணையாமல் நிற்கவில்லையா? அண்டத்தில் எத்தனையோ உலகங்கள் நிலைத்து நிற்கவில்லையா? மேரு மலை உன்னால் வில்லாக வளையவில்லையா? வானவர் தலைவனின் கட்டளைப்படி மேகங்களெல்லாம் வானில் சஞ்சரிக்கவில்லையா? இராமன் காலடியால் ஒரு பாறை பெண்ணாக மாறி வாழவில்லையா? சிவபெருமானின் மணி, மந்திரம் போன்றவற்றால் பெரியோர்கள் பல சித்திகளைப் பெறவில்லையா?

பார்க்கும் இடமெல்லாம் நிறைந்திருக்கிற பரிபூரண ஆனந்தமே, இதையெல்லாம் நிகழ்த்துகிற உனக்கு என்னுடைய அற்பமனத்தை உன் திருவடியில் குவிக்கச்செய்ய ஒரு தந்திரம் செய்ய இயலாதா? எனக்கு அருள் செய்!

58

'முருகன்' என்றாலே அழகன் என்று பொருள்.

பக்தர்கள் பலவிதமாக முருகனின் அழகைப் பாடிப் பரவசப் பட்டிருக்கிறார்கள். அதன்பிறகு, 'இந்த அழகுக்கு முன்னால் இந்தச் சொற்களெல்லாம் எம்மாத்திரம்!' என்று உணர்ந்திருக்கிறார்கள்.

குமரகுருபரர் தனது 'கந்தர் கலிவெண்பா'வில் முருகனை அணுஅணுவாக ரசித்திருக்கிறார். அவ்வரிகளை வாசிக்கும்போதே நம்முன் இறைவன் காட்சிகொடுப்பதுபோன்ற உணர்வு வரும்.

'...மின்உருவம்
தோய்ந்த நவரத்நச் சுடர்மணியால் செய்த பைம்பொன்
வாய்ந்த கிரண மணிமுடியும், தேய்ந்தபிறைத்
துண்டம் இருமூன்று நிரை தோன்றப் பதிந்துஅனைய
புண்டரம் பூத்த நுதல் பொட்டுஅழகும், விண்ட
பருவமலர்ப் புண்டரிகம் பன்னிரண்டு பூத்துஆங்கு
அருள்பொழியும் கண்மலர் ஈர்ஆறும், பருதி
பலவும் எழுந்து சுடர்பாலித்தாற்போலக்
குலவும் மகரக் குழையும், நிலவுஉமிழும்
புன்முறுவல் பூத்துஅலர்ந்த பூங்குமுதச் செவ்வாயும்

சென்மவிடாய் தீர்க்கும் திருமொழியும்...'

ஒளிவீசும் நவரத்தினங்களை மின்னலில் தோய்த்தெடுத்தால் எப்படி இருக்கும்! அப்படிப்பட்ட மணிகளைப் பசும்பொன்னில் பதித்து உருவாக்கப்பட்டவை முருகனின் பிரகாசமான திருமுடிகள்.

அந்தத் திருமுடிகளுக்குக் கீழே, முருகனின் அழகிய நெற்றிகளில் உள்ள திருநீறு, தேய்ந்த பிறைத்துண்டங்களை வரிசையாகப் பதித்ததுபோல் தோன்றுகிறது.

அதற்குக் கீழே, முருகனின் கண் மலர்கள் பன்னிரண்டு தாமரைகளைப்போல் அருள்பொழிகின்றன.

காதுகளில் மகரக்குழைகள் அணிந்திருக்கிறான் முருகன். அவற்றிலிருந்து வரும் ஒளி, பல சூரியன்களை ஒன்றாகக் காண்பதுபோலிருக்கிறது.

குமுதமலர் போன்ற முருகனின் சிவந்த வாயில் நிலவொளிபோல் புன்னகை, பிறவிப்பிணியை நீக்கும் அவனுடைய பேச்சு!

அடுத்து, முருகனின் ஆறு முகங்களுடைய சிறப்பை விவரிக்கிறார்:

'...வில்மலிதோள்
வெவ்வசுரர் போற்றிஇசைக்கும் வெஞ்சூரனைத் தடிந்து
தெவ்வர் உயிர் சிந்தும் திருமுகமும், எவ்வுயிர்க்கும்
ஊழ்வினையை மாற்றி உலவாத பேரின்ப
வாழ்வுதரும் செய்ய மலர்முகமும், சூழ்வோர்
வடிக்கும் பழமறைகள், ஆகமங்கள் யாவும்
முடிக்கும் கமலமுகமும், விடுத்துஅகலா
பாசஇருள்துரந்து பல்கதிரில் சோதிவிடும்
வாசமலர் வதன மண்டலமும், நேசமுடன்
போகம்உறும் வள்ளிக்கும் புத்தேளிர் பூங்கொடிக்கும்
மோகம் அளிக்கும் முகமதியும், தாகமுடன்
வந்துஅடியில் சேர்ந்தோர் மகிழ வரம் பலவும்
தந்துஅருளும் தெய்வமுகத் தாமரையும்...'

முருகனின் முதல் திருமுகம், வில்லைத் தோளில் ஏந்திய அசுரர்கள் போற்றுகிற சூரபன்மனைக் கொன்று பகைவர்களை அழித்தது.

அடுத்துள்ள சிவந்த மலர்முகம், எல்லா உயிர்களுக்கும் பழவினைகளை மாற்றி, அழிவில்லாத பேரின்ப வாழ்வைத் தருகிறது.

அருகிலுள்ள தாமரைமுகம், இந்த உலகில் உள்ளவர்கள் வாசிக்கிற வேதங்கள், ஆகமங்கள் அனைத்தையும் ஐயமின்றி உணரச்செய்கிறது, அவற்றின் முழுமைப்பொருளாகத் திகழ்கிறது.

அடுத்த மலர்முகம், நம்மை விட்டு நீங்கமறுக்கும் பாசம் என்கிற இருளை நீக்கி, பல சூரியன்கள் ஒன்றாகச் சோதி விடுவதுபோல் ஒளியும் மணமும் பரப்புகிறது.

இன்னொரு நிலவுமுகம், அன்போடு வணங்கும் வள்ளிக்கும், தேவர்கள் குலத்தைச் சேர்ந்த பூங்கொடியான தெய்வயானைக்கும் மோகம் தருகிறது.

அடுத்த தெய்வமுகத் தாமரை, தாகத்தோடு தன் அடியில் வந்து சேர்ந்தவர்கள் மகிழும்படி பல வரங்களைத் தந்தருளுகிறது.

திருமுகங்களைத் தாங்கும் பன்னிரு தோள்களையும் பன்னிரு கைகளையும் அடுத்து விவரிக்கிறார்:

‘...கொத்துஅவிழ்ந்த
வேரிக் கடம்பும் விரைக் குரவும் பூத்துஅலர்ந்த
பாரப் புயசயிலம் பன்னிரண்டும், ஆரமுதம்
தேவர்க்கு உதவும் திருக்கரமும், சூர்மகளிர்
மேவக் குழைந்துஅணைந்த மென்கரமும், ஓவாது
மாரிபொழிந்த மலர்க்கரமும், பூந்தொடையல்
சேர அணிந்த திருக்கரமும், மார்பகத்தில்
வைத்த கரதலமும், வாம மருங்கில் கரமும்,
உய்த்த குறங்கில் ஒரு கரமும், மொய்த்த
சிறுதொடிசேர் கையும், மணிசேர்ந்த தடங்கையும்,

கறுவு சமர் அங்குசம் சேர் கையும், தெறுபோர்
அதிர்கேடகம் சுழற்றும் அங்கைத் தலமும்,
கதிர்வாள் விதிர்க்கும் கரமும்...'

பன்னிரண்டு மலைகளைப்போல் முருகனின் திருத்தோள்கள் திகழ்கின்றன, அந்த மலைகளின்மீது மலர்கள் பூத்திருப்பதைப்போல, கொத்தாக மலர்ந்த, தேன் வழியும் கடப்ப மாலை, மணம் நிறைந்த குரவ மலர் மாலை போன்றவற்றை முருகன் சூடியிருக்கிறான்.

முருகனின் திருக்கைகளில் ஒன்று, தேவர்களுக்கு அரிய அமுதத்தைத் தருகிறது, இன்னொரு கரம் தேவமகளிர் அன்போடு அணுகும்போது அவர்களைக் குழைந்து தழுவிக்கொள்கிறது, இன்னொரு கரம், உலகில் மழை பொழியச்செய்கிறது, இன்னொரு கரம், மலர்மாலைகளைச் சேர்த்து அணிந்திருக்கிறது.

ஒரு கரத்தைத் தன் மார்பில் வைத்திருக்கிறான் முருகன், இன்னொரு கரம் இடையில், இன்னொரு கரம் தொடையில்!

சில கரங்களில் முருகன் இசைக்கருவிகளை ஏந்தியுள்ளான், ஒரு கரத்தில் உடுக்கை, இன்னொன்றில் மணி!

அழகோடு வீரமும் நிறைந்த முருகனின் கரங்களில் போர் ஆயுதங்களும் உண்டு, ஒரு கரத்தில் அங்குசம், இன்னொன்றில் கேடகம், இன்னொன்றில் வாள் ஆகியவற்றைச் சுழற்றுகிறான்.

அடுத்து, முருகனின் திருமார்பு, இடுப்பு, திருவடிகளை வர்ணிக்கிறார்:

'...முதிராத
கும்பமுலைச் செவ்வாய்க் கொடியிடையார் வேட்டுஅணைந்த
அம்பொன் மணிப்பூண் அகன்மார்பும், பைம்பொன்
புரிநூலும், கண்டிகையும், பூம்பட்டுஉடையும்,
அரைஞாணும், கச்சை அழகும், திருஅரையும்,
நாதக் கழலும், நகுமணிப்பொன் கிண்கிணியும்,
பாதத்து அணிந்த பரிபுரமும்...'

இளமைத்தன்மை வாய்ந்த, குடம்போன்ற மார்பகங்கள், சிவந்த வாய், கொடியிடை கொண்ட வள்ளியும் தெய்வயானையும் விரும்பி அணைக்கின்ற மார்பு முருகனுடையது. அங்கே அழகிய பொன்னால் ஆன மணிகள், பூணூல், உருத்திராட்ச மணி ஆகியவற்றை அவன் அணிந்திருக்கிறான்.

முருகனின் இடுப்பில் பட்டாடை, அங்கே அரைஞாணும் அழகிய கச்சையும் அணிந்திருக்கிறான். பாதங்களில் ஒலிக்கின்ற வீரக்கழல், சிறந்த மணிகள் பொருத்தப்பட்ட, பொன்னால் ஆன கிண்கிணிகள், சிலம்பு ஆகியவற்றை அணிந்துள்ளான்.

'...சோதி
இளம்பருதி நூறு ஆயிரம் கோடிபோல
வளம்தரு தெய்வீக வடிவும், உளம்தனில்கண்டு
ஆதரிப்போர்க்கு ஆருயிராய் அன்பர் அகத்தாமரையின்
மீதிருக்கும் தெய்வ விளக்கொளியே, ஓதியஐந்து
ஓங்காரத்து உள்ஒளிக்கும் உள்ஒளியா ஐந்தொழிற்கும்
நீங்காத பேர்உருவாய் நின்றோனே...'

இந்தத் தெய்வீக வடிவைப் பார்க்கும்போது, ஒளி நிறைந்த இளஞ்சூரியன்கள் நூறாயிரம் கோடி ஒன்றாகத் விளங்குவதுபோல் தோன்றும், அதனை உள்ளத்தில் கண்டு ஆதரிப்பவர்களுக்கு அவனே ஆருயிராகத் திகழ்வான்.

முருகா, பக்தர்களின் உள்ளத்தாமரையின்மேலிருக்கும் தெய்வ விளக்கொளியே, ஐந்து உறுப்புகளைக் கொண்ட பிரணவத்தின் உள் ஒளியாக அமைந்து, படைப்பு முதலான ஐந்து தொழில்களைச் செய்கிற தெய்வங்களாகவும் திகழ்பவனே, உன்னை வணங்குகிறோம்!

மன்னர்களுக்குப் பத்து அங்கங்கள் உண்டு என்பார்கள்: மலை, ஆறு, நாடு, நகரம், குதிரை, யானை, மாலை, கொடி, முரசு, ஆணை.

இவையெல்லாம் சாதாரண மன்னர்களுக்குதானா? உலகையே ஆளும் முருகனுக்கும் இந்த அங்கங்கள் உண்டா? இந்தக் கேள்விக்கு விடையளிக்கிறார் குமரகுருபரர்:

'...பருவத்து
அகலாத பேரன்பு அடைந்தோர் அகத்துள்
புகலாகும் இன்பப் பொருப்பும், சுகலளிதப்
பேரின்ப வெள்ளப் பெருக்காறு, மீதானம்
தேர்இன்பம் நல்கும் திருநாடும், பார்இன்பம்
எல்லாம் கடந்த இருநிலத்துள் போக்குவரவு
அல்லாது உயர்ந்த அணிநகரும், தொல்உலகில்
ஈறும் முதலும் அகன்று எங்கும் நிறைந்து ஐந்துஎழுத்தைக்
கூறி நடாத்தும் குரகதமும், ஏறுமதம்
தோய்ந்து களித்தோர் துதிக்கையினால் பஞ்சமலம்
காய்ந்த சிவஞானக் கடாக்களிறும், வாய்ந்தசிவ
பூரணத்துள் பூரணமாம் போதம் புதுமலரா
நார்அகத்துள் கட்டும் நறுந்தொடையும், காரணத்துள்
ஐந்தொழிலும் ஓவாது அளித்து உயர்த்த வான்கொடியும்,
வந்த நவநாத மணிமுரசும், சந்தமும்
நீக்கம்இன்றி ஆடி நிழல் அசைப்பான்போல் புவனம்
ஆக்கி அசைத்துஅருளும் ஆணையும், தேக்கமழ்ந்து
வீசும் பனுவல் விபுதர் தனித்தனியே
பேசும் தசாங்கம் எனப் பெற்றானே...'

முருகன்மீது பேரன்பைப் பொழிபவர்கள் மனத்தில் பேரின்பம் என்கிற மலையைத் தோற்றுவிப்பான் முருகன், அதுவே அவனுடைய மலை.

பக்தர்கள் அவனை வணங்குதலால், அவர்கள் மனத்தில் இன்பமும் அழகும் அன்பு வெள்ளமாகப் பாயும். அதுவே அவனுடைய ஆறு.

தத்துவங்களுக்கெல்லாம் அப்பாற்பட்ட பெருவெளி, ஆராய்ந்து பெறக்கூடிய இன்பங்கள் அனைத்தையும் தருகிற நாடு அவனுடையது.

உலக இன்பங்கள் எல்லாம் கடந்து, பிறப்பு, இறப்பு என்பதே இல்லாத மோட்சமாகிய வீடுபேறுதான் அவனுடைய நகரம்.

பழைய இந்த உலகத்தில், ஆரம்பமும் முடிவும் இல்லாமல், எங்கும் நிறைந்து விளங்குகிறது இறைவனின் ஐந்தெழுத்து மந்திரம். அதைச் சொல்லிச் செலுத்துகிற உயிர்க்காற்றுதான் அவனது குதிரை.

பிற மதங்களை எண்ணி அவற்றில் மூழ்கியவர்கள், உள்ளம் தெளிந்து முருகனை வணங்கும்போது, அவர்களுடைய ஐந்து மலங்களையும் நீக்கிச் சிவஞானம் அருள்வான், அதுவே அவனது யானை.

சிவன் என்கிற பரம்பொருள், பூரணத்தில் பூரணமாகத் திகழ்வது, அந்த அருளையே மலராகவும் தங்கள் அன்பையே நாராகவும் கொண்டு பக்தர்கள் மாலை கட்டுவார்கள், அதுவே முருகனுடைய மாலை.

ஐந்தொழில்களும் தொடர்ந்து நடப்பதற்குக் காரணமாகத் திகழும் அருளே அவனுடைய கொடி, நாத தத்துவமே அவனுடைய முரசு, தன்னுடைய நினைவாலேயே இந்த உலகை ஆளும் தன்மையே அவனுடைய ஆணை.

இப்படி அரசனுக்குரிய பத்து அங்கங்களையும் பெற்று, தெய்வீக மணம் கமழும் பாக்களில் புலவர்கள் உன்னைப் புகழ்ந்து பாடும்படி திகழ்பவனே, முருகா, உன்னை வணங்குகிறோம்!

குமரகுருபரர் முருகனைப் பரமசிவமாகவே கண்டார். கந்தர் கலிவெண்பாவின் தொடக்க வரிகளில் அந்தத் தன்மை வெளிப்படுகிறது:

> 'பூமேவு செங்கமலப் புத்தேளும், தேறுஅரிய
> பாமேவு தெய்வப் பழமறையும், தேமேவு
> நாதமும், நாதாந்த முடிவும், நவைதீர்ந்த
> போதமும் காணாத போதமாய், ஆதி,நடு,
> அந்தம் கடந்த நித்தியானந்த போதமாய்ப்
> பந்தம் தணந்த பரஞ்சுடராய், வந்த
> குறியும் குணமும் ஒரு கோலமும் அற்றுஎங்கும்
> செறியும் பரமசிவமாய்...'

முருகா,

செந்தாமரையில் வீற்றிருக்கும் பிரம்மன்கூட, உன் அருளின்றி உன்னை ஆராய்ந்து அறிந்துகொள்ள இயலாது,

பாடல்தன்மை கொண்ட தெய்வ வேதங்களும், நாத தத்துவமும், அந்த நாத தத்துவத்தின் நிறைவாகத் திகழும் உண்மைப்பொருளும், குற்றமற்ற அறிவும்கூடக் காண இயலாத அறிவே,

தொடக்கம், நடு, நிறைவு என்பதையெல்லாம் கடந்த நித்தியானந்த போதமாக, வினைகளை நீக்கிய பரஞ்சுடராக, பெயர், குணம், தோற்றம் என்கிற வரையறைகளுக்குள் இல்லாமல் எங்கும் செறிந்திருக்கும் பரமசிவமே!

இத்தகைய முருகனிடம் குமரகுருபரர் வைக்கும் கோரிக்கை என்ன?

> '...பழைய அடியாருடன் கூட்டி,
> தோயும் பரபோகம் துய்ப்பித்து, சேய
> கடிஏற்கும் பூங்கமலக் கால்காட்டி ஆட்கொண்டு
> அடியேற்கு முன்நின்று அருள்.'

உன்னுடைய பழைய அடியவர்களுடன் என்னைச் சேரச்செய், அவர்கள் தோய்ந்து அனுபவிக்கிற பேரின்பத்தை எனக்கும் தா, சிவந்த, மணம் கமழும் உன்னுடைய தாமரைப்பாதங்களை எனக்குக் காட்டு, என்னை ஆட்கொள், என்முன்னே நின்று என்றைக்கும் அருள் செய்!

59

உமையம்மை பர்வதராஜனின் மகளாக, 'பார்வதி'யாகப் பிறந்த நேரம். அவள் தவம்செய்து சிவபெருமானைச் சேர்வதற்கு இன்னும் நாளிருந்தது.

அப்போது, சிவபெருமான் யோகத்தில் அமர்ந்திருந்தார். ஆகவே, உலகின் இயக்கம் பாதிக்கப்பட்டது.

சிவபெருமானை யோகத்திலிருந்து எழுப்புவது எப்படி என்று யாருக்கும் தெரியவில்லை. தேவர்கள் எல்லாரும் கலந்து ஆலோசித்தார்கள். இந்த வேலைக்குச் சரியான ஆள் மன்மதன்தான் என்று தீர்மானித்தார்கள்.

இதனைக் கேள்விப்பட்ட மன்மதன் நடுங்கினான், 'நான் யார்மேலும் போர் தொடுப்பேன், முக்கண் முதல்வனை என்னால் நெருங்க இயலாது' என்றான். 'அவரை என்னுடைய அம்புகள் தொடாது, மாறாக, அவை என்னைத்தான் துன்புறுத்தும்' என்று சொல்லித் தன்னை இந்தப் பணியிலிருந்து விடுவிக்குமாறு கெஞ்சினான்.

தேவர்கள் அதனை ஏற்கவில்லை, வற்புறுத்தி அவனைச் சிவனிடம் அனுப்பிவைத்தார்கள்.

மன்மதன் அச்சத்தோடு சிவனை நெருங்கினான். மனமே இல்லாமல் தனது மலரம்புகளை அவர்மீது விடுத்தான்.

அவன் எண்ணியதுபோலவே, அந்த அம்புகளால் சிவபெருமானை எதுவும் செய்ய இயலவில்லை. அதேசமயம், அவருடைய யோகநிலை கலைந்துபோனது. அதனால், அவர் கோபம் கொண்டார். எதிரில் நின்ற மன்மதனை எரித்துவிட்டார்.

இதனைக் கண்ட மன்மதனின் மனைவி ரதி நடுங்கினாள். தன் கணவனை மீட்டுத்தருமாறு சிவபெருமானிடம் வேண்டினாள். மனம் இரங்கிய சிவபெருமான், அவளுக்கு அருள்செய்தார். அவளுடைய கண்களுக்கு மட்டும் தெரிகிறவனாக மன்மதனை உயிர்ப்பித்தார். அதனால், மன்மதனுக்கு ‘அனங்கன்’, அதாவது உருவம் இல்லாதவன் என்ற பெயர் அமைந்தது.

இந்த நிகழ்வு, பல பாடல்களில் அழகுறப் பேசப்படுகிறது. உதாரணமாக, திருஞானசம்பந்தரின் இந்தப் பாடல்:

> ‘முந்நீர் சூழ்ந்த நஞ்சம் உண்ட முதல்வர், மதனன்தன்
> தென்நீர் உருவம் அழியத் திருக்கண் சிவந்த நுதலினார்,
> மன்னீர் மடுவும் படு கல்அறையின் உழுவை சினம் கொண்டு
> கல்நீர் வரைமேல் இரைமுன் தேடும் கயிலைமலையாரே.’

கடலிலிருந்து எழுந்துவந்த நஞ்சினை உண்ட முதல்வர், மன்மதனுடைய அழகான உருவம் அழியுமாறு தன்னுடைய திருக்கண் சிவந்த நெற்றியை உடையவர், நீர் நிலைத்துநிற்கும் மடுக்களும், கோபப்பட்டு இரை தேடுகிற, கற்குகைகளில் வசிக்கிற புலிகளும் நிறைந்த திருக்கயிலைமலையார், அந்தச் சிவபெருமான்!

★★★

அவன் பெயர் கேசி, கம்சனின் நண்பன்.

தன்னைக் கொல்லப்போகிறவன் பிறந்துவிட்டான் என்பதை அறிந்து கம்சன் பதற்றத்தில் இருந்தான். எப்படியாவது இந்த ஆபத்திலிருந்து தப்பவேண்டும் என்று

ஏதேதோ செய்துகொண்டிருந்தான். கண்ணன் என்கிற ஒரு சிறுபிள்ளையைத் தாக்குவதற்காகப் பல வலுவான அசுரர்களை அனுப்பிவைத்தான்.

அந்தவிதத்தில், கேசியும் கம்சனுக்கு உதவ முன்வந்தான், 'அவனை நான் என்ன செய்கிறேன் பார்' என்று வீரம் பேசியபடி குதிரை வடிவத்தில் பாய்ந்து வந்தான்.

அவனுடைய பெரிய உருவத்தைக் கண்டு கிருஷ்ணர் சிரித்தார். தன்னை மிதிக்கவரும் அந்தக் குதிரையின் கால்களைப் பிடித்துச் சுழற்றினார். ஏதோ ஒரு சிறிய பூச்சியைத் தூக்கிப்போடுவதுபோல, அந்தக் கேசியை வீசி எறிந்தார்.

கேசி நடுங்கிப்போனான். அப்போதும், அவனுக்குத் தன் வலிமைமீது இருந்த நம்பிக்கை தீரவில்லை. மீண்டும் பழைய வேகத்துடன் தாக்கவந்தான்.

இந்தமுறை கண்ணன் தன்னுடைய கையை அவன் வாயில் நுழைத்தார். அதைக் கடிக்க முயன்றான் கேசி.

ஆனால், அதற்குள் கண்ணனின் கை பெரிதாகத் தொடங்கியது, கேசியின் பற்கள் உதிர்ந்து கீழே விழுந்தன. அவனுடைய தொண்டை அடைத்துக்கொண்டது. துடித்து உயிர் துறந்தான் அவன்.

கேசியை அழித்தவன் என்பதால், கண்ணனுக்குக் 'கேசவன்' என்ற திருப்பெயர் அமைந்தது. விண்ணோரும் ஆயர்களும் அவனைப் போற்றி மகிழ்ந்தார்கள்.

தீங்கு செய்த ஒரு குதிரையைத் தன் கையின் வலிமையால் அழித்த கண்ணன், மழையால் பசுக்களும் மக்களும் வாடியபோது, அதே கையின் வலிமையால் கோவர்த்தனகிரியைத் தூக்கிக் குடையாகப் பிடித்தான், மக்களைக் காத்தான். நல்லோரைக் காப்பதும் அவன் கரம், தீயோரை அழிப்பதும் அதே கரம்!

இந்த அழகிய காட்சிகள், குலசேகராழ்வார் பாசுரத்தில்:

'மாவினை வாய்பிளந்து உகந்த மாலை, வேலை
வண்ணனை, என் கண்ணனை, வன்குன்றம் ஏந்தி
ஆவினை அன்று உய்யக்கொண்ட ஆயர்ஏற்றை,
அமரர்கள்தம் தலைவனை, அம்தமிழின் இன்பப்
பாவினை, அவ்வடமொழியை, பற்றுஅற்றார்கள்
பயில் அரங்கத்துஅரவுஅணையில் பள்ளிகொள்ளும்
கோவினை நாஉற வழுத்தி என்றன் கைகள்
கொய்ம்மலர் தூய் என்றுகொலோ கூப்பு நாளே!'

குதிரை வடிவத்தில் வந்த கேசி என்கிற அரக்கனின் வாயைப் பிளந்த திருமாலை, கடல்வண்ணனை, என் கண்ணனை, வலிமையான மலையைக் கையில் ஏந்திப் பசுக்களைக் காத்த ஆயர்கள் சிங்கத்தை, அமரர்களின் தலைவனை, அழகிய தமிழின் இன்பப்பாடல்போன்றவனை, அந்த வடமொழியாகவும் திகழ்கிறவனை, பற்றற்ற முனிவர்கள் போற்றும்படி திருவரங்கத்தில் பாம்பணையில் பள்ளிகொள்ளும் தலைவனை என்னுடைய நாக்கில் தழும்புஏறும்படி போற்றவேண்டும், கொய்த மலர்களைத் தூவிக் கை கூப்பவேண்டும், அந்த பாக்கியம் என்றைக்குக் கிடைக்குமோ!

★★★

வள்ளியை மணந்து அருள்செய்ய வந்த முருகன், தெய்வயானைக்குத் தெரியாமல் புறப்பட்டான் என்பார்கள்.

இது ஏன்? முருகன் தெய்வயானைக்கு அஞ்சினானா, அல்லது, அவரை ஏமாற்ற எண்ணினானா?

'பிரியாமல் இருக்கவேண்டும் என்று தவம்செய்தவர்கள் தெய்வயானையும் வள்ளியும்' என்கிறார் கிருபானந்தவாரியார், 'முருகன் வள்ளியம்மையாரை மணந்து அருள்செய்தால் தெய்வயானையம்மையார் தடை சொல்லமாட்டார், மகிழ்வார்.'

அப்படியானால், முருகன் தெய்வயானைக்குத் தெரியாமல் செல்லவேண்டிய அவசியம் என்ன? இதையும் வாரியாரே விளக்குகிறார்.

வள்ளியின் பாசபந்தங்கள் இன்னும் முற்றிலுமாக நீங்கவில்லை. ஆகவே, முருகன் மாறுவேடத்தில் சென்று, அவருடைய பாசங்களை மாற்றி, அதன்பிறகுதான் ஆட்கொள்ளவேண்டும்.

ஆனால், இந்த விஷயம் தெய்வயானைக்குத் தெரிந்துவிட்டால், அவர் இதற்குச் சம்மதிக்கமாட்டார், வள்ளிமீது அவர் வைத்திருந்த அன்பினால், முருகப்பெருமான் வள்ளியை இப்படி மாறுவேடத்தில் சென்று துயரப்படுத்திப் பிறகு ஆட்கொள்வதை ஏற்கமாட்டார், முருகன் தன் உண்மையுருவைக் காட்டி உடனே ஆட்கொள்ளவேண்டும் என்பார்.

அதனால்தான், முருகப்பெருமான் தெய்வயானைக்குத் தெரியாமல் வள்ளியைப் பார்க்கச் சென்றான், வேறு உருவத்தில் வள்ளியைச் சந்தித்து, காதல் நாடகம் நடத்தி, பின்னர் அவருக்கு அருள்செய்தான் என்கிறார் வாரியார்.

முருகப்பெருமான் வள்ளிக்கு அருள்செய்த காட்சி, அருணகிரிநாதரின் திருப்புகழில்:

> 'தினைப்புனம் சென்று இச்சித்த பெணைக் கண்டு
> உருக்கரந்து அங்குக் கிட்டி அணைத்து ஒண்
> திருப்பரங்குன்றில் புக்குஉள்ளிருக்கும் பெருமாளே.'

தினைப்புனத்துக்குச் சென்று, தன்மீது அன்பு வைத்த வள்ளியைக் கண்டு, தன் உருவத்தை மாற்றி, அவளை நெருங்கி அணைத்து அருள்செய்தவனே, ஒளி நிறைந்த திருப்பரங்குன்றத்தில் எழுந்தருளியிருக்கும் பெருமாளே, உன்னை வணங்குகிறோம்!

'இச்சித்த பெணைக் கண்டு' என்கிறாரே, முருகன் வள்ளியை விரும்பியதாகதானே படித்திருக்கிறோம், பிறகுதானே வள்ளிக்கு முருகன்மீது அன்பு பிறந்தது?

முருகன் விருப்பு, வெறுப்பு அற்றவன். வள்ளியோ இந்தப் பிறவிக்கு முன்பாக, சுந்தரவல்லியாகப் பிறந்திருந்தபோதே முருகனை விரும்பித் தவம் புரிந்தவள், அதனால்தான் இப்போது வள்ளியாக முருகனைச் சேர்ந்தாள். இதையே 'இச்சித்த பெண்' என்றெழுதுகிறார் அருணகிரிநாதர்.

★★★

ராமாயணத்தில் ராமனும் சீதையும் லட்சுமணனும் தங்கிய வனப்பகுதிகளில் ஒன்று, 'பஞ்சவடி'.

வடமொழியில் இந்தச் சொல்லின் பொருள், ஐந்து ஆலமரங்கள். இந்தப் பகுதியில் ஐந்து ஆலமரங்கள் அமைந்திருந்ததாகவும், அதனாலேயே இப்படிப் பெயர் அமைந்ததாகவும் சொல்கிறார்கள்.

இந்தப் பஞ்சவடியை ராமனுக்குக் காட்டியவர் அகத்தியர். அதனைக் கம்பர் சொல்கிறார்:

> 'ஓங்கு மரன்ஓங்கி, மலைஓங்கி, மணல்ஓங்கி,
> பூங்குலை குலாவு குளிர்சோலை புடைவிம்மி,
> தூங்குதிரை ஆறுதவழ் சூழலது ஓர் குன்றின்
> பாங்கர்உளதுஆல் உறையுள் பஞ்சவடி, மஞ்ச!'

மைந்தனே, பஞ்சவடி என்ற வாழிடம் ஒன்று உள்ளது, அங்கே உயர்ந்த மரங்கள், மலைகள், மணல்குன்றுகள் இருக்கும், பூங்கொத்துகள் திகழும், குளிர்ச்சியான சோலைகள் இருக்கும், நிறைய அலைகளைக் கொண்ட ஆறு தவழ்ந்துசெல்லும், அது ஒரு குன்றின் அருகே உள்ளது.

இப்படி அகத்தியர் சொன்னதும், ராமனும் சீதையும் லட்சுமணனும் அந்த இடத்தை நோக்கி நடக்கிறார்கள். வழியில் ஜடாயுவைச் சந்திக்கிறார்கள். அவர்கள் பஞ்சவடிக்குச் சென்றுசேர்வதற்கு அவர் உதவுகிறார். அங்கே அவர்களை அன்பாகப் பாதுகாக்கிறார்.

பஞ்சவடியில்தான் சூர்ப்பணகை ராமனைக் காண்கிறாள், அவர்மீது மையல் கொண்டு, ஓர் அழகிய பெண்ணாக உருவெடுத்து வருகிறாள், ராமர் அவளை ஏற்க மறுத்துவிட, அவள் சீதைமீது பாய, கோபப்பட்ட லட்சுமணன் அவளுடைய மூக்கை அறுக்க, அவள் ராவணனிடம் செல்ல... அதுவே ராவணன் அழியக் காரணமாகிறது, உலகம் அசுரர்களின் பிடியிலிருந்து தப்புகிறது, அனைத்து நன்மைக்கும் பஞ்சவடியே தொடக்கம்.

கம்பரின் பஞ்சவடி வர்ணனை இது:

'அருவிநீர் ஆற்றின் பாங்கர்
பனிதரும் படிவப் பஞ்சவடி எனும் பருவச்சோலைத்
தனியிடம்...'

அருவிபோல் நீர் பொங்குகிற ஆற்றின் அருகே, குளிர்ச்சி நிறைந்த பஞ்சவடி என்ற இடம், பருவத்தில் மலரும் பூக்களைக் கொண்ட சோலையான தனியிடம்!

பிள்ளைப்பெருமாள்ஐயங்கார் எழுதிய 'திருவேங்கடமாலை'யில் திருமாலின் பெருமைகளைச் சொல்லும்போது, அவர் பஞ்சவடியில் வசித்தது சிறப்பிக்கப்படுகிறது:

'வாழ்அரியும் சந்தனம்தோய் மாருதமும் தாக்குதலால்
வேழம் மருப்புகுதும் வேங்கடமே, நீழல்அமர்
பஞ்சவடி காட்டினான், பார்அளப்பான்போல் எவர்க்கும்
கஞ்சஅடி காட்டினான் காப்பு.'

பொதுவாகச் சந்தன மரங்களில்தான் வாசனை வரும், ஆனால், திருவேங்கடமலையில் மூங்கிலில்கூட வாசனை வருகிறது. எப்படி?

சிங்கங்களும் யானைகளும் மோதிக்கொள்கின்றன. அப்போது, யானையின் தந்தம் சந்தனமரத்தின்மீது குத்துகிறது.

பிறகு, அந்தக் குத்திய இடத்தில் காற்று அடிக்கிறது, அது சந்தனத்தின் வாசனையை அள்ளிக்கொண்டுவந்து மூங்கிலில் சேர்க்கிறது. அதனால் மூங்கில் மணக்கிறது.

இந்தக் காட்சியை இயற்கை வர்ணனையாகவும் பார்க்கலாம், மூங்கில்போன்ற நமக்குள்ளும் சந்தனம்போன்ற இறைவனின் பெருமை நிறைந்திருந்தால் நாமும் மணம் வீசுவோம் என்கிற பொருளிலும் எடுத்துக்கொள்ளலாம்!

அத்தகைய திருவேங்கடமலையில் எழுந்தருளியிருக்கும் திருமால், பஞ்சவடி என்கிற நிழல் பொருந்திய இடத்தில் வசித்தவன், உலகங்களை அளப்பதுபோல் எல்லாருக்கும் தன்னுடைய தாமரைபோன்ற திருவடிகளைக் காட்டி அருள்கிறவன்!

60

இரண்யாட்சன் உலகை இரண்டாக்கிக்கொண்டிருந்தான்.

அவனுடைய தொந்தரவு தாங்க இயலாமல் நல்லோரெல்லாம் தடுமாறினார்கள். அவர்கள் எந்தத் திசைக்குச் சென்றாலும் துரத்திவந்து அடித்தான் அவன். மனிதர்கள், தேவர்கள் என்று யாரையும் அவன் விட்டுவைக்கவில்லை.

ஒட்டுமொத்த பூமியையும் தன் கட்டுப்பாட்டுக்குள் கொண்டுவந்த இரண்யாட்சன், அதைக் கடலுக்கடியில் ஒளித்துவைத்தான். அதன்பிறகு, சண்டைக்கு யார் கிடைப்பார்கள் என்று திரிந்துகொண்டிருந்தான்.

இரண்யாட்சனிடம் மோதும் தைரியம் யாருக்கு உண்டு? எல்லாரும் பயந்து ஒளிந்தார்கள்.

கடலுக்கடியில் கிடந்த பூமியை மீட்பதற்காக, திருமால் வராக அவதாரம் எடுத்தார். பூமியைத் தன்னுடைய பற்களால் தாங்கித் தூக்கினார்.

இந்த நேரத்தில் இரண்யாட்சன் வருணனை யுத்தத்துக்கு அழைத்தான். 'என்னால் உன்னுடன் மோத இயலாது,

உன்னுடைய பராக்கிரமத்துக்குத் தகுந்த சவால் விடக்கூடியவர் திருமால்தான்' என்று வருணன் ஒதுங்கிக்கொண்டான்.

'சரி, நான் திருமாலைச் சந்திக்கிறேன், போர் செய்து வெல்கிறேன்' என்று வைகுந்தத்துக்குப் புறப்பட்டான் இரண்யாட்சன்.

வழியில், நாரதர் வந்தார், 'போருக்குப் புறப்பட்டுவிட்டாய்போல!' என்றார்.

'ஆமாம், திருமாலைத் தேடி வைகுந்தம் சென்று கொண்டிருக்கிறேன்!' என்றான் இரண்யாட்சன்.

'அவர் அங்கே இல்லையே!' என்றார் நாரதர், 'கடலுக்கடியிலிருக்கும் பூமியை மீட்க அவர் சென்றிருக்கிறார்.'

உடனே, இரண்யாட்சன் பாதாளலோகத்தினுள் புகுந்தான். அங்கே வராக வடிவத்திலிருந்த திருமாலைப் போருக்கு அழைத்தான்.

அதுவரை இரண்யாட்சனை எதிர்க்கும் துணிவு யாருக்கும் வந்ததில்லை. ஆனால் இப்போது, வராகமூர்த்தியான திருமால் அவனை வதைக்கத் தீர்மானித்துவிட்டதால், மிகப் பெரிய போர் தொடங்கியது.

இரண்யாட்சன் தன்னுடைய கதையைத் திருமால்மீது வீசினான். அவர் அதனைச் சக்கரப்படையால் தடுத்தார்.

அடுத்து, மாயசக்தியால் ஏராளமான அசுரகணங்களைத் தோற்றுவித்தான் இரண்யாட்சன். அவர்கள் எல்லாரும் திருமாலின்மீது ஆயுதங்களைச் செலுத்தினார்கள்.

பஞ்சு எவ்வளவு இருந்தால் என்ன? அழிப்பதற்கு ஒரு தீப்பொறி போதுமே. திருமாலின் சக்ராயுதத்துக்கு முன்னால் இரண்யாட்சனின் மாயப்படையால் தாக்குப்பிடிக்க இயலவில்லை.

தன்னுடைய படை அழிக்கப்பட்டுவிட்டதைக் கண்ட

இரண்யாட்சன் கொதித்தான். தானே திருமாலின்மீது மோதினான். ஒரே ஒரு தட்டில் அவனுடைய தலையைக் கொய்து உலகைக் காத்தார் திருமால்.

இவ்வாறாக, கடலில் அழுந்தியிருந்த பூமியைத் தன் பற்களால் குத்தித் தூக்கி மேலே கொண்டுவந்தார் வராகப்பெருமான். அதனைப் பழையபடி நிலைநிறுத்தி எண்ணற்ற உயிர்களைக் காத்தார். அவரது கருணையை அனைவரும் போற்றிக் கொண்டாடினார்கள்.

இந்தக் காட்சியை நம்மாழ்வார் பாடும் அழகு:

‘சூழல் பலபல வல்லான்,
தொல்லை அம்காலத்து உலகைக்
கேழல் ஒன்றுஆகி இடந்த
கேசவன், என்னுடை அம்மான்,
வேழ மருப்பை ஒசித்தான்,
விண்ணவர்க்கு எண்ணல் அரியான்,
ஆழ நெடும்கடல் சேர்ந்தான்,
அவன் என் அருகல்இலானே.’

பல அவதாரங்களை எடுக்கவல்ல திருமால், முன்பு உலகம் கடலில் சிக்கியபோது, கேழலாக (வராகமாக) அவதாரம் எடுத்து அதனை மேலே கொண்டுவந்து அருளியவன், என்னுடைய தலைவன், குவலயாபீடம் என்கிற யானையின் கொம்பை முறித்தவன், தேவர்கள் நினைக்கவும் அரிய தன்மையைக்கொண்டவன், ஆழமான நெடுங்கடலில் பள்ளிகொண்டிருக்கிறவன், அவன் எப்போதும் என் அருகில் இருக்கிறான்!

★★★

சிவபெருமானின் அம்சமாக முருகப்பெருமான் தோன்றியிருந்தார். சரவணப்பொய்கையில் ஆறு குழந்தைகளாகத் தவழ்ந்துகொண்டிருந்தார்.

முருகனைப் பார்ப்பதற்காக, சிவபெருமானும் உமையம்மையும் வந்தார்கள். அவனது அழகைக்கண்டு அகமகிழ்ந்தார்கள்.

அப்போது, சிவபெருமான் முருகனை அள்ளியெடுத்து உமையிடம் கொடுத்தார். அகிலத்தின் அன்னையான அம்மை அந்த அழகனை அன்போடு அணைத்துக்கொண்டாள்.

இதனால், ஆறு குழந்தைகளும் ஒன்றாகி, ஆறுமுகம், பன்னிரண்டு கைகளுடன் காட்சி கொடுத்தான் முருகன். இறைவனின் திருவருளை உலகம் போற்றியது.

திருத்தணிகையில் எழுந்தருளியிருக்கும் முருகனை வணங்கும் வள்ளலார், இந்த நிகழ்வை அழகாகப் பாடுகிறார். 'தணிகைக்குன்று அமர்ந்திடும் குணக்குன்றே' என்று நெகிழ்கிறார்:

'வன்பொடு செருக்கும் வஞ்சகர்பால் அலையா
வண்ணம் இன்றுஅருள் செயாய்என்னில்
துன்பொடு மெலிவேன், நின் திருமலர்த்தாள்
துணைஅன்றித் துணைஒன்றும் காணேன்,

அன்பொடும் பரமன் உமைகையில் கொடுக்க
அகமகிழ்ந்து அணைக்கும் ஆர்அமுதே,
கொன்பெறும் இலைவேல் கரத்தொடும் தணிகைக்
குன்றுஅமர்ந்திடும் குணக்குன்றே.'

பரமசிவன் அன்போடு உன்னை உமையம்மையின் கையில் கொடுக்க, அவள் உள்ளம் மகிழ்ந்து அணைக்கின்ற நிறைந்த அமுதமே, முருகா, பெருமை நிறைந்த இலை என்கிற பாகத்தைக் கொண்ட வேலைக் கரத்தில் ஏந்தித் தணிகைக்குன்றில் அமர்ந்த குணக்குன்றே,

கல்நெஞ்சம் கொண்ட வஞ்சகர்களிடம் நான் சென்று நிற்காவண்ணம் அருள் செய், நீ அவ்வாறு செய்யாவிட்டால், நான் துன்பப்பட்டு மெலிவேன், உன்னுடைய திருவடிகளையன்றி எனக்கு வேறு ஏது துணை?

★★★

சிவபெருமானைத் தரிசிப்பதற்காக எண்ணற்றோர் வந்திருந்தார்கள். இறைவன் திருவுளம் அறிந்து அவர்களை உள்ளே அனுமதித்துக்கொண்டிருந்தார் நந்திதேவர்.

அப்போது, சில முனிவர்கள் நெருக்கியடித்துக்கொண்டு உள்ளே நுழைய முற்பட்டார்கள். இதனால் கோபம் கொண்ட நந்திதேவர் அவர்களைப் பிரம்பால் அடித்தார்.

அந்தப் பிரம்பு மேலே பட்டதும், அந்த முனிவர்களுக்கு வலி ஏற்படவில்லை, பக்தியுணர்வுதான் மிகுந்தது.

காரணம், இந்தப் பிரம்படி அவர்களுக்கு இன்னொரு பிரம்படியை நினைவுபடுத்தியது, உலகின் நன்மைக்காகச் சிவபெருமான் ஏற்றுக்கொண்ட பிரம்படி அது!

சிவபெருமானின் பக்தரான வாதவூரர் என்கிற மாணிக்கவாசகர் அன்றைய பாண்டிய அரசனின் கோபத்துக்கு ஆளாகியிருந்தார். அவர்மீது பிழையேதும் இல்லை என்பதைப் புரியவைப்பதற்காக இறைவன் வையையில் வெள்ளத்தை வரவழைத்தார்.

வையையில் வந்த வெள்ளம் மதுரை நகரையே மூழ்கடித்துவிடுமோ என்று மக்கள் கலங்கினார்கள். எல்லாரும் சேர்ந்து ஆற்றின் கரையை அடைக்கவேண்டும் என்று ஆணையிட்டிருந்தான் அரசன்.

அப்போது, அந்த ஊரில் வந்தி என்கிற மூதாட்டி வாழ்ந்துவந்தார். அவர் பிட்டு செய்து விற்றுப் பிழைக்கிற ஏழை.

அரசன் கட்டளைப்படி ஆற்றின் கரையை அடைக்கும் அளவுக்கு வந்திக்குத் தெம்பு இல்லை. ஆள்வைத்துச் செய்யவும் வசதி இல்லை.

அந்த நேரத்தில், இறைவன் ஒரு கூலியாள்போல் அங்கே தோன்றினான். 'உன் சார்பாக நான் ஆற்றங்கரையை அடைக்கிறேன்' என்றான். 'பதிலுக்கு என்ன தருவாய்?'

'என்னிடம் பிட்டுதான் இருக்கிறது' என்றாள் வந்தி.

'பரவாயில்லை, அதைக் கொடுத்தால் போதும்!' என்று சிரித்தார் சிவபெருமான். அவள் அன்போடு கொடுத்த பிட்டை உண்டார். பிறகு, ஆற்றங்கரைக்குச் சென்று வேலை செய்ய ஆரம்பித்தார்.

உண்மையில், அவர் அங்கே வேலை செய்யவில்லை, வேண்டுமென்றே சும்மா படுத்துக்கிடந்தார். இதைப்பார்த்த அரசன் கோபப்பட்டான், அவரைப் பிரம்பால் அடித்தான்.

அன்றைக்கு அரசன் இறைவனை அடித்த பிரம்படி, உலகிலிருந்த எல்லாப் பிராணிகள்மீதும் பட்டது. அனைவரும் வலியால் துடித்தார்கள். அதன்மூலம், மாணிக்கவாசகரின் பெருமையை எல்லாருக்கும் புரியவைத்தார் சிவபெருமான், வந்திக்கும் அருள் செய்தார்.

இப்போது நந்தியிடம் பிரம்படி பட்ட முனிவர்கள், அந்தப் பிரம்படியை நினைத்துக்கொண்டார்கள். பிட்டுக்காக மண் சுமந்த பெருமானின் கருணையை எண்ணினார்கள், 'இங்கே நம்மீது பட்ட பிரம்படிதானே அன்றைக்கு இறைவன்மீது பட்டிருக்கும்! உலகின் நன்மைக்காக ஒரு சாதாரண கூலியாள்போல் இங்கே வந்து அரசனிடம் அடிபட்டானே, அவனுடைய கருணையை எப்படிப் போற்றுவோம்!' என்று வியந்தார்கள்.

'திருவாரூர் நான்மணிமாலை'யில் குமரகுருபரர் இதனை எழுதுகிறார்:

> 'என்புஅணிந்த தென்கமலை ஈசனார் பூங்கோயில்
> முன்பணிந்த தெய்வ முனிவோர்கள் அன்புஎன்னாம்!
> 'புண்சுமந்தோம் நந்தி புடைத்து'என்னார், 'புண்ணியனார்
> மண்சுமந்தார்' என்று உருகுவார்.'

எலும்பை மாலையாக அணிந்த சிவபெருமானின் திருவாரூர் பூங்கோயில்முன் தெய்வ முனிவர்கள் வணங்கினார்கள். அவர்களுடைய அவசரத்தைக் கண்டு கோபப்பட்ட நந்திதேவர் அவர்களைப் பிரம்பால் அடித்தார். அப்போதும், 'நந்தி அடித்ததால் புண்ணாகிவிட்டது' என்று அவர்கள்

நினைக்கவில்லை, 'புண்ணியனாரான சிவபெருமான் நமக்காக மண் சுமந்தாரே' என்று நினைத்து உருகினார்கள். அவர்களுடைய அன்புதான் எப்படிப்பட்டது!

★★★

இந்திரனின் யானை, ஐராவதம்.

ஒருமுறை துர்வாச முனிவர் இந்திரனிடம் ஒரு மாலையைக் கொடுத்தார். தெய்வத்துக்குச் சாற்றிய புனிதமான மாலை அது.

ஆனால், இந்திரனுக்கு அதன் மகிமை தெரியவில்லை. அதை வாங்கி அவன் ஐராவதத்திடம் கொடுத்தான். ஐராவதம் அதைக் கீழே போட்டுச் சிதைத்துவிட்டது.

இதைப் பார்த்த துர்வாசர் கோபப்பட்டார். இந்திரனுக்கும் ஐராவதத்துக்கும் சாபம் கொடுத்தார்.

இதனால், ஐராவதம் பூமியில் ஒரு காட்டுயானையாகப் பிறந்தது. பல ஆண்டுகள் இங்கேயே திரிந்தது.

சாபவிமோசனம் பெறுவதற்காக, ஐராவதம் பல திருத்தலங்களுக்குச் சென்று இறைவனை வழிபட்டது. அவற்றில் ஒன்று, கோட்டாறு.

கோடு என்றால் கொம்பு, அதாவது, யானைத்தந்தம், ஆறு என்றால், வழி அல்லது நதி. கொம்பினால் உருவாக்கிய ஆறு என்று பொருள் சொல்லலாம்.

இந்தத் தலத்தில் இறைவனை வழிபடுவதற்காக வந்த ஐராவதம், தன்னுடைய கொம்பினால் மேகத்தைக் குத்தி, அங்கிருந்து நீரை வரவழைத்து வணங்கியதாம். ஆகவே, இதற்குக் கோட்டாறு என்ற பெயர்.

ஐராவதத்தின் பக்தியை இறைவன் மெச்சினார், அதன் சாபத்தைத் தீர்த்தருளினார். இத்தலத்தில் ஐராவதீஸ்வரர் என்ற பெயரில் பக்தர்களுக்கு அருளுகிறார்.

இதனைத் திருஞானசம்பந்தர் அழகாகப் பாடியிருக்கிறார்:

'நின்று, மேய்ந்து, நினைந்து மாகரி
நீரொடும் மலர் வேண்டி, வான்மழை
குன்றின் நேர்ந்து குத்திப்
பணிசெய்யும் கோட்டாற்றுள்
என்றும் மன்னிய எம்பிரான் கழல்
ஏத்தி வான்அரசு ஆளவல்லவர்
பொன்றுமாறு அறியார்,
புகழ்ஆர்ந்த புண்ணியரே.'

பெரிய யானையொன்று இங்கே நின்று இறைவனை நினைத்தது, அவனைப் பூசிப்பதற்காக நீரும் மலரும் தேடியது, ஒரு மலையைப்போல் வளர்ந்து, மேகத்தைக் குத்தியது. அத்தகைய கோட்டாற்றில் எம்பிரான் என்றும் சிறந்து விளங்குகிறான், அவனது திருவடிகளை வணங்குகிறவர்கள் வானுலகை ஆள்வார்கள், அழிவே இல்லாமல் புகழோடும் புண்ணியத்தோடும் இருப்பார்கள்!

61

மதங்கமுனிவரின் ஆசிரமத்தில் அவருக்குப் பணிவிடை செய்து வாழ்ந்துவந்த எளிய பெண், சபரி என்கிற சவரி.

என்றைக்காவது ராமரைத் தரிசித்துவிடவேண்டும் என்ற எண்ணத்துடன் சவரி தவமிருந்தாள். அவருக்காக இனிய பழங்களைப் பறித்துவைத்துக்கொண்டு காத்திருந்தாள்.

அப்போது, ராமரும் லட்சுமணரும் இன்னொரு வனத்தில் சீதையைத் தேடிக்கொண்டிருந்தார்கள். வழியில் கவந்தன் என்பவன் எதிர்ப்பட்டான்.

'கவந்தம்' என்றால், தலையற்ற, ஆனால் இயங்குகின்ற உடல். அந்தக் கவந்தனுக்கு வயிற்றில் வாய் இருந்தது. இரண்டு கைகளையும் நீட்டிக் கிடைக்கிற எல்லாவற்றையும் நேரடியாக வயிற்றில் திணித்துக்கொள்வான் அவன்.

இதனால், அந்தக் காட்டில் வாழ்ந்த எல்லா விலங்குகளும் நடுக்கத்துடன் திரிந்தன. எந்த நேரத்தில் கவந்தன் தங்களை உணவாக்கிக்கொள்வானோ என்று பயந்தன.

அப்போது, ராம, லட்சுமணர்கள் அங்கே செல்ல, கவந்தன் அவர்களை அள்ளிச் சாப்பிட நினைத்தான். அவர்களோ தங்களைப் பிடித்திருப்பது எது என்றுகூடத் தெரியாமல் குழம்பினார்கள்.

'இது அரக்கர்களின் படையாக இருக்குமோ?' என்றார் ராமர்.

'இல்லை, இது பெரிய நாகம்போல் தோன்றுகிறது' என்றார் லட்சுமணர்.

அப்போது, அவர்கள் கவந்தனைப் பார்த்தார்கள். இப்படி ஒரு பயங்கரமான தோற்றத்துடன் இருக்கும் இவன் யார் என்று வியந்தார்கள்.

கவந்தனுக்கும் அதே குழப்பம்தான், 'நீங்கள் யார்?' என்று கேட்டான் அவன். பிறகு, 'யாராக இருந்தால் என்ன? என்னிடம் சிக்கிவிட்டீர்கள், இனி உங்களை நான் உணவாக்கிக்கொள்ளப்போகிறேன்!' என்றான்.

இதனால் கோபம் கொண்ட ராமரும் லட்சுமணரும் கவந்தனின் இரு கைகளையும் வெட்டினார்கள். மறுகணம், அவன் அரக்க உருவம் மாறி, ராமரைத் துதித்தான். இதனைக் குறிப்பிடும் கம்பன் பாடல்:

'ஈன்றவனோ, எப்பொருளும் எல்லைதீர் நல்அறத்தின்
சான்றுஅவனோ, தேவர் தவத்தின் தனிப்பயனோ,
மூன்றுகவடாய் முளைத்துஎழுந்த மூலமோ,
தோன்றி இருவினையேன் சாபத்துஇடர் துடைத்தாய்.'

எம்பெருமானே, நீ இந்த உலகில் எல்லாப் பொருள்களையும் படைத்த பெருமானோ? அழிவில்லாத நல்ல அறத்திற்குச் சாட்சியோ? தேவர்கள் செய்த தவத்தின் தனிப்பயனாக அவதாரம் எடுத்தவனோ? பிரம்மன், விஷ்ணு, சிவன் என மூன்றாகத் தோன்றிய பரம்பொருளோ? இந்தக் காட்டில் தோன்றி என்னுடைய தீவினையால் ஏற்பட்ட சாபத்தைத் துடைத்தாயே, உன்னை வணங்குகிறேன்!

இப்படி வணங்கிய கவந்தன் தன்னுடைய கதையைச் சொல்கிறான், 'நான் ஒரு கந்தர்வன், என் பெயர் தனு, ஸ்தூலசிரஸ் என்ற முனிவர் தந்த சாபத்தால் இந்தக் கவந்த வடிவம் எடுத்தேன், இன்றைக்கு உங்கள் கைகள் பட்டதும் பழைய வடிவம் பெற்றேன்.'

கவந்தனுக்கு ராம, லட்சுமணர்கள் இப்போது சீதையைத் தேடிக்கொண்டிருப்பதும் தெரிந்திருந்தது. அதற்கு அவன் ஓர் உபாயம் சொன்னான், 'வீரர்களே, நீங்களே சொந்தமாக அன்னையைத் தேடிக் கண்டறிந்துவிடுவீர்கள், அந்த வலிமை உங்களிடம் உண்டு. எனினும், துணையோடு இப்பணியைச் செய்வது சிறந்தது. இது உங்களுக்கும் தெரிந்ததுதான்!'

துணை என்றால், யார்?

'சூரியனின் மகன் சுக்ரீவன் என்ற வானர மன்னன் இருக்கிறான், அவனைத் துணைவனாக்கிக்கொண்டு வெற்றிபெறுங்கள்!' என்றான் கவந்தன்.

அந்த சுக்ரீவன் எங்கே இருக்கிறான்?

அதையும் கவந்தனே சொன்னான். 'மதங்கமுனிவரின் ஆசிரமத்துக்குச் செல்லுங்கள், அங்கிருந்து சுக்ரீவன் இருக்கும் இடத்துக்குச் செல்லும் வழியைச் சவரியிடம் அறிந்துகொள்ளுங்கள்.'

இப்படிச் சொல்லிவிட்டுக் கவந்தன் விண்ணில் செல்ல, ராம, லட்சுமணர்கள் மதங்கமுனிவரின் ஆசிரமத்தைத் தேடி வந்தார்கள். சவரியைச் சந்தித்தார்கள்.

ராமரைப் பார்த்ததும் சவரி மகிழ்ச்சியில் திளைத்தாள். அவர்களுக்கு உரிய உபசாரங்களைச் செய்து, சுக்ரீவனைப் பார்க்கும் வழியைச் சொன்னாள்.

அதன்பிறகு, சவரி முக்தியடைய, ராமரும் லட்சுமணரும் சுக்ரீவனைத் தேடிக் கிளம்பினார்கள். அனுமனின் துணையோடு

அவனை நண்பனாக்கிக்கொண்டு அன்னையைத் தேடிக் கண்டுபிடித்து ராவணனை வென்று உலகைக் காத்தார்கள்.

சவரி மகிழும்படி அவளுக்கு விருந்தினனாக வந்தவன் என்று திருவேங்கடத்தந்தாதியில் பிள்ளைப்பெருமாளையங்கார் திருமாலை வணங்குகிறார். இறைவனை எண்ணி நெகிழும் ஒரு பெண்ணின் குரலாக அந்தப் பாடல் அமைகிறது:

> 'கருமாதவா! இருந்து, ஆவன செய்து, என் கருத்து இருளைப்
> பொரும்ஆதவா! விருந்தாவனத்தாய்! பொற்சவரி என்னும்
> ஒருமாது அவா விருந்தா! வனக்கா உயர்வேங்கடத்து எம்
> பெருமா! தவா இரும் தாவு அனல்ஏயும் பிறைக்கொழுந்தே.'

கருமைநிறம் கொண்ட மாதவனே,

எனக்குள் இருந்து, எனக்கு நல்லவற்றைச் செய்து, என்னுடைய சிந்தனையிலுள்ள இருளை விலக்கும் சூரியனே, விருந்தாவனத்தில் விளையாடியவனே,

சிறந்த சவரி என்கிற ஒரு மாது விரும்பியபடி அவளுக்கு விருந்தினனாக வந்தவனே, அழகிய சோலைகள் நிறைந்த திருவேங்கடமலையில் எழுந்தருளியிருக்கும் எங்கள் தலைவனே,

பிறைநிலவானது என்னை அனல்போல் சுடுகிறது. இங்கே வந்து எனக்கு அருள் செய்வாய்!

திருநாவுக்கரசரின் பாடலொன்றிலும், பிறைநிலவு வருகிறது, அதைக் கண்டு நாகம் அஞ்சுகிறது. ஏன்?

சிவபெருமானின் சடாமுடியில் நாகம் இருக்கிறது. அதே சடாமுடியில் கங்கையும் இருக்கிறாள்.

இந்த நாகத்தைப்பார்த்துக் கங்கை அஞ்சுகிறாள், அதேநேரம் கங்கையைப் பார்த்து நாகமும் அஞ்சுகிறது.

காரணம், கங்கை மயில்போன்ற அழகுடன் இருக்கிறாள். மயில் நாகத்துக்கு விரோதியாயிற்றே. அதனால், நாகம் அஞ்சுகிறது.

சிவபெருமானின் மார்பிலும் ஒரு நாகம் இருக்கிறது. அது மேலே நிமிர்ந்துபார்த்தால், மேகமும், அதில் மின்னலும் தெரிகிறது, இதைப் பார்த்து அந்த நாகம் அஞ்சுகிறது.

உண்மையில் அந்த நாகம் பார்த்தது மேகம், மின்னலை அல்ல. சிவபெருமான் அணிந்திருந்த யானைத்தோல், நாகத்துக்கு மேகம்போல் தெரிகிறது, அவரது சடாமுடியில் இருக்கும் பிறைநிலவு மின்னல்போல் தெரிகிறது.

இந்தக் காட்சிகளின்மூலம் திருஆரூரனார் அழகைப் பாடி வணங்குகிறார் திருநாவுக்கரசர்:

'நாகத்தை நங்கை அஞ்ச, நங்கையை மஞ்ஞைஎன்று
வேகத்தைத் தவிர நாகம், வேழத்தின் உரிவைபோர்த்து
பாதத்தில் நிமிர்தல் செய்யாத் திங்களை மின்என்றுஅஞ்சி
ஆகத்தில் கிடந்த நாகம் அடங்கும் ஆரூரனார்க்கே.'

திருவாரூர் சிவபெருமானை மாணிக்கவாசகர் பாடும்போது, 'ஆரூர் எம் பிச்சைத்தேவா' என்கிறார். காரணம், சிவபெருமான் எடுத்த திருக்கோலங்களில் ஒன்று, தாருகாவனத்தில் பிச்சை பெறும் தோற்றம்.

இதனைச் சிதம்பரச்செய்யுட்கோவையில் குமரகுருபரர் குறிப்பிட்டு, 'சிவபெருமான் பிச்சை பெறுவது பொருந்துமா?' என்கிறார், 'அவருடைய மனைவி முப்பத்திரண்டு அறங்களைச் செய்கிறாளே, அப்படியிருக்க, சிவபெருமான் பிறரிடம் பிச்சை பெறுவதுபோல் தோற்றமளிப்பது ஏனோ!' என்று வியக்கிறார்:

'வணங்கு சிறுமருங்குல் பேர்அமர்க்கண் மாதர்
அணங்கு புரிவது அறமால், பிணங்கி
நிணம்காலும் முத்தலைவேல் நீள்சடை எம் கோமாற்கு
இணங்காதுபோலும் இரவு.'

வளைந்த சிறிய இடை, பெரிய கண்களை உடைய உமையம்மை முப்பத்திரண்டு அறங்களைச் செய்கிறார். அப்படியானால், பகைவர்களின் மாமிசம் சிந்துகிற மூன்று உச்சிகளைக் கொண்ட

சூலப்படையை உடையவன், நீள்சடை கொண்ட எங்கள் தலைவன் சிவபெருமான் மற்றவர்களிடம் சென்று இரப்பது பொருந்துமா!

உண்மையில், உமையம்மை இந்த முப்பத்திரண்டு அறங்களையும் செய்யக் காரணமாக அமைந்தவரே சிவபெருமான்தான். காஞ்சிபுரத்தில் அன்னை ஐயனை நினைத்துத் தவம் செய்தபோது, அவருக்குக் காட்சி தந்த சிவபெருமான் இரண்டு நாழி நெல் கொடுத்து, அதைக் கொண்டு இந்த அறங்களைச் செய்யுமாறு அவருக்கு அருளினார்.

அந்த முப்பத்திரண்டு அறங்கள் எவை?

அறப்பளீசுரசதகத்தில் அம்பலவாணக்கவிராயர் அவற்றைக் குறிப்பிடுகிறார்:

> ‘பெறும்இல், பெறுவித்தலொடு, காதோலை, நாள்தொறும்
> பிள்ளைகள் அருந்திடும் பால்,
> பேசுஅரிய சத்திரம், மடம், ஆவுரிஞ்சு கல்,
> பெண்போகம், நாவிதன், வணான்,
> மறைமொழி கணாடி, தண்ணீர், தலைக்கு எண்ணெய், பசு
> வாயின்உறை, பிணம் அடக்கல்,
> வாவி, இறும்உயிர் மீட்டல், தின்பொருள், அடைக்காய்
> வழங்கல், சுண்ணாம்பு உதவுதல்,
> சிறைஉறுபவர்க்கு அமுது, வேறுஇலம் காத்தல், பொழில்
> செய்தல், முன்நூலின் மணம்,
> திகழ்விலங்கு ஊண், பிச்சை, அறுசமயருக்கு உண்டி,
> தேவர் ஆலயம், அவுடதம்,
> அறைதல் கற்போர்க்கு அன்னம், நால் எட்டு அறங்களும் முன்
> அன்னை செயல்; அருமை மதவேள்
> அனுதினமும் மனதில் நினைதரு சதுரகிரிவளர்
> அறப்பளீசுரதேவனே.’

எங்கள் அரிய தலைவனே, ஒவ்வொருநாளும் நாங்கள் மனத்தில் நினைக்கின்ற, சதுரகிரியில் எழுந்தருளியிருக்கும் அறப்பளீசுரதேவனே,

உமையம்மையார் செய்த முப்பத்திரண்டு அறங்கள் இவை: குழந்தை பிறக்கும் நிலையில் உள்ளவர்களுக்கு வீடு கொடுத்து உதவுதல், அவர்களுக்குத் தேவைப்படும் பிற உதவிகளைச் செய்தல், காதணி அளித்தல், தினமும் குழந்தைகள் அருந்துவதற்கான பாலை வழங்குதல், சிறப்புடன் சத்திரங்களைக் கட்டுதல், மடங்களை அமைத்தல், பசுக்களின் தினவைத் தீர்க்கும் கற்களை நடுதல், பெண்கள்நலம் பேணுதல், நாவிதர்களுக்கு உதவுதல், துணிதுவைக்கும் வண்ணானுக்கு உதவுதல், வேதங்கள் சொன்ன முறைப்படி கண்ணாடியைத் தானமாக வழங்குதல், தண்ணீர் தாகத்தைத் தணித்தல், தலைக்கு எண்ணெய் கொடுத்தல், பசுக்களுக்குத் தீனி போடுதல், ஆதரவற்றோர் பிணங்களை அடக்கம் செய்தல், குளங்களை வெட்டுதல், உயிர்ஆபத்தில் உள்ளவர்களைக் காத்தல், தின்பண்டங்களை வழங்குதல், வெற்றிலை,பாக்கு வழங்குதல், சுண்ணாம்பு வழங்குதல், சிறையில் அகப்பட்டவர்களுக்கு உணவளித்தல், பிறருடைய துயரத்தைப் போக்குதல், சோலைகள் அமைத்தல், நூல்கள் சொன்ன முறைப்படி திருமணம் செய்துவைத்தல், விலங்குகளுக்கு உணவளித்தல், பிச்சை பெறுபவர்களுக்கு உணவளித்தல், அறுவகைச் சமயத்தவருக்கும் உணவளித்தல், திருக்கோயில் கட்டுதல், மருந்து கொடுத்தல், மாணவர்களுக்கு உணவளித்தல்!

இத்தனை அறங்களையும் செய்ய அன்னையால் இயலும், இவற்றில் சிலவற்றையாவது நாம் செய்ய அந்த ஐயன் அருள்செய்தால், நம்மாலும் இயலும்!

இறைவன் அருளால் நாம் தருவது ஒருபக்கமிருக்க, அந்த இறைவனைக் கண்டவுடன் பரவசத்தில் தானாகச் செல்வது நிறைய: மனத்திலிருந்து அகங்காரமும் அறியாமையும் ஓடும், தீவினைகள் விலகும்.

‘அதெல்லாம் பரவாயில்லை, அந்த தேவனைக் கண்டால் கைவளையல்கள் விலகிவிடுகின்றனவே’ என்கிறாள் ஒரு பெண். ‘காரணம், அவனைப் பார்த்தவுடன் ஏக்கத்தில் என் உடல் மெலிந்துவிடுகிறது, அதனால் வளையல்கள் கழன்றுவிடுகின்றன.’

பெரியாழ்வாரின் பாசுரம் இது. பசுக்களை மேய்த்துவிட்டுத் திரும்பிவரும் கண்ணனைக் கண்டு ஆய்ப்பாடிப் பெண்கள் பேசுகிறார்கள்:

> 'வல்லி நுண்இதழ்அன்ன ஆடைகொண்டு வசைஅறத் திருஅரை விரித்துஎடுத்து
> பல்லிநுண்பற்றாக உடைவாள் சாத்திப் பணைக்கச்சுஉந்திப் பலதழைநடுவே
> முல்லை நல் நறுமலர் வேங்கைமலர் அணிந்து பல்ஆயர் குழாம்நடுவே
> எல்லியம்போதாகப் பிள்ளைவரும், எதிர்நின்று அங்கு இனவளை இழவன்மினே.'

கற்பகக்கொடியின் நுட்பமான இதழ்போன்ற ஆடையைத் திருஇடுப்பில் கச்சிதமாக அணிந்துகொண்டு, ஒரு பல்லி சுவரை நுட்பமாகப் பற்றிக்கொண்டு நிற்பதுபோல் உடைவாள் சாத்தி, பெரிய கச்சுப்பட்டையை அணிந்து, நல்ல, நறுமணமுள்ள முல்லை, வேங்கை மலர்களைச் சூடி, ஆயர்குலத்தவர் மத்தியில், மயில்தோகைகளின் நடுவே, மாலை நேரத்தில் கண்ணன் வருவான், அவன் எதிரில் நின்றால், ஏக்கத்தில் உடல் மெலிந்து, வளையல்கள் காணாமல் போகும், இதுவே எங்களுடைய தினசரி வழிபாடு!

62

பாரதியார் நந்தலாலாவை எங்கும் கண்டார்:

> ‘காக்கைச்சிறகினிலே, நந்தலாலா, நின்றன்
> கரியநிறம் தோன்றுதையே,
> பார்க்கும் மரங்களெல்லாம், நந்தலாலா, நின்றன்
> பச்சைநிறம் தோன்றுதையே.’

கரியநிறமும் நந்தலாலா, பச்சைநிறமும் நந்தலாலா என்றால் எப்படி?

பக்தியில் அதுபோன்ற கேள்விகளுக்கு இடமில்லை, பார்ப்பவை எல்லாம் நந்தலாலாவாகப் பாரதிக்குத் தெரிந்திருக்கின்றன. நிறம், வடிவம், உருவம் போன்ற மாறுபாடுகளெல்லாம் அவர் மனத்தில் தோன்றியிருக்காது.

நக்கீரதேவநாயனார் சிவபெருமானை மேகத்தில் கண்டார், நிமிர்ந்துபார்த்தால் கண்ணில் தெரிகிற எல்லாமே சிவபெருமானாக அவருக்குத் தோன்றியது.

இப்படி மேகத்தைச் சிவபெருமானுடன் ஒப்பிட்டு அவர் எழுதிய எட்டுப் பாடல்கள், ‘கார் எட்டு’ என்ற பெயரில்

தொகுக்கப்பட்டுள்ளன. அவற்றை வாசித்தபிறகு, எப்போது மழைமேகத்தைப் பார்த்தாலும் அதில் மகேஸ்வரனைக் காண்போம்!

முதலில், அவர் மின்னல்களைப் பார்க்கிறார், இடியொலியைக் கேட்கிறார். அவற்றை வர்ணித்துப் பாடுகிறார்:

'அரவம் அரைக்குஅசைத்த அண்ணல் சடைபோல்
விரவி எழுந்துஎங்கும் மின்னி, அரவுஇனங்கள்
அச்சம்கொண்டு ஓடி அணைய, அடைவுஉற்றே
கைச்சங்கம்போல் முழங்கும் கார்.'

இடுப்பில் பாம்பைக் கட்டிக்கொண்ட சிவபெருமானின் சடையைப்போல மின்னல்கள் எங்கும் பரவுகின்றன, இடியோசை கேட்க, பாம்புகள் அனைத்தும் பயந்துகொண்டு அங்குமிங்கும் ஓடி ஒளிகின்றன. அந்த இடியோசை, சிவபெருமானின் கையில் இருக்கும் சங்கத்தைப்போல் கேட்கிறது!

முதலில் சங்கத்தின் ஒலிபோல் கேட்ட இடியோசை, இப்போது சிவபெருமானின் காலில் இருக்கும் வீரக்கழலின் ஒலிபோல் கேட்கிறது:

'மைஆர் மணிமிடறுபோல் கருகி, மற்றுஅவன்தன்
கைஆர் சிலை விலகிக் காட்டிற்றே, ஐவாய்
அழல்அரவம் பூண்டான் அவிர்சடைபோல் மின்னிக்
கழல்அரவம் காண்புற்ற கார்.'

மேகத்தின் கருமைநிறம், சிவபெருமானின் கருத்த கழுத்தைப்போல் தெரிகிறது, பிறகு, அவன் கையில் இருக்கும் வில் விலகுவதுபோல் மேகமும் விலகுகிறது, ஐந்துவாய் கொண்ட தீயைப்போல நஞ்சுகொண்ட பாம்பை அணிந்திருக்கிறான் அந்தப் பரமசிவன், அவனுடைய ஒளிநிறைந்த சடையைப்போல் மின்னல் மின்ன, அவனுடைய கழலைப்போல் இடியொலி கேட்கிறது.

விண்ணில் மின்னல் மின்னுவதையும் இடி இடிப்பதையும்

சிவபெருமானின் திருநடனமாகவே காணச்சொல்லும் பாடல்கள் இவை!

அடுத்த பாடல், மேகத்தின் பல்வேறு நிலைகளைக் காண்பித்து, அவற்றைச் சிவபெருமானின் அம்சங்களாகப் பேசுகிறது:

'ஆல்அமர் கண்டத்து அரன்தன் மணிமிடறும்
கோலக் குழற்சடையும் கொல்ஏறும் போல்வ
இருண்டுஒன்று மின்தோன்றி, அம்பொன்று அவ்வானம்
கருண்டுஒன்று கூடுதலின் கார்.'

கழுத்தில் ஆலகாலவிஷம் அமர்ந்திருக்கும் திருநீலகண்டன் சிவபெருமான், அவனுடைய கழுத்தைப்போல மேகம் இருண்டிருக்கிறது, பிறகு, அவனுடைய அழகிய, சுருண்ட சடையைப்போல, அது (மின்னலால்) மின்னுகிறது, நிறைவாக, அவனுடைய கொல்லும்தன்மைகொண்ட காளையைப்போல் அது விண்ணில் தோன்றுகிறது.

உயரமாக வளர்ந்த மூங்கில்களின்மீது மேகம் நகர்கிறது, அதைப் பார்க்கும்போது, 'மேகத்துக்கு அந்த மூங்கில்கள் தோள் கொடுக்கின்றன' என்கிறார் நக்கீரதேவநாயனார், 'பின்னே? சிவபெருமானின் செஞ்சடைபோல் அந்த மேகம் செவ்வானத்தில் மின்னிச் சுழல்கிறதே, அதைப் பார்க்கும் மூங்கில்கள் மகிழ்ந்து அதை எட்டித் தொடாதா!'

'இருள்கொண்ட கண்டத்துஇறைவன்தன் சென்னிக்
குருள்கொண்ட செஞ்சடைபோல் மின்னிச் சுருள்கொண்டு
பாம்புஇனங்கள் அஞ்சிப் படம்ஒடுங்க ஆர்த்ததே
காம்புஇனங்கள் தோள்ஈயக் கார்.'

கழுத்தில் இருளைக்கொண்ட இறைவன் சிவபெருமான், அவனுடைய தலையில் சுருளும் செஞ்சடையைப்போல, இந்த மேகம் மின்னுகிறது, இடியொலி கேட்கிறது, அதனால், பாம்புகள் தாங்கள் எடுத்த படத்தை ஒடுக்கிக்கொள்கின்றன, அதைப் பார்த்த மேகம் இன்னும் சத்தமாகக் கர்ஜிக்கிறது, மூங்கில்கள் அதற்குத் தோள்தந்து மகிழ்கின்றன!

பாம்புகள் மேகத்திடம் தோற்கும் இந்தக் காட்சியை, அடுத்த பாடலில் இன்னும் விரிவாகப் பேசிச் சிவபெருமானைப் போற்றுகிறார் நக்கீரதேவநாயனார்:

'கோடுஅரவம் கோடல் அரும்ப, குருமணிகான்(று)
ஆடுஅரவம் எல்லாம் அளைஅடைய, நீடுஅரவப்
பொற்புஅகலம் பூண்டான் புரிசடைபோல் மின்னிற்றே
கற்புஅகலம் காண்புற்ற கார்.'

வளைந்த பாம்புகளைப்போலக் காந்தள் மலர்கள் பூத்திருக்கின்றன. பக்கத்தில் நிஜமாகவே பாம்புகள் வளைந்து, படமெடுத்து ஆடுகின்றன, அவை தங்களுடைய சிறந்த மணியை அருகே கக்கிவிட்டுப் படமெடுத்திருக்கின்றன.

அப்போது, பொன்போன்ற மார்பைக் கொண்ட சிவபெருமானின் புரிசடையைப்போல வானில் மின்னல் மின்னுகிறது, அதைப் பார்த்து அந்தப் பாம்புகள் பயந்துபோய்த் தங்கள் அளைக்குள் ஒளிந்துகொள்கின்றன.

அந்த மேகம், காதலனைப் பிரிந்த பெண்கள் அவன் திரும்பி வரும்வரை தங்கள் கற்புநெறியைக் காத்திருப்பதைக் கண்ட மேகம், ஆகவே, அது தூயவனான சிவபெருமானின் சடைபோன்ற உருவத்தைப் பெற்று மின்னுகிறது!

'பாரும் பனிவிசும்பும் பாசுபதன் பல்சடையும்
ஆரும் இருள்கீண்டு மின்விலகி ஊரும்
அரவம் செலஅஞ்சும் அம்சொலார் காண்பார்
கரவிந்தம் என்பார் அக்கார்.'

இருள் எங்கும் நிறைந்திருக்கிறது, பூமி, குளிர்ச்சியான வானம், அவ்வளவு ஏன், சிவபெருமானின் பல சடைகளைக்கூட இருள் நிறைத்திருக்கிறது. அத்தகைய இருளைக் கிழித்துக்கொண்டு மின்னல் வெட்டுகிறது. ஊர்ந்துசெல்லும் பாம்புகள் அஞ்சும்படி மேகம் இடியொலியைச் செய்கிறது.

அழகாகப் பேசும் பெண்கள், அந்த மேகத்தைக் 'கரவிந்தம்',

அதாவது, சிவபெருமானின் கையாகிய தாமரை என்று வர்ணிப்பார்கள்!

ஆனால், அந்தப் பெண்களைப்பற்றி ஊரில் உள்ள மற்றவர்கள் சிறப்பாகப் பேசுவதில்லை. அவர்கள் தங்கள் காதலனைப் பிரிந்து வருந்தியிருப்பதைக்கூடப் பொருட்படுத்தாமல் பலவிதமாகக் குற்றம் சொல்கிறார்கள்.

அப்போது, அந்தப் பெண்கள் வருத்தத்துடன் நிமிர்ந்து பார்க்கிறார்கள், அங்கே மேகம் தெரிகிறது. தழல்வண்ணனான சிவபெருமானின் செஞ்சடைபோல் அது மின்னுகிறது, அந்தப் பெண்கள்மீது வீசப்படும் பழிச்சொற்கள்போல் மேலே எழுந்து நிற்கிறது, வருத்தத்தில் உள்ள அவர்கள்மீது அன்புகாட்டுகிறது:

'செழுந்தழல்வண்ணன் செஞ்சடைபோல் மின்னி
அழுந்தி அலர்போல் உயர, எழுந்துஎங்கும்
ஆவிசோர் நெஞ்சினரை அன்புஅளக்க உற்றதே
காவிசேர் கண்ணாய் அக்கார்.'

மேகத்தால் மழை பொழிய, மலர்கள் மலர்கின்றன. காந்தளும் கொன்றையும் முல்லையும் பூத்துநிற்க, இந்த அண்டத்தைப்போலவும், சிவபெருமானின் கழுத்தைப்போலவும் கருத்த மேகம் அவற்றைச் செழிக்கச்செய்கிறது:

'காந்தள்மலரக் கமழ்கொன்றை பொன்சொரியப்
பூந்தளவம் ஆரப் புகுந்தின்றே, ஏந்தொளிசேர்
அண்டம்போல் மீதுஇருண்ட ஆதியான் ஆய்மணிசேர்
கண்டம்போல் மீதுஇருண்ட கார்.'

கருத்த மேகமும், மின்னலும், இடியொலியும், அதனால் உலகில் தோன்றும் மலர்களும், குளிர்ச்சியும், மகிழ்ச்சியும், கார்காலத்தில் வரப்போகும் தலைவனுக்காகக் காத்திருக்கும் பெண்களின் ஏக்கமும்... எல்லாமே சிவபெருமானின் படைப்புகள்தாம், எல்லாமே சிவபெருமான்தாம் என்பது பக்தர்களின் உளக்காட்சி!

நக்கீரதேவநாயனாரின் இன்னொரு முக்கியமான நூல்,

திருக்கலிவெண்பா. இதில் சிவபெருமானின் அருட்செயல்களை ஒவ்வொன்றாகச் சொல்லி அவரைப் பலவிதமாக மகிழ்ந்து போற்றியுள்ளார்:

'திருத்தங்கு மார்பில் திருமால் வரைபோல்
எருத்தத்து இலங்கிய வெண்கோட்டுப் பருத்த
குறுத்தாள் நெடுமூக்கில் குன்றிக் கண் நீல
நிறத்தால் பொலிந்து நிலம் ஏழ்உறத் தாழ்ந்து
பன்றித் திருஉருவாய்க் காணாத பாதங்கள்
நின்றவா நின்ற நிலைபோற்றி, அன்றியும்
புண்டரிகத்துள்இருந்த புத்தேள் கழுகுஉருவாய்
அண்டர்அண்டம் ஊடுருவ ஆங்குஓடிப் பண்டுஒருநாள்
காணான் இழியக் கனக முடிகவித்துக்
கோணாது நின்ற குறிபோற்றி!'

திருமகள் வசிக்கும் மார்பைக் கொண்டவர் திருமால், அவர் மலைபோன்ற பெரிய பிடரி, வெள்ளைக் கொம்பு, பருத்த, குறுகிய கால்கள், குறுகிய மூக்கு, நீலக்கண் என்று பன்றி உருவம் எடுத்தார், நிலத்தைத் தோண்டிச் சென்றார், அப்போதும் அவரால் உன் திருவடிகளைக் காண இயலவில்லை. அத்தகைய உன் புனிதநிலையைப் போற்றுகிறேன்!

தாமரையில் இருந்த பிரம்மன் கழுகு உருவம் எடுத்து எல்லா அண்டங்களையும் ஊடுருவிச்சென்றார். அப்போதும், அவரால் உன் திருமுடியைக் காண இயலவில்லை. அவ்வாறு அவர்முன்னே நீண்ட உருவம் எடுத்துநின்ற பெருமானே, உன்னை வணங்குகிறேன்!

'வெற்பன் மடப்பாவை கொங்கைமேல் குங்குமத்தின்
கற்புஅழியும்வண்ணம் கசிவிப்பான் பொற்புடைய
வாமன்மகனாய் மலர்க்கணைஒன்று ஓட்டிய அக்
காமன் அழகுஅழித்த கண்போற்றி.'

மலையரசனின் மகளான பார்வதியின் திருமார்பில் பூசப்பட்டுள்ள குங்குமத்தின்மீது உனக்கு நேசம் வரவைப்பதற்காக,

வாமனாவதாரம் எடுத்த திருமாலின் மகன் மன்மதன் மலர்க்கணை ஒன்றை எய்தான், அவனுடைய உருவத்தை நீ அழித்தாய், அந்த நெற்றிக்கண்ணை வணங்குகிறேன்!

‘...நடுங்கத்
திருமால்முதலாய தேவ,அசுரர்கள்
கருமால் கடல்நாகம்பற்றிக் குருமாற
நீலம்உண்ட நீள்முகில்போல் நெஞ்சுஅழல வந்துஎழுந்த
ஆலம்உண்ட கண்டம், அதுபோற்றி.’

திருமால்முதலான தேவர்களும், இன்னொருபக்கம் அசுரர்களும் நடுங்கும்படி விஷம் பொங்கியெழுந்தது. அப்போது, நீலநிறம்கொண்ட மேகத்தைப்போல, எல்லாருடைய நெஞ்சும் பதைக்குமாறு வந்த அந்த விஷத்தை நீ உண்டாய், உன்னுடைய அந்தத் திருக்கழுத்தை வணங்குகிறேன்!

‘...தடுத்து
வரைஎடுத்த வாள்அரக்கன் வாய்ஆறு உதிரம்
நிறையெடுத்து நெக்கு உடலம் இற்றுப் புரைஎடுத்த
பத்துஅனைய பொன்முடியும் தோள் இருபதும் நெரிய
மெத்தெனவே வைத்த விரல்போற்றி.’

நீ வீற்றிருக்கும் திருமலையை எடுக்க முயன்றான் ராவணன். ஆனால், மெத்தென்று நீ ஒரு விரலை வைத்து அவனை அழுத்த, அவனுடைய வாயில் ரத்தம் ஆறுபோல் ஓடியது, உடல் நொறுங்கியது, பத்துத் தலைகளின்மீது இருந்த பொன்முடிகளும் இருபது தோள்களும் நெரிந்துபோக அவன் விழுந்தான். அவனை அந்த நிலைக்கு ஆளாக்கிய உன் விரலை வணங்குகிறேன்!

‘...நிற்க
வலம் தருமால், நான்முகனும் வானவரும் கூடி
அலம்தரு மால்கொள்ள அடர்க்கும் சலந்திரனைச்
சக்கரத்தால் ஈர்ந்த அரி தன் தாமரைக்கண் சாத்துதலும்
மிக்கஅஃது ஈந்த விறல்போற்றி.’

திருமாலும் பிரம்மனும் மற்ற தேவர்களும் வருந்தும்படி

அவர்களுக்குத் துன்பத்தையும் மயக்கத்தையும் தந்தான் சலந்திரன். அவனைத் தன்னுடைய சக்கரத்தால் அழித்தார் திருமால். அத்தகைய திருமால், தன்னுடைய தாமரைபோன்ற கண்ணைத் தோண்டி எடுத்து உன் பாதங்களில் சமர்ப்பித்து வணங்கினார், அப்படிப்பட்ட உன்னுடைய வெற்றியை வணங்குகிறேன்!

'...தொடுத்துஅமைத்த
நாள்மாலை கொண்டுஅணிந்த நால்வர்க்கு அன்று ஆல்நிழற்கீழ்
வாள்மாலை ஆகும் வகைஅருளி, தோள்மாலை
விட்டுஇலங்கத் தக்கிணமே நோக்கி வியந்த குணம்
எட்டுஇலங்கவைத்த இறைபோற்றி.'

அன்று மலர்ந்த பூக்களைத் தொடுத்துக் கட்டிய மாலையை அணிந்த நான்கு முனிவர்களுக்கு, அன்று கல்லால நிழலின்கீழ் உபதேசம் செய்து ஞானத்தைக் காட்டினாய், அவர்களுடைய தோள்மாலை ஒளிவீசுமாறு செய்தாய், சிறந்த எண்குணங்களும் அவர்களுக்குக் கிடைக்கச்செய்தாய், அத்தகைய இறைவனான உன்னை வணங்குகிறேன்!

'...மண்ணின்மேல்
காளத்தி போற்றி, கயிலைமலை போற்றி என
நீளத்தினால் நினைந்து நிற்பார்கள், தாளத்தோடு
எத்திசையும் பல்முரசும் ஆர்த்து இமையோர்கள் போற்றி இசைப்ப
அத்தன்அடி சேர்வார்கள் ஆங்கு.'

இந்த உலகில், 'திருக்காளத்தி போற்றி, கயிலைமலை போற்றி' என்று பலநாளாக எண்ணுபவர்கள் எல்லாரும் அத்தனாகிய உன் திருவடிகளைச் சேர்வார்கள், அப்போது, எல்லாத் திசைகளிலும் தாளத்தோடு பலவிதமான முரசங்கள் முழங்க, தேவர்கள் அவர்களைப் போற்றிப்பாடுவார்கள்!

63

இறைவனைப் பாராட்ட ஆயிரக்கணக்கான சொற்கள் இருக்கின்றன. அதேசமயம், சொல்லே இல்லாத நிலையும் அந்த இறைவனை எண்ணும்போதுதான் உண்டாகிறது.

இது நம்மைப்போன்ற பாமரர்களுக்கு மட்டுமல்ல, பெரும் புலவர்களுக்கும் ஏற்படக்கூடிய தடுமாற்றம். அவர்களிடம் கவித்துவமான சொற்கள் நிரம்பி வழிந்தாலும், அவற்றைப் பயன்படுத்தத் தொடங்கும்போது, ‘இந்தப் பெருமானை என்னசொல்லிப் போற்றுவேன்’ என்கிற குழப்பம் வரும். எந்தச் சொல்லைத் தேர்ந்தெடுத்துச் சொன்னாலும், ‘இதில் இறைவனின் எல்லாப் பண்புகளும் இடம்பெறவில்லையே, இதைவிடச் சிறந்த சொல், இன்னும் நல்ல பெயர் ஒன்று கிடைக்குமா?’ என்றுதான் தோன்றும், அந்தச் சொல்லைக் கண்டறிந்தவுடன், அதுவும் இறைவன் சிறப்பைச் சொல்லப் போதாது என்கிற எண்ணம் ஏற்படும்.

காரணம், இறைவனின் பண்புகள் சொல்லுக்குள் நிற்பவை அல்ல, அது உணர்வுமூலம் அறியவேண்டியது. அதனை எல்லாருக்கும் எடுத்துச்சொல்வது இயலாது, ஆகவே, சொற்களைக்கொண்டு பேசித் திருப்தியடையவேண்டியிருக்கிறது.

'திருவாய்மொழி'யில் நம்மாழ்வார் திருமாலை எப்படிச் சொல்வது என்று புரியாமல் குழம்புவதுபோல் பல பாடல்களை எழுதியுள்ளார், அவற்றைத் தொகுத்துப் பார்க்கும்போது, பெருமானின் பெருமைகள் பலவும் நமக்குத் தெளிவாகிவிடுகின்றன, ஆனால், ஆழ்வாருக்குதான் திருப்தியில்லை, 'இன்னும் சொல்லவேண்டுமே' என்று எண்ணுகிறார், அவன்புகழைப் பாடிக்கொண்டேஇருக்கவேண்டும் என்று நினைக்கிறார்.

'புகழும் நல்ஒருவன்என்கோ!
பொருஇல்சீர்ப் பூமிஎன்கோ!
திகழும் தண்பரவைஎன்கோ!
தீஎன்கோ! வாயுஎன்கோ!
நிகழும் ஆகாசம்என்கோ!
நீள்சுடர் இரண்டும்என்கோ!
இகழ்வுஇல் இவ்அனைத்தும்என்கோ!
கண்ணனைக் கூவுமாறே.'

நான் கண்ணனை எப்படி அழைப்பது?

அனைத்து வேதங்களும் மற்ற புனிதநூல்களும் புகழுகின்ற நல்லவனான ஒருவன், தனித்துவமானவன் என்பேனா? ஒப்பற்ற சிறப்பைக்கொண்ட பூமி என்பேனா? சிறந்துவிளங்கும் குளிர்ச்சியான கடல் என்பேனா? தீ என்பேனா? காற்று என்பேனா? ஆகாயம் என்பேனா? மிகுந்த ஒளியைக் கொண்ட இரண்டு சுடர்கள்(சூரியன், சந்திரன்) என்பேனா?

இப்படியெல்லாம் தனித்தனியே சொல்லிப் பயன் இல்லை, இவை அனைத்தும் அவனே என்று சொல்வேனா?

'கூவுமாறு அறியமாட்டேன்,
குன்றங்கள் அனைத்தும்என்கோ!
மேவுசீர் மாரிஎன்கோ!
விளங்கு தாரகைகள்என்கோ!
நாஇயல் கலைகள்என்கோ!

ஞானநல்ஆவிஎன்கோ!
பாவுசீர்க் கண்ணன், எம்மான்,
பங்கயக் கண்ணனையே.'

பரந்துதிகழும் புகழுடைய கண்ணனை, எங்கள் தலைவனை, தாமரைபோன்ற கண்களைக் கொண்டவனை எப்படி அழைப்பது?

மலைகள் அனைத்தும் அவனே என்பேனா? சிறப்புநிறைந்த மழை என்பேனா? வானில் சிறப்பாக மின்னும் நட்சத்திரங்கள் என்பேனா?

வெளிப்படையாகத் தெரியும் பொருள்கள் மட்டும்தான் கண்ணனா? நாவினால் நிகழ்த்தப்படுகிற அறுபத்துநான்கு கலைகளும் அவனே என்பேனா? ஞானத்துக்குக் காரணமான ஒலி என்பேனா?

'பங்கயக்கண்ணன்என்கோ!
பவளச்செவ்வாயன்என்கோ!
அம்கதிர் அடியன்என்கோ!
அஞ்சனவண்ணன்என்கோ!
செம்கதிர்முடியன்என்கோ!
திரு,மறுமார்பன்என்கோ!
சங்கு,சக்கரத்தன்என்கோ!
சாதிமாணிக்கத்தையே.'

உயர்ந்த மாணிக்கமான என் கண்ணனை எப்படி அழைப்பது?

தாமரைபோன்ற கண்களைக்கொண்டவன் என்பேனா? பவளம்போன்ற சிவந்த வாயைக்கொண்டவன் என்பேனா? அழகிய, ஒளிநிறைந்த திருவடிகளைக்கொண்டவன் என்பேனா? மைபோன்ற நிறமுடையவன் என்பேனா? சிவந்த ஒளிநிறைந்த திருமுடியைக்கொண்டவன் என்பேனா? திருமகளும் மறுவும் பொருந்திய மார்பைக்கொண்டவன் என்பேனா? திருக்கரங்களில் சங்கு,சக்கரத்தை ஏந்தியவன் என்பேனா?

'சாதிமாணிக்கம்என்கோ!
சவிகொள் பொன்முத்தம்என்கோ!
சாதிநல் வயிரம்என்கோ!
தவிவுஇல்சீர் விளக்கம்என்கோ!
ஆதிஅம்சோதிஎன்கோ!
ஆதிஅம்புருடன்என்கோ!
ஆதும்இல்காலத்து எந்தை
அச்சுதன், அமலனையே.'

என் வாழ்வில் எனக்குத் துணையென்று எவரும் இல்லாதபோது, என் தந்தைபோல் வந்து அருள்செய்தவன், அச்சுதன், குற்றமற்றவன், அவனை நான் எப்படி அழைப்பேன்?

சிறந்த மாணிக்கம் என்பேனா? ஒளிநிறைந்த தங்கம், முத்து என்பேனா? உயர்ந்த வைரம் என்பேனா? என்றைக்கும் மங்காத விளக்கு என்பேனா? உலகம் தோன்றக் காரணமான அழகிய ஒளி என்பேனா? அனைத்துக்கும் முதலாவதாகத் திகழும் அழகிய, தனித்துவமானவன் என்பேனா?

'அச்சுதன், அமலன்என்கோ!
அடியவர் வினைகெடுக்கும்
நச்சுமாமருந்தம்என்கோ!
நலம்கடல்அமுதம்என்கோ!
அச்சுவைக்கட்டிஎன்கோ!
அறுசுவைஅடிசில்என்கோ!
நெய்ச்சுவைத்தேறல்என்கோ!
கனிஎன்கோ! பால்என்கேனோ!'

எம்பெருமானை நான் அச்சுதன், அமலன் என்று அழைப்பேனா? அடியவர்களுடைய வினைகளைக் கெடுக்கும் உயர்ந்த மருந்து என்பேனா? நன்மைக்கடலான அமுதம் என்பேனா? அமுதச்சுவை நிறைந்த கட்டி என்பேனா? அறுசுவை விருந்து என்பேனா? சுவைமிகுந்த தேன் என்பேனா? கனி என்பேனா? பால் என்பேனா?

'பால்என்கோ! நான்குவேதப்
பயன்என்கோ! சமயநீதி
நூல்என்கோ! நுடங்குகேள்வி
இசைஎன்கோ! இவற்றுள்நல்ல
மேல்என்கோ! வினையின்மிக்க
பயன்என்கோ! கண்ணன்என்கோ!
மால்என்கோ! மாயன்என்கோ!
வானவர் ஆதியையே.'

தேவர்கள் வாழ்வுக்குக் காரணமாகத் திகழும் இறைவனைப் பால் என்பேனா? நான்கு வேதங்களின் பயன் என்பேனா? சமயநீதிகளைச் சொல்லும் நூல்கள் என்பேனா? கேட்டதும் மயங்கச்செய்கிற இசை என்பேனா? இவை அனைத்துக்கும் மேலான இன்னொன்று என்பேனா?

சிறிதளவு வணங்கினாலும் நிறைய நன்மை தரும் பயன் என்பேனா? கண்ணன் என்பேனா? திருமால் என்பேனா? மாயன் என்பேனா?

'வானவர் ஆதிஎன்கோ!
வானவர் தெய்வம்என்கோ!
வானவர் போகம்என்கோ!
வானவர் முற்றும்என்கோ!
ஊனம்இல் செல்வம்என்கோ!
ஊனம்இல் சுவர்க்கம்என்கோ!
ஊனம்இல் மொக்கம்என்கோ!
ஒளிமணிவண்ணனையே.'

ஒளிநிறைந்த மணிபோன்ற நிறம்கொண்ட பெருமானை, வானவர்கள் வாழக் காரணமானவன் என்பேனா? வானவர்களின் தெய்வம் என்பேனா? அவர்களுக்கு இன்பம் தருகிறவன் என்பேனா? அவர்களுக்கு எல்லாமே அவன்தான் என்பேனா?

குற்றமில்லாத செல்வம் என்பேனா? குற்றமில்லாத சுவர்க்கம்

என்பேனா? குற்றமில்லாத மோட்சம் என்பேனா?

‘ஒளிமணிவண்ணன்என்கோ!
ஒருவன்என்று ஏத்தநின்ற
நளிர்மதிச்சடையன்என்கோ!
நான்முகக்கடவுள்என்கோ!
அளிமகிழ்ந்து உலகம்எல்லாம்
படைத்து, அவைஏத்தநின்ற
களிமலர்த்துளவன், எம்மான்
கண்ணனை, மாயனையே.’

மகிழ்ச்சியுடன் உலகங்களைப் படைத்து, அதிலுள்ள உயிரினங்கள் எல்லாம் தன்னை வாழ்த்தும்படி நின்றவன், தேன்ததும்பும் பூவைக்கொண்ட துழாய்மாலை அணிந்தவன், எங்கள் தலைவன், கண்ணன், மாயனை எப்படி அழைப்பேன்?

ஒளிநிறைந்த மணிபோன்ற வண்ணம்கொண்டவன் என்பேனா? ஒப்பற்றவன் என்று அடியவர்கள் வணங்கும்படி நிற்கின்ற, சந்திரன் திகழும் குளிர்ந்தசடையைக்கொண்ட சிவன் என்பேனா? நான்குமுகங்களைக்கொண்ட பிரம்மன் என்பேனா?

‘கண்ணனை, மாயன்தன்னை,
கடல்கடைந்து அமுதம்கொண்ட
அண்ணலை, அச்சுதனை,
அனந்தனை, அனந்தன்தன்மேல்
நண்ணிநன்கு உறைகின்றானை,
ஞாலம் உண்டு,உமிழ்ந்த மாலை
எண்ணுமாறு அறியமாட்டேன்,
யாவையும், எவரும்தானே.’

கண்ணனை, மாயனை, கடலைக் கடைந்து அமுதம் தந்த அண்ணலை, அச்சுதனை, அளவற்ற நற்குணங்கள் நிறைந்தவனை, ஆதிசேஷன்மீது நன்கு எழுந்தருளியிருப்பவனை, இந்த உலகத்தை உண்டு, பிறகு உமிழ்ந்த திருமாலை நான் எப்படி எண்ணுவேன்? எதுவாக எண்ணுவேன்? எனக்குத் தெரியவில்லை. காரணம்,

அவனே எல்லாமாக இருக்கிறான், எல்லாருமாக இருக்கிறான்.

> 'யாவையும் எவரும்தானாய்
> அவர்அவர் சமயம்தோறும்
> தோய்வுஇலன், புலன்ஐந்துக்கும்
> சொலப்படான், உணர்வின்மூர்த்தி,
> ஆவிசேர் உயிரின்உள்ளால்
> ஆதும்ஓர் பற்றுஇலாத
> பாவனை அதனைக்கூடில்
> அவனையும் கூடலாமே.'

எல்லாமாகவும் எல்லாராகவும் இருக்கிறவன், அதேசமயம் அவற்றின் சுகதுக்கங்களில் அவன் தோய்வதில்லை, ஐந்து புலன்களால் அவனை அறிய இயலாது, ஞானஉருவமாக அவன் திகழ்கிறான்,

அப்படியானால் அவனை எப்படி அறிவது?

உடலுக்குள் இருக்கும் ஆத்மா வளராது, குறையாது, உடல்சார்ந்த எந்த விஷயத்திலும் அதற்குப் பற்று ஏற்படாது, இதைப் புரிந்துகொண்டால், எல்லாவற்றிலும்கலந்து, அதேசமயம் எதிலும்தோயாமல்இருக்கிற எம்பெருமானையும் புரிந்துகொள்ளலாம்.

பெருமானின் இந்த நிலையை உணர்வது சாதாரணமில்லை, அதற்கு மிகுந்த பக்தியுணர்வும் சிந்தனை முதிர்ச்சியும் உள்ளத்தில் அன்பும் தேவை, இறைவனின் அருளும் தேவை, இவற்றில் எது இல்லாவிட்டாலும், பக்திவழியில் சென்றபிறகும் ஏங்கிக் காத்திருக்கவேண்டியதுதான். இதனைப் பெரியாழ்வார் அழகுறச் சொல்கிறார்:

> 'அக்கரைஎன்னும் அனத்தக்கடலுள்அழுந்தி உன் பேரருளால்
> இக்கரைஏறி இளைத்துஇருந்தேனை 'அஞ்சல்'என்று கைகவியாய்,
> சக்கரமும் தடக்கைகளும் கண்களும் பீதகஆடையொடும்
> செக்கர்நிறத்துச் சிவப்புஉடையாய், திருமாலிருஞ்சோலை எந்தாய்.'

சக்ராயுதம், பெரிய திருக்கைகள், திருக்கண்கள், பீதாம்பரம் என்கிற திருஆடை ஆகியவற்றோடு செவ்வானத்தின் நிறம்போலச் சிவந்து காணப்படுகிறவனே, திருமாலிருஞ்சோலையில் எழுந்தருளியிருக்கும் எங்கள் பெருமானே,

இத்தனை நாளாக நான் அக்கரையில் இருந்தேன், அதாவது, உலகவாழ்க்கை என்கிற கடலில் அகப்பட்டுக்கொண்டு சிரமப்பட்டேன், உன்னுடைய பேரருளால், அந்தக் கடலிலிருந்து தப்பி இக்கரையில் ஏறினேன், பக்திவழியில் திரும்பினேன்.

ஆனாலும், எனக்கு உன் திருவருள் தொடர்ந்து கிடைக்கவில்லை. இளைத்துத்தவிக்கிறேன். பெருமானே, ‘பயப்படாதே’ என்று எனக்குக் கைகாட்டிக் கருணைசெய்.

அதாவது, துன்பநிலையிலிருந்து பக்திநிலைக்கு வந்தபிறகும், இறைவன் கிடைக்கும்வரை காத்திருக்கவேண்டும். அந்த ஏக்கநிலையையும் பெரியாழ்வாரே சொல்கிறார்:

> ‘காலும்எழா, கண்ணநீரும் நில்லா, உடல்சோர்ந்து நடுங்கி, குரல்
> மேலும்எழா, மயிர்க்கூச்சும்அறா என தோள்களும் வீழ்வுஒழியா,
> மால்உகளாநிற்கும் என்மனனே, உன்னை வாழத் தலைப்பெய்திட்டேன்,
> சேல்உகளாநிற்கும் நீள்சுனைசூழ் திருமாலிருஞ்சோலை எந்தாய்!’

சேல்மீன்கள் துள்ளி விளையாடுகிற சுனைகளால் சூழப்பட்ட திருமாலிருஞ்சோலையில் எழுந்தருளியிருக்கும் பெருமானே,

என் வாழ்வு நீயே என்று உன்னிடம் சேர்ந்துவிட்டேன், இனி என் கால்கள் இங்கிருந்து எங்கேயும் செல்லாது, உன் கருணையை எண்ணிக் கண்ணில் ஆனந்தக் கண்ணீர் நிற்காமல் வழியும், உடல்சோர்ந்துபோகும், நடுங்கும், வாயைத் திறந்து பேச இயலாது, உடலெங்கும் மயிர்க்கூச்செறியும், என் தோள்கள் பூரித்துநிற்கும், அப்போது, என் மனம் உன்னுடைய கருணையை எண்ணி மயங்கும்.

இப்படிப் பலவிதமாகச் சிந்திக்கும் ஆழ்வார், நிறைவாக,

இறைவனை உணர்கிறார், ‘கண்டுகொண்டேன், இனி உன்னை எங்கும் செல்லவிடமாட்டேன்’ என்கிறார்:

> ‘துக்கச்சுழலையைச் சூழ்ந்துகிடந்த வலையை அறப்பறித்து
> புக்கினில்புக்கு உன்னைக்கண்டுகொண்டேன், இனிப்போக விடுவதுண்டே!
> மக்கள் அறுவரைக் கல்லிடைமோத இழந்தவள்தன் வயிற்றில்
> சிக்கென வந்து பிறந்துநின்றாய்! திருமாலிருஞ்சோலை எந்தாய்!'

தேவகியின் ஆறு குழந்தைகள் கல்லில் மோதி இறந்தார்கள், அதனால் வருத்தமுற்ற அவளுடைய வயிற்றில் உறுதியாக வந்து பிறந்தவனே, திருமாலிருஞ்சோலையில் எழுந்தருளியிருக்கும் பெருமானே,

இந்த உடல் துக்கத்துக்கு இருப்பிடமாக இருக்கிறது, அந்த வலையை அறுத்து, நீ செல்லும் இடங்களிலெல்லாம் நானும் புகுந்துவிட்டேன், உன்னைக் கண்டுகொண்டேன், இனி, உன்னைப் போகவிடமாட்டேன்!

> ‘வளைத்துவைத்தேன், இனிப்போகல்ஒட்டேன், உன்றன் இந்திரஜாலங்களால்
> ஒளித்திடில் நின் திருஆணை கண்டாய்! நீ ஒருவர்க்கும் மெய்யன்அல்லை,
> அளித்துஎங்கும் நாடு,நகரமும் தம்முடைத் தீவினைத் தீர்க்கல்உற்று
> தெளித்து வலம்செய்யும் தீர்த்தம்உடைத் திருமாலிருஞ்சோலை எந்தாய்.'

நாட்டிலும் நகரத்திலும் வாழ்கிறவர்களுக்கு அருள்செய்து, அவர்களுடைய தீவினைகளைத் தீர்க்கிற புனிதத்தீர்த்தத்தைக் கொண்ட திருமாலிருஞ்சோலையில் எழுந்தருளியிருக்கும் பெருமானே,

உன்னை நான் வளைத்து வைத்தேன். இனி நீ எங்கும் செல்ல இயலாது.

ஆனால், பெருமான் மாயைக்குப் புகழ்பெற்றவனாயிற்றே,

ஒருவேளை பெரியாழ்வாரிடமிருந்து அவன் தப்பிவிட்டால்?

அதற்கு வாய்ப்பே இல்லை என்கிறார் ஆழ்வார், ‘உன்னுடைய இந்திரஜாலங்கள் இங்கே செல்லாது, திருமகள்மீது ஆணை’ என்கிறார். ‘நீ யாருக்கும் உன்னுடைய உண்மையான தன்மையைக் காட்டுவதில்லை. ஆனால் எல்லாருக்கும் நல்லன செய்கிறாய், எனக்கும் அருள்செய்’ என்று உருகுகிறார்.

நம்மாழ்வாரும் பெரியாழ்வாரும் சொல்வது, சொற்களில் சிக்காத பெருமான், அன்பில் சிக்குவான், உணர்வினால் அவனை அறியலாம்!

64

பயம் எப்போது வரும்?

பாதுகாப்பு இல்லையோ என்கிற எண்ணம் வரும்போதுதான் பயம்வரும். நம்மைப் பாதுகாக்கிறவர் சரியில்லையோ என்கிற பதற்றம் வந்தால் பயம்வரும்.

மாறாக, நமக்குப் பாதுகாப்பாக இருக்கிறவருடைய பெருமைகள் அனைத்தும் தெரிந்தால், அவர் இதற்குமுன் என்னவெல்லாம் செய்திருக்கிறார், யாருக்கெல்லாம் எப்படிப் பாதுகாப்பை வழங்கியிருக்கிறார் என்பது தெரிந்தால், அவர்மீது நம்பிக்கை அதிகரிக்கும், இப்படிப்பட்டவருடைய பாதுகாப்பில் இருக்கும்போது நம்மை யாராலும் எதுவும் செய்ய இயலாது என்கிற எண்ணம்வரும்.

திருநாவுக்கரசர் 'என் உயிர் சிவபெருமானின் திருவடிநிழலில் உள்ளது' என்கிறார். பெருமானின் பெருமைகளை விவரித்து மகிழ்கிறார், வாசிக்கும் பக்தர்களுக்கு நம்பிக்கை தருகிறார், 'அவன் நம்மைக் காப்பதால் நமக்கு எந்தக் குறையும் வராது' என்கிறார்.

இவை வெறும் புகழ்ச்சிச்சொற்கள் அல்ல. நிஜமாகவே இதனை அனுபவித்தவர் திருநாவுக்கரசர். அவரைச் சுண்ணாம்புக்காளவாயில் தள்ளினார்கள், இன்னும் ஏதேதோ விதங்களில் துன்புறுத்தினார்கள், ஆனால், அவருக்கு எந்தத் துன்பமும் வராதபடி இறைவன் காத்தான். அவனுடைய கருணையை எண்ணி வியந்து போற்றினார் திருநாவுக்கரசர்.

> 'எட்டுஆம் திசைக்கும் இருதிசைக்கும் இறைவா, முறை என்று
> இட்டார் அமரர் வெம்பூசல் எனக்கேட்டு, எரிவிழியா
> ஒட்டாக் கயவர் திரிபுரம் மூன்றையும் ஓர்அம்பினால்
> அட்டான் அடிநிழல்கீழதுஅன்றோ என்தன் ஆருயிரே.'

அன்றொருநாள், அமரர்கள் எல்லாரும் சத்தமிட்டபடி அரனிடம் வந்தார்கள், 'எட்டும் இரண்டுமாகிய பத்துத் திசைகளுக்கும் இறைவனே' என்று வணங்கினார்கள், தங்களுடைய குறையைச் சொன்னார்கள், 'முப்புரங்கள் எனப்படும் நகரங்களில் வாழும் அரக்கர்கள் எங்களைத் துன்புறுத்துகிறார்கள், நீங்கள்தான் காக்கவேண்டும்!'

அவர்களுடைய சொற்களைக் கேட்டதும், சிவபெருமானுக்கு விழிகள் சிவந்தன, கயவர்கள் வாழும் திரிபுரத்தின்மீது போர்தொடுக்கச் சென்றான், ஒரே அம்பினால் தீயோர் நகரங்களை வீழ்த்தினான்.

அவ்வாறு தேவர்களுக்கெல்லாம் அருள்செய்த பெருமானின் திருவடி நிழலிலல்லவா என்னுடைய உயிர் தங்கியிருக்கிறது! இது பெரும் பாக்கியமல்லவா!

அடுத்து, தன்னைக்காக்கும் பெருமானை விவரிக்கிறார்:

> 'பேழ்வாய் அரவின் அரைக்குஅமர்ந்து ஏறிப் பிறங்குஇலங்கு
> தேய்வாய் இளம்பிறை செஞ்சடைமேல் வைத்த தேவர்பிரான்
> மூவான், இளகான், முழுஉலகோடு மண்,விண்ணும் மற்றும்
> ஆவான் அடிநிழல்கீழதுஅன்றோ என்தன் ஆருயிரே.'

தேவர்களுக்கெல்லாம் தலைவனான சிவபெருமான்,

பிளந்தவாயைக்கொண்ட ஒரு பாம்பை இடுப்பில் கட்டியிருக்கிறான், அவனது சடை சிவந்திருக்கிறது, அதில் தேய்ந்த நிலவு(பிறைநிலா) எங்கும் பிரகாசமாக ஒளிவீசுகிறது.

அத்தகைய சிவபெருமானுக்கு மூப்பு என்பதே கிடையாது, அவன் எப்போதும் இளையவன், களைத்துவிடாமல் பக்தர்களுக்கு அருள்செய்கிறவன். இந்த உலகம் மொத்தமும் அவனே, மண், விண், மற்றவை எல்லாம் தானாகத் திகழும் அவனது திருவடி நிழலிலல்லவா என் உயிர் தங்கியிருக்கிறது!

பக்தர்களுக்கு அருள்செய்யும் பரமனுக்குக் கோபம்வந்தால் என்ன ஆகும்?

> 'தரியா வெகுளியனாய்த் தக்கன் வேள்வி தகர்த்து உகந்த
> எரிஆர் இலங்கிய சூலத்தினான், இமையாத முக்கண்
> பெரியான், பெரியார் பிறப்புஅறுப்பான், என்றும் தன்பிறப்பை
> அரியான் அடிநிழல்கீழதுஅன்றோ என்தன் ஆருயிரே.'

சிவபெருமானை அவமதிக்கும்வண்ணம் ஒரு வேள்வி நடத்தினான் தக்கன். இதனால், சிவனுக்குக் கோபம் பெருகியது, அந்த வேள்வியைத் தகர்த்தான், அவன்மீது அன்புகொண்டவர்களுக்கு மகிழ்ச்சியைத்தந்தான்.

அத்தகைய சிவபெருமானின் கையில் சுடர்விடும் சூலம் உள்ளது, இமைக்காத முக்கண்களை அவன் கொண்டிருக்கிறான், சிறந்த பெரியவர்களின் பிறப்பைஅறுத்து மோட்சம் தருகிறான். ஆனால், அவனுடைய பிறப்பை யாரும் அறியமாட்டார்கள்(அவன் பிறப்பிலி). அப்படிப்பட்டவனது திருவடி நிழலிலல்லவா என் உயிர் தங்கியிருக்கிறது!

> 'வடிவுஉடை வாள்நெடும்கண் உமையாளை ஓர்பால் மகிழ்ந்து
> வெடிகொள் அரவொடு வேங்கைஅதள்கொண்டு மேல்மருவிப்
> பொடிகொள் அகலத்துப் பொன்பிதிர்ந்துஅன்ன பைங்கொன்றை
> அம்தார்
> அடிகள் அடிநிழல்கீழதுஅன்றோ என்தன் ஆருயிரே.'

அழகிய, ஒளிவீசுகிற, நீண்ட கண்களைக்கொண்ட உமையம்மையைத் தன் உடலின் ஒரு பகுதியாக மகிழ்வுடன் கொண்டிருப்பவன், மலைப்பிளவுகளில் வசிக்கிற பாம்பையும், வேங்கையின் தோலையும் உடலின்மீது அணிந்திருப்பவன், மார்பில் திருநீறைப் பூசியிருக்கிறவன், அங்கே பொன்னைத்தூவியதுபோல் கொன்றைமாலையை அணிந்திருப்பவன், அந்த அடிகளின் திருவடி நிழலிலல்லவா என் உயிர் தங்கியிருக்கிறது!

இறைவன் அடியவர்களுக்காக எதையும் செய்வான், நஞ்சையும் உண்பான், பாய்ந்துவரும் நதியையும் ஏற்பான், அவர்களுக்கு அருள்செய்வதற்காக அவர்களுடன் மோதுவதுபோல் நடிக்கவும்செய்வான்:

> 'பொறுத்தான் அமரர்க்கு அமுதுஅருளி, நஞ்சம்உண்டு கண்டம்
> கறுத்தான், கறுப்புஅழகாஉடையான், கங்கை செஞ்சடைமேல்
> செறுத்தான், தனஞ்சயன் சேண்ஆர்அகலம் கணைஒன்றினால்
> அறுத்தான் அடிநிழல்கீழதுஅன்றோ என்தன் ஆருயிரே.'

பாற்கடலைக் கடைந்தபோது, அதில் அமுதமும் வந்தது, நஞ்சும் வந்தது, நஞ்சின் தாக்கத்தைக்கண்டு அஞ்சிய தேவர்கள் சிவனிடம் சரணடைந்தார்கள், தங்களைக் காக்குமாறு கோரினார்கள்.

பக்தர்களின் குறைகளைப் பொறுத்துக்கொண்டு அருள்செய்யும் இறைவன், அவர்களுக்கு அமுதத்தைக் கொடுத்தான், நஞ்சைத் தானே உண்டு, அதனால் கழுத்தில் கறையை ஏற்றுக்கொண்டான்.

மற்றவர்களுக்குதான் அது கறை. சிவபெருமானைப்பொறுத்தவரை அதுவும் ஓர் அழகுதான்!

பாய்ந்துவந்த கங்கை நதியைப் பூமி தாங்குமா என்று எல்லாரும் பதறியநேரத்தில், சிவபெருமான் அதனைத் தன் செஞ்சடையில் ஏற்றுக்கொண்டான், அதன் வேகத்தைக் கட்டுப்படுத்தி உலகைக் காத்தான்.

தனஞ்சயனுக்கு(அர்ஜுனனுக்கு) அருள்செய்வதற்காக, சிவபெருமான் அவனுடன் போர்புரிந்தான், அவனது மார்பில் அணிந்திருந்த கவசத்தை ஓர்அம்பினால் அறுத்தான். அந்தச் சிவனுடைய திருவடி நிழலிலல்லவா என் உயிர் தங்கியிருக்கிறது!

‘காய்ந்தான் செறற்குஅரியான்என்று காலனைக் கால்ஒன்றினால்
பாய்ந்தான், பணைமதில்மூன்றும் கணைஎன்னும் ஒள்அழலால்
மேய்ந்தான், வியன்உலகுஏழும் விளங்க விழுமியநூல்
ஆய்ந்தான் அடிநிழல்கீழதுஅன்றோ என்தன் ஆருயிரே.’

எல்லாரும் பயந்து நடுங்குகிற எமனை, யாரும் போர்செய்ய அஞ்சுகிறவனைச் சிவபெருமான் தன்னுடைய காலினால் உதைத்தான், அதன்மூலம் மார்க்கண்டேயனைக் காத்தான்.

பெரிய பாதுகாப்புடன் கட்டப்பட்டிருந்த முப்புரங்களையும், ஒளிவீசுகிற நெருப்பாகிய அம்பு ஒன்றைச்செலுத்தி அழித்தான், அதன்மூலம் தேவர்களையும் மக்களையும் காத்தான்.

ஏழுலகும் பயன்பெறுமாறு சிறந்த நூல்களை ஆராய்ந்தான், அவற்றை நமக்கு ஞானமாக வழங்கினான், அவனது திருவடி நிழலிலல்லவா என் உயிர் தங்கியிருக்கிறது!

‘உளைந்தான் செறுதற்குஅரியான்தலையை, உகிர்ஒன்றினால்
களைந்தான், அதனை நிறைய நெடுமால் கண்ஆர் குருதி
வளைந்தான், ஒருவிரலினொடு வீழ்வித்துச் சாம்பர்வெண்நீறு
அளைந்தான் அடிநிழல்கீழதுஅன்றோ என்தன் ஆருயிரே.’

யாராலும் வெல்ல இயலாதவன் பிரம்மன், அவனது தலையை ஒரு நகத்தால் கிள்ளினான் சிவபெருமான், அதில் திருமாலின் ரத்தத்தை நிரப்பினான், தலையைக் கீழே விழச்செய்தான், சாம்பலான வெண்ணீற்றை அளைந்து பூசிக்கொண்டான், அவனது திருவடி நிழலிலல்லவா என் உயிர் தங்கியிருக்கிறது!

திருநாவுக்கரசர் சிவனின் திருவடி நிழலைச் சேர்ந்தது ஏன்?

‘முந்து இவ்வட்டத்து இடைப்பட்டதுஎல்லாம், முடிவேந்தர்தங்கள்

பந்திவட்டத்து இடைப்பட்டு அலைப்புஉண்பதற்கு அஞ்சிக்கொல்லோ
நந்திவட்டம், நறுமாமலர்க்கொன்றையும் நக்கசென்னி
அந்திவட்டத்து ஒளியான் அடிச்சேர்ந்தது என்தன் ஆருயிரே.'

இதற்குமுன் இந்த உலகில் நான் மிகவும் சிரமப்பட்டுவிட்டேன், அரசர்களும் அவர்களுடைய படைகளும் என்னை மிகவும் துன்புறுத்தின, அதைத் தாங்கஇயலாமல் நான் அஞ்சினேன், மாலைநேரச் சூரியனைப்போல் சிவந்த திருமுடியில் நந்திவட்டமும், சிறந்த மலரான கொன்றையும் சேர்ந்து சிரிக்கின்ற சிவபெருமானின் திருவடி நிழல்களைச் சேர்ந்தேன்!

'மிகத்தான் பெரியது ஓர்வேங்கைஅதள்கொண்டு மெய்ம்மருவி
அகத்தான் வெருவ நல்லாளை நடுக்குஉறுப்பான் வரும் பொன்
முகத்தால் குளிர்ந்துஇருந்து உள்ளத்தினால் உகப்பான், இசைந்த
அகத்தான் அடிநிழல்கீழதுஅன்றோ என்தன் ஆருயிரே.'

மிகப்பெரிய வேங்கையொன்றின் தோலை ஆடையாக அணிந்தவன் சிவபெருமான், பாய்ந்துவந்த கங்கையைத் தன் திருமுடியில் ஏந்திக்கொண்டு, அதனால் முகம் குளிர்ந்தவன், அதைப்பார்த்து நடுங்கிய உமையம்மைக்கு அருள்செய்தவன்,

அவனது குளிர்ந்த முகத்தைப் பார்க்கும் பக்தர்கள் மகிழ, அதைக்கண்டு அவனும் மகிழ்வான், என்னை அடிமையாக ஏற்றுக்கொள்ளச் சம்மதித்த அவனது திருவடி நிழலிலல்லவா என் உயிர் தங்கியிருக்கிறது!

'பைம்மாண் அரவுஅல்குல் பங்கயச்சீறடியாள் வெருவக்
கைம்மா வரிசிலைக் காமனைஅட்ட கடவுள், முக்கண்
எம்மான் இவன்என்று இருவரும் ஏத்த எரிநிமிர்ந்த
அம்மான் அடிநிழல்கீழதுஅன்றோ என்தன் ஆருயிரே.'

சிறந்த வரிகள் அமைந்த வில்லைக் கையில் ஏந்திவந்த காமனைச் சிவபெருமான் எரித்தான், அதைக்கண்டு, படமெடுத்தாடும் சிறந்த பாம்பைப்போன்ற அல்குல், தாமரைபோன்ற திருவடிகளைக்கொண்ட உமையம்மை நடுங்கினாள்.

திருமால், பிரம்மன் இருவரும், 'மூன்றுகண்களைக்கொண்ட எங்கள் தலைவன் இவன்' என்று போற்றும்படி ஜோதிவடிவாக நிமிர்ந்துநின்ற அம்மான் அந்தச் சிவன், அவனது திருவடி நிழலிலல்லவா என் உயிர் தங்கியிருக்கிறது!

'பழக ஓர்ஊர்தி அரன், பைங்கண் பாரிடம் பாணிசெய்யக்
குழலும் முழவொடு மாநடம்ஆடி, உயர்இலங்கைக்
கிழவன் இருபதுதோளும் ஒருவிரலால் இறுத்த
அழகன் அடிநிழல்கீழதுஅன்றோ என்தன் ஆருயிரே.'

தனக்கென்று பழகிய வாகனமாகக் காளையைக் கொண்டவன், பசியகண்களையுடைய பூதகணங்கள் தாளமிட, குழலும் முழவும் ஒலிக்க, சிறப்பாக நடனமாடுகிறவன், உயர்ந்த இலங்கையின் அரசன் ராவணனுடைய இருபது தோள்களையும் ஒரே விரலால் நெரித்த அழகன், அவனது திருவடி நிழலிலல்லவா என் உயிர் தங்கியிருக்கிறது!

இறைவனின் திருவடி நிழல்தரும் பாதுகாப்பை இத்தனைப் பாடல்களில் சொன்ன திருநாவுக்கரசர், இன்னொரு பாடலில் அதே நிழலின் இனிமையை உருகிச்சொல்கிறார்:

'மாசுஇல் வீணையும் மாலைமதியமும்
வீசுதென்றலும் வீங்குஇளவேனிலும்
மூசுவண்டுஅறை பொய்கையும்போன்றதே
ஈசன், எந்தை இணைஅடி நீழலே.'

குற்றமில்லாத வீணை, மாலைநேரக் குளிர்நிலவு, வீசுகின்ற தென்றல், சிறப்பான இளவேனில்பருவம், சத்தமிட்டபடி வண்டுகள் மொய்க்கும் பொய்கை... நம் தந்தையாகிய சிவபெருமானின் திருவடி நிழல் இவற்றைப்போல் இனிமையானது!

இந்தத் திருவடி நிழல் சாதாரணமாகக் கிடைத்துவிடுமா? திருநாவுக்கரசரே மிகவும் சிரமப்பட்டுதான் இதனைப் பெற்றதாகச் சொல்கிறார்:

'மருள்,அவா மனத்தன்ஆகி மயங்கினேன், மதிஇலாதேன்,
இருளவா அறுக்கும் எந்தை இணைஅடி நீழல்என்னும்
அருளவாப் பெறுதல்இன்றி, அஞ்சி நான் அலமந்தேற்குப்
பொருளவாத் தந்தவாறே, போதுபோய்ப் புலர்ந்துஅன்றே!'

மயக்கமும் ஆசையும் என் மனத்தில் நிறைய, அறிவில்லாத நான் திகைத்துநின்றேன், இருளைப் போக்கும் எம்பெருமானின் திருவடிநிழல் என்கிற அருளைப் பெறாமல், பயந்து நடுங்கினேன், அந்த நேரத்தில், அறியாமையாகிய இருள் நீங்கி, ஞானம் என்கிற பகல் பிறந்தது, இறைவன் எனக்கு அருள்செய்தான்!

இறைவனின் திருவடிநிழல், வெளியிலிருந்து வரும் பகைவர்களுக்கு மட்டுமல்ல, உள்ளேயிருந்து தாக்கும் பகைவர்களையும் வெல்ல உதவும் என்கிறார் திருநாவுக்கரசர்:

'புள்ளுவர் ஐவர் கள்வர், புனத்துஇடைப் புகுந்துநின்று
துள்ளுவர், சூறைகொள்வர், தூநெறி விளையஒட்டார்,
முள்உடைஅவர்கள்தம்மை முக்கணான் பாத நீழல்
உள்ளிடை மறைந்துநின்றுஅங்கு உணர்வினால்எய்யலாமே.'

நமக்குள்ளிருக்கும் ஐந்து கள்வர்களான புலன்கள் உடலுக்குள் புகுந்துகொண்டு துள்ளுவார்கள், நல்லவற்றைச் சூறையாடுவார்கள், தூய்மையான வழியில் செல்ல இயலாதபடி நம்மைத் தடுப்பார்கள், முள்போல் உறுத்துவார்கள்,

அந்த ஐந்து கள்வர்களையும் தாக்கவேண்டுமென்றால், மூன்றுகண்களைக்கொண்ட பெருமானின் திருவடிநிழலில் சரணடையவேண்டும், அங்கே இருந்தபடி, பக்தி உணர்வால் அவர்களைத் தாக்கி வெல்லலாம், இறைவன் நினைவுடன் வாழலாம்!

65

அம்பிகை ஐயனை நோக்கித் தவம்செய்துகொண்டிருந்தார்.

சிவபெருமானை மதிக்காமல் தக்கன் ஒரு யாகம் செய்தான். அந்த யாகத்துக்கு அம்பிகை சென்றுவந்தகாரணத்தால், அண்ணலுக்கு வருத்தம். ஆகவே, அவரது அன்பை வேண்டி அம்மை தவம்செய்தார்.

பெண்ணை பாகமாகக்கொண்ட பரமன் அவரை நீண்ட நேரம் காக்கவைக்கவில்லை, அன்னையின் தவத்தை ஏற்றுக் கொண்டான், மீண்டும் அவரைத் தன்னருகே சேர்த்தருளினான்.

அப்போது, பரமசிவன் அம்மையைத் 'தன்(ம்) காதலி' என்று அன்போடு அழைத்தார். இதனால் அம்மைக்குத் 'தம்காதலியம்பாள்' என்ற திருப்பெயர் அமைந்தது. திருப்பாசூர் என்ற திருத்தலத்தில் எழுந்தருளியிருக்கும் அம்பாளை இந்தப் பெயரால் மக்கள் போற்றிக் குறைதீர்கின்றனர்.

திருஞானசம்பந்தரும் அம்மையை இதே பெயரால் அழைக்கிறார்:

> 'பொங்குஆடுஅரவும் புனலும் சடைமேல் பொலிவுஎய்தக்
> கொங்குஆர் கொன்றைசூடி என்உள்ளம் குளிர்வித்தார்,

தம்காதலியும் தானும் வாழும் ஊர்போலும்
பைங்கான் முல்லை பல்அரும்புஈனும் பாசூரே.'

கோபத்தோடு பொங்கி எழுகின்ற பாம்பையும் கங்கையாற்றையும் சடைமேல் சிறப்பாகச் சூடிய பெருமான், தேன்நிறைந்த கொன்றைமலர்களை மாலையாகக் கட்டிச் சூடியிருக்கிறார், இந்தத் திருக்கோலத்தைப் பார்க்கும்போது என்னுடைய உள்ளம் குளிர்கிறது.

அந்தச் சிவபெருமானும், அவருடைய 'தம்காதலி'யான பார்வதியம்மையும் பக்தர்களைக் காக்க எழுந்தருளியிருக்கும் ஊர், பசுமையான காடுகளில் முல்லை அரும்புகள் பூக்கின்ற திருப்பாசூர்!

திருஞானசம்பந்தரைப்போலவே, சிவபெருமானை எண்ணி உள்ளம் குளிர்ந்த இன்னொரு அருட்பாவலர், வள்ளலார். சிவன் தனக்கு இன்னும் எவ்வாறெல்லாம் அருள்செய்தார் என்று சொல்கிறார் அவர்:

'மெய்தழைய, உள்ளம்குளிர்ந்து, உவகைமாறாது
மென்மேல் கலந்துபொங்க,
விச்சைஅறிவுஓங்க, என் இச்சை அறிவுஅனுபவம்
விளங்க, அறிவுஅறிவதாகி,
உய்தழைவு அளித்து, எல்லாம்வல்ல சித்துதந்து,
உவட்டாது உள்ஊறிஊறி
ஊற்றுஎழுந்து, என்னையும் தான்ஆக்கி, என்னுளே
உள்ளபடி உள்ளஅமுதே.'

சிவபெருமானே, நீ என் உடலைத் தழைக்கச்செய்தாய், உள்ளத்தைக் குளிர்வித்தாய், எனக்குள் தோன்றும் மகிழ்ச்சி மாறாதபடி மேலும் கலந்துபொங்கச்செய்தாய், கற்றுக்கொண்டதன்மூலம் எனக்குக் கிடைத்த அறிவை மேம்படச்செய்தாய், அத்துடன் என்னுடைய இயற்கையான அறிவும் அனுபவமும் கலந்துவிளங்கச்செய்தாய், அறிவை அறியச்செய்தாய், உய்கின்ற வழியைக் காட்டினாய், எல்லாம்வல்ல

சித்தினைத் தந்தாய், எனக்குள் திகட்டாத இனிப்பாகத் தொடர்ந்து ஊறினாய், என்னையும் தானாக்கிக்கொண்டாய், என்னுள் அமுதமாக எழுந்தருளியிருக்கிறாய்!

இறைவனை எத்தனையோ கோயில்களில் காணலாம், ஆனால், அதற்குமேலாக, அவன் நமக்குள் இருப்பதைக் காணவேண்டும். அதனை உணராவிட்டால், கோயில்களில் அவன் நமக்குத் தென்படமாட்டான். கவிமணி தேசிகவிநாயகம்பிள்ளை ஒரு பாடலில் இதனை அழகாகச் சொல்கிறார்.

ஒரு பெண், கோயிலுக்குச் செல்கிறாள். அங்கே இறைவனைக் காணவில்லையே என்று தன் தோழியிடம் கேட்கிறாள்:

'கோவில்முழுதும்கண்டேன், உயர்
கோபுரம் ஏறிக்கண்டேன்,
தேவாதிதேவனை யான், தோழி,
தேடியும் கண்டிலனே!'
கோயிலில் வேறு என்னவெல்லாம் பார்த்தாய்?
'தெப்பக்குளம்கண்டேன், சுற்றித்
தேர்ஓடும் வீதிகண்டேன்,
எய்ப்பில் வைப்பாம் அவனைத் தோழி
ஏழை,யான் கண்டிலனே.
சிற்பச்சிலைகண்டேன், நல்ல
சித்திரவேலைகண்டேன்,
அற்புத மூர்த்தியினைத் தோழி
அங்குஎங்கும் கண்டிலனே.
பொன்னும் மணியும்கண்டேன், வாசம்
பொங்குபூமாலைகண்டேன்,
என்அப்பன் எம்பிரானைத் தோழி
இன்னும்யான் கண்டிலனே.
தூபம்இடுதல்கண்டேன், தீபம்
சுற்றியெடுத்தல்கண்டேன்,
ஆபத்தில் காப்பானைத் தோழி,
அங்கேயான்கண்டிலனே.'

சரி, இந்தக் கோயில்களிலெல்லாம் காணவில்லை, 'கோயில்' என்றே பெருமையாகச் சொல்லப்படும் தில்லையிலேனும் பெருமானைக் கண்டாயா?

'தில்லைப்பதியும்கண்டேன், அங்குச்
சிற்றம்பலமும்கண்டேன்,
கல்லைக்கனிசெய்வோனைத் தோழி,
கண்களால் கண்டிலனே.'
இதைக்கேட்ட தோழி, சிரித்துக்கொண்டே விளக்குகிறாள்:
'கண்ணுக்குஇனியகண்டு, மனத்தைக்
காட்டில் அலையவிட்டு,
பண்ணிடும் பூசையாலே,தோழி,
பயன்ஒன்றுஇல்லையடி!
உள்ளத்தில் உள்ளானடி, அதுநீ
உணரவேண்டுமடி,
உள்ளத்தில் காண்பாயெனில், கோயில்
உள்ளேயும் காண்பாயடி!'

கவிஞர் இப்படிச் சொன்னதும், கண்களுக்கு வருத்தம். 'பெருமானைக் காண்பதுதானே எங்கள் பிறவியின் நோக்கமே, நீங்கள் அவரை உணர்வினால் காணத்தொடங்கிவிட்டால் நாங்கள் என்ன ஆவோம்?'

அந்தக் கண்களுக்கு வள்ளலார் பதில் சொல்கிறார், 'கவலைப்படாதீர்கள், நீங்கள் பார்ப்பதற்கும் பல விஷயங்கள் இருக்கின்றன!'

நாங்கள் தெருவில் நடந்துசெல்லும்போது, நெற்றியில் திருநீறு அணியாத புலையர்கள் எதிரில் வருவார்கள், அவர்களைக் காணாமல், நெருங்காமல் நாங்கள் விலகிவிடுவோம்.

சிறிதுநேரத்தில், உடல்முழுக்கத் திருநீறுபூசிய அடியவர்கள் வருவார்கள், அவர்களை நாங்கள் நின்று காண்போம். எங்கள் கண்களிடம், 'உங்களுடைய கடமை இதுதான், இந்த அன்பர்களைப் பாருங்கள்' என்று சொல்வோம்.

அதாவது, மனத்தின் கடமை, மாதேவனை உணர்வது, கண்களின் கடமை, அவன்மீது அன்புசெலுத்தும் அடியவர்களைக் காண்பது:

‘போற்றி நீறுஇடாப் புலையரைக் கண்டால்,
போக,போக, நீர் புலம்இழந்துஅவமே,
நீற்றின்மேனியர்தங்களைக் கண்டால்,
நிற்க,நிற்க, அந்நிமலரைக் காண்க,
சாற்றின் நல்நெறி ஈதுகாண், கண்காள்,
தமனியப் பெரும்தனுஎடுத்து எயிலைக்
காற்றிநின்ற நம் கண்நுதல் கரும்பைக்
கைலைஆளனைக் காணுதற்பொருட்டே.’

பொன்னாலான மலையை வில்லாக எடுத்து, பகைவர்களின் முப்புரங்களையும் அழித்தவன், நெற்றியிலே கண்ணுடைய கரும்பு, கயிலையை ஆள்பவன், அந்தப் பெருமானைக் காணும் வழி என்ன தெரியுமா?

கண்களே, நீறுஅணிந்த பக்தர்களை மனம்நிறையக் காணுங்கள், நீறுஅணியாத புலையர்களைவிட்டு விலகுங்கள், அதுவே நல்லநெறி!

அப்படியானால், மனத்தின் நெறி என்ன?

அதனை அஷ்டப்பிரபந்தத்தில் ஒரு பாடலில் பிள்ளைப்பெருமாள் ஐயங்கார் சொல்கிறார், ‘இரையை மாற்றவேண்டும்.’

இரை என்றால் உணவு, சாப்பாட்டை மாற்றுவதுதானா மனத்தின் நெறி?

தென்னிந்திய உணவுக்குப்பதில் வடஇந்திய உணவுவகைகளை வெளுத்துக்கட்டவேண்டும் என்பது அர்த்தமில்லை, மனத்தின் இரை, அதாவது, மனத்தால் கட்டுப்படுத்தப்படுகிற ஐம்புலன்களின் உணவை மாற்றவேண்டும். இப்போது அந்த ஐம்புலன்களும் எதையெதையோ பார்த்துக்கொண்டிருக்கின்றன, எதையெதையோ கேட்டுக்கொண்டிருக்கின்றன, எதையெதையோ

சுவைத்துக் கொண்டிருக்கின்றன, இதையெல்லாம் மாற்றவேண்டும், அவை இறைவனை மட்டும்தான் நினைக்கவேண்டும், வேறெந்த கவனச்சிதறல்களும் இல்லாமல் பக்திமார்க்கத்தில் செல்லவேண்டும் என்று அழகரை வேண்டுகிறார் பிள்ளைப்பெருமாள்ஐயங்கார்:

'உரைமாற்றம் உண்டு, என் பொறிஐந்தும்
உன்னிடத்துஅன்றி உண்ணும்
இரைமாற்றம் வேண்டும், இதுவே
என் விண்ணப்பம், என்அப்பனே,
உரைமாற்று அளவுஅற்றபொன்
உடுத்தாய், அம்புஅடைத்து இலங்கை
வரைமாற்றலரைச் செற்றாய்,
அழகா, கருமாணிக்கமே.'

அம்புகளை எய்து, இலங்கையில் மலைபோல் உயர்ந்துநின்ற பகைவர்களான ராவணனையும் மற்றவர்களையும் வென்றவனே, அழகனே, கருமாணிக்கமே, உரைகல்லால் உரைத்து, 'இது சிறந்த தங்கம்' என்று சொல்லப்படுகிற தங்கங்களையெல்லாம்விட அருமையான தரம்வாய்ந்த பொன்னை உடுத்தியவனே, எங்கள் தந்தையே,

உன்னிடம் எங்களுக்கு ஒரு விண்ணப்பம் உள்ளது, எங்களுடைய ஐம்பொறிகளும் உன்னையே நினைக்கவேண்டும், வேறு எந்த உணவிலும் அவற்றுக்கு ஆர்வம் வரக்கூடாது, அதற்கு அருள்செய்.

புலன்கட்டுப்பாடு இல்லாவிட்டால் என்ன ஆகும்?

ஐம்புலன்களைப் பெரியோர்கள் 'கள்வர்கள்' என்றே குறிப்பிடுகிறார்கள். நமக்குள்ளிருந்து நம்மைத் திருடுகிறவர்கள், அவர்களுடைய வலையில் சிக்கினால், எந்த நற்செயலிலும் ஈடுபடஇயலாது, தான், தன்சுகம் என்று துயரத்தை நோக்கிச்செல்வோம்.

அதனால்தான், இந்தக் கள்வர்களிடமிருந்து தப்பவேண்டும்

என்பதே பலருடைய கோரிக்கையாக இருக்கிறது. அருணகிரிநாதரின் திருப்புகழ் பாடலொன்று:

'நாமேவு குயிலாலும் மாமாரன் அயிலாலும்
நாள்தோறும் மதிகாயும் வெயிலாலும்
நார்மாதர் வசையாலும் வேய்ஊது மிசையாலும்
நாடுஆசைதரும் மோக வலைஊடே
ஏமாறி முழுநாளும் மாலாகி விருதாவிலே
வாரும் விழிமாதர் துயர்ஊடே
ஏகாமல், அழியாத மேலான பதம்மீதில்
ஏகீ உனுடன் மேவ அருள்தாராய்,
தாம்மோகமுடன்ஊறு பால்தேடி உரல்ஊடு
தான்ஏறி விளையாடும் ஒருபோதில்
தாயாக வருசோதை காணாது களவாடு
தாமோதரன், முராரி மருகோனே,
மாமாது, வனமாது, கார்மேவு சிலைமாது
மால்ஆகி விளையாடு புயவீரா,
வான்நாடு புகழ்நாடு, தேன்ஆறு புடைசூழ
மாயூரகிரிமேவு பெருமாளே.'

தாமோதரன், முராரியாகிய திருமால், கிருஷ்ணாவதாரம் எடுத்தபோது, விருப்பத்துடன் பாலைத்தேடிச்சென்றார், உரல்மீது ஏறி அதனைத் திருடுவதுபோல் விளையாடினார், தாய் யசோதைக்குத் தெரிந்துவிடாமல் பாலைக் களவாடினார், அத்தகைய திருமாலின் மருமகனே, முருகா,

லட்சுமியின் மகள் வள்ளி, காட்டில் வளர்ந்தவள், மேகம் தவழ்கின்ற மலைப்பகுதியைச் சேர்ந்தவள், அவள் உன்மீது மயக்கம்கொண்டு காதலித்தாள், அத்தகைய வீரத்தோள்களைக் கொண்டவனே,

தேவர்களும் புகழ்கின்ற, தேனாறு அருகிலே ஓடுகிற மாயூரகிரியில் எழுந்தருளியிருக்கும் பெருமாளே,

குயில்சத்தம் எனக்கு அச்சம்தருகிறது, சிறந்த மன்மதனின்

அம்புகள், தினமும் காய்கின்ற வெய்யில், அன்புள்ள பெண்கள் சொல்லும் வசைச்சொற்கள் போன்றவை என்னை வாட்டுகின்றன, எதையெதையோ தேடிச்செல்கின்ற மோக வலையில் சிக்கித் தவிக்கின்றேன், ஏமாந்துபோகிறேன், மயங்குகிறேன், நீண்ட கண்களைக்கொண்ட பெண்களாலே வருகின்ற துன்பத்துக்குள் வீணாகச் சிக்கியுள்ளேன், இவ்வாறு நான் துயரப்படாதபடி காப்பாய், அழிவில்லாத, மேலான பதத்தை அடைந்து நான் உன்னைச்சேர அருள்செய்.

கன்றை ஈன்ற பசுவுக்கு, அந்தக் கன்றின்மீது எப்படிப்பட்ட அன்பு இருக்குமோ, அதேபோன்ற அன்பை இறைவன் நமக்குக் காட்டுவான் என்கிறார் திருமூலர். அதற்கு நாம் செய்யவேண்டியது, அவனது பாதம் பணிவதுதான்:

> ‘கூடியும் நின்றும் தொழுது எம் இறைவனைப்
> பாடிஉளேநின்று பாதம் பணிமின்கள்,
> ஆடிஉளேநின்று அறிவு செய்வார்கட்கு
> நீடிய ஈற்றுப் பசுஅதுஆமே.’

இறைவனை வணங்கும் பக்தர்களோடு சேர்ந்துகொள்ளுங்கள், அவன் கோயில் வாசலுக்கு வந்து நின்று தொழுது வணங்குங்கள், அவனது புகழைப் பாடுங்கள், திருவடிகளைப் பணியுங்கள், உங்களுக்குள் ஆடுங்கள், சிந்தனையில் அவனை மட்டுமே நினையுங்கள், அப்படிச் செய்கிறவர்களுக்கு, கன்றை ஈன்ற பசுவைப்போல் அவன் அன்புசெய்வான், அருள்செய்வான்.

பக்தர்களின் கோரிக்கையெல்லாம், பரமனுடன் கலந்துவிடவேண்டும், பிறவாநிலைவேண்டும் என்பதுதான். அதற்கு, அவனை உள்ளத்தில் நினைத்துப் போற்றினாலே போதும். அவன் எழுந்தருளியிருக்கும் திருத்தலங்களின் பெயர் சொன்னாலே போதும்.

எந்தத் திருத்தலங்களைச் சொல்லவேண்டும்?

பரஞ்சோதிமுனிவர் ஒரு பாடலில் பதினைந்து திருத்தலங்களைக் குறிப்பிடுகிறார்:

> ‘தில்லைவனம், காசி, திருவாரூர், மாயூரம்,
> முல்லைவனம், கூடல், முதுகுன்றம், நெல்லை, களர்,
> காஞ்சி, கழுக்குன்றம், மறைக்காடு, அருணை, காளத்தி,
> வாஞ்சியம் என், முத்திவரும்.’

சிதம்பரம், காசி, திருவாரூர், மாயூரம், முல்லைவனம், மதுரை, திருப்பரங்குன்றம், திருநெல்வேலி, திருக்களர், காஞ்சிபுரம், திருக்கழுக்குன்றம், வேதாரண்யம், திருவண்ணாமலை, காளஹஸ்தி, திருவாஞ்சியம் என்கிற திருத்தலங்களின் பெயர் சொன்னால், முக்திநிலைகிடைக்கும்!

முக்திநிலை என்பது, எங்கேயோ தொலைவில் உள்ளது என எண்ணக்கூடாது. அப்படி நினைத்தால், நமக்கு முக்தி கிடைக்குமோ, கிடைக்காதோ என்கிற மயக்கம் ஏற்படும்.

ஆகவே, வள்ளலார் தன் மனத்திடம் சொல்கிறார்:

> ‘சேர நெஞ்சமே, தூரம் அன்றுகாண்,
> வாரம் வைத்தியேல், சாரும் முத்தியே!’

என் மனமே, இறைவனைச் சேரும் நிலை வெகுதொலைவில் இல்லை, அவன்மீது அன்புவைத்தால் போதும், முக்திநிலை கிடைக்கும்!

66

பொதுவாக எந்தவோர் இலக்கியத்துக்கும் காப்புச்செய்யுள் என ஒன்றை எழுதுவார்கள். அதனைச் சிறப்பாக எழுதிமுடிக்கத் தெய்வம் துணைசெய்யவேண்டும் என வேண்டுவார்கள். பெரும்பாலும் அந்தக் காப்புச்செய்யுள் விநாயகப்பெருமான்மீது எழுதப்பட்டிருக்கும்.

விநாயகரைப்பற்றியே ஓர் இலக்கியம் எழுதினால்?

'அதற்கும் அவரேதான் காப்பு' என்றார் பாரதியார். புதுவை மணக்குளவிநாயகரைக்குறித்த அவரது 'விநாயகர் நான்மணிமாலை'யின் முதல் பாடலில்:

> '(சக்திபெறும்) பாவாணர் சாற்றுபொருள் யாதுஎனினும்
> சித்திபெறச் செய்வாக்கு வல்லமைக்கா, அத்தனே,
> (நின்)தனக்குக் காப்புஉரைப்பார், நின்மீது செய்யும்நூல்
> இன்றுஇதற்கும் காப்பு நீயே.'

(குறிப்பு: இந்த அத்தியாயத்தில் உள்ள அனைத்து மேற்கோள் பாடல்களிலும் அடைப்புக்குறியில் உள்ள சொற்கள் பாரதி எழுதியவை அல்ல, அந்தப் பகுதிகள் கிடைத்தபோதே

சிதைந்திருந்தன. பின்னர், அந்தப் பாடல்களை முழுமை செய்வதற்காக, பிற சொல் அமைப்புகளைப் பார்த்து வேறு கவிஞர்களால் இவை சேர்க்கப்பட்டன!)

விநாயகப்பெருமானே, எங்கள் தந்தையே, சிறந்த பாடல்களை இயற்றுகிறவர்கள், யாரைப்பற்றிப் பாடினாலும், உன்னுடைய அருளை, வாக்குவல்லமையை வேண்டி உன்னைப்பற்றிக் காப்புச்செய்யுள் பாடுவார்கள்,

இன்றைக்கு, உன்னைப்பற்றி நான் பாடுகிற இந்த நூலையும் நீயே காப்பாய், எனக்கு வாக்குவல்லமையை வழங்கி அருள்வாய்!

அடுத்து, 'உன் அருளுக்கு நான் தகுதியானவன்தானா?' என்று கேட்டுக்கொள்கிறார் பாரதி. 'பல தவறுகள் செய்திருக்கிறேன், அதனால் மிஞ்சியது வெறும் களைப்புதான், இன்றைக்கு உன்னை நாடி வந்துவிட்டேன், தீபோல ஒளிவீசும் தமிழ்ப்பாடல்களால் உன்னைப் போற்றவுள்ளேன், நீயே சரணம், உன்னுடைய அருளே சரணம்!'

> 'நீயே சரணம், நினதுஅருளே சரணம்,சரணம்,
> நாயேன் பலபிழைசெய்து, களைத்து உனைநாடிவந்தேன்,
> வாயே திறவாத மௌனத் திருந்துன் மலர்அடிக்குத்
> தீயே நிகர்த்து ஒளிவீசும் தமிழ்க்கவி செய்குவனே.'

செய்கிற தொழில் எதுவானாலும், அது இறைபணிதான், அதற்கு இறைவன் அருள்வேண்டும், காரணம், அனைத்தையும் படைத்தவன் அவனே, அனைத்துத் தெய்வங்களும் அவனே:

> 'செய்யும் தொழில் உன்தொழிலே காண்;
> சீர்பெற்றிட நீ அருள்செய்வாய்,
> வையம்தனையும் வெளியினையும்
> வானத்தையும்முன் படைத்தவனே!
> ஐயா! நான்முகப்பிரமா,
> யானைமுகனே, வாணிதனைக்
> கையால் அணைத்துக் காப்பவனே,
> கமலாசனத்துக் கற்பகமே!'

விநாயகரைப் பிரம்மன் என்றே சொல்லிவிடுகிறார் பாரதி. அதேசமயம் யானைமுகன் எனவும் வர்ணிக்கிறார், தாமரை ஆசனத்தில் யானைமுகன் அமர்ந்து உலகைப் படைக்கும் திருக்காட்சியை எண்ணிப்பாடுகிறார்! அடுத்த பாடலில் அதை மீண்டும் வலியுறுத்துகிறார்:

'கற்பகவிநாயகக் கடவுளே போற்றி,
சிற்பர மோனத்தேவன் வாழ்க,
வாரணமுகத்தான் மலர்த்தாள் வெல்க,
ஆரணமுகத்தான் அருள்பதம் வெல்க,
படைப்புக்கு இறைஅவன், பண்ணவர் நாயகன்,
இந்திரகுருஎன இதயத்து ஒளிர்வான்,
சந்திரமவுலித் தலைவன் மைந்தன்,
கணபதி தாளைக் கருத்திடை வைப்போம்!'

தலையில் சந்திரனைச் சூடிய சிவபெருமான் மகனாகிய கணபதியின் திருவடியைக் கருத்தில் வைத்தால், என்ன கிடைக்கும்? அதையும் பாரதியே சொல்கிறார்:

'உட்செவி திறக்கும், அகக்கண் ஒளிதரும்,
அக்கினி தோன்றும், ஆண்மை வலியுறும்,
திக்குஎலாம் வென்று ஜயக்கொடி நாட்டலாம்,
கட்செவிதன்னைக் கையில் எடுக்கலாம்,
விடத்தையும் நோவையும் வெம்பகை அதனையும்
துச்சம்என்று எண்ணித் துயர்இலாது இங்கு
நிச்சலும் வாழ்ந்து நிலைபெற்று ஓங்கலாம்,
அச்சம் தீரும், அமுதம் விளையும்,
வித்தை வளரும், வேள்வி ஓங்கும்,
அமரத்தன்மையும் எய்தவும்
இங்குநாம் பெறலாம்!'

வெளிச்செவி எல்லாருக்கும் இருக்கிறது. ஆனால், கேட்பதன் உண்மையை அறியும் அகச்செவி, ஆனைமுகனை வணங்கினால் திறக்கும், அதேபோல் அகக்கண்ணிலும் ஒளிபரவும், உள்ளே ஞானச்சுடர் எரியும், ஆளுமை வலிமையாகும்,

அவனை வணங்குவோர் எந்தத் திசையில் சென்றாலும், அவர்களுக்கு வெற்றிதான். பாம்பைக் கையில் பிடித்தாலும், அவர்களுக்குத் துன்பம் வராது, விஷமோ, நோயோ, பகையோ எல்லாம் சிறுதுரும்பாகிவிடும், துயரமில்லாமல் என்றென்றும் வாழலாம், முன்னேறலாம்,

விநாயகன் பக்தர்களுக்கும் அச்சமில்லை, அவர்கள் நெஞ்சில் அமுதம் பெருகும், அவர்களது திறமைகள் வளரும், ஞானவேள்வி நடத்திச் சிறப்பார்கள், அமரத்தன்மை பெறுவார்கள், எல்லாம் அவனருளே!

பெருமானை வணங்கினால் போதுமா? நாம் என்ன செய்யவேண்டும்?

'காலைப்பிடித்தேன் கணபதி, நின்பதம் கண்ணில்ஒற்றி
நூலைப் பலபலவாகச் சமைத்து நொடிப்பொழுது(ம்)
வேலைத்தவறு நிகழாது நல்ல வினைகள் செய்துஉன்
கோலை மனம்எனும் நாட்டின் நிறுத்தல் குறிஎனக்கே.'

கணபதியே, நான் உன் திருவடிகளை வணங்கிக் கண்ணில் ஒற்றிக்கொண்டு, நூலெழுதத் தொடங்குகிறேன், பலவிதமான நூல்களை எழுதுகிறேன்.

நான் என்ன செய்தாலும், அதில் நொடிப்பொழுதும் பிழைகள் நேராமல் பார்த்துக்கொள்கிறேன், நல்லவற்றை மட்டுமே செய்கிறேன், என்னுடைய மனமாகிய நாட்டில் உன்னுடைய ஆட்சிதான் நடக்கவேண்டும், அதுவே என் லட்சியம்!

மனத்தை ஆள்கிறான் மணக்குளவிநாயகன், அரசனிடம்தானே குறைகளைச் சொல்ல இயலும்? பாரதி கேட்கிறார்:

'எனக்குவேண்டும் வரங்களை
இசைப்பேன், கேளாய் கணபதி!
மனத்தில் சலனம்இல்லாமல்
மதியில் இருளே தோன்றாமல்,
நினைக்கும்பொழுது நின்மவுன

> நிலைவந்திட நீ செயல்வேண்டும்.
> கனக்கும் செல்வம், நூறுவயது
> இவையும் தரநீ கடவாயே.'

மனத்தில் சலனமே கூடாது, எந்த வேலை எடுத்துக்கொள்கிறோமோ அதில் முழு கவனம் இருக்கவேண்டும், கண்டதில் புத்தி ஓடக்கூடாது.

அதேபோல், புத்தியில் இருள் கூடாது, எப்போதும் ஒளியோடு சிந்திக்கவேண்டும், செயல்படவேண்டும், நினைத்த நேரத்தில் மோனநிலை பெற்று சிந்தனையைக் கூர்மைப்படுத்திக்கொள்ள இயலவேண்டும்.

இதெல்லாம் சொன்னபிறகு, நிறைய செல்வம், நூறுவயது போன்ற லௌகிக விஷயங்கள், இவையனைத்தையும் குடிமக்களுக்கு, அதாவது, பக்தர்களுக்குத் தருவது அரசனான தெய்வத்தின் கடமை அல்லவா!

அரசனின் கடமைகள் சரி, குடிமக்களுக்கு என்ன கடமை? அடுத்த பாடலில் அதைச் சொல்கிறார் பாரதி:

> 'கடமையாவன, தன்னைக் கட்டுதல்,
> பிறர்துயர் தீர்த்தல், பிறர்நலம் வேண்டுதல்.'

பக்தர்களின் கடமைகள் நான்கு, முதலாவதாக, தன்னைக் கட்டுப்படுத்திக்கொண்டு நடத்தல், அடுத்து, பிறருடைய துயரத்தைக்கண்டால் ஓடிச்சென்று உதவுதல், மூன்றாவது, அவர்கள் நலத்துடன் இருக்கவேண்டும் என்று இறைவனை வேண்டுதல். இதனை ஒவ்வொருவரும் செய்தால், அனைவரும் நலமாக இருப்பார்கள்!

நிறைவாக, நான்காவது கடமையை விவரிக்கத் தொடங்குகிறார் பாரதி. முன்பு விநாயகனைப் பிரம்மன் என்றவர், இப்போது இன்னும் பல தெய்வங்களைச் சொல்லி அனைத்தும் நீயே என்கிறார்:

‘விநாயகத்தேவனாய், வேல்உடைக் குமரனாய்,
நாராயணனாய், நதிச்சடைமுடியனாய்,
பிறநாட்டுஇருப்போர் பெயர்பலகூறி
அல்லா! யெஹோவா! எனத்தொழுது அன்புஉறும்
தேவரும்தானாய், திருமகள், பாரதி,
உமைஎனும் தேவியர் உகந்த வான்பொருளாய்
உலகெலாம் காக்கும் ஒருவனைப் போற்றுதல்’

விநாயகன், வேல்முருகன், நாராயணன், சிவபெருமான், பிறநாட்டவர் தொழுகிற அல்லா, யெஹோவா என அனைத்துத் தேவர்களும் நீயே, லட்சுமி, சரஸ்வதி, பார்வதி என முப்பெரும் தேவியரும் மகிழ்ந்து போற்றுகிற உயர்ந்த பொருள் நீயே, உலகையெல்லாம் காக்கும் தனித்துவமானவன் நீயே! உன்னைப் போற்றுவது எங்களுடைய நான்காவது கடமை.

இந்த நான்கு கடமைகளையும் செய்தால், என்ன கிடைக்கும்?

நான்கு பலன்கள் கிடைக்கும் என்கிறார் பாரதி:

‘பயன்இதில் நான்காம்,
அறம், பொருள், இன்பம், வீடுஎனும்முறையே.’

அறம், பொருள், இன்பம் ஆகியவை இவ்வுலக இன்பங்கள், வீடுபேறு என்பது முக்திநிலை இன்பம், தங்கள் கடமையை முறைப்படி செய்யும் பக்தர்களுக்கு இறைவன் இந்தப் பலன்களை வழங்குவான்.

தவம் செய்தவர்களுக்குதான் முக்தி கிடைக்கும் என்பார்களே. இந்த நான்கு கடமைகளில் தவம் வரவில்லையே!

இதற்கும் பாரதி பதில் சொல்கிறார்:

‘துறந்தார் திறமை பெரிது, அதனினும் பெரிதுஆகும் இங்கு
குறைந்தாரைக் காத்து, எளியார்க்கு உணவு ஈந்து, குலமகளும்
அறம்தாங்கு மக்களும் நீடுஊழி வாழ்கஎன அண்டம்எலாம்
சிறந்துஆளும் நாதனைப் போற்றிடும் தொண்டர் செயும்தவமே.’

இந்த உலக இன்பங்களையெல்லாம் துறந்துவிட்ட துறவிகள் செய்யும் தவம் பெரிய விஷயம்தான். ஆனால், அதைவிடப் பெரிய தவம் ஒன்று இருக்கிறது.

சாதாரண மனிதனாக வாழ்ந்து, தன்னைச்சுற்றிச் சிரமப்படுகிறவர்களைக் காப்பாற்றி, எளியவர்களுக்கு உணவு தந்து, எல்லாரும் நன்கு வாழவேண்டும் என்கிற எண்ணத்துடன் உலகைக் காத்து ஆட்சிசெய்கிற நாதனைப் போற்றுகிற தொண்டர்களின் தவம் இருக்கிறதே, அது மிகப் பெரியது!

ஆனால், இந்தத் தவத்தைச் செய்ய ஒருவருடைய ஒத்துழைப்பு தேவை: மனம். அதன் ஒத்துழைப்பைக் கோருகிறார் பாரதி:

'சக்திகுமாரனை, சந்திரமவுலியைப்
பணிந்து, அவன்உருவிலே பாவனை நாட்டி,
ஓம்எனும் பொருளை உளத்திலே நிறுத்தி,
சக்தியைக் காக்கும் தந்திரம் பயின்று
யார்க்கும் எளியனாய், யார்க்கும் வலியனாய்,
யார்க்கும் அன்பனாய், யார்க்கும் இனியனாய்
வாழ்ந்திட விரும்பினேன், மனமே! நீஅதை
ஆழ்ந்து கருதி, ஆய்ந்துஆய்ந்து பலமுறை
சூழ்ந்து, தெளிந்து, பின் சூழ்ந்தார்க்கெல்லாம்
கூறிக்கூறி குறைவுஅறத் தேர்ந்து
தேறித்தேறி நான் சித்திபெற்றிடவே
நின்னால்இயன்ற துணைபுரிவாயேல்,
பொன்னால் உனக்குஒரு கோயில் புனைவேன்,
மனமே! எனைநீ வாழ்வித்திடுவாய்,
வீணே உழலுதல் வேண்டா,
சக்திகுமாரன் சரண்புகழ்வாயே!'

மனமே, சக்திகுமாரனான விநாயகனை, சந்திரனை அணிந்தவனைப் பணிந்து, அவனுடைய திருவுருவத்தைச் சிந்தித்து, ஓம்காரப்பொருளை உள்ளத்திலே நிறுத்தி, சக்தியைக் காக்கும் கலையை அறிந்து, எல்லாரையும்விட எளியவனாக, எல்லாரையும்விட வலியவனாக, எல்லார்மீதும்

அன்புவைத்திருக்கும் இனியவனாக வாழ விரும்பினேன், அதை நீ புரிந்துகொள், சிந்தித்துப்பார், தெளிவாகிக்கொள், சுற்றியுள்ள எல்லாருக்கும் சொல், நான் சித்திபெற உன்னால் இயன்ற உதவியைச் செய், உனக்குத் தங்கத்தால் கோயில் கட்டித்தருவேன்!

நான் வாழ்வது உன் கையில்தான் இருக்கிறது, மனமே, கண்ட விஷயங்களை எண்ணிக் குழப்பிக்கொள்ளாதே, சக்திகுமாரனுடைய திருவடிகளைப் போற்று!

ஆனால், இப்படி எந்நேரமும் இறைவனை எண்ண இயலுமா? ஏதாவது பிரச்னை வந்தால் மனம் தடுமாறுவது இயல்புதானே?

பாதுகாப்புக்கு இறைவன் இருக்கும்போது ஏன் தடுமாறவேண்டும் என்று மனத்துக்கு இடித்துரைக்கிறார் பாரதி, 'துளியும் வருந்தாதே, முறைப்படி நட, தொண்டருக்கு விநாயகன் துணைநிற்பான்!'

'முறையே நடப்பாய், முழுமூட நெஞ்சே,
இறையேனும் வாடாய் இனிமேல், கறைஉண்ட
கண்டன்மகன், வேதகாரணன், சக்திமகன்
தொண்டருக்குஉண்டு துணை.'

சொல்லப்போனால், பயந்து எந்தப் பயனும் இல்லை, இடியே விழுந்தாலும் இறைவன் அருளிருக்க ஏன் பயம்?

'மனமே! கேள்,
விண்ணின் இடிமுன்விழுந்தாலும்,
பான்மை தவறி நடுங்காதே,
பயத்தால்ஏதும் பயன்இல்லை,
ஆன்மாவான கணபதியின்
அருள்உண்டு, அச்சம் இல்லையே.'

ஆகவே, இறைவனைப் போற்றி, நற்செயல்களைச் செய்வோம், அதுவே வெற்றிதரும் வழி:

‘விதியே வாழி! விநாயகா வாழி!
பதியே வாழி! பரமா வாழி!
சிதைவினை நீக்கும் தெய்வமே, போற்றி!
புதுவினை காட்டும் புண்ணியா, போற்றி!
மதியினை வளர்க்கும் மன்னே, போற்றி!
வெற்றி வாழி! வீரம் வாழி!
பக்தி வாழி! பலபல காலமும்
உண்மை வாழி! ஊக்கம் வாழி!
நல்ல குணங்களே நம்மிடை அமரர்
பதங்களாம், கண்டீர்! பார்இடை மக்களே,
கிருதயுகத்தினைக் கேடுஇன்றி நிறுத்த
விரதம்நான் கொண்டனன், வெற்றி
தரும்சுடர் விநாயகன் தாள்இணை வாழியே!’

67

ஆரூர்அமர்ந்த அம்மானைத் தரிசிக்கவந்திருந்தார் திருநாவுக்கரசர்.

தென்னாடுடைய சிவன் எல்லா ஊர்களிலும்தான் எழுந்தருளியிருக்கிறான். ஆனால், சில கோயில்கள் ஏனோ நம் மனத்துக்கு மிகவும் பிடித்துவிடுகின்றன. இறைவனின் பெருங்கருணை நம் கண்ணெதிரே வெளிப்படுவதை உணரஇயலுகிறது. இங்கேயே நிரந்தரமாகத் தங்கிவிடவேண்டும் என்ற எண்ணம் மேலெழுகிறது.

திருவாரூரில் திருநாவுக்கரசருக்கு அப்படிப்பட்ட உணர்வுதான் ஏற்பட்டது. சிவபெருமானைத் திரும்பத் திரும்பத் தரிசித்தார், பாடல்களைப் பாடினார், திருக்கோயில் பணி செய்தார், மீண்டும் இறைவனைத் தரிசித்தார், பாடினார், ஆனந்தத்தில் திளைத்தார்.

நிறைவாக, அவர் திருவாரூரிலிருந்து கிளம்பவேண்டிய நாள் வந்தது. அடுத்து அவர் திருப்புகலூர் சென்று அங்கு எழுந்தருளியிருக்கும் பெருமானைத் தரிசிக்கவேண்டும்.

ஆனால், திருநாவுக்கரசருக்கு ஆரூரிலிருந்து கிளம்ப மனமே இல்லை. பெருமானை மனத்தில் எண்ணி நெகிழ்ந்தார், 'நான் இங்கிருந்து புறப்பட்டபிறகும், இந்த எழிலுருவம், கருணைவடிவம் என் மனத்திலேயே இருக்கவேண்டும்' என்று எண்ணிக்கொண்டு புறப்பட்டார்.

திருப்புகலூர் செல்லும் வழியெல்லாம் அவருக்குத் திருவாரூர்ப் பெருமானின் நினைவுதான். அதனைப் பாடத்தொடங்கினார்:

'கைம்மான மதகளிற்றின் உரிவையான்காண்,
கறைக்கண்டன்காண், கண்ஆர் நெற்றியான்காண்,
அம்மான்காண், ஆடுஅரவு ஒன்று ஆட்டினான்காண்,
அனல்ஆடிகாண், அயில்வாய்ச்சூலத்தான்காண்,
எம்மான்காண், ஏழ்உலகும் ஆயினான்காண்,
எரிசுடரோன்காண், இலங்கும் மழுவாளன்காண்,
செம்மானத்து ஒளிஅன்ன மேனியான்காண்,
திருஆரூரான்காண் என் சிந்தையானே.'

தும்பிக்கையும் பெருமையும் கொண்ட மதகளிறு ஒன்று முன்பு சிவபெருமானை எதிர்த்துவந்தது, அதன் தோலை உரித்து அணிந்துகொண்டவனல்லவா எம்பெருமான்!

அவனது கழுத்தில் தேவர்களைக் காப்பதற்காக விஷமுண்ட கறையல்லவா இருக்கிறது, நெற்றியில் கண்ணுள்ள முக்கண்ணனாயிற்றே அவன்!

என் அம்மான், படமெடுத்தாடும் பாம்பொன்றைக் கையில் ஏந்தியவன், நெருப்பையும் ஏந்தி ஆடியவன், கூர்மையான சூலத்தை ஆயுதமாகக் கொண்ட தலைவன், ஏழு உலகங்களும் நமக்கு அவன்தானே!

எரியும்சுடர்போன்ற மேனிகொண்டவன், ஒளிவீசும் கோடரியை ஏந்தியவன், சிவந்த வானத்தின் ஒளிபோல் ஒளிர்கிறவன்...

அந்தத் திருவாரூர்ப்பெருமான் என் சிந்தையில் நிறைந்துள்ளான். அவனை நான் எந்நேரமும் கண்டு தரிசித்துக்கொண்டே இருக்கிறேன்!

'ஊன்ஏறு படுதலையில் உண்டியான்காண்,
ஓங்காரன்காண், ஊழிமுதல் ஆனான்காண்,
ஆன்ஏறு ஒன்று ஊர்ந்து உழலும் ஐயாறன்காண்,
அண்டன்காண், அண்டத்துக்கு அப்பாலன்காண்,
மான்ஏறு கரதலத்து எம் மணிகண்டன்காண்,
மா தவன்காண், மா தவத்தின் விளைவுஆனான்காண்,
தேன்ஏறும் மலர்க்கொன்றைக்கண்ணியான்காண்,
திருஆரூரான்காண் என் சிந்தையானே.'

மாமிசம் ஒட்டியிருந்த மண்டையோட்டில் உணவை உட்கொள்ளும் கோலத்தில் தோன்றியவனல்லவா சிவபெருமான், ஓங்காரவடிவமும் அவனுடையதல்லவா, ஊழிகள் அனைத்துக்கும் முதல்வன் அவன்தானே!

காளையொன்றைத் தனது வாகனமாகக் கொண்டு எங்கும் எழுந்தருளுகிறவன், திருவையாற்றில் வீற்றிருப்பவன் அவனே, அண்டங்கள் எங்கும் இருப்பவன், அவற்றைக் கடந்தும் இருப்பவன்!

கையில் மான்குட்டியொன்றை ஏந்தியவன், மணிபோன்ற கறைபடிந்த கழுத்தைக்கொண்டவன், உயர்ந்த தவம் செய்தவன், பிறர் செய்கிற உயர்ந்த தவத்தின் விளைவாகத் திகழ்கிறவன், தேன்பொழிகிற கொன்றைமலர்மாலையைச் சூடியவன்... அந்தத் திருவாரூர்ப்பெருமான் என் சிந்தையில் நிறைந்துள்ளான்!

'ஏவணத்த சிலையால் முப்புரம் எய்தான்காண்,
இறையவன்காண், மறையவன்காண், ஈசன்தான்காண்,
தூவணத்த சுடர்ச் சூலப்படையினான்காண்,
சுடர்மூன்றும் கண்மூன்றாக் கொண்டான்தான்காண்,
ஆவணத்தால் என்தன்னை ஆட்கொண்டான்காண்,
அனல்ஆடிகாண், அடியார்க்கு அமிர்துஆனான்காண்,
தீவணத்த திருஉருவின் கரிஉருவன்காண்,
திருஆரூரான்காண் என் சிந்தையானே.'

அம்பைக்கொண்ட வில்லாலே பகைவர்களின் முப்புரங்களையும்

அழித்தவன் சிவபெருமான், நம் இறைவன் அவனே, வேதங்கள் அவனே, ஈசன் அவனே!

தூய்மையான, சுடர்விடுகிற சூலப்படையைக் கொண்டவன் அவன், சூரியன், சந்திரன், அக்னி என்கிற மூன்று சுடர்களைத் தன் முக்கண்களாகக் கொண்டவன்!

அந்தப் பெருமான் என்னைத் தனக்கு உரிமையாக்கி ஆட்கொண்டான், அனலைக் கையிலேந்தி ஆடினான், அடியவர்களுக்கு அமுதமானான்!

அவனுடைய திருமேனி தீவடிவில் ஜொலிப்பது, ஆனால், அதனிடையே கரிவடிவமும்(கழுத்தில் விஷக்கறை) உள்ளது! அத்தகைய திருவாரூர்பிரான், என் சிந்தையில் நிறைந்துள்ளான்!

'கொங்குவார் மலர்க்கண்ணிக் குற்றாலன்காண்,
கொடுமழுவன்காண், கொல்லைவெள்ஏற்றான்காண்,
எங்கள்பால் துயர்கெடுக்கும் எம்பிரான்காண்,
ஏழ்கடலும் ஏழ்மலையும் ஆயினான்காண்,
பொங்குமா கருங்கடல் நஞ்சுஉண்டான்தான்காண்,
பொன்தூண்காண், செம்பவளத்திரள்போல்வான்காண்,
செங்கண் வாள்அரா மதியோடு உடன்வைத்தான்காண்,
திருஆரூரான்காண் என் சிந்தையானே.'

தேன்பொழியும் மலர்களாலான மாலையை அணிந்து திருக்குற்றாலத்தில் எழுந்தருளியிருக்கும் பெருமான் இவனே, கொடிய கோடாரியொன்றை ஆயுதமாக ஏந்தியவன், வனத்தைச்சேர்ந்த காளையைத் தனது வாகனமாகக் கொண்டவன்!

எங்களுக்கு எந்தத் துயரம் வந்தாலும் அதைக் கெடுக்கும் தலைவன் இவன், ஏழு கடல்கள், ஏழு மலைகளும் இவனே!

கருங்கடலிலிருந்து பொங்கிவந்த நஞ்சை உண்டு தேவர்களைக் காத்தவன் இவனே, பொன்னாலான தூண்போல் கம்பீரமாகத் திகழ்கிறவன், செம்பவளத்தைத் திரட்டிவைத்தாற்போல் அழகன்.

சிவந்த கண்களையுடைய ஒளிவீசும் பாம்பையும் அதற்கு எதிரியாகக் கருதப்படும் பிறைநிலவையும் (பாம்பு நிலவை உண்பதாக நம்பிக்கை) தன் திருமுடியில் ஒன்றாகவைத்தவன், அந்தத் திருவாரூரான்தான் என் சிந்தனையில் நிறைந்திருக்கிறான்.

'கார்ஏறு நெடும்குடுமிக் கயிலாயன்காண்,
கறைக்கண்டன்காண், கண்ஆர் நெற்றியான்காண்,
போர்ஏறு நெடுங்கொடி மேல்உயர்த்தினான்காண்,
புண்ணியன்காண், எண்அரும் பல்குணத்தினான்காண்,
நீர்ஏறு சுடர்ச் சூலப்படையினான்காண்,
நின்மலன்காண், நிகர்ஏதும்இல்லாதான்காண்,
சீர்ஏறு திருமால் ஓர்பாகத்தான்காண்,
திருஆரூரான்காண் என் சிந்தையானே.'

சிவபெருமான் வீற்றிருக்கும் கயிலாயமலையின் உயர்ந்த சிகரத்திலே மேகங்கள் தங்கியிருக்கும், அவனது கழுத்திலும் மேகம்போல் விஷக்கறை தங்கியிருக்கும்!

நெற்றியில் கண்ணுள்ளவன், போர்செய்யும் காளையைத் தனது நெடும்கொடியில் ஏற்றுக்கொண்டு அதனை உயர்த்தியவன், புண்ணியன், எண்ணஇயலாத பலகுணங்களைக்கொண்டவன், தீபோல் பாய்ந்துசென்று நீரை வற்றச்செய்யும் சூலப்படையை ஏந்தியவன்!

குற்றமில்லாத பெருமான் அவன், தனக்கு நிகராக யாரும் இல்லாத தனித்துவத்துடன் திகழ்கிறவன், சிறப்புநிறைந்த திருமாலைத் தன் உடலின் ஒரு பாகமாக ஏற்றுக்கொண்ட சங்கரநாராயணன், அந்தத் திருவாரூரான் என் உள்ளத்தில் எப்போதும் எழுந்தருளியிருக்கிறான்!

திருமாலைமட்டுமா? மலைமகளாகிய பார்வதியையும் தன் உடலின் ஒரு பாகமாக ஏற்றுக்கொண்ட 'மாதொருபாகன்' அல்லவா அவன்! அடுத்த பாடலில் அதனைப் பாடுகிறார் திருநாவுக்கரசர்:

‘பிறை, அரவ, குறுங்கண்ணிச் சடையினன்காண்,
பிறப்புஇலிகாண், பெண்ணோடு ஆண்ஆயினான்காண்,
கறைஉருவ மணிமிடற்று வெண்ணீற்றான்காண்,
கழல்தொழுவார் பிறப்புஅறுக்கும் காபாலிகாண்,
இறைஉருவ கனவளையாள் இடப்பாகன்காண்,
இருநிலன்காண், இருநிலத்துக்கு இயல்புஆனான்காண்,
சிறைஉருவக் களிவண்டுஆர் செம்மையான்காண்,
திருஆரூரான்காண் என் சிந்தையானே.’

எம்பெருமான் தன் திருச்சடையில் பிறைநிலவு, பாம்பு, மாலைகளைச் சூடியிருக்கிறான். அவன் பிறப்பற்ற பெருமான், பெண்ணாகவும் ஆணாகவும் தோன்றுகிறவன், மணிபோன்ற கறையைக் கழுத்தில் கொண்டவன், உடலெங்கும் வெண்ணீறு பூசியவன். அவன் சூடியிருக்கும் மாலைகளைச் சிறகுகளைக்கொண்ட வண்டுகள் மகிழ்ச்சியுடன் மொய்க்கும்,

சிவனுடைய திருவடிகளை வணங்குகிறவர்கள் யாராக இருந்தாலும், அவர்களுக்கு இன்னொரு பிறப்பு இல்லாத முக்திநிலையை அருள்வான் அந்தக் காபாலி!

கைகளில் பெரிய வளையல்களை அணிந்த மலைமகளைத் தன் உடலின் இடப்பாகத்தில் கொண்டவன் சிவபெருமான், இந்தப் பெரிய நிலம்மொத்தமும் அவனே, அதனைச் செயல்படச்செய்பவனும் அவனே!

அத்தகைய திருஆரூரான், என் உள்ளத்தில் நிறைந்துள்ளான்!

‘தலைஉருவச் சிரமாலை சூடினான்காண்,
தமர்உலகம் தலைகலனாப் பலிகொள்வான்காண்,
அலைஉருவச் சுடர்ஆழி ஆக்கினான்காண்,
அவ்ஆழி நெடுமாலுக்கு அருளினான்காண்,
கொலைஉருவக் கூற்றுஉதைத்த கொள்கையான்காண்,
கூர்எரி, நீர், மண்ணொடு காற்றுஆயினான்காண்,
சிலைஉருவச் சரம்துரந்த திறத்தினான்காண்,
திருஆரூரான்காண் என் சிந்தையானே.’

தலையில் மண்டையோட்டு மாலையொன்றைச் சூடியவன், தன்னை வணங்கும் மக்களும் தேவர்களும் வாழுகிற உலகத்தில் மண்டையோட்டைப் பிச்சைப்பாத்திரமாக ஏந்திவந்து பிச்சை பெற்ற பெருமான்!

பகைவர்களை அலைக்கழித்துத் துன்புறுத்தக்கூடிய ஒளிநிறைந்த சக்ராயுதத்தைச் சிவபெருமான் ஆக்கினான், அந்தச் சக்ராயுதத்தைத் திருமாலுக்குத் தந்தருளினான்.

மார்க்கண்டேயனின் உயிரைப் பறிப்பதற்காக எமன் வந்தபோது, அவன்மீது கோபித்து அந்தக் கொலையுருவத்தை உதைத்தான்! வில்லேந்திக் கொடியவர்களை அழித்தான்!

ஐம்பூதங்களும் அவனே எனத் திகழ்கிறான், அந்தத் திருஆரூர்ப் பெருமான்தான் என் உள்ளத்திலும் நிறைந்துள்ளான்.

> 'ஐயன்காண், குமரன்காண், ஆதியான்காண்,
> அடல் மழுவாள்தான் ஒன்று பியல்மேல் ஏந்து
> கையன்காண், கடல் பூதப்படையினான்காண்,
> கண்எரியால் ஐங்கணையோன் உடல்காய்ந்தான்காண்,
> வெய்யன்காண், தண்புனல்சூழ் செஞ்சடையான்காண்,
> வெண்ணீற்றான்காண், விசயற்கு அருள்செய்தான்காண்,
> செய்யன்காண், கரியன்காண், வெளியோன்தான்காண்,
> திருஆரூரான்காண் என் சிந்தையானே.'

நம் தலைவன் ஓர் இளைஞன், அதேசமயம் உலகங்களுக்கெல்லாம் முதற்பொருளும் அவனே!

வலிமையான கோடாரியைத் தோளில் ஏந்திய கையைக் கொண்டவன், கடல்போன்ற பூதப்படையைக்கொண்டிருப்பவன்.

ஆனால், மன்மதன் சிவனின் தவத்தைக் கெடுக்க எண்ணி வந்தபோது, இந்த ஆயுதங்களெல்லாம் சிவனுக்குத் தேவைப்படவில்லை. கண்ணிலிருந்து தோன்றிய நெருப்பாலேயே அவனை எரித்துவிட்டான்.

இவன் வெப்பம் நிறைந்த ஜோதிவடிவினன், அதேசமயம் குளிர்ச்சியான நீர்(கங்கை) ஓடும் செஞ்சடையைக் கொண்டவன், அர்ஜுனனுக்கு அருள்செய்தவன்!

சிவனுடைய மேனி செந்நிறமானது, அதேசமயம் அவனுடைய கழுத்து கருநிறமானது, உடலெங்கும் வெண்ணீறுபூசிய மேனியனாகத் திகழ்வதால், வெண்ணிறமாகவும் இருக்கிறான், எல்லா நிறங்களும் அவனே. அத்தகைய திருஆரூரான் என் மனத்தில் நிறைந்துள்ளான்.

'மலைவளர்த்த மடமங்கை பாகத்தான்காண்,
மயானத்தான்காண், மதியம் சூடினான்காண்,
இலைவளர்த்த மலர்க்கொன்றைமாலையான்காண்,
இறையவன்காண், எறிதிரைநீர்நஞ்சு உண்டான்காண்,
கொலைவளர்த்த மூஇலையசூலத்தான்காண்,
கொடுங்குன்றன்காண், கொல்லைஏற்றினான்காண்,
சிலைவளர்த்த சரம்துரந்த திறத்தினான்காண்,
திருஆரூரான்காண் என் சிந்தையானே.'

மலைமகளான பார்வதியைத் தன் உடலின் ஒரு பாகமாகக் கொண்டவன் சிவபெருமான், மயானத்தில் உறைகிறவன், பிறைநிலவைச் சூடியவன், இலைகளுக்கிடையில் வளர்ந்த கொன்றைமலர்களால்தொடுத்த மாலையைச் சூடியவன், நம் இறைவன்.

நீரை எறிகிற அலைகளைக்கொண்ட கடலிலிருந்து வந்த நஞ்சை உண்டவன் அந்தப் பெருமான், அவ்வாறு தேவர்களைக் காத்தவன், தீயவர்களை அழிப்பதற்காக மூன்றுஇலைகளைக்கொண்ட சூலத்தையும் ஏந்தியுள்ளான்.

கொடுங்குன்றத்தில் எழுந்தருளியிருப்பவன், வனத்தைச்சேர்ந்த காளையைத் தனது வாகனமாகக் கொண்டவன், வில்லில் அம்பைத் தொடுத்து எய்து தீயோரை அழித்தவன். அத்தகைய திருஆரூரான் என் நெஞ்சில் நிறைந்துள்ளான்.

'பொன்தாது மலர்க்கொன்றை சூடினான்காண்,
புரிநூலன்காண், பொடிஆர்மேனியான்காண்,
மற்றுஆரும் தன் ஒப்பார் இல்லாதான்காண்,
மறைஓதிகாண், எறிநீர்நஞ்சுஉண்டான்காண்,
எற்றாலும் குறைவுஒன்றும் இல்லாதான்காண்,
இறையவன்காண், மறையவன்காண், ஈசன்தான்காண்,
செற்றார்கள் புரம்மூன்றும் செற்றான்தான்காண்,
திருஆரூரான்காண் என் சிந்தையானே.'

சிவபெருமான் பொன்போன்ற மகரந்தங்களைக்கொண்ட கொன்றைமலர்மாலையைச் சூடியவன், முப்புரிநூலன், வெண்ணீறுபூசிய திருமேனியைக்கொண்டவன்.

அவனுக்கு இணையாக வேறு யாரும் இல்லை, அப்படிப்பட்ட தனித்துவத்தைக்கொண்டவன், வேதங்களை ஓதியவன்

நீரை எறிகிற கடலிலிருந்து வந்த நஞ்சை உண்டான். ஆனால், அதனாலோ, வேறு எதனாலோ அவனுக்கு எந்தக் குறைவும் ஏற்படவில்லை!

நம் இறைவன் அவனே, வேதப்பொருளானவன் அவனே, ஈசன் அவனே, பகைவர்களின் முப்புரங்களையும் அழித்தவன் அவனே. அந்தத் திருஆரூரானை நான் என்றென்றும் எண்ணியிருப்பேன்!

சிவபெருமான் நூற்றுக்கணக்கான தலங்களில் எழுந்தருளியிருப்பினும், பக்தர்கள் மனமல்லவா அவன் விரும்பி உறையும் திருத்தலம். அவனை மனத்தில் ஏற்றுக்கொண்டவர்களை எக்குறையும் நெருங்காது!

68

தசாவதாரக்கதைகள் எல்லாருக்கும் தெரியும். சின்னக் குழந்தைக்குக்கூட சொல்லிக்கொடுத்துவிடுகிறோம், தொலைக்காட்சி, இணையம் என்று பல வடிவங்களில் அதே கதையை அவர்கள் திரும்பத்திரும்பக் கேட்கிறார்கள்.

இப்படிச் சிறுவயதிலிருந்து கேட்டுப் பழகினாலும், திருமாலின் அந்தப் பத்து அவதாரங்களைப்பற்றித் தெரிந்துகொள்ள இன்னும் நிறைய இருக்கிறது என்றுதான் உணர்கிறோம். ஒவ்வோர் அவதாரத்தையும் எண்ணி நெகிழ்கிறோம்.

காரணம், அவதாரம் என்பது இறைவன் பல உருவங்களை எடுத்தார் என்கிற கணக்கு இல்லை. அவர் எதற்காக அந்த அவதாரங்களை எடுத்தார் என்பதுதான் அவற்றை இன்னும் சிறப்பாக்குகிறது.

கல்லூரி விழாவில் ஒருவர் ஏழெட்டு வேடங்களைப் போட்டு நடிப்பதில் பெருமையில்லை. மறுநாள் சாலையில் விழுந்து கிடந்த ஒருவரைக் காப்பாற்றுவதற்காக மருத்துவராக, சமூகசேவகராக மாறினார் என்றால், அதுதான் பெருமை.

இறைவனின் அவதாரங்களும் அப்படிப்பட்டவைதான். உலகில் அநீதி பெருகியபோது, நமக்காகத் தன்னுடைய நிலையிலிருந்து இறங்கிவந்து அதைத் துடைத்தான் பெருமான். அதனால்தான் இன்றும் அதனை நன்றியுடன் நினைத்துப் போற்றுகிறோம்.

ஆழ்வார்களாகட்டும் நால்வராகட்டும் பிற தெய்வங்களைப் பாடிய புலவர்களாகட்டும், அவதாரங்களைக் குறிப்பிட்டு அவர்கள் நெகிழ்வது இதனால்தான், 'அன்று துயர் துடைத்தவன், என்றும் துயர் துடைக்கப்போகிறவன், நீயின்றி எங்களுக்கு வேறு யார் துணை?' என்று அவர்கள் பாமாலை சூட்டிப் புகழ்கிறார்கள்.

திருமாலின் அவதாரங்களில் நரசிம்மாவதாரத்துக்கு ஒரு கூடுதல் சிறப்புண்டு. மிருகம் பாதி, மனிதன் பாதி என்கிற தோற்றம்மட்டுமல்ல, பிரகலாதன் என்கிற பக்தனின் பக்தி கேள்விக்குட்படுத்தப்பட்டபோது, இறைவனே சாட்சியாக வந்தான், பின்னர் அவனே நீதிபதியாகிக் குற்றம் செய்தவனைத் தண்டித்தான், அதன்பிறகு அதே திருக்கோலத்தில் நம்மைப்போன்ற பக்தர்களுக்கு அருள்செய்கிறான்.

இப்படிப் பன்முகத்தன்மை கொண்ட நரசிம்மாவதாரத்தைப் பல ஆழ்வார்கள் நுணுக்கமாகப் பாடிப் பரவசப்பட்டிருக்கிறார்கள். அந்தக் காட்சியைத் திரும்பத்திரும்பத் தங்கள் மனத்தில் நிறுத்தி நெகிழ்ந்திருக்கிறார்கள்.

நரசிம்மரின் கண்களை, அதாவது, திருமாலின் விழியழகை எண்ணி வியக்கிறார் திருப்பாணாழ்வார்:

> 'பரியன் ஆகிவந்த அவுணன் உடல்கீண்ட, அமரர்க்கு
> அரிய ஆதிபிரான், அரங்கத்துஅமலன் முகத்துக்
> கரியஆகிப் புடைபரந்து மிளிர்ந்து செவ்வரிஓடி நீண்ட அப்
> பெரியவாய கண்கள் என்னைப் பேதைமை செய்தனவே.'

பிரகலாதன்மீது கோபித்துக்கொண்டு பெரிய தோற்றத்துடன் வந்தான் இரணியன். அவனுடைய உடலைக் கிழித்துப்போட்டார் நரசிம்மர்!

அமரர்களுடைய சிந்தனைக்கும் எட்டாத முதல் தெய்வம், திருவரங்கத்தில் எழுந்தருளியிருக்கும் குற்றமில்லாத பெருமான், அவனது முகத்தில் உள்ள அந்தப் பெரிய கண்கள்... அவற்றின் கருமையும், இருபுறமும் அவை பரந்து மிளிர்கின்ற தோற்றமும், அவற்றில் ஓடுகிற செவ்வரியும்... அப்பப்பா, அந்த நீண்ட கண்களைப் பார்த்து எனக்குப் பித்துப்பிடித்துவிடும்போலிருக்கிறதே!

நரசிம்மரின் கண்களில் கோபம் படர்ந்திருக்கும், ஆனால் அரங்கத்து அமலன் கண்களில் செவ்வரியோடு அழகு மிளிர்கிறது, இருவரும் ஒருவர்தானோ என்று வியந்துபார்க்கிறார் ஆழ்வார்.

அதே காட்சியை இன்னும் நுணுக்கமாக விவரிக்கிறார் நம்மாழ்வார், இரணியனின் மார்பைப் பிளந்த நரசிம்மருக்கு, 'மலையைப் பிளந்த சிங்கம்' என்று உவமை சொல்கிறார்:

'போழ்துமெலிந்த புன்செக்கரில், வான்திசை
சூழும் எழுந்து உதிரப் புனலா, மலை
கீழ்து பிளந்த சிங்கம்ஒத்ததால், அப்பன்
ஆழ்துயர் செய்து அசுரரைக் கொல்லும்ஆறே.'

பொழுதுசாயும் நேரம், செக்கர் வானம், உலகுக்குப் பெரும் துயர்தந்த அசுரனான இரணியனை வதம்செய்கிறார் நரசிம்மர், எல்லாத் திசைகளிலும் அவனுடைய ரத்தம் பாய்கிறது. மலைமேல் ஏறி அதைப் பிளந்துபோட்ட சிங்கத்தைப்போல் அவர் திகழ்கிறார்!

இக்காட்சியைத் திருமங்கையாழ்வாரின் பாடலில் இன்னும் விரிவாகக்காணலாம்:

'எங்ஙனே உய்வர் தானவர் நினைத்தால்!
இரணியன் இலங்குபூண்அகலம்
பொங்குவெம்குருதி பொன்மலை பிளந்து
பொழிதரும் அருவிஒத்துஇழிய,
வெம்கண் வாள்எயிற்று ஓர் வெள்ளி மாவிலங்கல்

விண்உறக் கனல் விழித்துஎழுந்தது,
அங்ஙனேஒக்க அரிஉருஆனான்
அரங்கமா நகரம்அமர்ந்தானே.'

'நரசிம்மரின் செயலை நினைத்தால், இனி அசுரர்களால் எப்படிப் பிழைக்கமுடியும்!' என்று தொடங்குகிறார் ஆழ்வார். அதாவது, அவர் வதம்செய்தது இரணியனைமட்டுமல்ல, 'நம்மை யாராலும் எதுவும் செய்ய இயலாது' என்று எண்ணிக்கொண்டிருந்த அசுரர்களின் கர்வத்தையும் கிழித்துப்போட்டார்.

இரணியனுடைய மார்பில் அணிந்திருந்த ஆபரணங்களெல்லாம் சிதறும்படி நரசிம்மர் அவனை வதம்செய்தாரே, அவனுடைய வெம்மையான ரத்தம் எங்கும் பொங்கிப்பரவியதே, அந்தக் காட்சி, ஒரு பொன்மலையைப் பிளந்துகொண்டு அருவி கொட்டுவதுபோலிருந்ததே!

அவனைப் பிளந்த நரசிம்மரின் தோற்றம் எத்துணைக் கம்பீரமானது! கோபம்கக்கும் கண்கள், வாள்போன்ற பற்களோடு ஒரு வெள்ளிமலைபோல் பெருமான் தோன்றினானே, அப்போது அவனது கண்களில் எழுந்த கனல் வானத்தையே தொட்டதே!

இரணியனை வதம்செய்வதற்காக இப்படி நரசிம்ம உருவெடுத்த திருமால், அரங்கமாநகரில் நமக்கு அருள்காட்சி தருகிறானே!

திருவரங்கம்மட்டுமா, பெருமானை எங்கே பார்த்தாலும் ஆழ்வார்களுக்கு நரசிம்மத்தின் நினைவு வரும், திருக்குறுங்குடியிலே எழுந்தருளியிருக்கும் இறைவனைப்பாடவந்த திருமழிசையாழ்வார், 'இரணியனைப் பிளந்து மகிழ்ந்தவனே' என்கிறார்:

'கரண்டம்ஆடு பொய்கையுள் கரும்பனைப் பெரும்பழம்
புரண்டுவீழ வாளைபாய் குறுங்குடி நெடும்தகாய்,
திரண்டதோள் இரணியன் சினம்கொள் ஆகம்ஒன்றையும்
இரண்டுகூறு செய்துஉகந்த சிங்கம் என்ப.'

பொய்கையில் நீர்க்காக்கைகள் குளித்து எழுகின்றன, பக்கத்திலிருந்த பனைமரத்திலிருந்து கருப்பான, பெரிய பழம்

ஒன்று கீழே விழுந்து புரள்கிறது, அந்தச் சத்தத்தால் பயந்துபோன வாளை மீன்கள் நீரில் அங்குமிங்கும் துள்ளுகின்றன. அத்தகைய அழகுகொண்ட திருக்குறுங்குடியில் எழுந்தருளியிருக்கும் பெருமானே,

திரண்டதோள்களைக் கொண்ட பலசாலி இரணியன் கோபத்தோடு வந்தான், அவனுடைய உடலை இரண்டுகூறாகச் செய்து மகிழ்ந்த அந்தச் சிங்கம் நீதானே!

(நர)சிங்கம் ஏன் வந்தது?

இரணியன் தன்னை வணங்கவில்லை என்று திருமாலுக்குக் கோபமா? அதனால்தான் அவனை வதம்செய்தாரா? இந்தக் கேள்வியை எழுப்பி, பதிலைச் சொல்லாமல் சொல்லும் பாடல், பொய்கையாழ்வாருடையது:

'வரத்தால் வலிநினைந்து, மாதவ, நின்பாதம்
சிரத்தால் வணங்கானாம் என்றே! உரத்தினால்
ஈர்அரியாய் நேர்வலியோன்ஆய இரணியனை,
ஓர்அரியாய் நீஇடந்தது ஊன்?'

எம்பெருமானே, மிகுந்த வலிமையுடன் எதிர்த்துவந்த இரணியனை, நீ சிங்கவடிவில் வதம்செய்தது ஏன்? அவனுடைய மார்பைப் பிளந்துபோட்டது ஏன்?

பிரம்மன் முதலானோர் தந்த வரத்தால், அவனுக்கு வலிமை பெருகியது. அதனால் கர்வம்கொண்ட அவன், மாதவனாகிய உன்னுடைய பாதத்தை வணங்கவில்லை, அதற்காகவா நீ அவனை வதம்செய்தாய்?

அவ்வளவுதான் கேட்கிறார் பொய்கையாழ்வார். அதற்குப் பதிலை நாமே ஊகிக்கலாம். தன்னை அவன் வணங்காததால் அல்ல, தன்னை வணங்கிய பக்தனைத் துன்புறுத்தியதால்தான் அவனைத் தண்டிக்க நரசிம்மம் தோன்றியது எனலாம்.

அல்லது, இரணியன் கேள்வி கேட்டதால், அதற்குப் பதில்

சொல்ல நரசிம்மம் வந்தது எனலாம். இதனை அழகுறச் சொல்லும் நம்மாழ்வார் பாடல்:

> 'எங்கும்உளன் கண்ணன்என்ற மகனைக் காய்ந்து,
> இங்குஇல்லையால்என்று இரணியன் தூண்புடைப்ப,
> அங்குஅப்பொழுதே அவன் வீயத் தோன்றிய என்
> சிங்கப்பிரான் பெருமை யார் ஆயும் சீர்மைத்தே!'

பிரகலாதன் 'கண்ணன்(திருமால்) எங்கும் இருக்கிறான்' என்றான். அதனால் இரணியனுக்குக் கோபம் வந்தது. பக்கத்திலிருந்த ஒரு தூணைத் தட்டி, 'அவன் இங்கே இல்லையே' என்றான்.

காரணம், அந்தத் தூண் அவன் கட்டியது, அதற்குள் இறைவன் எப்படி இருக்க இயலும் என்பது அவனுடைய கேள்வி.

தூணிலும் துரும்பிலும் இறைவன் இருப்பான் என்பதை உணர்ந்திருந்தால், அவன் இப்படிக் கேட்டிருக்கமாட்டான். எனினும், கேள்வி எழுந்துவிட்டது, பதில் சொல்லியாக வேண்டுமல்லவா.

அதனால்தான், அங்கே, அப்பொழுதே பிரச்னையைத் தீர்த்துவைத்தார் பெருமான். நரசிம்மமாகத் தோன்றினார், இரணியனை வதம்செய்தார்.

அத்தகைய சிங்கப்பிரானின் பெருமைகளை யாரால் ஆராய இயலும்!

நரசிம்மாவதாரத்தில் குறிப்பாகச் சொல்லவேண்டிய ஒரு விஷயம், இரணியன் வதம்செய்யப்பட்ட நேரம். அவன் வாங்கிய வரத்தின்படி, காலையும் அல்லாத, மாலையும் அல்லாத, பொழுதுசாயும் நேரத்தில் அவனை வதம்செய்தார் நரசிம்மர். இதனைப் பேயாழ்வாரின் பாடலொன்று குறிப்பிட்டுப் போற்றுகிறது:

> 'புகுந்து இலங்கும் அந்திப் பொழுதுஅகத்து, அரியாய்
> இகழ்ந்த இரணியனது ஆகம், சுகிர்ந்துஎங்கும்

சிந்தப் பிளந்த திருமால் திருவடியே
வந்தித்து என்நெஞ்சமே, வாழ்த்து.'

அந்திப்பொழுது சிறப்புடன் தோன்றியது, நரசிம்மமாகத் தோன்றிய இறைவன் இரணியனின் மார்பைப் பிளந்தான், அசுரனின் ரத்தம் எங்கும் சிந்தியது.

என்நெஞ்சமே, இரணியனை வதம்செய்து உலகைக் காத்த அந்தத் திருமாலின் திருவடிகளை வந்தனைசெய்து வாழ்த்து!

இரணியன்மீது இத்துணைக் கோபம் காட்டிய திருவுருவம், பிரகலாதனுக்கு அளவற்ற கருணையையும் பொழிந்தது. அதனைக் குறிப்பிட்டுப் போற்றுகிறார் நம்மாழ்வார்:

'தோற்றம், கேடு, அவை இல்லவன், உடையான், அவன் ஒருமூர்த்தியாய்
சீற்றத்தோடு அருள்பெற்று அவன் அடிக்கீழ்ப் புகநின்ற செங்கண்மால்,
நாற்றம், தோற்றம், சுவை, ஒலி, ஊறல் ஆகிநின்ற எம் வானவர்
ஏற்றையே அன்றி மற்றுஒருவரை யான்இலேன் எழுமைக்குமே.'

மற்றவர்களைப்போல் தோற்றமும் மறைவும் இறைவனுக்குக் கிடையாது, என்றென்றும் நம்முடைய தலைவனாக, நம்மை அடிமைகொண்டு திகழ்கிறவன் அவன்.

அத்தகைய திருமால் நரசிம்ம அவதாரமெடுத்து, சீற்றத்தோடு இரணியனை வதம்செய்தான்.

அதே நேரத்தில், பிரகலாதனாகிய பக்தனுக்குத் தன்னுடைய திருவடியில் இடம்தந்தான்.

அந்தச் செங்கண்மால், நறுமணம், காட்சி, சுவை, ஒலி, தொடுவுணர்ச்சி என்கிற ஐந்தாகவும் திகழ்கிறான், ஐம்பொறிகளாலும் உணரப்படுகிறான், தேவர்களுக்கெல்லாம் தலைவனாகிய அந்தப் பெருமானையன்றி வேறு யாரும் நமக்கில்லை, எப்போதும் அவனே நமது பிரான்!

கிட்டத்தட்ட இதே கருத்தைப் பூதத்தாழ்வார் பாடலொன்றும் உரைக்கிறது:

'வரம்கருதித் தன்னை வணங்காத வன்மை,
உரம்கருதி மூர்க்கத்தவனை, நரம்கலந்த
சிங்கமாய்க் கீண்ட திருவன் அடியிணையே
அங்கண்மா ஞாலத்து அமுது.'

தனக்குக் கிடைத்த வரத்தைப் பெரிதாக எண்ணிக்கொண்டு பெருமானை வணங்காமல், தனது வலிமையை எண்ணி மூர்க்கத்துடன் திரிந்தவன் இரணியன்.

மனிதனும் சிங்கமும் கலந்த உருவெடுத்து, அவனைப் பிளந்தான் இறைவன், அந்தப் பெருமானின் திருவடிகள்தான் அழகிய இந்த உலகில் நாம் பெறக்கூடிய அமுதம்!

யசோதை கண்ணனைப் பூச்சூடிக்கொள்ள அழைப்பதாகப் பாடுகிறார் பெரியாழ்வார், அப்போது யசோதை குரலில், பெருமானின் நரசிம்மாவதாரத்தைப் போற்றுகிறார்:

'குடங்கள்எடுத்து ஏறவிட்டுக் கூத்தாடவல்ல எம்கோவே,
மடம்கொள் மதிமுகத்தாரை மால்செய்யவல்ல என்மைந்தா,
இடந்திட்டு இரணியன் நெஞ்சை இருபிளவாக முன்கீண்டாய்,
குடந்தைக் கிடந்த எம்கோவே, குருக்கத்திப் பூச்சூட்ட வாராய்.'

குடங்களை மேலே எறிந்து ஆடுகின்ற கூத்தில் வல்லவனே, என் தலைவனே, மடம் என்கிற குணத்தைக்கொண்ட, சந்திரன்போன்ற முகத்தையுடைய பெண்களை மயக்கவல்ல என் வீரனே, இரணியனின் நெஞ்சை இரண்டாகப் பிளந்தவனே, திருக்குடந்தையில் எழுந்தருளியிருப்பவனே, குருக்கத்திப்பூ சூடிக்கொள்ள வா!

இப்படி எத்துணைப் புகழ்ந்தாலும், நரசிம்மாவதாரத்தின் அழகை நம்மால் முழுமையாக அனுபவிக்க இயலாது. அதுவே நல்லது, தொடர்ந்து அவனை நினைத்தபடி இருக்கலாம், அவன் அருளைப் பெறலாம். அவனை நாம் போற்றுவதும்,

அவனுடைய அருளால்தானே! இதனை நம்மாழ்வார் தன் நெஞ்சுக்குச் சொல்கிறார்:

‘என்நெஞ்சத்துள் இருந்துஇங்கு இரும்தமிழ் நூல்இவைமொழிந்து
வல்நெஞ்சத்து இரணியனை மார்வுஇடந்த வாட்டாற்றான்,
மன்அஞ்ச பாரதத்துப் பாண்டவர்க்காப் படைதொட்டான்,
நல்நெஞ்சே, நம்பெருமான் நமக்குஅருள்தான் செய்வானே!’

இறைவன் என் நெஞ்சத்தில் இருக்கிறான், நான் பாடும் பாடல்கள் யாவும் அவன் சொல்பவைதான்,

கடினமான நெஞ்சத்தை உடைய இரணியனின் மார்பைப் பிளந்தவன், திருவாட்டாற்றில் எழுந்தருளியவன், இந்த உலகமே அஞ்சும்படி பாண்டவர்களுக்காகப் பாரதப்போரில் பங்கேற்றவன், அவன் நமக்கு அருள்செய்வான்,

என் நெஞ்சே, அந்தப் பெருமானை எப்போதும் எண்ணியிரு!

69

இறைவன்மீது வைக்கும் பக்தியை எல்லாருமே நேசமாகதான் வெளிப்படுத்துவார்கள். குறிப்பாக, பக்திக்கவிதைகளில் அன்பின் வெளிப்பாடு அதிகம் காணப்படும்.

இதனால், பல நேரங்களில் பக்திக்கவிதைகளுக்கும் காதல்கவிதைகளுக்கும் பெரிய வித்தியாசமே தென்படாது. இறைவன்மீது பக்தர்கள் வைப்பதும் உண்மைக்காதல்தானே.

இதனை ஒருபடி முன்னெடுத்துச்சென்று, இறைவன்மீது காதல்வயப்பட்ட பெண்ணாகவே தன்னை எண்ணிக்கொண்டு பாடியவர்களும் உண்டு. ஆழ்வார்கள், நால்வர்தொடங்கி இன்றுவரை பல புலவர்கள் இப்படிப்பட்ட அழகிய பாடல்களைத் தந்திருக்கிறார்கள்.

பலபட்டடைச்சொக்கநாதப்புலவர் எழுதிய ‘அழகர் கிள்ளைவிடுதூது’ என்ற நூல், அழகர்மீது நேசம்கொண்ட ஒரு பெண்ணின் குரலாக ஒலிக்கிறது. அவள் தன் நிலைமையை ஒரு கிள்ளை(கிளி)யிடம் சொல்லுகிறாள், ‘அழகரிடம் சென்று என்னைப்பற்றிச் சொல்வாயா?’ என்று கெஞ்சுகிறாள்.

‘சரி, சொல்கிறேன், ஆனால், யார் அந்த அழகர்? அவரைப்பற்றிக் கொஞ்சம் சொல்!’ என்கிறது கிளி.

கேட்கிற கிளிக்கும் அழகரைத் தெரியும், பதில்சொல்கிற காதலிக்கும் தெரியும், பாடலையெழுதிய புலவருக்கும் தெரியும், வாசிக்கிற நமக்கும் தெரியும், ஆனாலும், பாடல்வடிவத்தில் மீண்டும் அவர் பெருமையைக் கேட்பதில் ஒரு சந்தோஷம்.

ஆகவே, அந்தப்பெண் அழகரின் மாண்புகளை ஒவ்வொன்றாக விவரிக்கிறாள், கிளியும் ஆவலுடன் கேட்கிறது!

> ‘அரிவடிவுமாய்ப் பின் நரன் வடிவும்ஆகிப்
> பெரியதொரு தூணிற் பிறந்து, கரிய
> வரைத்தடம்தோள் அவுணன் வன்காயம் கூட்டி
> அரைத்திடும் சேனை அருத்தி, உருத்திரனாய்ப்
> பண்ணும் தொழிலைப் பகைத்து நிலக்காப்பும்அணிந்து
> உண்ணும்படியெல்லாம் உண்டுஅருளி, வெண்ணெயுடன்
> பூசனை தந்தபால் போதாமலே பசித்து
> வேதனையும் பெற்று வெளிநின்று, பாதவத்தைத்
> தள்ளுநடைஇட்டுத் தவழ்ந்து விளையாடும்
> பிள்ளைமை நீங்காத பெற்றியான்.’

கிளியே, அவன் பல வடிவங்கள் எடுத்தவன், ஒவ்வொன்றாகச் சொல்கிறேன்,

சிங்கமும் மனிதனும் கலந்த நரசிம்மமாகப் பெரிய தூணொன்றில் தோன்றினான் அவன், எதிரில் கருப்பான மலையைப்போன்ற பெரிய தோள்களுடன் ஓர் அசுரன்(இரணியன்) நின்றான். அவனைப் பிடித்துத் தரையிலே தேய்த்து அழித்தான். தடுக்கவந்த இரணியனின் படைகளையும் அழித்தான்,

அதன்பிறகு, அவன் உருத்திரனான சிவனின் தொழிலை(அழித்தல்) ஏற்றுக்கொண்டு செய்தான், நிலத்தைக் காக்கின்ற தொழிலையும் அவனே செய்தான், படைக்கும் தொழிலைச் செய்கிற பிரம்மனையும் அவனே படைத்தான்,

ஊழிக்காலத்தில், அந்த நிலத்தை அவனே உண்டான், அதன்மூலம் அந்நிலத்தைக் காத்துஅருளினான்.

அவன் பூமியைமட்டுமா உண்டான்? கண்ணனாக அவதாரம் எடுத்தபோது, வெண்ணெய் உண்டான், பூதகி கொடுத்த பாலையும் உண்டான், அவை போதாமல் மேலும் பசியோடு அக்கம்பக்கத்து வீடுகளில் வெண்ணெயைத் திருடுவதுபோல் விளையாடினான்,

கண்ணனின் குறும்புகளைத் தடுப்பதற்காக, அவன் காலில் ஓர் உரலைக் கட்டினார்கள், அதை இழுத்துக்கொண்டு தவழ்ந்தான், அந்த உரலாலேயே இரண்டு மருத மரங்களைச் சாய்த்துவிட்டான்,

இத்தனை குறும்புகளைச் செய்தபிறகும், அவனுடைய தன்மை மாறவில்லை, இன்னும் சிறுபிள்ளைபோலவே பக்தர்களிடம் அன்பாகப் பழகுகிறான், தீயோரை விளையாட்டாக அழிக்கிறான்!

> 'கல்லைப் பெண்ஆக்கும் மலர்க்காலினான், சொல்கவிக்குப்
> பார முதுகுஅடைந்த பாயலான், விண்ணவர்க்கா
> ஆரமுது கடைந்த அம்கையான், நாரியுடன்
> வன்கானகம்கடந்த வாட்டத்தான், வேட்டுவற்கு
> மென்கானகம்கடந்த வீட்டினான், என்காதல்
> வெள்ளத்து அமிழ்ந்தினோன், வேலைக்குமேல் மிதந்தோன்.'

அவன் ராமனாக அவதரித்தபோது, தன்னுடைய மலர்த்திருவடிகளால் ஒரு கல்லைப் பெண்ணாக்கினான், திருமகளான சீதையுடன் வனத்தில் நடந்தான்,

திருமழிசையாரின் பாடலைக் கேட்டு, தன்னுடைய பாம்புப்படுக்கையைச் சுருட்டி முதுகில் வைத்துக்கொண்டு நடந்தவன் அவன், விண்ணவர்களுக்காக அரிய அமுதத்தைக் கடைந்தவன், அழகிய கைகளைக் கொண்டவன், வேடன் ஒருவனுக்காகத் தன்னுடைய கால்நகத்தைத் தந்தவன்,

கடல்மேல் மிதந்த திருக்கோலத்தைக்கொண்ட அந்தப் பெருமான், என்னுடைய காதல் வெள்ளத்தில் திளைக்கிறவன்.

சரி, அவனை எங்கே பார்ப்பது?

அதுதான் பிரச்னை. அவன் மாயனாயிற்றே, அவன் எங்கே இருக்கிறான் என்று எப்படிக் கண்டுபிடிப்பது?

> 'உள்ளத்து உள்ளான், உலகுக்கு அப்பாலான், தெள்ளிதின்
> வெட்டவெறுவெளியிலே நின்றும் தோற்றாதான்,
> கிட்ட இருந்தும் கிடையாதான்...
> ...எண்ணிலே மாயன் எனும் பேரினால் ஒளிப்போன்,
> கண்ணன்எனும் பெயரால் காண்பிப்போன், எண்ணுங்கால்
> எங்கும் இலாதுஇருந்தே எங்கும் நிறைந்திருப்போன்,
> எங்கும் நிறைந்திருந்தே எங்கும்இலான்.'

அவன் என் உள்ளத்தில் உள்ளான், அதேசமயம் இந்த உலகெங்கும் இருக்கிறான், அதைக் கடந்தும் இருக்கிறான்,

அதற்காக, அவனை எளிதில் பார்த்துவிடலாம் என்று நினைக்காதே. அவன் வெட்டவெளியில் தெள்ளத்தெளிவாக நின்றாலும், யார் பார்வைக்கும் அகப்படமாட்டான், அருகிலேயே இருந்தாலும், அவனை யாரும் எளிதில் பெற்றுவிட இயலாது.

ஆனால், அவனுக்குக் 'கண்ணன்' என்ற பெயரும் உண்டு. ஆகவே, அவன் நம் கண்ணிலேயே இருப்பான், அன்புள்ளவர்களுக்குத் தன்னை அவனே காட்டுவான், மற்ற பொருள்களையும் காட்டுவான், அவன்வழியாகதான் நாம் இந்த உலகையே காண்போம்!

சுருக்கமாகச் சொல்வதென்றால், அவன் எங்கும் இருக்க மாட்டான், ஆனால், எங்கும் நிறைந்திருப்பான்!

> 'துன்றுபிர
> மாவும்நான், மன்னுயிரும்நான், அவ்இருவரையும்

ஏவுவான்தானும்நான் என்றுஉணர்த்தக் கோவலர்பால்
ஆனுமாய் ஆன்கன்றும்ஆகி அவற்றைமேய்ப்
பானுமாய் நின்ற பரஞ்சோதி.'

அவன் கண்ணனாகப் பசுக்களை மேய்த்தபோது, அந்தப் பசுக்களும் அவனே, பசுக்களின் கன்றுகளும் அவனே, அவற்றை மேய்க்கிறவனும் அவனே என்று ஒரு திருக்காட்சியைக் காட்டினான்,

இதைக் காணும்போது, அவனே பிரம்மன், அவனே சிவன், அவர்கள் இருவருக்கும் (ஆக்கல்,அழித்தல்) பணிகளை வழங்கிஅருள்பவனும் அவனே, இந்த உலக உயிர்கள் எல்லாம் அவனே என்பது புரிகிறது.

'பாதம்எனும்
செந்தாமரைமலரில் சிந்தியதேன்போல
மந்தாகினிவழியும் வண்மையான், சந்ததமும்
ஆன்ற உலகம் அறியும் அறியாமையுமாத்
தோன்றத் துயிலாத் துயில்கொள்வோன், ஈன்றவளைத்
தெள்ளுமணிவாயில் காட்டிச் செகம்புறமும்
உள்ளும்இருப்பது உணர்வித்தோன்.'

அவனுடைய பாதம் செந்தாமரைமலர்போல் அழகானது, அதில் சிந்துகிற தேன்போல கங்கைநதி வழிகிறது.

இந்த உலகம் அறிவோடும் அறியாமையோடும் இருக்கச்செய்கிறவன் அவனே, அதற்காக, அவன் உறங்கியும் உறங்காமலும் 'துயிலாத் துயில்' கொண்டிருக்கிறான்.

கண்ணனான அவன், தன் வாயில் உலகங்களைக் காட்டினான், அதைப்பார்த்த அவனுடைய தாய்க்கும் பிறருக்கும், உலகம் வெளியில்மட்டுமல்ல, அவனுக்குள்ளும் உள்ளது என்பதை உணர்த்தினான்.

'இசைத்துஇசைத்து
ஊன்பிடிக்கும் வேடர் ஒரு பாவையால்நூறு

மான்பிடிக்கின்ற வகைஎன்னத் தான்படைத்த
என்பிறவி எண்பத்துநான்குநூறாயிரமும்
தன்பிறவி பத்தால் தணித்திடுவோன்.'

வேடர்கள் ஒரு மான் பொம்மையைக் கொண்டுவருவார்கள், அதை வைத்து ஒலிஎழுப்பி நூறு மான்களைப் பிடித்துவிடுவார்கள். அதுபோல, அந்தப் பெருமான் தன்னுடைய பத்து அவதாரங்களால் என்னுடைய ஆயிரக்கணக்கான பிறவிகளைப் போக்கினான், எனக்குப் பிறவாத பெருநிலையை அருளினான்.

அதெல்லாம் சரி, நான் அவனைப் பார்க்கவேண்டுமென்றால் எங்கே செல்வது? எந்த நாடு? எந்த நகரம்?

'பார்மகட்கு...
...கனகவரைமீது புகழ்
தீட்டும் புனல்நாடும் தென்னாடும் நாட்டமாம்,
அந்நாடு இரண்டில் அருள்சேர் வலக்கண்எனும்
நல்நாடாம் தென்பாண்டி நாட்டினன்...
...அமராபதிபோலும்
சீர்பதியான திருப்பதியான்.'

புவிமகளுடைய இரண்டு கண்கள், இமயமலைமீது புகழை எழுதிய சோழநாடும், பாண்டியநாடும்தான்.

அந்தக் கண்களிலே வலக்கண்ணாகிய அருள்நிறைந்த நல்ல நாடு, தென்பாண்டிநாடு. அதுதான் அழகரின் நாடு.

அங்கே தேவர்களுடைய பட்டினமான அமராபதிபோலச் சிறப்புநிறைந்த நகரமமான திருமாலிருஞ்சோலை உள்ளது, அங்கேதான் அழகர் எழுந்தருளியிருக்கிறார்.

அவருடைய தோற்றம் எப்படிப்பட்டது தெரியுமா?

'நவநீதம்
மேனியில் சிந்தியதும் மென்கையில் ஏந்தியதும்

வானில் உடுவும் மதியும்எனத் தான்உண்டோன்,
செங்கதிரும் வெண்கதிரும் என்னத் திருவிழியும்
சங்கமும் சக்கரமும் தாங்கினோன், அம்கண்உல(கு)
உண்ட கனிவாயான், உறையும் திருவயிற்றான்,
கொண்டபடி ஈன்ற கொப்பூழான், மண்டி
அளந்த திருத்தாளான், அன்றுஏற்ற கையான்,
விளைந்தபொருள் காட்டும் மெய்யான்.'

அவன் வெண்ணெயை அள்ளி உண்கிறவன், அப்போது அவன் கையில் கொஞ்சம் வெண்ணெய் இருக்க, உடலில் கொஞ்சம் வெண்ணெய் ஆங்காங்கே சிந்தியிருக்க, அதைப் பார்க்கும்போது, வானத்தில் சந்திரனும் நட்சத்திரங்களும் நிறைந்திருப்பதுபோல் தோன்றும்.

அவனுடைய இருவிழிகள், சிவந்த சூரியனையும் வெண்ணிறச் சந்திரனையும்போல் தோன்றும், கையில் சங்கு, சக்கரம் ஏந்தியிருப்பான்.

அவனுடைய வாய், அழகிய உலகை உண்டது, அவனுடைய வயிற்றில் அந்த உலகு தங்கியது, அவனுடைய தொப்பூளில்தான் உலகம் பிறந்தது, அவனுடைய கால், அந்த உலகை அளந்தது, அவனுடைய கை, அந்த உலகை (மாபலியிடம்) கேட்டுப் பெற்றது, உலகில் விளையும் பச்சைப்பசுமைதான் அவனுடைய திருமேனியின் நிறம்!

'விருப்பமுகம்
சந்திரன்ஆன சவுந்திரவல்லியுடன்
சுந்தரராசன்எனத் தோன்றினோன், அந்தம்
சொலநலம்கொடு தோள்அழகுஆர் சுந்தரத்தோளன்,
மலைஅலங்காரன் என வந்தோன், பலவிதமாய்
நண்ணிய தெய்வத்தை நரர்எல்லாம் பூசித்த
புண்ணியமே தன்னைவந்து பூசித்தோன்.'

சந்திரன்போன்று திகழும் முகத்தைக்கொண்ட சவுந்திரவல்லித்தாயாருடன் சுந்தரராசன் என்ற திருப்பெயருடன்

தோன்றுகிறான் அவன், அழகிய தோள்களைக்கொண்டதால் அவனைச் ‘சுந்தரத்தோளன்’, ‘மலையலங்காரன்’ என்றும் அழைத்துப்போற்றுவார்கள்,

மக்கள் எந்தத் தெய்வத்தை அன்போடு வணங்கினாலும் சரி, அனைத்தும் அவனையே சென்றுசேரும், புண்ணியங்களெல்லாம் அவனைப் பூசித்துவணங்கும்!

இப்படிப்பட்ட அழகரைச் சட்டென்று சந்தித்துவிடலாமா? அதற்கென்று ஒரு முறை இருக்கிறதல்லவா, கிளிக்கு அதை விளக்குகிறாள்:

‘...தாள்வணங்க
ஆர்த்த திருவோலக்கமாய் இருப்பன், அப்பொழுதுஉன்
வார்த்தை திருச்செவியில் வாயாது, சேர்த்தியிலே
மெல்ல எழுந்துஅருளும் வேளைபார்த்து, அவ்வேளை
...தத்தையே, நீஉரையாய்.’

கிளியே, எம்பெருமானைப் பலரும் வணங்கிக்கொண்டிருப்பார்கள், திருவோலக்கமண்டபத்தில் அவர் அழகாக எழுந்தருளியிருப்பார்.

அந்த நேரத்தில் அவரிடம் நீ ஏதேனும் பேசினால், அவருடைய திருச்செவிக்குச் சென்றுசேராது.

அவர் தூங்கச்செல்லும்வரை காத்திரு. அப்போது அவர் அருகே சென்று என் நிலைமையைச் சொல்!

அவ்வளவுதானா? சொல்லிவிட்டுத் திரும்பி வந்துவிடலாமா?

அத்தனைதூரம் சென்று அழகரைப் பார்த்தபிறகு வெறுங்கையோடு வரலாமா? என்னுடைய காதல்நெஞ்சம் அதைத் தாங்குமா?

‘நேசமுடன்
எம்முடைய மாலை இருபுயத்து மாலை கேள்.
உம்முடைய மாலை உதவீரேல், அம்மைதிருக்
கோதையார் சூடிக் கொடுத்துவரவிட்ட

தாதைஆர் மாலைதனைத் தம்மின்என்பாய், நீதி
அடுப்பவர் யாவர்க்கும் ஆடித்தியாகம்
கொடுப்பவன் இல்லையென்று கூறான், தடுக்கும்
அருமாலை நீக்கும் அழகன் புயத்து
மருமாலை நீ வாங்கிவா.'

அவரிடம் என்னுடைய நிலையைச் சொன்னபிறகு, 'நீங்கள் அணிந்திருக்கும் மாலையைத் தாருங்கள்' என்று அன்பாகக் கேள்.

ஒருவேளை அவரால் அதைத் தர இயலாது என்றால், ஆண்டாள் சூடிக்கொடுத்த, மகரந்தங்கள் நிறைந்த மாலையையாவது தரச்சொல்லிக் கேள்.

ஆடித்திங்களில் தன்னிடம் வந்து வரம் கேட்பவர்களுக்கு அள்ளித்தருகிறவன் அவன், நீ மாலை கேட்டால் மறுக்கமாட்டான், நிச்சயம் தருவான்.

என்னுடைய இந்த அரிய மயக்கத்துக்கு ஒரே மருந்து, அழகர் தோளில் அணிந்த மணம்மிகுந்த மாலைதான். கிளியே, நீ அதைக் கேட்டு வாங்கிவா.

அழகரின் மாலை என்பது, இங்கே ஒரு குறியீடுதான். இறைவனின் திருவடிகளைச் சென்றடையவேண்டும் என்கிற தவிப்புதான் காதலாக வெளிப்படுகிறது, அவரது மாலையைக் கேட்பதன்மூலம், என்றும் அவரைப் பிரியாமல் சேர்ந்திருக்கவேண்டும் என்கிற பக்தர்களின் எண்ணம் பாடலாகத் தோன்றுகிறது!

70

இறைவனைத் தொழ யார் துணை?

அடியவர்கள் கூட்டத்தோடு இறைவனை வணங்குவது இனிமை. ஆனால் அது எல்லா நேரங்களிலும் சாத்தியமில்லை.

ஆகவே, பக்தர்கள் தங்கள் மனத்தைத் துணையாக்கிக் கொள்வார்கள். 'இறைவனை வணங்குவோம், வா' என்று அதனையும் அழைத்துச்செல்வார்கள்.

அதாவது, வெறுமனே உடல்மட்டும் கோயிலுக்குள் நுழைந்தால் போதாது, மனமும் நுழையவேண்டும், சொல்லப்போனால், மனம்மட்டுமே இறைவனை எண்ணினால்கூடப் போதும், அந்த மனமே கோயிலாகிவிடும். இதைதான் வாயிலார், பூசலார் சரித்திரங்கள் சொல்கின்றன.

ஒருவேளை, மனத்துக்கு இந்தப் பழக்கத்தை ஏற்படுத்தித்தரவில்லையென்றால், அது ஏதேதோ சிந்தனைகளில் மூழ்கிவிடும், உலகமயக்கத்தில் விழுந்துகிடக்கும், அதன்பிறகு பக்திநெறிக்குத் திரும்புவது சிரமம்.

அதனால்தான், பல கவிஞர்களும் மனத்தை அழைத்துப் பாடல்கள் எழுதினார்கள், பக்தியை மனத்துக்குச்

சொல்வதுபோல் தங்களுக்குச் சொல்லிக்கொண்டார்கள், நமக்கும் சொன்னார்கள்.

கவிமணிதேசிகவிநாயகம் தன் மனத்தை அழைத்து, 'நான் உனக்குக் கெட்டது செய்வேனா? என்னை நம்பு' என்கிறார்.

'சரி, நம்புகிறேன்' என்கிறது மனம், 'இப்போது நான் என்ன செய்யவேண்டும்?'

'எம்பெருமான் எழுந்தருளியிருக்கிற தில்லைப்பதிக்குச் செல்லவேண்டும், சிற்றம்பலத்தைச் சுற்றவேண்டும், இரவும் பகலும் அங்கே ஆடிக்கொண்டிருக்கிற ஈசனின் ஆனந்த நடனத்தைக் காணவேண்டும், பைந்தமிழ் என்கிற சோலையில் புகவேண்டும், நன்கு மணம்வீசுகிற பூக்களை(சொற்களை)த் தேர்ந்தெடுத்து, அதோடு சந்தஅழகைக் கோத்து மாலையாகக் கட்டவேண்டும், அந்தப் பாடலை அவனது திருவடிகளில் வைத்துத் தொழவேண்டும்!'

'கன்றுக்குப் பசிக்கும் என்று இரக்கப்பட்டுத் தாய்ப்பசு பால்கொடுக்கும், அதுபோல, அவன் உளங்கனிந்து நமக்கு அருள்செய்வான், அவனுடைய கருணை இருந்துவிட்டால்போதும், நமக்கு எந்தக் கவலையும் இல்லை!'

'நல்லது சொல்லுகின்றேன் மனமே,
இதை எந்நாளும் நீ
நம்புவாய், என் மனமே,

தில்லைப்பதிக்குச் செல்லவேணும், சென்று
சிற்றம்பலம் சுற்றவேணும்,
அல்லும்பகலும் அதில்ஆடும் ஈசன்
ஆனந்தநடம் காணவேணும்!

பைந்தமிழ்ச்சோலையிலே புகுந்து, நல்ல
பரிமளம் வீசும் மலர்பறித்துச்
சந்தம்எழ மாலைகட்டி, அவன்
தாளில் அணிந்து தொழவேணும்!

கன்றுக்குஇரங்கும் பசுபோல, அவன்
கனிந்து அருள்செய்திடுவான் மனமே!
என்றும் அவன் ஆணைஉண்டானால், நமக்கு
ஏதும் கவலையில்லை மனமே!'

சங்கரனோடு சண்முகனையும் வணங்கச்சொல்லித் தன் மனத்துக்கு அறிவுறுத்துகிறார் கவிஞர், 'மனமே, கந்தன், ஆறுமுகன், கடம்பமாலை அணிந்தவன், உமையம்மையின் மகன், திருமகளின் மருமகன், முருகனுடைய மலர்த் திருவடிகளை வாழ்த்தி வணங்கு!'

இறைவனை வணங்கித் தோய்வதுதான் முக்கியம் என்றானபிறகு, சாத்திரங்களைக் காரணம்காட்டிப் பிறரோடு சண்டையிடுவது வேண்டாமே!

மனமே, நாத்திகப்பேச்சை நீ ஏன் எண்ணுகிறாய்? அதனால் கொடிய நரகம்தான் உனக்குக் கிடைக்கும், அதை விட்டுவிடு! 'கார்த்திகேயா, நீயே சரணம், என்னைக் காத்தருள்வாய்' என நாள்தோறும் வணங்கு, புகழ்நிறைந்த அவனுடைய அருளைக்கேட்டுப் பெற்றுக்கொள்!

'வந்தனைசெய் மனமே, மலரடி
வாழ்த்தி வணங்கு மனமே!

கந்தனை, சண்முகனை,
கடம்புஅணிவோனை, உமை
மைந்தனை, திருமகள்
மருகனை, முருகனை வந்தனைசெய்!

சாத்திரம்படித்து ஓயாச்
சண்டை வளர்த்திடாமல்,
நாத்திகம்பேசிப் பொல்லா
நரகினுக்கு ஆளாகாமல் வந்தனைசெய்!

கார்த்திகேயா! சரணம்,
காத்துஅருள் என்னைஎன்று

கீர்த்திபெருகும் அவன்
கிருபையை வேண்டி நிதம் வந்தனைசெய்!'

என்னதான் மனத்துக்குப் பயிற்சி கொடுத்தாலும், அது தன்னுடைய கவலைகளை விடுவதில்லை, குறிப்பாக, ஏதேனும் பிரச்னை வரும்போது பெரும் திகைப்பில் ஆழ்ந்துவிடுகிறது, 'என்ன ஆகுமோ!' என்று திணறுகிறது.

'மலைத்துப்போகாதே மனமே, எல்லாவற்றையும் இறைவன் பார்த்துக்கொள்வான்' என்கிறார் தேசிகவிநாயகம், 'உன்னுடைய பிரச்னைகளெல்லாம் சர்வசாதாரணமானவை, அலைகடல் புரளாதபடி நிலைநிறுத்துகிறவன், அண்டங்கள் சிதறாமல் கட்டிவைத்திருக்கிறவன், அத்தகைய பெருமான் உன்னைக் கைவிடுவானா? கவலைப்படாதே!'

'ஆனால், எனக்கு இன்னும் பதற்றம் குறையவில்லையே!' என்று கேட்கிறது மனம்.

'நீ செய்யவேண்டியது ஒரே ஒரு விஷயம்தான்: பக்தர்களைத் தடுத்தாட்கொள்கிற சிவபெருமானை, சங்கரனை, புலித்தோல் உடுத்தவனை, திருத்தில்லையில் எழுந்தருளியிருக்கிற உமையொருபாகனை வணங்கு, என்னை அடிமையாக ஏற்றுக்கொள் என்று தினமும் கெஞ்சு, அவனுடைய உள்ளம் இரங்கும், அதன்பிறகு உனக்கு எந்தக்குறையும் வராது!'

'மலையாதுஇருப்பாய் என்மனமே, சற்றும்
மலையாதுஇருப்பாய் என்மனமே,

அலைஆழி புரளாமல், அண்டங்கள் சிதறாமல்,
நிலையாய் நிறுத்தும் ஈசன் நினைக் கைவிடுவானோ?

தடுத்தாளும் பெருமானை, சங்கரனை, புலித்தோல்
உடுத்துஆளும் திருத்தில்லை உமையொருபாகனை நீ
அடுத்துஆளவேண்டி நிதம் அடிபணிந்திடில் அவன்
எடுத்துஆளத் திருஉள்ளம் இரங்கிடமாட்டானோ?'

'இறைவன் அருள்செய்தால் போதுமா? பொருள் வேண்டாமா?' என்று விதண்டாவாதம் பேசுகிறது மனம், 'நமக்கென்று வீடு, நிலம், சொத்துகளெல்லாம் இருந்தால்தானே சவுகர்யமாக வாழலாம்!'

தேசிகவிநாயகம் சிரிக்கிறார், 'மனமே, சொத்தில்லை, அதைச் சேர்க்க வழியும் தெரியவில்லை என்று நீ ஏன் வாடுகிறாய்? அதையெல்லாம் எப்போது, எப்படித் தரவேண்டும் என்று அவனுக்குத் தெரியாதா?'

'ஈயை, எறும்பை, எண்ணற்ற உயிர்களைக் காக்கிறவன், கருணைக்கடல், கனகசபையில் நடனம்செய்கிறவன், அவன் உன்னை மேலே உயர்த்தாமலிருப்பானா? பேசாமல் உன் வேலையைப் பார், அவனைப் பாடி மகிழ்ந்திரு!'

அப்போதும், மனத்துக்கு நம்பிக்கை வரவில்லை. ஆகவே, இன்னும் தெளிவாக விளக்குகிறார் கவிஞர், 'பாற்கடலைக் கடைந்தபோது அமுதம் வந்தது, விஷமும் வந்தது, அதைக்கண்டு தேவர்கள் அஞ்சினார்கள், அப்போது சிவன் என்னசெய்தான்? தானே நஞ்சைஉண்டான், அமுதத்தைத் தேவர்களுக்குக் கொடுத்தான்!'

'தான் நஞ்சுண்டாலும் பரவாயில்லை எனப் பிறருக்கு நலன்செய்கிற பெருமான் உன்னைக் கைவிடுவானா? அவனுடைய குஞ்சிதபாதமலர்களைக் கும்பிடு, நீயே தஞ்சம் என்று வணங்கு, கவலைப்படுவதை நிறுத்து!'

'வாடிநீ வருந்துவதுஏன்? மனமே!

வீடும்குடியும் இல்லை, விளைநிலம் ஏதுமில்லை,
தேடி அடையவழி தெரியவும்இல்லையென்று
வாடிநீ வருந்துவதுஏன்?

ஈக்கள், எறும்புகளை, எண்ணிலா உயிர்களைக்
காக்கும் கருணாகரன், கனகசபை நடேசன்,
ஆக்கம்பெருக உனக்கு அருள்செய்யாது இருப்பானோ?

பாக்களில் அவன்புகழ் பாடிப்பணிந்திடாமல்
வாடிநீ வருந்துவதுஏன்?

அஞ்சிய வானவருக்கு அரியஅமுதுஅளித்து,
நஞ்சினைஉண்ட ஈசன் நமக்குஅருள் செய்திடானோ?
குஞ்சிதபாதமலர் கும்பிட்டு, எனக்குநீயே
தஞ்சம்என அவனைத் தாழ்ந்து பணிந்திடாமல்
வாடிநீ வருந்துவதுஏன்?'

செல்வம் கிடைத்தாலும், முதுமைவருமே, எமன்வருவானே, மனம் அஞ்சுகிறது.

'எமனை உதைத்த பெருமான் இருக்கிறான், உனக்குஏன் அச்சம்?' என்கிறார் தேசிகவிநாயகம். 'ஐந்தெழுத்தை நினை, பால்வெள்ளைத் திருநீறைப் பூசிக்கொள், பரமனை வணங்கு, அதுபோதும்!'

'சிவபெருமானை வணங்கினால், தீராத வினைகளெல்லாம் தீரும், அவனருளாலே எல்லா நலன்களும் விளையும், பேரானந்தம் பெருகும், இன்னொரு பிறவி என்கிற சுழல் நின்றுபோகும்!'

'ஆகவே, திகட்டாத அமுதம்போன்ற தெய்வத்தமிழ்ப்பாடல்களால் அப்பெருமானைப் பாடு மனமே, அஞ்சாதே!'

'அஞ்சாதுஇருப்பாய் என்மனமே, எமனையும்
அஞ்சாதுஇருப்பாய் என்மனமே,

பஞ்சாட்சரம் நினைந்து, பால்வெண்ணீறும் பூசி
அஞ்சாதுஇருப்பாய்,

தீராவினைகளெல்லாம் தீரும், திருக்கயிலைத்
தேவாதிதேவன்அருள் சேரும்,
பேரானந்தம் பெருகும், பிறவிப்பிணி அகலும்,
ஆராஅமுதுஅனைய அருந்தமிழ் மறைஓதி
அஞ்சாதுஇருப்பாய்!'

இப்படி நினைத்ததெல்லாம் கிடைத்துவிட்டால், அதன்பிறகு

என்ன ஆகும்?

அந்த மகிழ்ச்சியில் திளைத்து, மனம் இறைவனை மறக்க த்தொடங்கும், மயக்கத்தில் ஆழ்ந்துபோகும். அந்தநிலையைச் சுட்டிக்காட்டி எச்சரிக்கிறார் கவிஞர். 'மனமே, இவ்வுலக இன்பங்களே பெரிது என்று எண்ணிவிடாதே, அவற்றைக்கடந்த பேரின்ப நிலையொன்று இருக்கிறது, அதை அனுபவிக்க வேண்டுமானால், பிறவிப்பெருங்கடலை நீந்திக்கடக்கவேண்டும், அதற்கு, அறக்கடல், ஆதிபகவன், தனக்கு இணையாக யாரும் இல்லாதவன், எட்டுக் குணங்களைக்கொண்டவன், அந்தச் சிவபெருமானை என்றைக்கும் மறவாமல் இரு!'

'மறவாதுஇருப்பாய் என்மனமே, என்றும்
மறவாதுஇருப்பாய் என்மனமே!

அறஆழிஅந்தணனை, ஆதிபகவனை நீ
மறவாதுஇருப்பாய்,

பிறவிப்பெருங்கடலை நீந்தி, அப்பால்
பேரின்பவீடுஅடையவேண்டின்,
இறைவன், தனக்குஉவமை
இல்லான், எண்குணத்தானை
மறவாதுஇருப்பாய்,'

மனம் இப்போது தெளிவாகிவிடுகிறது, இறைவனை என்றும் மறவாமல் எண்ணியிருக்கவும், எல்லாவற்றையும் அவன் கவனித்துக்கொள்வான் என்று உறுதியோடு நம்பவும் தயாராகிறது.

ஆகவே, 'பக்தியோடு அவனைப் பாடு!' என்று மனத்துக்குக் கட்டளையிடுகிறார் தேசிகவிநாயகம், தானும் அவன் புகழைப் பாடத்தொடங்குகிறார்:

'பாடிப்பரவு நெஞ்சே, பக்தியொடு
பாடிப்பரவு நெஞ்சே,

தேடும் அடியவர் சிந்தை மகிழ்ந்திட

ஆடும் திருத்தில்லை அம்பலவாணனை,
வாதவூரர் சொன்ன வாசகம் தீட்டிய
வேதப்பரியானை, விடமுண்ட கண்டனை,
பைந்தமிழ் கேட்டுப் பரிசுவழங்கிடும்
கொந்துஅலர்கொன்றை குலவு சடையானை,
வேலையில் கல்தூண் மிதந்திடப் பாடிய
சீலனைக்காத்த சிவலோகநாதனை,
இந்திரற்குஉற்ற இடரை ஒழித்தானை,
சுந்தரர் தூதனை, சோதிசொரூபனைப்
பாடிப்பரவு,'

எம்பெருமானைத் தேடிச்செல்லும் அடியவர்கள் மனம்மகிழும்படி அவன் திருத்தில்லையில் அம்பலவாணனாக ஆடுகிறான், வாதவூரர்(மாணிக்கவாசகர்) சொன்ன திருவாசகத்தை அவருக்கு வடித்துக்கொடுத்தவன், வேதக்குதிரையில் வருகிறவன், நஞ்சைஉண்டு கருத்த கழுத்தைக்கொண்டவன், பக்தர்கள் பைந்தமிழில் பாடினால் அவர்களுக்குப் பேரின்பப்பரிசு தருகிறவன், கொத்தாகக் கொன்றைமலர் சூடியிருக்கிற சடையைக்கொண்டவன் அவன்!

திருநாவுக்கரசரைப் பகைவர்கள் கல்லில் கட்டிக் கடலில் போட்டார்கள், அப்போது, அந்தக் கல்தூண் மூழ்காமல் மிதக்கும்படி அவர் பாடினார், ஒழுக்கம்நிறைந்த நாவுக்கரசரை அந்த நேரத்தில் காத்த நாயகன் சிவபெருமானல்லவா!

இந்திரனுக்கு வந்த துயரத்தைப் போக்கியவன், சுந்தரருக்காகத் தூதுசென்றவன், ஒளிவடிவாகத் திகழ்பவன், அந்தப் பெருமானை நீ பாடிப்போற்றுவாய் நெஞ்சே!

'பாடலாம், ஆனால், என்ன பெயர்சொல்லிப் பாடுவது? அப்பெருமானுக்குப் பெயரும் இல்லை, உருவும் இல்லை என்கிறார்களே!'

'அதனாலென்ன? அவனை ஆயிரம் திருநாமங்கள் சொல்லிப்பாடலாம்' என்கிறார் கவிஞர்:

‘திருநாமம் பாடி வாழ்த்துவோம், தினம்தினம்
திருநாமம் பாடி வாழ்த்துவோம்,

ஒருநாமம், ஓர்உருவம் ஒன்றுமில்லாற்கு ஆயிரம்
திருநாமம் பாடி வாழ்த்துவோம்,

ஆதிரைஅண்ணல் வாழ்க,
அம்பலக்கூத்தன் வாழ்க,
வேத முதல்வன் வாழ்க,
விண்ணோர் பெருமான் வாழ்க,
சோதிசொரூபன் வாழ்க,
சுந்தரர் தூதன் வாழ்க,
சீதமதிபுனையும்
சிவன் வாழ்க, வாழ்க என்று,

அஞ்செழுத்து ஐயன் வாழ்க,
அடியார்க்குஎளியன் வாழ்க,
நஞ்சுண்ட கண்டன் வாழ்க,
நாதவிநோதன் வாழ்க,
குஞ்சிதபாதன் வாழ்க,
கோதுஇல் முக்கண்ணன் வாழ்க,
தஞ்சம்என்றவர்க்கு அருள்
சங்கரன் வாழ்க என்று,

மங்கையோர்பாகன் வாழ்க,
மான்,மழுஏந்தி வாழ்க,
கங்கைஅணிந்தோன் வாழ்க,
காலனைக் காய்ந்தோன் வாழ்க,
சங்கக்குழையோன் வாழ்க,
தந்தை,தாய் இல்லான் வாழ்க,
அம்கையில் அனல்ஏந்தும்
அரன் வாழ்க, வாழ்க என்று,
திருநாமம் பாடி வாழ்த்துவோம்,’

ஆதிரைஅண்ணல், அம்பலத்தில் கூத்தாடுபவன், வேத முதல்வன், தேவர்களின் தெய்வம், ஒளிவடிவானவன்,

சுந்தரர்க்காகத் தூதுசென்றவன், குளிர்ச்சியான நிலவைச் சடையில் சூடியிருக்கும் சிவன், அஞ்செழுத்து மந்திரத்தை அருளிய ஐயன், அடியவர்களுக்கு எளியவனாகக் கிடைக்கிறவன், நஞ்சுண்ட கழுத்தைக் கொண்டவன், நாதவிநோதன், குஞ்சிதபாதன், குற்றமில்லாத முக்கண்ணன், தன்னைத் தஞ்சமடைந்தவர்களுக்கு அருளும் சங்கரன், உமையம்மையைத் தன் உடலில் ஒரு பகுதியாகக் கொண்டவன், கையில் மான்குட்டியையும் கோடாரியையும் ஏந்தியவன், சடையில் கங்கையை அணிந்தவன், எமன்மீது கோபப்பட்டு அவனை உதைத்தவன், காதில் சங்கக்குழை அணிந்தவன், தந்தை, தாய் இல்லாதவன்(பிறப்பில்லாப் பெருமான்), அழகிய கையில் அனலை ஏந்தி ஆடுகின்ற அரன்... இப்படி பல பெயர்களைச்சொல்லி 'வாழ்க, வாழ்க' என இறைவனை வாழ்த்துவோம்!

71

சக்தியொடு மாதொருபாகனாகக் காட்சிதருகிறவன் சிவபெருமான். அம்மையும் அப்பனும் சமமாக இவ்வுலகைக் காக்கிறார்கள் என்ற தத்துவத்தை விளக்கும் திருத்தோற்றம் அது.

ஆகவே, அம்மையையே அப்பனாகவும் அப்பனையே அம்மையாகவும் பக்தர்கள் காண்கிறார்கள். இருவரின் அருள்பெற விழைகிறார்கள்.

மயிலாடுதுறையில் பக்தர்களைக் காக்கும் மயூரநாதராம் சிவபெருமானுடன் எழுந்தருளியிருக்கும் அம்மையின் திருப்பெயர், அபயாம்பிகை, அதாவது, தன்னை நாடிவருகிறவர்களுக்கு அபயமளித்துக்காக்கும் அம்பிகை.

'அஞ்சொலாள்' என்ற தமிழ்ப்பெயரும் அம்பிகைக்கு உண்டு. 'அம்' என்றால் அழகு, 'அம்சொலாள்' என்றால், அழகிய, இனிய சொற்களைப் பேசுபவள் என்று பொருள்.

நல்லத்துக்குடி என்ற கிராமத்தைச்சேர்ந்த கிருஷ்ணசாமி என்பவர், சிறுவயதிலேயே தாயை இழந்தவர். இதை எண்ணி அவர் துக்கத்தில் கதறி அழுதபோது, அம்பிகையே நேரில் தோன்றி அவருக்கு அருள்செய்தாள்.

அன்றுமுதல், அவர் தினந்தோறும் கோயிலுக்குச் சென்று அன்னையைத் தரிசித்து மகிழ்ந்தார். அவள் கருணையைப் போற்றி நெகிழ்ந்தார்:

'காவே இலங்கும் பொன்னிநதிக் கரையே இலங்கும் மயிலைநகர்
கங்கைமுதலாம் புனிதநதி கருதிப் பணியும் மூதூரே.'

சோலைகளையுடைய பொன்னிநதிக்கரையில் அன்னையின் மயிலைநகர் திகழ்கிறது, கங்கைதொடங்கிப் புனிதநதிகள் அனைத்தும் இங்குள்ள காவிரியில் நீராடித் தங்கள் குறைகளைப் போக்கிக்கொள்கின்றன, அப்படிப்பட்ட பழைமையான திருத்தலம் இது!

ஒருநாள், கிருஷ்ணசாமி கோயிலிலிருந்து வீடு திரும்பிக் கொண்டிருந்தபோது, இருட்டில் எங்கேயோ தடுமாறி விழுந்து விட்டார். அப்போது, அன்னையே அவரைத் தூக்கிவிட்டு, கைவிளக்குடன் அவருக்கு வழிகாட்டினாள்.

அன்றுமுதல், அன்றாடம் அன்னையின் திருவருள் விளக்குவடிவாக அவருக்குமுன் வந்தது. 'நான் என்ன செய்தேன்? எதற்காக எனக்கு இப்படியொரு நற்பேறு!' என்று உருகினார் கிருஷ்ணசாமி. அபயாம்பிகையைப்போற்றிப் பல பாடல்களைப் பாடினார். அவை 'அபயாம்பிகைசதகம்' எனத் தொகுக்கப்பட்டுள்ளன.

இந்நூலை வாசிக்கும்போது, அம்மை வடிவிலேயே அப்பனையும் காணும் புலவரின் பார்வை புரிகிறது, உலகைப் படைத்துக் காத்து அருளும் அம்மையின் பெருமை விளங்குகிறது.

'பாதாம்புயத்தில் சிறுசதங்கைப் பணியும் சிலம்பும் கிண்கிணியும்
படர்பாடகமும் தண்டையுடன் படியும் கொலுசும் தழைத்துஅருளும்
பீதாம்பரமும் துவள் இடையும் பிரியாது அரைஞாண் மாலைகளும்
பெருகும் தரளநவமணியும் புனையும் குயமும் இருபுயமும்
போதுஆர்அமுத வசனமொழி புகலும் வாயும் கயல்விழியும்
புண்டரீகத் திருநுதலும் பொன்போல் சடையும் மதிமுகமும்
வாதாடிய பேரின்ப ரச வதனக்கொடியே உனை அடுத்தேன்,
மயிலாபுரியில் வளர் ஈசன் வாழ்வே, அபயாம்பிகைத்தாயே.'

மயிலாடுதுறையில் சகல நன்மைகளையும் வளரச்செய்கிற ஈசனின் வாழ்வே, அபயாம்பிகைத்தாயே,

உனது திருவடிகளை வணங்குகிறேன், அங்கே சிறு சதங்கையும் சிலம்பும் கிண்கிணியும் பாடகமும் தண்டையும் கொலுசும் அழகுறத் திகழ்கின்றன,

துவளுகின்ற உன்னுடைய இடையிலே பட்டுப் பீதாம்பரமும், அரைஞாண் மாலைகளும் ஜொலிக்கின்றன, நவரத்ன மாலைகளை நீ அணிந்துள்ளாய், உனது தோள்களும், அமுதம்போன்ற சொற்களைப் பேசும் திருவாயும், மீன்போன்ற கண்களும், தாமரைபோன்ற நெற்றியும், பொன்போன்ற சடையும், சந்திரன்போன்ற முகமும் எனக்கு அருள்செய்கின்றன.

சிவபெருமானுடன் உரையாடி மகிழ்பவளே, பக்தர்களுக்குப் பேரின்பரசத்தைத் தரும் கொடியே, உன் திருவடிகளைப் பற்றிநின்றேன், என்னைக் காப்பாய்!

அடுத்த பாடலில், அம்மைக்கு ஐந்துமுகம் என்கிறார் புலவர், அதாவது, சிவனுடைய ஐந்துமுகங்களான ஈசானம், தத்புருஷம், அகோரம், வாமதேவம், சத்யோஜாதம் என்பனவற்றை அம்மைக்குப் பொருத்திச்சொல்கிறார்.

மறுகணம், அம்மைக்கு ஒன்பதுமுகம் என்கிறார், அவள் ஒன்பது சக்திகளாகத் திகழ்வதைச் சொல்கிறார்: வாமை, ஜேஷ்டை, ரௌத்திரி, காளி, கலவிகரணி, பலவிகரணி, பலப்பிரமணி, சர்வபூதமனி, மனோன்மணி.

பிறகு, அம்மைக்கு ஆறுமுகம் என்கிறார். இவை கௌமாரியாக அவள் அருள்செய்வதைக் குறிக்கும்.

நிறைவாக, அம்மைக்கு நான்குமுகம் என்கிறார். இவை பிராமியெனும் திருக்கோலத்தைக் குறிக்கும்.

இவ்வாறு, யாவும் அம்மையே என விளக்கும் அந்தப் பாடல், அவளது இன்னும் பல பண்புகளை விளக்குகிறது:

'அஞ்சுமுகத்தி, நவமுகத்தி, ஆறுமுகத்தி, சதுர்முகத்தி,
அலையில் துயிலும் மால்முகத்தி, அருணமுகத்தி, அம்பரத்தி,
பஞ்சாட்சரத்தி, பரிபுரத்தி, பாசாங்குசத்தி, நடுவனத்தி,
பதுமாசனத்தி, சிவபுரத்தி, பாரத்தனத்தி, திரிகுணத்தி,
கஞ்சமுகத்தி, கற்பகத்தி, கருணாகரத்தி, தவகுணத்தி,
கயிலாசனத்தி, நவகுணத்தி, காந்தள்மலர்போல் சதுர்கரத்தி,
மஞ்சுநிறத்தி, பரம்பரத்தி, மதுரச்சிவத்தி, மங்களத்தி...'

ஐந்துமுகம், ஒன்பதுமுகம், ஆறுமுகம், நான்குமுகம் எனப் பல திருக்கோலங்களில் காட்சிதரும் அம்மை, அலையில் துயில்கிற திருமாலின் முகத்தையும் கொண்டிருக்கிறாள், மகேஸ்வரனின் சிவந்த முகத்தோடும் காட்சிதருகிறாள்,

ஆகாயமே அவளது வடிவம், ஐந்தெழுத்து மந்திரமே அவளது இடம், அவளது திருவடிகளில் சிலம்புகளும், திருக்கரங்களில் பாசமும் அங்குசமும் உள்ளன, புவியின் நடுவே உள்ள வனத்தில் வசிப்பவள், பதுமாசனத்தில் அமர்ந்தவள், சிவபுரத்தை ஆள்பவள், கருணைசுரக்கும் மார்பகங்களைக்கொண்டவள், படைத்தல், காத்தல், அழித்தல் என்ற முக்குணங்களைக் கொண்டவள்,

அம்மையின் திருமுகம் தாமரைபோல் அழகானது, கற்பகமரத்துக்கும் வாரிவழங்கும் வள்ளல் அவள், கருணைவெள்ளமானவள், தவத்தைக்குணமாகக்கொண்டவள், கயிலாயமலையில் வீற்றிருப்பவள், ஒன்பதுகுணங்களைக்கொண்டவள், காந்தள்மலர்போன்ற நான்கு கரங்களைக்கொண்டவள், மேகம்போன்ற நிறமுடையவள், சிவந்த உதடுகளைக்கொண்டவள், மங்களவடிவானவள், அவளே பரம்பொருள்!

மயிலாபுரி அம்பிகையைக் கிளியாக வர்ணிக்கிறது அடுத்த பாடல், அதுவும் ஒருகிளி அல்ல, பலகிளி: உச்சிக்கிளி, அருட்கிளி, நற்சொற்கிளி, பரைக்கிளி, ஞானக்கிளி, நடனக்கிளி, சிவக்கிளி, பச்சைக்கிளி, நிதிக்கிளி, பவழக்கிளி, பதிக்கிளி, வச்ரக்கிளி என்று அடுக்குகிறார்:

> ‘உச்சிக்கிளியே அருட்கிளியே உணர்வுக்குஉணர்வாய், உயிர்க்குஉயிராய்
> உதித்த கிளியே, பரவெளியில் ஒளிவான் பழத்தை உன்னிவரும்
> நற்சொற்கிளியே, கதம்பவன நகரில் வாழும் பரைக்கிளியே,
> ஞானக்கிளியே, மறைவனத்தில் நடனக்கிளியே, சிவக்கிளியே,
> பச்சைக்கிளியே, அன்பர்மதி படரும் ஆவி ஓடையினில்
> பரவும்கிளியே, நிதிக்கிளியே, பவழக்கிளியே, பதிக்கிளியே,
> வச்ரக்கிளியே, நவபீட வாசற்கிளியே…’

பரவெளியிலே திகழ்கின்ற ஒளிமயமான சிறந்த பழம், சிவபெருமான், அவரை எண்ணிவருகிற கிளி அம்பிகை என்கிற விவரிப்பு எத்துணை அழகு!

இப்பாடலில் சிவனைப் பழமென்ற புலவர், அடுத்த பாடலில் அம்பிகையைப் பழமென்கிறார், இம்முறையும் அருட்பழம், திருப்பழம், தேடித்தேடி எட்டாப்பழம், பதிப்பழம், கருணைப்பழம், சிவப்பழம், அரன்முடிமேல் கனிந்தபழம், கதிப்பழம் என்று உருகுகிறார்:

> ‘பண்டுமறையின் முடிவின்உள்ளே பழுத்தபழமே, அருட்பழமே,
> பரிபாகத்துப் பத்தர்நெஞ்சில் படந்தபழமே, நவமுடிமேல்
> என்றும்கனிந்த திருப்பழமே, இமையோர் தேடித்தேடியுமே
> எட்டாப்பழமே, காசினியில் எவர்தாம் தனையே உணர்ந்தோர்கள்
> கண்டுபுசிக்கும் பதிப்பழமே, கருணைப்பழமே, சிவப்பழமே,
> கயிலாயத்தில் அரன்முடிமேல் கனிந்தபழமே, கதிப்பழமே…’

பழத்தைத்தொடர்ந்து, மணி. அம்மையின் தன்மைகளை அருள்மணி, ஏகமணி, ஒளிர்மணி, இமையமணி, நவமணி, திருமணி, கண்மணி, பொன்மணி, கமலாசனத்தில் வளர்மணி, அடியார் இதயத்தில் தழைத்தமணி, தவமணி, தானே வளர்ந்த தளிர்மணி, வெளியில் படர்மணி என்கிறார்:

> ‘எங்கும் நிறைந்த அருள்மணியே, ஏகமணியே, ஒளிர்மணியே,
> இறையோனிடத்தில் நடனமிடும் இமையமணியே, நவமணியே,
> கங்குல் பகலும் கண்டவெளிக் கலைநான்குஉடைய திருமணியே,

> கண்ணின்மணியே, பொன்மணியே, கமலாசனத்தில் வளர்மணியே,
> தங்கும் அடியார் இதயம்அதில் தழைத்தமணியே, தவமணியே,
> தரணிக்குஒளியாய் இரவு,பகல் தானே வளர்ந்த தளிர்மணியே,
> மங்கும் கருத்தை நிலைநிறுத்தி வதனவெளியில் படர்மணியே.'

இவ்வாறு வர்ணிக்கும் புலவர், தன்னுடைய செயல்யாவும் அன்னையின் அருளே என்று அவளிடம் சரணடைந்துவிடுகிறார்:

> 'சிந்தைக்குஇசைந்த அடிமைஎன்று செகத்தில் எவர்க்கும் தெரியாதா,
> சிந்தாமணியே, எனக்குவரும் செயலே உனது செயல்அலவோ!'

செயல்களைச் செய்யும்போது, பல மயக்கங்கள் வருவது இயல்பு, அந்த நோயைத் தீர்க்கிற மருந்தாகவும் அன்னையையே காண்கிறார்:

> 'தீரா மயக்கப் பிணிநோயைத்
> தீர்க்கும் மருந்தே, அருமருந்தே!'

அம்மையைத் தத்துவ வடிவினளாகவும் காண்கிறார் புலவர், எண்சாண் உடம்பில் தொண்ணூற்றாறு தத்துவங்களாகத் திகழ்பவளே என்று போற்றுகிறார்:

> 'எண்சாண் உடம்பில் தொண்ணூற்றாறு
> இசைந்த தத்வாதிகமுகமே'

சிவத்திடம் சேர, அன்னையின் அருள் தேவை என்பதையும் ஒரு பாடலில் விளக்குகிறார்:

> 'சிவத்துள் எனதுஉளத்தை,
> ஞானப்பதியுள் சேர்த்துஅருள்வாய்.'

அம்மையின் அருளை ஒருநொடியும் குறையாமல் தொடர்ந்து பெறவேண்டும் என்ற எண்ணம்கொண்டவர் புலவர். 'உன் அருளைப்பெற எனக்குத் தகுதியில்லை, எனினும் சேயை ஆதரிக்காத தாய் உண்டா?' என்கிறார்:

> ‘வெகுநாள் பழைய அடிமைஎன, மிகவும் கனிந்தே அருள்அளித்து,
> வெளியைக் காட்டிக் களிப்புடனே, விம்மி விழிநீர் சொரிந்துஅருளத்
> தகுமெய்ஞ்ஞானச்சாரம்எலாம் தந்தோம் தந்தோம் என்றுஉரைத்த
> தாய்தான் மறந்தால் உலகில் இனித்தான்ஆர், பகைஆர், என்செய்கேன்,
> புகழ்நாரணியே, உன்னைவிடப் பொருளும் அருளும் வேறுஉண்டோ,
> பொல்லாதவனே ஆனாலும், பிள்ளை இவன்என்று அருள்புரிவாய்,
> வகுத்த சேயைப் பால்கொடுத்து வளர்க்காதுஇருக்கும் தாய்உண்டோ?’

அன்னையே, நான் உன் பழைய அடியவன், என்மீது நீ கனிவுகாட்டினாய், அருள்செய்தாய், ஞானப்பெருவெளியைக் காட்டினாய்,

அதனால், நான் மகிழ்வடைந்தேன், ஆனந்தத்தில் விம்மினேன், என் கண்களிலிருந்து நீர் சொரிந்தது, தகுதியான மெய்ஞ்ஞானச்சாரம் அனைத்தையும் நீ எனக்குத் தந்தாய்.

இப்படிப்பட்ட தாயான நீ, இப்போது என்னை மறக்கலாமா? இனி எனக்கு இவ்வுலகில் இனியவர்கள் யார், பகைவர்கள் யார், நான் என்ன செய்வேன்? உன்னைவிட வேறு ஏதும் எனக்கு உண்டா?

நான் பொல்லாதவனாகவே இருப்பினும், உன் பிள்ளையல்லவா? குழந்தைக்குப் பால்தந்து ஆதரிக்கும் தாய்போல என்னைக் காத்திடு!

> ‘பெரியோர் எவரைப்பழித்தேனோ, பிரம தவத்தை அழித்தேனோ,
> பெற்றதாயார் பசித்திருக்கப் பேணி வயிற்றை வளர்த்தேனோ,
> அரிய தவத்தோர்க்கு இடைஞ்சல்செய்தே அற்பரிடத்தில் சேர்ந்தேனோ
> அறியாமையினால் என்னகுற்றம் ஆர்க்குச் செய்தேனோ, அறியேன்,
> கரிய வினைதான் எனது அறிவைக் கலங்க அடித்து முடிச்சதையும்

> கரைக்க, உன்றன் கருணையினால் கடாட்சம் பொருந்த அருள்புரிவாய்,
> வரிவில் புருவ மடமானே, வதன அம்புய வாலாம்பிகையே...'

> வரிவில்போன்ற புருவங்களைக்கொண்ட மானே, தாமரைமுகம் கொண்ட வாலாம்பிகையே,

நான் என்ன பிழைசெய்தேன்? பெரியவர்களைப் பழித்தேனா, அந்தணர்கள் தவத்தை அழித்தேனா? பெற்ற தாயார் பசியோடு இருக்கும்போது நான்மட்டும் உண்டேனா? அரிய தவம் செய்கிறவர்களுக்கு இடைஞ்சலை விளைவித்தேனா? அற்பர்களுடன் சேர்ந்தேனா?

அறியாமையால் நான் இப்படி ஏதேனும் பிழை செய்திருக்கலாம், அதனை நான் அறியேன்!

இப்போது, இந்தப் பிழையால் நேர்ந்த தீவினைகள் என்னுடைய அறிவைக் கலங்கடிக்கின்றன, இத்துயரத்தைத் தீர்க்க, தாயே, உன்னுடைய கருணைப்பார்வை வேண்டும், அருளவேண்டும்!

ஒருவேளை, அம்மைக்குத் தன்மீது கோபம் வந்துவிட்டால், அதைத் தாங்கும் வலு தனக்கு இல்லை என்கிறார் புலவர்:

> 'கனத்தமலையை எடுத்து அணுவாய்க் காலால் ஊன்றி மீதுவைத்தால்
> கால்தான் தாங்க வசமாமோ, கருணாநிதியே இனி உனது
> சினத்தை மகன்மேல் பொருத்திநின்றால், சிறியேன் பொறுத்து நிலைப்பேனோ,
> சிவையே, உனது தயவுவரச்செய்வாய்...'

பெரிய மலையை எடுத்து என்மேல் வைத்தால், நான் தாங்குவேனா? என் கால்கள்தான் தாங்குமா?

கருணைவடிவானவளே, உன்னுடைய சினத்தை மகன்மீது காட்டினால் என்னால் தாங்க இயலுமா? சிவனை ஆள்பவளே, என்மீது கருணைகாட்டு!

பெற்ற பிள்ளைகள்மீது தாய் அன்புகாட்டுவது இயல்பு, அதுபோல, ஏழுலகங்களையும் படைத்த அன்னை அனைவருக்கும் அருள்செய்வாள் என்று நம்பிக்கையுடன் உருகிப்பாடுகிறார் புலவர்:

> 'முக்கண் பரமர் இடப்பாகம் முதலாய் முளைத்துத் தழைத்தவளே,
> முன்னம் அவனை ஆண்டவளே, முடிவில் அவனை ஆண்டவளே,
> செக்கர் இளமா மதிவதனத் தெளிவின் தெளிவே, தேன்மொழியே,
> தேவி ஆதி பரஞ்சோதி, ஸ்ரீபீடாதி அருள் ஆதி,
> பக்கத்துணையே, பார்வதியே, பரமேஸ்வரியே, காரணியே,
> பஞ்சாட்சரியே, உலகுஏழும் படைத்த தாயே, பைங்கிளியே,
> மக்கள்தமைப்போல் எனைக்காக்க வகைநீ அருள்வாய் வளமயிலே...'

முக்கண்ணனாகிய பரமனின் இடபாகத்தில் முதலாவதாக முளைத்துத் தழைத்தவளே, எப்போதும் பரமனை ஆள்பவளே,

சிவந்த, இளமையான, சிறந்த சந்திரனைப்போன்ற முகத்தைக்கொண்டவளே, தெளிவின் தெளிவே, தேன்மொழியே, ஆதி தேவியே, பரஞ்சோதியே, ஸ்ரீபீடாதிபதியே, அருள் செய்யும் ஆதியே, பக்கத்துணையே, பார்வதியே, பரமேஸ்வரியே, காரணியே, பஞ்சாட்சரியே,

ஏழு உலகங்களையும் படைத்த தாயே, பைங்கிளியே, வளமயிலே, பெற்ற குழந்தைகளைக் காக்கும் தாய்போல, என்னை நீ காத்திடவேண்டும், பக்தர்களுக்கு எல்லா நலன்களும் அருளிடவேண்டும்!

72

திருவண்ணாமலையிலுள்ள விருபாக்ஷக்குகையில் இருந்தார் ரமணர். அடியவர்கள் பலர் அவரிடம் பக்திவழியை, நன்னெறிகளைக் கற்றுக்கொண்டு அண்ணாமலையானைத் துதித்தபடியிருந்தார்கள்.

இவர்கள் நாள்தோறும் பிட்சைகேட்டு ஊருக்குள் செல்வது வழக்கம். அப்போது அவர்கள் அனைவரும் ஒரு துதிப்பாடலைப் பாடிக்கொண்டு செல்ல விரும்பினார்கள், 'எங்களுக்காக ஒரு பாடல் இயற்றித்தாருங்கள்' என்று ரமணரைக் கேட்டார்கள்.

'புதிய பாடலெல்லாம் எதற்காக? தேவாரமும் திருவாசகமும் பாடுங்கள்' என்றார் ரமணர்.

இறைவன் புகழைச்சொல்லும் பாடல்கள் எத்தனையோ இருந்தாலும், ரமணர் சொல்லக்கேட்பதில் அடியவர்களுக்கு ஒரு மகிழ்ச்சி. ஆகவே, அவர்கள் அவரைத் தொடர்ந்து கேட்டவண்ணமிருந்தார்கள், அவரும் மறுத்தவண்ணமிருந்தார்.

இந்நிலையில் ஒருநாள், ரமணர் இயல்பாகத் தனது மனத்திலிருந்த எண்ணங்களைத் துதிவடிவில் சொல்லத்தொடங்கினார்,

அடியவர் ஒருவர் அவற்றை எழுதிக்கொண்டார். அப்படி உருவானதுதான் 'ஸ்ரீஅருணாசல அக்ஷர மணமாலை' எனும் நூல்.

இறைவனுக்கும் அடியவருக்கும் இடையில் இருக்கிற உரிமையானதோர் உரையாடலை இந்நூலில் சிறப்பாகக் காணலாம். பக்தனின் இறைஞ்சுதலையும் எதிர்பார்ப்புகளையும் இறைவனின் கருணைநிலையையும் ரமணர் மேன்மையாகக் காட்சிப்படுத்தியிருக்கிறார். ஆகவே, பக்தர்கள் நாள்தோறும் இப்பாடல்களைப் பாடித் துதிக்கிறார்கள்.

'அருணாசலம்என அகமே நினைப்பவர்
அகத்தை வேர்அறுப்பாய் அருணாசலா.'

உள்ளத்தில் 'அருணாசலம்' என உன்னை நினைத்தவர்கள் யாரானாலும், அவர்களுடைய அகத்தில் இருக்கும் கர்வத்தை வேரோடு அறுத்துவிடுவாய் அருணாசலா!

இப்படித் தொடங்கும் ரமணர், இறைவனும் பக்தனும் ஒன்றே எனும் நிலையை அடுத்த பாடலில் விளக்குகிறார்:

'அழகு,சுந்தரம்போல் அகமும் நீயும் முற்று
அபின்னமாய் இருப்போம் அருணாசலா.'

அழகு, சுந்தரம் என்ற இரு சொற்களும் வெவ்வேறாக இருந்தாலும், அவை குறிக்கும் பொருள் ஒன்றுதான். அதுபோல, அருணாசலா, நீயும் நானும் வெவ்வேறாகத் தோன்றினாலும், உண்மையில் ஒன்றே!

இதே கருத்தை வலியுறுத்தும் இன்னொரு பாடலும் உண்டு. அதில், 'நீ வேறு நான் வேறு என்ற வித்தியாசமே இல்லாதபடி என்னை அணைத்துக்கொள், வாழ்வில் பேரானந்தத்தைப் பெருக்கு' என்று வேண்டுகிறார் ரமணர்:

'நீ,நான் அறப் புலி நிதம் களிமயமா
நின்றிடு நிலை அருள் அருணாசலா.'

பக்தரைத் தன்னோடு சேர்த்துக்கொள்ளும் இறைவன், அவர்களுடைய மனத்தினுள் நுழைகிறான், அங்கிருந்து அவர்களச் சிறைபிடித்துக்கொண்டுவந்து, தன் மனத்தில் வைத்துக்கொள்கிறான். இந்த அதிசயத்தை வியக்கும் பாடல்:

'அகம்புகுந்து ஈர்த்து உன் அகக்குகை சிறையாய்
அமர்வித்தது என்கொல் அருணாசலா.'

இப்படிச்சொன்ன மறுகணம், அது நிரந்தரச்சிறையா, அல்லது, அதிலிருந்து தன்னை அவன் விடுவித்துவிடுவானா என்கிற எண்ணம் ரமணருக்கு வருகிறது, 'நீ என்னை விட்டுவிட்டால், உலகம் உன்னைதான் பழிக்கும்' என்கிறார்:

'ஆருக்கா எனை ஆண்டனை? அகற்றிடில்
அகிலம் பழித்திடும் அருணாசலா.'

'இறைவா, இப்படி ஒரு பக்தனை நீ கைவிட்டாய் என்ற பழியிலிருந்து தப்பித்துக்கொள், என்னை நிரந்தரமாக உன்னுடன் சேர்த்துக்கொள்' என்று கோரும் ரமணர், 'இனிமேல் நீ என்னை விட்டாலும், நான் உன்னை விடுவதாக இல்லை' என்கிறார், 'இவன் இப்படிப் பிடிவாதம் பிடிக்கிறானே என்று நினைக்காதே, எல்லாவற்றுக்கும் காரணம் நீதான், நான் உன்னை நினைக்குமாறு செய்தவன் நீதானே?'

'இப்பழி தப்பு, உனை ஏன் நினைப்பித்தாய்?
இனி யார் விடுவார் அருணாசலா.'

ரமணர் ஏன் அருணாசலன்மீது இத்துணைப் பிரியத்துடன் இருக்கவேண்டும்?

ஒரே காரணம்தான், அவன் தாயைவிடப் பெரிய அருள்புரிகிறானே, வேறென்ன வேண்டும்?

'ஈன்றிடும் அன்னையின் பெரிதுஅருள்புரிவோய்,
இதுவோ உனதுஅருள் அருணாசலா.'

பக்தன் என்னதான் இறைவன்மீது அன்புவைத்தாலும்,

அவனது இந்திரியங்கள் அவனை விடுமா? வேறு விஷயங்களில் இழுத்துச்செல்லுமே.

காற்றில் ஓடும் காகிதத்தின்மீது ஒரு கனமான பொருளை வைத்தால் அது ஓடாதல்லவா? அதுபோல, 'என் மனத்தில் வந்து உறுதியாக அமர்ந்துகொள்' என்று சிவனை வேண்டுகிறார் ரமணர், 'இல்லாவிட்டால் என் மனம் உன்னை ஏமாற்றிவிட்டு ஓடிவிடும், ஊரில் எங்கும் சுற்றித்திரியும், அப்படி நிகழாதபடி கருணைகாட்டி என்னைக் காத்திடுவாய்!'

'உனை ஏமாற்றி ஓடாது, உளத்தின்மேல்
உறுதியாய் இருப்பாய் அருணாசலா.'

'ஊர்சுற்று உளம் விடாது உனைக்கண்டு அடங்கிட
உன்அழகைக் காட்டு அருணாசலா.'

ஆளில்லாத வீட்டில்தான் திருடர்கள் வருவார்கள். 'ஐம்புலன்களாகிய திருடர்கள் என் உள்ளத்தில் நுழைகிறார்கள் என்றால், அங்கே நீ இல்லையா?' என்று ஏக்கத்துடன் கேட்கிறான் பக்தன், 'பெருமானே, உனக்கு இணை யாருமில்லையே, உன்னை மறைத்து என் மனத்தில் நுழையக்கூடியவர்கள் யார்? இதெல்லாம் உன்னுடைய சோதனைதானா!'

'ஐம்புலக் கள்வர் அகத்தினில் புகும்போது
அகத்தில் நீ இலையோ அருணாசலா.'

'ஒருவனாம் உன்னை ஒளித்து எவர்வருவார்?
உன்சூதே இது அருணாசலா.'

ஓர் இரும்புத்துண்டு புழுதியில் கிடந்தாலும், காந்தத்தை மேலே காட்டினால் போதும், அந்த இரும்புத்துண்டு காந்தத்தால் ஈர்க்கப்பட்டு அதனுடன் சேர்ந்துவிடும். அதுபோல, தன்னுடைய இப்போதைய நிலையிலிருந்து தன்னை ஈர்த்துக்கொண்டு அரவணைக்குமாறும் என்றும் தன்னோடிருக்குமாறும் வேண்டுகிறார் ரமணர்.

இது ரமணரின் வாழ்வில் நிஜமாகவே நடந்த விஷயம்.

முதன்முதலாக, ‘அருணாசலம்’ என்ற பெயரைக்கேட்டதும் அவர் இறைவன்பால் ஈர்க்கப்பட்டார். அதனை நினைவுக்குக்கொண்டுவந்து, ‘ஒரு பெயராலே என்னைப் பிடித்து இழுத்துவிட்டாயே, என்னே உன் பெருமை!’ என்கிறார் இன்னொரு பாடலில்:

‘காந்தம் இரும்புபோல் கவர்ந்து, எனைவிடாமல்
கலந்து எனோடுஇருப்பாய் அருணாசலா.’

‘பெயர் நினைந்திடவே பிடித்துஇழுத்தனை, உன்
பெருமை யார்அறிவார் அருணாசலா.’

இரும்பைக் கவரும் காந்தம், அதன்பிறகு எதுவும் செய்யாது. இறைவனோ தன்னைச் சேரும் பக்தர்களுடைய குற்றங்களைத் தீர்ப்பான், குணங்களைப் பெருக்குவான், அவர்களை ஆண்டு குருவாகத் திகழ்வான்:

‘குற்றம் முற்றுஅறுத்து, எனைக் குணமாய்ப் பணித்துஆள்
குருஉருவாய் ஒளிர் அருணாசலா.’

மற்றொரு பாடலில், தன் மனத்தைத் தாமரையாக வர்ணிக்கிறார் ரமணர். அதாவது, கூம்பிக்கிடக்கும் தாமரை, அதை மலரச்செய்கிற சூரியன்தான் இறைவன்:

‘சகலமும் விழுங்கும் கதிர்ஒளிஇனன், மன
சலசம் அலர்த்திஇடு அருணாசலா.’

இருளை (அறியாமையை) விழுங்கும் சூரியனே, என்னுடைய மனமாகிய தாமரையை மலரச்செய்வாய்!

இங்கே இறைவனைச் சூரியனாகச் சொல்லும் ரமணர், இன்னொரு பாடலில் அவனைச் சந்திரனாக விவரிக்கிறார்:

‘சித்தம்குளிரக் கதிர்அத்தம் வைத்து அமுதவாயைத்
திற அருள்மதி அருணாசலா.’

என் இதயத்தில் ஆனந்த அமுதம் இருக்கிறது, ஆனால், அதன் வாய் மூடியிருக்கிறது, அருள்கதிர்களை வீசும் சந்திரனாகிய

அருணாசலா, உன்னுடைய கதிர்க்கரங்களை வைத்து அந்த அமுதவாயைத் திறப்பாய்!

இந்த உலகவாழ்க்கை என்பது, வெறும் செப்படிவித்தைதான், அதை உண்மையென்று நம்பிக்கொண்டிருந்தால் உய்ய இயலாது. இறைவன் அருளிருந்தால், இந்த மாயையைக் கடந்து உருப்படும்வித்தையை அறியலாம்:

> 'செப்படிவித்தைகற்று இப்படி மயக்கு விட்டு,
> உருப்படு வித்தைகாட்டு அருணாசலா.'

இவ்வளவு சொன்னபிறகும், இறைவன் அருளவில்லையென்றால்?

'நீ வந்து சேராவிட்டால், என் உடலை உருக்கிக்கொண்டு, கண்ணீர் ஆற்றில் அதைக் கலந்துவிட்டு அழிந்துவிடுவேன் அருணாசலா' என்கிறார் ரமணர். இதைச்சொன்னவுடன், அவருக்கே இன்னொரு சிந்தனையும் தோன்றுகிறது, 'இறைவன் கேளாமல் வரம் அருள்பவனாயிற்றே, இப்போது அவன் வரவில்லையென்றால் அதற்கு என்ன காரணம்?'

'வேறென்ன? நான் செய்த வினைகள்தான்' என்று நொந்துகொள்கிறார் அவர், 'இறைவா, நீ என்னைச் சை என இகழ்ந்து தள்ளிவிட்டால், நான் உய்ய வழி ஏது?'

> 'சேராய்எனின் மெய் நீராய் உருகிக் கண்ணீர் ஆற்று
> அழிவேன் அருணாசலா.'

> 'சைஎனத் தள்ளில், செய்வினை சுடும்அலால்
> உய்வகை ஏது? உரை அருணாசலா.'

இவர் இவ்வளவு தூரம் பேசியபிறகும், இறைவனிடமிருந்து பதில் வரவில்லை. அது ஏன் என்று யோசித்த ரமணர், அதற்கும் ஓர் அழகிய காரணம் சொல்கிறார், 'நீ மௌனமாக இருப்பதன்மூலம், நானும் பேச்சற்றுச் சும்மா இருக்கவேண்டும் என்று சொல்லிக்கொடுக்கிறாயா!'

> 'சொல்லாது சொலி நீ சொல் அற நில்என்று
> சும்மா இருந்தாய் அருணாசலா.'

இறைவனைச் சேரும் பக்தர்கள் அவனது பெருமையையும் தனது சிறுமையையும் எண்ணி, 'இந்நிலையிலும் எனக்கு அருள்செய்கிறாயே' என்று நெகிழ்வார்கள். ரமணரும் அதுபோல, 'நாயைவிட இழிவானவன் நான், எந்தத் தகுதியால் உன்னைத் தேடுவேன்?' என்கிறார்:

'ஞமலியில் கேடா நான், என் உறுதியால்
நாடி நின் உறுவேன் அருணாசலா.'

பிறவி என்பது, இறைவனை ஆராய்ந்து அடைவதற்கானது, அவ்வாறு செய்யாவிட்டால், அந்தப் பிறப்பால் எந்தப் பயனும் இல்லை என்று விளக்குகிறார் ரமணர்:

'துப்புஅறிவுஇல்லா இப்பிறப்பு என்பயன்?
ஒப்பிட வாய் ஏன் அருணாசலா.'

இறைவனை ஆராய்வது அத்தனை எளிதா? அவன் மிகவும் நுட்பமானவன். எல்லாராலும் அவனை அறிந்துவிட இயலாது.

சில பக்தர்களுக்குமட்டும் அவன் தென்படுவது ஏன்? அவர்களிடம் என்ன விசேஷம்?

மனத்தில் நூறு எண்ணங்கள் ஓடிக்கொண்டிருக்கும்போது, சாதாரண விஷயங்களைக்கூட அறிய இயலாது, அப்படியானால், இறைவனின் சூட்சுமத்தன்மையை அறிவது எப்படி?

அருணாசலனே, என்னுடைய எண்ண அலைகள் எப்போது நிற்கும்? நான் உன்னை எப்போது சேருவேன்?

'நுண்உரு உனையான் விண்உரு நண்ணிட
எண்ண அலை இறும்என்று அருணாசலா.'

பக்தனிடம் ஆயிரம் குறைகள் இருப்பினும், இறைவனின் அருள்மழை பொழியும்போது எல்லாம் நிறைந்துவிடும். இதைச் சொல்லி இறைஞ்சும் ரமணர், 'உன்னுடைய ஞானாக்னியின் வெப்பத்தில் நான் சாம்பலாவதற்குமுன்னால், அருள்மழையைப் பொழிந்து என்னைக் காத்திடு' என்கிறார்:

'நின்எரி எரித்துஎனை நீறுஆக்கிடுமுன்
நின் அருள்மழை பொழி அருணாசலா.'

சில பாடல்களில், தன்னை ஒரு கொடியாகவும் கனியாகப் பேசுகிறார் ரமணர், பற்றிக்கொள்ளக் கொம்பில்லாமல் நான் தவிக்கிறேன், உன்னை எண்ணி வாடுகிறேன்' என்கிறார்.

பழம் கெட்டுப்போனபிறகு அதைச் சாப்பிட்டால் என்ன பிரயோஜனம்? உடம்புக்கும் அது நல்லதில்லை!

ஆகவே, சரியான பதத்தில் இருக்கும்போதே கனியை உண்டுவிடு என்று தன்னை ஏற்றுக்கொள்ளுமாறு அருணாசலனை வேண்டுகிறார்:

'பைங்கொடியா நான் பற்றுஇன்றி வாடாமல்
பற்றுக்கோடாய்க் கா அருணாசலா.'

'நைந்துஅழி கனியால் நலன்இலை, பதத்தில்
நாடி உட்கொள், நலம், அருணாசலா.'

பழம், அதாவது, பக்தன் எப்போது பக்குவப்படுவான்?

பொய்யறிவு எது, மெய்யறிவு எது என்று அவனுக்குப் புரியவேண்டும், மெய்யுணர்வை அடையவேண்டும், அதற்கு அருணாசலனின் அருள்வேண்டும்:

'புல்அறிவு ஏதுஉரை, நல்அறிவு ஏதுஉரை,
புல்லிடவே அருள் அருணாசலா.'

ரமணரின் நகைச்சுவை உணர்வு ததும்பும் வரிகள் சிலவும் இந்நூலில் உண்டு. ஒரு பாடலில், 'பொடிபோட்டு மயக்கிவிட்டாய் அருணாசலா' என்கிறார். வசியப்பொடி அல்ல, திருநீற்றுப்பொடி!

'பொடியால் மயக்கி என்போதத்தைப் பறித்து உன்
போதத்தைக் காட்டினை அருணாசலா.'

மூக்கில்லாதவன்முன்னே கண்ணாடியைக் காட்டினால், அவன்

தன்னுடைய குறையை நினைத்து இன்னும் வருந்துவான். ஆகவே, அருணாசலா, என்முன்னே கண்ணாடியைக் காட்டாதே, என்னை அரவணைத்துக்கொள் என்கிறார்:

'மூக்கிலன்முன்காட்டு முகுரம் ஆகாது எனைத்
தூக்கி அணைந்து அருள் அருணாசலா.'

பனிக்கட்டி நீரிலிருந்து வருகிறது, பின்னர் கரைந்து மீண்டும் நீராகவே மாறிவிடுகிறது. அதுபோல, 'அன்புருவமாகிய அருணாசலனே, என்மீது அன்புகாட்டி என்னை உன்னில் கரைத்துக்கொள்' என்று வேண்டுகிறார் ரமணர்:

'அம்புவில் ஆலிபோல் அன்புஉரு உனில் எனை
அன்பாக் கரைத்துஅருள் அருணாசலா.'

இவ்வாறு 108 பாடல்களைப் பாடிய ரமணர், முத்தாய்ப்பாக, 'இந்தச் சொல்மாலையை ஏற்றுக்கொண்டு அணிவாய்' என்று இறைஞ்சுகிறார், பதிலுக்கு எனக்கும் ஒரு மாலைக் கொடு என்கிறார்.

இங்கே 'மால்' என்றால், மயக்கம், காதல் என்று பொருள், இறைவன்மீது என்றென்றும் காதலோடு இருக்கவேண்டும், அந்த மாலை அவனே நமக்குத் தரவேண்டும்!

'மாலை அளித்து அருணாசல ரமண என்
மாலை அணிந்து அருள் அருணாசலா.'

73

பக்தி இலக்கியங்களில் ஓர் அழகான, நேசவடிவான உட்பிரிவு, திருப்பள்ளியெழுச்சி.

பள்ளி என்றால், படுக்கை என்பது பொருள். துயின்று கொண்டிருக்கும் இறைவனை விழித்தெழுமாறு வேண்டிப் பாடும் பாடல்கள் இவை.

திருமாலுக்குத் தொண்டரடிப்பொடியாழ்வாரும், சிவபெருமானுக்கு மாணிக்கவாசகரும் 'திருப்பள்ளியெழுச்சி' பாடியிருக்கிறார்கள். இவர்கள் இருவரும் பரம்பொருளைக் துயிலெழுப்பும் அழகை ஊடுபாவாகக் கண்டால் பல ஒற்றுமைகளும் நயங்களும் புலப்படும்.

முதலில் தொண்டரடிப்பொடியாழ்வார் திருவரங்கத் தெம்மானைப் பள்ளியெழச்சொல்கிறார்:

> கதிரவன் குணதிசைச் சிகரம் வந்துஅணைந்தான்
> கனஇருள் அகன்றது காலைஅம்பொழுதாய்
> மதுவிரிந்துஒழுகின மாமலர்எல்லாம்
> வானவர்அரசர்கள் வந்து வந்துஈண்டி

எதிர்திசைநிறைந்தனர் இவரொடும் புகுந்த
இருங்களிற்று ஈட்டமும் பிடியொடு முரசும்
அதிர்தலில் அலைகடல் போன்றுஉளது எங்கும்,
அரங்கத்தம்மா! பள்ளிஎழுந்தருளாயே!

கிழக்குத்திசைச் சிகரத்தில் சூரியன் தோன்றிவிட்டான், கனத்த இருள் அகன்று காலைப்பொழுது புலர்ந்தது, மலர்களில் மது ஒழுகுகின்றது,

வானவர் தலைவர்களெல்லாம் உன்னைத் தரிசிக்க வந்துள்ளார்கள், அவர்களோடு வந்த யானைகள், முரசுகள் எழுப்பும் ஒலி எங்கும் அலைகடல்போல் கேட்கிறது, அரங்கத்தம்மானே, பள்ளிஎழுந்தருள்வாய்!

மாணிக்கவாசகர் காலை நேர வர்ணனையைத் தனது இரண்டாவது பாடலில் வைக்கிறார், அதற்குமுன்னால், திருப்பெருந்துறையில் எழுந்தருளியிருக்கும் சிவபெருமானைப் போற்றி வணங்கித் தொடங்குகிறார்:

போற்றி என் வாழ்முதல்ஆகிய பொருளே,
புலர்ந்தது, பூங்கழற்கு இணைதுணை மலர்கொண்டு
ஏற்றி நின் திருமுகத்து எமக்கு அருள் மலரும்
எழில்நகை கண்டுநின் திருவடி தொழுகோம்,
சேற்றுஇதழ்க் கமலங்கள் மலரும் தண்வயல்சூழ்
திருப்பெருந்துறைஉறை சிவபெருமானே,
ஏற்றுஉயர் கொடிஉடையாய், எமைஉடையாய்,
எம்பெருமான், பள்ளிஎழுந்தருளாயே.

என் வாழ்வில் அனைத்துக்கும் தொடக்கமாகத் திகழும் சிவபெருமானே, உன்னைப் போற்றுகிறேன்,

பொழுது புலர்ந்துவிட்டது, உன்னுடைய பூப்போன்ற திருவடிகளில் மலர்களைத் தூவி வணங்குகிறோம், உன்னுடைய திருமுகத்தில் எங்களுக்காக மலரும் அழகிய புன்னகையைக் கண்டு உன்னுடைய திருவடியைத் தொழுகிறோம்,

சேற்றில் தாமரைகள் மலர்கின்ற குளிர்ச்சியான வயல்கள் சூழ்ந்த திருப்பெருந்துறையில் எழுந்தருளியிருக்கும் சிவபெருமானே, இடபக்கொடியை உடையவனே, எங்களை அடிமையாகக் கொண்டவனே, எம்பெருமானே, பள்ளிஎழுந்தருள்வாய்!

அருணன் இந்திரன் திசை அணுகினன், இருள்போய்
அகன்றது, உதயம் நின் மலர்த்திரு முகத்தின்
கருணையின் சூரியன் எழஎழ, நயனக்
கடிமலர் மலர, மற்று அண்ணல் அம்கண்ணாம்
திரள்நிரை அறுபதம் முரல்வன, இவைஓர்
திருப்பெருந்துறைஉறை சிவபெருமானே,
அருள்நிதி தரவரும் ஆனந்த மலையே,
அலைகடலே, பள்ளிஎழுந்தருளாயே.

இந்திரனுக்கு உரிய கிழக்குத் திசையில் சூரியன் தோன்றினான், இருள் விலகியது,

எம்பெருமானே, சூரியன் மேலே எழ எழ, உலகில் வெளிச்சம் பரவுகிறது, உனது மலர்த் திருமுகத்தில் தோன்றும் கருணையைப்போல, அது எங்களை வாழவைக்கிறது,

ஒருபக்கம் உன்னுடைய கண்களைப் போன்ற மலர்கள் நறுமணத்துடன் மலர்கின்றன, இன்னொருபக்கம் உன்னுடைய கண்களைப்போன்ற வண்டுகள் கூட்டமாகத் திரண்டு வந்து ஓசையிடுகின்றன

இத்தகைய திருப்பெருந்துறையில் எழுந்தருளியிருக்கும் சிவபெருமானே, அருள்நிதியைத் தருவதற்காக வரும் ஆனந்த மலையே, அலைகடலே, பள்ளிஎழுந்தருள்வாய்!

அடுத்த இரு பாடல்களில் தொண்டரடிப்பொடியாழ்வார் தனது காலை வர்ணனையைத் தொடர்கிறார், இவற்றைக் கண்டருள்வதற்காகத் திருவரங்கத்தம்மானை எழுப்புகிறார்:

கொழுங்கொடி முல்லையின் கொழுமலர்அணவிக்
கூர்ந்தது குணதிசை மாருதம்இதுவோ?

எழுந்தன மலர்அணைப் பள்ளிகொள் அன்னம்
ஈன்பனி நனைந்த தம் இருஞ்சிறகு உதறி,
விழுங்கிய முதலையின் பிலம்புரை பேழ்வாய்
வெள்ளெயிறுஉற, அதன் விடத்தினுக்கு அனுங்கி
அழுங்கிய ஆனையின் அருந்துயர் கெடுத்த
அரங்கத்தம்மா! பள்ளிஎழுந்தருளாயே.

கொழுத்த முல்லைக்கொடியின் மலர்களை அளைந்துகொண்டு கிழக்குத்திசையிலிருந்து காற்று வருகிறது, மலர்ப்படுக்கையில் தூங்கிக்கொண்டிருந்த அன்னங்கள், சொட்டும் பனியில் நனைந்த தங்கள் பெரிய சிறகுகளை உதறிக்கொண்டு எழுகின்றன,

முதலையொன்று தனது பெரிய வாயிலிருக்கும் வெள்ளைப் பல்லால் கவ்வ, அதன் விஷத்தைத் தாங்க இயலாமல் தவித்த யானையின் அரிய துயரத்தைக் கெடுத்த அரங்கத்தம்மானே, பள்ளிஎழுந்தருள்வாய்!

சுடர்ஒளி பரந்தன சூழ்திசைஎல்லாம்,
துன்னியதாரகை மின்ஒளி சுருங்கிப்
படர்ஒளி பசுத்தனன் பனிமதி இவனோ,
பாய்இருள் அகன்றது, பைம்பொழில் கமுகின்
மடல்இடைக் கீறி வண்பாளைகள் நாற
வைகறை கூர்ந்தது மாருதம் இதுவோ,
அடல்ஒளி திகழ்தரு திகிரிஅம் தடக்கை
அரங்கத்தம்மா! பள்ளிஎழுந்தருளாயே!

எல்லாத் திசைகளிலும் கதிரவனின் சுடரொளி பரவுகிறது, நெருங்கிய நட்சத்திரங்களின் வெளிச்சம் சுருங்கியது, சந்திரனின் நிலவொளியும் குறைந்துவிட்டது, இருள் அகன்றுவிட்டது, பசுமையான பொழில்களில் இருக்கும் பாக்குமரங்களின் மடல்களைக் காலைநேரக்காற்று கீறுகிறது, அதனால் அவற்றின் மணம் எங்கும் கமழ்கிறது,

சிறப்பையும் ஒளியையும் கொண்ட சக்ராயுதத்தைக் கையில் ஏந்திய அரங்கத்தம்மானே, பள்ளிஎழுந்தருள்வாய்!

மாணிக்கவாசகரும் இதேபோன்ற அழகிய காலை வர்ணனையைக் காட்டுகிறார், இந்த அழகிய வேளையில் எங்களுக்கு உன் திருவடி தரிசனத்தை வழங்குவாய் என்று சிவபெருமானிடம் வேண்டுகிறார்:

கூவின பூங்குயில், கூவின கோழி,
குருகுகள் இயம்பின, இயம்பின சங்கம்,
ஓவின தாரகை ஒளிஒளி உதயத்(து)
ஒருப்படுகின்றது விருப்பொடு நமக்குத்
தேவ நல்செறிகழல் தாள்இணை காட்டாய்
திருப்பெருந்துறைஉறை சிவபெருமானே,
யாவரும் அறிவுஅரியாய், எமக்குஎளியாய்,
எம்பெருமான், பள்ளிஎழுந்தருளாயே.

பொழுது விடிந்துவிட்டது, பூங்குயில்கள் கூவுகின்றன, கோழிகள் கூவுகின்றன, மற்ற பறவையினங்களும் சத்தமிடுகின்றன, சங்குகள் முழங்குகின்றன, விண்மீன்கள் மறைந்தன, அதிகாலை நேரத்து ஒளி எங்கும் பரவுகிறது,

திருப்பெருந்துறையில் எழுந்தருளியிருக்கும் சிவபெருமானே, எம்பெருமானே, எங்களுக்கு அருள் செய்வாய், விருப்பத்தோடு எங்களுக்கு உனது சிறந்த, நல்ல, கழல்கள் செறிந்த திருவடிகளைக் காட்டுவாய்,

எல்லாரும் அறிந்துகொள்ள இயலாதபடி அரியவனாகத் திகழ்கிறவனே, எங்களுக்கு எளிதில் கிடைக்கிறவனாகக் கருணை பொழிகிறவனே, பள்ளிஎழுந்தருள்வாய்.

இத்தகைய எம்பெருமானைத் தரிசிக்கத் திருப்பெருந்துறைக்கு வந்திருக்கும் தொண்டர் கூட்டத்தையும் அவர்களுடைய பரவசத்தையும் படம்பிடித்துக் காட்டுகிறார் மாணிக்கவாசகர்:

இன்னிசை வீணையர், யாழினர் ஒருபால்,
இருக்கொடு தோத்திரம் இயம்பினர் ஒருபால்,
துன்னிய பிணைமலர்க் கையினர் ஒருபால்,
தொழுகையர், அழுகையர், துவள்கையர் ஒருபால்,

சென்னியில் அஞ்சலி கூப்பினர் ஒருபால்,
திருப்பெருந்துறைஉறை சிவபெருமானே,
என்னையும் ஆண்டுகொண்டு இன்அருள் புரியும்
எம்பெருமான், பள்ளிஎழுந்தருளாயே.

ஒருபக்கம் வீணை, யாழ் இசைப்பவர்கள் இனிமையான இசையை இசைக்கிறார்கள், இன்னொருபக்கம் வேதம் அறிந்தவர்கள் ரிக் வேதத்தில் தொடங்கி நான்கு வேதங்களையும் பாடுகிறார்கள், இன்னொருபக்கம் சில பக்தர்கள் மலர்களை மாலையாகக் கட்டி உனக்காகக் கொண்டுவருகிறார்கள், இன்னொருபக்கம் சில அன்பர்கள் தொழுகிறார்கள், அழுகிறார்கள், துவள்கிறார்கள், இன்னொருபக்கம் சில அடியவர்கள் கையைத் தலைக்குமேலே தூக்கிக் கும்பிடுகிறார்கள்,

திருப்பெருந்துறையில் எழுந்தருளியிருக்கும் சிவபெருமானே, எம்பெருமானே, எந்தச் சிறப்பும் இல்லாத என்னையும் ஆட்கொண்டு அருள் செய்யும் தலைவனே, பள்ளிஎழுந்தருள்வாய்.

இதேபோல், திருவரங்கத்தில் திருமாலைக்காண வந்திருப்பவர்களைத் தொண்டரடிப்பொடியாழ்வாரும் இரு பாடல்களில் விவரிக்கிறார்:

இரவியர் மணிநெடும் தேரொடும்இவரோ,
இறையவர் பதினொரு விடையரும்இவரோ,
மருவிய மயிலினன் அறுமுகன்இவனோ,
மருதரும் வசுக்களும் வந்துவந்து ஈண்டிப்
புரவியோடு ஆடலும் பாடலும் தேரும்
குமரதண்டம் புகுந்து ஈண்டிய வெள்ளம்
அருவரைஅனைய நின்கோயில்முன்இவரோ
அரங்கத்தம்மா! பள்ளி எழுந்தருளாயே.

எம்பெருமானே, உன்னைத் தரிசிக்க அழகான, நீண்ட தேரிலே பன்னிரண்டு ஆதித்யர்களும் வந்திருக்கிறார்கள், உலகை நிர்வகிக்கும் பதினொரு ருத்ரர்களும் வந்திருக்கிறார்கள், மயில்வாகனத்தில் ஆறுமுகன் வந்திருக்கிறான், மருத்கணங்கள்

ஒன்பதுபேரும் வந்திருக்கிறார்கள், அஷ்டவசுக்களும் வந்திருக்கிறார்கள்,

இவர்களுடைய வாகனங்களான குதிரைகளும் தேர்களும் ஆடலும் பாடலுமாக நிற்கின்றன, தேவசேனைகள் வந்துள்ளன, பெரியமலைபோன்ற உன்கோயில்முன்னே இவர்கள் எல்லாரும் வெள்ளமாகப் பெருகியிருக்கிறார்கள், அரங்கத்தம்மானே, பள்ளிஎழுந்தருள்வாய்,

அந்தரத்து அமரர்கள் கூட்டங்கள்இவையோ,
அரும்தவ முனிவரும் மருதரும்இவரோ,
இந்திரன் ஆனையும் தானும் வந்துஇவனோ,
எம்பெருமான்! உன் கோயிலின் வாசல்,
சுந்தரர் நெருக்க விச்சாதரர் நூக்க
இயக்கரும் மயங்கினர் திருவடி தொழுவான்,
அந்தரம், பார்இடம், இல்லை மற்றுஇதுவோ,
அரங்கத்தம்மா! பள்ளிஎழுந்தருளாயே.

இதோ, இந்தப்பக்கம் அமரர்கள் கூட்டம், அந்தப்பக்கம் முனிவர்கள், மருத்கணங்கள், இதோ, யானையோடு இந்திரன் வந்திருக்கிறான், கந்தர்வர்கள், வித்யாதரர்கள், யட்சர்கள் என எல்லாரும் உன் திருவடிகளைத் தொழ வந்துள்ளார்கள், வானில், மண்ணில் எங்கும் இடமே இல்லாதபடி அவர்கள் நிறைந்துள்ளார்கள், அரங்கத்தம்மானே, பள்ளி எழுந்தருள்வாய்!

இங்கே திருமாலை வணங்க ருத்ரர்கள் வந்திருப்பதாகச் சொல்வதுபோல், சிவபெருமானை வணங்கத் திருமால் பூமிக்கு வர விரும்புவதாக மாணிக்கவாசகர் எழுதுகிறார்:

புவனியில்போய்ப் பிறவாமையின் நாள் நாம்
போக்குகின்றோம் அவமே இந்தப் பூமி
சிவன் உய்யக் கொள்கின்றஆறுஎன்று நோக்கி,
திருப்பெருந்துறைஉறைவாய், திருமாலாம்
அவன் விருப்புஎய்தவும் மலரவன் ஆசைப்
படவும் நின் அலர்ந்த மெய்க்கருணையும் நீயும்

அவனியில் புகுந்துஎமை ஆட்கொளவல்லாய்,
ஆரமுதே, பள்ளிஎழுந்தருள்வாய்.

அரிய அமுதமே,

திருமாலும் பிரம்மனும் மண்ணில் பிறக்க விரும்புகிறார்கள், 'இந்தப் பூமியில்தான் சிவபெருமான் தன் அருளை வழங்குகிறார், அங்கே சென்று நாம் பிறக்காமல், இங்கே விண்ணுலகில் வீணாக நாளைக் கழிக்கிறோமே' என்று எண்ணுகிறார்கள்.

திருப்பெருந்துறையில் எழுந்தருளியிருக்கும் பெருமானே, அவர்கள் அப்படி இங்கே பிறக்க விரும்பும்படி உன் விரிவான மெய்க்கருணையுடன் இங்கே வந்து இந்தப் பூமியைப் புனிதமாக்கியவனே, எங்களை ஆட்கொள்ள வல்லவனே, பள்ளிஎழுந்தருள்வாய்.

தொண்டரடிப்பொடியாழ்வார் அரங்கத்தம்மானை ராமனாகக் கண்டு அவனது சிறப்பைச்சொல்லித் துயிலெழுப்புகிறார்:

மேட்டு இளமேதிகள் தளைவிடும் ஆயர்கள்
வேய்ங்குழல் ஓசையும் விடைமணிக்குரலும்
ஈட்டிய இசை திசைபரந்தன, வயலுள்
இரிந்தன சுரும்பினம், இலங்கையர்குலத்தை
வாட்டிய வரிசிலை வானவர்ஏறே,
மாமுனி வேள்வியைக் காத்து, அவபிரதம்
ஆட்டிய அடுதிறல் அயோத்தி எம்அரசே,
அரங்கத்தம்மா! பள்ளிஎழுந்தருளாயே.

சிறந்த, இளைய எருமைகளை ஆயர்கள் மேய்ச்சலுக்கு அவிழ்த்துவிடுகிறார்கள், அவர்கள் ஊதும் புல்லாங்குழல் ஓசையும், எருதுகளின் கழுத்தில் கட்டியிருக்கிற மணியின் ஓசையும் சேர்ந்து எல்லாத் திசைகளிலும் கேட்கின்றன, வயலிலே வண்டுகள் ஆரவாரம் செய்கின்றன,

இலங்கையிலிருந்த அசுரர்களின் குலத்தை வாட்டியவனே, வரிவில்லைக் கையில் ஏந்திய வானோர்தலைவனே,

விஸ்வாமித்திர மாமுனியின் வேள்வியைக் காத்தவனே, அயோத்தியின் தலைவனே, எங்கள் அரசனே, அரங்கத்தம்மானே, பள்ளிஎழுந்தருள்வாய்.

மாணிக்கவாசகரும் ‘எங்களை ஆள்பவனே’ என்று சிவபெருமானைத் தொழுகிறார், ‘இன்றைக்கு நாங்கள் என்ன செய்யவேண்டும் என்று நீதான் எழுந்து வந்து உத்தரவு போடவேண்டும்!’ என்கிறார்:

அது பழச்சுவைஎன, அமுதுஎன, அறிதற்(கு)
அரிதுஎன, எளிதுஎன அமரரும் அறியார்,
இதுஅவன் திருஉரு, இவன்அவன் எனவே
எங்களை ஆண்டுகொண்டு இங்கு எழுந்துஅருளும்
மதுவளர் பொழில் திருஉத்தரகோச
மங்கைஉள்ளாய், திருப்பெருந்துறை மன்னா,
எதுஎமைப் பணிகொளும் ஆறு, அதுகேட்போம்
எம்பெருமான், பள்ளிஎழுந்தருளாயே.

விண்ணில் உள்ள தேவர்களும் நீ எப்படிப்பட்டவன் என்று அறியாமல் மயங்குகிறார்கள், சிவபெருமான் பழம்போன்ற சுவை கொண்டவர் என்கிறார்கள் சிலர், அமுது என்கிறார்கள் சிலர், அவனை அறிவது அரிது என்கிறார்கள் சிலர்.

இந்நிலையில், இதுதான் சிவனின் திருஉருவம், இவனே அவன் என்று நாங்கள் அறியும்படி எங்களுக்குத் தெளிவு தந்து ஆட்கொண்டாய் நீ,

தேன் வடியும் சோலைகள் நிறைந்த திருஉத்தரகோசமங்கையில் எழுந்தருளியிருப்பவனே, எம்பெருமானே, திருப்பெருந்துறையின் மன்னா, இன்று நாங்கள் என்ன செய்யவேண்டும் என்று நீ உத்தரவு வழங்கவேண்டும், பள்ளிஎழுந்தருள்வாய்.

நிறைவாக, இந்த எளியவனை உன் அடியவர் கூட்டத்தில் சேர்த்துக்கொள்வாய் என்று வேண்டுகிறார் தொண்டரடிப்பொடியாழ்வார்:

கடிமலர்க் கமலங்கள் மலர்ந்தனஇவையோ,
கதிரவன் கனைக்கடல் முளைத்தனன்இவனோ,
துடியிடையார் சுழிகுழல் பிழிந்துஉதறித்
துகில்உடுத்துஏறினர் சூழ்புனல் அரங்கா!
தொடையொத்த துளவமும் கூடையும் பொலிந்து
தோன்றியதோள் தொண்டர்அடிப்பொடிஎன்னும்
அடியனை அளியன்என்று அருளி உன்அடியார்க்கு
ஆட்படுத்தாய், பள்ளிஎழுந்தருளாயே.

சத்தமிடும் கடலில் கதிரவன் எழுந்தான், ஆகவே, வாசனையையுடைய தாமரைகள் மலர்ந்தன, துடிபோன்ற இடையைக்கொண்ட பெண்கள் நீராடித் தங்களுடைய கூந்தலைப் பிழிந்து உதறி, ஆடை உடுத்திக்கொண்டு கரையேறினார்கள்,

உனக்காகத் தொடுக்கப்பட்ட துளசிமாலையைக் கையில் எடுத்துக்கொண்டு, தோளில் பூக்கூடையுடன் வருகிற தொண்டரடிப்பொடி என்கிற இந்த அடியவனுக்கு நீ அருளினாய், இவன் இரக்கத்துக்குரியவன்' என்றெண்ணி உன் அடியவர்களில் ஒருவனாகச் சேர்த்துக்கொண்டாய், பள்ளிஎழுந்தருள்வாய்.

மாணிக்கவாசகரும் இதேபோல், இறைவனை வணங்க அவனுடைய அருள்தான் தேவை என்று இறைஞ்சித் துயிலெழுப்புகிறார்:

பூதங்கள்தோன்றும் நின்றாய் எனின் அல்லால்
போக்குஇலன், வரவுஇலன் என நினைப் புலவோர்
கீதங்கள் பாடுதல், ஆடுதல் அல்லால்
கேட்டுஅறியோம் உனைக் கண்டுஅறிவாரைச்
சீதம்கொள் வயல் திருப்பெருந்துறைமன்னா,
சிந்தனைக்கும் அரியாய், எங்கள்முன் வந்(து)
ஏதங்கள் அறுத்துஎம்மை ஆண்டுஅருள் புரியும்
எம்பெருமான் பள்ளிஎழுந்துஅருளாயே.

நிலம், நீர், காற்று, ஆகாயம், நெருப்பு என்ற ஐம்பூதங்களாக நீயே திகழ்கிறாய், நீ தோன்றுவதும் இல்லை, அழிவதும் இல்லை, என்றென்றும் நிலைத்துநிற்கிறாய் என்று புலவர்கள் பாடினார்கள், அதை நாங்கள் கேட்டு அறிந்தோம், மற்றபடி உன்னைக் கண்டு அறிந்தவர்கள் என்று யாரையும் நாங்கள் கேள்விப்பட்டதில்லை, சிந்தனைக்கும் எட்டாத சிறப்புடையவன் நீ,

குளிர்ச்சியான வயல்கள் நிறைந்த திருப்பெருந்துறையின் மன்னா, எம்பெருமானே, எங்களை ஏற்றுக்கொண்டு, எங்களுடைய குற்றங்களை அறுத்து அருள் புரியும் மன்னவனே, பள்ளிஎழுந்தருள்வாய்.

பப்புஅற வீடுஇருந்து உணரும் நின் அடியார்,
பந்தனை வந்துஅறுத்தார் அவர் பலரும்,
மைப்புஉறு கண்ணியர் மானுடத்துஇயல்பின்
வணங்குகின்றார் அணங்கின் மணவாளா,
செப்புஉறு கமலங்கள் மலரும் தண் வயல்சூழ்
திருப்பெருந்துறைஉறை சிவபெருமானே,
இப்பிறப்பு அறுத்து எமை ஆண்டுஅருள் புரியும்
எம்பெருமான், பள்ளிஎழுந்தருளாயே.

பதைபதைப்பு ஏதும் இல்லாமல் பேரின்ப நிலையிலிருக்கும் உன்னுடைய அடியவர்கள் பலர், தங்களுடைய பிறவியாகிய கட்டுகளை அறுத்தெறிவதற்காக உன்னை வழிபடுகிறார்கள், அது மனித இயல்பு, மையிட்ட கண்களை உடைய பெண்கள் தங்களுடைய கணவர்மீது வைத்திருக்கும் பக்தியைப்போல, இந்த உலகத்தில் உள்ள அடியவர்கள் உன்மீது அன்பு வைத்துள்ளார்கள், உன்னை வணங்குகிறார்கள்.

உமையம்மையின் கணவனே, செந்தாமரைகள் மலரும் குளிர்ந்த வயல்கள் சூழ்ந்த திருப்பெருந்துறையில் எழுந்தருளியிருக்கும் சிவபெருமானே, எங்களுடைய இந்தப் பிறப்பை அறுத்து, எம்மை ஆண்டு, அருள் செய்யும் தலைவா, பள்ளிஎழுந்தருள்வாய்.

74

தில்லை அம்பலத்தில் திருநடனம் செய்கிறவர் நடராசர், அவரது ஆடலில்தான் இந்த உலகமே இயங்குகிறது என்று அன்பர்கள் நாள்தோறும் தொழுது பணியும் நாயகர்.

திருஞானசம்பந்தர், அப்பர், சுந்தரர், மாணிக்கவாசகர் தொடங்கிப் பலரும் தில்லையம்பலத்தின் சிறப்பையும் நடராசரின் அழகையும் பக்தர்கள்மீது அவர்காட்டும் கருணையையும் பாடியிருக்கிறார்கள். அவ்வகையில் அமைந்த ஓர் அழகிய சிறுநூல், சிறுமணவூர்முனிசாமி எழுதிய 'நடராசப்பத்து'.

'ஐம்பூதங்களும் நீயே, இவ்வுலகத்தைக் கடந்திருக்கும் அண்டமும் நீயே' என்று நடராசனைப் போற்றித்தொடங்குகிறது இந்நூல்:

> 'மண்ஆதி பூதமொடு விண்ஆதி அண்டம் நீ,
> மறைநான்கின் அடி,முடியும் நீ,
> மதியும் நீ, ரவியும் நீ, புனலும் நீ, அனலும் நீ,
> மண்டலம் இரண்டுஏழும் நீ,
> பெண்ணும் நீ, ஆணும் நீ, பல்உயிர்க்குஉயிரும் நீ,
> பிறவும் நீ, ஒருவ நீயே.

பேதாதிபேதம் நீ, பாதாதிகேசம் நீ,
பெற்றதாய்,தந்தை நீயே,
பொன்னும், பொருளும் நீ, இருளும் நீ,
ஒளியும் நீ, போதிக்க வந்த குரு நீ,
புகழ்ஒணாக் கிரகங்கள் ஒன்பதும் நீ, இந்த
புவனங்கள் பெற்றவனும் நீ.
எண்அரிய சீவகோடிகள் ஈன்ற அப்பனே, என்
குறைகள் ஆர்க்கு உரைப்பேன்?
ஈசனே, சிவகாமி நேசனே, எனை ஈன்ற
தில்லைவாழ் நடராசனே.'

நான்கு வேதங்களின் தொடக்கமும் நடராசனே, அவற்றின் முழுமைப்பொருளும் அவனே, சந்திரன், சூரியன், ஒன்பது கிரகங்கள், ஈரேழு மண்டலங்கள், ஆண், பெண், பிற உயிர்கள் அனைத்தும் அவனே, உலகங்களைப் படைத்தவனும் அவனே, அதில் எண்ண இயலாதஅளவுக்குப் பற்பல சீவராசிகளை ஈன்ற அப்பனும் அவனே.

சிவனை 'ஒருவ' என்று போற்றுகிறார் புலவர். இதன் பொருள், தனித்துவமானவன், தனக்கு இணையென யாருமில்லாதவன்!

உயிர்கள் பலவிதமாக அமைகிற பேதங்களை உருவாக்கியவன் சிவனே, பாதாதிகேசம் தூய்மையாகத் திகழ்கிறவன் அவனே,

மாதா, பிதா, குரு, தெய்வம் என்கிற நான்கும் நமக்கு அவன்தான், பொன், பொருள், இருள், ஒளி என யாவும் சிவனாக இருக்கும்போது, என்னுடைய குறைகளை யாரிடம் உரைப்பேன்?

ஈசனே, சிவகாமியின் மனம்கவர்ந்த நேசனே, எங்களையெல்லாம் ஈன்றவனே, தில்லையில் எழுந்தருளியிருக்கும் நடராசனே, அருள்செய்வாய்!

அடுத்த பாடல், சிவனின் திருநடனத்தை வர்ணிக்கிறது. ஐயன் ஆடினால் அகிலவுலகமும் ஆடும் எனக் காட்டுகிறது.

‘மான்ஆட, மழுஆட, மதிஆட, புனல்ஆட, மங்கை
சிவகாமிஆட,
மால்ஆட, நூல்ஆட, மறைஆட, திரைஆட,
மறைதந்த பிரம்மன்ஆட,
கோன்ஆட வான்உலகுக் கூட்டம்எல்லாம்ஆட,
குஞ்சரமுகத்தன்ஆட,
குண்டலம் இரண்டுஆட, தண்டை, புலிஉடைஆட
குழந்தை முருகேசன்ஆட,
ஞானசம்பந்தரொடு இந்திராதி பதினெட்டு
முனி, அட்டபாலகரும்ஆட,
நரைதும்பை,அறுகுஆட, நந்திவாகனம்ஆட,
நாட்டியப்பெண்கள்ஆட,
வினைஓட உனைப்பாட எனைநாடி இதுவேளை
விருதோடு ஆடிவருவாய்!’

எம்பெருமான் ஆடுகையில், அவன் கையிலிருக்கும் மான்குட்டி ஆடுகிறது, மழுவாயுதம் ஆடுகிறது, தலையிலிருக்கும் பிறைச்சந்திரன் ஆடுகிறது, கங்கையும் ஆடுகிறாள், அவனில் பாதியான மங்கை சிவகாமியும் ஆடுகிறாள்,

அந்நேரத்தில் திருமாலும் வேதம்தந்த பிரம்மனும் ஆடுகிறார்கள், வேதமே ஆடுகிறது, நன்னூல்கள் அனைத்தும் ஆடுகின்றன, கடலலைகள் ஆடுகின்றன,

தலைவனாம் சிவபெருமான் ஆடுவதால், வானுலகிலுள்ள தேவர்கள் அனைவரும் ஆடுகிறார்கள், ஆனைமுகனான பிள்ளையாரும், ஆறுமுகனான முருகனும் சேர்ந்து ஆடுகிறார்கள், ஞானசம்பந்தர் ஆடுகிறார், இந்திரன் தொடங்கிப் பதினெட்டு முனிவர்கள், அட்டபாலகர்களும் ஆடுகிறார்கள்,

சிவபெருமான் முகத்திலிருக்கும் இரு குண்டலங்களும் ஆடுகின்றன, தண்டையும் புலித்தோலும் ஆடுகின்றன, பெருமைமிகு தும்பையும் அறுகும் ஆடுகின்றன, நந்திவாகனம் ஆடுகிறது, நாட்டியப்பெண்கள் ஆடுகிறார்கள்,

எம்பெருமானே, இப்படி எல்லாரோடும் ஆடியபடி என்னிடம் வருவாய், என்னுடைய வினையோடும்படி நான் உன்னைப் பாடுவேன், வணங்குவேன்!

சிவபெருமானைத் தான் அழைப்பதற்கான காரணத்தை விரிவாக விளக்குகிறார் புலவர்:

'கடல்என்ற புவிமீதில் அலைஎன்ற உருகொண்டு
கனவுஎன்ற வாழ்வைநம்பிக்
காற்றுஎன்ற மூஆசை மாருதச்சுழலிலே
கட்டுண்டு நித்தநித்தம்,
உடல்என்ற கும்பிக்கு உணவுஎன்ற இரைதேடி
ஓயாமல் இரவுபகலும்
உண்டுஉண்டு உறங்குவதைக் கண்டதேஅல்லாது
ஒருபயன் அடைந்திலேனைத்
தடம்என்ற மிடிகரையில் பந்தபாசங்கள்எனும்
தாபரம் பின்னல்இட்டுத்
தாய்என்று, சேய்என்று, நீஎன்று, நான்என்று
தமியேனை இவ்வண்ணமாய்
இடைஎன்று கடைநின்று ஏன்என்று கேளாது
இருப்பது உன் அழகுஆகுமோ?'

இந்த உலகமாகிய கடலிலே எந்நேரமும் அலைகள் வீசிக்கொண்டிருக்கின்றன, இவ்வாழ்க்கை வெறும் கனவுதான். அது புரியாமல், நான் இதில் கட்டுண்டு கிடக்கிறேன், ஆசைகளாகிய காற்றுச்சுழலில் சிக்கித் தவிக்கிறேன், உடலுக்கு உணவு தேடி ஓயாமல் இராப்பகலாக உழைக்கிறேன், உண்கிறேன், உறங்குகிறேன், வேறு நான் கண்ட பயன் என்ன?

இப்படிப்பட்ட என்னை இந்தப் பெரிய உலகிலே பந்தபாசங்கள் என்கிற பின்னலிலே சிக்கவைத்து வாட்டலாமா? தாய், சேய், நீ, நான் என்றெல்லாம் பேதங்களை உண்டாக்கி என்னைத் தனியே வாடச்செய்யலாமா? எனக்கு என்ன ஆயிற்று என்று கேட்காமலிருப்பது உனக்கு அழகாகுமா?

நடராசரிடம் புலவர் கோரும் வரம் என்ன?

> 'என்மனது உன் அடிவிட்டு நீங்காது நிலைநிற்க
> ஏதுஉளது புகலவருவாய்!'

என்னுடைய மனம் உன்னுடைய திருவடிகளைவிட்டு நீங்காமல் அங்கேயே நிலைத்திருக்கவேண்டும், அதற்கு வழிசொல்வாய்!

இவ்வாறு அவர் கதறியும் கேட்காத சிவபெருமானை உரிமையோடு வினவுகிறார்:

> 'நுட்பநெறிஅறியாத பிள்ளையைப் பெற்றபின்
> நோக்காத தந்தைஉண்டோ?
> சந்தமும் தஞ்சம்என்று அடியைப் பிடித்தபின்
> தளராத நெஞ்சம்உண்டோ?'

ஒரு தந்தை புத்திநுட்பம் இல்லாத, நெறியறியாத ஒரு பிள்ளையைப் பெற்றுவிடுகிறார். அதன்பிறகு, அவர் அந்தப் பிள்ளையைப் பார்க்காமல் இருந்துவிடுவாரா? அந்தக் குழந்தைக்கு எல்லாமாக இருந்து வழிகாட்டமாட்டாரா?

நீயே தஞ்சம் என்று நான் உன் அடியைப் பிடித்துக்கொண்டு கிடக்கிறேனே, எனக்காக உன் நெஞ்சம் இளகாதா? அருளாதா?

> 'இந்தஉலகு ஈர்ஏழும் ஏன் அளித்தாய்? சொல்லும்,
> இனி உன்னை விடுவதில்லை!'

இப்படி நான் கேட்கக்கேட்க நீ பேசாமல் இருக்கலாமா? உன்னை நான் விடமாட்டேன், சொல், இந்தப் பதினான்கு உலகங்களையும் ஏன் படைத்தாய்? அவற்றைக் காத்து அருளுவது உன் கடமையல்லவா?

> 'வழிகண்டு உன்அடியைத் துதியாதபோதிலும்
> வாஞ்சையில்லாதபோதிலும்,
> வாலாயமாய்க் கோயில் சுற்றாதபோதிலும்
> வஞ்சமே செய்தபோதிலும்,
> மொழி எகனைமொகனையில்லாமே

பாடினும், மூர்க்கனே முகடுஆகினும்,
மோசமே செய்யினும், தேசமே கவரினும்,
முழு காமியேஆகினும்,
பழிஎனக்கு அல்லவே, தாய்,தந்தைக்கு அல்லவோ,
பார்த்தவர்கள் சொல்லார்களோ?
பார்அறிய மனைவிக்குப் பாதிஉடல் ஈந்த நீ
பாலனைக் காக்க ஒணாதோ?
எழில்பெரிய அண்டங்கள் அடுக்காய் அமைத்த நீ
என் குறைகள் தீர்த்தல் பெரிதோ?'

சிவநெறியை அறிந்து நான் உன் அடியைத் துதிக்காவிட்டாலும் சரி, உன்மீது அன்புசெலுத்தாவிட்டாலும் சரி, நாள்தோறும் உன் கோயிலைச் சுற்றாவிட்டாலும் சரி, பிறருக்கு வஞ்சகம், மோசம் செய்தாலும் சரி, அவர்களுடைய நாட்டைப் பிடுங்கிக்கொண்டாலும் சரி, எதுகை,மோனை அழகின்றிக் கவிதை பாடினாலும் சரி, மூர்க்கனாக, வீணானவனாக இருந்தாலும் சரி, காமத்தில் சிக்கியிருந்தாலும் சரி... இவற்றால் பழி எனக்கா? என்னுடைய தாய், தந்தையாகிய உனக்குதானே? 'இப்படியொரு பிள்ளையை வளர்த்திருக்கிறார்களே' என்று அவர்கள் உன்னையல்லவா சொல்வார்கள்?

இந்த உலகமே அறியும்படி மனைவிக்குப் பாதி உடல் தந்தவனே, இந்தக் குழந்தைக்கு அருள்செய், அழகிய, பெரிய அண்டங்களை அடுக்கடுக்காக அமைத்த உனக்கு, என்னுடைய குறைகளைத் தீர்ப்பதா பெரியது?

இப்படிச் சொல்லும்போதே, புலவர் கண்களில் நீர் வழிகிறது. 'நான் எதையெண்ணி அழுவேன்?' என்று ஏங்கத்தொடங்குகிறார்:

'அன்னை,தந்தைகள் என்னை ஈன்றதற்கு
அழுவனோ? அறிவுஇலாததற்கு அழுவனோ?
அல்லாமல் நான்முகன்தன்னையே நோவனோ,
ஆசைமூன்றுக்கு அழுவனோ,
முற்பிறப்பு என்னவினை செய்தன்என்று அழுவனோ?
என் மூட அறிவுக்கு அழுவனோ,

முன்னில் என் வினை வந்து மூளும்என்று அழுவனோ,
முத்திவரும்என்று உணர்வனோ,
தன்னைநொந்து அழுவனோ, உன்னைநொந்து அழுவனோ,
தவம்என்னஎன்று அழுவனோ,
இன்னம் என்ன பிறவி வருமோஎன்று அழுவனோ,
எல்லாம் உரைக்கவருவாய்.'

எத்தனையோ பிறவிகளில் பலப்பல தாய், தந்தையர் என்னை ஈன்றார்கள், அதை எண்ணி நான் அழுவதா, எனக்குப் புத்தியில்லையே என்று அழுவதா, என்னைப் படைத்த நான்முகனை நோவதா, என்னைக் கட்டியிருக்கும் ஆசைகளுக்காக அழுவதா?

முந்தைய பிறவியில் என்ன வினை செய்தேனோ என்று எண்ணி அழுவதா, இன்னும் எத்தனை பிறவிகள் வருமோ என்று அழுவதா? என்னைச் சூழப்போவது வினையா, முக்தியா என்று எண்ணி அழுவதா? நான் என்ன தவம் செய்தேன் என்று எண்ணி அழுவதா... நீதான் வந்து உரைக்கவேண்டும், என்னைக் காக்கவேண்டும்!

சிவபெருமான் தனக்கு இன்னும் அருளவில்லையென்றால், அதற்கு என்ன காரணமாக இருக்கும் என்று யோசிக்கிறார் புலவர், பல பிழைகளைப் பட்டியலிட்டு, 'ஒருவேளை நான் இவற்றைச் செய்திருந்தாலும், என்னை மன்னிப்பாய்' என்று இறைஞ்சுகிறார்:

'காயாமுன் மரம்மீது பூ,பிஞ்சு அறுத்தனோ,
கன்னியர்கள் பழிகொண்டனோ,
கடன்என்று பொருள்பறித்தே வயிறு எரித்தனோ,
கிளைவழியில் முள்ளிட்டனோ,
தாயாருடன் பிறவிக்கு என்னவினை செய்தனோ,
தந்தபொருள் இலை என்றனோ,
தான்என்று கெர்வித்துக் கொலை,களவு
செய்தனோ, தவசிகளை ஏசினனோ,
வாய்ஆரப் பொய்சொல்லி வீண்பொருள் பறித்தனோ,

> வானவரைப் பழித்திட்டனோ,
> வடவுபோலப் பிறரைச் சேர்க்காது அடித்தனோ,
> வந்தபின் என்செய்தனோ,
> ஈயாத லோபிஎன்றே பெயர்எடுத்தனோ,
> எல்லாம் பொறுத்துஅருள்வாய்.'

நான் இந்தப் பிறவியை எடுக்க என்ன காரணம்? மரங்களில் பூத்த மலர்களை, பிஞ்சுகளைக் காய்க்குமுன் அறுத்தேனோ, கன்னியர்களின் பழியைச் சம்பாதித்துக்கொண்டேனோ? கடன் வாங்கித் திருப்பித்தராமல் ஏமாற்றினேனோ? குடும்பத்தினரைத் துன்புறுத்தினேனோ? ஒருவர் தந்த பொருளை இல்லை என்று பொய் சொன்னேனோ? தான் என்கிற கர்வத்தில் கொலையும் திருட்டும் செய்தேனோ? தவப்பெரியோர்களைத் திட்டினேனோ? பொய்சொல்லிப் பிறர்பொருளைப் பறித்தேனோ? தேவர்களை இகழ்ந்தேனோ? பிறரைக் கொடுமைப்படுத்தினேனோ? யாருக்கும் எதையும் தராத கஞ்சனாக வாழ்ந்தேனோ?

என் பிழைகள் அனைத்தையும் பொறுக்கவல்ல தெய்வம் நீ, அருள்செய்வாய்!

> 'உறவுஎன்றுதான்
> உன் இருபாதம் பிடித்தேன்,
> யார்மீது உன்மனம் இருந்தாலும் உன் கடைக்கண்
> பார்வை அதுபோதுமே!'

எம்பெருமானே, எனக்கு உறவு நீதான், உன்னுடைய இரு பாதங்களைப் பற்றிக்கொண்டேன். கடைக்கண்ணால் என்னை ஒருமுறை பார், உய்ந்திடச்செய், அதுபோதும் எனக்கு!

75

குமாரதேவர் வந்திருக்கிறார்.

ரெட்டியார் வீட்டில் ஒரே பரபரப்பு. யாரும் யாரையும் விரட்டவில்லை, எல்லாரும் தாங்களாகவே முன்வந்து அவருக்குப் பணிவிடைகளைச் செய்தார்கள்.

குமாரதேவர் விருத்தாசலத்தைச்சேர்ந்தவர், தன் அருளாசிரியரைக் காண்பதற்காக அவிநாசி வந்திருந்தார், ரெட்டியார் வீட்டில் தங்கியிருந்தார்.

தன்னருகே வந்துநின்றவர்களைக் கனிவோடு பார்த்தார் குமாரதேவர், 'ரெட்டியாரின் குழந்தைகளைக் காணவில்லையே' என்றார்.

'அவர்கள் படித்துக்கொண்டிருக்கிறார்கள்.'

'அப்படியா? யார் அவர்களுக்குப் பாடம் சொல்லித்தருகிறார்கள்?'

'சிதம்பரக்கவிராயர் என்று ஒருவர், மதுரையில் பிறந்தவர், நல்ல பக்திமான், சிறந்த இலக்கண, இலக்கிய அறிவும் கொண்டவர்.'

‘நான் அவரைப் பார்க்கவேண்டுமே!’

‘உடனே அழைத்துவரச்சொல்கிறோம்.’

‘வேண்டாம்’ என்றார் குமாரதேவர், ‘பிள்ளைகளின் வகுப்பு தடைபடும், நானே அங்கே சென்று அவரைக் காண்கிறேன். அதுதான் முறை!’

அதன்படி, சிதம்பரக்கவிராயரின் வகுப்புக்கு வந்தார் குமாரதேவர், அவர் பாடம் நடத்தும் சிறப்பைக் கண்டார். அவரை மனம்திறந்து பாராட்டினார்.

சிதம்பரக்கவிராயருக்கும் குமாரதேவரைப்பார்த்து மனம் உருகிவிட்டது. அவரைத் தன் ஆசிரியராக ஏற்றுக்கொண்டார். அவர்கள் இருவரும் சென்று குமாரதேவரின் அருளாசிரியரைச் சந்தித்து வணங்கினார்கள்.

பின்னர் ஒருநாள், சிதம்பரக்கவிராயரின்முன்னே ஒரு மயில் தோன்றியது. ஆனால், அது தன்னை வெளிக்காட்டிக் கொள்ளவில்லை, சிறகால் தன்னை மறைத்தபடி ஆடியது.

இறைவன் தனக்கு ஏதோ சொல்லவருகிறான் என்று சிதம்பரக்கவிராயர் புரிந்துகொண்டார். ஆனால், அது என்ன என்று அவருக்குத் தெரியவில்லை. தன் குருநாதரான குமாரதேவரிடம் அதைக் கேட்டார்.

‘எனக்கும் தெரியவில்லை’ என்றார் குமாரதேவர், ‘இதனை அங்கயற்கண்ணம்மை(மீனாட்சி) தெளிவுபடுத்துவார், நீ மதுரைக்குச் சென்று அன்னையை வழிபடு.’

அதன்படி, சிதம்பரக்கவிராயர் மதுரைக்கு வந்தார். அன்னையை வணங்கித் தவமிருந்தார்.

ஆனால், அன்னை அவருக்கு அருளவில்லை. பல நோய்களை உண்டாக்கிச் சோதித்தாள்.

அப்போதும், சிதம்பரக்கவிராயர் கலங்கவில்லை, அன்னைமீது

‘மீனாட்சி கலிவெண்பா’ என்ற நூலைப் பாடினார். அதனால் மகிழ்ந்த மீனாட்சியம்மை அவருக்குக் காட்சிதந்து அருளினாள். அந்த மயில் ஏன் அப்படி நடந்துகொண்டது என்று விளக்கினாள். ‘இங்கிருந்து சற்றுத்தொலைவில் திருப்போரூர் என்ற முருகன் திருத்தலம் உள்ளது. ஆனால், அங்குள்ள கோயில் இப்போது மறைந்திருக்கிறது, அதை நீதான் பழுதுபார்க்கவேண்டும்! அதற்கு முருகனே உனக்கு அருள்வான்!’

அன்னையின் கட்டளைப்படி சிதம்பரக்கவிராயர் திருப்போரூர் சென்றார், அங்குள்ள ஆறுமுகன் ஆலயத்துக்குத் திருப்பணி புரிந்தார். அன்னையின் அருளையும் அவள் பிள்ளையின் அருளையும் பெற்றார்.

அவர் எழுதிய ‘மீனாட்சி கலிவெண்பா’ சிறிய நூல்தான், ஆனால், அன்னையின் சிறப்பை மிக அழகாகப் பாடுவது!

> ‘சீர்ஆரும் பூங்கமலத் தெள்அமுதே, சேய்இழையே,
> கார்ஆரும் மேனிக் கருங்குயிலே, ஆராயும்
> வேதமுதல்ஆகிநின்ற மெய்ப்பொருளே, மின்ஒளியே,
> ஆதி பராபரையே, அம்பிகையே, சோதியே,
> அண்டர்எல்லாம் போற்றும் அரும்பொருளே, ஆர்அணங்கே,
> எண்திசைக்குத் தாயான ஈஸ்வரியே, தெண்திரையில்
> வந்த அமுதே, என்றும் மாறாமலே நினைப்பார்
> சிந்தைதனிலே உறையும் செல்வியே.’

சிறப்புநிறைந்த தாமரைமலரிலே எழுந்தருளியிருக்கும் தெளிய அமுதமே, சிறந்த ஆபரணங்களை அணிந்தவளே, கருநிறத் திருமேனிகொண்ட கருங்குயிலே, வேதங்களின் முதலாக நின்ற மெய்ப்பொருளே, மின்னல் ஒளியே, ஆதி பராபரையே, அம்பிகையே, சோதிவடிவமே, தேவர்களெல்லாம் வணங்கும் அரியவளே, ஆரணங்கே, எட்டுத்திசைகளுக்கும் தாயான ஈஸ்வரியே, தெளிவான அலையிலே வந்த அமுதமே, என்றும் மாறாமல் உன்னை நினைப்பவர்களுடைய சிந்தனையில் உறைகின்ற செல்வியே!’

யானையில் தொடங்கி எறும்புவரை அனைத்து உயிர்களுக்கும் அவளே தாய், இவ்வுலகில் அனைத்துமாகத் திகழ்பவளும் அவளே என்பதை விவரிக்கிறார் கவிராயர்:

'செஞ்சொல்மறைச்
சொல்லே, பொருளே, சுவையே, அறுசுவையே,
எல்லாப் புவிக்கும் இறைவியே, தொல்லை
எறும்புகடை யானைதலை எண்இல் உயிர்க்கும்
உறும்பொருளாய், அங்குஅங்கு உணர்வாய், பெறும்பயனாய்,
ஆறாறு தத்துவமாய், ஐயிரண்டு வாயுவாய்க்
கூறாய், திசைபத்தின் கூட்டமாய், பேறான
அஞ்செழுத்தாய், எட்டெழுத்தாய், ஐம்பத்தோர் அட்சரமாய்,
பஞ்சவர்ணமாய், பஞ்சதேவதையாய், வஞ்சம் அற்ற
ஆறு ஆதாரப்பொருளாய், ஐஐந்தாய் ஐம்மூன்றாய்
வீறான சக்கரத்தின் மின்னொளியாய்...'

சிறந்த சொற்களால் அமைந்த வேதச்சொல்லே, அச்சொல்லின் பொருளே, சுவையே, எல்லா உலகங்களுக்கும் இறைவியே, உயிர்களுக்கெல்லாம் உடலாய், உணர்வாய், ஆற்றலாய்த் திகழ்பவளே, முப்பத்தாறு தத்துவங்கள், பத்து வாயுக்கள், கூறுகள், பத்து திசைகள், சிறந்த பயனான அஞ்செழுத்து மந்திரம், எட்டெழுத்து மந்திரம் ஆனவளே, ஐம்பத்தொரு எழுத்துகளின் வடிவமாக இருப்பவளே, ஐந்து நிறங்களாக, ஐந்து தேவதைகளாக விளங்குபவளே, யோகசாத்திரங்கள் சொல்லும் ஆறு ஆதாரப்பொருள்களாக இருப்பவளே, இருபத்தைந்து தத்துவங்களாக, அட்டமூர்த்திகளாக, பலம்மிகுந்த யந்திரத்தின் மின்னொளியாகத் திகழ்பவளே,

இப்போது அன்னையின் பலப்பல பண்புகளைச் சந்தநயமுள்ள வரிகளில் வழங்குகிறார் சிதம்பரக்கவிராயர்:

'மடல்அவிழ்ந்த
மூலாதாரத்து ஒளியாய், மும்மண்டலம் கடந்து
மேல்ஆதாரத்துஇருந்த வெண்மதியாய், பால்ஊறல்
உண்ணும் சிவயோக உத்தமியே, மெய்த்தவமே,

பண்ணுமறை வேதப் பழம்பொருளே, எண் அரிய
மெய்ஞ்ஞான வித்தே, விளக்கொளியே, மெய்ச்சுடரே,
அஞ்ஞானமே அகற்றும் அம்மையே, பைந்நாகம்
பூண்ட சிவனார்இடத்துப் பூங்கொடியே.'

மூலாதாரத்தின் ஒளியாக, சூரியன், சந்திரன், அக்கினி என்கிற மூன்று மண்டலங்களையும் கடந்து, அவற்றுக்கெல்லாம் மேலாகத் திகழும் வெண்மதியே, அமுதமுண்ணும் சிவயோக உத்தமியே, மெய்யான தவமே, வேதங்களின் பழம்பொருளே, எண்ண இயலாத மெய்ஞ்ஞான வித்தே, விளக்கொளியே, மெய்ச்சுடரே, அஞ்ஞானத்தை அகற்றுகிறவளே, படமெடுத்தாடும் நாகத்தைச் சூடிய சிவனின் இடப்பக்கம் அமர்ந்த பூங்கொடியே!

அடுத்து, அன்னைக்கு வரிசையாகப் பல அழகிய வர்ணனைப்பெயர்களை வழங்கி அழைக்கிறார், அவளது சிவசக்தி வடிவத்தை உணர்த்துகிறார்:

'ஆண்டியுடன்
ஆடும் கூத்தாடிச்சி, அம்மனை, பந்தாடிச்சி,
தேடியும் மால்காணாச் சிவசக்தி, நாடி உனைப்
போற்றும் அடியார்கள் வினைபோக்கியே 'அஞ்சல்' என்று
தேற்றுகின்ற அம்மை, துடிஇடைச்சி, சாற்றுஅரிய
பச்சை நிறத்தி, பவளக்கொடிஇடைச்சி,
கச்சைப் பொருமுலைச்சி, கைவளைச்சி, கொச்சை
மலைஅரையன் பெற்ற மலைச்சி, கலைச்சி,
நிலைஅறிவே தந்த நிலைச்சி, அலையாத
அன்ன நடைச்சி, அருமறைச்சி, ஆண்டிச்சி,
கன்னல்மொழிச்சி, கருணைச்சி, பன்னுதமிழ்
வாய்ச்சி, சடைச்சி, வடிவுஉடைய மங்கைச்சி,
பேய்ச்சி, இளமுலைச்சி, பேதைச்சி, காய்ச்சியபால்
வெண்ணெய் மொழிச்சி, வெளிச்சி, வெளியிடைச்சி,
அண்ணுபுரம் தீஇட்ட அம்படைச்சி, நண்ணில் அரும்
கொப்புக் குழைச்சி, குவளைப் பொருவிழிச்சி,
அப்புச் சடைச்சி, சிவாகமச்சி, மெய்ப்பாம்
கருப்புச் சிலைச்சி, கலைச்சி, வலைச்சி.'

ஆண்டியான எம்பெருமானுடன் ஆடுகின்ற கூத்தாடியே, அம்மனை, பந்தாட்டம் ஆகிய விளையாட்டுகளை ஆடுபவளே,

திருமால் தேடியும் அவனுக்கு அகப்படாத சிவசக்தியே, உன்னை நாடிப் போற்றுகிற அடியவர்களின் வினையைப் போக்கி 'அஞ்சாதே' என்று தேற்றுகின்ற அம்மையே,

துடியிடை கொண்டவளே, பச்சை நிறத்தவளே, பவளக் கொடியிடையே, கச்சைக்குள் மோதுகின்ற மார்பகங்களைக்கொண்ட தாயே, கைகளில் வளையல் அணிந்தவளே, மலையரசன் பெற்ற மலைமகளே, மழலைமொழி பேசுபவளே, பல கலைகளைக் கற்றவளே, நிலைத்த ஞானம் தரும் நிலையானவளே, அன்ன நடை நடப்பவளே, அரிய வேதங்களால் புகழப்படுகிறவளே, அனைத்தையும் ஆள்பவளே, கரும்புபோல் இனிமையாகப் பேசுபவளே, கருணை வடிவானவளே, இனியதமிழ்ச்சொற்களை உரைப்பவளே, அழகிய மங்கையே, பேய்களால் சூழப்பட்டவளே, இளைய மார்பகங்களைக் கொண்டவளே, பேதைப்பருவத்தில் திகழ்பவளே, வெண்ணெய்போல் மொழிபவளே, வஞ்சமற்ற வெளிப்படைக் குணம் கொண்டவளே, வெட்டவெளியில் தோன்றுபவளே,

நெருங்கிய முப்புரங்களைத் தீயால் எரித்த அழகிய போர்க்கருவியைக்கொண்டவளே, எளிதில் அடைய இயலாத சிறப்புடையவளே, கொப்பு, குழை எனும் காதணிகளை அணிந்தவளே, குவளை மலர்களோடு போரிடுகிற அழகிய விழிகளைக்கொண்டவளே, சடையில் கங்கையைக் கொண்டவளே, சிவ ஆகமங்களின் தலைவியே, உண்மை என்கிற கரும்புவில்லைக் கொண்டவளே, கலைகளின் தலைவியே, வலைவீசும் மீனவர் குலத்தில் பிறந்தவளே,

சிறுதொண்டரிடம் பிள்ளைக்கறி கேட்டுத் திருவிளையாடல் புரிந்தவர் சிவபெருமான், ஆலகாலவிஷத்தை உண்டவர், பிட்டுக்காக வைகையில் மண்சுமந்தவரும் அவரே, பெருமானில் பாதியான அன்னைக்கும் அவற்றைப் பொருத்திப்பாடுகிறார்

கவிராயர்:

> 'நல்ல சிறுதொண்டன் பிள்ளையறுத்(து)
> ஊணிச்சி, நஞ்சுஅமுதாம் ஊணிச்சி, பாணிச்சி,
> பாச,அங்குசத்தி, பரத்தி, பருப்பதத்தி,
> காசாம்பூ மேனிக் கனதனத்தி, மாசுஇலா
> அம்பரத்தி, ஐம்புலத்தி, ஆனதொரு வேதாந்த
> உம்பருக்கும் எட்டாத உத்தமத்தி, செம்பொன்வளைச்
> செட்டிச்சி, வைகைதனில் சென்று வெட்டி மண்சுமந்த
> ஒட்டச்சி, பூதிஅணி உத்தளத்தி, அட்டதிக்கு
> மின்னே, விளக்கே, விலைஇல்லாச் சீவரத்னப்
> பொன்னே, நவமணியே, பூங்கிளியே, இன்அமுதே,
> மாணிக்கவல்லியே, மாமரகதப் பணியே,
> ஆணிக் கனகத்து அரும்பொருளே, மாண் உற்ற
> சிங்காரவல்லியே, செம்பொன் சிலைவளைத்த
> கங்காளற்கு அன்பான கண்மணியே,'

நல்ல சிறுதொண்டனின் பிள்ளையை அறுத்து உண்டு திருவிளையாடல் புரிந்தவளே, நஞ்சை அமுதமாக உண்டவளே, சிவந்த கரங்களையுடையவளே, பாசம், அங்குசம் போன்றவற்றைக் கையிலேந்திய உயர்ந்த தலைவியே, மலைநாட்டில் பிறந்தவளே, நீலோற்பலம்போன்ற மேனியுடையவளே, கனத்த மார்பகங்களைக்கொண்ட தாயே, குற்றமில்லாத விண்ணின் வடிவமாகத் திகழ்பவளே, ஐம்புலன்களின் ஆதாரமே, வேதாந்தம் கற்ற விண்ணோருக்கும் எட்டாத உத்தமியே, சிறந்த பொன்வளையல்களை அணிந்த செட்டிகுலப்பெண்ணே, வைகையில் பிட்டுக்கு மண்சுமந்ததால் மண்வேலைசெய்வோர் குலப்பெண்ணே, உடலெங்கும் திருநீறு பூசியவளே, எட்டுத்திசைகளிலும் மின்னுகிற மின்னலே, விளக்கே, விலைமதிப்பிட இயலாத சீவரத்தினப்பொன்னே, நவமணியே, பூங்கிளியே, இனிய அமுதமே, மாணிக்கவல்லியே, மரகதம் அணிந்தவளே, சிறந்த தங்கம்போன்ற அரிய பொருளே, சிறப்புமிகுந்த சிங்காரவல்லியே, செம்பொன் வில்லை வளைத்த கங்காளனாம் சிவபெருமானின் அன்பான கண்மணியே,

அன்னையின் பல சிறப்புப்பெயர்களும் அடுத்தடுத்த வரிகளில் பேசப்படுகின்றன:

'நாதாந்த
மாயேச்சுவரியே, மங்கையே, மாமறைக்கும்
தாயாகி நின்ற சரஸ்வதியே,

கொஞ்சுகுயில்
கன்னி, திரிசூலி, கபாலி, சிவகாமி
மன்னு கவுரி, மகமாயி, பொன்னின் மலர்த்
தாளி, சதுரி, சவுந்தரி, முக்கண் உடைய
காளி, பகவதி, கங்காளி, தூளியாத்
தக்கன் தலை அறுத்த தத்துவத்தி, தற்பரத்தி,
அக்கினி கை ஈர்ந்த அமர்க்களத்தி, மிக்கபுகழ்
வீரசக்தி, மேருவினை வில்லா வளைத்த ஒரு
பராசக்தி, வேதப் பராசக்தி,

நால்திசையும்
கொண்டாடப் பெற்றதொரு கோமளமே, சாமளையே,
தண்தாமரைத்திருவே, தையலே, மண்டலங்கள்
எங்கும் ஒத்துநின்று அருளும் ஈஸ்வரியே, மாமதுரை
அங்கயற்கண் நாயகியே, அம்மையே.'

இவ்வாறு அன்னையின் சிறப்புகளை விவரிக்கும் சிதம்பரக் கவிராயர் தனது கோரிக்கைகளைச் சொல்லி வணங்குகிறார்:

'எந்தன் இடர்,
அல்லல், வினை எல்லாம் அகற்றியே, 'அஞ்சல்'என்று
நல்ல சவுபாக்கியத்தை நல்கியே, வல்லபத்தின்
ஆசு, மதுரம், சித்ர, வித்தாரம் என்று அறிஞர்
பேசுகின்ற உண்மைப் பெருவாக்கு நேசமுடன்
தந்து, என்னை ஆட்கொண்டு சற்குருவாய் என் அகத்தில்
வந்துஇருந்து புத்திமதிகொடுத்துச் சந்ததமும்
நீயே துணையாகி நின்று இரட்சி, அம்கயல்கண்
தாயே, சரணம், சரண்.'

அம்மையே, என்னுடைய சிறிய, பெரிய துன்பங்கள், வினைகளையெல்லாம் அகற்றி, 'அஞ்சாதே' என்றுசொல்லி நலம் தருவாய்,

ஆற்றலோடு உடனே பாடப்படுகிற பாடல்கள், இன்னிசைப்பாடல்கள், சித்திரப்பாடல்கள், வித்தாரப்பாடல்கள் எனப் பலவகைகளில் அறிஞர்கள் பேசுகின்ற கவித்திறனை, உண்மையைப் பாடும் உணர்வை எனக்குத் தந்து அருள்வாய், என்னை ஆட்கொண்டு சத்குருவாக என் நெஞ்சில் வந்திருந்து பேரறிவு கொடுத்து, என்றென்றும் துணையாக நின்று காப்பாய்,

அழகிய மீன்போன்ற கண்களைக்கொண்ட அன்னையே, உன் பாதங்களில் சரணடைகிறோம்!

சிதம்பரக்கவிராயரின் பாடலைக்கேட்டு மகிழ்ந்த அன்னை, அவரைத் திருப்போரூர் செல்லுமாறு பணித்தாள். அவரும் முருகன் ஆலயத்தை நாடிக் கிளம்பினார்.

வழியில், அவருடைய குருநாதரான குமாரதேவரைப்பற்றிய செய்தியொன்று வந்தது. அவர் முக்தியடையும் நிலையிலுள்ளார் என்பதை உணர்ந்த சிதம்பரக்கவிராயர் விருத்தாசலம் சென்று அவரைச் சந்தித்து வணங்கினார், அவரது ஆசியைப் பெற்றுக்கொண்டு திருப்போரூர் வந்தார். 'இங்கே முருகன் ஆலயம் எங்கே?' என்று மக்களிடம் கேட்டார்.

'முருகன் கோயிலா?' அவர்கள் விழித்தார்கள், 'இங்கே ஒரு பிள்ளையார் கோயில்தானே இருக்கிறது?'

சிதம்பரக்கவிராயர் அந்தப் பதிலை ஏற்கவில்லை. முருகன் வருவான் என நம்பிக்கையுடன் அந்த ஊரைச் சுற்றிவந்தார், அருகிலிருந்த காட்டில் திரிந்தார்.

ஒருநாள் அவருக்கு முருகனின் மூர்த்தம் கிடைத்தது. அதனை முறைப்படி வழிபடத்தொடங்கினார். இன்னொருபக்கம், முருகனின் கோயில் இருக்குமிடத்தையும் தேடிக்கொண்டிருந்தார்.

அந்த நேரத்தில், குமாரதேவர் அங்கே வந்தார்.

தன் குருநாதரைக்கண்ட சிதம்பரக்கவிராயருக்கு ஆச்சர்யம், 'அவர் ஏற்கெனவே முக்தியடைந்துவிட்டாரே, அப்புறம் எப்படி இங்கே வந்திருக்கிறார்' என்று வியந்தார்.

'கோயிலைக் காட்டவே வந்தேன்' என்றார் குமாரதேவர். அவருடைய நெற்றியில் திருநீறு பூசினார்.

மறுகணம், திருப்போரூர் ஆலயத்தின் வடிவம் சிதம்பரக்கவிராயர் கண்களுக்குத் தெரிந்தது. நெகிழ்வுடன் திரும்பினால், குருநாதரைக் காணவில்லை!

முருகப்பெருமானே குமாரதேவர் வடிவில் வந்தருளியிருக்கிறான் என்று புரிந்துகொண்ட கவிராயர், ஆலயத்துக்கான திருப்பணிகளைத் தொடங்கினார். அதனைச் சீரோடும் சிறப்போடும் செய்துமுடித்தார்!

அன்னைக்குக் கலிவெண்பாவும், அறுமுகனுக்கு ஆலயமும் சமைத்த கவிராயர், கந்தனைப்போற்றிப் பல பாடல்களைப் பாடினார், அவை 'திருப்போரூர்ச் சந்நிதிமுறை' என்ற தலைப்பில் தொகுக்கப்பட்டுள்ளன.

76

எந்நேரமும் கண்ணனையே நினைத்துக்கொண்டிருக்கிறாள் அவள்.

அக்கம்பக்கத்திலுள்ளவர்களுக்கு அவளுடைய பக்தி புரியவில்லை. கேலி செய்கிறார்கள்.

தன் மகளை எல்லாரும் இப்படிப் பேசுவதால், அவளுடைய தாய்க்கு வேதனை. 'அந்தப் பெருமான்தான் இவளை நல்லபடியாகக் காக்கவேண்டும்' என்று வேண்டிக்கொள்கிறாள்.

ஒருநாள், அந்த மகளைக் காணவில்லை, கண்ணனைத்தேடிச் சென்றுவிட்டாள்.

இதைக் கேள்விப்பட்ட அந்தத் தாய் துடிக்கிறாள், தன் மகள் இப்போது எங்கே இருக்கிறாளோ, என்ன செய்கிறாளோ என்று பலவிதமாகச் சிந்தித்து வருந்துகிறாள்.

நம்மாழ்வாரின் திருவாய்மொழியில் திருக்கோளூர் திருத்தலத்தைப்பற்றிய பாடல்களில் இடம்பெறுகிற காட்சி இது. தாய்மையின் குரலில் கண்ணன்மீது அடியவர்கள் வைக்கும் நேசத்தை அழகுற வெளிக்காட்டுகிறார் ஆழ்வார்.

‘உண்ணும்சோறு, பருகுநீர், தின்னும் வெற்றிலையும்எல்லாம்
கண்ணன், எம்பெருமான் என்றுஎன்றே கண்கள் நீர்மல்கி
மண்ணினுள் அவன் சீர், வளம்மிக்கவன் ஊர்வினவித்
திண்ணம் என் இளமான் புகும்ஊர் திருக்கோளூரே.’

இளமான்போன்ற என் மகளுக்கு எல்லாமே கண்ணன்தான். சாப்பாடு போட்டால் அதில் கண்ணனைக் காண்பாள், பருக நீர்கொடுத்தால் கண்ணன் என்பாள், தின்னும் வெற்றிலையிலும் கண்ணனையே கண்டாள், எதைப்பார்த்தாலும் ‘எம்பெருமான்’ என்று நெகிழ்ந்தாள், கண்களில் நீர்மல்க நின்றாள்,

இப்போது, அவள் இங்கே இல்லை, எங்கே சென்றிருப்பாள்?

இந்தப் பூமியில் அவனே சிறந்தவன், அவனது சிறப்புகளைக் கேட்டுக்கொண்டு அவள் நடப்பாள், வளம்நிறைந்த அவனுடைய ஊரைப்பற்றி விசாரிப்பாள், நிச்சயமாகத் திருக்கோளூர் என்கிற திருத்தலத்துக்கு அவள் சென்றுவிடுவாள், சந்தேகமில்லை!

இப்படி உறுதியாகச் சொல்லும் தாய்க்கு, திடீரென்று ஒரு குழப்பம் வருகிறது, நாகணவாய்ப்பறவைகளிடம் அதைக் கேட்கிறாள்:

‘ஊரும் நாடும் உலகமும் தன்னைப்போல் அவனுடைய
பேரும் தார்களுமே பிதற்ற, கற்பு வான் இடறிச்
சேரும் நல்வளம்சேர் பழனத் திருக்கோளூர்க்கே?
போரும்கொல்? உரையீர், கொடியேன் கொடி, பூவைகளே!’

கொடியவளான எனக்குப்பிறந்த கொடிபோன்றவள் அவள்,

இங்கே இருந்தபோது, அவள்மட்டும் கண்ணனை எண்ணிப் பிதற்றவில்லை, இந்த ஊரும் நாடும் உலகமுமே அவன் பெயரைச் சொல்லும்படி செய்தாள், அவன் அணிந்திருக்கும் திருமாலைகளை எண்ணிப் புலம்பச்செய்தாள்,

இப்போது அவள் திருக்கோளூரை நோக்கிச் சென்று கொண்டிருக்கிறாள், நல்ல வளம் நிறைந்த வயல்களைக்கொண்ட

அந்தத் திருத்தலத்துக்கு அவள் சென்றுசேர்ந்துவிடுவாளா? அல்லது, திரும்பிவந்துவிடுவாளா? பறவைகளே, சொல்லுங்கள்.

இவ்வாறு பேசிக்கொண்டு நடந்த தாய் சில பொம்மைகளைப் பார்க்கிறாள், பக்கத்தில் கிளிகள், பந்து, சிறிய மரப்பானை, பூக்கூடை ஆகியவை இருக்கின்றன. அவற்றைக் கண்டதும், அவளுக்கு மறுபடி தன் மகளின் நினைவு வருகிறது:

'பூவை, பைங்கிளிகள், பந்து, தூதை, பூம்புட்டில்கள்
யாவையும் திருமால் திருநாமங்களே கூவி எழும்என்
பாவைபோய் இனித் தண்பழனத் திருக்கோளூர்க்கே
கோவைவாய் துடிப்ப மழைக்கண்ணொடு என்செய்யும்கொலோ?'

இதுபோல் பொம்மைகளை வைத்து விளையாடும் வயது என் மகளுக்கு, ஆனால், 'இவையெல்லாம் எனக்கு வேண்டாம், திருமால் திருநாமங்களே எனக்கு வேண்டும்' என்பாள் அவள்.

இப்போது அவள் குளிர்ந்த வயல்களைக்கொண்ட திருக்கோளூருக்குச் செல்கிறாள், அங்கே கோவைக்கனியைப் போன்ற தன்னுடைய உதடுகள் துடிக்கும்படி, கண்களில் நீர் வழியும்படி அவள் நிற்கிறாளோ? என்னசெய்கிறாளோ, நான் அறியேன்!

வீட்டின் கதவைத்திறந்து பார்க்கிறாள் தாய், வெளியே சிலர் நடமாடிக்கொண்டிருக்கிறார்கள், அவர்களைப் பார்த்ததும், அவளுக்கு அடுத்த கேள்வி வருகிறது, 'இன்னும் சிறிதுநேரத்தில் என் மகளைக் காணவில்லை என்கிற விவரம் இவர்களுக்கெல்லாம் தெரிந்துவிடுமே!'

இந்தப் பெண்களெல்லாம் சாதாரணமானவர்கள் இல்லை, எதுநடந்தாலும் அதைப்பற்றிப் பலவிதமாகப் பேசுகிறவர்கள், இந்தப் பேச்செல்லாம் உள்ளூரில்மட்டுமல்ல, வெளியூருக்கும் செல்லலாம், அவர்களும் என் மகளைப்பற்றி ஏதாவது பேசக்கூடும்!

இவர்களெல்லாம் என்ன பேசுவார்கள்?

ஒருவேளை, அவள் வரம்புமீறி நடந்துவிட்டாள் என்பார்களோ? அல்லது, எம்பெருமானைத் தேடிச்சென்றிருப்பதால், குணம்மிகுந்தவள் என்று பாராட்டுவார்களோ!

இளமான்போன்ற என் மகள், மெலிதான இடை அசையும்படி திருக்கோளூரை நோக்கிச் சென்றிருக்கிறாள், அங்கே செல்வ வளத்தோடு கிடந்த திருக்கோலத்தில் அருள்செய்கிற எம்பெருமானைக் காணவிருக்கிறாள், இதைப்பற்றி இந்த ஊர் என்ன பேசுமோ, தெரியவில்லையே!

'கொல்லை என்பார்கொலோ? குணம்மிக்கனள் என்பார்கொலோ?
சில்லைவாய்ப் பெண்கள், அயற்சேரி உள்ளாரும் எல்லே!
செல்வம்மல்கி அவன்கிடந்த திருக்கோளூர்க்கே
மெல்இடை நுடங்க இளமான் செல்ல மேவினளே.'

அங்கே ஒருபக்கமாகச் சில பெண்கள் விளையாடிக் கொண்டிருக்கிறார்கள், அவர்களைக்கண்டதும் தாய்க்குத் தன் மகளின் நினைவு வருகிறது.

எம்பெருமானை எண்ணியதும், என் மகளுக்கு இதுபோன்ற விளையாட்டுகளில் ஆர்வமில்லை. எந்நேரமும் அவனையே எண்ணி நைந்துகிடந்தாள்.

இப்போது, அவள் திருக்கோளூருக்குச் செல்கிறாள், அங்கே பூக்கள் நிறைந்த சோலைகள், நீர்நிலைகள், அவனுடைய கோயில் ஆகியவற்றைக் காண்பாள், அவளுடைய உள்ளம் குளிரும், மகிழ்ச்சியுடன் இருப்பாள்!

'மேவி நைந்துநைந்து விளையாடல்உறாள் என்சிறுத்
தேவிபோய் இனித்தன் திருமால் திருக்கோளூரில்
பூஇயல் பொழிலும் தடமும் அவன்கோயிலும் கண்டு
ஆவி உள்குளிர எங்ஙனே உகக்கும்கொல் இன்றே?'

சமையலறைக்குள் நுழைகிறாள் தாய், அங்குள்ள பாத்திரங்களைக்கண்டதும் அவளுக்கு மீண்டும் தன் மகளின் நினைவு வருகிறது, காரணம், தாய் சமைக்கும்போது,

தன்னாலியன்ற உதவிகளைச் செய்வாள் அவள்,

'இளமான்போன்ற என் மகள், இத்தனைநாளாக நான் எதைச்செய்தாலும் எனக்கு உதவியாக இருந்தாள், ஆனால் இன்றைக்கு, தெற்குத்திசைக்குத் திலகம்போல் திகழ்கிற திருக்கோளூருக்குச் சென்றுவிட்டாள்' என்கிறாள் தாய்.

அங்கே அவள் திருமாலின் திருக்கண்களையும் சிவந்த வாயையும் கண்டு நெகிழ்வாள், அவளுடைய பெரிய கண்களிலிருந்து ஆனந்தக்கண்ணீர் வழியும், உள்ளம் அவனைக்கண்ட ஆனந்தத்தில் நோகும்!

> 'இன்றுஎனக்கு உதவாது அகன்ற இளமான் இனிப்போய்த்
> தென்திசைத் திலதம்அனைய திருக்கோளூர்க்கே
> சென்று தன் திருமால் திருக்கண்ணும் செவ்வாயும் கண்டு
> நின்றுநின்று நையும் நெடும்கண்கள் பனிமல்கவே.'

'ஆனால், திருக்கோளூர் நம் ஊருக்குப் பக்கத்தில் இல்லையே! நெடுந்தொலைவு நடக்கவேண்டுமே!' என்று திகைக்கிறாள் தாய், 'என் மகளால் அவ்வளவுதூரம் நடக்கமுடியுமா?'

ஒருவர் சாதாரணமாக நடந்துசென்றாலே திருக்கோளூர்வரை செல்வது சிரமம். ஆனால் என் மகளோ கண்களில் நீர் பெருக, மயங்கிய மனத்துடன் நடப்பாள், இரவிலும் பகலிலும் 'நெடுமால்' என்று அவன் பெயரைச் சொல்லிக்கொண்டே செல்வாள், அவளுடைய உடலெல்லாம் தளர்ந்திருக்குமே, நிறைந்த செல்வத்துடன் எம்பெருமான் கிடந்த திருக்கோலத்தில் அருள்செய்கிற திருக்கோளூருக்கு அவள் சென்றுசேர்வது எப்போது?

> 'மல்குநீர்க் கண்ணொடு மையல்உற்ற மனத்தினளாய்
> அல்லும் நன்பகலும் நெடுமால் என்றுஅழைத்து இனிப்போய்ச்
> செல்வம்மல்கி அவன்கிடந்த திருக்கோளூர்க்கே
> ஒல்கிஒல்கி நடந்து எங்ஙனே புகும்கொல் ஒசிந்தே.'

நடந்துநடந்து அவளுடைய இடை துவளுமோ! இடுப்பில்

கையை வைத்துக்கொண்டு வலியோடு நிற்பாளோ! கண்ணனை எண்ணி அவள் நெஞ்சம் கசியுமோ! கண்களில் நீர் துளிக்குமோ!

ஒளிநிறைந்த மலரிலே வாழ்பவளான திருமகளின் கணவன் எம்பெருமான், அவனுடைய திருக்கோளூரை நோக்கிக் கசிந்த மனத்துடன் செல்கிறாள் என் மகள், என்னைவிட்டுப் பிரிந்து செல்கிறாள்!

> 'ஒசிந்த நுண்இடைமேல் கையை வைத்து நொந்துநொந்து
> கசிந்த நெஞ்சினளாய்க் கண்ணநீர் துளும்பச் செல்லும்கொல்?
> ஒசிந்த ஒண்மலராள் கொழுநன் திருக்கோளூர்க்கே
> கசிந்த நெஞ்சினளாய் எம்மை நீத்த எம் காரிகையே.'

சமையலறையின் ஒரு மூலையில் பழக்கூடை. அதில் சிறந்த பழங்கள்மட்டும் தனியே எடுத்துவைக்கப்பட்டிருக்கின்றன.

காரணம், சிறந்த பழங்களைமட்டுமே இறைவனுக்குப் படைக்கவேண்டும் என்பது அந்த மகளின் விருப்பம். பழங்கள் என்றில்லை, எதில் சிறந்ததைக்கண்டாலும், 'இது கண்ணனுக்கே' என்று அவள் சொல்வதை நினைக்கிறாள் தாய். 'அவளுக்குதான் எம்பெருமான்மீது எத்துணை அன்பு!'

ஆனால், அவள் அப்படிக் கவனித்து எடுத்துவைத்த பொருள்களெல்லாம் இப்போது இங்கேயே கிடக்கின்றன, அவள் மட்டும் திருக்கோளூருக்குச் சென்றுவிட்டாள். எங்களைப்பற்றி ஏதும் நினைக்காமல் புறப்பட்டுச் சென்றுவிட்டாள்.

இதனைக் கேள்விப்பட்டால் ஊரில் உள்ளவர்கள் பலவிதமான பழிச்சொற்களைச் சொல்லுவார்களே, இதை அவள் சிறிதும் நினைக்கவில்லையே, எம்பெருமான்மேலுள்ள அன்புதான் அவளை இப்படிச் செய்ததோ!

> 'காரியம் நல்லனகள் அவைகாணில் என் கண்ணனுக்குஎன்று
> ஈரியாய்இருப்பாள், இதெல்லாம் கிடக்க இனிப்போய்ச்
> சேரி பல்பழி தூஉய் இறைப்பத் திருக்கோளூர்க்கே
> நேரிழை நடந்தாள், எம்மைஒன்றும் நினைத்திலளே.'

தெய்வங்களே, இப்படி என் மகள் கிளம்பிச்சென்றதால் அடுத்து என்ன நடக்குமோ என்று என்னால் நினைத்துப்பார்க்கவும் இயலவில்லை, தவிக்கிறேன்.

ஆனால், நீண்ட கண்களைக்கொண்ட இளமான்போன்ற என் மகளோ, இதனால் தன் குடும்பத்துக்கு வரக்கூடிய பழியைக்கூடப் பொருட்படுத்தவில்லை. அனைத்து உலகங்களையும் தன் அடிமையாகக் கொண்ட அரவிந்தலோசனன், எம்பெருமானையே எண்ணினாள், அவன் அருள்செய்யும் திருக்கோளூருக்கே சென்று, சிறுபொழுதும் அவனைவிட்டு நீங்காதபடி பக்திசெய்கிறாள்.

'நினைக்கிலேன் தெய்வங்காள், நெடும்கண் இளமான் இனிப்போய்
அனைத்துஉலகும்உடைய அரவிந்தலோசனனை
தினைத்தனையும் விடாள், அவன்சேர் திருக்கோளூர்க்கே
மனைக்கு வான்பழியும் நினையாள், செல்லவைத்தனளே.'

நிறைவாக, இந்தப் பாடல்களால் கிடைக்கும் பலனைச்சொல்லிப் பூர்த்திசெய்கிறார் நம்மாழ்வார்:

'வைத்த மாநிதியாம் மதுசூதனனையே அலற்றி
கொத்துஅலர்பொழில்சூழ் குருகூர்ச் சடகோபன் சொன்ன
பத்துநூறுள் இப்பத்து அவன்சேர் திருக்கோளூர்க்கே
சித்தம்வைத்து உரைப்பார், திகழ்பொன்உலகு ஆள்வரே.'

கொத்தாகப் பூக்கள் மலரும் சோலைகள் சூழ்ந்த குருகூரின் சடகோபன்(நம்மாழ்வார்), சேமித்துவைத்த சிறந்தநிதிபோன்ற மதுசூதனனை எண்ணிச் சொன்ன பாடல்கள் ஆயிரம், அவற்றில் இந்தப் பத்தையும், எம்பெருமான் சேர்ந்திருக்கும் திருக்கோளூரைச் சிந்தித்துச் சொல்பவர்கள் சிறந்த பொன்னுலகத்தை ஆள்வார்கள்.

இங்கே இறைவனை 'வைத்த மாநிதி' என்று சொல்வது ஏன்?

குபேரன் இழந்த செல்வத்தைத் திருமால் மீண்டும் அருளிய திருத்தலம் எனத் திருக்கோளூரைக் குறிப்பிடுவார்கள். ஆகவே,

இன்றைக்கும் பல பக்தர்கள் தாங்கள் இழந்ததை மீண்டும் பெறுவதற்காக இங்கே வந்து பெருமானை வணங்குவதுண்டு.

ஆனால், அந்தச் செல்வங்களையெல்லாம்விடப் பெரிய செல்வம் பெருமானின் அருள்தானே, ஆகவே, அவரை ‘வைத்த மாநிதிப்பெருமாள்’ என்பது மிகப்பொருத்தம்.

காஞ்சி பிரதிவாதி பயங்கரம் அண்ணங்கராசாரியார் இதற்கு இன்னும் அழகான விளக்கம் தருகிறார்:

1. நிதியை நிலத்தில் புதைத்துவைத்து ஆள்வார்கள், எம்பெருமானை நெஞ்சில் புதைத்துவைத்து ஆளலாம்

2. நிதியை வைத்திருப்பவர்கள் இரவுபகலாகத் தூங்கமாட்டார்கள், அதைக் கண்காணித்துக்கொண்டே இருப்பார்கள், எம்பெருமானை எண்ணியவர்களுக்கும் இராப்பகலாக அவன் நினைவுதான்

3. நிதி எல்லாருக்கும் கிடைத்துவிடாது, அதற்குப் பாக்கியம் செய்திருக்கவேண்டும், எம்பெருமானும் பாக்கியமுள்ளவர்களுக்கே கிடைப்பான்

4. நிதியைக் கொண்டிருப்பவன் கர்வத்தோடு இருப்பான், எம்பெருமானை வணங்குவோரும் அவன் அருள்கிடைத்த செருக்கில் இருப்பார்கள்

5. நிதி கொண்டவனை உலகமே பின்பற்றும், எம்பெருமானை வணங்கியவர்களைப் பார்த்துப் பிறரும் அவனுக்கு அடிமையாவார்கள்

6. நிதியை இழந்தவன் கதறி அழுவான், எம்பெருமானின் அருளை இழந்தவர்களும் அவ்வாறே அழுவார்கள்

7. நிதி வைத்திருப்பவனுக்கு எதிரிகள் பலர் வருவார்கள், அதுபோல, எம்பெருமானுக்கும் எதிரிகள் உண்டு, அவர்களை அவர் அழித்துப் பக்தர்களைக் காப்பார்.

77

இறைவனைப்பற்றிய பாடல்களையெல்லாம் யார் எழுதுகிறார்கள்?

பக்தர்களும் புலவர்களும் கவிஞர்களும் அறிஞர்களும் பாமரர்களும் இறைவனைப்போற்றிப் பல பாடல்களை எழுதியுள்ளார்கள். ஆனால், அவர்களிடம் இந்தக் கேள்வியைக்கேட்டால், பணிவோடு வரும் பதில், 'அவனருளாலே அவன் தாளில் பணிகிறோம். அதனால் எங்கள் (வெள்ளைத்) தாளில் கவிதைகள் பொழிகின்றன.'

இறைப்பாடல்களில் பாடும்பொருளும் அவனே, பாடப்படும் சொற்களும் அவன் தந்தவையே, அவற்றைச் சந்தத்தோடு அமைக்கின்ற இலக்கணத்தைத் தந்தவனும் அவனே, பாடும் இசையையும் அவனே தந்தருளியிருக்கிறான். எழுதும் கை, பாடும் குரல், அதைச் சிந்திக்கும் மனம் எல்லாமே அவனது கொடை. ஆக, இந்தப் பாடல்கள் அனைத்தும் அவனே நம்மூலமாக எழுதிக்கொண்டவை என்பதில் சந்தேகமேது?

இந்தத் தத்துவத்தை விளக்குவதற்காகவோ என்னவோ, நமது பக்திப்பாடல் மரபில் இறைவனே அடியெடுத்துத்தந்த

பாடல்கள் எனப் பல உண்டு. 'என்னால் எழுத இயலுமா?' என்று திகைத்துநின்ற அடியவர்களுக்கு அவனே அடி(முதலடி) தந்தான், அவற்றை வைத்துப் பாடியவர்களுக்கும், அவற்றை வாசித்து, உணர்ந்து வணங்கியவர்களுக்கும் அவனே அடி(தனது திருவடி) தந்தான்.

இதனால், மற்ற பாடல்களைவிட, இப்பாடல்களில் இறையுணர்வு மிகுதி. அவற்றைப் பாடும்போதும், அவை எழுதப்பட்ட சூழல்களைக் கேட்கும்போதும் நமக்குள் பரவசம் பரவும். இறைவனே சொன்ன சொற்களை நாமும் சொல்கிறோமே என்றெண்ணி நெகிழ்வோம்.

திருநாவலூர் என்றோர் ஊர். அங்கே நம்பி ஆரூரர் என்பவருக்குத் திருமணம்.

அந்த நேரத்தில், அங்கே ஓர் அந்தணர் வருகிறார். 'கல்யாணத்தை நிறுத்துங்கள்' என்கிறார்.

'ஏன் நிறுத்தவேண்டும்?'

'இந்த நம்பி ஆரூரன் என்னுடைய அடிமை' என்கிறார் அவர்.

அதன்பிறகு என்ன நடந்தது? அதனைச் சேக்கிழார்பெருமான் அழகாக விவரிக்கிறார்.

குற்றம் இல்லாத மரபில் தோன்றிய வள்ளல் நம்பி ஆரூரர். அந்த அந்தணரைப் பார்த்து அவருக்குச் சிரிப்புதான் வந்தது. 'நான் இவருக்கு அடிமையா? என்ன பேசுகிறார் இவர்?' என்று எண்ணிக்கொண்டார்.

ஆனால், முற்பிறவியில் சிவனுக்குப் பெருந்தொண்டு செய்து வாழ்ந்தவர் அவர். ஆகவே, அந்தணர் வேடத்தில் வந்திருப்பது சிவன்தான் என்பது எப்படியோ சிந்தனையில் தோன்றியிருக்கவேண்டும். அந்த நேசத்தால், வந்தவரைக் கேலி செய்து சிரிக்கவில்லை. பொறுமையாகப் பேசினார், 'ஐயா, நீங்கள் சொல்வது மரபுக்குப் பொருந்தவில்லையே. குற்றமில்லாத

அந்தணர்கள் இன்னோர் அந்தணருக்கு அடிமையாவது வழக்கத்தில் இல்லையே.'

அவர் இவ்வாறு விளக்கியபோதும், அந்த அந்தணர் அதனை ஏற்கவில்லை. நம்பி ஆரூரர் தன் அடிமை என்று வலியுறுத்திச்சொன்னார்.

இப்போது, நம்பி ஆரூரருக்குக் கோபம் வருகிறது, 'இப்படி நீங்கள் சொல்வது விநோதமாக உள்ளது, நீங்கள் என்ன பித்தனா?' என்று கேட்கிறார்.

அதன்பிறகு, வழக்கு நடக்கிறது. நம்பி ஆரூரர் அந்த அந்தணருக்கு அடிமைதான் என்பது முடிவாகிவிடுகிறது. சிவன் தனது நிஜமான தோற்றத்தை வெளிப்படுத்துகிறார்.

நம்பி ஆரூரர் ஆச்சர்யத்தில் மூழ்குகிறார். 'இறைவா, உன்னை என்னசொல்லிப் பாடுவேன்!' என்று நெகிழ்கிறார்.

அப்போது, அழகிய கண்களைக் கொண்ட சிவபெருமான் தன்னுடைய அன்பராகிய நம்பி ஆரூரரை அருள் பொங்கப் பார்த்தார். 'முன்பு என்னைப் பித்தன் என்று சொன்னாய். ஆகவே, அந்தச் சொல்லையே என்னுடைய பெயராக வைத்துப் பாடு' என்று ஆணையிட்டார்.

வன்தொண்டர், பெரும்தொண்டரான நம்பி ஆரூரர் அவ்வள்ளலைப் பாடத்தொடங்கினார்:

> 'பித்தா! பிறைசூடி! பெருமானே! அருளாளா!
> எத்தான் மறவாதே நினைக்கின்றேன் மனத்துஉன்னை,
> வைத்தாய், பெண்ணைத் தென்பால் வெண்ணெய்நல்லூர் அருள்துறையுள்
> அத்தா! உனக்கு ஆளாய் இனி அல்லேன் எனலாமே!'

பித்தா, பிறை சூடியவனே, பெருமானே, அருளாளனே, பெண்ணை நதியின் தென்கரையில் உள்ள திருவெண்ணெய்நல்லூர் அருள்துறையில் எழுந்தருளியிருக்கும் என் தந்தையே,

என் மனத்தில் நீ குடியேறிவிட்டாய், உன்னை எந்த வகையிலும் மறக்காதவனாக நினைத்துக்கொண்டே இருக்கிறேன்.

நான் என்றென்றும் உன் பக்தன்தான். ஆனால் விதிவசத்தால் அதை மறந்தேன். 'நான் உனக்கு அடிமை இல்லை' என்று வீம்பாகப் பேசினேன். நீ யார் என்று உணர்ந்தபிறகு, இனி அப்படிச் சொல்லமுடியுமா?

அந்த நம்பி ஆரூரர்தான் சைவநெறியில் 'நால்வர்' என்று போற்றப்படும் அருட்புலவர்களில் ஒருவரான சுந்தரர். அவரது பாடல்கள் ஏழாம் திருமுறையாகத் தொகுக்கப்பட்டுள்ளன.

'பித்தா' என்ற சொல் சுந்தரர் பயன்படுத்தியது, அதையே இறைவன் அவருக்குத் திரும்பத்தந்து அருளினான். முன்பு கோபத்தில் சொன்ன அதே சொல் இப்போது பக்தியுணர்வின் வெளிப்பாடாக, பரமன் பெருமையைச் சொல்வதாக அமைந்தது.

பின்னர் இன்னொரு சந்தர்ப்பத்தில், அதே சுந்தரருக்கு இறைவன் இன்னொரு பாடலுக்கும் அடியெடுத்துத்தந்தான். அது பரமனின் அடியவர்கள் பெருமையைச் சொல்வதாக அமைந்தது.

திருவாரூரில் தினமும் சுந்தரர் இறைவனைத் தரிசித்து வணங்கிவந்தார். அந்த ஆலயத்தின் வெளியே தேவாசிரிய மண்டபம் இருந்தது. அங்கே பல சிவனடியார்கள் இருந்தார்கள்.

அவர்களைக் காணும்போதெல்லாம் சுந்தரர் நெகிழ்ந்தார், 'இந்த அடியவர்களுக்கு அடியவனாகமாட்டேனா!' என்று ஏங்கினார்.

இதை உணர்ந்துகொண்ட பெருமான், அவருக்குக் காட்சிதந்தார், 'நம் அடியவர்களை முறையாக வணங்கி, அவர்களுடைய திருத்தொண்டைப் பாடிப் போற்றுவாயாக' என்று கட்டளையிட்டார்.

இறைவனின் கருணையை எண்ணிச் சுந்தரர் நெகிழ்ந்தார்.

ஆனால், அவருக்குள் ஒரு சந்தேகமும் பிறந்தது, 'ஐயனே, அவர்கள் புகழைப் பாட எனக்கு ஏது வல்லமை? அதையும் தாங்களே அருளவேண்டும்' என்றார்.

ஆகவே, சிவபெருமானே இப்பாடலுக்கும் அடியெடுத்துத்தந்தார், 'தில்லைவாழ் அந்தணர்தம் அடியார்க்கும் அடியேன்.'

இவ்வாறு தொடங்கிச் சுந்தரர் எழுதிய பாடல், திருத்தொண்டத் தொகை எனப்படுகிறது. பல்வேறு சிவனடியார்களின் பெருமைகளை உணர்த்துகிறது:

'தில்லைவாழ் அந்தணர்தம் அடியார்க்கும் அடியேன்,
திருநீலகண்டத்துக் குயவனார்க்கு அடியேன்,
இல்லையே என்னாத இயற்பகைக்கும் அடியேன்,
இளையான்தன்குடிமாறன்அடியார்க்கும் அடியேன்,
வெல்லுமா மிகவல்ல மெய்ப்பொருளுக்கு அடியேன்,
விரிபொழில்சூழ் குன்றையார் விறல்மிண்டர்க்கு அடியேன்,
அல்லி மென்முல்லை அம்தார் அமர்நீதிக்கு அடியேன்,
ஆரூரன் ஆரூரில் அம்மானுக்கு ஆளே.'

ஆரூரில் எழுந்தருளியிருக்கும் நம் தந்தையாகிய சிவபெருமானின் அடிமையான ஆரூரன் என்ற நான், தில்லையிலே வாழும் அந்தணர்களின் அடியவர்களுக்கு அடியவனாகிறேன், திருநீலகண்டர் எனும் குயவர் குலத்தில் பிறந்த தொண்டருக்கு அடியவனாகிறேன், 'இல்லை' என்று சொல்லாத இயற்பகையாருக்கு அடியவனாகிறேன், இளையான்குடிமாறனாருக்கு அடியவனாகிறேன், வெற்றிமிகுந்த மெய்ப்பொருளாருக்கு அடியவனாகிறேன், பொழில்சூழ்ந்த செங்குன்றூரிலே பிறந்த விறன்மிண்டருக்கு அடியவனாகிறேன், அல்லிவட்டத்தைக்கொண்ட மென்மையான முல்லையின் அழகிய மாலையை அணிந்த அமர்நீதியாருக்கு அடியவனாகிறேன்.

இவ்வாறு தொடங்கிச் சிவனடியார்கள் பலருடைய பெருமையைப் பாடினார் சுந்தரர். பின்னர் இதனைப் 'பெரியபுராண'மாக

விரிவுபடுத்தி எழுதினார் அருண்மொழித்தேவர்(சேக்கிழார்). அவருக்கும் முதலடி தந்தருளியவர் சிவபெருமானே.

சிவனடியார்களின் வரலாற்றை எழுதவேண்டும் என்ற எண்ணத்துடன் தில்லையை அடைந்த அருண்மொழித்தேவர், அங்கே சிவங்கையில் நீராடினார். இறைவனை வணங்கி, ‘எனக்குப் பாடும் திறனைத் தருவாய்’ என வேண்டினார்.

அப்போது, வானிலிருந்து இறையருளால் ஒரு சொல் கேட்டது. ‘உலகெலாம்’!

இதைக்கேட்ட அருண்மொழித்தேவர் அச்சொல்லிலேயே தொடங்கி இறைவனைப் போற்றினார், தனது காவியத்தைப் பாடத்தொடங்கினார்:

‘உலகெலாம் உணர்ந்து ஓதற்குஅரியவன்,
நிலவுஉலாவிய, நீர்மலி வேணியன்,
அலகுஇல் சோதியன், அம்பலத்துஆடுவான்
மலர் சிலம்புஅடி வாழ்த்தி வணங்குவாம்.’

உலகங்கள்/உயிர்கள் அனைத்தும் உணர்ந்து ஓத இயலாதபடி அரிதானவன், சடையிலே பிறைநிலவு, கங்கையாற்றைக் கொண்டவன், அளவிட இயலாதபடி பிரகாசமானவன், அம்பலத்திலே ஆடுகிறவன், அந்தச் சிவபெருமானின் மலர்த்திருவடிகளை வாழ்த்தி வணங்குவோம்!

சிவபெருமானைப்போலவே, அவரது திருமகனான முருகப்பெருமானும் பல பக்தர்களுக்கு அடியெடுத்துத்தந்து கவித்திறனை அருளியிருக்கிறார்.

பல்வேறு தீயபழக்கங்களுக்கு அடிமையாகி வாடியவர் அருணகிரிநாதர். ஒருகட்டத்தில் அவர் மனம்நொந்து, தற்கொலை செய்துகொள்ள எண்ணிவிட்டார். திருவண்ணாமலை ஆலயத்தில் இருக்கும் வல்லாளகோபுரத்தின் உச்சியில் ஏறிக் கீழே குதித்தார்.

அப்போது, ஓர் அடியவரின் தோற்றத்தில் வந்து அவரைக் காத்தான் முருகன். அவருக்கு மந்திரம் உபதேசித்து தியானிக்கச்செய்தான். பின்னர் அவனே 'முத்தை' என அடியெடுத்துத்தந்தான். அச்சொல்லில் தொடங்கி திருப்புகழ் பாடினார் அருணகிரியார்:

'முத்தைத்தரு பத்தித் திருநகை,
அத்திக்குஇறை சத்திச் சரவண
முத்திக்கு ஒரு வித்துக் குருபர எனஓதும்
முக்கண் பரமற்குச் சுருதியின்
முற்பட்டது கற்பித்து, இருவரும்
முப்பத்துமூ வர்க்கத்து அமரரும் அடிபேண,
பத்துத்தலை தத்தக் கணைதொடு
ஒற்றைக்கிரி மத்தைப் பொருதுஒரு
பட்டப்பகல் வட்டத்திகிரியில் இரவுஆகப்
பத்தற்கு இரதத்தைக் கடவிய
பச்சைப்புயல் மெச்சத் தகுபொருள்
பட்சத்தொடு ரட்சித்துஅருள்வதும் ஒருநாளே,
தித்தித்தெய ஒத்தப் பரிபுர
நிர்த்தப்பதம் வைத்துப் பயிரவி
திக்குஒட்க நடிக்கக் கழுகொடு கழுதுஆடத்
திக்குப்பரி அட்டப்பயிரவர்
தொக்குத்தொகு தொக்குத் தொகுதொகு
சித்ரப் பவுரிக்குத் திரிகடக எனஓதக்
கொத்துப்பறை கொட்டக் களமிசை
குக்குக்குகு குக்குக் குகுகுகு
குத்திப்புதை, புக்குப் பிடிஎன முதுகூகை
கொட்புற்றுஎழ நட்புஅற்ற அவுணரை
வெட்டிப் பலியிட்டுக் குலகிரி
குத்துப்பட ஒத்துப் பொரவல பெருமாளே.'

'முத்தைப்போன்ற வரிசையான பற்கள், அழகிய புன்னகையைக்கொண்ட தேவயானையின் தலைவனே, சக்திவேல் என்கிற ஆயுதத்தையேந்திய சரவணனே, முக்தியை

அருளும் விதையாகத் திகழும் குருபரனே' என்றெல்லாம் முக்கண்ணனாகிய சிவபெருமான் துதிக்க, வேதங்களுக்கெல்லாம் முதன்மையான 'ஓம்' என்ற மந்திரத்தை அவருக்கு உபதேசித்தவனே,

மும்மூர்த்திகளில் மற்ற இருவரும்(திருமாலும் பிரம்மாவும்) முப்பது முக்கோடி தேவர்களும் அடிபணியும்படி நின்றவனே,

ராவணனுடைய பத்துத் தலைகளும் சிதறும்படி அம்புவிட்டவன், இணையற்ற மந்தரகிரியை மத்தாகக் கொண்டு பாற்கடலைக் கடைந்தவன், வட்டமான சக்ராயுதத்தால் பட்டப்பகலை இரவாக்கியவன், நண்பனான அர்ச்சுனனுக்குத் தேர்ப்பாகனாக வந்து தேரைச் செலுத்தியவன், பச்சைவண்ணத் திருமேனியைக்கொண்ட கார்மேகவண்ணன், அந்தத் திருமாலால் பாராட்டப்படும் பரம்பொருளே, பரிவோடு நீ என்னைக் காத்தருளும் நாள் என்றைக்கு?

பெருமானே, உன்னுடைய போர்க்களத்தில், சிலம்புகள் அணிந்த, நாட்டியமாடும் பாதங்களைக்கொண்ட காளிதேவி, 'தித்தித்தெய' என்ற தாளத்துக்கேற்ப எல்லாத் திசைகளிலும் சுழன்று ஆடுகிறாள், கழுகுகளோடு பேய்கள் சேர்ந்து ஆடுகின்றன, எட்டுத் திசைகளிலும் உலகங்களைத் தாங்குகிற அஷ்டபைரவர்கள் இந்த அழகிய கூத்துக்கேற்ப 'தொக்குத்தொகு தொக்குத் தொகுதொகு த்ரிகடக' என்று தாளம் கூறுகிறார்கள், பல பறைகளை முழக்குகிறார்கள், வயதான கோட்டான்கள் 'குக்குக்குகு குக்குக் குகுகுகு' என்ற ஓசையோடு சுழன்று எழுகின்றன, 'குத்திப் புதைந்துகொள்', 'உள்ளே புகுந்துகொள்', 'பிடித்துக்கொள்' என்றெல்லாம் சத்தமிடுகின்றன.

நட்புஎண்ணம் இல்லாத அசுரர்களை இவ்வாறு வெட்டி, பலியிட்டு, அசுரர்களின் குலமலையாகிய கிரௌஞ்சகிரி தூளாகும்படி முறையாகப் போரிடவல்ல பெருமானே, உன்னை வணங்குகிறேன்!'

இவ்வாறு முருகன் அடியெடுத்துத்தந்த பாடல்கள் இன்னும் பலவுண்டு!

78

‘நெற்றிக்கண்ணைத் திறப்பினும் குற்றம் குற்றமே!’

சிவபெருமானிடமே இப்படிச்சொன்ன நக்கீரரின் தைரியத்தை நாம் இன்றைக்கும் வியக்கிறோம். எந்தவொரு சந்தர்ப்பத்திலும் தங்கள் கருத்தில் உறுதியாக இருக்கிறவர்களை ‘நக்கீரர் பரம்பரை’ என்கிறோம்.

ஆனால், அன்றைக்குச் சிவபெருமானின் பாடலில் குற்றம் உள்ளது என்று பேசியபிறகு நக்கீரருக்கு என்ன ஆனது?

இறைவனிடமே வாதிட்ட காரணத்தால், நக்கீரரை வெப்புநோய் தாக்கியது. அதனால் அவர் மிகவும் வாடிப்போனார்.

அவனால் வந்த நோயை அவனருளால்தானே தீர்க்கவேண்டும்? பல திருத்தலங்களுக்குச்சென்று சிவபெருமானை மனமுருக வணங்கினார் நக்கீரர்.

திருப்பரங்குன்றம் அருகே ஓர் இடத்தில் அவர் சிவனை எண்ணித் தியானத்தில் அமர்ந்திருந்தார். அப்போது, அவர்முன்னே ஓர் இலை வந்து விழுந்தது.

அந்த இலையில் ஒருபாதி நீருக்குள்ளும் இன்னொருபாதி தரையிலும் விழுந்தது. மறுகணம், நீரில் விழுந்தபகுதி மீனாகவும் நிலத்தில் விழுந்தபகுதி தவளையாகவும் மாறின. இரண்டும் ஒன்றையொன்று இழுத்தன.

இதனால், நக்கீரரின் தியானம் கலைந்தது. அவர் இந்த மீனையும் தவளையையும் கவனிக்கத்தொடங்கிவிட்டார்.

உடனே, நக்கீரர்முன்னே ஒரு பூதம் தோன்றியது. அவரைப் பிடித்து ஒரு குகைக்குள் அடைத்துவைத்துவிட்டது.

அங்கே ஏற்கெனவே பலர் அடைக்கப்பட்டிருந்தார்கள். சரியாகச் சொல்வதென்றால் 999பேர்.

அந்தப் பூதத்துக்கு ஆயிரம் என்ற எண்ணின்மீது ஏதோ பிரியம்போல. ஆயிரம்பேரைப் பிடித்தவுடன் அவர்களை மொத்தமாக உண்டுவிடலாம் என்று எண்ணியிருந்தது.

இப்போது, நக்கீரர் பிடிபட்டதும், அந்தக் குகைக்குள் ஆயிரம்பேர் இருந்தார்கள். அவர்களை உண்ணத் திட்டமிட்டது அந்தப் பூதம். இதையறிந்த எல்லாரும் அலறினார்கள். 'எங்களைக் காப்பாற்ற யாரும் இல்லையா?' என்று பதறினார்கள்.

நக்கீரர் அமைதியாகத் தியானத்தில் அமர்ந்தார். அவருடைய மனக்கண்ணில் முருகப்பெருமான் தோன்றினார். 'உலகம் உவப்ப' என்ற முதலடியை எடுத்துக்கொடுத்தார்.

அந்த முதலடியில் தொடங்கி, முருகப்பெருமான்மீது ஓர் அற்புதமான காவியத்தைப் பாடினார் நக்கீரர். அந்நூல்தான் திருமுருகாற்றுப்படை.

தமிழில் ஆற்றுப்படுத்துதல் என்றால், அறிமுகப்படுத்துதல் என்று பொருள். அதாவது, ஒருவரைப்பற்றி இன்னொருவருக்குச் சொல்லுதல்.

அந்நாள்களில் கலைஞர்கள் புரவலர்களைச் சார்ந்துதான் வாழ்ந்தார்கள். அந்தப் புரவலர்களிடம் பெறும் செல்வம்தான்

கலைஞர்களுக்குப் பெரும்செல்வம், அதுவே அவர்களது வாழ்க்கைக்கு அடிப்படை.

ஆகவே, வறுமைநிலையில் உள்ள கலைஞர்கள் இப்படிப்பட்ட செல்வந்தர்களைச் சென்றுபார்த்துத் தங்கள் பாடல்திறனைக் காட்டுவார்கள், அவர்கள் வாரிவழங்கும் செல்வத்தைக்கொண்டு மகிழ்வாக வாழ்வார்கள்.

இப்படி ஒரு புரவலரிடம் செல்வம்பெற்றுத் திரும்புகிற கலைஞர் ஒருவர், வறுமையிலுள்ள இன்னொரு கலைஞருக்கு அந்தப் புரவலரை அறிமுகப்படுத்திவைக்கிறார், 'நீயும் அவரிடம் சென்று உன் திறமையைக்காட்டிப் பரிசுகளைப் பெற்றுக்கொள்' என்கிறார், அதுதான் ஆற்றுப்படுத்தல். இவ்வகையில் எழுதப்படும் பாடல்கள் 'ஆற்றுப்படை' எனப்படும்.

ஆனால், திருமுருகாற்றுப்படை கொஞ்சம் வித்தியாசமானது. இங்கே செல்வத்தை வழங்குபவர் சாதாரண வள்ளல் அல்ல, உலகுக்கே தலைவனான வள்ளிமணாளன், அவர் வழங்குவதும் வெறும் தங்கமும் வெள்ளியும் அல்ல, அருளென்னும் குறையாச்செல்வம். நக்கீரர் தனது நற்றமிழ்ப்பாடல்களால் பக்தர்களுக்கு முருகனை ஆற்றுப்படுத்தினார். 'அவனை வணங்குங்கள், எல்லாக் குறைகளும் தீரும்' என்றார்.

நக்கீரரின் கவிகேட்டு மகிழ்ந்த முருகன் தன் வேலால் அந்தக்குகையைப் பிளந்தான், பூதத்தை வென்று பக்தர்களைக் காத்தான்.

'உலகம் உவப்ப வலன்ஏர்பு திரிதரு
பலர்புகழ் ஞாயிறு கடல் கண்டாஅங்கு
ஓஅற இமைக்கும் சேண்விளங்கு அவிர்ஒளி
உறுநர்த் தாங்கிய மதன்உடை நோன்தாள்
செறுநர்த் தேய்த்த செல்உறழ் தடக்கை
மறுஇல் கற்பின் வாள்நுதல் கணவன்.'

இந்த உலகமும் அதில் உள்ள உயிர்களனைத்தும் மகிழும்படி, பலரும் புகழும்படி வலப்புறமாக எழுந்து வருகின்ற

சூரியன் கடலில் உதிப்பதுபோல, பக்தர்களின் மனத்தில் பிரகாசமாக ஒளிர்கிறவன் முருகன். அவனது ஞான ஒளி இடைவெளியில்லாமல் ஜொலிக்கிறது, நெடுந்தொலைவிலும் (அனைவருக்கும்) தெரிகிறது,

அந்த முருகனுடைய வலிமையான திருவடிகள் அவனிடம் தஞ்சமடைந்த பக்தர்களைத் தாங்கிக் காப்பாற்றும். அவனது பெரிய கைகள் அழிக்கப்படவேண்டியவர்களை அழித்துவிடும். சிறந்த கற்பினையும் ஒளிநிறைந்த நெற்றியையும் கொண்ட தெய்வயானையாரின் கணவனாகிய அவனை வணங்குவோம்.

முருகன் தந்த முதலடியில் தொடங்கி அவன் புகழைப்பாடியவர் நக்கீரர். அவரைப்போலவே, முருகன் தந்த முதலடியில் தொடங்கி அவன் கதையைப்பாடியவர் கச்சியப்பர். 'கச்சி' என்றால் காஞ்சிபுரம். அவரது முன்னோர்கள் காஞ்சிபுரத்தில் வாழ்ந்ததால், அவருக்குக் 'கச்சியப்ப சிவாச்சாரியார்' என்ற பெயர் அமைந்திருந்தது. பெரும் முருகபக்தர் கச்சியப்பர். நல்ல ஒழுக்கம், அன்பு, நற்பண்புகளோடு வாழ்ந்துவந்தார்.

ஒருநாள், அவருடைய கனவில் முருகன் தோன்றினான். அன்பாகப் புன்னகைசெய்தான். தூக்கத்திலும் கச்சியப்பரின் கைகள் தானாகக் குவிந்தன.

'கச்சியப்பரே, உமக்கு ஒரு பணி' என்றான் முருகன்.

'கட்டளையிடுங்கள் பெருமானே!' என்று பணிந்தார் கச்சியப்பர்.

'ஸ்கந்தபுராணத்தின் சங்கர சங்கிதையில் சிவரகசியக்கண்டத்தில் நம்முடைய வரலாறு விவரிக்கப்பட்டிருக்கிறது. நீர் அதைத் தமிழில் செய்யுளாகப் பாடவேண்டும்' என்று ஆணையிட்டான் ஆறுமுகன். அதற்கு முதலடியையும் அவனே எடுத்துக்கொடுத்தான், 'திகடசக்கரச் செம்முகம் ஐந்துளான்.'

கச்சியப்பர் திகைத்துப்போனார். 'இதென்ன கனவா? நிஜமா? கந்தனின் வரலாறை நான் பாடுவதா? அந்தத் தகுதி எனக்கு ஏது?'

எனினும், அவன் தந்த பணி, அதனை முடிக்கத்தேவையான திறனையும் அவனே தருவான் என்று நம்பினார் கச்சியப்பர். எழுதத் தொடங்கினார். முருகன் தந்த முதலடியைக்கொண்டு அவனுடைய தந்தையாம் சிவபெருமானைக் குறிப்பிட்டு, அவனது அண்ணனாம் விநாயகனை வாழ்த்தித்தொடங்கினார் அவர்:

'திகடச் சக்கரம் செம்முகம் ஐந்துஉளான்
சகட சக்கரத் தாமரை நாயகன்
அகட சக்கர இன்மணியாஉறை
விகட சக்கரன் மெய்ப்பதம் போற்றுவாம்.'

திகழ்கின்ற பத்துக் கரங்கள், சிறந்த ஐந்து முகங்களைக் கொண்டவர் சிவபெருமான், அவரது தேருக்குச் சக்கரமாக நின்றவன், தாமரையின் தலைவன் சூரியன், அந்தச் சூரியனின் வயிற்றில் ஒளிவீசும் வட்டமணியாகத் திகழ்கிறவர் விகடசக்கரன் எனும் விநாயகர், அவரது பாதங்களை வணங்குவோம்!

இவ்வாறு தொடங்கித் தினமும் நூறு செய்யுள்களாகக் கந்தபுராணத்தை எழுதினார் கச்சியப்பர். அவ்வப்போது அவரது பாடல்களில் இறைவனே திருத்தங்கள் செய்ததாகவும் சொல்வார்கள்.

நிறைவாக, கந்தபுராணம் அரங்கேறும் நாள். கச்சியப்பரின் காவியத்தைக்கேட்கப் பல அறிஞர்கள் கூடியிருந்தார்கள். அவர்கள் முன்னால் கச்சியப்பர் தனது பாடல்களைப் பாடி விளக்கமளிக்கவேண்டும். முதல் பாடலைப் பாடிய கச்சியப்பர் அதற்குப் பொருள்சொன்னார், 'திகடச்சக்கரம்... அதாவது, திகழ் தசக் கரம்... திகழ்கின்ற பத்துக் கைகள்...'

அவர் விளக்கமளித்துக்கொண்டிருக்கும்போதே, திடீரென்று ஓர் எதிர்ப்புக்குரல், 'ஐயா, திகழ் தசக்கரம் என்ற சொற்களைத் திகடச்சக்கரம் என்று சேர்ப்பது தவறு.'

கச்சியப்பர் பதறினார், 'இது முருகன் எடுத்துக்கொடுத்த முதலடி, அதில் எப்படித் தவறு இருக்கமுடியும்?'

'யாருடைய வரியாக இருந்தால் என்ன? தவறு தவறுதானே!' என்றார் அந்தப் புலவர், 'இப்படி ஓர் இலக்கணவிதியை நாங்கள் கேள்விப்பட்டதே இல்லை.'

'உண்மைதான். நானும் இதைக் கேள்விப்பட்டதில்லை' என்றார் கச்சியப்பர், 'ஆனால், முருகன் தந்த வரியை நான் எப்படி மாற்றுவது?'

'அது உங்கள் பிரச்னை' என்றார்கள் மற்ற புலவர்கள், 'எங்களைப்பொறுத்தவரை இலக்கணப்பிழையுள்ள பாடலை நாங்கள் ஏற்கமாட்டோம்.'

இதனால், கந்தபுராண அரங்கேற்றம் நின்றுபோனது. அந்த இலக்கணப்பிழையைத் திருத்தியபிறகுதான் மீதமுள்ள பாடல்களை வாசிக்கஇயலும் என்கிற நிலை. கச்சியப்பர் தவித்தார். தன்னுடைய காவியம் அரங்கேறாத சோகத்தைவிட, முருகனின் சொற்கள் தவறு என்று ஒருவர் பேசியதுதான் அவருக்கு மிகுந்த வருத்தமளித்தது. ஆனால், அவரால் என்ன செய்யமுடியும்? முருகன் தந்த சொல்லல்லவா? அதற்கு இலக்கணம் எங்கேசென்று தேடுவது?

அன்றிரவு, முருகன் மீண்டும் அவர் கனவில் தோன்றினான், 'வருந்தவேண்டாம் கச்சியப்பரே, நாளைக்கு இந்தக் குழப்பம் தீரும்!'

அடுத்தநாள், புலவர்கள் எல்லாரும் அதே இடத்தில் கூடினார்கள். 'கச்சியப்பரே, திகடச்சக்கரம் என்ற சொல்லை மாற்றிவிட்டீர்களா?'

'அவர் அந்தச்சொல்லை மாற்றவேண்டியதில்லை!' என்று ஒரு குரல் கேட்டது. திரும்பிப்பார்த்தால், ஒரு புதிய புலவர். 'திகழ் தசக்கரம் என்ற சொற்களைத் திகடச்சக்கரம் என்று சேர்த்து எழுதுவது சரிதான்!'

'எதைவைத்துச் சொல்கிறீர்கள்?'

'இதைவைத்துதான்' என்று தன் கையிலிருந்த 'வீரசோழியம்' என்ற நூலைக்காட்டினார் அந்தப்புலவர். 'இதோ பாருங்கள்,

திகழ், தசம் என்ற சொற்கள் திகடசம் என்று புணரும் என இந்த நூலில் விளக்கியிருக்கிறார்கள்.'

பிறகென்ன? எல்லாரும் கச்சியப்பரின் பாடலை ஏற்றுக்கொண்டார்கள். அவரது காவியத்தை அரங்கேற்ற ஒப்புக்கொண்டார்கள்.

அன்றைக்குப் புலவராக வந்தது வேறுயாருமல்ல, கச்சியப்பருக்கு முதலடி எடுத்துத்தந்த கந்தனேதான். தமிழ்க்கடவுளல்லவா, தன்சொல்லுக்குத் தானே இலக்கணம் சொல்லிவிட்டான்!

கந்தனை எத்தனையோ புலவர்கள் பாடியிருக்கிறார்கள். அவர்களுடைய பாடல்களைக் கேட்கும் பக்தர்கள் தாங்களும் மனமுருகப் பாடுகிறார்கள். பாம்பன்சுவாமிகள் முதன்முறையாகக் கவிபாடியதும் இவ்வாறுதான்.

அன்று அவர் சஷ்டி கவசத்தை வாசித்துக்கொண்டிருந்தார். இதுபோல் தானும் முருகப்பெருமானைப் பாடவேண்டும் என்ற எண்ணம் அவருக்குள் தோன்றியது. அதேநேரம், வானிலிருந்து 'கங்கையைச் சடையில் பரித்து' என்ற சொற்கள் கேட்டன.

முருகனே தனக்கு முதலடி எடுத்துத்தந்திருக்கிறான் என்பதை உணர்ந்தார் அவர். நெகிழ்வோடு அவனைப் பாடத்தொடங்கினார்:

'கங்கையைச் சடையில் பரித்து, மறி, மழுவம்
கரத்தில் தரித்து, ருத்ரம்
காட்டுஉழுவைஅதள் அசைத்து, அணிமன்றில் ஆடு
கங்காளற்கு அபின்னம்ஆய
சங்கரி, சடாதரி, சருவாணி, கல்யாணி,
தற்பரி, பவானி தந்த
தந்திமுகனோடு மற்று ஐந்து பெயர் நீர்மையும்
தன் அகத்துஉள தெய்வமே,
மங்கையர்தம் இன்புஎனும் துன்பினை விரும்புமட
மார்க்கத்தை விட்டு அதீதர்
வாழ்வுக்கும் வாழ்வுஆய வாழ்வினை அளிக்கும் உன்

மலர்அடி தியானிக்கவும்
அம்கையின் நெல்லி அம்கனி எனத் திருஅருளை
அடையவும் கருணை நல்காய்,
அருமறை புகழ்ந்த திருமுருக சிவ சரவணத்து
ஆதியே, அமரர் கோவே.'

கங்கையைச் சடையில் தாங்கியவர், மானையும் மழுவையும் திருக்கையில் ஏந்தியவர், கோபம்கொண்ட புலியின் தோலை அணிந்தவர், அந்த ஆடை அசையும்படி அழகிய பொன்னம்பலத்திலே நடனமாடுகிறவர் கங்காளமூர்த்தியாகிய சிவபெருமான்.

அவரைப் பிரியாத தேவி, சங்கரி, சடாதாரி, சருவாணி, கல்யாணி, தற்பரி, பவானி என்ற பெயர்களைக்கொண்ட மலைமகள்.

இவர்களுடைய திருமகனான விநாயகனுடன் பிறந்த பெருமானே, முருகா, உன்னுடைய திருப்பெயர்களின் தன்மையனைத்தையும் அகத்துள் கொண்டவனே, அரியவேதங்களால் புகழப்படும் திருமுருகா, சிவனே, சரவணத்து ஆதியே, தேவர்கள் தலைவனே,

பெண்களின் இன்பம் என்கிற துன்பத்தைச் சிலர் விரும்புவார்கள், அது அறியாமையின் பாதையாகும், அதனை விட்டவர்கள்தான் துறவிகள், அந்தத் துறவிகளுக்கு நல்வாழ்வான முக்தியை அளிக்கிறவன் நீ,

உன்னுடைய மலரடிகளை நான் தியானிக்கிறேன், உள்ளங்கை நெல்லிக்கனிபோல் எளிதாக நான் உன்னுடைய திருவருளை அடையவேண்டும், அதற்கு என்மேல் கருணைகாட்டு!

79

ராமனின் கதையை 'ஜெகம்புகழும் புண்ணியகதை' என்பார்கள். அதனால்தானோ என்னவோ, பல கலாசாரங்களில் பல புலவர்கள் இதனைத் திரும்பத்திரும்பச் சொல்லியிருக்கிறார்கள், இன்றைக்கும் சொல்லிக்கொண்டிருக்கிறார்கள்.

இப்படி எத்தனைபேர் சொன்னாலென்ன? அந்தக்கதை கேட்கச் சலிப்பதில்லை, புதிதாக யாரேனும் சொல்லியிருக்கிறார்கள் என்றால் ஆவலுடன் அமர்ந்து கேட்கத்தோன்றுகிறது.

இதில் இன்னோர் ஆச்சர்யம், ராமாயணத்திலேயே ராமனின்கதை பலமுறை சொல்லப்படுகிறது!

உதாரணமாக, அசோகவனத்திலிருக்கும் சீதையை அனுமன் சந்திக்கிறார். அப்போது, தான் உண்மையிலேயே ராமதூதன்தான் என்று நிரூபிப்பதற்காக, ராமனின்கதையைச் சொல்கிறார் அனுமன். அதாவது, சீதையைப் பிரிந்ததுமுதல் ராமருக்கு என்ன ஆனது என்று விவரிக்கிறார். ராமாயணத்துக்குள் ராமாயணம்!

இப்படிப் பல தருணங்களில் ராமாயணத்துக்குள்ளேயே ராமனின் கதை இடம்பெற்றிருக்கிறது. அதிலொன்றை எடுத்துக்கொண்டு

'ஸ்ரீராமசரிதம்' என்ற அழகான சிறுதொகுப்பை எழுதினார் பாபநாசம்சிவன். புண்ணியகதையான ராமனின் சரித்திரத்தைப் 'புண்ணியம்' என்ற சொல்லிலேயே தொடங்கிப் பாடும் பாடல்கள் இவை. இனிமையாகப் பாடவும் குழந்தைகளுக்குச் சொல்லித்தரவும் ஏற்ற எளிமையான, அருமையான பாடல்கள், ஐந்தே நிமிடங்களில் ராமாயணத்தின் முக்கியமான பகுதிகளைப் பாடிக் கதைசொல்லிவிடலாம்!

ராமர் ராவணனை வென்றபிறகு, அயோத்திக்குத் திரும்புகிறார். தான் வருகிற விஷயத்தைச் சொல்வதற்காக, அனுமனை முன்கூட்டியே அனுப்பிவைக்கிறார்.

அங்கே அயோத்தியில் பரதன் கண்ணீரோடு நிற்கிறான். 'அண்ணன் திரும்பிவருவதாகச் சொன்ன நாள் வந்துவிட்டது, ஆனால், அவரைக் காணோமே' என்று ஏங்குகிறான். தன் உயிரையே துறக்கத் தீர்மானித்துவிடுகிறான்.

பலரும் அவனுக்கு ஆறுதல் சொல்கிறார்கள், 'ராமர் வந்துவிடுவார், கொஞ்சம் பொறு!'

யார் என்ன சொன்னாலும், பரதன் ஏற்கவில்லை. தன்னுடைய தீர்மானத்தில் உறுதியாக இருக்கிறான். அப்போது, வானிலிருந்து அனுமன் அங்கே வந்து குதிக்கிறார். 'பரதா, உன் அண்ணன், இவ்வுலகைக் காக்கும் அண்ணல் வந்துவிட்டார்' என்கிறார்.

பரதனும் அயோத்திமக்களும் வியப்போடு அவரைப் பார்க்கிறார்கள். 'நிஜமாகவா சொல்கிறீர்கள்?'

அனுமன் மகிழ்ச்சியோடு சிரிக்கிறார், 'ராமர் வந்து கொண்டிருக்கிறார், அதைச் சொல்வதற்காகவே என்னை உங்களிடம் அனுப்பிவைத்தார்!'

அவர் வரும்வரை சும்மா இருக்கமுடியுமா? அனுமனுக்கு ராமநாமத்தைக் கேட்பதிலும் சொல்வதிலும்தானே மகிழ்ச்சி! சட்டென்று ராமனின் கதையைப் பாடத்தொடங்கிவிடுகிறார், 'மக்களே, உங்களிடமிருந்து பிரிந்துசென்றபிறகு எம்பெருமானுக்கு

என்னவெல்லாம் நடந்ததுதெரியுமா? அவரது வீரதீரங்களையும் அருட்செயல்களையும் சொல்கிறேன், கேளுங்கள்!'

'புண்ணிய அயோத்திநகரில் வாழும்
புண்ணியர்களே, பரம கண்ணியர்களே,
விண்ணவரும் வந்து வணங்கும் வர ரகு
வீரன் அம்ருத கதை கேட்பீரே,
தண்அருவிச் சித்ரகூட மாமலையில்
தம்பியையும் அன்புமிகு ஜனங்களையும்
கண்அருவி பெருகவிட்டுப் பிரிந்தபின்,
கானகம் பலகடந்து...'

'புண்ணியம்நிறைந்த அயோத்திநகரில் வாழுகிறவர்களே, அதனாலேயே பெரும்புண்ணியம் செய்தவர்களே, கண்ணியமானவர்களே, வாருங்கள், விண்ணில்வாழும் தேவர்களும் வந்து வணங்குகிற வரப்புதல்வன், ரகுராமனின் அமுதக்கதையைச் சொல்கிறேன், கேளுங்கள்!

குளிர்ச்சிநிறைந்த சித்ரகூடம் என்கிற சிறந்தமலையிலே, தன் தம்பி பரதனையும், அன்புமிக்க குடிமக்களான உங்களையும் விட்டுவிட்டு அவர் முன்னே சென்றார், நீங்கள் கண்களில் கண்ணீரோடு நின்றீர்கள். அவரோ பல காடுகளைக் கடந்து நடந்தார்.'

'மாமுனிவர்வாழ்
தண்டகவனம் அடைந்தார், விராதனாம்
தருக்கிவந்த அரக்கன் தலை அரிந்தார்,
ஒண்தவ முனிவருக்கு வினவிய
உறுதிஅளித்து அங்கு உறைபொழுது,
கண்டனள் சூர்ப்பனகை என்றுஒரு
காதகி, ராட்சசி, காமுகியாய்க்
கொண்டகருத்தை உரைக்க, லட்சுமணன்
கோபித்து மூக்கை அறுத்துவிரட்ட...'

'இப்போது ராமர் சிறந்த முனிவர்கள் வாழும் தண்டகவனத்துக்கு

வந்துவிட்டார். அங்கே விராதன் என்ற அரக்கன் கர்வத்தோடு அவரை வழிமறித்தான். அவனுடைய தலையை அரிந்து அவனது ஆணவத்தை அடக்கினார்.

அதன்பிறகு, அவர் உயர்ந்த தவமுடைய முனிவர்களைக் கண்டு வணங்கினார். அவர்கள் அவரிடம் தங்களுடைய துயரங்களைச் சொன்னார்கள், அரக்கர்களால் ஏற்படும் ஆபத்துகளை விளக்கினார்கள், அதிலிருந்து தங்களைக் காக்கவேண்டும் என்று கேட்டுக்கொண்டார்கள். 'நீங்கள் சொன்னபடி செய்வேன்' என்று உறுதியளித்தார் ராமர், அவர்கள் மகிழ்ந்தார்கள்.

அதன்பிறகு, ராமர் சிறிதுகாலம் அங்கேயே வசித்தார். அப்போது, சூர்ப்பனகை என்கிற ஒரு தீயவள், ராட்சசி ராமரைக் கண்டாள், அவர்மீது காமம்கொண்டாள், அதை வெளிப்படையாகச் சொன்னாள்,

இதைக்கேட்ட லட்சுமணனுக்குக் கோபம் வந்தது, அவளுடைய மூக்கை அறுத்து விரட்டிவிட்டான்.'

> 'படையொடு கரன்முதலாம் நிசரர்
> பதினாலாயிரரைப் பருந்துஉணவுஇட்டார்,
> உடன் அவள் இலங்கைஅடைந்து, அண்ணனிடம்
> உளவுசொல்லி அனுப்ப, மாரீசன்
> தொடர வஞ்சனையாலே தேவியைத்
> தூக்கி இலங்கை புகுந்தான் நாய்போலே.'

'சூர்ப்பனகைக்கு நேர்ந்த அவமானத்தைக்கண்டு கரன்முதலான பலர் கோபத்தோடு வந்தார்கள், அவர்கள் பதினான்காயிரம் பேரையும் பருந்துக்கு இரையாக்கினார் ராமர்.

உடனே, சூர்ப்பனகை இலங்கைக்கு ஓடினாள், தன் அண்ணன் இராவணனிடம் சென்று புலம்பினாள், சீதையைப்பற்றிச் சொல்லி அவன் ஆசையைத் தூண்டினாள்.

உடனே, அந்த வஞ்சக அசுரன் புறப்பட்டு வந்தான், ஏமாற்றுவேலையாலே சீதையைத் தூக்கிக்கொண்டு

இலங்கைக்குச் சென்றான். அடடா, ஓர் அரசன் இப்படி நாய்போலத் திருட்டுத்தனமாக நடந்துகொள்ளலாமா!'

இப்படி அனுமன் சொன்னதும், அயோத்திமக்கள் நடுங்கினார்கள், 'அசுரன் சீதையைத் தூக்கிச்செல்லும்போது ராமர் என்ன செய்தார்?' என்று திகைப்போடு கேட்டார்கள்.

'ராமர் இருக்கும்போது சீதையைத் தூக்க அந்த அசுரனுக்குத் தைரியம் உண்டா?' என்று சிரித்தார் அனுமன், 'மாயம்செய்து அவரை வேறுபக்கம் அனுப்பிவிட்டுத்தானே அவன் அங்கே வந்தான்!' என்று கதையைத் தொடர்ந்தார்.

'வடிவுஉறு பொன்மானை வதைசெய்து,
வஞ்சகமான் என்றுஉணர்ந்து சஞ்சலம்கொண்டு,
எதிர்கொண்ட தம்பியைக்கண்டு மனம் மிக
ஏங்கி, விரைந்துவந்தும் சீதையைக் காணார்,
விதிர்விதிர்த்து அன்றில்எனவே உலகிற்கு
விதி கொடிது என்பதை விளங்கவைப்பார்.'

'ராமர் அருகில் உள்ளவரை சீதையைத் தூக்கிச்செல்ல இயலாது என்பதை அறிந்த ராவணன் ஒரு சூழ்ச்சி செய்தான். மாரீசன் என்ற அசுரனை ஒரு பொன்மான் வடிவத்தில் அனுப்பிவைத்தான், ராமர் அதைத் துரத்திக்கொண்டு செல்ல, ராவணன் சீதையைத் தூக்கிச்சென்றான்.

பொன்மானைத் துரத்திச்சென்ற ராமர், அதனை வதம்செய்தார். அப்போதுதான் அது வஞ்சக உருவில் வந்த மான் என்பதை அவர் அறிந்தார். அந்த நேரத்தில் லட்சுமணன் அங்கேவந்தார். தம்பியைப்பார்த்த ராமர் அதிர்ந்தார். சீதை தனியாக இருக்கிறாளே என்று மனம் ஏங்கி ஓடிவந்தார். ஆனால், அவர் வருவதற்குள் ராவணன் சீதையைக் கடத்திச்சென்றுவிட்டான். ராமர் துணையைப்பிரிந்த அன்றில்பறவையாக ஏங்கினார்.'

'அடடா, ராமருக்கா இப்படி நடந்தது!' என்று மக்கள் வருந்தினார்கள். அவர்களுக்கு அனுமன் ஆறுதல் சொன்னார், 'ஆமாம், விதி கொடியது என்பதை உலகுக்கு

விளங்கச்செய்வதற்காக, அவர் அந்தத் துயரத்தை அனுபவித்தார்!

> ‘கதறும் ஜடாயுவிற்கு உயர்நல்
> கதிகொடுத்து, கபந்தன் கையை அறுத்துச்
> சதிகொள் சாபம்தீர்த்துப் பதம்பணி
> பரிக்கும் பேரின்ப வீட்டை அளித்து
> பம்பைக்கரை அடைந்தார்...’

‘சீதையைக் காப்பாற்றுவதற்காக ராவணனுடன் போரிட்டார் ஜடாயு. ஆனால், அவரால் அவனைத் தடுக்க இயலவில்லை. ஆகவே, அவர் வருந்தி உயிர்துறந்தார்.

ஜடாயுவின் தியாகத்தைக்கண்டு ராமர் மனம்வாடினார், அவருக்கு இறுதிச்சடங்குகளைச் செய்தார், பிறகு, சீதையைத் தேடத்தொடங்கினார்.

அப்போது அங்கே கபந்தன் என்பவன் வந்தான், அவனது கையை அறுத்து அவனது சாபம் தீர்த்தார் ராமர். பிறகு, அவர் பம்பைக்கரையை வந்தடைந்தார்!’

‘பம்பைக்கரையில் யார் இருந்தார்கள்?’ ஆவலோடு கேட்டார்கள் அயோத்தி மக்கள்.

‘அங்கே சுக்ரீவன் என்ற குரங்கினத்து அரசன் வாழ்ந்துவந்தான்’ என்றார் அனுமன், ‘அவனுடைய அண்ணன் வாலியைக்கொன்று அவனுக்கு முடிசூட்டினார் ராமர். பிறகு, பல குரங்குகள் சீதையைத்தேடி எல்லாத் திசைகளிலும் சென்றன!’

> ‘அண்ணனுக்குப்
> பயந்துவாழும் சுக்ரீவன் தோழமைகொண்டார்(ஓர்)
> அம்பினாலே வாலியைக்கொன்றார், பின்அவர்க்கு
> அகிலக் கவிஅரசு முடிபுனைந்தார்,
> கும்புகும்பாய் வானரர்களும் சீதையைத் தேடக்
> கோடிகோடித் திசைதோறும் சென்றனர்.’

‘இத்தனை குரங்குகளும் சீதையைத் தேட, அம்பிகையைக் காணும் பாக்கியம் அடியேனுக்குக் கிடைத்தது’ என்று நெகிழ்ந்தார்

அனுமன். 'தென்னிலங்கையிலே நான் அவரைக்கண்டேன், அந்த ஊரை அக்கினிக்கு இரையாக்கிவிட்டுத் திரும்பிவந்தேன். ராமரிடம் விஷயத்தைச் சொன்னேன்.

அவர் மகிழ்ந்தார், உடனே படை கிளம்பியது, கடலுக்கு அணைகட்டி முன்னேறினோம்.

இதனிடையே, ராவணனின் தம்பி விபீஷணன் ராமரிடம் அடைக்கலம்கோரி வந்தான். அவனை ஏற்றுக்கொண்டு, இலங்கைக்கு அரசனாக்கினார், அவனுடைய துணையுடன் இலங்கைக் கோட்டையை வளைத்தார் ராமர்.'

'அதில்
அம்பிகையைத் தென்னிலங்கையில் கண்டுஅடியேன்
அக்கினியால் பட்டணத்தைச் சுட்டு மீண்டு,
உளமிக்கக் களிபொங்க ஐயனுக்கு
உற்றதை உரைத்தேன், அவர் உத்தரவுகேட்டு
ஒளிசெயும் முகம்உடையார், மலைபெரும்
உறுதிகொளும் குரங்குப்படை எழவே,
வளர் எழுகடல் குமுறிவந்ததுஎன
மதிகடல் அதில் பெரும்அணை எழுப்பி
இளையோன் விபீஷணனுக்கு இலங்கையை
இக்கரையிலேயே கொடுத்து, அவன்துணையாய்க்
கொண்டு இலங்கைக் கோட்டை வளைத்து...'

'ராவணன் ஊருக்குள்ளேயே சென்று அவனை எதிர்த்தால் சும்மா இருப்பானா? பொல்லாத கும்பகர்ணனும் இந்திரஜித்தும் இன்னும் பல அரக்கர்களும் போரிடவந்தார்கள், அவர்களையெல்லாம் சிதறடித்தார் ராமர். போர்க்களத்தில் ரத்தவெள்ளம் பாய்ந்தது.

அதன்பிறகு, மூலபலசேனை மோதவந்தது, அதையும் அழித்தார் ராமர். இப்போது ராவணனே போர்க்களத்துக்கு வந்தான். அவனுடைய பத்துத்தலைகளையும் பனங்குலையைப்போல் ராமர் வெட்டிவீழ்த்தினார்.'

‘பொல்லாத
கும்பகர்ணன், இந்திரஜித்துமுதல் அரக்கர்
மண்டிஎழும் அமர்க்களத்தில் அவர்கள்
மண்டைகளும் மூளைகளும் விண்டுசிதற
முண்டங்கள் தாண்டவம்இட, எல்லைஅற்ற
மூலபலத்தையும் நிர்மூலம்செய்து
கண்டகனாம் ராவணன் முடியுடன் பத்துக்
கண்டமும் பனங்குலைபோல் வெட்டிஉருட்டி...’

ராமரின் வெற்றியை அனுமனின் சொற்களில் கேட்ட அயோத்தி மக்கள் மகிழ்வோடு ஆரவாரம் செய்தார்கள். அவர்களை அமைதிப்படுத்திவிட்டு, அதன்பிறகு நடந்தவற்றைச்சொன்னார் அனுமன்.

‘நெருப்பில் குளித்துஎழுந்த ஜானகியாம்
நின்மலத் திருவின் மலர்மென்கரம்பற்றி
உருத்திரன், அயன்முதலாம் வானவர்கள்
உம்பரில் நிறைந்து துதிமலர்ப் பொழிய
வரப்படும் புஷ்பகம்எனும் தெய்வ
விமானத்தில்ஏறி...’

‘போர் முடிந்த சூழ்நிலையில், குற்றமற்ற அன்னைமீது யாரும் பிழைகண்டுவிடக்கூடாது என்பதற்காக, அவர் நெருப்பில் புகுந்துவர நேரிட்டது. அந்த அக்கினிப்பரீட்சையில் வென்று மிளிர்ந்தார் சீதை. அவரது மென்மையான மலர்க்கரத்தை ராமர் பற்ற, வானிலிருந்து ருத்திரரும் பிரம்மரும் மற்ற தேவர்களும் மலர்களைப் பொழிந்தார்கள், அவர்களைப் போற்றிப்பாடினார்கள்.

இப்போது ராமர் அயோத்தி திரும்பவேண்டிய நேரம். அதற்காகப் புஷ்பகவிமானமொன்று வந்தது. ராமர் அதில் ஏறி அமர்ந்தார்.’

உடனே, பரதன் வானத்தைப்பார்த்தான், ‘ராமரின் புஷ்பகவிமானம் எங்கே?’ என்று தேடினான்.

'கொஞ்சம் பொறுமையாக இரு பரதா' என்றார் அனுமன். 'உன்னைப் பார்ப்பதற்காகதான் ராமர் விரைவாக வந்துகொண்டிருந்தார். வழியில் பரத்துவாஜ முனிவர் வந்து அவரைச் சந்தித்தார், தன்னுடைய ஆசிரமத்தில் சிறிதுநேரம் தங்கவேண்டும் என்று கேட்டுக்கொண்டார்.

ஆகவே, ராமர் இப்போது அங்கே இருக்கிறார். விரைவில் இங்கே வந்துவிடுவார். கவலைவேண்டாம்' என்று அனுமன் சொல்ல, அயோத்தி மக்கள் மகிழ்வோடு ஆனந்தக்குரல் எழுப்பினார்கள்.

> 'இங்கு வரும்வழியில்
> பரத்துவாஜ முனிவர் வேண்டியதால்
> பகல்பொழுது அங்கு தங்கி வந்துவிடுவார்,
> பரதா, பொறுமைகொள்வாய்.'

சிறிதுநேரத்தில், ராமர் அங்கே வந்துசேர்ந்தார். பதினான்கு ஆண்டுகளுக்குப்பிறகு அவரைப்பார்க்கும் மகிழ்ச்சியில் மக்கள் நெகிழ்ந்துபோனார்கள். அவர்களது அன்பைக்கண்டு ராமரும் நெகிழ்ந்தார், அயோத்திக்கு அரசனாக முடிசூடிக்கொண்டு நல்லாட்சி புரிந்தார்.

பாபநாசம் சிவனின் 'ஸ்ரீராமசரிதம்', பரதனை, அயோத்தி மக்களை ராமர் பிரிந்த கணத்திலிருந்து தொடங்குகிறது, அவர் மீண்டும் அயோத்திக்குத் திரும்பவுள்ளார் என்கிற நற்செய்தியைச் சொல்லிப் பூர்த்தியாகிறது, பொறுமையோடு காத்திருந்தால், பகவான் அகப்படுவான் என்ற உண்மையைப் புரியவைக்கிறது!

80

அவன் ஒரு சோழ அரசன்.

மன்னன் பெயரெல்லாம் தெரியாது. அவன் சிவபக்தன் என்பதுமட்டும்தான் தெரியும்.

அதற்குச் சான்றாக, அவனது கதையைச்சொன்ன அருணாசலக்கவி அதற்கு 'மதனசுந்தரப் பிரசாத சந்தான விலாசம்' என்று பெயர்சூட்டினார். அதாவது, 'மதனசுந்தரராகிய சிவபெருமான் பிரசாதமாக வழங்கிய குழந்தைகளைப்பார்த்து அரசன் சிந்தித்த கதை.'

அன்றைய நாடகச்சூழலில் பிறந்த சிறுநூல் இது. சிவபெருமானை வணங்கி அவரது அருளோடு நாட்டை நல்லாட்சி செய்த ஓர் அரசனின் பக்தியைச் சொல்கிறது. பாமரர்களுக்கும் புரியக்கூடிய எளிய சொற்கள், வாய்விட்டுப் பாடக்கூடிய மெட்டு, அதில் பக்திப்பெருக்கு என மிக அழகான பாடல்கள் இவை. வாசிக்கும்போதே மேடையில் இதனைப் பார்த்து ரசிக்கிற ஓர் எண்ணம் தோன்றும். இக்கலைகள் இன்றைக்கு இல்லையே என்று ஏங்குவோம்.

நாடகமரபுப்படி, முதலில் பிள்ளையார் வருகிறார். அவரது கம்பீரமான தோற்றத்தை அழகுற விவரிக்கிறது பாடல்:

> கனகரத்ன முத்துநகை காந்தி தரவே சிறந்த கருணை மேவி,
> அனவரதம் அன்பருக்கு வரம்உதவும் கிருபா நேத்திரம் விளங்கப்
> புனைமலர்க் கற்பகமாலை பரிமளிக்க ஆனந்தம் பொருந்த நாளும்
> இனிய பத்மபதம் இலங்கச் செல்வ விநாயகமூர்த்தி இதோ வந்தாரே.

பல ரத்தினங்களும் முத்துக்களும் பதிக்கப்பட்ட தங்க நகைகள் விநாயகர் உடலில் பிரகாசிக்கின்றன, அவற்றுக்கெல்லாம்மேலாக அவருடைய கருணைபொழியும் கண்கள் திகழ்கின்றன, அவை எந்நேரமும் அன்பர்களுக்கு உதவும் எண்ணம்கொண்டவை,

விநாயகர் கற்பகமலர்களைத் தொடுத்த மாலை அணிந்திருக்கிறார், அவரது தாமரைப்பாதங்கள் ஒளிவீசுகின்றன,

அந்த விநாயகமூர்த்தி வந்தால், எங்கும், எந்நாளும் ஆனந்தம் பொங்கும்!

> சங்கரி கிருபாகரி தவத்தினால் பெற்றெடுத்த
> சச்சிதானந்தமய, நித்யகல்யாண குண
> ஐங்கரர் வந்தாரே!
>
> தருணம் அறிந்து அன்பர்கட்குக்
> கருணை பொழிந்திடவே,
> சல்லாபமாய் நடந்து
> உல்லாசமாய் மகிழ்ந்து,
> ஐங்கரர் வந்தாரே!

விநாயகர் கருணைமழைபொழியும் தெய்வமாக இருக்கிறார் என்றால், அதற்குக் காரணம் அவருடைய தாய் சங்கரி, அவள் கிருபாகரியல்லவா? அவள் தவம்செய்து பெற்ற பிள்ளைக்கும் அவளுடைய குணம் வந்திருக்கிறது!

சச்சிதானந்தமயமானவர், என்றென்றும் சிறந்த குணங்களுடன்

திகழ்கிறவர், அந்த ஐங்கரப்பெருமான், பக்தர்களுக்கு எப்போது எது தேவை என்பதை அறிந்து அருள்செய்வார்.

இதோ, அவர் கம்பீரமாக நடந்துவருகிறார், வணங்குங்கள்!

அரசனின் நான்கு பிள்ளைகளும் சேர்ந்து விளையாடுகிறார்கள். இதைக்கண்ட சோழன் மனத்தில் நெகிழ்ச்சி, 'இவர்கள் நல்லபடி வளர்ந்து சிறப்பாகத் திகழவேண்டுமே' என்று எண்ணுகிறான்.

பிள்ளைகள் பெருமானின் பிரசாதம், அவர்கள் சிறந்து விளங்கவேண்டுமென்றாலும் அவனைக் கேட்பதுதானே சரியாக இருக்கும்? சிவனை எண்ணிப் பாடுகிறான் அரசன்:

> சுந்தரஞ்சேர் மதனசுந்தரேஸ்வரரே, எங்களுக்குச் சுகம் உண்டாகச்
> சந்ததிகள் அருள்செய்தீர், இவர் பால லீலைகளின் சம்ப்ரமான
> விந்தைகள் கண்டே மகிழ்ந்தே ஆனந்தம் ஆயினோம், மேன்மை எல்லாம்
> இந்த இளம் பாலருக்குக் கிருபை செய்யவேணும் என்றே இச்சித்தேனே.

அழகுநிறைந்த மதனசுந்தரேஸ்வரரே,

நாங்கள் மகிழும்படி எங்களுக்கு மகப்பேறு அருளினீர்கள், அந்தக் குழந்தைகள் ஓடியாடி விளையாடுவதையெல்லாம் பார்த்து ஆனந்தப்பட்டோம்,

இவர்கள் என்றைக்கும் இப்படி மேன்மையாகத் திகழவேண்டும், அந்த வரத்தை நீங்கள்தான் இவர்களுக்கு அருளவேண்டும், இதுவே என் பிரார்த்தனை!

பக்தன் இப்படிக் கேட்கும்போது பரமன் வராமலிருப்பானா? சக்தியோடு சிவமாக அவர் தோன்றும் திருக்காட்சி:

> பத்தனாம் சோழேந்த்ரன் இதயம்அதில் தியானித்த பட்சம்கொண்டு
> சித்தசுத்தி உள்ள நல்ல அன்பன் இவன் எனக் கிருபை செய்து காக்கச்
> சத்தி எனும் காமசுந்தரேஸ்வரி சமேதராய்த் தரணிமீதில்

நித்தியமாம் வரங்கள் தரக் காட்சிதந்தார் இன்பம்அது நிலைக்கத்தானே.

பக்தனான சோழ அரசன் இதயத்தில் இவ்வாறு நினைக்க, 'இவன் சுத்தமான மனம்கொண்ட அன்பன்' என்று எண்ணுகிறார் சிவபெருமான், அவனுக்கு அருள்செய்யவருகிறார்.

மறுகணம், பூமியிலே சிவபெருமான் தோன்றுகிறார், சக்தியான காமசுந்தரேஸ்வரி சமேதராக எல்லாருக்கும் நல்வரங்களைத் தர வருகிறார், என்றென்றும் இன்பம் நிலைத்திருக்கச் செய்கிறார்.

மங்களகரமுள்ள மதனசுந்தரேஸ்வரர்
வந்தாரே, தயவாகவே.

பங்கயமுக காமசுந்தரி சமேதராய்ப்
பட்சம்வைத்து இரட்சிக்கவே,
சோழேந்த்ர பூமனாம் சுமுகன் பக்தியை மெச்சிச்
சுபம்எல்லாம் அருள்செய்யவே,
மதனசுந்தரேஸ்வரர் வந்தாரே.

மதனசுந்தரேஸ்வரரின் தோற்றம், மங்களகரமானது, அரசன்மீது, இவ்வுலகத்து உயிர்கள்மீது வைத்த அன்பினால், அவர் இங்கே வந்தார்!

தாமரைமுகம் கொண்ட காமசுந்தரி அவரருகே தோன்றுகிறாள், இருவரும் பக்தர்களுக்கு அருள்செய்யும் திருக்கரங்களோடு வருகிறார்கள்.

சோழ அரசனின் பக்தியை மெச்சி, அவனுக்கு எல்லா நன்மைகளையும் தருவதற்காக மதனசுந்தரேஸ்வரர் வருகிறார்!

சிவபெருமானைப்பார்த்த அரசன் நெகிழ்ந்துநிற்கிறான். பரவசத்தோடு பாடத்தொடங்குகிறான்:

பக்த தயாபரனே, அடியவரைப்
பட்சமாய் ஆள்பவனே,

உத்தமமாய் எனக்கு உதவிசெய்யும் தேவனே,
நித்தியம்ஆகும் இன்பம் நிறைந்த சதாசிவனே,

பக்தர்களுக்கு அருள்பவனே, அடியவருக்கு நலம்தந்து ஆள்பவனே,

எனக்குச் சிறந்த உதவிகளைச் செய்யும் தேவனே, இன்பம் நிலைத்திருக்கச்செய்யும் சதாசிவனே!

சாமி உமது தயவால், தரணிமெச்சும்
சத்புத்ர பாக்கியம் பெற்றேனே,
பூமி இந்தப் பாலகர்கள் தீர்க்காயுசுஆகப்
புத்திர பௌத்திரருடனே
சுபமித்தது எல்லாம் எய்திக்
கனயோகவான்களாகச்
சோமசேகரா, வரம்
சுபமாய் அருளவேணும்.

இறைவா, உங்கள் தயவால் எனக்கு நல்ல மகன்கள் பிறந்தார்கள், ஊரே அவர்களைப் பாராட்டுகிறது, அதைக் கேட்டு நான் மகிழ்கிறேன்.

பூமியிலே இந்தப் பையன்கள் நிறைந்த ஆயுளுடன் வாழவேண்டும், நிறைய மகன்கள், பேரன்களைப்பெற்று, எல்லாச் சுபங்களையும் பெற்று, நல்ல யோகத்துடன் வாழவேண்டும், அதற்குச் சோமசேகரா, உன் அருள் வேண்டும்.

பக்தனான அரசன் இப்படிக் கேட்டதும், உமையம்மை சிவபெருமானிடம் அவனுக்காகப் பரிந்துரைக்கிறாள், 'பெருமானே, இவர்களுக்கு அருள்செய்யுங்கள்' என்று கேட்கிறாள்.

சிவபெருமான் அன்பர்களுக்கு அம்பிகையின் அருள் எப்போதும் உண்டு. இதனைத் திருவெம்பாவையில் மாணிக்கவாசகப்பெருமான் அழகாகப் பாடுகிறார்:

‘முன்னிக் கடலைச் சுருக்கி எழுந்து, உடையாள்
என்னத் திகழ்ந்து, எம்மை ஆளுடையாள் இட்டுஇடையின்
மின்னிப் பொலிந்து, எம்பிராட்டி திருவடிமேல்
பொன்அம் சிலம்பின் சிலம்பித் திருப்புருவம்
என்னச் சிலைகுலவி, நம்தம்மை ஆள்உடையாள்
தன்னில் பிரிவுஇலா எம்கோமான் அன்பர்க்கு
முன்னி அவள் நமக்கு முன்சுரக்கும் இன்அருளே
என்னப்பொழியாய் மழை ஏல் ஓர் எம்பாவாய்.’

மழைமேகத்தைப்பார்த்து ஒரு பெண் பாடுகிறாள்:

மேகமே, நீ முதலில் கடல்நீரை முகந்துகொள்கிறாய், அதைச் சுருக்கிக்கொண்டு மேலே எழுகிறாய், உமையம்மையைப்போல் கருமையான நிறத்தைப்பெற்றுக் கருமேகமாகிறாய்.

அதன்பிறகு, அம்மையின் சிற்றிடையைப்போல் மின்னலைத் தோன்றச்செய்கிறாய், எங்கள் பிராட்டியின் பொற்சிலம்புகள் சத்தமிடுவதுபோல் இடியாகச் சத்தமிடுகிறாய், அன்னையின் திருப்புருவத்தைப்போல வானவில்லைத் தோன்றச்செய்கிறாய்,

அதாவது, நீரை முகந்துகொண்ட மழைமேகத்தின் நிறம் (கருமை) அம்பிகையின் நிறத்துக்கு உவமை, மழைநேரத்தில் மேகத்தினிடையே தோன்றும் மின்னல், அவளது சிற்றிடைக்கு உவமை, மின்னலைத் தொடர்ந்து வரும் இடி, அம்பிகையின் பொற்சிலம்புகளின் சத்தத்துக்கு உவமை, அம்பிகையின் திருப்புருவம், மழைநேரத்தில் தோன்றும் வானவில்லுக்கு உவமை.

ஆனால், இவை எல்லாம் வெளித்தோற்றங்கள்தானே. மேகம் அம்பிகையைப்போல் ‘தோன்றினால்’ போதுமா? அவளைப்போல் ‘நடந்துகொள்ள’வேண்டுமே!

மேகம் மழைபொழியும், அம்பிகையும் கருணையைப்பொழிவாள். சரிதானே?

மழையைப்பொழிந்தால் போதுமா? அது எங்கே, யாருக்காகப்

பொழிகிறது என்பதும் முக்கியமல்லவா!

'மேகமே, இந்த விஷயத்தில் நீ அன்னையைப்பார்த்துக் கற்றுக்கொள்ளவேண்டும்' என்கிறாள் அந்தப்பெண், 'நம்மை ஆளும் அந்த அன்னையை என்றும் பிரியாத தலைவன், சிவபெருமான். அவனுடைய அடியவர்களுக்கு அவள் அருள்செய்கிறாள்.'

அதுபோல, நீயும் மழையாகப் பொழிந்து அந்த அன்பர்களின் மனத்தைக் குளிரச்செய், அதன்பிறகு எங்களுக்கு மழை பொழிந்தால் போதும்!

மேகத்திடம் இப்படிச்சொல்லும் அந்தப்பெண், பாவைபோன்ற தன் தோழியைப்பார்த்து, 'நீயும் இதனை எண்ணுவாய்!' என்கிறாள்.

விளையாடும் குழந்தையைத் தொந்தரவு செய்யக்கூடாது என்பதற்காக, *'Rain Rain Go Away'* என்றுசொல்லும் பாடல், ஆங்கிலமரபு. நம் ஊரில் மழையை நம்பியிருக்கும் விவசாயிகள்தான் அதிகம், ஆகவே, மழையை எப்போதும் வரவேற்று மகிழ்வோம்.

இப்படிப்பட்ட ஊரில் ஒரு பெண், 'மழையே, நீ முதலில் சிவபக்தர்களுக்குப் பொழிந்துவிட்டு, அதன்பிறகு எங்களிடம் வா' என்றுசொல்கிறாள் என்றால், அவள் மனத்தில் சிவன்மீதும் பக்தர்கள்மீதும் எப்படிப்பட்ட பாசம் இருக்கவேண்டும்!

ஆக, மேகமோ, மனிதர்களோ, சிவபக்தர்களுக்குப் பணிவிடை செய்யவேண்டும், அதுவே பெரும்பாக்கியம். அதற்கு அன்னையே நமக்கு வழிகாட்டுகிறாள், சிவபெருமானின் அன்பர்களுக்குத் தன்னுடைய அருளை மழையாகப் பொழிகிறாள்.

இங்கே சோழனின் பக்தியைக்கண்ட சிவபெருமான் வாய்திறப்பதற்குமுன், உமையம்மையின் கருணைவெள்ளம் அவன்மீது பாய்கிறது, அவனுக்காகப் பெருமானிடம் பேசுகிறாள், 'பரிந்துரை' என்றால் இதுதான், ஒவ்வொரு சொல்லிலும்

அன்பர்கள்மீது பரிவும் கருணையும் பொழிவதைக் காணலாம்:

சார்வபூமனுக்கும் சற்புத்திரர் நால்வருக்கும்
சகலவரம் தருவீர், காந்தனே.

சீரும் செயமும் மிகுசெல்வமும் சித்தியும்
திடகாத்திரமும் தீர்க்காயுசும் கீர்த்தியும்
தருவீர் காந்தனே.

பெருமானே, இந்த அரசனுக்கும் அவனது நான்கு புதல்வர்களுக்கும் அனைத்து வரங்களையும் அருளித்தாருங்கள்!

இவர்களுக்குச் சிறப்பும் வெற்றியும் மிகுந்த செல்வமும் சித்தியும் உடல்வலிமையும் நிறைந்தஆயுளும் புகழும் பெருகட்டும், அதற்கு உங்கள் வரம் தாருங்கள்!

நித்திய மங்களமும்
நிறைந்த சாம்ராஜ்யமும்,
நெஞ்சம் மகிழ்ச்சிபெறு
நீர்மையும் பாக்கியமும்
வித்தையும் புத்தியும்
வேண்டிய சுபங்களும்
மேன்மைபெற அருளவேணும்
தயாபரனே.

கருணையுள்ள தெய்வமே,

இவர்கள் நாட்டில் என்றென்றும் மங்களம் நிலைத்திருக்கட்டும், இவர்களுடைய ராஜ்ஜியம் பெரிதாகட்டும், நெஞ்சத்தில் மகிழ்ச்சி நிலைக்கட்டும், நல்லவை கிடைக்கட்டும், திறமையும் ஞானமும் மற்ற சுபங்களும் கிடைத்து இவர்கள் மேன்மைபெறட்டும், அதற்கு நீங்கள் அருளவேண்டும்!

நிறைவாக, சிவபெருமான் பேசுகிறார். அவர் சோழ அரசனுக்கு அருள்செய்து பாடுவதாக அமைந்திருக்கிற இந்தப் பாடல், நம் எல்லாருக்கும் வரம்தருவதைப்போலவே தொனிக்கிறது, சிலிர்ப்பூட்டுகிறது!

சார்வபூமேந்திரனே, நித்யானந்தமாய்ச்
சந்ததம் சுகம்பெறுவீர்களே,

பார்மீதினில் நீங்கள்
பண்ணும் பக்திக்கு உகந்தோம்,
பட்சமாக வரங்கள்
பாலித்து அருள்புரிந்தோம்.

அரசனே, இந்தப் பூமியில் நீங்கள் செய்த பக்தியைக்கண்டு நாங்கள் மகிழ்ந்தோம், உனக்கு நல்வரங்களை அளித்தோம், நீயும் உன் சந்ததியினரும் நித்யானந்தமாக என்றும் சுகம்பெறுவீர்கள்!

நீயும் உன் புத்திரரும்
நிறைந்த தீர்க்காயுசுடன்
நினைத்த சுத்திகள்எல்லாம்
பலித்து வாழ்ந்திருப்பீர்கள்.

உனக்கும் உன்னுடைய மகன்களுக்கும் நிறைந்த ஆயுளை அருள்கிறேன், நீங்கள் நினைத்தவையெல்லாம் பலிக்கும்படி வாழ்வீர்கள்!

மங்களமும் ஜயமும்
மகிழ்ச்சியும் கீர்த்தியும்
வளமை மிகப்பெருகி
வாழ்வீர் எந்நாளுமே
மங்களம்ஆகும் கல்யாணங்களும்
சுபங்களும்
உங்கள் பாரம்பரிய
குலமும் விருத்தியாகி...

உங்கள் இல்லங்களில் மங்களமும் வெற்றியும் மகிழ்ச்சியும் புகழும் வளமும் பெருகும், நல்ல நிகழ்வுகள் தொடர்ந்து நடைபெறும், உங்களுடைய குலம் விருத்தியடையும்.

நோயற்ற வாழ்வும் குறைவற்ற செல்வமும் உங்களுக்குக் கிடைக்கும், தேசமெல்லாம் புகழச் செங்கோலாட்சி

நடத்துவீர்கள், உங்களுடைய ராஜ்ஜிய எல்லைகள் பரவும், மேன்மை தழைக்கும்!

நோய்அற்ற வாழ்வும்
குறைவுஅற்ற செல்வமுமாய்த்
தேயம்எல்லாம் புகழ்
செங்கோல் நடத்திவைத்து, இச்
சகல சாம்ராஜ்யமும்
ராஜ்யாதிபத்யங்களும்
மிகமிகவே பெருகி
மேன்மை தழைத்திடவே!

81

பெருமாள் ஆலயங்களில் ஸ்வாமி புறப்பாடு தொடங்கும்போது, புறப்பாடு நிகழும்போது, மங்களார்த்தியின்போது, தேர் உற்சவத்தின்போது என்று பல சந்தர்ப்பங்களில் 'திருச்சின்னம்' என்கிற மங்கள வாத்தியம் வாசிக்கப்படும்.

இது ஒரு குழலைப்போன்ற வாத்தியம்தான். பொதுவாக இரண்டு குழல்களைச் சேர்த்து ஊதுவார்கள்.

ஆனால், சில கோயில்களில்மட்டும் ஸ்வாமி புறப்பாட்டின்போது ஒரே ஒரு திருச்சின்னம்மட்டும் வாசிப்பார்கள். இதற்கு உதாரணமாக, காஞ்சி வரதராஜப்பெருமாள் கோயில்.

இங்கே இரண்டு குழல்களுக்குப் பதில் ஒரே ஒரு குழல் ஊதப்படுவது ஏன்? அதற்கு ஒரு சுவையான கதை இருக்கிறது.

வேதாந்ததேசிகர் என்கிற பக்தர், புலமையில் வல்லவர், காஞ்சி வரதராஜப்பெருமாளை வணங்கிவந்தார். ஒவ்வொருநாளும் ஸ்வாமி புறப்பாட்டின்போது அவர் பெருமானைச் சென்று தரிசிப்பது வழக்கம்.

ஒருநாள், ஸ்வாமி புறப்பாட்டைக் குறிப்பிடுவதற்காக வாசிக்கப்பட்ட திருச்சின்னத்தை, அதாவது, இரண்டு

குழல்களின் இசையைக் கவனித்துக்கேட்டார் வேதாந்ததேசிகர், அந்த இசையின் இனிமையில் தன்னை மறந்துவிட்டார்.

இதை அறிந்த பெருமான், அந்த இரண்டு வாத்தியங்களில் ஒன்றை வேதாந்ததேசிகருக்கே வழங்கிவிட்டாராம். அதன்பிறகு, அந்தத் திருக்கோயிலில் இரண்டு வாத்தியங்களுக்குப்பதிலாக ஒரு குழல்மட்டும் வாசிக்கப்படுகிறதாம்.

தன்மீது கருணைவைத்துத் தன்னுடைய திருச்சின்னத்தையே வழங்கிய பெருமானின் அருளை எண்ணி நெகிழ்ந்தார் வேதாந்ததேசிகர். அவனது வருகையைப்போற்றித் 'திருச்சின்னமாலை' என்ற சிறுநூலொன்றைப் பாடினார்.

'திருச்சின்னம்' என்ற சொல்லுக்கு, பெருமானின் அடையாளம் என்ற பொருளுண்டு. சின்னத்தை வைத்து இங்கே இவர் வருகிறார் என்று அறிந்துகொள்கிறோம். இதனைக் குறிப்பிடும்வகையில் 'திருச்சின்ன'ப்பாடல்கள் ஒவ்வொன்றும், 'வந்தார்' என்று அடையாளம் காட்டுகின்றன. சத்தம்போட்டு வாசித்தால் பெருமானைக் கண்முன்னே காணும் உணர்வு எழுகிறது!

ஈருலகைப் படைக்க எண்ணி இருந்தார் வந்தார்,
எழில்மலரோன்தன்னை அன்றே ஈன்றார் வந்தார்,
மாருதம், மண், நீர் ஆகும் மாயோர் வந்தார்,
வானோடு எரிதாம் ஆகும் மறையோர் வந்தார்,
சூரியர்தம்முடன் துலங்கும் தூயோர் வந்தார்,
சுரர்களுக்கு அன்று அமுது அருள் சுந்தரனார் வந்தார்,
வாரிதிசூழ் வையகம் வாழ்வித்தார் வந்தார்,
வண்மையுடன் வரம்தருவார் வந்தார்தாமே.

இந்தப் பெரிய உலகினைப் படைக்க எண்ணினார் திருமால், அதற்காக, எழில்நிறைந்த தாமரைமலரில் வீற்றிருக்கும் பிரம்மனை அன்றே படைத்தார், அந்த நான்முகன்வாயிலாக இவ்வுலகைப் படைத்தார்.

காற்று, நிலம், நீர், வான், நெருப்பு ஆகிய ஐம்பூதங்களும்

அந்த மாயோர்தான், வேதப்பொருளான பெருமான் அவர், சூரியன்போல் பேரெழிலோடு துலங்குபவர், தேவர்களுக்கு அன்று அமுதம் வழங்கிய அழகர்,

கடலால் சூழப்பட்ட இந்த உலகத்தை வாழ்விக்கும் பெருந்தெய்வம் அவரே, வளங்களை வரங்களாக அள்ளித்தருகிற அந்தப் பெருமான் வந்துவிட்டார்!

அருமறையை ஊழிதனில் காத்தார் வந்தார்,
அதுதன்னை அன்று அயனுக்கு அளித்தார் வந்தார்,
தருமவழி அழியாமல் காப்பார் வந்தார்,
தாமரையாளுடன் இலங்கும் தாதை வந்தார்,
திருஉரையாய்த் தாம் பொருளாய் நிற்பார் வந்தார்,
திருஅருளால் செழும்கலை கடந்தார் வந்தார்,
மருவலர்க்கு மயக்கு உரைக்கும் மாயோர் வந்தார்,
வான்ஏற வழிதந்தார் வந்தார்தாமே.

ஊழிக்காலத்திலே அரிய வேதங்களைக் காத்த பெருமான், அவற்றைப் பிரம்மனுக்கு அளித்தவர் வந்தார், தருமத்தின் பாதை அழிந்துவிடாதபடி காக்கின்றவர், தாமரைமலரில் வீற்றிருக்கும் திருமகளோடு பொலிகின்ற நம் தந்தை வந்தார்,

அனைத்துக்கும் உரையாக, பொருளாக நிற்கிறவர், திருவருளால் சிறந்த கலைகளையெல்லாம் கடந்தவர், எதிரிகளை மயங்கச்செய்து அவர்களை வீழ்த்தும் மாயோர் வந்துவிட்டார்!

அனைத்து உலகும் காக்கும் அருளாளர் வந்தார்,
அனைத்துக்கும் அதிபதியாய் நிற்பார் வந்தார்,
தினைத்தனையும் திருமகளை விடாதார் வந்தார்,
தேசு ஒத்தார், மிக்காரும் இல்லார் வந்தார்,
நினைக்க நமக்கு இன்அறிவு தந்தார் வந்தார்,
நிலைநின்ற உயிர்தோன்ற நினைந்தார் வந்தார்,
எனக்கு இவர், நான் இவர்க்கு என்ன இனியார் வந்தார்,
எழுத்து ஒன்றில் திகழநின்றார் வந்தார்தாமே.

உலகங்கள் அனைத்தையும் காக்கின்ற அருளாளர் எம்பெருமான்,

அனைத்துக்கும் அதிபதி அவரே, தினைப்பொழுதும் திருமகளை நீங்காத பெருமான், அவருடைய பிரகாசத்துக்கு இணையானவர், அதனை விஞ்சியவர் யாரும் இல்லை,

அப்பெருமானை நினைத்தாலே போதும், நமக்கு நல்லறிவு கிடைக்கும், அத்தகைய அறிவைத் தந்த அவர்தான் நம்மைப்போன்ற உயிர்கள் அனைத்தும் தோன்றவேண்டும் என்று எண்ணினார், உலகைப் படைத்தார்,

எனக்கு இவர், இவருக்கு நான் என்று எண்ணுமளவுக்கு பக்தர்களுடன் எப்போதும் இருப்பவர், பிரணவத்தில் நின்று திகழ்கிறவர் வந்துவிட்டார்.

நாம்வணங்கத் தாம் இணங்கா நிற்பார் வந்தார்,
நம்மை அடைக்கலம் கொள்ளும் நாதர் வந்தார்,
நாம், எமக்குஆம் வழக்குஎல்லாம் மறுத்தார் வந்தார்,
நமக்கு இது என்று உரையாமல் வைத்தார் வந்தார்,
சேமம்எண்ணி எம்மை அன்பர்க்கு அடைந்தார் வந்தார்,
செழும்தகவால் திண்சரணாம் ஈசர் வந்தார்,
தாம் அனைத்தும் தீவினையைத் தவிர்ப்பார் வந்தார்,
தமக்கேயாய் எமைக்கொள்வார் வந்தார்தாமே.

எம்பெருமானை நாம் வணங்கினால், அவர் அதனை ஏற்றுக்கொண்டு நம்மனத்தில் நிற்பார், நமக்கு அருள்செய்வார், நம்மை அடைக்கலம் கொள்ளும் நாதர் அவர்,

அப்பெருமானைச் சேர்ந்தபிறகு, நான், என்னுடையவை என்கிற சொற்களெல்லாம் அர்த்தமிழந்துவிட்டன, ‘இது என்னுடையது’ என்று கர்வம் கொள்ளுகிற தன்மை போய்விட்டது,

நம்முடைய நன்மையைக் கருத்தில்கொண்டு, அன்பர் கூட்டத்தில் ஒருவராக நம்மைச் சேர்த்தார் அப்பெருமான், தனது சிறந்த, பெருமைகொண்ட, திடமான திருவடிகளை நமக்கு வழங்கும் ஈசர் அவர்.

அப்பெருமான்முன்னே தீவினைகள் நில்லாது, நாம் அவருக்கே

உரியவர்களாகிவிடுவோம், அத்தகைய பெருமான் வந்துவிட்டார்.

உலகுஎல்லாம் உள்ளேவைத்து உமிழ்ந்தார் வந்தார்,
உலகு உடம்பாய்த் தாம் உயிராய் நின்றார் வந்தார்,
அலைகடலாய் ஆனந்தம் அடைந்தார் வந்தார்,
அளவுஇல்லா அருள் ஆழிப்பெருமாள் வந்தார்,
திலகம்எனும் திருமேனிச் செல்வர் வந்தார்,
செழும்குணங்கள் இருமூன்றும் உடையார் வந்தார்,
இலகுசுடர் முழுநலம்ஆம் இனியார் வந்தார்,
எல்லார்க்கும் கதிஆனார் வந்தார்தாமே.

இந்த உலகங்கள் அனைத்தையும் தனக்குள்ளே வைத்தவர், பின்னர் அவற்றை உமிழ்ந்தவர் திருமால்,

ஆகவே, இந்த உலகம் உடல் என்றால், அவரே அதற்கு உயிராக நிற்கிறார்.

அலைகடல்போல் ஓயாத ஆனந்தத்தை அனுபவிக்கிறவர், அளவில்லாத அருளை நம்மீது பொழியும் பெருமான், கையில் சக்ராயுதத்தை ஏந்தியவர், தேவர்களுக்கெல்லாம் திலகம்போல் திகழும் திருமேனிச்செல்வர், சிறந்த ஆறு குணங்களைக்கொண்டவர், சுடர்போல் திகழ்ந்து நன்மைதருகிறவர், நம் அனைவருக்கும் கதியாகத் திகழும் பெருமான் வந்துவிட்டார்.

அருளாலே விலங்கு இரண்டும் அழிப்பார் வந்தார்,
அம்சிறையைக் கழித்து அருளும் அன்பர் வந்தார்,
மருள் வாராவகை நம்மைக் காப்பார் வந்தார்,
வான்ஏற வழிநடத்திவைப்பார் வந்தார்,
தெருள்ஆரும் தெளி விசும்பு தருவார் வந்தார்,
திண்கழல்கீழ் வாழ நமக்கு அருள்வார் வந்தார்,
பொருவானில் அடிமை நம்மைக் கொள்வார் வந்தார்,
பிரியாமல் காத்துஅளிப்பார் வந்தார்தாமே.

அப்பெருமானின் அருள் கிடைத்துவிட்டால், பாவம், புண்ணியம் என்கிற இரண்டு விலங்குகளும் அழிந்துபோகும்,

பிறவி என்னும் சிறையிலிருந்து நம்மை விடுவித்து, நமக்கு அருள்செய்யும் அன்பர் அவர்,

பக்தர்களுக்கு எதையெண்ணியும் பயம் ஏற்படாதபடி காக்கிறவர், அவர்கள் பரமபதத்துக்குச் செல்ல வழிகாட்டுகிறவர், தெளிவுநிறைந்த விண்ணுலகத்தைத் தருகிறவர், தனது திண்மையான திருவடிகளில் வாழும்படி பக்தர்களுக்கு அருள்புரிகிறவர்,

நம்மைத் தன் அடிமைகளாக ஏற்றுக்கொண்டு கருணைகாட்டுகிற தெய்வம், ஒருபோதும் பிரியாமல் நம்மைக் காக்கிறவர் வந்துவிட்டார்.

அகலகிலாத் திருமகளார் அன்பர் வந்தார்,
அடி இரண்டு மாறாகத் தந்தார் வந்தார்,
புகல்இல்லார் புகல்ஆகும் புனிதர் வந்தார்,
பொன்னுலகில் திருவுடனே திகழ்வார் வந்தார்,
அகிலம்எலாம் ஆனந்தம் ஆனார் வந்தார்,
அடி இணைக்கீழ் வைத்து அடிமைகொள்வார் வந்தார்,
பகல்நடுவே இரவுஅழைக்கவல்லார் வந்தார்,
பகல் ஒன்றாய் இரவு அழித்தார் வந்தார்தாமே.

தம்மை ஒருபோதும் பிரியாத திருமகளின் அன்பர், பக்தர்களுக்குத் தன் திருவடியைத் தந்தருளும் பரமன் வந்தார்,

'எனக்கு யார் புகல்?' என்று ஏங்குகிறவர்களுக்குப் புகலிடமாகிறவர், பொன்னுலகில் திருமகளோடு, புகழோடு திகழ்கிறவர், உலகெங்கும் ஆனந்தமாக விளங்குகிறவர்,

பக்தர்களைத் தன்னுடைய திருவடியில் வைத்து அடிமை கொள்கிறவர், பகலுக்கு நடுவே இரவை அழைக்கவல்லவர், மாயை என்கிற இருளை அழித்து, ஞான வெளிச்சத்தை நிலைக்கச்செய்கிறவர் வந்துவிட்டார்.

தருமன்விடத் தாம் தூதுபோனார் வந்தார்,
தரணிபொறாத் திண்பாரம் தவிர்த்தார் வந்தார்,

அருமறையின் பொருள்அனைத்தும் விரித்தார் வந்தார்,
'அஞ்சின நீ என்னை அடை' என்றார் வந்தார்,
தருமம்எலாம் தாம்ஆகி நிற்பார் வந்தார்,
தாமே நம் வினை அனைத்தும் தவிர்ப்பார் வந்தார்,
'பரம் எனது, நீ புலம்பல்' என்றார் வந்தார்,
பார்த்தனுக்குத் தேர் ஊர்ந்தார் வந்தார்தாமே.

தருமனுக்காகக் கௌரவர்களிடம் தூதுசென்றவர், அதன்பிறகு, பாரதப்போர் மூண்டதும், இந்தப் பூமிக்குப் பாரமான கௌரவர்களை அழித்தவர் அவர்,

அரிய வேதங்களின் பொருள் அனைத்தையும் விளக்கிச் சொன்னவர், 'பயப்படாதே, என்னிடம் வா' என்று பக்தர்களை அழைத்து அருள்கிறவர்,

தருமத்தின் உருவமே அவர்தான், நம்முடைய வினைகள் அனைத்தையும் அழிக்கிறவர், 'உன்னைக் காக்கும் பொறுப்பு என்னுடையது, நீ ஏன் புலம்புகிறாய்?' என்று அரவணைக்கிறவர், பார்த்தனுக்குத் தேரோட்டியான அந்தப் பெருமான் வந்துவிட்டார்.

வஞ்சனைசெய் பூதனையை மாய்த்தார் வந்தார்,
மல்லர், மதகரி மாள மலைந்தார் வந்தார்,
கஞ்சனைப் போர் கடும்சினத்தால் கடிந்தார் வந்தார்,
கண்நுதல்முன் வாணன் தோள் கழித்தார் வந்தார்,
வெஞ்சொல் தர, வீடுகொடுத்து உகந்தார் வந்தார்,
விலக்குஇல்லா வழிநடத்த விரைந்தார் வந்தார்,
பஞ்சவரைப் பலவகையும் காத்தார் வந்தார்,
பாஞ்சாலி குழல்முடித்தார் வந்தார்தாமே.

வஞ்சனைசெய்கிறவளான பூதனையை, கம்சன் அனுப்பிய மல்லர்களை, குவலயாபீடம் என்கிற மதயானையை வீழ்த்தியவர், அதன்பிறகு, சினத்தோடு கம்சனையும் வென்றவர், சிவபெருமான் முன்னே வாணாசுரனின் தோள்களை வெட்டி வீழ்த்தியவர், தனக்குச் சுடுசொல்லைத் தந்த சிசுபாலனுக்குக்கூட மோட்சம் தந்து மகிழ்ந்தவர்,

தடையில்லாத நல்வழியிலே பக்தர்களை வழிநடத்துகிறவர், பாண்டவர்களைப் பலவழியில் காத்தவர், பாஞ்சாலியுடைய அவிழ்ந்த கூந்தலை முடிந்துகொள்ளச்செய்தவர் வந்துவிட்டார்.

அத்திகிரி அருளாளப்பெருமாள் வந்தார்,
ஆனை, பரி, தேரின்மேல் அழகர் வந்தார்,
கச்சிதனில் கண்கொடுக்கும் பெருமாள் வந்தார்,
கருத வரம்தரு தெய்வப்பெருமாள் வந்தார்,
முத்திமழை பொழியும் முகில்வண்ணர் வந்தார்,
மூலம்என ஓலம்இடவல்லார் வந்தார்,
உத்தரவேதிக்குள்ளே உதித்தார் வந்தார்,
உம்பர்தொழும் கழல்உடையார் வந்தார்தாமே.

அத்திகிரியிலே எழுந்தருளியிருக்கும் அருளாளப்பெருமாள், ஆனை, குதிரை, தேரின்மீது வரும் அழகர், காஞ்சிபுரத்திலே பக்தர்களுக்குக் கண்ணாகத் திகழும் பெருமாள், நினைத்தாலே வரம்தரும் தெய்வப்பெருமாள், மோட்சம் என்னும் வரத்தை மழையாகப் பொழியும் முகில்வண்ணர், அனைத்துக்கும் இவரே தொடக்கம் என பக்தர்கள் மகிழ்ந்து கூவும் பெருமாள், யாகசாலைக்குள் உதித்த பெருமாள், தேவர்கள் தொழும் திருவடிகளைக்கொண்டவர் வந்துவிட்டார்.

82

ஒரு மாலையில் மலர்களை ஒரேமாதிரியாகக் கட்டினால் அழகு. மாறாக, பலவிதமான மலர்களைத் தொகுத்துக்கட்டினால் அந்தக் கதம்பம் வேறுவிதமான அழகு.

பாக்களிலும் இப்படிதான், ஒரே புலவர் எழுதிய, அல்லது ஒரேதன்மைகொண்ட நூற்றுக்கணக்கான பாடல்களைக்கொண்ட தேவாரமோ திருவாசகமோ திருவாய்மொழியோ நமக்குப் பரவசத்தைத் தருகின்றன. இன்னொருபக்கம், பல புலவர்கள் எழுதிய, பலவிதமான பாடல்களைக்கொண்ட ஒன்பதாம் திருமுறை, பதினொன்றாம் திருமுறை போன்றவற்றை வாசிக்கும்போது, இறைவனை வெவ்வேறு பக்தர்கள் எப்படியெல்லாம் அனுபவித்திருக்கிறார்கள் என்கிற பரவசமும் பக்தியுணர்வும் எழுகிறது.

பதினொன்றாம் திருமுறையில் பாடல் எழுதிய பக்தர்கள் பன்னிருவர்: திருவாலவாயுடையார், காரைக்காலம்மையார், ஐயடிகள் காடவர்கோன், சேரமான்பெருமான், நக்கீரதேவர், கல்லாடதேவர், கபிலதேவர், பரணதேவர், இளம்பெருமானடிகள், அதிராவடிகள், பட்டினத்தடிகள், நம்பியாண்டார் நம்பி.

இவர்கள் எழுதிய பல சிறிய, பெரிய நூல்கள் இந்தத் திருமுறையில் தொகுக்கப்பட்டுள்ளன.

இவற்றுள் மூத்தநாயனார் திரு இரட்டை மணிமாலை, சிவபெருமான் திரு இரட்டை மணிமாலை, சிவபெருமான் திருவந்தாதி ஆகிய நூல்களைத் தந்தவர் கபிலதேவர். இவற்றில் பல சிவத்தலங்களைப்பற்றிய குறிப்புகள் காணப்படுவதால், இவர் தலயாத்திரை சென்று பெருமானைப் பாடிய பக்தர் என்பது விளங்குகிறது. இவர் சோழநாட்டில் அதிகம் வாழ்ந்தவர் என்று தெரிகிறது, மற்றபடி இவரைப்பற்றிய பிற விவரங்கள் நமக்குக் கிடைக்கவில்லை.

அவரது சிவபெருமான் திரு இரட்டை மணிமாலை, வெண்பா, கட்டளைக்கலித்துறை வகைகளில் முப்பத்தேழு பாடல்களைக்கொண்ட அருமையான நூல்.

முதலில், இறைவனின் தோற்றத்தை வியந்து தொடங்குகிறார்:

> ‘அந்தி மதி முகிழான், அந்தி அம்செந்நிறத்தான்,
> அந்தியே போலும் அவிர்சடையான், அந்தியின்
> தூங்குஇருள்சேர் யாமமேபோலும், சுடுநீற்றான்
> வீங்குஇருள்சேர் நீல மிடறு.’

மாலைப்பொழுதில் தோன்றும் பிறைநிலவைச் சூடியவன், மாலைநேரச் செவ்வானம்போன்ற செந்நிறத் திருமேனியைக்கொண்டவன், மாலைநேரத்தைப்போல் ஒளிவிடுகிற சடையைக்கொண்டவன் சிவபெருமான்.

அப்படியானால், சிவபெருமானிடம் எல்லாமே ‘மாலை’தானா? இரவு கிடையாதா?

ஏன் இல்லை? நீறணிந்த அப்பெருமானின் கழுத்தைப்பாருங்கள், மாலைப்பொழுது முடிந்தபின் வருகிற இருள்நிறைந்த யாமப்பொழுதைப்போல அவருடைய கழுத்து நீலமாக உள்ளதே!

அந்த மிடறு ஏன் அப்படி நீலமாக இருக்கிறது?

அன்றைக்குப் பாற்கடலிலிருந்து நஞ்சு புறப்பட்டு வந்தது, அதை எம்பெருமான் எடுத்து உண்டான்.

அப்போது பக்கத்திலேயேதான் உமையம்மை நின்று கொண்டிருந்தாள், 'அது நஞ்சு, உண்ணாதே' என்று தடுத்திருக்கலாமே, அவள் ஏன் தடுக்கவில்லை?

தாழ்ந்த வயல்களில் செந்நெல் விளையும் திருவெண்காட்டிலே எழுந்தருளியிருக்கும் எங்கள் கரும்பு, சிவபூஜையை அவமதித்த குற்றத்துக்காகத் தன்னுடைய தந்தையின் கால்களையே துண்டித்த சண்டேசுவரநாயனாருக்கு அருள்புரிந்தவன், அவனை நஞ்சு என்ன செய்துவிடும்?

உலகாளும் அன்னைக்கு இந்த விஷயம் முன்பே தெரிந்திருந்ததோ, அதனால்தான் அவள் அவனைத் தடுக்கவில்லையோ!

> 'மிடற்று ஆழ்கடல்நஞ்சம் வைக்கின்றஞான்று, மெல்ஓதிநல்லாள்
> மடல் தாமரைக்கைகள் காத்திலவே, மழுவாள் அதனால்
> அடல் தாதையை அன்று தாள் எறிந்தாற்கு அருள்செய்த கொள்கைக்
> கடல்தாழ் வயல் செந்நெல் ஏறும் வெண்காட்டு எம் கரும்பினையே.'

தொடர்ந்து இறைவனின் திருமேனியை வியக்கிறார் கபிலதேவர். 'கரும்புவில்லோடு வந்த மன்மதனின் கட்டழகைச் சுட்டு எரித்தது எம்பெருமானின் திருநெற்றியில் உள்ள கண்ணல்லவா!' என்கிறார், 'அவரது திருச்சடையில் பிறைநிலவு, பொன்மயமான திருமேனி, தேவர்களின் தலைவனான எம்பெருமானை என்னென்பேன்!'

> 'கருப்புச்சிலை அநங்கன் கட்டழகு சுட்ட
> நெருப்புத் திருநெற்றி நாட்டம், திருச்சடையில்
> திங்கள் புரையும் திரள்பொன் திருமேனி
> எங்கள் இமையோர் இறைக்கு.'

இத்தகைய பெருமானை வணங்காதவர்களும் சிலர் உள்ளார்கள், அவர்களுடைய நிலைமை என்னவாகும்?

வேறென்ன? திரும்பத்திரும்பப் பிறப்பார்கள், சிரமப்படுவார்கள், இறப்பார்கள், மீண்டும் பிறப்பார்கள், பிறவிக்கடலிலிருந்து அவர்களால் கரையேறவேமுடியாது!

மாறாக, இனிய காட்டிலே முல்லை மலர்ந்து மணம்கமழ்கின்ற திருமுதுகுன்றத்திலே, கொல்லுகின்ற காளையை வாகனமாகக் கொண்ட வேதியன், வெள்ளைப் பிறைநிலவைக் கொண்ட செம்பொன் சடையைக்கொண்டவன், அவனைச் சார்ந்தால், பிறவா வரம் கிடைக்கும்!

'இல்லை பிறவிக்கடல் ஏறல், இன் புறவில்
முல்லை கமழும் முதுகுன்றில் கொல்லை
விடையானை, வேதியனை, வெண்மதிசேர் செம்பொன்
சடையானைச் சாராதார்தாம்.'

இந்த உண்மை அறிந்ததால், தாமரையில் வாழும் பிரம்மனும் சரி, நல்ல திருமாலும் சரி, இப்பெருமானை வணங்குவதற்காக வந்துநிற்பார்கள்.

ஆனால், இவர்களால் வணங்கப்படும் இறைவர் எத்தகைய திருக்கோலத்தில் இருக்கிறார் என்றுபார்த்தால், இடுப்பில் ஒரு கோவணம், பிச்சையெடுத்து உண்ணும் வாழ்க்கை.

அதேசமயம், அந்தத் தோற்றத்தைக்கண்டு அவரை எடைபோட்டுவிடாதீர்கள், தன்னைச் சார்ந்துநிற்கிறவர்களுக்குச் செல்வத்தையும் உலக ஆட்சியையும் தரக்கூடியவர் அவர்,

ஆகவே, தாவுகின்ற மானை ஏந்திய அழகிய கைகளைக்கொண்டவர், திருமேனியெங்கும் திருநீறு பூசியவர், அந்தச் சங்கரரை வணங்குங்கள்.

'தாமரைக்கோவும் நல்மாலும் வணக்கத் தலைஇடத்துத்
தாம் அரைக்கோவணத்தோடு இரந்து உண்ணினும் சார்ந்தவர்க்குத்

தாமரைக்கோமளத்தோடு உலகுஆளத் தருவர்கண்டீர்,
தா மரைக் கோமளக்கைத் தவளப்பொடிச் சங்கரரே.'

இப்போது, இறைவனின் திருநடனத்தை விவரிக்கிறார். 'இவன் ஆடுவதற்கு இந்த உலகம் போதுமா?' என்று வியக்கிறார்:

'வானம் மணிமுகடா, மால்வரையே தூணாக,
ஆன பெரும்பார் அரங்காக, கானகத்தில்
அம் மா முழவுஅதிர ஆடும்பொழுது ஆரூர்
எம்மானுக்கு எய்தாது இடம்.'

சிறந்த முழவு அதிர, காட்டிலே எம்பெருமான் நடனமாடும்போது, இந்த உலகமே அவனுடைய நடன அரங்கம், வானம்தான் கூரை, பெரிய மலைகள்தான் தூண், ஆரூரில் எழுந்தருளியிருக்கும் எங்கள் தலைவனின் பெருநடனத்துக்கு இந்தப் பூமி போதுமா? (போதாது!)

இப்போது, புலவர் சிவபெருமான் போர்த்தியிருக்கும் யானைத்தோலைக் காண்கிறார், சிரிக்கிறார்.

எம்பெருமானே, நீ பேரழகன் அல்லவா, உன்னுடைய இடப்பாகத்திலே இனிய மொழிகளைப் பேசுகிறவள், மலைமகளான பார்வதி இருக்கிறாள். வலப்பாகத்திலோ மான், மழு, பாம்புக்கச்சை போன்றவை இருக்கின்றன. உடல்முழுக்கத் திருநீறு பூசியிருக்கிறாய்.

இப்படி அழகான தோற்றம்கொண்ட நீ, அதற்குமேல் மதயானையின் தோலைப் போர்த்தியிருப்பது ஏன்? நெற்றிக்கண் கொண்ட பெருமானே, உன்னை நாங்கள் கண்ணாரக் காண அருள்செய்!

'இடப்பாகம் உடையாள் வரைஈன் இளவஞ்சி அன்ன
மடப்பால் மொழிஎன்பர், நின் வலப்பாகத்து மான், மழுவும்,
விடப்பாசனக் கச்சும் இச்சைப்பட நீறுஅணிந்து மிக்க
கடப்பார் களிற்றுஉரிகொண்டு எங்கும் மூடும் எம் கண்நுதலே.'

இப்போது, பெருமானைத் தனக்குள் எழுந்தருளுமாறு அழைக்கிறார், ஆனால், அது ஒருவழிப்பயணமாம், ‘உள்ளே வந்துவிட்டால் நீ வெளியே போகமுடியாது!’ என்று உரிமையோடு சொல்கிறார். ‘என்றும் எனக்குள்தான் தங்கியிருந்து வழிகாட்டவேண்டும்!’

அது சரி, பெருமான் அவருக்குள் எழுந்தருளவேண்டும் என்றால், அவருக்கு ஒரு தகுதி இருக்கவேண்டுமல்லவா? என்ன பெரிய தகுதி? எப்போதும் உன்னை நினைப்பேன், உன்னைக் கும்பிடுவதற்கு இரண்டு கைகள் உள்ளன, மற்ற பேச்சுகளை என் வாய் பேசாது! வேள்வியில் தோன்றிய பிறையை அணிந்த பெருமானே, இந்தத் தகுதிகள் போதுமா? எனக்குள் எழுந்தருள்வாயா?

‘கருதும் கருத்துஉடையேன், கைஉடையேன் கூப்ப,
பெரிதும் பிறதிறத்துப் பேசேன், அரிதுஅன்றே,
யாகப்பிறையான் இனி என்அகம்புகுந்து
போகப்பெறுமோ புறம்!’

இறைவனை எப்போது வணங்கவேண்டும்?

உடல்நலத்தைக் கெடுக்கும் இருமலும் பெருமூச்சும் வந்துசேர்கிற முதுமைப்பருவம்வரை காத்திருக்காதீர்கள், கர்வத்தால் அழிந்துபோகாதீர்கள், இங்கே வாருங்கள், நான் சொல்வதைக் கேளுங்கள்,

கொன்றையின் சிறிய, நல்ல மலர்களைத் தொடுத்த மாலையை அணிந்தவன் எம்பெருமான், அவனது கயிலைமலையைச் சென்றுசேருங்கள்,

அங்கே செல்வது சிரமம்தான். ஆனால், செல்லவேண்டும் என்று உள்ளத்தில் நினையுங்கள், மற்றவை பெருமான் அருளால் நன்கு நிறைவேறும்!

‘நன்றைக்கு உறும் இருமல், பெருமூச்சு நண்ணாதமுன்னம்
குன்றைக் குறுவதுகொண்டு, அழியாது அறிவீர், செறிமின்,

> கொன்றைக் குறுநறும்கண்ணியினான்தன் கொய்பூங் கயிலைக்
> குன்றைக் குறுகுஅரிதேனும், உள்ளத்திடைக் கொள்மின்களே.'

இறைவனை நினைக்கச்சொல்கிறீர்கள், எப்படி நினைப்பது?

மலர்ந்த மலர்களை அவனது திருவடிகளில் தூவுங்கள், மனத்தை அவனிடம் குவியுங்கள், பொழுது புலர்ந்தும் புலராத அதிகாலையில் தொடங்கி அவனையே எண்ணுங்கள், அவனோடு கலந்துவிடுங்கள், கண்களில் நீர் அரும்பட்டும், மனம் கசியட்டும்,

இப்படி அவனையே எண்ணி வாழ்ந்தால், சடையிலே கங்கையை மறைத்த பெருமான் காட்சிதருவான், அருள்புரிவான்!

> 'மலர்ந்த மலர்தூவி மாமனத்தைக் கூப்பிப்
> புலர்ந்தும் புலராதபோதும் கலந்திருந்து
> கண்ணீர் அரும்பக் கசிவார்க்குக் காண்புஎளியன்
> தெள்நீர் சடைக்கரந்த தே.'

ஞானம் எது?

இந்தக் கேள்வியை ஞானிகளிடம்தான் கேட்கவேண்டும், பக்தர்களிடம் கேட்டால் என்ன சொல்வார்கள்?

மகாதேவன், பூதகணங்களைப் படையாகக் கொண்டவன், கொன்றை மலர்மாலை அணிந்தவன், கோபம்கொண்ட, போர்புரியக்கூடிய காளையை வாகனமாகக்கொண்டு எல்லாரும் போற்ற நின்றவன், பழமையான தெய்வம், மாதொருபாகனாக இரண்டு உருவங்களைக்கொண்டவன், முக்கண்ணன், நாவில் சிறந்த வேதங்களைக் கொண்டவன், அவனை நான் என்றைக்கும் மறக்கமாட்டேன், அதுவே நான் கண்ட ஞானம்!

> 'தேவனை, பூதப்படையனை, கோதைத் திருஇதழிப்
> பூவனை, காய்சினப்போர்விடைதன்னொடும் போற்றநின்ற
> மூவனை, ஈர் உருஆய முக்கண்ணனை, முன்னுமறை
> நாவனை நான்மறவேன், இவை நான் வல்ல ஞானங்களே.'

ஒரு பெண், சிவபெருமானை எண்ணி வாடியிருக்கிறாள், அவளருகே ஒரு வண்டு வந்து மொய்க்கிறது. அவள் அந்த வண்டைப்பார்த்துக் கேட்கிறாள், 'நீ எதற்காக இங்கே வந்தாய்?'

சடையிலே கங்கையை மறைத்துவைத்தவன், சுடுகாட்டில் நடனமாடுகிறவன், அப்பெருமானின் சடையில் கொன்றையின் சிறுமாலை இருக்கும், நீயும் உன் வண்டுக்கூட்டமும் அங்கே சென்று அந்த மாலையை மொய்த்திடுங்கள், அதன்மூலம் அவன் எங்கே இருக்கிறான் என்று எனக்குக் காட்டுங்கள்.

'விதிகரந்த வெவ்வினையேன் மென்குழற்கே வாளா
மதுகரமே எத்துக்கு வந்தாய்? நதிகரந்த
கொட்டுக்காட்டான் சடைமேல் கொன்றைக் குறும்தெரியல்
தொட்டுக்காட்டாய், சுழல்வாய் தொக்கு.'

எம்பெருமானே, உன்னுடைய திருமேனியில் ஒருபகுதியாக உமையம்மை திகழ்கிறாள், அவளுடைய கருங்கூந்தல், நீ பூசியிருக்கும் திருநீற்றில் தோய்கிறது.

நீயோ நெருப்புமலைபோல் திகழ்கிறாய், உன்னுடைய திருச்சடையிலிருக்கும் கொன்றைமலர்களிலிருந்து தேன்துளிகள் அதில் சிந்துகின்றன.

உன்னை வெண்ணிறம் என்று எல்லாரும் சொல்கிறார்கள், ஆனால், அந்தத் திருமேனியின் செந்நிறத்தோற்றம், அதில் தோயும் உமையம்மையின் கருங்கூந்தல், கொன்றைமலரின் தேன்துளிகள் போன்றவற்றின் அழகை நான் வியக்கிறேன்.

'கூறுபெறும் கன்னிசேர் கரும்கூந்தல் சுண்ணம் துதைந்து
நீறுபெரும் திருமேனி நெருப்புப் புரை பொருப்புஒத்து
ஆறுபெறும் சடை அம்கொன்றை அம்தேன் துவலைசிந்த
வீறுபெறும் சென்று சென்று, எம்பிரானுக்கு வெண்நிறமே.'

அன்றைக்கு, பாற்கடலில் பேரொலியோடு நஞ்சு எழுந்தபோது, எல்லாரும் பயந்தார்கள், ஆனால் எம்பெருமானோ, அந்த நஞ்சு அவர்களுக்குத் துன்பம்செய்யக்கூடும் என்பதைப்

புரிந்துகொண்டு அருள்செய்தார், மனமகிழ்ச்சியோடு அதனை உண்டார், அதனால் அவருடைய கழுத்து கருப்பாகிப்போனது.

அத்தகைய உத்தமனின் தொண்டர்கள், எமனைக்கண்டு அஞ்சுவார்களா? தீயசெயல்களைச் செய்வார்களா? அவனைத்தவிர மற்றவர்களைப்பற்றிப் பேசுவார்களா?

மாட்டார்கள்! அவனையே எண்ணுவார்கள், நல்வழியிலேயே நடப்பார்கள், பிறவா வரம்பெற்றுப் பொலிவார்கள்!

> ‘கண்டம் நிறம்கறுப்பக் கவ்வைக் கரும் கடல்நஞ்(சு)
> உண்டல் புரிந்துஉகந்த உத்தமற்குத் தொண்டுஅடைந்தார்
> கூசுவரே கூற்றை! குறுகுவரே தீக்கொடுமை!
> பேசுவரே மற்றுஒருவர் பேச்சு!’

83

செல்வமென்பது எது?

நன்கு படித்தவர்கள் கல்விச்செல்வத்தைப் பெரிதாக மதிப்பார்கள். அதிலும் குறிப்பாக, கேள்விஞானத்தைச் செவிச்செல்வம் என்பார்கள், அதுவே செல்வங்கள் அனைத்திலும் சிறந்தது என்று வள்ளுவர் சொல்வார்.

ஆனால், பொதுவாகப் பலரும் பணத்தைத்தான் செல்வமென்பார்கள். நகைகள், நிலம், வீடு, பங்குச்சந்தையில் முதலீடு என 'நிதி'யின் இந்த வரையறை பலவிதமாக மாறும்.

ஆனால், இந்த நிதிகள் எல்லாம் சிறிதளவு பலன்மட்டுமே தரக்கூடியவை, குறைந்துவிடக்கூடியவை, அவற்றின் மதிப்பு ஒவ்வொருவரிடமும் மாறும், ஒவ்வோர் இடத்திலும் மாறும். அப்படி ஒருபோதும் மாறாமல், குறையாமல் என்றைக்கும் நன்மைசெய்யக்கூடிய நிதி, இறைவன்தான்!

திருமங்கையாழ்வாரின் திருக்குறுந்தாண்டகம் இறைவனைப் பெருநிதியாக வர்ணித்துத் தொடங்குகிறது:

நிதியினை, பவளத்தூணை, நெறிமையால் நினையவல்லார்
கதியினை, கஞ்சன் மாளக்கண்டு முன் அண்டம் ஆளும்
மதியினை, மாலை வாழ்த்தி வணங்கி என் மனத்து வந்த
விதியினைக் கண்டுகொண்ட தொண்டனேன் விடுகிலனே.

பொருளானது எப்படி ஆபத்துக்காலத்தில் நமக்கு உதவுமோ, அதுபோல நமக்கு எந்தத் துயரங்களும் ஏற்படாமல் காக்கும் நிதியானவன், பவளத்தூண்போல் திடமாக நின்று நம்மைக் காக்கிறவன், முறையாகத் தியானிக்கிறவர்கள் சென்றடைகிற கதியாகத் திகழ்கிறவன் எம்பெருமான்.

கம்சனை அழித்தவன், இந்த உலகத்தை ஆள்பவன், எப்போதும் அடியவர்களை நினைப்பவன், அவர்கள் தன்மீது மயக்கமுறும்படிசெய்கிறவன், அத்தகைய பெருமானை நான் வாழ்த்தினேன், வணங்கினேன்.

இந்தத் தொண்டனின் மனத்தில் அப்பெருமான் தானே வந்து எழுந்தருளினான், எனக்கு வழிகாட்டினான், அவனை இப்போது கண்டுவிட்டேன், இனி விடமாட்டேன்!

இவ்வுலகில் அனைத்தும் இறைவனே, ஐம்பூதங்களிலும் அவனே நிறைந்திருக்கிறான்:

காற்றினை, புனலை, தீயை, கடிமதிள் இலங்கை செற்ற
ஏற்றினை, இமயம் மேய எழில்மணித்திரளை, இன்ப
ஆற்றினை, அமுதம்தன்னை, அவுணன் ஆர்உயிரை உண்ட
கூற்றினைக் குணம்கொண்டு உள்ளம் கூறு, நீ கூறும்ஆறே.

காற்றிலும் நீரிலும் தீயிலும் இருப்பவன் எம்பெருமான்தான். பாதுகாப்பான மதிள்சுவரால் சூழப்பட்ட இலங்கையை அழித்த காளையும் அவனே.

இமயத்திலுள்ள திருப்பிரிதியில் அழகிய இரத்தினக்கற்கள் திரண்டிருக்கின்றன, அந்த வரிசையைப்போல் திகழ்பவன் அவன், பக்தர்கள் நீராடும் இன்ப ஆறும், அவர்கள் அருந்தும் அமுதமும் அவனே.

பக்தர்களுக்கு அமுதமாகத் திகழ்கிறவன், தீயவர்களுக்கு எமனாகவும் இருப்பான், இரணியனின் உயிரை அழித்தவன் அவனல்லவா!

அத்தகைய பெருமானின் குணங்களை என் மனமே, நீ கூறி மகிழ்வாயாக!

பக்தர்கள் மனத்தில் அமுதமாகச் சுரக்கிற பெருமான், தேவர்களுக்காகக் கடலைக் கடைந்து அமுதமெடுத்துத் தந்தான். அதனை அடுத்த பாடலில் கூறுகிறார்:

பாஇரும் பரவைதன்னுள் பருவரை திரித்து வானோர்க்(கு)
ஆயிருந்து அமுதம்கொண்ட அப்பனை, எம்பிரானை
வே இரும் சோலை சூழ்ந்து விரிகதிர் இரிய நின்ற
மாயிரும் சோலை மேய மைந்தனை வணங்கினேனே.

பரந்து விரிந்த, ஆழமும் அதிகமான கடல், அதற்குள் பெரிய மலையை மத்தாக வைத்துத் திரித்து அமுதமெடுத்தான், அதை வானோர்க்கு வழங்கினான் எம்பெருமான், நம் தந்தை, நம் தலைவன்,

உயர்ந்த மூங்கில் காடுகளால் சூழப்பட்ட திருத்தலம் திருமாலிருஞ்சோலை. அங்கே சூரியனும் தன்னுடைய கதிர்களை மென்மையாகதான் பரப்புவான், அத்தகைய திருத்தலத்தில் எழுந்தருளிய இளைஞனை நான் வணங்கினேன்.

இறைவனை எதனால் வணங்குவது? சொற்களாலா? நற்தொண்டுகளாலா? மனத்தாலா?

அமுதம் என்றாகிவிட்டபிறகு, அதை இவ்வளவுதான் உண்ணவேண்டும், இப்படிதான் உண்ணவேண்டும் என்று கணக்கேது? அள்ளிப்பருகவேண்டியதுதான்!

கேட்க யான் உற்றதுஉண்டு, கேழலாய் உலகம்கொண்ட
பூக்கெழுவண்ணனாரைப் போதரக் கனவில் கண்டு
வாக்கினால், கருமம்தன்னால், மனத்தினால் சிரத்தைதன்னால்
வேட்கை மீதூர வாங்கி விழுங்கினேற்கு இனியவாறே.

வராக அவதாரமெடுத்து உலகத்தைக் காத்தவன் அவன், மலர்போல் மென்மையானவன்,

அத்தகைய பெருமான் எனக்குள் வந்தான், அவனைப் பாடினேன், அவனுக்குத் தொண்டுசெய்தேன், மனத்தினால் எண்ணினேன், இவை அனைத்தையும் சிரத்தையோடு செய்தேன், அவனை ஆசையாக வாங்கி விழுங்கினேன். அனைத்தும் இனிமைதான்!

இரும்பைப் பழுக்கக் காய்ச்சிவைத்திருக்கிறார்கள், அந்த வெப்பம் அடங்கவேண்டுமென்றால் என்ன செய்யவேண்டும்?

அதன்மீது நீர் தெளிக்கவேண்டும்.

அதுபோல, ஒருவனுக்குள் அகங்காரமும் மற்ற பிழையான உணர்வுகளும் அதிகமாகப் பொங்கும்போது, நீரைத் தெளித்து அவனை ஆட்கொள்வான் இறைவன். அந்த நீர், இறைவன்மீது வைக்கும் அன்பு.

அந்த அன்பு தெளிக்கப்பட்டதும், அதுவரை கொதித்துக் கொண்டிருந்தவன் இறைவனுக்கு அடிமையாகிறான். துயரக்கடலில் தவித்தவன் கரையேறுகிறான்.

நானும் அப்படிதான் இருந்தேன் என்கிறார் ஆழ்வார். என்மேல் அன்புமழை பொழிந்தவன் அந்த மேகவண்ணன். அவனை என் மனத்தில் வைத்துக்கொண்டேன். கரும்புச்சாறுபோல் அவனை இனிமையாகப் பருகினேன்:

> இரும்பு அனன்று உண்ட நீர்போல் எம்பெருமானுக்கு என்றன்
> அரும்பெறல் அன்பு புக்கிட்டு அடிமை பூண்டு உய்ந்துபோனேன்,
> வரும் புயல் வண்ணனாரை மருவி என் மனத்து வைத்துக்
> கரும்பின் இன் சாறுபோலப் பருகினேற்கு இனியவாறே.

கரும்புச்சாற்றைப் பருகினால் போதுமா? அதைப்பற்றிப் பிறர் அறியும்படி சொல்லலாமே.

'என்னசொல்லிப் புகழ்வது?' என்று திகைக்கிறார் ஆழ்வார். 'மும்மூர்த்திகளில் அவனே முதல்வன் என்று சொல்வதா? ஒப்பற்றவன் என்பதா? உலகைத் தானமாகப் பெற்ற தலைவன் என்பதா? திருக்குடந்தையிலே கோயில்கொண்டிருக்கும் ரத்தினக்குவியல் என்பதா? இன்பப்பாடல் என்பதா? இனிய தேன் என்பதா? பசும்பொன் என்பதா? தேவர்கள் தங்களுடைய தலையில் சூடிக்கொள்ளும் மலர் என்பதா?

மூவரில் முதல்வன்ஆய ஒருவனை, உலகம்கொண்ட
கோவினை, குடந்தை மேய குருமணித்திரளை, இன்பப்
பாவினை, பச்சைத்தேனை, பைம்பொன்னை, அமரர் சென்னிப்
பூவினைப் புகழும் தொண்டர் என்சொல்லிப் புகழ்வர்தாமே?

மைவண்ணனான பெருமானின் பண்புகளைப் பல 'மை'ச்சொற்களால் அழகாக விவரிக்கிறது அடுத்த பாடல்:

இம்மையை, மறுமைதன்னை எமக்கு வீடுஆகி நின்ற
மெய்ம்மையை, விரிந்த சோலை வியன் திருஅரங்கம் மேய
செம்மையை, கருமைதன்னை, திருமலை ஒருமையானை,
தன்மையை நினைவார் என்றன் தலைமிசை மன்னுவாரே

இந்தப்பிறவியில் ஞானம், மறுமையில் மோட்சம் வழங்குகிறவன், உண்மையானவன், சோலைகள் விரிந்து பரந்திருக்கும் திருவரங்கத்திலே கோயில்கொண்ட சிறந்தவன், கரியவன், திருவேங்கடமலையிலே அனைவருக்கும் ஒரேமாதிரியாகக் காட்சிதருபவன்... அத்தகைய பெருமானின் தன்மையை நினைப்பவர்களை நான் வணங்கி என்னுடைய தலையிலே சூடிக்கொள்வேன்.

மனிதனாகப் பிறப்பது அரியது என்று சொல்வார்கள். அத்தகைய பிறவி நமக்குக் கிடைத்திருக்கும்போது, அதனை வீணடிக்கலாமா? எம்பெருமான் சிந்தனையில் அதைச் செலுத்தலாம்:

வான்இடைப் புயல், மலைவரைஇடைப் பிரசம் ஈன்ற
தேன்இடைக் கரும்பின் சாற்றை, திருவினை மருவி வாழார்

மானிடப்பிறவி அந்தோ மதிக்கிலர், கொள்க, தம்தம்
ஊன்இடைக் குரம்பை வாழ்க்கைக்கு உறுதியே வேண்டினாரே.

எம்பெருமான் வானிலே தெரியும் மேகத்தைப்போன்ற நிறம்கொண்டவன், மிக இனிமையானவன்,

அதுவும் எப்பேர்ப்பட்ட இனிமை தெரியுமா? மலையிலே பல தேனீக்கள் சேர்ந்து திரட்டிய தேன் கூடு, அதிலிருந்து தேன் வழிகிறது, அங்கே ஒரு கரும்பு முளைக்கிறது, அந்தக் கரும்பிலிருந்து எடுத்த சாறுபோல் இனியவன் அவன்! பக்தர்களுக்குப் பெரும் செல்வமானவன்!

அத்தகைய பெருமானின் திருவடிகளைச் சேர்ந்து வாழாவிட்டால், நாம் இந்த மனிதப்பிறவியையே மதிக்கவில்லை என்று பொருள். ஆகவே, மாமிசத்தால் ஆன இந்த அற்ப உடலுக்காக வாழாமல், மனத்துக்கு இனிய பெருமானை வணங்குவோம்.

இப்படிச் சொல்வது சுலபம், நிஜத்தில் பின்பற்றுவது சிரமம். உள்ளம் என்னதான் இறைவனை நினைத்தாலும், உலக இன்பங்களுக்குள் சென்று அகப்பட்டுக்கொள்கிறது, எரிகிற நெருப்பிலே சிக்கிய எறும்புபோல் திகைக்கிறது.

'குழப்பமுள்ள எனக்குத் தெளிவைத் தரக்கூடிய பெருமானே' என்று இறைவனை அழைத்து வணங்குகிறார் ஆழ்வார், 'தேவர்களுக்கெல்லாம் தேவனே, ஒளிநிறைந்த இறைவனே, இந்தப் பிறவி மட்டுமல்ல, ஏழு பிறவிகளிலும் நீங்கள்தான் எங்களுக்குத் துணை!'

உள்ளமோ ஒன்றில் நில்லாது, ஓசையின் எரிநின்று உண்ணும்
கொள்ளிமேல் எறும்புபோலக் குழையுமால் என்றன் உள்ளம்,
தெள்ளியீர், தேவர்க்கெல்லாம் தேவராய் உலகம்கொண்ட
ஒள்ளியீர், உம்மைஅல்லால் எழுமையும் துணைஇலோமே.

ஒருவேளை, இறைவன் நம்முன்னே தோன்றினால் என்ன வரம் கேட்பது?

பணம், புகழ், பதவி என்று எதைவேண்டுமானாலும் கேட்கலாம். ஆனால், அவற்றையெல்லாம்விடச் சிறந்த ஒரு வரம் இருக்கிறது: மனம் நம்முடைய பேச்சைக் கேட்கவேண்டும்!

இந்த ஒரு வரம் கிடைத்துவிட்டால் போதும், நல்ல விஷயங்களில் ஈடுபடலாம், பக்தி வரும், அன்பு வரும்:

> சித்தமும் செவ்வைநில்லாது, என்செய்கேன், தீவினையேன்
> பத்திமைக்கு அன்பு உடையேன் ஆவதே பணியாய், எந்தாய்,
> முத்து ஒளி மரகதமே, முழங்கு ஒளி முகில்வண்ணா, என்
> அத்த, நின் அடிமைஅல்லால் யாதும் ஒன்று அறிகிலேனே.

முத்துப்போல் பிரகாசிக்கிறவனே, மரகதவண்ணனே, இடி முழங்கும் மேகத்தைப்போன்ற நிறம்கொண்டவனே, எங்கள் தந்தையே, உனக்கு அடிமையாக இருப்பதுமட்டும்தான் எங்களுக்குத் தெரியும், வேறு ஒன்றும் தெரியாது!

எங்கள் மனம் உன்னையே நினைக்கவேண்டும், அதற்கு நீதான் அருள்செய்யவேண்டும்!

இப்படிக் கேட்ட ஆழ்வாருக்கு, திடீரென்று ஓர் ஐயம் வந்துவிடுகிறது, 'பெருமான் பெயரைச்சொல்லும் தகுதி நமக்கு உண்டா?'

'அவன் அனைத்து உயிர்களுக்கும் உயிராயிற்றே, திருவரங்கத்தில் கோயில்கொண்டிருக்கும் திருமாலாயிற்றே!' என்று நெகிழ்கிறார் அவர், 'ஆனால் நானோ அழுக்கான உடல்கொண்டு பிறவியெடுத்தவன், தூய்மையில்லாத தொண்டன், எச்சில் வழியும் வாயாலே அவனுடைய பழைமையான பெயரை நான் சொல்லிவிட்டேனே, இது தகுமா? தவறுசெய்துவிட்டேனே!' என்று அஞ்சுகிறார்.

அப்போது, கருங்குவளை மலர்போல வண்ணம்கொண்ட பெருமான் அவருடைய கண்ணுக்குள்ளே தோன்றுகிறார், 'அஞ்சாதே!' என்று ஆறுதல்சொல்லிக் காக்கிறார்:

ஆவியை, அரங்க மாலை, அழுக்கு உடம்பு, எச்சில் வாயால்
தூய்மைஇல் தொண்டனேன் நான் சொல்லினேன் தொல்லை நாமம்,
பாவியேன் பிழைத்தவாறு என்று அஞ்சினேற்கு, 'அஞ்சல்' என்று
காவிபோல் வண்ணர் வந்து என் கண்ணுளே தோன்றினாரே.

இப்படி அருளிய பெருமானுக்கு என்னவெல்லாம் செய்யலாம்?

முதலில், தன்னுடைய எலும்புகளெல்லாம் உருகும்படி மனமாகிய அன்பைக்கொண்டு ஞானத்தால் நீராட்டுவேன் என்கிறார் ஆழ்வார்:

என்புஎலாம் உருகி உக்கிட்டு என்னுடை நெஞ்சம்என்னும்
அன்பினால் ஞான நீர்கொண்டு ஆட்டுவன் அடியனேனே.

அடுத்து, சொற்களால் மாலையிடுகிறார்:

எம்பிரானர்க்கு என்னுடைச் சொற்கள் என்னும்
தூய மாமாலை கொண்டு சூட்டுவன் தொண்டனேனே.

இதையெல்லாம் செய்தால் மோட்சம் கிடைத்துவிடுமா?

அதுதானே தெரியவில்லை! ஒருபக்கம், திருப்பேர்நகரில் எழுந்தருளியுள்ள எம்பெருமானைப் போற்றியவர்கள் பிறவிக்கடலைக் கடந்து கரையேறுகிறார்கள், இன்னொருபக்கம், அப்பெருமானின் பெருமைகளையே குற்றமாகக் கூறி ஏசிய சிசுபாலனைப்போன்றவர்களும் உய்கிறார்கள். ஆனால் நானோ, எதையோ பேசிக்கொண்டிருக்கிறேன், அவனைப்பேசவில்லை, ஏசவுமில்லை. மோட்சம் பெறவேண்டும் என்ற எண்ணம்மட்டும் இருக்கிறது!

அலைகடல்போன்ற வண்ணம்கொண்ட அந்தப் பெருமான்மீது ஆசைப்படமட்டும்தான் எனக்குத்தெரியும், மற்றதை அவனே பார்த்துக்கொள்வான்:

பேசினார் பிறவிநீத்தார் பேர்உளான் பெருமை பேசி,
ஏசினார் உய்ந்துபோனார் என்பது இவ் உலகின் வண்ணம்,

பேசினேன், ஏசமாட்டேன், பேதையேன் பிறவிநீத்தற்கு,
ஆசையோ பெரிது, கொள்க, அலைகடல்வண்ணர்பாலே.

நாம் என்னதான் பாடுபட்டாலும் சரி, அவனை அடைய வேண்டுமென்றால் அது நம்முடைய முயற்சியால் நிறைவேறாது. அவனே விரும்பி நமக்குள் வந்தால்தான் உண்டு:

இளைப்பினை இயக்கம் நீக்கி இருந்து முன் இமையைக் கூட்டி
அளப்புஇல் ஐம்புலன் அடக்கி, அன்பு அவர்கண்ணே வைத்துத்
துளக்கம்இல் சிந்தை செய்து தோன்றலும் சுடர்விட்டு ஆங்கே
விளக்கினை விதியில் காண்பார் மெய்ம்மையே காண்கிற்பாரே.

சிலர், மற்ற சிந்தனைகளையெல்லாம் நிறுத்திவைத்துவிட்டுத் தியானத்தில் அமர்கிறார்கள், மூக்கின் நுனியில் பார்வையை நிறுத்தி, அளவற்ற ஐம்புலன்களை அடக்கி, இறைவன்மீது பக்திசெலுத்துகிறார்கள், இடைவெளியில்லாமல் அவனையே எண்ணுகிறார்கள்.

அப்போது அவர்கள்முன்னே இறைவன் சுடர்வடிவமாகத் தோன்றுவானா? சாஸ்திர முறைப்படி அவனை வணங்குகிறவர்கள் உண்மையிலேயே அவனைக் காண்பார்களா?

ம்ஹூம், மாட்டார்கள்!

அப்படியானால், அவனை வேறு எப்படிக் காணவேண்டும்?

திருக்கண்டியூர், திருவரங்கம், திருமெய்யம், திருக்கச்சி, திருப்பேர்நகர், திருக்கடல்மல்லை என்று எம்பெருமான் எழுந்தருளியிருக்கும் திருத்தலங்களையெல்லாம் எண்ணிப் போற்றவேண்டும், அவனருளை வேண்டிநிற்கவேண்டும், அப்படி வணங்குகிறவர்கள் உய்வார்கள், மற்றவர்கள் உய்யமுடியாது:

கண்டியூர், அரங்கம், மெய்யம், கச்சி, பேர், மல்லைஎன்று
மண்டினார் உய்யல் அல்லால், மற்றையார்க்கு உய்யலாமே!

84

இரத்தினகிரி.

இது வேலூருக்கு அருகிலுள்ள சிறிய மலை. விறுவிறுவென்று ஐந்து நிமிடத்தில் ஏறிவிடலாம், மேலே உள்ள அழகிய ஆலயத்தில் பாலமுருகனைத் தரிசிக்கலாம்.

பக்தர்களுக்கு எல்லா நலன்களையும் அருள்கிற இரத்தினகிரி முருகன்மேல் கி.வா.ஜ. ஓர் அருமையான நூலெழுதியுள்ளார். 'இரத்தினகிரி பாலமுருகன் அந்தாதி' என்ற அந்நூலில் நூறுக்கும் மேற்பட்ட சிறுபாடல்களில் குன்றுதொறும் நிற்கும் குமரனின் புகழ்!

திருமகள் மார்பன் மருகன், அழகன், திறல்உடையான்,
அருள் மிகுகின்ற இரத்தின நற்கிரிஆர் பெருமான்,
மருவும் குறமகள் நோக்கில் கலந்து வருந்தியவன்,
குருஎனும் பாலமுருகன் திருவடி கூர்துணையே.

மார்பில் திருமகளைத் தரித்த திருமாலின் மருமகன், பேரழகன், பகைவர்களை அழிக்கும் திறனுடையவன், பக்தர்களுக்கு அருளை வாரி வழங்கும் பெருமான், இரத்தினகிரியிலே எழுந்தருளியிருப்பவன்,

அந்தத் திருமுருகனையும் வருந்தச்செய்தவள், குறமகளாம் வள்ளி. அவளுடைய கடைக்கண் பார்வைக்காகக் காதலோடு காத்திருந்தான் அவன், அகத்தியர் தொடங்கிப் பலருக்கும் குருவானவன் அந்தப் பாலமுருகன், அவனது திருவடிகளே நமக்குப் பாதுகாப்பான துணை!

ஆனால், இவ்வுலகில் பலர் அவ்வாறு நினைப்பதில்லையே, பணமும் நகையும்தான் பெரிதென்று எண்ணுகிறார்களே. அது வெறும் முட்டாள்தனம், அவர்கள் இதை இப்போது உணராவிட்டாலும், பின்னர் உணர்வார்கள்:

தங்கம் பெரிதுஎன்று வீணே முயன்று தவிப்பவர்கள்
மங்குவர், பாலமுருகன் மருவிய மாமலையாம்
துங்க இரத்தின நற்கிரி மேவிய சுந்தரனை,
மங்களப் பாலமுருகனை வாழ்த்தின் வளம்வருமே.

தங்கம்தான் பெரியது என்று நினைக்கிறவர்கள், வாழ்நாள்முழுக்க அதற்காக முயற்சிசெய்துகொண்டே இருக்கவேண்டியதுதான், அந்தத் தவிப்பே அவர்களை வீழ்த்திவிடும். அந்த வீணான தேடல் வேண்டாம், பாலமுருகன் எழுந்தருளியிருக்கும் மாமலை, நல்ல, தூய்மையான இரத்தினகிரிக்கு வரவேண்டும், அங்குள்ள சுந்தரன், மங்களப் பாலமுருகனை வணங்கி வாழ்த்தவேண்டும், அப்படிச்செய்தால், அவர்கள் வளங்களைத் தேடவேண்டியதில்லை, வளம் தானே வரும். அதனால்தான், தேவர்களும் இரத்தினகிரிக்கு வருகிறார்கள், இப்பெருமானைத் தொழுது தங்களுடைய குறைகளைத் தீர்த்துக்கொள்கிறார்கள்:

நெஞ்சே, உனக்குஒன்று சொல்லுவன், கேள், இந்த நீள்நிலத்தில்
எஞ்சாத இன்பம் உறவேண்டின், ரத்தின ஏர்மலையில்
துஞ்சாத தேவர் தொழுகின்ற வேலன் துணையடிகள்
நம்சார்புஎன்று எண்ணினால், வாராத இன்ப நலம் வருமே.

நெஞ்சே,

உனக்கொரு விஷயம் சொல்கிறேன் கேள். இந்த நீண்ட உலகத்திலே எல்லா இன்பங்களும் அனுபவிக்க அனுபவிக்கக்

குறைந்துவிடும், ஒரே ஓர் இன்பம்தான் என்றைக்கும் குறையாமல் நீடித்திருக்கும், அந்த இன்பம், இரத்தினகிரியென்னும் அழகிய மலையிலே, தேவர்களெல்லாம் தொழுகின்ற வேலனின் திருவடிகளை வணங்கும் இன்பம்! அந்த வேலன் நம் துணை என்று எண்ணினால், அதுவரை கிடைக்காத நலங்களெல்லாம் தானே கிடைக்கும்.

நேற்றுவரை பாவங்களில் உழன்றுகொண்டிருந்த ஒருவன், இன்றைக்குத் தவம்புரிகிறேன் என்று கிளம்பிவிட்டான். காட்டுக்குள் சென்று, தழையை உண்டு வாழப்போகிறானாம்!

'அட மூடனே, அப்படியெல்லாம் பாவத்தைப் போக்கிவிட முடியுமா?' என்று சிரிக்கிறார் கவிஞர், 'மங்கலம் நிறைந்த புலவர், அருட்பாக்களைப் பாடவல்ல அருணகிரிநாதர் போற்றிய பாலமுருகனின் திருவடிகளை வணங்கு, இந்தப் பூலோகமெல்லாம் போற்றுகிற இரத்தினகிரிக்கு வந்து கும்பிடு, அதுவே பெரிய தவம்!'

> தவம்செய்ய என்றுஎண்ணிக் கானகம் தேடித் தழையை உண்டு
> பவம்அதை நீக்கல் மிக எளிதோ? அருட்பாவலவன்
> சிவம்ஆர் அருணகிரிநாதன் போற்றிய சேய் அடியைக்
> குவலயம் போற்றும் இரத்தின நற்கிரி கூடுகவே.

'நீங்கள் சொல்வதெல்லாம் சரிதான். ஆனால், இப்போது எனக்கு வேறு வேலை இருக்கிறது, அப்புறம் நேரம் அமையும்போது நான் இரத்தினகிரிக்கு வருகிறேன்!' என்றான் ஒருவன்.

'இன்றைக்குப் போவோம், நாளைக்குப் போவோம் என்றெல்லாம் தட்டிக்கழிக்காதே' என்று அன்பாக அவனுக்கு உணர்த்தினார் ஒரு பக்தர், 'கண்டதைச் செய்து நல்ல வாழ்நாளை வீணாக்குவது ஏன்? இனியும் தாமதம் வேண்டாம், இப்பொழுதே இரத்தினகிரிக்குக் கிளம்பு, வெற்றிதரும் பாலமுருகனின் திருவடிகளில் வீழ்ந்து வணங்கு, அன்பைக் கொட்டிக் கும்பிடு!'

> இன்று நாம் போகுவம், நாளைக்குப் போகுவம்என்று எண்ணியே
> நன்று உறும் வாழ்நாளை வீணாக்கித் தாமதம் நண்ணல் இலா(து)

ஒன்றிய அன்புடன் இன்னே இரத்தின ஓங்கலினில்
வென்றிகொள் பாலமுருகன் திருவடி வீழ்குமினே.

முருகனை வணங்கினால் போதுமா? வேறெதுவும் செய்யவேண்டியதில்லையா? இல்லாதவர்களுக்கு உங்களால் இயன்றதைக் கொடுங்கள், எதுவும் இயலவில்லையென்றாலும், அன்பையாவது கொடுங்கள், இப்படிப் பிறருக்கு உதவியபடி, வலிமைமிகுந்த பாலமுருகன், இரத்தினகிரியில் எழுந்தருளியிருக்கும் இறைவனுடைய சத்தமெழும் கழல் அணிந்த திருவடிகளை அன்போடு தொழுதிடுங்கள், எல்லாம் கிடைக்கும்.

எல்லாம் என்றால், வெறும் உலக இன்பங்கள்மட்டுமல்ல, பற்றைத் தொலைத்து வீடுபேறும் பெறலாம். இது ஏதோ கற்பனை என்று எண்ணிவிடவேண்டாம், பலர் இவ்வாறு வாழ்ந்து முருகனருளைப் பெற்றிருக்கிறார்கள், இதை உலகமும் பார்த்திருக்கிறது:

அற்றவர்க்கு ஈமின், அவர்க்கு அருள்செய்மின், அடல்மிகுந்த
கொற்றவன், ரத்னகிரி உறை பாலன் குரைகழலை
உற்று அன்பினோடு தொழுதிடின் எல்லாம் உமக்கு வரும்,
பற்றுஅறும், வீடும் பெறலாம், இது பலர் பார்த்ததுஅன்றே.

சூரனை வெல்வதற்காக முருகன் புறப்பட்டுச்சென்ற காட்சியை எண்ணிப்பார்க்கிறார் கவிஞர். அவருடைய காதுக்குள் ‘உண்டுண்டுடுடுட்ண்டுண்டுண்டு’ என பேரிகையொலி கேட்கிறது.

படைத்தலைவர்கள் சூழ முருகன் கம்பீரமாக நடக்கிறான், சூரனைத் தாக்கி அழிக்கிறான், அவனுடைய படையையும் தூள்தூளாக்குகிறான், சிறந்த ரத்னகிரியிலே எழுந்தருளியிருக்கும் பெருமான், வடிவேலைக் கரத்தில் ஏந்தியவன், அறுமுகன், அவனை வணங்குவோம்:

‘உண்டுண் டுடுடுண்டுன் டுண்டு’எனப் பேரி ஒலிமுழங்கத்
தண்டத் தலைவருடன் சென்று சூரனைத் தாக்கி அவன்

கொண்ட படையைக் குலைத்தவ, ரத்னக் குலவரையில்
அண்டும் பெருமான், வடிவேல் கரத்தாய், அறுமுகனே.

ஒரு பெண், முருகன்மீது நேசம்கொள்கிறாள், அவனையே எண்ணி வாடுகிறாள், அவள் யாரையும் நிமிர்ந்துபார்ப்பதில்லை, சாப்பிடுவதில்லை, கையில் வளையல்கள் அணிவதில்லை, தூங்குவதில்லை, 'இரத்தினகிரியில் எழுந்தருளியிருக்கும் பெருமைமிகுந்த முருகனை நான் காணவில்லையே' என்று ஏங்குகிறாள்,

இதைப்பார்த்த அவளுடைய தாய், அந்த முருகனையே வணங்கித் தன் மகள் நலம்பெற வேண்டுகிறாள், 'நெடுந்தூரம் பரவிய புகழைக்கொண்ட வேலவனே, இவளுக்கு அருள்செய்!'

'காண்கிலள் யாரையும், ஊணும் வெறுத்தனள், கைவளைகள்
பூண்கிலள், சற்றும் துயில்கிலள், ரத்னப் பொருப்பவனை
ஏண்பெறக் கண்டிலன், என்செய்குவேன்' என ஏங்குகிறாள்,
சேண்பெறும் சீர்உடை வேலவனே, அருள்செய்குவையே.

கண் தெரியாத ஒருவன் சாலையில் நடக்கிறான் என்றால், சிரமம்தான், எந்தப்பக்கம் செல்லவேண்டும், எப்படிச் செல்லவேண்டும் என்று எதுவும் அவனுக்குத் தெரியாது, ஆனால் சிலர், கண்ணிருந்தும் குருடர்களாக, நல்வழியில் செல்லாமலிருக்கிறார்களே. அவர்களை என்ன சொல்வது? கவிஞர் தன்னுடைய நெஞ்சை அழைத்துச்சொல்கிறார், 'இரத்தினகிரி மலைக்குச் சென்று குகப்பெருமானின் சோதி உருவை வணங்காவிட்டால் இங்கே வாழ்ந்து என்ன பயன்? வாழ்க்கையே வீணாகிவிடுமல்லவா?'

கதிஅறியாத குருடனைப்போலவே, கண் பெறினும்
துதிஅறியாமல் இரத்தினகிரிக் குகன் சோதி உரு
அதைவணங்காமல் இருந்திடின் வாழ்க்கை அடைந்த பயன்
எதுவும் இலதுஆகி வீணாய்விடும் என்பது எண்ணு நெஞ்சே.

'நான் முருகனை வணங்கத் தயாராகதான் இருக்கிறேன்' என்கிறது நெஞ்சம், 'ஆனால், அவன் நம்மை ஏற்றுக்கொள்ளவேண்டுமே!'

கவிஞர் முருகனைப்பார்த்துப் பேசுகிறார், 'எம்பெருமானே, என்னைச் சோதிக்காதே!'

'நான் மிகுந்த ஏழை, என்னிடம் எந்தச் சுத்தமும் இல்லை, யாருக்கும் என்னால் பயனில்லை, வருந்திநிற்கிறேன்.'

'எனக்கு நீதான் திசைகாட்டவேண்டும், அபயம்தரவேண்டும், சிறந்த மயில்வாகனனே, நீதியறிந்தவர்களெல்லாம் போற்றுகிறவனே, இரத்தினகிரியில் எழுந்தருளியிருக்கிறவனே, நீயே துணை.'

சோதிக்கவேண்டா, அடியேன் மிக ஏழை, சுத்தம்இலேன்,
யாதுக்கும் சற்றும் பயன்படல்இல்லேன், இனைந்துநின்றேன்,
'வா திக்கு நான் உனக்கு'என்று அபயம்கொடு, மாமயிலோய்,
நீதிக்கு வல்லவர் போற்றும் இரத்ன நெடுங்குன்றனே.

இறைவனை வணங்குதல்போலவே, அடியவர்களுக்குத் தொண்டுசெய்வதும் முக்கியம். அந்த வரத்தையும் கவிஞர் கோருகிறார்:

தூயவர் நேயம் இருந்தால் மெலமெலத் தூய்மை வரும்,
ஏய பல் தீங்குஎல்லாம் நீங்கும் எனவே இயம்புவரால்,
ஆய அத் தூயவரோடே இணங்க அருள்தருவாய்,
மாயன் மருகா, இரத்தின நற்கிரி வாழ்பவனே.

'தூயவர்கள்மீது நேசம் செலுத்தினால், நாமும் தூயவர்களாவோம், மற்ற பல பிழைகளெல்லாம் நம்மைவிட்டு நீங்கிவிடும்' என்று பெரியவர்கள் சொல்வார்கள்.

ஆகவே, அந்தத் தூயவர்களோடு, உன் அடியவர்களோடு நான் பழகவேண்டும், இரத்தினகிரியென்னும் நல்ல மலையில் வாழும் இறைவனே, மாயன் திருமாலின் மருமகனே, எனக்கு அருள்தருவாய்.

இவ்வுலகில் பலரும் புகழ்மீது விருப்போடு இருக்கிறார்கள், பெரிய பதவி கிடைக்கவேண்டும் என்று ஆசைப்படுகிறார்கள். ஆனால், பெரிய புகழால் என்ன நன்மை? உன்னை உணராமல் எந்தப்

பதவியில் இருந்தால்தான் என்ன? சிறப்புமிகுந்த பெருமானே, இரத்தினகிரியிலே எழுந்தருளியிருக்கும் இறைவனே, உயர்ந்த தெய்வமே, நீங்காத புகழ்கொண்டவனே, பரிசுத்தமானவனே, உன்னை வணங்குகிறோம்:

> ஓங்கும் புகழினால் என்வரும்? நின்னை உணர்வதுஇன்றித்
> தாங்கும் பதவியால் ஓர் பயன் உண்டோ? தலைசிறந்த
> பாங்கு உடையாய், ரத்ன வெற்பு உடைத் தேவ, பரம்பரனே,
> நீங்ககில்லாப் புகழ்கொண்டவனே, சுத்த நின்மலனே.

இவ்வாறு சொல்லிக்கொண்டிருந்த கவிஞருக்குத் திடீரென்று ஒரு சந்தேகம், 'சிறிதளவும் அறிவில்லாத பாவி நான், எனக்குப் பாலமுருகனின் அருள் கிடைக்குமா?'

'முருகா, உன்னுடைய அருள் மிகப்பெரியதாயிற்றே, எனக்கு நல்வழி காட்டினால் அதற்குக் குறைவந்துவிடுமோ?' என்று ஏங்குகிறார், 'உன்னைத்தவிர நான் வேறு யாரிடம் செல்வேன்? என்னுடைய குறைகளை யார் போக்குவார்கள்?'

'உயர்ந்த இரத்தினகிரியிலே எழுந்தருளியிருப்பவனே, தேன் நிரம்பிய கடம்ப மாலை அணிந்தவனே, எங்கள் நாயகனே, அருள்செய்வாய்.'

> இறைஅளவேனும் அறிவுஇலாப் பாவியினுக்கு அருளின்
> நிறைதரும் நின்அருட்கு ஆசுவருமோ? நினை அன்றி நான்
> குறைஅற யாரிடம் செல்குவன்? ரத்தினக் கோவெற்பினாய்,
> நறைநிறையும் கடப்பந்தாரினாய், எங்கள் நாயகனே.

இப்படி நான் கேட்டால், சிறந்த இறைவனான நீ என்ன சொல்வாய்? 'உனக்கு அருள்செய்வதுதான் எனக்கு வேலையா?' என்று என்னை அலட்சியப்படுத்திவிடுவாயோ, 'உனக்கு வேறு போக்கு இல்லை, நீசக்குணத்துடன் இங்கேயே கிட' என்று என்னைத் திட்டுவாயோ?

ஒருவேளை நீ அவ்வாறு செய்துவிட்டால், நான் இனி எங்கே போவேன்? எப்படி நல்ல நிலையைப் பெறுவேன்?

இரத்தினகிரியில் வாழும் எங்கள் குருவே, நல்ல புகழ் பொங்கும் இறைவனே, என்னைக் காப்பாய்.

‘புங்கவன், ஈசன், உனக்கு அருள்செய்வனோ? போக்கு இலை காண்,
இங்குஇரு நீசக்குணத்துடன்’என்று எனை ஏசுவையோ?
எங்கு இனிப் போகுவன்? எவ்வாறு நல்நலம் எய்துவன் யான்?
பொங்கிய நல்புகழ் ரத்னகிரி உறை போதகனே.

நல்ல குகப்பெருமானின் திருவடிகளே உறுதி என எண்ணி, அவற்றில் வீழ்ந்து பணிந்தால், அவனுடைய நல்லருள் கிட்டும், பாவங்கள் தீரும், பலர்மீதும் அன்புகாட்டும் மனம் வரும்,

அந்த இறைவனைப் போற்றுவோம், அவனது அருளைப் போற்றுவோம், இனிதே அவன்முன் பணிந்து வாழும் தொண்டர்களைப் போற்றுவோம், நல்ல அறத்தைப் போற்றுவோம், இவ்வுலகிலுள்ள நல்லோர்களைப் போற்றுவோம், இரத்தினகிரியில் எழுந்தருளியிருக்கும் அப்பெருமானின் அருளும் அழகும் செல்வமும் என்றும் நிரம்பிவழியவேண்டும்.

திண்ணிதின் நற்குகன் திருவடி வீழ்ந்து எழுந்து பணிந்(து)
அண்ணிய நலம்பெறும் அன்பர்க்கு நல்அருள் அளித்திடுவான்,
பண்ணிய பாவங்கள் போக்கிடுவான், பலர்பால் அன்பினை
எண்ணுறச் செய்குவன் ரத்னகிரி உறை இறையவனே.

இறையவ வாழி, நின் அருள் வாழி, இனிது பணிந்(து)
உறை தொண்டர் வாழி, நல் அறம் வாழி, உலகில் நல்லோர்
நிறைவு உற வாழி, இரத்தின வெற்பு உறை நின் அருளும்
குறைவுஅற வாழி, கொழும்திருவோடு குறைவுஅறவே.

85

தாண்டவன்!

தில்லையிலே திருநடனம்புரியும் சிவபெருமானின் அழகிய பெயர்! அந்தத் திருப்பெயரையே தங்கள் மகனுக்குச் சூட்டினார்கள் அந்தப் பெற்றோர்.

இளவயதிலேயே அந்தப்பிள்ளைக்கு ஏதோ ஒரு கடுமையான நோய் வந்துவிட்டது, அது என்ன நோய், எதனால் வந்தது என்று யாருக்கும் தெரியவில்லை, அவரை எல்லாரும் ஒதுக்கிவிட்டார்கள்.

வேதனையில் தவித்த அவருக்கு யாரும் ஆதரவாக இல்லை. ஒருவேளை உணவும் கிடைக்காமல் துடித்தார்.

இப்படியொருநாள், சீர்காழி ஆலயத்துக்குச் சென்றிருந்தார் அவர். பசியில் அங்கேயே மயங்கி விழுந்துவிட்டார். இது தெரியாமல், குருக்கள் கோயிலைப் பூட்டிக்கொண்டு சென்றுவிட்டார்.

சிறிதுநேரத்தில், தாண்டவர் விழித்தெழுந்தார். தான் கோயிலுக்குள் அடைபட்டிருப்பதை எண்ணி வருந்தினார். என்ன செய்வது என்று புரியாமல் திகைத்தார். இறைவனை வணங்கிக் கதறினார்.

அப்போது, அங்கே ஒரு சிறுமி வந்தாள், பசியில் தவித்துக் கொண்டிருந்த தாண்டவருக்கு அன்போடு உணவளித்தாள்.

அந்தச் சிறுமி யார் என்பதெல்லாம் அவருக்குத் தெரியவில்லை. எங்கிருந்தோ வந்து தன்னைக் காத்த அவளிடம் தன் குறைகளைச் சொல்லிப் புலம்பினார் தாண்டவர்.

'நீங்கள் சிதம்பரம் செல்லுங்கள்' என்றாள் அந்தச் சிறுமி.

'சிதம்பரமா? எதற்கு?'

'நடராஜப்பெருமானைத் தரிசிப்பதற்குதான்' என்று சொல்லிவிட்டுச் சிரித்தாள் அச்சிறுமி. 'அந்தக்கோயிலில் நீங்கள் பார்க்கிற முதல் பக்தர் என்ன சொல்கிறார் என்று கவனியுங்கள், அந்தச் சொல்லை வைத்துப் பெருமான்மீது ஒரு பாடல் பாடுங்கள்!' என்றாள்.

'பாடலா? நானா?' என்று திகைத்தார் தாண்டவர். 'எனக்குப் பாடலெல்லாம் எழுதத் தெரியாதே!'

'ஐயன் அருளிருந்தால் எல்லாம் வரும், புறப்படுங்கள்!' என்றாள் அந்தச் சிறுமி. அதன்பிறகு, அந்தச் சிறுமியைக் காணவில்லை. இதுவும் இறையருளே என்று புரிந்துகொண்ட தாண்டவர் சிதம்பரம் புறப்பட்டார். அவர் கோயிலுக்குள் நுழைந்த நேரம், அங்கே வணங்கிக்கொண்டிருந்த ஒரு பக்தர் இப்படிச் சொன்னார், 'பூலோக கயிலாசகிரி சிதம்பரம்!'

இதைக்கேட்ட மறுகணம் தாண்டவருக்குள் பாடல் பிறந்தது. பெருமானை எண்ணி மனமுருகி பாடத்தொடங்கினார்:

பூலோக கயிலாசகிரி சிதம்பரம் அல்லால்
புவனத்தில் வேறும் உண்டோ?

சாலோக சாமீப சாரூப சாயுச்ய
சபைவாணர் ஆனந்தத் தாண்டவம் புரிவதால்...
பூலோக கயிலாசகிரி சிதம்பரம்!

இந்தப் புவியிலே ஒரு கயிலாயமலை இருக்கிறது என்றால், அது சிதம்பரம் என்கிற திருத்தலம்தானே, வேறேது? சிதம்பரத்துக்கு இந்தச் சிறப்பு வர என்ன காரணம்?

முக்தியில் நான்கு வகைகள்: சாலோகம், சாமீபம், சாரூபம், சாயுஜ்யம். அந்த நான்குக்கும் நாயகனான சிவபெருமான், சபாநாயகர், அவர் அங்கே ஆனந்தத் தாண்டவம் புரிவதால்தான்!

இப்படித் தொடங்கி, சிதம்பரத்தின் சிறப்புகளை இன்னும் அடுக்குகிறார்:

நாலுமக மேருஎனும் நாலு கோபுரநிலையும்
நவரத்ன மணிகளால் ஒளிர் சித்ரமதில்களும்
மேல்உலகை அளந்திடல்போல் உயர்ந்து வெயில்
விரித்த கம்பத்திரள்களும்
கால்உலவும் ஆயிரக்கால் மணித்தரள மண்டபமும்
கங்கையின் நிறைந்த சிவகங்கையின் விலாசமும்
ஆல்இலையில் மாலும் அயனாலும் அறியாத பேர்
அம்பலமும் மேவுவோர்க்கு அற்புதம் புரிதலால்...
பூலோக கயிலாசகிரி சிதம்பரம்!

சிதம்பரத்தின் நான்கு கோபுரங்களும் மகாமேருமலைகளைப்போல் திகழ்கின்றன, அவற்றைச் சுற்றியிருக்கும் அழகிய மதில்களிலே நவரத்தினங்கள் பதிக்கப்பட்டு ஒளிவீசுகின்றன, ஆங்காங்கே அமைந்துள்ள கம்பங்கள் மேலுலகை அளப்பதுபோல் உயர்ந்து நின்று ஒளிர்கின்றன, ஆயிரங்கால் மண்டபத்தில் மணியொளியோடு காற்று வீசுகிறது, இந்தத் திருக்கோயிலின் தீர்த்தத்தைச் 'சிவகங்கை' என்பார்கள், அது கங்கையைவிடப் புனிதமானது!

ஆலிலையில் எழுந்தருளிய திருமாலும் பிரம்மனும்கூட அறிய இயலாத சிவபெருமான் இங்கே அம்பலத்தில் ஆடுகிறான், வரும் பக்தர்களுக்கு அற்புதம் புரிகிறான்!

வேதமுதல் எனும் மூலநாதர், தூபியும் மேரு
வில்லியார் சிவகாமவல்லியார் கோயிலும்

மாதவர்கள் விண்ணவர் தீது அகன்றிட வந்து
வாழ்வுறும் மாளிகைகளும்
ஏதம் ஒரு சற்றும் அணுகாத கட்டளைகளும்
இரவிபோல் இலங்கிடும் இந்திரவிமானங்களும்
காதல்உற்றே கண்ட பூதலத்தோர்எலாம்
காண நூறு ஆயிரம் கண் வேண்டும் என்கையால்...
பூலோக கயிலாசகிரி சிதம்பரம்!

வேதங்களுக்கெல்லாம் முதல்வன் சிவபெருமான், அவரருகே சிவகாமவல்லியாம் அன்னையும் எழுந்தருளியிருக்கிறாள், சிறந்த தவங்களைப் புரிவோரும், விண்ணோரும் தங்களுடைய குறைகள் தீரவேண்டுமென்று இங்கே வந்து வணங்குவார்கள்,

இன்னொருபக்கம், பூமியில் வாழும் மனிதர்களெல்லாம் இவ்வாலயத்துக்கு வந்து பெருமானை வழிபடுவார்கள், இங்குள்ள மாளிகைகள், சூரிய வெளிச்சம்போல் விண்ணில் பறக்கும் இந்திரவிமானங்கள் போன்றவற்றைக் கண்டு வியந்துபோவார்கள், 'இதையெல்லாம் காண நூறாயிரம் கண்கள் வேண்டுமே!' என்று திகைப்பார்கள்.

மேவாரும் தொழும் தில்லை மூவாயிரம் புனிதர்
வீதியும், சைவர் திருவீதியின் மடங்களும்,
தாவாப் பசிதவிர வாவா எனும் சத்ர
சாலையும் பல சோலையும் நறும்
பூவாவியும் வயலும் ஓவாமலே பெருகு
பொன்னி நதியும் தெருவும் மன்னிய வளம்கண்டு
தேவர்முதல் மூவர், பாவாணர் அனைவரும்
சிவத்தலத்திற் திலகம் தில்லை வனம் என்கையால்...
பூலோக கயிலாசகிரி சிதம்பரம்!

சிதம்பரத்துக்கு வந்துவிட்டால் யார் நெஞ்சிலும் பகைமையெண்ணம் இருக்காது, பெருமானை வணங்கித் தொழுவார்கள், மூவாயிரம் புனிதர்கள் வாழும் அந்நகரிலே, சைவர் திருவீதிகளில் மடங்கள் நிறைந்திருக்கும், ஆங்காங்கே சத்திரங்கள் இருக்கும், 'பசி தீர வாருங்கள்!' என்று எல்லாரையும்

அழைத்து உணவளிப்பார்கள். இன்னொருபக்கம், சோலைகள், பூக்கள் நிறைந்த குளங்கள், செழிப்பான வயல், ஓய்வின்றிப் பெருகும் பொன்னி நதி, எங்கு நோக்கினும் வளம்!

இவற்றையெல்லாம் கண்ட தேவரும் மூவரும் பாவாணரும் வியந்துநிற்பார்கள், 'சிவத்தலங்களுக்கெல்லாம் திலகம் இந்தத் தில்லைதான்!' என்று போற்றுவார்கள்!

இப்படித் தில்லை நடராஜனை நாள்தோறும் பாடல்களால் வணங்கிய அந்தப் புலவர், தமிழிசை முன்னோடிகளில் ஒருவரான முத்துத்தாண்டவர்!

ஒவ்வொருநாளும் முத்துத்தாண்டவர் பாடிய பாடல்களுக்கு இறைவன் ஐந்து பொற்காசுகளைத் தந்தருளியதாக நம்பிக்கை. இப்படிப் பலநாள்கள் சிதம்பரநாதனின் பெருமைகளைப் பலவிதமாகப் பாடி நெகிழ்ந்திருக்கிறார் அவர். ஒருமுறை அவர் கோயிலுக்குச் செல்லும்போது, ஒரு பாம்பு அவரைத் தீண்டிவிட்டது. அதிலிருந்து தன்னைக் காக்கவேண்டும் என இறைவனை வேண்டி, அவனையே மருந்தாக எண்ணிப் பாடினார் முத்துத்தாண்டவர்:

அருமருந்து, ஒரு தனிமருந்து இது,
அம்பலத்தே கண்டேனே!

திருமருந்துடன் வருமருந்து,
தில்லை அம்பலத்து ஆடும் மருந்து,
இருவினைகள் அறுக்கும் மருந்து,
ஏழை அடியார்க்கு இரங்கும் மருந்து.

இது ஓர் அரிய மருந்து, இந்த மருந்துக்கு இணையான மருந்து எங்கேயும் கிடையாது!

அத்தகைய ஒரு மருந்தை, நான் அம்பலத்தில் கண்டேன்!

செல்வத்தோடும் நன்மையோடும் வருகிற மருந்து, தில்லை அம்பலத்திலே ஆடுகிற மருந்து, வினைகளை அறுக்கும் மருந்து, அடியவர்களின் ஏழைமை நிலைகண்டு இரங்கும் மருந்து!

கொன்றை, தும்பை அணிந்த மருந்து,
கோதைமீதில் படர்ந்த மருந்து,
மன்றுளே நின்று ஆடும் மருந்து,
மாணிக்கவாசகர் கண்ட மருந்து,
இந்திரர்ஆனவர், வானவர் போற்றும்
இருடிகள் தங்களுக்கு எட்டா மருந்து,
சந்திர சூரியர் காணா மருந்து,
தானே முளைத்துத் தழைத்த மருந்து,
திரித்தித்தித்தி என்று ஆடும் மருந்து,
தேவாதி மூவர்கள் காணா மருந்து,
கருத்தைத் திருத்தி இருத்தும் மருந்து,
காலனைக் காலால் உதைத்த மருந்து.

கொன்றைமலரும் தும்பைமலரும் அணிந்த மருந்து, அன்னையாம் மலைமகளை அன்போடு அணைத்த மருந்து, கனகசபையிலே ஆடும் மருந்து, மாணிக்கவாசகர் கண்ட மருந்து, இந்திரர் தொடங்கித் தேவர்கள் எல்லாரும் போற்றுகிற மருந்து, ரிஷிகளுக்குக்கூட எட்டாத அரிய மருந்து, சந்திர, சூரியர்கள் காணாத மருந்து, தானே முளைத்துத் தழைத்த திருமருந்து, திரித்தித்தி என்று ஆடுகின்ற மருந்து, தேவாதிதேவர்கள், மூவர்களாலும் காண இயலாத மருந்து, கருத்தைத் திருத்தி அடியவர்கள் நெஞ்சில் வாழும் மருந்து, மார்க்கண்டேயனுக்காகக் காலனை உதைத்த மருந்து!

இப்படி முத்துத்தாண்டவர் பாடியதும், விஷம் தானே மறைந்தது. பெருமானின் அருளை எண்ணி உருகினார் அவர். முத்துத்தாண்டவரின் மிகப்பிரபலமான பாடல், இன்றைக்கும் பல மேடைகளில் கேட்கப்படுகிற பாடல், சிவபெருமானின் அற்புதத் திருநடனத்தைப்பற்றியது:

ஆடிக்கொண்டார், அந்த வேடிக்கை காணக் கண்
ஆயிரம் வேண்டாமோ!

நாடித் துதிப்பவர் பங்கில் உறைபவர், நம்பர்,
திருச்செம்பொன் அம்பலவாணர்!

சிவபெருமான் ஆடுகின்றார், அந்த அற்புதக்காட்சியைக் காண ஒரு கண் போதுமா? ஆயிரம் கண்கள் வேண்டுமே!

தன்னை நாடித் துதிப்பவர்கள் பக்கத்தில் எழுந்தருளுபவர், நம்முடைய பெருமான், திருச்செம்பொன் அம்பலத்திலே ஆடும் நடராஜர்!

ஆடுவது அவர்மட்டுமா? இன்னும் என்னென்னவெல்லாம் ஆடுகின்றன!

பங்கயச் சிலம்பைந்தாடப் பாதச்
சதங்கைகள் கிண்கிண் என்றுஆட,
பொங்கமுடனே உரித்து உடுத்த புலித்தோல் அசைந்தாட,
செங்கையில் ஏந்திய மான், மழு ஆட,
செம்பொன் கழற்கண் முயலகன் ஆட,
கங்கை இளம்பிறை செஞ்சடை ஆட,
கனகசபைதனிலே...
ஆடிக்கொண்டார்!

தாமரைபோன்ற அவரது திருவடிகளில் சிலம்பும் சதங்கைகளும் கிண்கிண் என்று ஆடுகின்றன, மகிழ்ச்சியுடன் அவர் உரித்து உடுத்திய புலித்தோல் அசைந்தாடுகிறது, சிறந்த கைகளிலே அவர் ஏந்திய மானும் மழுவும் ஆடுகின்றன,

அவரது காலிலே செம்பொன்னாலான வீரக்கழல், அங்கே இருக்கிற முயலகனும் ஆடுகிறான், அவரது செஞ்சடையிலே உள்ள கங்கையும் பிறைச்சந்திரனும் ஆடுகின்றன... கனகசபையிலே சிவபெருமானின் நடனக்காட்சி இப்படிப் பேரழகாக இருக்கிறது!

ஆர நவமணி மாலைகள் ஆட,
ஆடும் அரவம் படம் விரித்துஆட,
சீர் அணிக் கொன்றை மலர்த் தொடை ஆட,
சிதம்பரத் தேர் ஆட,
பேர் அணி வேதியர் தில்லை மூவாயிரம் பேர்களும்
பூஜித்துக்கொண்டு நின்றுஆட,

கார் அணி காளி எதிர்த்து நின்று ஆடக்
கனகசபைதனிலே...
ஆடிக்கொண்டார்!

சிவபெருமான் அணிந்திருக்கும் மாலையிலே உள்ள பலவிதமான மணிகள் ஆடுகின்றன, அவர் அணிந்துள்ள பாம்பும் படமெடுத்து ஆடுகிறது, ஒழுங்கான, அழகிய கொன்றை மலர்மாலை ஆடுகிறது, சிதம்பரத் தேர் ஆடுகிறது, தில்லை வேதியரான மூவாயிரம் பேரும் சிவபெருமானைப் பூஜித்தபடி ஆடுகிறார்கள், காளியும் எதிரே நின்று ஆடுகிறாள்... கனகசபையிலே சிவபெருமானின் திருநடனக்காட்சி இது!

ந்ரித்த கணபதி, வேலர் நின்றுஆட,
நின்று அயன், மாலுடன் இந்திரன் ஆட,
முப்பத்து முக்கோடி தேவருடனே
முனிவரும் நின்றுஆட,
மெய்ப்பதி மேவும் பதஞ்சலி ஆட,
வ்யாக்ரபாதரும் நந்தியும் ஆட,
ஒப்பற்ற சிவகாமி அம்மையும்
கூடவே நின்றுஆட...
ஆடிக்கொண்டார்!

ஒருபக்கம் கணபதி, இன்னொருபக்கம் முருகப்பெருமான், வேறொருபக்கம் பிரம்மன், திருமால், இந்திரன், முப்பத்து முக்கோடி தேவர்கள், முனிவர்கள், பதஞ்சலி முனிவர், வ்யாக்ரபாதர், நந்தி எல்லாரும் ஆடுகிறார்கள், ஒப்பற்ற சிவகாமி அம்மையும் எம்பெருமானின் நடனத்தில் கலந்துகொள்கிறார்... இந்தத் திருநடனத்தைக் காண நாம் என்ன தவம் செய்தோமோ!

86

அவளுக்குக் கண்ணன்மீது மயக்கம், அதுவும் சாதாரண மயக்கமல்ல, பெரிய மயக்கம்!

எப்பேர்ப்பட்ட மயக்கம் என்றால், நம்மாழ்வார் 'திருவாய்மொழி'யில் காட்டுகிற பெண்ணடியார்களில் இவளும் ஒருத்தி. அப்படியென்றால், அவளுடைய அன்பின் ஆழத்தைப் புரிந்துகொள்ளலாம்.

எதைப்பார்த்தாலும் கண்ணனே என்கிறாள் அவள். எந்த வேலையிலும் கவனம் செல்லாமல் அவனையே எண்ணிக்கொண்டு அமர்ந்திருக்கிறாள்.

இதைப்பார்த்த அவளுடைய தாய்க்குக் கவலை. 'எங்களுக்கெல்லாம் பெருமான்மீது பக்தி இல்லையா என்ன? இவள்மட்டும் இப்படி மயங்கி நிற்பது ஏன்?' என்று குழம்புகிறார், 'ஊராருக்கு இது தெரிந்தால் என்ன சொல்வார்களோ!' என்று யோசிக்கிறார்.

அதேநேரம் அவருடைய மகள் கீழே தரையில் அமர்ந்திருக்கிறாள், மண்ணைக் கைகளால் துழாவிப்பார்த்துவிட்டு, 'இது வாமனன் அளந்த மண்' என்கிறாள்.

மறுகணம், வானத்தை நிமிர்ந்துபார்க்கிறாள், ‘அதோ, அவன் ஆளும் பரமபதம்’ என்கிறாள். அவளுடைய கண்களில் நீர் பெருகுகிறது.

அந்த நீரைக்கண்டதும், அவளுக்கு மீண்டும் திருமால் நினைவு வருகிறது, ’கடல்வண்ணா’ என்று அவனை எண்ணிப் புலம்புகிறாள்.

இதையெல்லாம் பார்த்த அன்னை திகைக்கிறார், தன்னுடைய தோழியரிடம் சென்று குழப்பத்தோடு பேசுகிறார், ‘வளையலணிந்த பெண்களே, இப்போது நான் என்ன செய்வது? அந்தப்பெருமான் என் மகளை இப்படி மயக்கத்தில் ஆழ்த்திவிட்டானே!’

> மண்ணை இருந்து துழாவி வாமனன் மண் இது என்னும்,
> விண்ணைத் தொழுது அவன் மேவு வைகுந்தம் என்று கை காட்டும்,
> கண்ணை உள்நீர் மல்க நின்று கடல்வண்ணன் என்னும், அன்னே, என்
> பெண்ணைப் பெருமயல் செய்தாற்கு என் செய்கேன், பெய்வளையீரே.

மறுநாள், அவர்கள் கடற்கரைக்குச் செல்கிறார்கள்.

கடலைப் பார்த்தவுடன், அவள் கைகளைக் கூப்புகிறாள், ‘எம்பிரான் கிடக்கும் கடல்’ என்கிறாள்.

மேலே சூரியன் சுடர்வீசுகிறது. அதைக்கண்டு, ‘அதோ, சிரீதரன் மூர்த்தி வந்துவிட்டான்’ என்கிறாள். மீண்டும் அவளுடைய கண்களில் நீர் மல்குகிறது, ‘நாராயணா!’ என்று நெகிழ்கிறாள்.

‘இங்கு வந்தும் இவள் மாறவில்லையே’ என்று கலங்குகிறார் தாய், ‘தெய்வத்தன்மை கொண்ட, மான்போன்ற இந்தப்பெண் ஏன் இப்படியிருக்கிறாள்? இவள் செய்வது எதுவும் எனக்குப் புரியவில்லையே!’

> பெய்வளைக் கைகளைக் கூப்பி, பிரான் கிடக்கும் கடல் என்னும்,
> செய்யது ஓர் ஞாயிற்றைக் காட்டி, சிரீதரன் மூர்த்தி ஈது என்னும்,
> நையும் கண்நீர் மல்க நின்று நாரணன் என்னும், அன்னே, என்
> தெய்வ உருவில் சிறுமான் செய்கின்றது ஒன்று அறியேனே.

இன்னொருநாள், அவள் நெருப்பைப் பார்க்கிறாள். அதிலும் அவள் அச்சுதனையே காண்கிறாள், 'பெருமானே' என்று ஓடிச்சென்று அதைத் தழுவிக்கொள்கிறாள்.

பதறிப்போன தாய் ஓடிவருகிறார், மகளுக்கு என்ன ஆனதோ என்று பதைபதைக்கிறார். நல்லவேளையாக, அவளுக்கு எதுவும் ஆகவில்லை. தாய் நிம்மதியடைகிறார்.

அதே நேரம், மகள் இன்னொருபக்கம் ஓடுகிறாள், குளிர்காற்றைத் தழுவிக்கொள்கிறாள், 'என்னுடைய கோவிந்தனே' என்கிறாள். அவளுடைய உடல்முழுக்கத் துளசிமலர் வாசனை!

தாய் மீண்டும் கலங்குகிறார், 'நான் என்ன தீவினைகளைச் செய்தேனோ, என்னுடைய பெண் இப்படியெல்லாம் நடந்துகொள்கிறாளே!'

> அறியும் செந்தீயைத் தழுவி, அச்சுதன் என்னும், மெய் வேவாள்,
> எறியும் தண் காற்றைத் தழுவி என்னுடைக் கோவிந்தன் என்னும்,
> வெறிகொள் துழாய்மலர் நாறும், வினையுடையாட்டியேன் பெற்ற
> செறிவளை முன்கைச் சிறுமான் செய்கின்றது என் கண்ணுக்கு
> ஒன்றே?

இரவு நேரம், அவள் நிலவைப்பார்க்கிறாள், 'ஒளிநிறைந்த மணிவண்ணனே!' என்கிறாள்.

நிலாவெளிச்சத்தில் அங்கே ஒரு குன்று நிற்பது தெரிகிறது. அது அவளுக்குக் கண்ணனின் திருமேனிபோல் தெரிகிறது, 'நெடுமாலே வா' என்று கூவுகிறாள்.

இன்னொருநாள், மழை பெய்கிறது. அதைக்கண்டவுடன் அவள் ஓடிச்சென்று மழையில் நனைகிறாள், ஆடிப்பாடுகிறாள்.

‘பெண்ணே, மழையில் நனைந்தது போதும், உள்ளே வா’ என்று அழைக்கிறார் தாய். அவளோ வரமறுக்கிறாள், ‘இந்த மழைதான் நாராயணன்! எம்பெருமான் வந்துவிட்டான்!’ என்கிறாள்.

‘என் மென்மையான மகளைப் பெருமான் இப்படி மயக்கிவைத்திருக்கிறாரே!’ என்று திகைக்கிறார் தாய்:

> ஒன்றிய திங்களைக்காட்டி ஒளிமணிவண்ணனே என்னும்,
> நின்ற குன்றத்தினை நோக்கி, நெடுமாலே வா என்று கூவும்,
> நன்று பெய்யும் மழைகாணில் நாரணன் வந்தான் என்று ஆலும்
> என்று இன மையல்கள் செய்தார் என்னுடைக் கோமளத்தையே.

சில கன்றுகள் வருகின்றன, அவள் ஓடிச்சென்று அவற்றை அணைக்கிறாள், ‘அந்தக் கோவிந்தன் மேய்த்த கன்றுகள் இவை!’ என்கிறாள். அட, அது பரவாயில்லை, தரையில் ஊர்ந்துசெல்லும் நாகத்தின்பின்னே ஓடுகிறாள், ‘எம்பெருமானின் படுக்கையல்லவா இது!’ என்கிறாள்.

‘அந்த மாயோன், கொடிபொன்ற இந்தப்பெண்ணை இப்படி மயக்கியிருக்கிறானே! இது என்ன கூத்து!’ என்கிறார் தாய், ‘இவளை இப்படிக் காண நான் என்ன பாவங்களைச் செய்தேனோ! அடுத்து என்ன நடக்கும் என்று எனக்கு ஒன்றுமே புரியவில்லையே.’

> கோமள வான் கன்றைப் புல்கி, கோவிந்தன் மேய்த்தன என்னும்,
> போம்இள நாகத்தின் பின்போய் அவன் கிடக்கை ஈது என்னும்,
> ஆம்அளவு ஒன்றும் அறியேன், அருவினையாட்டியேன் பெற்ற
> கோமளவல்லியை மாயோன் மால்செய்து செய்கின்ற கூத்தே.

சாலையில் ஏதோ சத்தம் கேட்கிறது. என்ன விஷயம் என்று எட்டிப்பார்க்கிறார் தாய்.

‘கூத்தர்கள் வந்திருக்கிறார்கள்’ என்கிறார் எதிர்வீட்டுப்பெண், ‘அதோ, குடத்தை வைத்துக் கூத்தாடுகிறார்கள்!’

மறுகணம், இந்தவீட்டுப்பெண் வெளியே ஓடிவருகிறாள், 'என் கோவிந்தன் குடக்கூத்து ஆடுகிறான்' என்கிறாள்.

கண்ணன் குடக்கூத்தில் வல்லவன்தான். ஆனால் இங்கே ஆடுவது கண்ணனில்லை என்று அவளுக்கு யார் சொல்வது?

எங்கிருந்தோ புல்லாங்குழல் ஒலி கேட்கிறது, 'ஆஹா, கண்ணன் குழல் வாசிக்கிறான்' என்று உருகுகிறாள் அவள்.

ஆய்ச்சியர்கள் வெண்ணெய் கொண்டுவருகிறார்கள். அதைக்கண்டதும் அவள், 'எம்பெருமான் உண்ட வெண்ணெய் இது!' என்கிறாள்.

'பூதனை என்கிற பேய்ச்சியின் முலைப்பாலை உண்டு அவளை வீழ்த்திய பெருமான்மீது கொடிபோன்ற என் பெண்ணுக்கு இப்படியொரு பித்துப்பிடித்திருக்கிறதே!' என்று திகைக்கிறார் தாய்:

> கூத்தர் குடம் எடுத்து ஆடில், கோவிந்தனாம் எனா ஓடும்,
> வாய்த்த குழல் ஓசை கேட்கில், மாயவன் என்று மையாக்கும்,
> ஆய்ச்சியர் வெண்ணெய்கள் காணில் அவன் உண்ட வெண்ணெய்
> ஈது என்னும்,
> பேய்ச்சி முலை சுவைத்தாற்கு என் பெண் கொடி ஏறிய பித்தே!

'பெண்ணே, ஏன் இப்படி எதைக்கண்டாலும் கண்ணன் என்கிறாய்?' என்று தாய் தன் மகளைக் கேட்கிறார்.

'வேறு என்ன சொல்ல?' என்கிறாள் மகள், 'எல்லா உலகங்களும் கண்ணனின் படைப்புதானே!'

அப்போது நெற்றியில் நீறணிந்த அடியவர்கள் சிலர் அவ்வழியே செல்கிறார்கள். 'நெடுமாலின் அடியவர்கள் வந்துவிட்டார்கள்' என்று ஓடுகிறாள் அவள்.

பக்கத்தில் ஒரு துளசிச்செடி. அதிலிருக்கும் மலரைக்கண்டதும், 'நாராயணன் சூடும் மாலையல்லவா இது!' என்று நெகிழ்கிறாள்.

'இவள் தெளிவாக இருக்கிறாளா? அல்லது, குழம்பியிருக்கிறாளா?' என்று திகைக்கிறார் அவளுடைய தாய்:

> ஏறிய பித்தினோடு எல்லா உலகும் கண்ணன் படைப்பு என்னும்,
> நீறு செவ்வே இடக்காணில் நெடுமால் அடியார் என்று ஓடும்,
> நாறு துழாய்மலர் காணில், நாரணன் கண்ணி ஈது என்னும்,
> தேறியும் தேறாதும் மாயோன் திறத்தனளே இத்திருவே.

அன்றைக்கு அவர்கள் ஊர்முழுக்கப் பரபரப்பு. காரணம், அரசர் வருகிறார்.

அரசரைக் காண்பதற்காகத் தன் மகளை அழைத்துக்கொண்டு செல்கிறார் தாய். சாலையோரமாக நின்று அவரைக் காண்கிறார்கள்.

மறுகணம், அந்த மகள் ஆனந்தத்தில் கூவுகிறாள், 'நான் திருமாலைக் கண்டுவிட்டேன்!'

'எங்கே?'

'அதோ, அங்கே' என்று அரசரைக் கை காட்டுகிறாள் அவள்.

மறுகணம், பக்கத்திலிருக்கும் ஓர் அழகிய செடியைக்கண்டு, 'உலகளந்தான் வந்துவிட்டான், இதோ!' என்கிறாள்.

எதிரே ஒரு கோயில் இருக்கிறது. அது எந்தத் தெய்வத்தின் கோயில் என்றுகூட அவள் சிந்திக்கவில்லை, 'கடல்வண்ணனின் ஆலயம்தான் இது!' என்கிறாள்.

இப்படி இவள் பேசப்பேச, ஊர்மக்கள் எரிச்சலடைகிறார்கள். அவள்மேல் கோபப்படுகிறார்கள். அதைக்கண்டு அவள் அஞ்சுகிறாள், மயங்குகிறாள்.

ஆனால் அப்போதும், கண்ணனின் திருவடிகள்மேல் அவளுக்கிருக்கும் அன்பு குறையவில்லை:

> திருஉடை மன்னரைக் காணில், திருமாலைக் கண்டேனே என்னும்,
> உருஉடை வண்ணங்கள் காணில், உலகு அளந்தான் என்று

துள்ளும்,
கருஉடைத் தேவில்கள் எல்லாம், கடல்வண்ணன் கோயிலே என்னும்,
வெருவிலும் வீழ்விலும் ஓவாக் கண்ணன் கழல்கள் விரும்புமே.

சில துறவிகள் வருகிறார்கள், அவர்கள் எல்லாரும் விருப்பத்துடன் இறைவனுக்கு அடிமையானவர்கள்.

அவர்களைப் பார்க்கும்போது, எங்கும் பரந்துவிரிந்திருக்கும் இந்த உலகத்தை உண்ட திருமாலை எண்ணுகிறாள் அவள், அப்பெருமானின் பெயரைச்சொல்லி உருகுகிறாள்.

விண்ணில் கரிய, பெரிய மேகங்கள் வருகின்றன. 'கண்ணன் வந்துவிட்டான்' என்று வானத்தில் ஏறிச்செல்லப் பறக்கிறாள்.

பெரிய பசுக்கூட்டங்கள் வருகின்றன, இவள் அவற்றின்பின்னே செல்கிறாள், அவற்றினிடையே பசுக்களை மேய்த்தபடி கண்ணன் இருக்கிறான் என்று தேடுகிறாள்,

'பெறுவதற்கு அரிய என் மகளை மாயோன் இப்படி அலறச்செய்கிறானே, அயரச்செய்கிறானே' என்கிறார் தாய்:

விரும்பிப் பகவரைக் காணில் வியல்இடம் உண்டானே என்னும்,
கரும்பெரு மேகங்கள் காணில் கண்ணன் என்று ஏறப் பறக்கும்,
பெரும்புலம் ஆநிரை காணில் பிரான் உளன் என்று பின் செல்லும்,
அரும்பெறல் பெண்ணினை மாயோன் அலற்றி அயர்ப்பிக்கின்றானே.

தாய் இப்படிப் பலவிதமாகச் சிந்தித்தபோதும், மகள் மனத்தில் எந்த மாற்றமும் இல்லை. அவள் கண்ணனைமட்டுமே எண்ணி மயங்குகிறாள், அவன் எங்கே இருக்கிறான் என்று சுற்றிலும் தேடுகிறாள்,

அவனைக் காணவில்லையே! அவள் தொலைவில் பார்க்கிறாள். கண்ணுக்கெட்டிய தூரம்வரை கண்ணனைக் காண இயலவில்லை என்றவுடன் அவளுடைய கண்களில் நீர்

ததும்புகிறது, பெருமூச்சு வருகிறது, உடல் சோர்வடைகிறது,

'கண்ணா' என்கிறாள் அவள், 'பெருமானே, வா!' என்று கூவுகிறாள்.

'என் பெண் இப்படி மயங்கிக் காதல்வயப்பட்டிருக்கிறாளே' என்று தாய் கலங்குகிறாள், இறைவனை எண்ணி உருகுகிறாள், 'கொடிய வினைகளைச் செய்தவளான நான் இப்போது என்ன செய்வேன்? என் மகள் என்ன ஆவாள்?'

> அயர்க்கும், சுற்றும் பற்றி நோக்கும், அகலவே நீள்நோக்குக் கொள்ளும்,
> வியர்க்கும், மழைக்கண் துளும்ப வெவ்உயிர் கொள்ளும், மெய் சோரும்,
> பெயர்த்தும் கண்ணா என்று பேசும், பெருமானே வா என்று கூவும்,
> மயல் பெரும் காதல் என் பேதைக்கு என்செய்கேன் வல்வினையேனே.

வினைகளைத் தீர்ப்பவன்தானே கண்ணன்! இந்தப் பாடல்களைப் பாடுகிறவர்களுடைய தொல்வினைகளெல்லாம் தீர்ந்துபோகும், அவர்கள் பரமபதத்தை அடைந்து உயர்வார்கள் என்கிறார் நம்மாழ்வார்.

வாசித்த நமக்கே இத்தனை பலன்கள் உண்டெனில், கண்ணனை நேசித்த அந்தப்பெண்ணுக்கும், மகள்மேல் கொண்ட அக்கறையில் அவளைப்பற்றியும் அப்பெருமானைப்பற்றியும் தொடர்ந்து சிந்தித்த அந்தத்தாய்க்கும் என்னென்ன பாக்கியங்களோ!

87

சிவநாமத்தைச் சொல்வதால் என்ன நன்மை?

இந்தக் கேள்விக்கு மணிக்கணக்காகப் பதில் சொல்லலாம். அல்லது, சிவப்பிரகாசசுவாமிகள் எழுதிய 'சிவநாம மகிமை' எனும் நூலை வாசிக்கலாம்.

குறிப்பாக, மகாசிவராத்திரியன்று பதினாறுமுறை வாசிக்க வேண்டிய நூலாக இது சிறப்பித்துச் சொல்லப்படுகிறது. எளிய பாக்களில் சிவனின் பெருமையை ஆழமாக உணர்த்தியுள்ளார் சிவப்பிரகாசசுவாமிகள்:

வேதம், ஆகமம் வேறும் பலப்பல
ஓதி நாளும் உளம் தடுமாறன்மின்,
சோதி காண் இருள்போலத் தொலைந்திடும்
தீது எலாமும், சிவசிவ என்மினே.

வேதங்கள், ஆகமங்கள், இன்னும் பலப்பல புனித நூல்களெல்லாம் உள்ளன. இவற்றைத் தினந்தோறும் ஓதவேண்டுமா? எதை ஓதினால் என்ன பலன் கிடைக்கும்? இத்தனையையும் ஓதிமுடிக்க எத்தனை நாளாகுமோ!

இப்படியெல்லாம் யோசித்துத் தடுமாறவேண்டாம், சோதியைக் கண்ட இருள் எப்படி ஓடிப்போகுமோ அப்படிக் கெடுதல்களை விரட்டும் ஒரே ஒரு நாமம் உள்ளது, அதுதான் 'சிவசிவ' எனும் நாமம், அதைச் சொல்லுங்கள், எல்லாம் கிடைக்கும்!

புல்லர்ஆயினும், போதகர்ஆயினும்
சொல்வர்ஆயின் சுருதி விதித்திடும்
நல்ல ஆகும், நவை என்று அகற்றியும்
செல்லல் தீரும், சிவசிவ என்மினே.

ஆனால், நான் மிகவும் அற்பனாயிற்றே, நான் சிவநாமத்தைச் சொல்லலாமா?

சிலர் பிறருக்கு அறிவுரை சொல்வார்கள், அதன்படி நடக்கமாட்டார்கள், இவர்களைப்போன்ற போலிவேடதாரிகள் சிவநாமத்தைச் சொல்லலாமா?

தாராளமாகச் சொல்லலாம், அப்படிச் சொன்ன மறுகணம், அவர்கள் பல நன்மைகளைக் காண்பார்கள், அவர்களுடைய வாழ்க்கையில் உள்ள அனைத்துத் துயரங்களும் இருக்கும் இடம் தெரியாமல் ஓடிவிடும்!

நாக்கினாலும் நயனங்களாலும் இவ்
ஆக்கையாலும் அரும்செவியாலும் நம்
மூக்கினாலும் முயங்கிய தீவினை
தீர்க்கல்ஆகும், சிவசிவ என்மினே.

நாக்கினால் எத்தனையோ தீய விஷயங்களைப் பேசியிருப்போம், கண்களால் தீயவற்றைப் பார்த்திருப்போம், உடலால் தீயவற்றைச் செய்திருப்போம், செவிகளால் தீயவற்றைக் கேட்டிருப்போம், மூக்கினால் தீயவற்றை முகர்ந்திருப்போம்...

இப்படி எதனால் எத்தனை தீவினைகள் செய்திருந்தாலும் சரி, அவற்றைத் தீர்க்கக்கூடியவன் சிவபெருமான், சிவநாமத்தைச் சொல்லுங்கள்!

சாந்திராயணம் ஆதி தவத்தினால்
வாய்ந்த மேனி வருந்த இறந்திடாப்
போந்த பாதகமேனும் பொருக் எனத்
தீந்துபோகும், சிவசிவ என்மினே.

'சாந்திராயணம்' என்பது ஒருவகை விரதம், சுக்கிலபட்சத்தில் தொடங்கித் தினமும் ஒவ்வொரு பிடி உணவைக் குறைத்துக்கொண்டே வருவார்கள், பின்னர் கிருஷ்ணபட்சத்தில் தொடங்கித் தினமும் ஒவ்வொரு பிடி உணவை அதிகரித்துக்கொண்டே வருவார்கள்,

இதுபோல, இன்னும் பல தவங்கள் இருக்கின்றன, அவற்றால் உடலை வருத்தி வழிபட்டால், பாவங்கள் தீரும் என்பது நம்பிக்கை. ஆனால், அப்படி உடலை வருத்தியபிறகும் தீராத பாதகங்கள் இருக்கலாம், அவைகூட, சிவநாமத்தைச் சொன்னவுடன் மறைந்துவிடும்!

வில் இது என்ன விளங்கும் திருநுதல்
வல்லி பங்கன் மலர்அடி காணிய
கல்வி நல்கும், கருத்து மகிழ்வுஉறும்,
செல்வம் நல்கும், சிவசிவ என்மினே.

வில்லைப்போலத் திகழும் திருநுதலைக் கொண்டவள் மலையன்னை, அவளைத் தன் உடலில் ஒரு பாகமாகக் கொண்டவன் சிவபெருமான்.

அப்பெருமானின் திருவடிகளைக் கண்ட பக்தர்களுக்கு எல்லா நலன்களும் கிடைக்கும். அதுபோல, சிவநாமத்தைச் சொன்னவர்களுக்கும் கல்வி கிடைக்கும், அவர்கள் எண்ணியதெல்லாம் நிகழும், செல்வங்கள் கிடைக்கும்!

தீயநாளொடு கோளின் செயிர் தபும்
நோய் அகன்றிடும், நூறு எனக்கூறிய
ஆயுள் பல்கும், அறம் வளர்ந்து ஓங்குறும்
தீய தீரும், சிவசிவ என்மினே.

சில நாள்களைத் தீயவை என்பார்கள், சில கோள்கள் நமக்குக் கெடுதல் செய்வதாகச் சொல்வார்கள். சிவநாமத்தைச் சொல்லும்போது அவையெல்லாம் ஒரு பொருட்டா? அவற்றின் கெடுதல்களெல்லாம் உடனே கெடும்.

திருஞானசம்பந்தரும் இதையே சொல்கிறார், கோளறு திருப்பதிகத்தில்:

> வேயுறு தோளிபங்கன், விடம்உண்ட கண்டன், மிக நல்ல வீணை தடவி,
> மாசுஅறு திங்கள், கங்கை முடிமேல் அணிந்து, என் உளமே புகுந்தஅதனால்,
> ஞாயிறு, திங்கள், செவ்வாய், புதன், வியாழம், வெள்ளி, சனி, பாம்பு இரண்டும்உடனே
> ஆசுஅறு நல்ல, நல்ல, அவை நல்ல, நல்ல, அடியார் அவர்க்கு மிகவே.

மூங்கிலைப்போன்ற தோள்களைக்கொண்ட அன்னையை உடலின் ஒரு பகுதியாகக் கொண்டவன், விஷம் உண்ட கழுத்தைக்கொண்டவன், இனிதாக வீணை இசைக்கிறவன், குற்றமில்லாத நிலவையும் கங்கையையும் முடியிலே அணிந்தவன், என் உள்ளத்திலே புகுந்திருக்கிறவன் சிவபெருமான்,

அதனால், ஒன்பது கோள்களும் (ஞாயிறு, திங்கள், செவ்வாய், புதன், வியாழன், வெள்ளி, சனி, ராகு, கேது என்கிற பாம்புகள்) என்போன்ற அடியவர்களுக்கு நல்லவற்றையே செய்யும், எந்தக் குற்றமும் செய்யாது!

'சிவனின் அருளிருந்தால் நாளென் செய்யும்? கோளென் செய்யும்?' என்பது திருஞானசம்பந்தரின் நம்பிக்கை. 'சிவநாமம் சொன்னால், நாளும் கோளும் நல்லதே செய்யும், நோய்களைத் தீர்க்கும், நூறாண்டு வாழவைக்கும், அறம் வளரும், தீயவை தீரும்' என்பது சிவப்பிரகாசசுவாமிகளின் வாக்கு.

> வருந்தி ஆற்றி வளர்த்த கதிர்த்தனை
> பொருந்து வான்பயிர் போற்றுநர்போலவே

விரிந்த வேணியில் வெண்மதி சூடி பின்
திரிந்து காப்பன், சிவசிவ என்மினே.

ஓர் உழவன். சிரமப்பட்டு விவசாயம் செய்கிறான், பயிரைப் போற்றி வளர்க்கிறான்.

அந்தப் பயிர் கதிர்விடும் நேரம் வருகிறது, அப்போது அந்த விவசாயி அதனை எப்படிக் கவனமாகப் பார்த்துக்கொள்வான்!

அதுபோல, விரிந்த சடையிலே வெண்மதியைச் சூடிய சிவபெருமானும் நம்மைக் காப்பான், அதற்கு என்னவெல்லாம் செய்யவேண்டுமோ அனைத்தையும் செய்வான்.

அதற்கு நாம் செய்யவேண்டியது, 'சிவசிவ' என்று சொல்வதுதான்!

முந்தை ஓர் சொல் மொழிந்து சிவன்என
நிந்தைதான் அச் சிவனை நிகழ்த்திலும்
வந்த தீவினை மாற்றுவன், ஆதலால்
சிந்தையோடு சிவசிவ என்மினே.

ஒருவன் சிவனை இழிவாகப் பேசிவிட்டான். அதனால் கொடிய வினையில் சிக்கிக்கொண்டுவிட்டான்.

அப்படிப்பட்டவனும், சிவனுடைய பெயரைச் சிந்தையில் எண்ணிச் சொன்னால் போதும், வந்த தீவினையை அடியோடு மாற்றிவிடுவான் அப்பெருமான்!

நீசரேனும் ஈசன் நிகழ்த்தில், வான்
ஈசரேனும் சிவசிவ என்கிலார்
நீசரே என்று இயம்புறு நின்று உப
தேச நூல்கள், சிவசிவ என்மினே.

உபதேச நூல்கள் என்ன சொல்கின்றன, தெரியுமா?

ஒருவன் நீசனாகவே இருந்தாலும் சரி, சிவனின் பெயரைச்சொன்னால் விண்ணோரின் நிலையை அடைவான். அதேசமயம், விண்ணோர்கூட, 'சிவசிவ' என்று சொல்ல

மறந்துவிட்டால், அவர்கள் நீசர்களாகிவிடுவார்கள், அது பெரும் பாவம். இதை மனத்தில் வையுங்கள், சிவசிவ என்று சொல்லுங்கள்.

எண்ணி நெஞ்சில் சிவசிவ என்பவர்
வண்ண மென்பதம் கிட்டி வணங்கவும்
உள் நடுங்குவன் ஒண்திறல் கூற்றுவன்
திண்ணம் ஈது, சிவசிவ என்மினே.

ஒருவர் மனத்தால் சிவனை எண்ணி சிவநாமத்தைச் சொன்னால் போதும், அவர் நல்ல ஆரோக்கியத்தோடு நெடுநாள் வாழ்வார். ஒளிநிறைந்த, திறன்நிறைந்த எமன் அவரை நெருங்க அஞ்சுவான், அவருடைய அழகிய, மென்மையான பாதங்களைத் தொட்டு வணங்குவதற்குக்கூட உள்ளே நடுங்குவான், இதுவே உண்மை, சிவநாமம் சொல்லுங்கள்!

இவ்வளவு சிறப்புகள் நிறைந்த சிவநாமத்தை ஒருவர் சொல்லாவிட்டால் என்ன ஆகும்? இதற்குத் திருஞானசம்பந்தர் பதில்சொல்கிறார்:

கைம்மாவின் தோல்போர்த்த காபாலி, வானுலகில்
மும் மாமதில் எய்தான், முக்கணான் பேர் பாடி
அம் மாமலர்ச்சோலை ஆமாத்தூர் அம்மான், எம்
பெம்மான் என்று ஏத்தாதார் பேயரில் பேயரே.

யானையின் தோலை உரித்துப் போர்த்திக்கொண்டவன், கபாலத்தை ஏந்தியவன், வானுலகில் சுற்றிவந்த முப்புரங்களை எரித்தவன், முக்கண்ணன்.

அந்தச் சிவபெருமானின் பெயரைச் சொல்லி, 'அழகிய, பெரிய மலர்ச்சோலைகள் நிறைந்த திருவாமாத்தூர் அம்மானே என் தலைவன்' என்று போற்றாதவர்கள், பேய்களிலேயே மோசமான பேய்களாவார்கள்!

மாறாத வெம்கூற்றை மாற்றி, மலைமகளை
வேறாக நில்லாத வேடமே காட்டினான்,

ஆறாத தீஆடி, ஆமாத்தூர் அம்மானைக்
கூறாத நாவு எல்லாம், கூறாத நாக்களே.

யாராலும் வெல்லப்படமுடியாதவன் என்று எமனைச் சொல்வார்கள், அத்தகைய வெம்மையான எமனைக்கூடச் சிவபெருமான் வென்றுவிட்டான், மலைமகளைத் தனித்து இன்னொரு வடிவமாகக் காணாமல், தன்னில் ஒரு பகுதியாகவே அவளை ஆக்கிக்கொண்டான் அந்த அர்த்தநாரீஸ்வரன், ஆறாத தீயிலே நின்று ஆடுகிறவன், திருவாமாத்தூர் அம்மான், அவனைப் போற்றிப்பாடாத நாக்கு இருந்தாலும் ஒன்றுதான், இல்லாவிட்டாலும் ஒன்றுதான், அதாவது, சிவபெருமானைப் போற்றாதவர்கள் வெறும் ஊமைகளாகவே கருதப்படுவார்கள்!

ஊமைகளாக இருந்தாலும், அவர்களுக்குச் செவிகள் உண்டு, குறைந்தபட்சம் சிவநாமத்தை, சிவனின் புகழைக் கேட்கலாம். ஆனால், சிலர் அதையும் செய்வதில்லை. வேறு விஷயங்களில்தான் ஆர்வம் செலுத்துகிறார்கள். அவர்களை என்னவென்று சொல்வது?

தாளால் அரக்கன்தோள் சாய்த்த தலைமகன்தன்
நாள் ஆதிரைஎன்றே நம்பன்தன் நாமத்தால்
ஆளானார் சென்று ஏத்தும் ஆமாத்தூர் அம்மானைக்
கேளாச் செவிஎல்லாம் கேளாச் செவிகளே.

அரக்கனான ராவணன் ஆணவத்தோடு திரிந்தான். சிவபெருமானோ தன்னுடைய காலாலே அவனை அழுத்தி, அவனுடைய தோள்வலிமையைச் சாய்த்துவிட்டான், அத்தகைய தலைமகனுக்கு உரிய சிறந்த நாள், திருவாதிரை. அந்த நாளிலே பக்தர்கள் சிவநாமத்தை ஓதுவார்கள், ஆலயம் சென்று இறைவனைத் தரிசித்து வணங்குவார்கள்.

அப்படிப்பட்ட திருவாமாத்தூர் அம்மானின் புகழைக் கேட்காத செவிகள் இருப்பதும் இல்லாமலிருப்பதும் ஒன்றுதான். அதாவது, சிவநாமத்தைக் கேட்காதவர்கள் செவிடர்களாகக் கருதப்படுவார்கள்.

வாயில்லை, காதில்லை, நெஞ்சாவது இருக்குமில்லையா? இறைவனை நினைக்கவேனும் செய்யலாமே:

பிச்சை பிறர் பெய்யப் பின் சாரக் கோ சாரக்
கொச்சை புலால் நாற ஈர் உரிவை போர்த்து உகந்தான்
அச்சம்தன் மாதேவிக்கு ஈந்தான்தன் ஆமாத்தூர்
நிச்சல் நினையாதார் நெஞ்சமும் நெஞ்சமே.

சிவபெருமான் பிட்சை பெறும் திருக்கோலத்தில் வந்தபோது, அவனுக்குப் பிட்சையிடுவதற்காகப் பெண்கள் பின்னாலேயே வந்தார்கள், அவர்களுடைய தலைவனாகத் திகழ்ந்தான் அவன்.

தன்னிடம் வந்த யானையின் தோலை உரித்துப் போர்த்து மகிழ்ந்தான் அப்பெருமான், அதனால் அவனைச்சுற்றி மாமிச நாற்றம் வீசியது, அவனது மாதேவியான மலைமகள் இக்காட்சியைக் கண்டு அஞ்சினாள், இத்தகைய சிவபெருமான், திருவாமாத்தூர் இறைவனை ஒவ்வொரு நாளும் நினைக்காத நெஞ்சம், நெஞ்சமே அல்ல!

ஆக, வாய், செவி, நெஞ்சம் என அனைத்தும் சிவநாமத்தையே எண்ணவேண்டும். மலையே இடிந்து மேலே விழுந்தாலும், நமச்சிவாய என்று சிவநாமத்தைச் சொன்னால் நடுக்கம் தீரும், நலம் பிறக்கும் என்கிறார் திருநாவுக்கரசர்:

இடுக்கண்பட்டு இருக்கினும், இரந்து யாரையும்
விடுக்கின் பிரான் என்று வினவுவோம் அல்லோம்,
அடுக்கல்கீழ்க் கிடக்கினும் அருளி நாம் உற்ற
நடுக்கத்தைக் கெடுப்பது நமச்சிவாயவே.

எப்பேர்ப்பட்ட துன்பம் வந்தாலும் சரி, இன்னொருவரிடம் சென்று, 'இந்தத் துன்பத்தை நீக்கிவிட்டால் உன்னைத் தலைவனாக ஏற்றுக்கொள்கிறோம்' என்று நாங்கள் சொல்லமாட்டோம். எங்களுக்கு எப்போதும் ஒரே இறைவன்தான். மலையின்கீழ் கிடந்தாலும், நமச்சிவாய என்றுதான் சொல்வோம், அவர் எல்லா நலன்களையும் அருள்வார்!

88

மனிதனுக்கு மனக்குறைகள் இருப்பின் யாரிடம் சொல்வான்?

சக மனிதர்களிடம் சொல்லலாம், அரசாங்கத்திடம் சொல்லலாம், பெரிய பிரபலங்களிடம் சொல்லலாம், ஆனால், அதனால் குறைகள் தீரும் என்கிற உத்தரவாதம் கிடையாது.

ஆகவே, குணக்குன்றான இறைவனிடம் சொல்வது சிறந்தது. எக்குறையையும் தீர்க்கும் திருக்கரங்கள் அவருடையவை!

> 'உன்னிடத்து அன்றி, வேறு எவரிடத்து என் குறைகள்
> உரைத்திடச் செல்வேன் ஐயா!'

என்று முருகனிடம் உருகுகிறார் கவிமணி தேசிகவிநாயகம்பிள்ளை. 'பொன்னுலகமான தேவர் உலகத்தை மீட்டுப் புரந்தரனுக்குக் கொடுத்தவனே, பன்னிரண்டு கைகளில் ஆயுதங்கள் திகழும் வீரனே' என நெகிழ்கிறார்:

> 'பொன்னுலகத்தை மீட்டிப்
> புரந்தரன் ஆளவைத்த
> பன்னிரு கரம் திகழ்
> படைக்கல வீரா!'

எம்பெருமானே, அருணகிரிக்குக் கருணைசெய்தவன் அல்லவா நீ, என்னையும் ஆட்கொள்ளக்கூடாதா?

நாளைக்குச் செய்யலாம் என்று எண்ணுகிறாயா? நான் தளர்ந்துநிற்கிறேன், இப்போதே என்னை ஆட்கொள்வாய், இதுதான் சரியான நேரம்!

அழகிய நிறத்தில் அமைந்த தோகையைக்கொண்ட மயில்மேல் ஏறி விளையாடும் மாமுருகா, வள்ளி மனம் மகிழும் மணவாளனே, அருள்புரிவாய்!

‘அருணகிரிக்குச் செய்த கருணை செய்து அடியேனை
ஆட்கொள்ளலாகாதா?
தருணம் இதுவே ஐயா,
தளர்ந்துநின்றேன் ஐயா,
வருணம் சிறந்த தோகைமயில் ஏறி விளையாடும்
மா முருகா, வள்ளி மகிழ் மணவாளா!’

முருகன் அருள்செய்ய வரும்போது, மனம் அதற்குத் தயாராக இருக்கவேண்டுமல்லவா? ஆகவே, மனத்திடமும் பேசுகிறார்:

‘வந்தனை செய் மனமே, மலரடி
வாழ்த்தி வணங்கு மனமே,
கந்தனை, சண்முகனை,
கடம்பு அணிவோனை, உமை
மைந்தனை, திருமகள்
மருகனை, முருகனை,
வந்தனை செய்!’

மனமே, கந்தன், சண்முகன், கடம்பமாலை அணிந்தவன், உமையம்மையின் மைந்தன், திருமகளின் மருமகன், முருகனை வந்தனை செய், அவனது மலரடிகளை வாழ்த்தி வணங்கு!

எப்போதும் சாத்திரங்களைப் படித்துக்கொண்டு பிறரோடு சண்டை போடாதே, நாத்திகம் பேசிப் பொல்லாத நரகத்தில் விழாதே, ‘கார்த்திகேயா, சரணம்’ என்று அவன் திருவடிகளில்

விழுந்துவிடு, புகழ் நிறைந்த அவனுடைய கருணையை வேண்டி 'என்னைக் காத்து அருள்வாய்' என்று ஒவ்வொரு நாளும் சொல்!

'சாத்திரம் படித்து, ஓயாச்
சண்டை வளர்த்திடாமல்,
நாத்திகம் பேசிப் பொல்லா
நரகினுக்கு ஆளாகாமல்,
கார்த்திகேயா, சரணம்,
காத்துஅருள் என்னை என்று
கீர்த்தி பெருகும் அவன்
கிருபையை வேண்டி நிதம்,
வந்தனை செய்!'

யாம் பெற்ற இன்பம் வையகம் பெறவேண்டாமா? முருக பக்தியை ஊர்முழுக்க அறிமுகப்படுத்துகிறார் கவிஞர்:

'பாடிப் பணிவோமே, பக்தியொடு
பாடிப் பணிவோமே!
பார்அகம் போற்றிப் பரவும் பரங்குன்றில்
தாரகமாகவே தங்கும் தயாளனை,
இந்திரற்கு உற்ற இடரினைப் போக்கிய
செந்தில் முருகனை, தெய்வானை கேள்வனை,
புள்ளிமயில் ஏறும் புண்ணியமூர்த்தியை,
வள்ளிமணாளனை, வையாபுரியானை,
வீராதி வீரனை, விசாகப் பெருமானை,
ஈர்ஆறு கையனை, ஏரகத்து அண்ணலை,
காலைக் கதிர்எனக் காணும் பழமுதிர்
சோலைக் குமரனை, சூரசம்மாரனை,
இன்தமிழ் வாணருக்கு என்றும் அருள்வானை,
குன்றுதொறுஆடும் குகனை, குழகனை,
சிங்கமுகன் உயிர் சிந்திய காலனை,
கங்கையின் மைந்தனை, கதிர்காமவேலனை,
அஞ்செழுத்தான் பெற்ற ஆறெழுத்து அண்ணலை,

தஞ்சமென்றோர்க்கு அருள் சண்முகநாதனை,
தந்திக்கு இளையோனை, சங்கரன் மைந்தனை,
கந்தனை, வெற்றிக் கலியுக மெய்யனை,
புள்ளியில் ஏறும் புண்ணிய மூர்த்தியை,
வள்ளி மயிலுக்கு வாய்த்த மணாளனை,
ஔவையும் நாணி அகந்தை அகன்றிட
நவ்வற்கனி இட்ட நாரத நண்பனை,
குடமுனிக்கு அருள் குகனை, வேலனை,
வடகுமரையில் வாழும் முருகனை
பாடிப் பணிவோமே.'

உலகெலாம் போற்றி வணங்குகிற திருப்பரங்குன்றத்திலே எழுந்தருளி நம்மைக் காக்கும் பெருமான், கருணைவடிவான அந்த முருகனைப் போற்றுவோம்!

இந்திரனுக்கு வந்த துன்பத்தைப் போக்கிய செந்தில் முருகன், தெய்வானை, வள்ளி மணாளன், புள்ளிமயில்மேல் ஏறும் புண்ணியமூர்த்தி, வையாபுரியில் (திருஆவினன்குடி) எழுந்தருளியிருப்பவன், வீராதிவீரன், விசாகத்தில் அவதரித்தவன், பன்னிருகையன், திருஏரகத்தில் (சுவாமிமலை) அருள்புரிபவன், காலைக் கதிரவன்போல் ஒளிநிறைந்த பழமுதிர்ச்சோலைக் குமரன், சூரனை வதைத்தவன், இனிய தமிழில் பாடுவோருக்கு என்றும் அருள்செய்பவன், குன்றிருக்கும் இடமெல்லாம் எழுந்தருளியிருக்கும் குகன், அழகன், சிங்கமுகனை வதம் செய்தவன், கங்கையின் மகன், கதிர்காமத்திலே எழுந்தருளியிருப்பவன்...

ஐந்தெழுத்துச் சங்கரன் பெற்ற ஆறெழுத்து அண்ணல், தஞ்சமென்று வந்தவர்க்கு அருளும் அறுமுகநாதன், யானைமுகனின் தம்பி, கந்தன், கலியுகமெய்யன், ஔவைக்கு நாவற்பழத்தைத் தந்து அவருடைய அகந்தையை அழித்த பெருமான், நாரதனின் நண்பன், குடமுனியான அகத்தியருக்கு அருள்செய்த குகன், வேலை ஏந்தியவன், வடகுமரையில் எழுந்தருளியிருக்கும் முருகன்... அவனைப் பாடி வணங்குவோம்.

முருகனை எப்படி வணங்கலாம்?

அதையும் இன்னொரு பாடலில் விவரிக்கிறார்:

> ‘வந்தனை செய்வோமே, அனுதினம்
> வந்தனை செய்வோமே,
> செந்தமிழ்த் தெய்வத் திருப்புகழ் ஓதியே,
> சிந்தை மகிழ்ந்து நம் சேவற்கொடியோனை
> வந்தனை செய்வோமே!’

செந்தமிழ்த் தெய்வமான கந்தனைத் தமிழ் பாடியே வணங்கலாம், தெய்வத்திருப்புகழை ஓதலாம், நம் சேவற்கொடியோனைச் சிந்தை மகிழத் தினமும் வந்தனை செய்யலாம்.

> ‘பயிலும் தென்றல் பரிமளித்திட,
> பயன்மரம் பல பழம் உதிர்த்திட,
> மயில்கள் ஆட, குயில்கள் பாட,
> வளரும் சோலை வடகுமரையில்
> அயில்கை ஏந்தி அமரும் அழகா,
> அடியர்க்கு இரங்கி அருளும் குழகா,
> ஜயஜயஜய சரவணபவா,
> சரணம், சரணம், சரணம்என்று
> வந்தனை செய்வோமே.’

முருகப்பெருமான் எழுந்தருளியிருக்கும் வடகுமரையிலே சோலைகள் நிறைந்திருக்கும், அங்கே தென்றல் நறுமணத்தோடு வீசும், பயன் தரும் மரங்கள் பல பழங்களை உதிர்க்கும், மயில்கள் ஆடும், குயில்கள் பாடும், அங்கே கையில் வேலேந்தி அமர்ந்திருக்கும் அழகனே, அடியவர்களுக்கு மனமிரங்கி அருள்செய்யும் இளைஞனே, சரவணபவா, உனக்கு வெற்றி, உன்னையே நாங்கள் சரணமடைகிறோம் என்று வந்தனை செய்வோம்!

> ‘கந்தனை, சண்முகனை, கடம்பனை, கவுரியின்
> மைந்தனை, மாயவன் மருகனை, முருகனை
> வந்தனை செய்வோம்.

கானும் மலையும் அவன்
கலக்கி எழுப்பிய ஓர்
மானைத் தொடர்ந்து வள்ளி
மனையில் புகுந்து இனிய
தேனும் தினையும் அவள்
சிரித்துச் சிரித்து அளிக்க
வான் அமுதாக உண்டு
மகிழ்ந்த கதையைப் பாடி,
வந்தனை செய்வோம்.'

கந்தன், ஆறுமுகன், கடம்பன், கவுரியின் மைந்தன், மாயோனான திருமாலின் மருமகன், முருகன், அவனை வணங்குவோம். அவனே ஒரு மானை விரட்டிவிட்டான், பிறகு காட்டிலும் மலையிலும் அதைத் துரத்தினான், மானைத் துரத்துகிறேன் என்று வள்ளியின் வீட்டில் புகுந்தான், அவள் சிரித்துக்கொண்டே தந்த இனிமையான தேனையும் தினையையும் உயர்ந்த அமுதமாக எண்ணி உண்டு மகிழ்ந்தான், அந்தக் கதையைச் சொல்லி முருகனைப் போற்றுவோம்.

இப்படி ஒரு பாட்டில் வள்ளி, முருகன் கதையை மகிழ்வோடு சொல்பவர், இன்னொரு பாட்டில் அதே வள்ளியை எண்ணி முருகன்மேல் பொய்யாகக் கோபம்கொள்கிறார், 'உங்கள் கள்ளத்தனமெல்லாம் தெளிவாகத் தெரிந்துவிட்டது' என்கிறார்:

'தெள்ளத்தெளிந்தது ஐயா, உமது
கள்ளத்தனமெல்லாம்
தெள்ளத்தெளிந்தது.'

முருகன் என்ன கள்ளத்தனம் செய்தார்?

வள்ளி என்ற குறத்தியின் காதலில் சிக்கிவிட்டாரே, இருக்கிற அன்பையெல்லாம் அவளுக்கே பொழிந்துவிட்டால், பக்தனான எனக்குத் தர அன்பிருக்குமா?

'வள்ளிக் குறத்தியின் மையலில் சிக்கினால்
எள்ளத்தனை அன்பும், என்மீது இருக்குமோ?'

முருகா, நீங்கள் கையில் வேலோடு காட்டுக்குச் சென்றது வேட்டைக்குத்தானே? பிறகு ஏன் அந்தக் கள்ளியான வள்ளியின் தினைப்புன மேட்டை நோக்கி மானை விரட்டினீர்கள்? அதன்பின்னே ஏன் ஓடினீர்கள்?

அப்படிச் சென்றபிறகு, அங்குள்ள காட்டுக்குறவர்கள் உங்களைக் கட்டிச் சிறையில் இட்டுவிடுவார்கள் என்று தடுமாறினீர்களோ? அதனால்தான் வெட்டவெளியில் ஒரு வேங்கைமரமாக நின்றீர்களோ!

'வேட்டைக்கென எழுவீர், கையில்
வேலையும் ஏந்திச்செல்வீர்,
காட்டினைச் சுற்றி அக்
கள்ளியின் தினைப்புன
மேட்டுக்கே ஒருமானை
விரட்டிப்பின் ஓடுவீர்,
கட்டிச் சிறையிடுவார், அந்தக்
காட்டுக்குறவர் என்று
தட்டழிந்து உள்ளம்
தடுமாறி அல்லவோ
வெட்டைவெளியில் ஓர்
வேங்கைமரம் ஆனீர்.'

இப்போது, தன்னை ஒரு பெண்ணாகக் கற்பனை செய்துகொள்கிறார் கவிஞர், முருகன்மேல் கொண்ட காதலைத் தன் தோழியிடம் வெளிப்படுத்துகிறார்.

பெண்ணே, அந்த முருகன் பவனி வருகிறான், அந்தக் காட்சியை முழுமையாகக் காண, அவனைத் தொழுது நிற்க நமக்கு இரு கண்கள் போதுமா?

'இருகண் போதுமோடி! தோழி!
முருகன் பவனிவரும் அக்காட்சி
முழுதும் கண்டு தொழுது நிற்க
இருகண் போதுமோடி!'

முருகபக்தர்களெல்லாம், 'மாயனின் மருமகனான அப்பெருமானை, கடம்பமாலை கமழ்கிற மார்புடையவனை, தோகை மாமயிலை வாகனமாகக் கொண்ட குகனை, வள்ளிமணாளனை, திருச்செந்தூரில் எழுந்தருளியிருக்கும் வடிவேலனை ஆயிரம் கண்களால் பார்த்தாலும் ஆசை தீராதே!' என்று உருகுகிறார்கள்.

ஆனால், நமக்கிருப்பதோ இரு கண்கள், இவை எப்படிப் போதும்?

'மாயன் மருமகனை, கடம்ப
மாலை கமழ்மார்பனை, தோகை
மாமயில் வாகனனை, குகனை,
வள்ளிமணவாளனை, செந்தில்
வாழும் வடிவேலனை
ஆயிரம் கண்களால் நோக்கினும் அன்பருக்கு
ஆசை தீராது எனில், அம்ம, நமக்கு இந்த
இருகண் போதுமோடி!'

முருகப்பெருமான் அருளைப்பெறும் தகுதி நமக்குண்டா? நாம் செய்த பிழைகள் கொஞ்சமா?

ஆனால், அவன் கருணைவடிவானவனாயிற்றே, பிழைகளைப் பொறுத்து அருள்வானே!

'ஆயிரம் பிழைசெய்தேன் ஆயினும் பொறுத்து எனை
ஆட்கொளவேண்டும் ஐயா,
தாயினும் இனிய தயாளனே, ஒரு துணை
நீஅலால் எனக்கு இந்த நீள்நிலத்து எங்கும் உண்டோ?'

தாயைவிட இனிமையாகக் கருணைபொழிபவனே, இந்த நீண்ட நிலத்திலே உன்னையன்றி எனக்கு இன்னொரு துணை எங்கும் உண்டா? இல்லை!

ஆகவே, என்னுடைய பிழைகளைப் பொறுத்துக்கொள், என்னை ஆட்கொள்!'

‘பட்டம் பதவிகட்கும்,
பணத்துக்குமே என்றும்
பாரினில் பாடுபட்டேன் வீணாய்.
சிட்டருடனே கூடித்
திருப்புகழ் பாடி உனை
இட்டகுல தெய்வம் என்று
எண்ணிப் பணிந்து அறியேன்.’
தட்டழிந்திடு கீரன்
சாற்றிய தமிழ்க்கு அருள்
சண்முகனே, செந்தில்
சரவணபவனே!’

முருகப்பெருமானே, இந்த உலகிலே பட்டங்கள், பதவிகள், பணம் போன்றவற்றுக்காகதான் நான் பாடுபட்டேன், வீணாகிப்போனேன்,

உன்னுடைய அடியவர்களுடன் சேர்ந்து, திருப்புகழைப் பாடி, நீயே என் மனத்துக்கு உகந்த தெய்வம் என்று நான் வணங்கவில்லை,

அன்றைக்கு, தடுமாறிய நக்கீரன் பாடிய தமிழைக்கேட்டு அருள்செய்தவனே, இப்போது என்னுடைய இந்தப்பாடலையும் கேட்டு அருள்புரிவாய், சண்முகனே, திருச்செந்தூரில் எழுந்தருளியிருக்கும் சரவணபவனே, நீயே சரணம்!

89

திருக்குறுங்குடி!

வராக அவதாரமெடுத்த திருமால் தன்னுடைய பேருருவத்தைக் குறுக்கிக்கொண்ட இடம் இது. தற்போதைய நெல்லை மாவட்டத்தில் உள்ளது.

இங்கே எழுந்தருளியிருக்கும் 'வண்ணம் அழகிய நம்பி'யின் ஆலயத்துக்கு ஒரு பாகவதர் வந்துகொண்டிருக்கிறார். அன்றைக்குக் கார்த்திகை மாதம், சுக்லபட்சம், ஏகாதசி.

ஆலயத்துக்குச் சென்றுகொண்டிருந்த பாகவதரை ஒரு பிரம்மராட்சஸன் தடுக்கிறான், 'நான் உன்னை உண்ணப்போகிறேன்' என்கிறான்.

அந்த நேரத்திலும் திருக்குறுங்குடி நம்பியைத் தரிசிக்காமல் சாவதா என்றுதான் நினைக்கிறார் அந்தப் பாகவதர், 'நீ என்னைக் கோயிலுக்குச் செல்ல அனுமதிக்கவேண்டும்' என்று பிரம்மராட்சஸனைக் கேட்டுக்கொள்கிறார், 'நான் இறைவனைத் தரிசித்துவிட்டு இங்கே திரும்பி வருவேன், அப்போது நீ என்னை உண்ணலாம்.'

பிரம்மராட்சஸன் சிரிக்கிறான், 'இது வெறும் தந்திரம். நீ திரும்பி வரமாட்டாய், வேறுவழியாக வீட்டுக்குச் சென்றுவிடுவாய்' என்கிறான்.

'இல்லை, நிச்சயமாக வருவேன்' என்கிறார் பாகவதர், அதற்குப் பல சத்தியங்களைச் செய்கிறார்.

ஆனால், அந்தச் சத்தியங்கள் எவற்றையும் பிரம்மராட்சஸன் நம்பவில்லை. 'நான் உன்னைத் தின்றே தீருவேன்' என்று பிடிவாதம் பிடிக்கிறான்.

நிறைவாக, பாகவதர் ஒரு தீவிரமான சத்தியம் செய்கிறார், 'ஒருவேளை நான் திரும்பி வராவிட்டால், பரம்பொருளான நாராயணனுக்கு இணையாக இன்னொரு தெய்வத்தை நினைக்கிற ஒருவன் எத்தகைய கதிக்கு ஆளாவானோ, அந்த கதிக்கு நான் ஆளாவேன்.'

இதைக்கேட்டுப் பிரம்மராட்சஸன் நடுங்குகிறான், 'இப்படியொரு சத்தியம் செய்தபின் உன்னை நான் கோயிலுக்குச் செல்ல அனுமதிக்கிறேன்' என்றான். 'ஆனால், சீக்கிரம் திரும்பி வந்துவிடு.'

பாகவதர் மகிழ்ச்சியோடு ஆலயம் செல்கிறார், பெருமானை வணங்குகிறார், அவனுடைய புகழைப் பாடுகிறார்.

திருக்குறுங்குடி நம்பிராயர் திருக்கோயிலில் பலகாலமாக நிகழ்த்தப்பட்டுவரும் 'கைசிக நாடக'த்தின் முதல் பகுதிதான் இது. ஓலைச்சுவடியிலிருந்த இந்த நாடகத்தின் பாடல்களைச் சிரமப்பட்டுத் தேடியெடுத்துப் பதிப்பித்திருக்கிறார் சே. இராமானுஜம்.

இந்தச் சுவடிகளில் வீரபத்திர நட்டுவனார் என்பவருடைய பெயர்கள் காணப்படுகின்றன. ஆனால், இப்பாடல்களை எழுதியவர் அவர்தானா என்பது தெரியவில்லை.

'கைசிக நாடகப் பாடல்களின் சிறப்பை உணர, அதிலிருந்து ஒரு

பகுதி, அகரம் தொடங்கிப் பெருமானைப் போற்றிப்பாடுகிறார் பாகவதர்:

'அலகை முலை உண்டவா,
ஆழ்வார்கள் நாயகா,
இரணியனை வென்றவா,
ஈர்ஏழு உலகம்முழுதும் ஓர் அடி அளந்தவா,
உலகினை உண்டு உமிழ்ந்தவா,
ஊமையைப் பாடவைத்தவா,
எள்ளிலும் புகுந்தவா,
ஏனம் உருஆனவா,
ஐவர்கள் சகாயா,
ஒள்நுதலார் புணர் மணிமார்பா,
ஓங்காரத்துள் உணர்ந்தவா,
ஔவியம் மனத்து உறையாதவா,'

உன்னைக் கொல்லுவதற்காகப் பேய்வடிவில் வந்த பூதனையின் மார்பகத்தைச் சுவைத்து அவளை வீழ்த்திய கண்ணனே, ஆழ்வார்கள் பன்னிருவரும் அனுபவித்துப் பாடிய நாயகனே,

நரசிம்மனாக வந்து இரணியனை வதம்செய்து வென்றவனே, வாமனனாக வந்து ஈரேழு பதினான்கு உலகங்களையும் ஒரே அடியில் அளந்தவனே, அதே உலகை உண்டு, உமிழ்ந்தவனே, ஊமையையும் பாடவைத்தவனே,

எள்ளுக்குள்ளும் இருப்பவனே, வராகமாக அவதரித்தவனே, ஐவரான பாண்டவர்களுக்கு உதவியவனே, ஒளிபொருந்தும் நெற்றியைக்கொண்ட திருமகள் வாழும் மணிமார்பனே, ஓங்காரத்திலே உணர்வாக இருப்பவனே, பொறாமை கொண்டோர் மனத்திலே தங்காதவனே,

அடுத்து, உயிர்மெய் எழுத்துகளில் பாடல் தொடர்கிறது:

'கஞ்சனை வதைத்தவா,
காசினி அளந்தவா,
கிளிமொழியார் புணர் மணிமார்பா,

கீதம் உகக்கும் முகுந்தா,
குன்றினை எடுத்தவா,
கூனி சொல்லுக்கு உகந்தவா,
கெஜமுகன் செற்றவா,
கேசவா, மதுசூதனா,
கைகேசி பிரிய காரணா,
கொண்டல் நிறவண்ணா,
கோசிகன் பின் நடந்தவா,
கௌசலை கண்மணி ஆனவா,'

கம்சனை வதைத்தவனே, வாமனாவதாரத்தின்போது உலகை அளந்தவனே, கிளிபோல் பேசும் திருமகள் உறைகின்ற மணிமார்பனே, அன்பர்கள் பாடும் நல்ல கீதங்களைக் கேட்டு மகிழும் முகுந்தனே, பெருமழையில் துயரப்பட்ட கோகுலத்துப் பசுக்களையும் ஆயர்களையும் காப்பதற்காகக் கோவர்த்தனகிரியைக் கையில் எடுத்தவனே, நீ கானகத்துக்குச் செல்லவேண்டும் என்று கூனி சொன்னபோது, அதைக் கேட்டு மகிழ்ந்தவனே, கஜமுகனை வீழ்த்தியவனே, கேசவனே, மதுசூதனனே, கைகேயியின் அன்புக்குரியவனே, மேகவண்ணனே, கௌசிகன்(விஸ்வாமித்திரர்) பின்னே நடந்தவனே, கௌசலையின் கண்மணியே,

இங்கே சில விளக்கங்கள்: ராமன் காட்டுக்குச் செல்லவேண்டும் என்றல்லவா கூனி சொன்னாள்? அதைக் கேட்டு ராமன் ஏன் மகிழவேண்டும்?

ராமாவதாரத்தின் நோக்கம், அசுரர்களை வதைப்பது, ராவணனை அழிப்பது, அது நிறைவேறவேண்டுமென்றால், ராமன் காட்டுக்குச் செல்லவேண்டும், ஆகவே, கூனி இவ்வாறு சொன்னபோது அவர் மகிழ்ந்தார்.

அதேபோல், கைகேயியின் அன்புக்குரியவர் என்று ராமனைக் குறிப்பிடவும் காரணமுண்டு. என்னதான் வரங்கள் வாங்கி அவரைக் காட்டுக்கு அனுப்பியிருந்தாலும், ராமன் சிறுபிள்ளையாயிருந்தபோதிலிருந்தே கைகேயிக்கு

அவர்மேல் தனிப்பிரியமுண்டு. 'என் மகன்' என்றே ராமனைக் குறிப்பிட்டுவந்தவள் அவள்.

அதற்கேற்ப, ராமனுக்கும் கைகேயிமீது மிகுந்த அன்பும் மரியாதையும் இருந்தது. கைகேயியின் வரத்தால் தான் காடுசெல்ல நேர்ந்தபோதும், கைகேயிமேலிருந்த பிரியத்தை, மதிப்பை அவர் குறைத்துக்கொள்ளவே இல்லை.

இப்பாடலில் 'கெஜமுகன்' என்பது ஒரு யானை வடிவ அசுரனைக் குறிப்பிடுகிறது, தன்னை வெல்ல யாருமில்லை என்று திமிரோடு திரிந்தான் அவன், உலகுக்குப் பல துயரங்களைத் தந்தான், ஒருகட்டத்தில் அவன் திருமாலுடனே மோத வந்துவிட்டான், அப்போது அவனை வீழ்த்தி உலகைக் காத்தார் எம்பெருமான்,

'சனகன் தனு ஒடித்தவா,
சானகி கைப்பிடித்தவா,
சிம்புள் வாய் கிழித்தவா,
சீய உரு ஆனவா,
சுரர் தொழும் பாதா,
சூடிக்கொடுத்தவள் நேயா,
செம்பதுமின்சேர் மதி மார்பா,
சேடன்மிசைத் துயின்றவா,
சொல் தமிழுக்கு உகந்தவா,
சோதி நிறைந்தவா,'

சனகனின் சிவதனுசை ஒடித்தவனே, சனகன் மகளான சானகியை மணந்தவனே, பறவை வடிவில் வந்த அசுரனின் வாயைக் கிழித்தவனே, நரசிம்ம உருவில் அவதரித்தவனே,

தேவர்கள் எல்லாரும் வணங்கும் திருவடிகளைக்கொண்டவனே, சூடிக்கொடுத்த சுடர்க்கொடியான ஆண்டாளின் அன்புக்குரியவனே, சிறந்த திருமகளை மார்பில்கொண்டவனே, ஆதிசேஷனாகிய படுக்கையிலே யோகத்துயில் கொள்பவனே,

நல்ல சொற்களால் அமைந்த தமிழ்ப்பாடல்களைக் கேட்டு மகிழ்பவனே, சோதிவடிவானவனே,

'தசரத குமாரா,
தாடகியை வதைத்தவா,
தினகர் தொழும் பாதா,
தீங்கிலாப்பொருள் ஆனவா,
துளப நிறை ஆர் மணி மார்பா,
தூண்டு முனியை ஜெயித்தவா,
தேவர்கண நாயகா,
தேவ சிகாமணி,
தொண்டர்க்கு அருள்சார்ந்தவா,
தோழமைக்கு உகந்தவா,'

தசரதன் மகனே, தாடகையை வதைத்தவனே, சூரியன் வந்து தொழும் திருவடியைக்கொண்டவனே, ஒரு தீங்கும் இல்லாத பெருமானே.

துளசிமாலை நிறைந்த மணிமார்பனே, உன்னைப் போருக்கு வரத் தூண்டிய முனிவரான பரசுராமரை வென்றவனே, தேவர் கூட்டத்தின் தலைவனே, தேவர்களில் சிறந்தவனே, தொண்டர்களுக்கு அருள்செய்பவனே, அவர்களுக்கு இனிய தோழனே,

'நயன் ஆர் அரவிந்த!
நாவீர, சொற்கு உகந்தவா,
நிலமகள் பாடலுக்கு உகந்தவா,
நீசம் இல் பாடலுக்கு உகந்து ஆபரணம் கொடுத்தவா,
நூற்றுவரை ஜெயித்தவா,
நெற்றிக்கண்ணை இடத்தில் வைத்தவா,
நேமி தரித்தவா,
நோக்கிவந்த விபீஷணர்க்கு அரசு அளித்தவா,'

நயமான பெருமானே, தாமரைக்கண்ணனே, அற்புதமாகப் பேசும் வீரனே, வாழ்த்துச்சொற்களுக்கு ஏற்றவனே, நிலமகளின்

பாடலைக் கேட்டு மகிழ்ந்தவனே, குற்றமில்லாமல் பாடினால் அவர்களுக்குச் செல்வங்களைத் தருபவனே, கௌரவர்களான நூறு பேரை வென்றவனே, நெற்றிக்கண் கொண்ட சிவபெருமானை இடப்புறத்தில் வைத்தவனே, சக்ராயுதத்தை ஏந்தியவனே, உன்னை நோக்கி வந்த விபீஷணனை இலங்கை அரசனாக்கியவனே,

'பரமபதவாசா,
பாவாணர்பின் பணிப்பாய் சுருட்டி நடந்தவா,
பீதக ஆடை புனைந்தவா
பெண்ணை ஆண்ஆக்க வல்லவா,
பேரருளாளா!
புனுகு இத களப முலையார் அணி மார்பா,
பூசுரர் குலம் காத்தவா,
பொற்சிலை தரித்தவா,
போர்மதனை வென்றவா,'

பரமபதத்தில் உறைபவனே, பாவாணர் அழைத்தபோது, அவருக்குப் பின்னே பாம்புப்பாயைச் சுருட்டிக்கொண்டு நடந்தவனே, பீதக ஆடை அணிந்தவனே, பெண்ணையும் ஆணாக்கவல்ல பெருமானே, பேரருளாளனே, நறுமணக்கலவையை அணிந்த மார்பைக்கொண்ட திருமகளை மார்பில் தரித்தவனே, பூமியில் வாழும் தேவர்களான பெரியோரின் குலத்தைக் காத்தவனே, அழகிய வில்லை ஏந்தியவனே, மன்மதனை வென்றவனே,

இந்த வரிகளில் குறிப்பிடப்படும் 'பாவாணர்', திருமழிசையாழ்வார். 'பணிப்பாய்' என்பது, பெருமானின் படுக்கை(பாய்) ஆகிய ஆதிசேஷன்.

திருமழிசையாழ்வார் காஞ்சியிலே தங்கியிருந்த நேரம், அவருடைய சீடர்களில் ஒருவன், கணிகண்ணன்.

அப்போது அப்பகுதியை ஆண்டுகொண்டிருந்த அரசனுக்குக் கணிகண்ணன்மீது ஏதோ கோபம், அவரைத் தன்

நாட்டிலிருந்து வெளியேற்றிவிட்டான். இதைக் கேள்விப்பட்ட திருமழிசையாழ்வார், தானும் அங்கிருந்து வெளியேற எண்ணினார். அதேசமயம், பெருமாளைப் பிரிய மனமில்லை, 'நீயும் வந்துவிடு' எனப் பாடலில் அழைத்தார்.

மறுகணம், பெருமானும் தன்னுடைய பைந்நாகப்பாயைச் சுருட்டிக்கொண்டு அவரோடு கிளம்பிவிட்டார். அதைத்தான் 'பாவாணர்பின் நடந்தவா' என்று குறிப்பிடுகிறார் புலவர்.

'மகரகுண்டலா,
மானின்பின் போனவா,
மிதிலை வில் ஒடித்தவா,
மீன் உருஆனவனே,
முகில் நிறவண்ணா,
மூஉலகு அளந்தவா,
மெல்லிய நல்லாள்புணர் மதிமார்பா,
மொய்குழலார் சாபம் தவிர்த்தவா,'

மகரகுண்டலங்களை அணிந்தவனே, மிதிலையில் வில்லை ஒடித்து சீதையை மணந்தவனே, பின்னர் சீதைக்காக மாரீசன் என்ற மாயமானின் பின்னே சென்றவனே, மச்சாவதாரம் எடுத்தவனே, மேகவண்ணனே, மூன்றுலகங்களையும் அளந்தவனே, மென்மையான நல்லாள் திருமகள் உறையும் மார்பனே, நெருங்கிய கூந்தலையுடைய பெண்களின் சாபங்களைப் போக்கியவனே,

'வஞ்சக மனத்து உறையாதவா,
வாலியை வதைத்தவா,
விஞ்சையர் தொழும் பாதா,
வீர ராகவா,
வும்பர் தொழும் பாதா,
வோர் சகடு உதைத்தவா,
வெம்சின அரக்கரை ஜெயித்தவா,
வேழம்முன் சென்றவா,
வொம்பரிவாய் கிழித்தவா,

வோண நல்நாளினாய்,'

வஞ்சக மனங்களில் வசிக்காத பெருமானே, வாலியை வதைத்தவனே, விண்ணோர்கள் தொழும் திருவடிகளைக் கொண்டவனே, வீர ராகவனே, சக்கரம், பறவை வடிவத்தில் வந்த அசுரர்களை உதைத்து, வாயைப் பிளந்து அழித்தவனே, வெம்மையான கோபத்தைக்கொண்ட அரக்கர்களை வென்றவனே, குவலயாபீடம் என்ற யானையின்முன் சென்று அதனை வீழ்த்தியவனே, திருவோண நல்நாளில் கொண்டாடப்படுகிறவனே. நிறைவாக, திருமாலின் பத்து அவதாரங்களையும் சொல்லிமுடிக்கிறார்!

'மச்சாவதாரா,
கூர்மாவதாரா,
வராஹாவதாரா,
நரசிம்மாவதாரா,
வாமனாவதாரா,
பரசுராமாவதாரா,
தசரதராமாவதாரா,
பலபத்ரராமாவதாரா,
கிருஷ்ணாவதாரா,
கல்கியவதாரா!'

இறைவனைத் திருப்தியாகத் தரிசனம் செய்த மகிழ்ச்சியில், பாகவதர் பிரம்மராட்சஸனிடம் திரும்பச்செல்கிறார். அப்போது, நம்பியே அவர்முன் ஒரு முதியவராக வந்து அவரைத் தடுக்கிறார், 'அந்த வழியில் செல்லாதே. அங்கே ஒரு பிரம்மராட்சஸன் இருக்கிறான்.'

'தெரியும், நான் அவனுக்கு உணவாகப்போகிறேன்' என்கிறார் பாகவதர், நடந்த கதையைச் சொல்கிறார். முதியவராக வந்த நம்பி அதனை ஏற்றுக்கொள்ளவில்லை, 'வேறு வழியாகச் சென்றுவிடு' என்று அறிவுறுத்துகிறார். அதற்குப் பல நியாயங்களைச் சொல்கிறார்.

ஆனால் அப்போதும், பாகவதர் மனம் மாறவில்லை. கொடுத்த வாக்கைக் காப்பாற்றுவதற்காக பிரம்மராட்சஸனை நோக்கிச் செல்கிறார். திரும்பிவரும் அவரைக்கண்ட பிரம்மராட்சஸன் நெகிழ்கிறான், 'பெருமானை நீ பாடினாயே, அந்தப் பலனை எனக்குக் கொடுத்துவிடு, உன்னை உயிரோடு விட்டுவிடுகிறேன்' என்கிறான்.

'முடியவே முடியாது' மறுக்கிறார் பாகவதர், 'நீ சொன்னபடி நான் வந்துவிட்டேன், நீ என்னை உண்ணலாம்' என்கிறார், 'என் உயிரைக்கூடத் தருவேன், எம்பெருமானைப் பாடிய பலனைத் தரமாட்டேன்!'

பிரம்மராட்சஸன் கெஞ்சுகிறான், 'அரைவாசி, கால்வாசிப் பலனையாவது தரமாட்டாயா?' என்கிறான், 'தயவுசெய்து, உனக்குக் கிடைத்த பலனில் ஒரு துளியளவாவது எனக்குத் தந்துவிடு.'

இப்போது பாகவதருக்கு அவன்மேல் கருணை பிறக்கிறது, 'நீ யார்? உனக்கு எப்படி இந்த வடிவம் வந்தது?' என்று கேட்கிறார். உடனே, பிரம்மராட்சஸன் தன்னுடைய பழைய கதையைச் சொல்கிறான், 'உங்களைத் தரிசித்ததால் என்னுடைய பாவம் தீரும், எனக்கு உதவுங்கள்' என்கிறான்.

பிரம்மராட்சஸன்மேல் இரக்கம்கொண்ட பாகவதர், தான் பெருமானைப் பாடிய பலனில் ஒரு பகுதியை அவனுக்குத் தருகிறார். உடனே, அவனுடைய உருவம் மாறிப் பழைய வடிவத்தில் நிற்கிறான். இருவரும் எம்பெருமானின் கருணையை வியந்து போற்றுகிறார்கள்!

திருங்குறுங்குடி நம்பியைப் பாடிய அந்தப் பாகவதர்தான் வைணவ சம்பிரதாயத்தில் 'நம்பாடுவான்' என அழைக்கப்படுகிறார். எம்பெருமான்மீது பக்தர்கள் வைக்கும் அன்பின் உச்சமாக அவரது சரித்திரம் திகழ்கிறது. நம்பாடுவானைப் போற்றும் நம்மீதும் நம்பி மகிழ்ந்து அருள்மழை பொழிவார்!

90

ஓர் ஆன்மிகச் சுற்றுலா செல்லலாமா?

சிவபெருமான் எழுந்தருளியிருக்கும் பன்னிரண்டு தலங்களைப் பார்த்துவரலாம்: பிரம்மபுரம், வேணுபுரம், புகலி, வெங்குரு, தோணிபுரம், பூந்தராய், சிரபுரம், புறவம், சண்பை, காழி, கொச்சைவயம், கழுமலம்.

இத்தனை இடங்களையும் பார்க்க எவ்வளவு நாளாகுமோ என்று மயங்கவேண்டாம், ஒரே நாள் போதும், சொல்லப்போனால், ஒரு மணி நேரம்கூடப் போதும்.

காரணம், இந்தப் பன்னிரண்டு திருத்தலங்களும் வெவ்வேறு அல்ல, அனைத்தும் ஒரே ஊரைத்தான் குறிக்கின்றன. இப்போது நாம் 'சீர்காழி' என்று அழைக்கும் ஊர்தான் அது.

ஒரே ஊருக்குப் பன்னிரண்டு பெயர்கள் அமையக் காரணம் என்ன?

ஒன்றல்ல, பன்னிரண்டு காரணங்கள் உண்டு. அவை ஒவ்வொன்றையும் திருஞானசம்பந்தரின் 'திருஇருக்குக்குறள்' பாடல்களுடன் காண்போம்.

முதலில், பிரம்மபுரம். படைப்புத்தொழிலைச் செய்வதற்காகச் சிவபெருமானின் அருளைவேண்டிப் பிரம்மன் தவம் செய்த திருத்தலம் இது. ஆகவே, 'பிரம்மனது ஊர்' எனும் பொருளில் 'பிரம்மபுரம்' என அழைக்கப்படுகிறது.

'அரனை உள்குவீர், பிரமன் ஊருள் எம்
பரனையே மனம் பரவி, உய்ம்மினே!'

சிவபெருமானை எண்ணுங்கள், பிரம்மபுரத்தில் எழுந்தருளியிருக்கும் எங்கள் தலைவனையே மனத்தில் எண்ணி உய்யுங்கள்.

அடுத்து, 'வேணுபுரம்'. 'வேணு' என்றால் மூங்கில் என்று பொருள்.

ஒருகாலத்தில், அசுரர்களின் கொடுமை தாங்கமுடியாமல் தவித்த இந்திரன், மூங்கில்கள் நிறைந்த இந்தத் திருத்தலத்தில் சிவபெருமானை வழிபட்டான், அதன்மூலம் இழந்தவற்றைத் திரும்பப்பெற்றான், இவ்வாறு இந்திரன் பூசித்த மூங்கில்வனம் என்ற பொருளில் இவ்வூருக்கு 'வேணுபுரம்' என்ற பெயர் அமைந்தது.

'காண உள்குவீர்! வேணுநல்புரத்
தாணுவின் கழல் பேணி, உய்ம்மினே.'

சிவபெருமானைக் கண்டு தொழவேண்டும் என்று நினைக்கிறவர்களே, வேணுபுரம் எனும் இந்த நல்ல திருத்தலத்திலே எழுந்தருளியிருக்கும் தாணுவாகிய அப்பெருமானின் திருவடிகளைப் பேணுங்கள், உய்யுங்கள்.

அடுத்த பெயர், 'புகலி'. இது 'புகல்', 'புகுதல்', அதாவது, உதவி கேட்டு வந்துசேர்தல் என்ற பொருளில் அமைந்தது.

சூரபத்மனின் கொடுமைகள் அதிகரித்தபோது, அதனைப் பொறுத்துக்கொள்ள இயலாத தேவர்கள் இந்தத் திருத்தலத்துக்கு வந்து சிவபெருமானிடம் தஞ்சமடைந்தார்கள், 'நீங்கள்தான் எங்களைக் காக்கவேண்டும்' என்று அவர்கள்

இவ்விடத்தைப் புகலிடமாக வந்தடைந்ததால், இது ‘புகலி’ என்ற பெயரைப்பெற்றது.

‘நாதன் என்பிர்கள்காள், காதல் ஒண் புகல்
ஆதி பாதமே ஓதி உய்ம்மினே.’

எம்பெருமானைத் தலைவனாக அழைக்கிறவர்களே, அன்பும் ஒளியும் நிறைந்த புகலிக்கு வாருங்கள், அங்கே எழுந்தருளியிருக்கும் பெருமான், அனைத்துக்கும் ஆதியான சிவபெருமானின் திருவடிகளைச் சேருங்கள், அவன் புகழைப் பாடி உய்யுங்கள்.

அடுத்த பெயர், ‘வெங்குரு’.

அசுரகுருவான சுக்கிரர் ஒருமுறை பிரமனின் சபைக்குச் சென்றிருந்தார். ஆனால், அங்கே அவருக்குச் சரியான மரியாதை கிடைக்கவில்லை.

ஆகவே, அவர் தேவகுருவுக்குச் சமமான குருத்துவத்தைப் பெற விரும்பினார். அதற்காக இந்தத் திருத்தலத்தில் தவம் புரியும்படி நாரதர் அவரிடம் சொன்னார்.

அதன்படி, சுக்கிரர் சிவபெருமானை எண்ணித் தவமிருந்த இடம் இது. அவருக்குச் சிவன் குருத்துவத்தை அருளிய இடம் என்பதால், இத்தலம் ‘வெங்குரு’ என்று அழைக்கப்படுகிறது.

‘அங்கம் மாதுசேர் பங்கம் ஆயவன்,
வெங்குரு மன்னும் எங்கள் ஈசனே.’

வெங்குருவிலே எழுந்தருளியிருக்கும் எங்கள் ஈசன், தன்னுடைய உடலின் ஒரு பகுதியாக மலைமகளைக் கொண்டவன்!

அடுத்த பெயர், தோணிபுரம். ‘தோணி’ என்பது, நீரில் மிதக்கும் படகு. பிரளயத்தின்போது, சிவபெருமான் சுத்தமாயையையே தோணியாக்கி, அதன்மீது உமையம்மையுடன் காட்சிதந்தாராம். அந்தத் தோணி தோன்றிய இடம் இது என்பதால், ‘தோணிபுரம்’ என்ற பெயர் அமைந்தது.

'வாள்நிலாச்சடைத் தோணிவண்புரத்து
ஆணி நல்பொனைக் காணுமின்களே.'

ஒளிவீசும் நிலவைச் சூடிய சடையைக்கொண்டவன், வள்ளல்தன்மை நிறைந்த தோணிபுரத்திலே எழுந்தருளியிருக்கும் நல்ல ஆணிப்பொன் போன்ற தலைவன், அவனைக் காணுங்கள்.

அடுத்த பெயர், 'பூந்தராய்'. இது வராக அவதாரமெடுத்த விஷ்ணுவைக் குறிக்கும் ஒரு பெயராகும்.

இரணியாக்ஷன் என்ற அசுரன் தேவலோகம், பூலோகத்தின் செல்வங்களையெல்லாம் கவர்ந்துகொண்டான், அவற்றைப் பாதாளத்தில் ஒளித்துவைத்தான்.

இதனால், தேவர்கள் திருமாலிடம் சென்று முறையிட்டார்கள், அவர் வராக அவதாரம் எடுத்து பூமியைக் கிழித்துச்சென்றார், அவனை வீழ்த்தி அனைத்துச் செல்வங்களையும் மீட்டார்.

அத்தகைய விஷ்ணு, தன்னுடைய வராக அவதாரத்தை விட்டு இயல்பான உருவத்தைப் பெற்ற திருத்தலம் இதுதான். ஆகவே, பூமியைக் கிழித்துச்சென்ற அவரது செயலைக் குறிப்பிடும்வண்ணம் 'பூந்தராய்' என்ற பெயர் உண்டானது.

'பாந்தள்ஆர் சடைப் பூந்தராய் மன்னும்,
ஏந்து கொங்கையாள் வேந்தன் என்பரே.'

சடையிலே பாம்பைக்கொண்ட எங்கள் பெருமான் பூந்தராயிலே எழுந்தருளியிருக்கிறான், ஏந்திய மார்பகங்களைக்கொண்ட உமையம்மையின் தலைவன் என்று அவனைப் போற்றுவார்கள்.

அடுத்த பெயர், சிரபுரம். அதாவது, 'தலை'யின் ஊர்.

யாருடைய தலை?

தேவர்களும் அசுரர்களும் பாற்கடலைக் கடைந்தபோது அமுதம் கிடைத்தது, மோகினியாக வந்த திருமால் அதனைத் தேவர்களுக்குப் பகிர்ந்துகொடுத்தார்.

அப்போது, அசுரர்களின் பக்கமிருந்த ஒருவருக்குமட்டும் இதில் சந்தேகம் ஏற்பட்டது. தனக்கு அமுதம் கிடைக்காதோ என்ற கவலையில், தேவர்களில் ஒருவரைப்போல் வேடமிட்டுக்கொண்டு மறுபக்கம் சென்றுவிட்டார், மற்ற தேவர்களுடன் சேர்ந்து அமுதத்தை வாங்கி உண்டுவிட்டார்.

இது தெரிந்த விஷ்ணு கோபம் கொண்டார், அவரைத் தலை வேறு, உடல் வேறாக வெட்டிவிட்டார். அந்த இரு துண்டுகளும், ராகு, கேது ஆயின.

இதில் தலைப்பகுதியான ராகு, இந்தத் திருத்தலத்தில் சிவபெருமானை வணங்கி அருள்பெற்றார். ஆகவே, இதற்குச் 'சிரபுரம்' என்ற பெயர் ஏற்பட்டது.

'கரிய கண்டனை, சிரபுரத்துள் எம்
அரசை நாள்தொறும் பரவி உய்ம்மினே.'

விஷத்தால் கருத்த கழுத்தைக்கொண்ட எங்கள் பெருமான், சிரபுரத்திலே எழுந்தருளியிருக்கும் அரசர், அவரைத் தினந்தோறும் போற்றி, உய்யுங்கள்.

அடுத்த பெயர், புறவம். இது 'புறா'வைக் குறிக்கிறது.

புறாவுக்காகத் தன்னுடைய தோலை அரிந்துகொடுத்த சிபிச்சக்கரவர்த்தியின் கதையை நாம் கேள்விப்பட்டிருக்கிறோம். அந்நிகழ்வைக் குறிப்பிடும் பெயர்தான் இது.

சிபியைப் பரிசோதிப்பதற்காக, இந்திரன் பருந்தாகவும், அக்கினி புறாவாகவும் வந்தார்கள், புறாவைத் துரத்தியது பருந்து, பயந்துபோன புறா, சிபியிடம் வந்து சேர்ந்தது.

அந்தப் புறாவைக் காப்பாற்றுவதற்காக, தன்னுடைய சதையை அரிந்து தர முன்வந்தான் சிபி. பருந்தும் அதனை ஏற்றுக்கொண்டது.

ஆனால், சிபி எவ்வளவுதான் சதையை அரிந்து தந்தபோதும், அது அந்தப் புறாவின் எடைக்குச் சமமாகவில்லை. நிறைவாக,

சிபியே தராசில் ஏறி அமர்ந்தான். தராசு முள் நேராக நின்றது. இப்படி ஒரு புறாவுக்காகத் தன்னையே தரத் துணிந்தான் சிபிச்சக்கரவர்த்தி.

அத்தகைய சிபி நற்கதியடைந்த திருத்தலம் இது. ஆகவே, 'புறவம்' என்று பெயர்பெற்றது.

'நறவம்ஆர் பொழில் புறவம் நல் பதி
இறைவன் நாமமே மறவல் நெஞ்சமே.'

என் நெஞ்சமே, தேன் பொருந்திய சோலைகளைக்கொண்ட புறவம் எனும் நல்ல திருத்தலத்தின் இறைவன், சிவபெருமானின் திருப்பெயரை என்றைக்கும் மறக்காதே.

அடுத்த பெயர், சண்பை. இதன் பொருள், நாணல்.

யாதவ குலத்தைச் சேர்ந்த சிலர், விளையாட்டாக ஒரு வேலை செய்தார்கள், அது அவர்களுடைய குலத்துக்கே வினையானது.

அவர்கள் ஓர் ஆணுக்குப் பெண்போல் வேடமிட்டார்கள், அவன் கர்ப்பமாக இருப்பதுபோல் நடித்தான். அவனை அழைத்துக்கொண்டு கபிலமுனிவரிடம் சென்றார்கள், 'முனிவரே, இந்தப் பெண்ணுக்கு ஆண் குழந்தை பிறக்குமா? அல்லது, பெண் குழந்தையா?' என்று கேட்டார்கள்.

இதனால், முனிவர் கோபம் கொண்டார், 'இவனுக்கு ஓர் உலக்கை பிறக்கும், அந்த உலக்கை உங்கள் குலத்தை நாசமாக்கும்' என்று சாபம் கொடுத்தார். அவர் சொன்னபடி, அந்த ஆணுக்கு ஓர் உலக்கை பிறந்தது. பயந்துபோன யாதவர்கள் அதைத் தூளாக்கிக் கடலில் கரைத்தார்கள். அத்துடன் தங்கள் பிரச்னை தீர்ந்தது என்று நினைத்தார்கள்.

ஆனால், அந்த உலக்கைத்தூள்கள் அனைத்தும் நாணலாக முளைத்தன. பின்னர் ஒருமுறை யாதவர்களுக்கிடையே சண்டை வந்தபோது, இந்த நாணல்களைப் பறித்துக்கொண்டு அவர்கள் மோதினார்கள், முனிவரின் சாபப்படி எல்லாரும் இறந்துபோனார்கள்.

அப்போது, யாதவ குலத்தைச் சேர்ந்த கிருஷ்ணர், இந்தப் பழி தன்னைத் தொடராதபடி இங்கே வந்து பூசித்தார். ஆகவே, இதற்குச் 'சண்பை' என்ற பெயர் அமைந்தது.

'தென்றில் அரக்கனைக் குன்றில் சண்பை மன்
அன்று நெரித்தவா நின்று நினைமினே.'

தென்திசையிலுள்ள இலங்கையின் அரசன், அரக்கனான ராவணன். அத்தகைய ராவணனை, சண்பையின் அரசரான சிவபெருமான் அன்றைக்குக் கயிலாய மலைக்கடியில் நெரித்தார், அந்தத்தன்மையை எண்ணுங்கள், சிவனின் புகழைப் பாடுங்கள்.

தென்திசையிலுள்ள இலங்கையின் அரசன், அரக்கனான ராவணன். சண்பையின் தலைவனான சிவபெருமான், அன்று குன்றுக்கடியில் நெரித்தானே, அதனை எண்ணுங்கள். அடுத்த பெயர், 'காழி', இதைத்தான் நாம் இப்போது 'சீர்காழி', சிறப்பு நிறைந்த காழி என்று அழைக்கிறோம்.

'காழி' என்ற பெயர், காளிதேவியைக் குறிக்கிறது, அவர் சிவபெருமானுடன் வாதாடிய குற்றம் நீங்குவதற்காக இத்தலத்தில் வழிபட்டார், ஆகவே, இதன் பெயர் 'காழி' என்றானது. 'ஸ்ரீகாழி' என்ற பெயர்தான் பின்னர் 'சீகாழி' என்றாகி, இப்போது 'சீர்காழி' என்று அழைக்கப்படுகிறது. காளிதன் என்ற பாம்பும் இங்கே சிவபெருமானைப் பூசித்திருக்கிறது. அதனாலும் 'காழி' என்ற பெயர் அமைந்திருப்பதாகச் சொல்கிறார்கள்.

'அயனும் மாலுமாய் முயலும் காழியான்
பெயல்வை எய்தி நின்று இயலும் உள்ளமே.'

காழியில் எழுந்தருளியிருக்கும் சிவபெருமானின் அடி, முடியைக் காண்பதற்காகத் திருமாலும் பிரமனும் முயன்றார்கள், அவனை அறியமுடியாமல் தோற்றார்கள், அத்தகைய பெருமான் நம்மீது கருணை பொழிவதை எண்ணி நம் உள்ளம் நெகிழட்டும். அடுத்த பெயர், 'கொச்சைவயம்'. இதில் 'கொச்சை' என்பது பழிச்சொல்லைக் குறிக்கிறது. யார்மீது பழிச்சொல்? ஏன் ஏற்பட்டது? அது எப்படித் தீர்ந்தது?

பராசர முனிவர் மச்சகந்தியோடு கூடியபோது, மற்ற முனிவர்கள் அவரைத் தூற்றினார்கள். அதனால் வருந்திய அவர், அந்தப் பழி தன்னை நெருங்காதபடி இங்கே வந்து பூசித்தார், பெருமானின் அருள்பெற்றார். ஆகவே, இவ்விடத்துக்குக் ‘கொச்சைவயம்’ என்ற பெயர் ஏற்பட்டது.

‘தேரர், அமணரைச் சேர்வுஇல் கொச்சை மன்
நேர்இல் கழல் நினைந்து ஓரும் உள்ளமே.’

புத்தமதம், சமணமதம் போன்றவற்றைச் சேர்ந்தவர்களை அணுகாத பெருமான், கொச்சைவயத்தின் மன்னனான சிவபெருமானின் இணையற்ற திருவடிகளை நினைந்து என் உள்ளம் தியானிக்கும்.

நிறைவாக, ‘கழுமலம்’. உரோமச முனிவர் தன்னைப்பற்றியிருந்த குற்றங்கள்(மலங்கள்) தொலைவதற்காக இங்கே வழிபட்டார், வேறு எங்கும் தீராத அந்தக் குற்றங்கள் இங்கே தீர்ந்தன. ஆகவே, இவ்விடத்துக்குக் ‘கழுமலம்’ என்கிற பெயர் உண்டானது.

‘தொழுமனத்தவர், கழுமலத்து உறை
பழுதுஇல் சம்பந்தன் மொழிகள் பத்துமே.’

கழுமலத்திலே எழுந்தருளியிருக்கும் சிவபெருமானின் பெருமைகளைக் குற்றமில்லாத ஞானசம்பந்தர் சொன்னவை இந்தப் பாடல்கள், இவற்றைப் பாடி இறைவனைத் தொழும் மனம் நமக்கு வாய்க்கட்டும்!

இந்தப் பெயர்கள் அனைத்துக்கும் இருக்கும் ஒற்றுமையைக் கவனித்தால், அன்பர்கள் தொழுதால் எப்பேர்ப்பட்ட குறைகளையும் சிவபெருமான் தீர்த்துவைப்பான் என்பதை அவை உணர்த்துகின்றன. காழிப்பெருமானின் கழல்தொழுது குறை தீர்வோம்!

91

ஒருவர் பல வருடங்களாக ஒரு நகரத்தில் வசிக்கிறார். திடீரென்று அவர் இன்னொரு நகரத்துக்கு மாறிவிடுகிறார்.

அப்போது, அவரைப்பார்க்கிற நண்பர்கள் வியப்போடு கேட்பார்கள், 'என்னங்க, திடீர்ன்னு அந்த ஊருக்கு மாறிட்டீங்க?'

இதற்கு அவர் பலவிதங்களில் பதில் சொல்லலாம், 'இங்கேதான் வேலை கிடைத்தது', 'இந்த ஊரில் வானிலை பிரமாதமாக இருக்கிறது', 'இங்கேதான் என் உறவினர்களெல்லாம் இருக்கிறார்கள்'... இப்படி ஏதோ ஒரு காரணம்.

திருநின்றியூரில் எழுந்தருளியிருக்கும் சிவபெருமானை வணங்குகிறார் சுந்தரமூர்த்திநாயனார். தான் இப்பெருமானின் திருவடிகளை வந்துசேர்ந்தது எதனால் என்று யோசிக்கிறார், வரிசையாகக் காரணங்களை அடுக்குகிறார்.

ஓர் அழகிய சோலை. அங்கே ஒரு வெண்நாவல் மரம். அதற்கடியில் ஒரு சிவலிங்கம்.

அந்தச் சோலையில் ஒரு சிலந்தி இருந்தது. அந்தச் சிலந்தி இந்தச் சிவலிங்கத்தைப் பார்த்தது. அதற்குள் அன்பும் பக்தியும் பெருகின.

மறுகணம், அந்தச் சிலந்திக்கு ஒரு கவலை, 'சிவபெருமான்மீது மரத்தின் சருகுகள் விழுந்து அசுத்தப்படுத்துகின்றனவே' என்று வருந்தியது. இதை எப்படித் தடுக்கலாம் என்று யோசித்தது.

சிலந்திக்குதான் வலைபின்னத்தெரியுமே, சிவலிங்கத்தின்மேல் ஒரு வலையைப் பின்னியது, அதன்மூலம் சிவன்மீது சருகுகள் விழாமல் பார்த்துக்கொண்டது.

இந்தத் திருப்பணிக்கு இறைவன் நல்ல பலன் தந்தான், அடுத்த பிறவியில் அந்தச் சிலந்தி 'கோச்செங்கணான்' என்ற அரசனாகப் பிறந்தது, அவ்வரசன் சிவத்தொண்டில் ஈடுபட்டுச் சிறந்தான்.

'பெருமானே, சிலந்தி செய்த பணியைக்கண்டு, அதற்குச் செல்வத்தையும் வள்ளல்தன்மையையும் அரசாட்சியையும் அள்ளித்தந்தவனே' என்று நெகிழ்கிறார் சுந்தரர், 'கோச்செங்கணானுக்கு நீ இவ்வாறு அருள்செய்ததைக் கேள்விப்பட்டேன், உன் மலரடிகளை வந்தடைந்து நானும் உனக்குத் தொண்டுபுரிகிறேன்!'

> 'திருவும் வண்மையும் திண்திறல் அரசும் சிலந்தியார் செய்த செய்பணி கண்டு
> மருவு கோச்செங்கணான்தனக்கு அளித்த வார்த்தை கேட்டு நுன் மலரடி அடைந்தேன்,
> பெருகு பொன்னி வந்து உந்து பல்மணியைப் பிள்ளைப் பல்கணம் பண்ணையுள் நண்ணி
> தெருவும் தெற்றியும் முற்றமும் பற்றி, திரட்டும் தென் திருநின்றியூரானே.'

'காவிரி நீர் பெருகிவருகிறது, அதில் பல மணிகள் வருகின்றன, ஆற்றங்கரையில் விளையாடும் குழந்தைகள் அவற்றை எடுத்துவந்து தெருக்களில் குவிக்கிறார்கள், அத்தகைய வளம்நிறைந்த திருநின்றியூரில் எழுந்தருளியிருப்பவனே, எனக்கும் அருள்புரிவாய்!'

அடுத்து, சண்டிகேஸ்வரர், திருநாவுக்கரசர், கண்ணப்பர் ஆகிய மூவரையும் நினைக்கிறார் சுந்தரர்!

விசாரசர்மன் என்ற இந்த பக்தர் சிவலிங்கத்துக்குப் பூஜை செய்துகொண்டிருந்தார். இதனைப் புரிந்துகொள்ளாத அவருடைய தந்தை பூஜைக்குத் தடையாக வந்தார்.

இதனால் கோபம்கொண்ட விசாரசர்மன் தன்னுடைய தந்தையின் கால்களையே வெட்டி வீழ்த்திவிட்டார், இந்தப் பக்தியை மெச்சிய இறைவன் அவருக்குச் சண்டேஸ்வரர் என்ற பதவியை வழங்கி அருளினார்.

திருநாவுக்கரசருக்குச் சூலை நோயைக் கொடுத்து ஆட்கொண்டார் சிவபெருமான். அதன்பிறகு, அவர் பல திருத்தலங்களுக்குச் சென்று சிவத்தொண்டுபுரிந்தார், ஆயிரக்கணக்கான திருப்பாடல்களைப் பாடினார்.

திண்ணன் என்ற வேடர், சிவபெருமான்மீது அன்புகொண்டார், தான் வேட்டையாடிய மிருகங்களின் மாமிசத்தைப் பெருமானுக்குப் படைத்து மகிழ்ந்தார்.

ஒருநாள், அந்தப் பெருமானின் கண்களிலிருந்து இரத்தம் வடிந்தது. அதைக்கண்டு திகைத்த திண்ணன், ‘குடுமித்தேவருக்கு என் கண்ணைத் தருவேன்’ என்று அம்பால் அதனைப் பெயர்த்து அப்பினார்.

உடனே, அந்தக்கண்ணில் இரத்தம் வடிவது நின்றுவிட்டது, ஆனால், அடுத்த கண்ணில் இரத்தம் வரத்தொடங்கியது. திண்ணன் சற்றும் தயங்காமல் தன்னுடைய இன்னொரு கண்ணையும் பெயர்க்கத் துணிந்தார். வேடனின் அன்பைக்கண்டு மகிழ்ந்த சிவபெருமான் அவரைக் ‘கண்ணப்ப’ என்று அழைத்து அருள்செய்தார்.

‘சண்டிகேஸ்வரருக்கு அழகிய ஆடையும், ஆபரணங்களும், அணிவதற்கான மாலையும், இனிய அமுதத்தையும் அருளியவனே’ என்று துதிக்கிறார் சுந்தரர், ‘நிகரில்லாத 4900 பாடல்களைப் பாடிய திருநாவுக்கரசருக்கும், கையில் அம்புகளை ஏந்திய கண்ணப்பருக்கும் அருள்புரிந்தவனே!’

‘திணைகளாகப் பகுக்கப்பட்ட தமிழைப் பைங்கிளிகள் ஆராய்ந்து பேசுகிற செல்வத் திருநின்றியூரில் எழுந்தருளியிருப்பவனே, அந்தச் சண்டியும் திருநாவுக்கரசரும் கண்ணப்பரும் உன்மேல் வைத்திருந்த காதலால் உன்னுடைய அருளைப் பெற்றார்கள், நானும் அதை வேண்டியே இங்கே வந்தேன்’

> ‘அணிகொள் ஆடை, அம்பூண், அணி மாலை, அமுது செய்த அமுதம் பெறு சண்டி,
> இணைகொள் ஏழ் எழுநூறு இரும்பனுவல் ஈந்தவன், திருநாவுக்கு அரையன்,
> கணைகொள் கண்ணப்பன் என்று இவர் பெற்ற காதல் இன் அருள் ஆதரித்து அடைந்தேன்,
> திணைகொள் செந்தமிழ் பைங்கிளி தெரியும் செல்வத் தென் திருநின்றியூரானே.’

திருநின்றியூரில் எழுந்தருளியிருக்கும் சிவபெருமானை வழிபட விரும்பினார் பரசுராமர். அதுவும் சாதாரண வழிபாடல்ல, மிகச்சிறந்த புனிதப்பொருள்களைக்கொண்டு பெருமானுக்குப் பூஜை செய்யவேண்டும் என அவர் விரும்பினார். இதற்காக, அவர் 300 வேதியர்களுடன் திருநின்றியூருக்கு வந்தார், அங்கே 360 வேலி நிலத்தில் பயிர்களை வளர்த்தார், அவற்றில் கிடைக்கும் வருவாயைக்கொண்டு சிவபெருமானை வழிபட்டார் என்று இத்தலத்தின் தலபுராணம் குறிப்பிடுகிறது.

அக்காட்சியைச் சுந்தரர் எண்ணுகிறார், ‘முன்னூறு வேதியர்கள் ஒரேமாதிரியான பொன்மணிக்கலசங்களை ஏந்திநிற்கிறார்கள், சிறப்பு நிறைந்த முன்னூற்றறுபது வேலி நிலத்தையும், உயர்ந்த இந்தத் திருநின்றியூரையும் உனக்கு அளிக்கிறார்கள்!’

‘இப்படி உன்மீது மிகுந்த பக்தியை வைத்திருந்த அந்தப் பரசுராமருக்கு உன்னுடைய திருவடியைக் காட்டினாயே, அந்த நீதியைப்பற்றிக் கேட்டேன், சித்தர், வானோர், அசுரர்கள்கூட வந்து வணங்கும் திருநின்றியூரானே, உன்னை வந்தடைந்தேன்!’

‘மொய்த்தசீர் முந்நூற்றறுபது வேலி, மூன்றுநூறு வேதியரொடு நுனக்கு
ஒத்த பொன்மணிக்கலசங்கள் ஏந்தி ஓங்கும் நின்றியூர் என்று உனக்கு அளிப்ப
பத்திசெய்த அப்பரசுராமற்கு பாதம்காட்டிய நீதி கண்டு அடைந்தேன்
சித்தர், வானவர், தானவர் வணங்கும் செல்வத் தென் திருநின்றியூரானே.’

மனிதர்களுக்குமட்டுமா, விலங்குகளுக்கும் சிவன்மீது அன்புண்டு, அவன் எல்லா உயிர்களையும் காப்பவனல்லவா?

திருநின்றியூரில் ஒரு பசு, தினமும் அதிகாலையிலேயே எழுந்துவிடுமாம், சிவலிங்கத்தை வந்தடைந்து தன்னுடைய மடியிலிருந்து பாலைச் சுரந்து பெருமானை அபிஷேகம் செய்யுமாம்.

அந்தப் பசுவுக்கும் நற்கதி கிடைத்தது, அதனைக் கேள்விப்பட்ட சுந்தரர் பெருமானின் கருணையை எண்ணி மகிழ்ந்து திருநின்றியூரை வந்தடைந்தார்.

‘வயல்களிலே முத்துகள் நிறைந்திருக்க, அந்த முத்துகளுக்கு இணையான செம்பொன்போல நெல் விளைகிற திருநின்றியூரில் எழுந்தருளியிருப்பவனே, மேலானவனே, உன் பெருமையைக் கேட்டபின்னர், நான் உன்னைமட்டுமே எண்ணினேன், பற்றுகளை அறுத்து உன்னுடைய திருவடிகளைச் சேர்ந்தேன்!’

‘இரவி நீள்சுடர் எழுவதன்முன்னம் எழுந்து, தன் முலைக்கலசங்கள் ஏந்தி
சுரபி பால் சொரிந்து, ஆட்டி, நின் பாதம் தொடர்ந்த வார்த்தை திடம்படக் கேட்டு
பரவி உள்கி, வன்பாசத்தை அறுத்து, பரம, வந்து நுன் பாதத்தை அடைந்தேன்,
நிரவி நித்திலம் அத்தகு செம்பொன் அளிக்கும் தென் திருநின்றியூரானே.’

இந்திரர்கள் பலர் உண்டு. அவர்களில் ஓர் இந்திரன் திருநின்றியூரில் சிவபெருமானை வழிபட்டிருக்கிறான், அவனுடைய பக்தியால் மகிழ்ந்த பெருமான், 'நீ வானநாட்டை ஆட்சிசெய்' என்று அருளினார்.

அகத்தியரும் இப்பெருமானை வழிபட்டுள்ளார், காலை, நண்பகல், மாலை என மூன்றுவேளையிலும் அவர் லிங்கவழிபாட்டில் ஈடுபட்டதால் சிவபெருமான் மகிழ்ந்தார், 'அருவிகள் மணிகளைச் சிந்துகிற அழகிய திருப்பொதிகை மலையிலே சென்றுசேர்வாயாக' என்று அவருக்கு அருள்செய்தார்.

'இவ்வாறு வழிபட்டவர்களுக்கெல்லாம் நன்மை தருகிற பெருமானே, சிவந்த, குளிர்ந்த மாமலரில் வீற்றிருக்கும் திருமகள் தங்கும் செல்வத் திருநின்றியூரானே, உன்னை வந்தடைந்து வணங்குகிறேன், அருள்வாய்.'

> 'வந்து ஓர் இந்திரன் வழிபட, மகிழ்ந்து, 'வானநாடு நீ ஆள்க' என அருளி,
> சந்தி மூன்றிலும் தாபரம் நிறுத்திச் சகளி செய்து இறைஞ்சு அகத்தியர்தமக்குச்
> சிந்து மாமணி அணி திருப்பொதியில் சேர்வு நல்கிய செல்வம் கண்டு அடைந்தேன்
> செந்தண் மாமலர்த் திருமகள் மருவும் செல்வத் தென் திருநின்றியூரானே.'

சனகாதி முனிவர்கள் நான்குபேர், தங்களுக்கு ஞானம் வழங்கக்கூடிய குரு யார் என்று தேடினார்கள். அப்போது அவர்களுக்கு ஓர் ஆலமரத்தின்கீழே காட்சிதந்தார் சிவன், அவர்களுக்கு அறத்தைப் போதித்தார்.

அந்த முனிவர்களைக் 'காது பொத்தர்' என்கிறார் சுந்தரர். அதாவது, காதில் துளையுடையவர்கள்.

எல்லாருடைய காதிலும்தான் துளை இருக்கிறது. ஆனால், அந்த நான்குபேரைமட்டும் அவர் இவ்வாறு குறிப்பிடக்காரணம்,

அவர்களுடைய காது ஞானத்தால் துளையிடப்பட்டிருக்கிறது!

‘சிவபெருமானிடம் அவர்கள் அறத்தைக் கேட்டபோது, கின்னரர்கள், புலி, கடிக்கும் பாம்பு, யாராலும் பிடிக்க இயலாத சிங்கம், குற்றமில்லாத பெரிய தவமுனிவர்கள் ஆகியோரும் அருகில் இருந்தார்கள், ஓர் அழகிய ஆலமரத்தின் நிழலில் அமர்ந்து பெருமான் அறத்தை உரைத்தார், அதைக்கேட்டு அவர்கள் இன்பமடைந்தார்கள்.’

‘நீதிவழியில் நிற்கும் வேதியர்கள் நிறைந்த, புகழ்மிக்க திருநின்றியூரிலே எழுந்தருளியிருப்பவனே, உன்னிடம் ஞானத்தைப் பெற்ற அவர்கள் அனுபவித்த இன்பத்தைக் கேள்விப்பட்டேன், நானும் உன்னுடைய திருவடிகளை வந்தடைந்தேன்.’

> ‘காது பொத்தரை, கின்னரர், உழுவை, கடிக்கும் பல்நகம், பிடிப்ப அரும் சீயம்,
> கோதுஇல் மாதவர் குழு உடன் கேட்பக் கோல ஆல்நிழல்கீழ் அறம் பகர,
> ஏதம் செய்தவர் எய்திய இன்பம் யானும் கேட்டு நின் இணையடி அடைந்தேன்,
> நீதி வேதியர் நிறை புகழ் உலகில் நிலவு தென் திருநின்றியூரானே.’

இந்திரனின் யானை ஐராவதம், நான்கு கொம்புகளையுடையது.

ஒருமுறை, ஐராவதம் அந்த நான்கு கொம்புகளையும் இழந்து, விண்ணுலகிலிருந்தும் வெளியேற்றப்பட்டது. தன்னுடைய பழைய பெருமையைத் திரும்பப்பெறுவதற்காக, திருவெண்காட்டில் சிவபெருமானை வழிபட்டது.

யானையின் பக்தியை மெச்சிய சிவபெருமான், அது இழந்த கொம்புகள் மீண்டும் தோன்றச்செய்தான். பழையபடி பெருமையோடு விண்ணுலகில் வாழும்படி அருளினான்.

‘திருநின்றியூரில் எழுந்தருளியிருக்கும் சிவபெருமானே, ஐராவதத்துக்கு நீ அருளிய தன்மையைக் கேட்டேன்,

உன்னுடைய பொன்னடிகளை வந்தடைந்தேன்' என்கிறார் சுந்தரர், 'மாளிகைகளின் உயர்ந்த மாடங்களிலே, பிறைபோன்ற நெற்றியைக்கொண்ட பெண்கள் மயில்களைப்போலவும் மான்கன்றுகளைப்போலவும், இளம்கிளிகளைப்போலவும் தோன்றுகிற திருநின்றியூரானே, எனக்கு அருள்வாய்.'

> 'கோடு நான்கு உடைக் குஞ்சரம் குலுங்க, நலம்கொள் பாதம் நின்று ஏத்தியபொழுதே
> பீடு விண்மிசைப் பெருமையும் பெற்ற பெற்றி கேட்டு நின் பொற்கழல் அடைந்தேன்,
> பேடை மஞ்ஞையும் பிணைகளின் கன்றும் பிள்ளைக் கிள்ளையும் எனப் பிறைநுதலார்
> நீடு மாடங்கள் மாளிகைதோறும் நிலவு தென் திருநின்றியூரானே.'

சிலந்தி, ஐராவதம் போன்ற உயிர்களில் தொடங்கி, விசாரசர்மன், திண்ணன் போன்ற எளிய பக்தர்கள், திருநாவுக்கரசர் போன்ற புலவர்கள், இந்திரனைப்போன்ற வானோர், பரசுராமர், சனகாதி முனிவர்கள், அகத்தியர் போன்ற முனிவர்கள்... இப்படித் தன்னை வணங்கிய எல்லாருக்கும் வரம் தருகிறவர் சிவபெருமான், இதைக் கேட்டபின் அவனது திருவடிகளைச் சென்றுசேர்வதுதானே நம் ஒரே வழி!

92

காஞ்சிக்குச் செல்லவேணும், வரதனைத் தரிசிக்கவேணும்.

ஆனால், காஞ்சிக்குச் செல்லும் வழி எது? கவிஞருக்குத் தெரியவில்லை. வரும் வழியில் தென்படுகிற எல்லாரையும் கேட்கிறார்.

திரு.வி.க. எனப்படும் திருவாரூர் வி. கலியாணசுந்தரனார் 'திருமால் அருள்வேட்டல்' எனும் தலைப்பில் ஓர் அழகிய நூலை வடித்துள்ளார். அதில்தான் இந்தக் காட்சி.

கவிஞர் காஞ்சியைத் தேடி நடக்கையில், அங்கே சில பள்ளி மாணவர்கள் வருகிறார்கள். எல்லாரும் சேர்ந்து பந்தாடுகிறார்கள். அவர்களைப்பார்த்து, 'பிள்ளைகளே, காஞ்சிக்குச் செல்லும் வழியைச் சொல்லுங்கள்' என்கிறார்:

> 'பந்துஆடக் குழுமிவரும் பள்ளி இளம்பிள்ளைகளே,
> பைந்தாரன், திருமார்பன், பவம்அறுக்கும் ஒரு வீரன்,
> வந்தார்க்கு வரம் அளிக்கும் வரதன் எழுந்தருள் காஞ்சி
> நந்தாத மணிக்கோயில் நண்ணும் வழி சொல்லீரே.'

பசுமையான மாலையை அணிந்தவன், மார்பில் திருமகளை அணிந்தவன், பாவங்களை அறுக்கின்ற இணையற்ற வீரன், வந்தவர்கள் எல்லாருக்கும் வரமளிக்கிற வரதன், அவன்

எழுந்தருளியிருக்கும் காஞ்சியிலே ஒருநாளும் ஓய்வறியாத மணிக்கோயில் இருக்கிறதாமே, அதை எப்படிச் சென்றடைவது? எனக்கு வழிசொல்லுங்களேன்!

இதைக்கேட்டு அந்த மாணவர்கள் வழிசொல்கிறார்கள். அவர் நடக்கிறார். சற்றுத்தொலைவில், குடத்தை ஏந்திக்கொண்டு சில பெண்கள் வருகிறார்கள். அவர்களிடம் கேட்கிறார்:

'குடம்ஏந்திக் குலவிவரும் கோதுஇல் பிணாப் பிள்ளைகளே,
தடம் ஏந்து மலர்க்கு இனியன், தண்துளவம் அசைமார்பன்,
வடம்ஏந்தும் காஞ்சியிலே வரதன் எழுந்தருள் கோயில்
இடம்ஏந்தும் வழி உணர்த்த எழில்முத்தம் சிந்தீரே.'

கையில் குடத்தோடு பேசிக்கொண்டே வரும் குற்றமற்ற பெண்களே,

நீர்நிலையில் மலர்ந்திருக்கும் மலர்களுக்கெல்லாம் இனியவன், குளிர்ந்த துளசிமாலை அசைகின்ற மார்பைக்கொண்டவன், வடம்பிடித்துத் தேரிழுக்கும் காஞ்சியிலே அந்த வரதன் எழுந்தருளியிருக்கிறான். அந்தக் கோயிலை நான் எப்படிச் சென்றடைவது? முத்துப்போன்ற அழகிய பற்களைக்கொண்ட வாயைத் திறந்து வழி சொல்லுங்கள்.

அந்தப்பெண்கள் அவருக்கு வழிசொல்கிறார்கள். கவிஞர் நடக்கிறார். அங்கே ஒரு மரம். அதிலே மலர்பறிப்பதற்காகப் பல பெண்கள் சூழ்ந்திருக்கிறார்கள். அவர்களிடம் வழி கேட்கிறார்:

'மட்டுஅவிழும் மலர் பறிக்க மரத்தடியில் செறிந்து ஈண்டி
வட்டமிடும் வளைக்கரத்து மதிநல்லீர், வளர்காஞ்சிக்
கட்டழகன், பொலமுடியன், கருணைபுரி கரிவரதன்
எட்டுடையன் திருக்கோயில் ஏகும்வழி இதுவேயோ?'

தேன் சிந்தும் மலர்களைப் பறிப்பதற்காக மரத்தடியிலே கூடியிருக்கிற பெண்களே, கையிலே வளையல் அணிந்தவர்களே, சிறந்த அறிவுள்ளவர்களே, புகழில் வளர்ந்துகொண்டே செல்லும் காஞ்சிநகரத்தை ஆளும் கட்டழகன், பொன்முடியை

அணிந்தவன், அனைவருக்கும் கருணைபுரிகின்ற கரிவரதன், எட்டெழுத்துக்கு உரியவன், அவனுடைய திருக்கோயிலுக்குச் செல்லும் வழி இதுதானா?

அப்பெண்கள் வழிசொல்கிறார்கள், அவர் நடக்கிறார்.

கொஞ்சதூரத்தில் ஒரு தோப்பு. அங்கே பலவிதமான மரங்கள் இருக்கின்றன. அவற்றிடம் பேசுகிறார் கவிஞர்:

'ஆல், அரசு, வேம்பினங்காள், அழகு திருக்காஞ்சியிலே
சீல் அருளும் வரதனிடம் செல்வழியோ இது என்று
கோலம் அவிர் கரம் நீட்டிக் குறிப்பிடவே குலவுகின்றீர்,
பாலிமணல் எனப் பொலிந்து பல்லாண்டு வாழ்வீரே.'

ஆலமரங்களே, அரசமரங்களே, வேப்பமரங்களே, அழகிய திருக்காஞ்சியிலே சிறப்புகளை அருளும் வரதனை நான் காணவேண்டும், அதற்கான வழி இதுதானா?

இப்படி அவர் கேட்டவுடன், மரங்கள் தங்களுடைய அழகிய கைகளை நீட்டி, 'இதுதான் காஞ்சி செல்லும் வழி' என்று சொல்கின்றன. அதைக்கேட்டு மகிழ்ந்த அவர், அம்மரங்களை வாழ்த்துகிறார், 'பாலாற்றின் கரையிலுள்ள மணலைப்போல நீங்கள் பொலிவீர்கள், பல்லாண்டு வாழ்வீர்கள்.'

கவிஞர் தொடர்ந்து நடக்கிறார். அங்கே ஒரு பாம்பு செல்கிறது. அதைப்பார்த்துப் பாடுகிறார்:

'புற்றுஅரவப் பெரியீரே, புன்மையனைக் கண்டவுடன்
செற்றம்அறு பணம்விரித்துச் செல்கின்றீர் விரைந்துமுனே,
கற்றவர் எண் காஞ்சியிலே கரிவரதன் கோயில்வழி
பற்றிநட என உணர்த்தும் பான்மைதனை மறவேனே.'

புற்றில் வாழும் பாம்பாரே,

பக்தியில் குறைந்தவனான என்னைப் பார்த்தவுடன், நீங்கள் சீறவில்லை, கோபமில்லாமல் படம் விரித்துக் காட்டியபடி விரைந்து முன்னே செல்கிறீர்கள், இது ஏனோ?

புரிந்துவிட்டது. கற்றவர்கள் எண்ணுகிற காஞ்சியிலே கரிவரதன் கோயிலுக்குச் செல்லும் வழி இதுதான் என்று சொல்கிறீர்கள், அந்த வழியைப் பற்றி நடக்கவேண்டும் என்று எனக்கு அறிவுறுத்துகிறீர்கள். உங்களுக்கு நன்றி. இதை நான் என்றைக்கும் மறக்கமாட்டேன். கவிஞர் தொடர்ந்து நடக்கிறார். அங்கே ஒரு நீர்நிலை. அதில் செந்தாமரைகள் மலர்ந்துள்ளன. அவற்றிலிருந்து சிந்தும் தேனை அருந்திச் சிறுமீன்கள் விளையாடுகின்றன.

அந்த நீர்நிலையில் சில கருடப்பறவைகள் அமர்ந்துள்ளன. கவிஞர் வந்ததும் அவை எழுந்து பறக்கின்றன. இதைக்கண்ட அவர் பாடுகிறார்:

'செங்கமலத் தேன் அருந்திச் சிறுமீன்கள் விளையாடும்
பொங்கு மடுக் காட்சிவிட்டீர், புரிவுடனே பறக்கின்றீர்,
சங்குஉடைய வரதன் அமர் தனிக்கோயில் வழி இதுவென்(று)
இங்கு உணர்த்தும் புள் அரசீர், இரும்கருணைத் திறம் என்னே!'

பறவைகளின் அரசனான கருடனாரே, உங்களுக்கு என் தேவை புரிந்துவிட்டதோ? சங்கைக் கையில் ஏந்திய வரதன் அமர்ந்திருக்கும் இணையற்ற கோயிலுக்குச் செல்லும் வழி இது என்று உணர்த்தும்வண்ணம் இத்திசையில் பறக்கிறீர்களோ? உங்களுடைய உயர்ந்த கருணைதான் என்னே!

இப்போது அவர் ஒரு பசுக்கூட்டத்தைப் பார்க்கிறார், அந்தப் பசுக்களின் கழுத்தில் மணி கட்டியுள்ளார்கள். அவை மகிழ்ச்சியோடு புல்லை மேய்கையில் அந்த மணி ஒலி எழுப்புகிறது. இதைக் கண்டதும், கவிஞருக்குக் கோபாலன் நினைவு வருகிறது, அவன் பெயரைச் சொல்லி மகிழ்கிறார்.

இவரைக்கண்டு சில கன்றுகள் பயந்துவிடுகின்றன. அங்குமிங்கும் துள்ளி ஓடுகின்றன. அதைப்பார்த்து, 'வரதனின் அருட்கோயில் அருகில்தான் உள்ளது' என்று தெரிந்துகொள்கிறார் கவிஞர்:

'மணி ஒலிக்கப் புல்மேய்ந்து மகிழ்பசுவின் நிரை தோன்றித்
தணிவு அளிக்கக் கோபாலா எனத் தாழச் சில கன்று
கணம் மருண்டு துள்ளிவழிக் கனைத்து ஓடக் கவர் கண்ணில்
அணிமை என வரதன் உள அருட்கோயில் பூத்ததுவே.'

அடுத்து, கவிஞர் சில சேவல்கள், கோழிகளைப் பார்க்கிறார், அவற்றோடு பேசுகிறார்:

> ‘செங்கொண்டை சாய்ந்து அசையச் சீக்கின்ற சேவல்களே,
> பைங்குஞ்சு புடைசூழப் பார்க்கின்ற கோழிகளே,
> அம்கண்ணன் வரதன் என்றே அகம் குளிரக் கூவீரே,
> இங்கு உள்ளம் கவர்வரதன் என்று என்றே கூவீரே.’

சிவந்த கொண்டை சாய்ந்து அசையும்படி தரையைக் கிளறும் சேவல்களே, இளங்குஞ்சுகள் சுற்றிவரப் பார்க்கின்ற கோழிகளே,

‘அழகிய கண்ணைக்கொண்டவன், வரதன்’ என்று எம்பெருமான் பெயரை அகம் மகிழக் கூவுங்கள். ’எங்கள் உள்ளத்தைக் கவர்ந்த வரதன்’ என்று கூவுங்கள்.

அடுத்து, மயில்கள், குயில்கள், கிளிகள் வருகின்றன. அவற்றிடமும் வரதன் பெயரைச்சொல்லிப் பாடுகிறார்:

> ‘மயில் இனங்காள், ஆடீரே, மால் வரதன் என்று என்றே,
> குயில் இனங்காள், கூவீரே, குருவரதன் என்று என்றே,
> பயில் அளி செவ்வாய்க்கிளிகாள், பாடீரே வரதன் என்றே,
> உயிர் அளிக்க வருவானோ உயர்காஞ்சிப் பதியானே.’

மயிலினங்களே, மால் வரதன் பெயரைச்சொல்லி ஆடுங்கள்,

குயிலினங்களே, குருவான வரதன் பெயரைச்சொல்லிக் கூவுங்கள்,

சொன்னதைச் சொல்லும் அன்பான, சிவந்த வாயைக்கொண்ட கிளிப்பிள்ளைகளே, வரதன் பெயரைச்சொல்லிப் பாடுங்கள்,

உயிர்கள் அனைத்தையும் காப்பதற்காக, உயர்காஞ்சியில் எழுந்தருளியிருக்கும் அப்பெருமான் வருவான்!

நிறைவாக, கவிஞர் திருக்காஞ்சியிலிருக்கும் வரதனின் திருக்கோயிலுக்கு வந்துவிட்டார். அங்கே திருக்குளத்தில் மெல்ல அலைகள் எழுகின்றன, தென்றல் காற்று இதமாக வீசுகிறது,

வரிசையான மரங்கள் நிழல் பரப்புகின்றன, மனத்தில் ஓர் இதமான தனிமையுணர்வு எழுகிறது.

அதேநேரம், சூரிய வெளிச்சம் குறைகிறது, அகன்ற நிலவு மேலெழுகிறது. கவிஞர் பெருமானை எண்ணிப் பாடுகிறார்:

'திருக்குளம் மெல்அலை எடுப்ப, சிறுதென்றல் காற்று எறிப்பத்
தருக்கள் நிரை நிழல்பரப்ப, தனிமைநிலை உடன்கூட,
அருக்கன் ஒளி மறைந்ததுவே, அகல்நிலவும் எழுந்ததுவே,
பெருக்குஅமுத வரதாவோ, பேயனைஆள் வரதாவோ.'

அமுதம் பெருகுவதுபோன்ற வரதனே, இந்தப் பித்தனை ஆள்பவனே, எனக்கு அருள்செய்வாய்!

'நாரண நாரண நாரணனே,
நாரண நாரண நாரணனே,
மனத்துக்(கு) எட்டா மாதவனே,
மரணம் தவிர்ப்பாய் கேசவனே,
எங்கும் உள்ள இறையோனே,
என்னை ஆளாய் மறையோனே,
உருவாய் அருவாய் உள பொருளே,
உவந்தே குருவாய் வந்து அருளே,
எதற்கும் எதற்கும் காரணனே,
அதற்கும் அதற்கும் பூரணனே.'

நாரணனே, யாருடைய சிந்தனைக்கும் எட்டாத மாதவனே, கேசவனே, பிறப்பு, இறப்புச் சுழலைத் தவிர்க்கச்செய்வாய்,

எங்குமுள்ள இறைவனே, என்னை ஆளும் வேதப்பொருளே, உருவாக, அருவாக இருப்பவனே, எனக்குக் குருவாக மகிழ்வுடன் வந்து அருள்வாய்,

அனைத்துக்கும் காரணமானவனே, பூரணமானவனே, வணங்குகிறேன்.

'வைகுந்தவாசா, வாவா,
வண்மைத் திருவொடு வாவா,

கமலத் திருவொடு வாவா,
கருடக்கொடியொடு வாவா,
அடியவர் சூழ வாவா,
அணைந்துஅருள் புரிய வாவா.'

வைகுந்தவாசனே, வருவாய், வண்மைநிறைந்த திருமகளோடு வருவாய், தாமரைமலரிலே அமர்ந்திருக்கும் திருமகளோடு வருவாய், கருடக்கொடியோடு வருவாய், அடியவர் சூழ வருவாய், எங்களை அணைந்து அருள்புரிய வருவாய்.

'பொன்னொளி மின்னும் முடியோனே,
பொருளென வந்தேன் அடியேனே,
கமலக் கண்ணால் கருணைபொழி,
களைத்தே வந்தேன் இருளைஒழி,
மலர்மகள் மார்பா வந்தேனே,
மனத்தில் பொழியாய் செந்தேனே,
சக்கரம் நோயை அழிப்பதுவே,
சங்குஒலி சாவை ஒழிப்பதுவே,
நீல மேனி நிலவினிலே,
நித்தம் மூழ்கும் நலம்இனியே.'

பொன்னொளி மின்னுகின்ற திருமுடியைக்கொண்டவனே, நீயே எனக்குப்பொருள் என வந்துவிட்டேன், உன்னுடைய தாமரைக்கண்ணாலே எனக்குக் கருணைமழை பொழிவாய், களைத்துள்ள என்னுடைய மனத்திலிருக்கும் இருளை ஒழிப்பாய்,

செந்தாமரைமலரில் அமர்ந்திருக்கும் திருமகளை மார்பில் கொண்டவனே, உனைத்தேடி வந்தேன், என் மனத்தில் செந்தேனைப் பொழிவாய், உன்னுடைய சக்ராயுதம் எங்கள் நோயை அழிக்கட்டும், உன்னுடைய திருச்சங்கின் ஒலி எங்கள் மரணத்தை ஒழிக்கட்டும், உன்னுடைய நீலமேனியில் நாங்கள் நித்தம் மூழ்குகிறோம், அதனால் நலம்பெறுகிறோம்.

'கோசலம் வந்த கோமானே,
கோதண்டம் ஏந்திய பூமானே,
நங்கை உரிமை காத்தவனே,

நான்மறை போற்றும் மூத்தவனே,
சோதர நேயப் பிறப்பிடமே,
சுந்தர மேனி அறப்படமே,
மதுரையில் எழுந்த வான்மணியே,
மாதவர்க்கு அருளிய மேன்மணியே.’

கோசலத்தின் அரசனே, கோதண்டம் ஏந்தியவனே, நங்கையான சீதைக்காகப் போர்புரிந்து அவளுடைய உரிமையைக் காத்தவனே, நான்கு வேதங்களும் போற்றும் மூத்தவனே, சகோதர நேயத்தின் பிறப்பிடமே, அழகிய மேனி அறவடிவானவனே, மதுராபுரியிலே எழுந்த உயர்ந்த மணியே, சிறந்த தவம் செய்தோர்க்கு அருள்செய்யும் மேலான மணியே,

‘கடலை, மலையைப் பாருங்கள்,
கண்ணன் காட்சி ஓருங்கள்,
கரிய மேகம் காணுங்கள்,
கண்ணன் வடிவம் பேணுங்கள்,
எல்லாம் கண்ணன் திருக்கோலம்,
என்று உணர் அன்பே உருக்கோலும்.’

பக்தர்களே, கடலைக்கண்டாலும் மலையைக்கண்டாலும் அதில் கண்ணனையே காணுங்கள், கரிய மேகத்தைக் கண்டால், அது கண்ணன் வடிவம் என எண்ணுங்கள், எல்லாம் கண்ணனின் திருக்கோலம் என்கிற அன்போடு அவனை வணங்குங்கள்!

ஆக, காஞ்சிக்கு வழிகாட்டியதும் அவனே, காஞ்சியில் வழிகாட்டுவதும் அவனே!

93

மதுரையை ஆள்பவள், மீன்போன்ற கண்களால் பக்தர்கள்மீது அருட்பார்வை வீசும் மீனாட்சி.

அனைத்து உலகங்களையும் படைத்துக் காக்கும் அன்னையைப்பற்றிக் குலசேகரப்பாண்டியன் எழுதிய நூல், 'மதுராபுரி அம்பிகை மாலை.' அளவில் சிறியதாயினும், அம்பிகையின் பெருமையைப்பாடும் அழகால் இந்நூல் சிறந்து விளங்குகிறது.

'திருவே, விளைந்த செந்தேனே, வடிஇட்ட தெள்அமுதின்
உருவே, மடப்பிள்ளை ஓதிமமே, ஒற்றை ஆடகப் பூந்
தருவே, நின் தாமரைத்தாளே சரணம், சரணம் கண்டாய்,
அருவே, அணங்கு அரசே, மதுராபுரி அம்பிகையே.'

செல்வமே, விளைந்த செந்தேனே, வடித்த, தெளிவான அமுதம் உருவெடுத்துவந்ததுபோன்ற பெருமாட்டியே, இள அன்னமே, பொன்போன்றவளே, பூமரமே, உன்னுடைய தாமரைபோன்ற திருவடிகளிலே நாங்கள் சரணடைகிறோம்,

அருவே, தெய்வ அரசியே, மதுராபுரி அம்பிகையே, எங்களைக் காப்பாய்!

அடுத்து, தேவியின் திருவுருவம் புலவரின் மனக்கண்ணில் தோன்றுகிறது. வாழ்த்திப் பாடுகிறார்:

'நாள்கொண்ட கொங்கைத்துணையும், பொன்மேனியும், நஞ்சுஅளித்த
வாள்கொண்ட நாட்டமும், தொண்டைச் செவ்வாயும், மருங்கு உடுத்துத்
தோள்கொண்ட செம்பட்டும், முத்து ஆரமும் கொண்டு தோன்றி எனை
ஆள்கொண்ட நாயகியே, மதுராபுரி அம்பிகையே.'

மதுராபுரி அம்பிகையே, இளமார்பும், பொன்மேனியும், நஞ்சைப்போன்ற கூர்மையான, ஒளிமிகுந்த பார்வையும், கொவ்வைப்பழம்போன்ற செவ்வாயும், இடுப்பில், தோளில் அணிந்த செம்பட்டும், முத்துமாலையுமாக என்முன்னே தோன்றியவளே, என்னை ஆட்கொண்ட நாயகியே, வணங்குகிறேன்!

அவர் காணும் திசையெல்லாம் அம்பிகையே தோன்றி அவரை ஆட்கொள்கிறாள்:

'கரும்பும் கணை ஐந்தும் பாச அங்குசமும் கைக்கொண்டு அடியேன்
திரும்பும் திசைதொறும் தோற்றுகண்டாய், இசை தேக்கு மணிச்
சுரும்பு உண்ட காவியும் சோதி நிலாவும் துளிரும் சற்றே
அரும்பும் கனம்குழலாய், மதுராபுரி அம்பிகையே.'

அன்னையே, நான் எத்திசையில் திரும்பினாலும் கையில் கரும்போடு, ஐந்து மலரம்புகளோடு, பாச, அங்குசத்தோடு நீயே தோன்றுகிறாய். இசைபாடும் வண்டுகள் மொய்க்கும் நீலோற்பல மலரும் பிறைநிலவும் தோன்றுகிற கனத்த கூந்தலையுடையவளே, மதுராபுரி அம்பிகையே, அருள்வாய்!

தேவியை வணங்கும் பேரின்பமிருக்க, சிலர் சிற்றின்பத்தில் விழுந்துகிடக்கிறார்களே என்று புலவர் எண்ணி வருந்துகிறார், 'கூர்மையான வேல்போன்ற கண்களையுடைய பெண்களின்

ஆசைமயக்கத்திலே நெஞ்சைச் செலுத்தினால், அது மீண்டு வருமா?' என்று திகைக்கிறார், 'அம்மையே, உன்மேல் அன்புகொண்ட தொண்டர்கள் உன் திருவடிகளில் தலைவைத்து வணங்குகிறார்கள், முத்துத் தண்டை அணிந்த அந்தத் திருவடிகளை என்னுடைய அற்பத் தலையின்மீது வைத்து அழுத்தினாயே, நான் என்ன பாக்கியம் செய்தேனோ!'

'வடிவைத்த வேல்விழியார் அநுராக மயக்கில் சென்று
குடிவைத்த நெஞ்சு என்று மீளும்கொலோ, அன்புகொண்ட தொண்டர்
முடி வைத்தவாறு, என் புலைத்தலைமேல் வைத்த முத்தின் தண்டை
அடி வைத்த பேர்இன்பமே, மதுராபுரி அம்பிகையே.'

இவ்வுலகில் எல்லாம் அன்னையால் வந்தவை, அன்னையால் நடக்கிறவை, அன்னையே அனைத்துக்கும் ஆதாரம் என்று பிரமிக்கிறார்:

'வடக் குன்ற மேருவும் மூது அண்டம் எட்டி வளைத்து புறம்
கிடக்கும் கடலும் புவனங்கள் ஏழும் கிளர் மருப்புத்
தடக் குஞ்சரம் எட்டும் எல்லாம் திரு உந்தித் தாமரையில்
அடக்கும் பராசக்தியே, மதுராபுரி அம்பிகையே.'

வடக்கே உள்ள மேரு மலையும், பழைமையான அண்டத்தை வளைத்து அதற்கு வெளியே கிடக்கும் கடலும், ஏழு உலகங்களும், கிளர்ந்தெழுகின்ற கொம்புகளையுடைய பெரிய திசையானைகள் எட்டும், அன்னையின் திருவுந்தித் தாமரையில் அடங்கும், அத்தகைய பராசக்தியே, அம்பிகையே, எம்மைக் காப்பாய். பக்தர்கள் நெஞ்சில் குடிகொண்டிருக்கும் அன்னையின் திருவுருவம் எப்படிப்பட்டது?

'ஒளிகொண்ட வெண்பிறைத்தோடும் பொன் ஓலையும் ஊறிய தேன்
துளிகொண்ட செங்கனி வாயும் முத்தாரமும் தோளும் என்றன்
களிகொண்ட நெஞ்சம் குடிகொண்டவா, இசை கக்கு மணி
அளிகொண்ட பூங்குழலாய், மதுராபுரி அம்பிகையே.'

அன்னையே, நீ அணிந்திருக்கிற, ஒளிநிறைந்த, வெண்ணிறப் பிறைநிலவான தோடும், பொன் ஓலையும், தேன்துளிகள் ஊறுகின்ற செங்கனித் திருவாயும், முத்துமாலையும், திருத்தோளும் என் நெஞ்சில் குடிபுகுந்துள்ளன, இத்தகைய திருக்கோலத்தில் நீ எழுந்தருளியிருப்பதால், நான் களிப்பில் துள்ளுகிறேன்,

இசைபாடும் வண்டுகள் மொய்க்கும் பூங்குழலைக் கொண்டவளே, மதுராபுரி அம்பிகையே, அருள்வாய்.

அன்னையின் புன்னகை மணியைப்போலவும் முத்தைப்போலவும் ஒளிர்கிறது, அவள் தன்னுடைய தாமரைத் திருவடிகளில் கழலைமட்டுமா சூடியிருக்கிறாள்? அவளை வந்து வணங்குகிற, அலங்கரிக்கப்பட்ட கிரீடத்தையுடைய சூரியன், சந்திரன் எனும் சுடர்கள், ஏழு கடல்களையுமல்லவா அணிந்திருக்கிறாள்!

அத்தகைய அன்னையின் தொழில் என்ன?

அம்பிகையின்வழி நடக்கிற மும்மூர்த்திகளின் தொழிலும் அவளுடைய தொழில்தான். அவள் கட்டளைப்படியல்லவோ அவர்கள் படைத்து, அழித்து, காக்கிறார்கள்!

> 'மணியும் தரளமும் வெண்நகையோ, வழி மூவர் செயத்
> துணியும் தொழிலும் உன் செய்தொழிலோ, பத்தித் துத்தி முடிப்
> பணியும் சுடரும் கடல் ஏழும் நின் கழல் பங்கயத்தில்
> அணியும் திருவுருவே, மதுராபுரி அம்பிகையே.'

இப்படி யாவுமாக இருந்து அனைத்தையும் புரிகிற அம்பிகையை வணங்கியபின் இன்னொருவரை எண்ணவேண்டுமோ?

'அன்னையே, உன்னுடைய திருவடிகளையன்றி வேறெதையும் நான் வணங்கமாட்டேன், வாழ்த்தமாட்டேன்' என்கிறார் புலவர், 'வஞ்சனையை நெஞ்சிலேகொண்டவர்களோடு எனக்கென்ன பேச்சு? உன்னை வணங்கும் பணி எனக்குப் போதும்!'

அமுதம் பெருகும் தெய்வப்பெண்ணே, திருமுடியிலே பிறைநிலவை முடிந்துகொண்டவளே, உன் திருவடிகளே சரணம்.

> ‘இணங்கேன் ஒருவரை, நின் இரு தாள்அன்றி எப்பொழுதும்
> வணங்கேன் ஒருவரை, வாழ்த்துகிலேன், வஞ்சநெஞ்சர்உடன்
> பிணங்கேன், அமுதம் பெருகும் செம்பாதிப் பிறைமுடித்த
> அணங்கே, சரணம் கண்டாய், மதுராபுரி அம்பிகையே.’

ஒருவருடைய நல்வினை, தீவினைகளைப்பொறுத்து, அவர் மீண்டும் பிறவியெடுக்கவேண்டியிருக்கலாம். ‘அவ்வாறு நான் மீண்டும் கருக்குழியில் வீழாமல் காப்பாய்’ என்று அன்னையிடம் இறைஞ்சுகிறார்:

> ‘விளையும் கருக்குழி வீழாமல், என்தன் வினைப்பிறவி
> களையும் படிக்கும் கருதுகண்டாய், கழுநீரை வென்று
> வளையும் தரள மணித்தோடு அழுத்திய வள்ளையைச் சென்று
> அளையும் கயல்விழியாய், மதுராபுரி அம்பிகையே.’

மதுராபுரி அம்பிகையே, செங்கழுநீர் மலரைவிட அழகான, வளைந்த முத்துமணித் தோடு அணிந்த காதுகள் உன்னுடையவை, கயல்மீன்போன்ற உன் திருக்கண்களோ நீண்டு அந்தக் காதுகள்வரை நீண்டிருக்கின்றன. ஆகவே, அந்த மீன்கள் காதுகள்வரை சென்று அளைவதுபோன்ற திருக்காட்சியை நாங்கள் காண்கிறோம்,

அத்தகைய அன்னையே, என்னுடைய வினைப்பிறவிகளைக் களைந்துவிடு, என்னை உய்விக்கவேண்டுமென்று நீ நினைத்தால், நிறைவேறும்.

அன்னையின் இருப்பிடம் எது?

ஒன்றா, இரண்டா? ஒரு பட்டியலே போடுகிறார், ‘உன் கணவரான சிவபெருமானின் இட பாகத்தில் நீ இருக்கிறாய், நான்கு வேதங்களாகிய நூல்களிலும் இருக்கிறாய், தேன்சொரியும் கமலாலயத்திலும் இருக்கிறாய்.’

ஆனால் இவற்றுக்கெல்லாம் மேலாக, ‘பக்தர்களுக்கு இடர்வந்தபோது, அந்த இடத்தில் நீ தோன்றுகிறாய், அவர்கள் நாய்போல் இழிவானவர்களாக இருப்பினும், உதவிக் காக்கிறாய்.

அன்னையே, உன் கருணைக்கு ஏது இணை!'

> 'நும் கேள்வர் பாகத்தும், அந் நால்மறை எனும் நூல் இடத்தும்
> கொங்கு ஏய் பொகுட்டுக் கமலஆலயத்தும் குடிகொண்ட நீ
> எங்கே இருக்கினும், நாய்அடியேனுக்கு இடர் வரும்போது
> அங்கே வெளிப்படுவாய், மதுராபுரி அம்பிகையே.'

இடர்களிலேயே மிகப்பெரியதாக உலகத்தார் கருதுவது, மரண பயம். அன்னையின் பத்தர்களை அந்தப் பயமும் எட்டாது, அவள் அருள், காலனையும் தூர விரட்டும்:

> 'பொன்னே, நவமணியே, அமுதே, புவி பூத்து அடங்கா
> மின்னே, ஒளிஉற்ற மெய்ப்பொருளே, கரு மேதியின்மேல்
> எந்நேரம் காலன் வந்து ஆவி விட்டாலும், எனக்கு அஞ்சேல் என்று
> அந்நேரம் வந்து அருள்வாய், மதுராபுரி அம்பிகையே.'

பொன்னே, நவமணியே, அமுதமே, பூமியிலே தோன்றி மறையும் மின்னல்களைப்போலின்றி என்றும் நிலைத்திருக்கும் மின்னலே, ஒளிவடிவமான மெய்ப்பொருளே,

கருத்த எருமையின்மேல் காலன் வந்து என் ஆவியைப் பறிக்க முனைந்தாலும், 'அஞ்சாதே' என்று சொன்னபடி அந்நேரம் அங்கே வந்து நிற்பவளே, அப்பயத்தைப் போக்கி அருள்பவளே, உன்னை வணங்குகிறோம்.

அன்னையின் திருமணம். அலங்கரிக்கப்பட்ட பந்தலிலே சிவபெருமானின் கரத்தைப் பற்றி நிற்கிறாள் அம்மை. அவருடைய திருமுகத்தின் அழகை, அன்னையின் கயல்விழிகள் பருகுகின்றன:

> 'மணப்பந்தலிலே
> திருந்தும் கரம் பற்றிநிற்பார் திருமுகச் செவ்விஎல்லாம்
> அருந்தும் கயல்விழியாய்!'

அந்தச் சிவபெருமான் ஒருமுறை நஞ்சை உண்டார். அப்போது என்ன நடந்தது தெரியுமா?

அவருடைய நாயகி அந்த நஞ்சைத் தொண்டையிலேயே நிறுத்திவிட்டார். அதனால் அவர் நீலகண்டரானார். அதுதான் தெரியுமே!

ஆனால், அந்த நஞ்சுக்கு என்ன ஆனது?

அன்னை தொட்டபின்னும் அது நஞ்சாகவா இருக்கும்? அமுதமாகிவிட்டது!

> 'ஒளிகக்கு நிலா
> வீக்கும் சடை அடவியார் உண்ட காளவிடத்தை அமுது
> ஆக்கும் சிவ ஆனந்தமே.'

ஒளிவீசும் நிலாவைச் சடையிலே அணிந்தவராகிய சிவபெருமான் காளவிடத்தை உண்டார். அதனை அமுதாக்கியவளே, சிவ ஆனந்தமே! வணங்குகிறோம்.

இன்னொருமுறை, சிவபெருமான் பிட்டுக்கு மண் சுமந்தார். அவருடைய திருவிளையாடலைக்கண்டு வெகுண்ட அரசன் அவரை அடித்தான், அந்த அடி எல்லார்மேலும் விழுந்தது.

இந்தப் புராணத்தைக் கேட்ட புலவருக்கு, ஒரு சந்தேகம். 'அன்னையே, உன்னை அடிக்கவல்லார் யார்? ஐயன்மீது பட்ட அடி உன்மீதும் விழுந்திருக்குமோ?' என்று நெகிழ்கிறார்:

> 'பொடிபட்ட பிட்டுக்குத் தோள்கொண்டு கூடை மண்போட்டுப் பொங்கி
> வெடிபட்ட வையை அடைத்த அந்நாள், சொக்கர் மேனி சுற்றும்
> கொடிபட்டபோது, முழு நீலக் கோமள மேனியிலும்
> அடிபட்டதோ? அணங்கே, மதுராபுரி அம்பிகையே.'

பிட்டுத்தூளுக்காகத் தோளிலே கூடையைச் சுமந்தார் சிவபெருமான், வையைக்கரையில் ஏற்பட்டிருந்த பிளவை அடைத்தார், அப்போது அவருடைய திருமேனியிலே அரசனின் கோல் பட்டது, அந்த நேரத்தில், முழுநீலமான உன்னுடைய மிருதுவான திருமேனியிலும் அடிபட்டதோ? தெய்வமே, எங்களுக்குச் சொல்வாய்.

அன்னையின் திருவடிகளுக்குப் புதுமலர்களை வாரித்தூவுகிறோம், கை கூப்புகிறோம், தலை வணங்குகிறோம், வளைந்த பிறைநிலவைத் தலையில் அணிந்து, நீண்ட துதிக்கையைக்கொண்ட யானையின்மேலேறி வட்டநிலத்தைக் காக்கும் அந்தத் தலைவியை வழிபடுகிறோம்:

> 'பூண்ட கை வாரிப் புதுமலர் தூவி, நின் பொன்அடிக்கே
> கூண்ட கை, சென்னி குவிக்கப்பெற்றேன், பிறைக்கோடு அணிந்து,
> நீண்ட கை வேழப்பிடர் ஏறி வட்டநிலம் புரக்கும்
> ஆண்தகையே, அணங்கே, மதுராபுரி அம்பிகையே.'

அன்னையை வணங்குவோருக்கு என்ன வரம் கிடைக்கும்?

பணம், பொருள், புகழ் என்று எதைக்கேட்டாலும் கிடைக்கும். ஆனால் அதையெல்லாம்விட மேலாக, வீடுபேறு கிடைக்கும், அதற்கு, கண்களில் நீர் நிற்காமல் சொரிய, தேவியின் திருவடிகளிலே புதுமலர்களைப் பொழிந்து வணங்கவேண்டும், அப்போது அவளுடைய கருணைவிழிகளிலிருந்து அருள் பொழியும், அழியாப்பதம் கிடைக்கும்:

> 'ஒழியாப் பனித்தடம் கண்ணீர் சொரிய வந்து, உன் அடிக்கே
> பொழியாப் புதுமலர் இட்டுநிற்பார்க்கு, உன் பொழிகருணை
> விழியால் சுரப்ப, அலர்ந்த செந்தாமரை வீடு ஒன்றவே
> அழியாப்பதம் தருவாய், மதுராபுரி அம்பிகையே.'

94

'உங்களுக்கு ரசவாதம் தெரியுமா?' என்றார் ஒருவர்.

அருகிலிருந்தவர் சிரித்தார். 'தெரியுமே!'

'அட, நிஜமாகவா சொல்கிறீர்கள்?' முதல்நபரின் கண்களில் ஆர்வம் தெரிந்தது.

'அவசரப்படாதீர்கள், ரசவாதம் என்றொரு விஷயம் இருப்பது தெரியும் என்று சொல்லவந்தேன்' என்று சிரித்தார் இரண்டாம் நபர், 'மற்றபடி, எதையும் தங்கமாக மாற்றுகிற அந்த வித்தையை நானறியேன்!'

முதல்நபர் பெருமூச்சுடன் சாய்ந்து அமர்ந்தார், 'எல்லாரும் இப்படிதான் சொல்கிறார்கள். நான் ரசவாதத்தைக் கற்றுக்கொள்ள விரும்புகிறேன். யார் கற்றுத்தருவார்கள்?'

'ரசவாதம் கற்றுக்கொண்டு என்ன செய்வீர்கள்?'

'வேறென்ன? தங்கம் செய்வேன்!'

'தங்கத்துக்கு அப்படியொரு தேவை உள்ளதா உங்களுக்கு?'

'ஏனையா, தங்கம் தேவைப்படாத ஆள் உண்டா? நானும் கொஞ்சம் சம்பாதிக்கிறேனே, உமக்கென்ன வந்தது?'

இரண்டாம் நபர் சற்றே யோசித்துவிட்டு, 'உமக்குத் தங்கம்தானே வேண்டும். நான் ஏற்பாடு செய்கிறேன்' என்றார். 'அதுவும் சிறிதளவு தங்கமல்ல, நிறைய, நிறைய தங்கம், உங்களுக்காகவே நாள்தோறும் பொழியும் தங்கம்!'

'அட, நிஜமாகவா சொல்கிறீர்கள்?'

'ஆமாம், நீங்களாகச் சென்று ஒன்றைத் தொடவேண்டியதில்லை, அதுவே தங்கமாக வந்து உங்களைச் சேரும், அதற்கு நீங்கள் ஒரு மந்திரத்தைத் தினமும் சொல்லவேண்டும்!'

'அப்படியா? எந்த மந்திரம் அது?'

'பாம்பன்சுவாமிகள் அருளிய தங்க ஆனந்தக்களிப்பு என்கிற பாடல்தான் அது. பக்தியோடு இதைச்சொன்னால் எல்லா வளங்களும் கிடைக்கும் என்பது நம்பிக்கை! விளக்கமாகச் சொல்கிறேன் கேளுங்கள்.'

'இந்தப்பாடலின் சிறப்பு, இந்தப் பாடல்முழுக்க முருகப்பெருமானைத் தங்கம், தங்கம் என்று வர்ணிக்கிறார் பாம்பன்சுவாமிகள், வாசிக்கும்போதே நமக்குள் அந்தக் களிப்பு வந்துவிடும். பாருங்கள்:'

'சுயமான தங்கம் இத்தங்கம், சிவ
சுப்பிரமணியம் எனும் தெய்வத்தங்கம்.'

மற்ற தங்கங்களெல்லாம் எங்கிருந்தோ வெட்டியெடுக்கப்படுபவை. ஆனால் இந்தத்தங்கமோ சுயமானது, சிவசுப்பிரமணியம் என்கிற தெய்வத்தங்கம்தான் அது!

'அந்தரர் வேண்டு ஒரு தங்கம், ஈறுஇல்
அறு சிகரக்கிரி நின்று எழு தங்கம்,
சுந்தர மாச்சுடர் தங்கம், உமை
துங்க மலர்க்கரம் தங்கு ஒரு தங்கம்.'

நம்மைப்போன்ற மனிதர்கள்தான் தங்கத்தை நாடுவார்கள் என்று நினைக்கிறீர்களா? வானோர்களுக்கும் தங்கம் தேவைப்படும், உலோகத்தங்கமல்ல, இந்த முருகத்தங்கம்!

பெட்டிக்குள் போட்டுவைத்த தங்கத்துக்கு அளவுண்டு, ஆனால் இந்தத்தங்கமோ அளவற்றது, அள்ளஅள்ள வந்துகொண்டே இருக்கும்,

ஆறு திருமுகங்களின்மீது நின்று எழுகின்ற அற்புதமான தங்கம் இது, அழகானது, பெரிய சுடர்வடிவானது, உமையம்மையின் உயர்வான மலர்க்கரத்திலே தங்குகின்ற தங்கம் இது!

'வேதத்திலே உள்ள தங்கம், சுத்த
வித்தைசொல் ஆகம நித்தியத் தங்கம்,
நாதத்தின்மேல் உள்ள தங்கம், அந்த
நாதம் கடந்தபின் நாம் அடை தங்கம்.'

இப்போது நாம் பார்க்கிற தங்கங்களெல்லாம் சமீபத்தில் கண்டறியப்பட்டவை, ஆனால், முருகனாகிய இந்தத்தங்கம் மிகப்பழைமையானது, வேதத்திலேயே அதன் பெருமை உணர்த்தப்பட்டிருக்கிறது,

தூய வித்தைகளைச் சொல்லும் ஆகமங்களில் நிரந்தரமாக இடம்பெற்றிருக்கும் தங்கமும் இதுதான், நாதத்தின்மேல் உள்ள தங்கமும் இதுவே, அந்த நாதத்தைக் கடந்தபிறகு நாம் அடைகின்ற தங்கமும் இதுதான்!

'பார்ப்பவர்க்கு இன்புசெய் தங்கம், சிவ
பாக்கியம் எல்லாம் பகுக்கின்ற தங்கம்,
சீர்ப் பர தத்துவத் தங்கம், நிறை
சிற்பர தேஜோமய ஆனந்தத் தங்கம்.'

மற்ற தங்கங்களை அணிந்தவர்களுக்குதான் இன்பம், ஆனால் முருகனாகிய தங்கத்தைப் பார்த்தாலே இன்பம்.

சிவபாக்கியத்தை நாமெல்லாம் பெறும்படி பகுத்துத்தருகின்ற தங்கம் இது, சிறந்த பரதத்துவமாகத் திகழும் தங்கம் இது,

நிறைவான சிற்பரமாகிய, ஒளிமயமான, ஆனந்தவடிவான தங்கம் இது!

'நினைப்பவர்க்கு இன்புசெய் தங்கம், தொண்டர்
நெஞ்சு எனும் பேழையிலே நிறை தங்கம்,
வினைப்பவம் வெல் பசும் தங்கம், ஞான
விளைவு அற்ற பூமியில் புதைபட்ட தங்கம்.'

முருகத்தங்கத்தைப் பார்க்காவிட்டால்கூடப் பரவாயில்லை, மனத்தில் நினைத்தாலே போதும், இன்பம்தான்.

அது எப்படி சாத்தியம்?

தொண்டர்களின் நெஞ்சம் என்கிற பேழையிலே முருகத்தங்கம் நிறைந்திருக்கிறது. ஆகவே, வேறெங்கும் அவனைத் தேடிச்செல்லவேண்டியதில்லை, நமக்குள் பார்த்தால் போதும், நம் நெஞ்சே கோயில், அங்கே அவன் எழுந்தருளி இன்பம் தருகிறான்.

நாம் செய்த வினைகளால் நமக்குப் பாவங்கள் ஏற்படக்கூடும், அவற்றை வெல்லுவதற்கு இந்தப் பசுந்தங்கம் துணைநிற்கும்.

அப்படியானால், இந்தத்தங்கம் எல்லாருக்கும் கிடைத்துவிடுமா?

வயலிலே விதைக்கிறோம், அதன் பலன் உடனே கிடைக்கிறதா? விளைச்சலானபிறகுதானே அறுவடை செய்து தானியங்களை உண்ணமுடியும்? அதுபோல, ஞானமாகிய விளைச்சல் இல்லாவிட்டால், முருகத்தங்கத்தை அனுபவிக்கமுடியாது.

ஆகவே, நம் மனமாகிய வயலைப் பக்குவப்படுத்திக்கொள்ள வேண்டும், அப்போதுதான் முருகத்தங்கத்தை முழுமையாகப் பெற்று அனுபவிக்கலாம்.

அது சரி, முருகனை வணங்கினால் உண்மையிலேயே எல்லாம் கிடைக்குமா? நம்பிக்கையோடு வழிபடுகிறவர்களுக்குக் கிடைக்கும். சும்மா வாதிடுகிறவர்களுக்குக் கிடைக்காது.

வெறும் நம்பிக்கைமட்டும் போதாது, மனத்துக்குள் அன்புவேண்டும், முருகன்மீதுமட்டுமல்ல, முருகபக்தர்கள்மீது, எல்லா உயிர்கள்மீதும் அன்புசெலுத்தவேண்டும்.

அப்படி அன்புசெலுத்தாமல் வறண்டநெஞ்சோடு அலைபவர்களுக்கு இந்தத்தங்கம் கிடைக்காது, அப்படியொரு தங்கம் இருப்பதே தெரியாதபடி அவர்கள் வாழ்வார்கள்.

ஆம், இது பக்தர்களுக்கு எளிதில் கிடைக்கும் தங்கம், அன்பில்லாதவர்களுக்கு அரிதாகிவிடும் தங்கம்.

அன்பர்களுக்குத் தீமைகள் வந்தால், இந்தத்தங்கம் தடுத்துவிடும், பகைவர்கள் வந்தால், அவர்களை வெல்ல உதவும், யாரேனும் அவர்களுக்குச் சாபம்விட்டால்கூட, இந்தத்தங்கத்தின்முன் அவை உதிர்ந்துபோகும், அவர்கள் என்றென்றும் நலமாக வாழ்வார்கள்.

இவ்வுலகில் செல்வம் என்றால் பணம், நிலம், நகைகள் என்று ஏதேதோ சொல்கிறோம், அவற்றையெல்லாம் துறந்து வாழும் தவமுனிவர்களுக்கு எது செல்வம்?

முருகத்தங்கம்தான் அவர்களுடைய செல்வம், இதைவிடப் பெரிய செல்வமுண்டா?

> ‘வாதிகட்கு எட்டாத தங்கம், அன்பு
> வறண்டு அலைவோர் அறியா அரும்தங்கம்,
> தீது, இகல், சூள் களை தங்கம், தவச்
> செல்வர்க்குச் செல்வம் அதாம் திருத்தங்கம்.’

தங்கத்தைப் பெறுவதற்கு ஏதேதோ மந்திரவித்தைகள் இருப்பதாகச் சொல்கிறார்களே. அவற்றையெல்லாம் நாம் கற்கவேண்டியதில்லையா?

அந்த மந்திரங்களாலெல்லாம் இந்தத்தங்கத்தை எட்டமுடியாது. பக்தி என்கிற மையைக் கண்ணில் இட்டுக்கொண்டு முருகனைப்பார்க்கவேண்டும், வழிபடவேண்டும், அப்போது இந்த அற்புதத்தங்கம் கிடைக்கும்.

இந்தத்தங்கத்தைப் பெற்றுவிட்டால், வேறெந்தச் செல்வமும் நமக்கு வேண்டியதில்லை, செய்கிற எல்லாவற்றிலும் சிறப்பான வெற்றி நமக்குக் கிடைக்கும். அதனால்தான், சிவசித்தர்கள், யோகிகள் என எல்லாரும் இந்தத் தங்கத்தை மெச்சுகிறார்கள்.

'அஞ்சனத்து எட்டாத தங்கம், பத்தி
அஞ்சனத்தே எட்டும் அற்புதத் தங்கம்,
செஞ்சயத்தைத் தரு தங்கம், சிவ
சித்தர்கள், யோகிகள் மெச்சிடு தங்கம்.'

இந்தத்தங்கத்தை விலைக்கு வாங்கமுடியுமா? அவசரத்துக்கு விற்கமுடியுமா?

ஒரு பொருளை விற்கவேண்டுமென்றால், அதற்கு மாற்றாக இன்னொரு பொருள் இருக்கவேண்டுமல்லவா? அப்படி முருகத்தங்கத்துக்கு இணையாக எதைச்சொல்வது?

தனக்கு இணையாக யாருமில்லாதபடி உயர்ந்து ஒளிர்கிற தங்கம் முருகன், தனித்துவமான இந்தத்தங்கத்தின்முன்னே, மற்ற எல்லாம் மங்கிப்போகும். இந்தத்தங்கத்தை அடைந்தவர்கள் வேறு எந்த இன்பத்தையும் பெரிதாக நினைக்கமாட்டார்கள், இது ஒன்றே போதும் என்று மனநிறைவடைந்துவிடுவார்கள். அப்படி எல்லா ஆசைகளையும் மங்கிப்போகவைக்கும் தங்கம் இது. சிறந்த ஆற்றலையுடைய இந்தத்தங்கம், நாளுக்குநாள் மேம்பட்டுக்கொண்டே இருக்கும். அண்ட பகிரண்டத்திலிருக்கும் எல்லாப்பொருள்களையும் ஈடாகச் சொன்னால்கூட, இதன் சிறப்பு உயர்ந்து நிற்கும், இணையற்ற தங்கம் இது!

'மாற்றுஇல் உயர்ந்துஒளிர் தங்கம், எல்லாம்
மங்கும்படிக்கு அருள்செய் தனித் தங்கம்,
ஆற்றலின் மேம்படு தங்கம், பகி
ரண்டமெல்லாம் விலைகொண்டு உயர் தங்கம்.'

இந்தத்தங்கத்தின் அளவு என்ன? ஏழெட்டு சவரன் இருக்குமா?

முருகத்தங்கத்தை அளவிடும் எண்ணோ அளவுகோலோ

இவ்வுலகில் இல்லை. யாராலும் அளவிடமுடியாத பேரருள் தங்கம் அது.

மற்ற தங்கங்களையெல்லாம் நெருப்பில் போட்டால் உருகிவிடும். ஆனால், முருகத்தங்கம் என்றைக்கும் உருகாது, அழியாது, அன்பர் மனத்தில் நிரந்தரமாகத் தங்கியிருக்கும்.

ஒருவேளை, இந்தத்தங்கத்தை யாராவது திருடிக்கொண்டு சென்றுவிட்டால்?

கவலைவேண்டாம். முருகத்தங்கத்தை ஒருவராலும் திருட முடியாது. அன்பால்மட்டுமே இந்தத்தங்கத்தைப் பெறமுடியும்.

அளவற்ற தங்கம் எனும்போது, அதை ஒருவர் பெறுவது ஏது? இன்னொருவர் இழப்பது ஏது? அன்பர்கள் ஒவ்வொருவருக்குள்ளும் அளவிடமுடியாத தங்கமாக அமர்கிறான் ஆறுமுகன்.

மற்ற தங்கங்களின்மீது ஆசைவைத்தால், நமக்குத் துன்பங்கள்தான் வரும். ஆனால் இந்தத்தங்கமோ, ஆசைப்பட்டவர்களின் துன்பங்களைத் தீர்க்கும், அவர்களுக்கு எல்லா நலன்களும் கிடைக்கச்செய்யும்.

> ‘அளவைக்கு அடங்காத தங்கம், தினம்
> அனல் இட்டு உருக்கினும் உருகாத தங்கம்,
> களவுக்கு இணங்காத தங்கம், தன்னைக்
> காமுறுவார் மிடி தீர்க்கின்ற தங்கம்.’

பக்தர்களுக்கு வரக்கூடிய வேதனைகளை அழிக்கும் தங்கம் இது, தெய்வயானையின் பார்வைக்கு இதமாகப் பிரகாசிக்கிற தங்கம். சில தங்கங்களில் குற்றம் இருக்கும் என்பார்கள். ஆனால் இதுவோ, நறுந்தங்கம், இதில் எந்தக் குற்றமும் கிடையாது, தினைவயலைக் காவல்காத்த கொடி வள்ளி, அந்தக் கொடி படர்கின்ற தங்கம் இது!

> ‘யாதனையைத் தெறு தங்கம், தெய்வ
> யானை விழிக்கு இதமாய் அவிர் தங்கம்,

ஏதுஅணையா நறும் தங்கம், எழில்
ஏனலின் ஓர்கொடிதான் படர் தங்கம்.'

ஞானத்தின் உயர்ந்தநிலை, இந்தத்தங்கம்தான். திருப்புகழ் பாடிய அருணகிரிநாதர் கண்ட தங்கம் இது, நமக்கு எல்லா நலன்களையும் அருளவல்லது. அரசர்களெல்லாம் தங்கத்திலே முடிசூடிக்கொள்வார்கள். அதுபோல, வானவர்களுடைய சிறந்த கிரீடத்திலே இருக்கும் தங்கம் இதுதான், அதாவது, அவர்கள் முருகப்பெருமானின் திருவடிகளை வணங்கி, அதைத் தங்கள் தலையில் சூடிக்கொள்கிறார்கள்.

அதற்காக, முருகத்தங்கம் வானோர்களுக்குமட்டும் என்று எண்ணிவிடவேண்டியதில்லை. நம்மைப்போன்ற பக்தர்களை வாழ்விக்கும் தங்கமும் அதுதான். உண்மையான பக்தியோடு வணங்குகிற ஒவ்வொருவருக்கும் இந்தத்தங்கம் கிடைக்கும், அவர்களைக் காக்கும், ஈடு இணையற்ற அந்தப் பராபரத்தங்கத்தைப் போற்றுவோம்.

'ஞானவிண்ஆகின்ற தங்கம், நலம்
நல்கும் திருப்புகழோன் கண்ட தங்கம்,
வானவர் மாமுடித் தங்கம், நம்மை
வாழ்விக்க வந்த பராபரத் தங்கம்.'

பாடல்களையும் விளக்கங்களையும் கேட்ட முதல்நபர் பிரமிப்புடன் அமர்ந்திருந்தார். அவரைத் தட்டியெழுப்பிய இரண்டாம் நபர், 'என்ன? தினமும் இந்தப் பாடலைச் சொல்கிறீர்களா? தங்கம் கொட்டும்!' என்று சிரித்தார்.

'சொல்கிறேன் ஐயா, ஆனால், உலோகத்தங்கத்துக்காக அல்ல, முருகத்தங்கத்துக்காக' என்றார் அவர், 'அற்பத் தங்கத்தின்மீது கொண்ட ஆசையினால் இத்தனைநாள் மனம்மயங்கியிருந்தேன், பாம்பன்சுவாமிகளின் பாடலைப் படித்தவுடன், நாம் சேர்க்கவேண்டிய உயர்ந்த, இணையற்ற தங்கம் எது என்று புரிந்துவிட்டது. பக்தியால் அந்தத்தங்கத்தைப் பெறுவேன், அதுவே மிகச்சிறந்த ரசவாதம்.'

95

பண்டிதமொழியில் பரமனைப் பாடினோர் பலருண்டு. அவர்களுடைய பாடல்களில் சொல்லழகும் பொருளழகும் அணிநயமும் அருமையாக இருக்கும், பக்தியும் நிறைந்திருக்கும்.

இன்னொருபக்கம், அந்த பக்தியையே முதன்மையாகக்கொண்டு பாமரமொழியில் அவன்புகழைப் பாடியவர்கள் இருக்கிறார்கள். அவர்களுடைய பாடல்களுக்கு உரை தேவைப்படாது, ஆகவே, இன்னொருவருடைய விளக்கத்தை எதிர்பார்க்காமல் எல்லா மக்களும் அவற்றைக் கேட்டுப் புரிந்துகொள்ளலாம், பாடி வழிபடலாம். இதனால், இவர்களுடைய பாடல்கள் மேலும் அதிகப்பேரைச் சென்றடைந்தன.

சுமார் முந்நூற்றைம்பது ஆண்டுகளுக்குமுன்னால், திருநெல்வேலி மாவட்டம் செங்கோட்டையில் பிறந்தவர் ஆவுடையக்காள். அன்றைய சமூகச்சூழலில் பல துயரங்களை, தியாகங்களைச் சந்தித்த இவர், திருவிசைநல்லூர் ஸ்ரீதர வெங்கடேச அய்யாவாள் என்ற மகானிடம் உபதேசம் பெற்றார். தன்னுடைய ஆன்மிக உணர்வுகளை எளிய மொழியில் ஆழமான கருத்துகளுடன் பாடல்களாக எழுதினார்.

வேதாந்தக் குறவஞ்சி நாடகம், வேதாந்த அம்மானை, வாலாம்பிகை பத்து, கிளிக்கண்ணி, குயில்கண்ணி என்று ஆவுடையக்காள் நூற்றுக்கணக்கான பாடல்களைப் பாடியிருக்கிறார். இவை தலைமுறை தலைமுறையாகப் பக்தர்களால் பாடப்பட்டுவருகின்றன.

சிறப்பாக, ராமாவதாரத்தையும் கிருஷ்ணாவதாரத்தையும் அழகுற அவர் பாடிய பாடல்கள் அருமையானவை. தலா ஐம்பது வரிகளுக்குள் ராமர், கிருஷ்ணரின் கதையைச் சுருக்கமாகவும் சுவையாகவும் சொல்லியிருப்பார். அவற்றை வாசிக்கும்போது இந்த அவதாரங்களைப்பற்றி முழுமையாகப் படித்தறியவேண்டும் என்கிற ஆவல் தோன்றும்.

முதலில், ராமர் வருகிறார், ஆவுடை அக்காளின் சொற்களில்!

உலகுக்கே தலைவர் தசரதர். அவருக்கு மகனாக வந்து பிறந்தார் திருமால், குணத்தின், பெருமையின் உச்சமாகத் திகழ்ந்தார், மூவுலகங்களுக்கும் அதிபதியாக ஆண்டார் அந்தத் தாசரதி!

> ‘விஸ்வபதியாக விளங்கும் தசரதர்க்கு
> உச்சம்உறும் மைந்தராய் உலகில் அவதரித்து,
> த்ரைலோக்ய அதிபதியாய்த் தாசரதியாய் உதித்து...’

ஒருநாள், தவமுனிவரான விஸ்வாமித்திரர் தசரதனைப் பார்க்கவந்தார். அவனிடம் பேசி ராமரையும் லட்சுமணரையும் தன்னோடு அழைத்துச்சென்றார். அந்த முனிவரின் கட்டளைப்படி தாடகையை அழித்தார் ராமர்.

பின்னர், சாபத்தால் கல்லாகியிருந்த அகலிகையை மீண்டும் பெண்ணாக்கினார் ராமர். ஜனகனின் சபையிலே சிவனின் வில்லை முறித்தார், ஜனகன் மகள் ஜானகிக்கு மாலையிட்டார்.

அப்போது, ஜமதக்கினியின் மகனான பரசுராமர் எதிரே வந்தார். அவருடைய பராக்கிரமத்தை அடக்கினார் ராமர்.

> ‘தவமுனிவர் பின்சென்று, தாடகையைச் சங்கரித்து,
> அகலிகை சாபம் தீர்த்து, அரனுடைய வில் முறித்து,

ஜானகிக்கு மாலையிட்டு, ஜமதக்கினி குமரன்
பரசுராமன்தன் பராக்கிரமம்தான் அடக்கி...'

ராமர்மீது மிகுந்த அன்புகொண்ட அவருடைய தந்தை, அவரை அரசராக்க எண்ணினார். அதற்கான ஆயத்தங்கள் நடந்துவந்தபோது, கெட்டபுத்திகொண்ட சிற்றன்னையாகிய கைகேயி குறுக்கிட்டாள். அவளுடைய சொல்லால் ராமர் காட்டுக்குச் செல்ல நேர்ந்தது.

'அன்புடனே தந்தை அபிஷேகம் சூட்டுதற்கு
ஆயத்தம் செய்திருக்கும் அப்போது துர்புத்தித்
தாய்சொல்லைக் கேட்டு வனவாசம் போம்போது...'

ராமர் காட்டுக்குச் சென்றதை அறிந்த பரதர் பின்னாலேயே வந்தார். 'நீங்கள் அயோத்திக்குத் திரும்பவேண்டும்' என்றார். தம்பியைச் சமாதானப்படுத்தி, அவரிடம் தன்னுடைய பாதுகையைக் கொடுத்துத் திருப்பியனுப்பினார் ராமர்.

அதன்பிறகு, வனத்திலே இருந்த மகரிஷிக்களின் ஆசிரமங்களையெல்லாம் ஒவ்வொன்றாகப் பார்த்து, அவர்களுக்கு உரிய மரியாதைகளைச் செய்துவிட்டுப் பஞ்சவடி ஆசிரமம் வந்தடைந்தார். எல்லா உயிர்கள்மீதும் பரிவோடு அங்கே வாழ்ந்துவந்தார்.

'பரதர் வந்து பின்தொடரப் பாதுகையும் கொடுத்து,
மகரிஷிகள் ஆசிரமங்கள் மாண்பாய்க் கடந்துபோய்ப்
பஞ்சவடி ஆச்சிரமம் வந்து பரிவுடனே...'

அந்த நேரத்தில், சூர்ப்பனகைக்கு ராமர்மீது விருப்பம் ஏற்பட்டது. அதனால் அவள் எல்லைமீறி நடந்துகொள்ள, அவளுடைய மூக்கு வெட்டுப்பட்டது. அவளுக்காகச் சண்டையிட வந்த கர, தூஷணர்களை வதைத்தார் ராமர்.

இதை அறிந்த ராவணன் ஒரு மாயமானோடு அங்கே வந்தான். ராமர் அந்த மாயமானைத் துரத்திச்சென்றபோது, ராவணன் மைதிலியைக் கொண்டுசென்றான்.

இதைக்கண்ட ஜடாயு அவனோடு மோதினார், அந்தப் போரில் உயிரிழந்தார். ஜடாயுவுக்குக் கைவல்ய மோட்சத்தைக் கொடுத்தருளினார் ராமர்.

> 'சூர்ப்பனகை மூக்குஅரிந்து (கர)தூஷணரையும் வதைத்து
> மாயமான் பின் சென்று மைதிலியைத்தான் இழந்து
> கண்டு ஜடாயுவுக்குக் கைவல்யமும் கொடுத்து...'

பின்னர் கவந்தனை வென்றார் ராமர், கானகத்தில் எங்கும் திரிந்து சீதையைத் தேடினார்.

அப்போது, சபரி என்ற மூதாட்டி ராமரைக் கண்டு வழிபட்டாள். அவள் தந்த கனிகளை மகிழ்ச்சியாகப் புசித்தார்.

அஞ்சனாதேவியின் குமாரரான அனுமன் அங்கே வந்தார். ராமரை அடிபணிந்து வணங்கினார். குரங்குகளின் தலைவனான சுக்ரீவனுடன் ராமர் நட்பானார். அவனுக்காக வாலியை வதம் செய்தார்.

> 'கவந்த வதம் பண்ணிக் கானகம்எல்லாம் திரிந்து
> சபரி கண்டு பூசை பண்ணச் சந்தோஷமாய்ப் புசித்து,
> அஞ்சனாதேவி மைந்தர் அப்போது அடிபணியக்
> கபி அரசரோடு கலந்து சக்கியம் பண்ணி,
> வாலி வதம் பண்ணி...'

சீதையைத் தேடும் பணியில் சுக்ரீவன் உதவினான். அவனுடைய வானரசேனைகளின் உதவியுடன் கடலை அடைத்து இலங்கைக்குச் சென்றார் ராமர். அங்கே கும்பகர்ணன், இந்திரஜித்தைக் கொன்றார், தசமுகனைச் சம்ஹாரம் செய்தார். அவனுடைய தம்பியான விபீஷணருக்குப் பட்டம் சூட்டினார்.

> 'வந்து கடல்அடைத்துக்
> கும்பகர்ணன், இந்த்ரஜித்தைக் கூட மடியக் கொன்று
> சேனை சமூகத்தொடு தெசமுகனைச் சம்ஹரித்துப்
> பரிவால் விபீஷணர்க்குப் பட்டம்அது கட்டிவைத்து...'

அன்னை சீதை தன்னுடைய ஒழுக்கத்தை நிரூபிப்பதற்காக அக்கினிப் பரீட்சையில் இறங்கினார். தீயில் பாய்ந்த அவரை அக்கினியே ராமர்முன்பு வைத்தார். அனைவரும் சீதையைப் போற்றிப் புகழ்ந்தார்கள்.

அதன்பிறகு, கொம்புபோன்ற சீதையுடன் புஷ்பகவிமானத்தில் புறப்பட்டார் ராமர். சேதுவில்(ராமேஸ்வரத்தில்) லிங்கத்தைப் பிரதிஷ்டை செய்து குற்றமில்லாதபடி வழிபட்டார். பின்னர் பரத்துவாசர் ஆசிரமத்துக்கு வந்தார்.

> ‘ஜனகர் மகள் மைதிலியும் செந்தழலில் பாய, அன்று
> சீதையரை அக்கினியும் ஸ்ரீராமர் முன்பில்வைக்கக்
> கொம்புஅனையாள் ஜானகியைக் கொண்டுசென்று புஷ்பகத்தில்,
> லிங்கப் பிரதிஷ்டை பண்ணி நிர்மலமாய்ச் சேதுவிலே,
> பரத்துவாசர் ஆச்சிரமம் வந்து பரிவுடனே...’

ராமருக்காகக் காத்திருந்த பரதர் ஓடிவந்தார். காலில் விழுந்தார். அண்ணனும் அவரை அரவணைத்தார்.

பின்னர், வசிஷ்டர், சுமந்திரர், தாயார்களின் காலில் விழுந்தார் ராமர். அயோத்தி திரும்பினார், ராஜாராமனாக முடிசூடி நல்லாட்சி நடத்தினார்.

> ‘தம்பி பரதர் வந்து தாள் அணைந்து கீழ்ப்படிய,
> அன்புடனே தம்பியரை அடிமடியில் கொண்டுசென்றார்,
> வசிஷ்டர், சுமந்திரரரை, மாதாக்களைப் பணிந்தார்,
> திரும்பி அயோத்தி வந்து செம்பொன்முடி சூடி நின்றார்.’

இப்போது, கிருஷ்ணர் வருகிறார்.

யதுகுலத்திலே, வசுதேவரின் இனிய மைந்தராக, தேவகியின் வயிற்றில் பிறந்த செல்வக்குமரராக வருகிறார் கிருஷ்ணர். அவருடைய மாமா கம்சன், ஆனால், அந்த மாமாவை அவர் பார்க்கவில்லை, அண்ணனுடன் கோகுலத்துக்குச் சென்று ஒளிந்து வளர்கிறார்

'வசுதேவருக்கு இனிய மைந்தராய் எதுகுலத்தில்
தேவகியார்தன் வயிற்றில் செல்வக்குமாரராய்,
கம்சன்என்னும் அம்மானைக் காணாதே, அண்ணருடன்
கோகுலத்தில் போயொளிந்து...'

கோகுலத்தில் வளர்ந்த கண்ணனைக் கொல்வதற்குக் கம்சன் விதவிதமாகப் பலரை அனுப்புகிறான். அவர்களையெல்லாம் அவர் அழித்துவிடுகிறார்: பூதனையைக் கொல்கிறார், சகடாசுரனை உதைத்து எறிகிறார், கேசி, விருஷபாசுரனைக் கிட்டிப்புள்போல எறிகிறார், பகாசுரனின் மூக்கைப் பற்றிக் கிழித்து எறிகிறார்.

'கொன்றொழித்துப் பூதனையை,
வந்த சகடாசுரனை வதைத்தே உதைத்து எறிந்து,
கேசி, விருஷபாசுரனைக் கிட்டிப்புள்ளாய் எறிந்து,
பகாசுரன்தன் மூக்குஅதனைப் பற்றிக் கிழித்துஎறிந்து...'

இடைச்சேரியிலே கண்ணனின் குறும்புகளுக்கோ அளவில்லை. வீடுதோறும் புகுந்து வெண்ணெயைத் தின்றுவிடுகிறார், பாலைக் குடித்துவிடுகிறார், மாடுமேய்க்கும் சிறுவர்களோடு கூடி விளையாடுகிறார்.

'இடைச்சேரிதன்னில் வந்து எடுத்து வெண்ணெய், பால் குடித்து,
கோபாலரோடே கூடி விளையாடி...'

ஒருநாள், பெருமான் மேய்த்த பசுக்களை பிரம்மர் ஒளித்துவைத்துவிடுகிறார். ஆனால், அதைக்கண்டு கண்ணன் கலங்கவில்லை. அனைத்தையும் தானே சிருஷ்டித்துவிடுகிறார். இதனால், அவரே பரம்பொருள் என்பதை உணர்கிறார் பிரம்மர்.

இன்னொருநாள், நதிக்கரையில் மேய்ந்துகொண்டிருந்த பசுக்கள் தண்ணீரைக் குடித்துச் சுருண்டுவிழுகின்றன. காரணம், அந்த நதியில் இருந்த காளியன் என்ற பாம்புதான்.

இதை அறிந்த பெருமான், ஓடி வந்து காளியன்மீது குதிக்கிறார். அவனுடைய படங்களெல்லாம் சிதையும்படி கூத்தாடி, அவன்

வாலை மிதிக்கிறார், அவனை அடக்குகிறார்.

பின்னர் ஒருநாள், இடையர்களின் ஊரைப் பெருமழை தாக்குகிறது, கோவர்த்தனம் என்ற மலையைக் கையிலெடுத்து அவர்களைக் காக்கிறார் கண்ணன்.

'பிருந்தாவனத்தில் பெருமான் பசு மேய்க்க,
நான்முகரும் கொண்டு ஒளிக்க, நன்றாகச் சிருஷ்டித்து,
மடுவில் வந்து தோழருடன் வான்பசுக்கள் மேய்க்கையிலே
விஷஜலங்களான் புசித்து விண்உலகம் போய்ச்சேர,
காளியனைச் சம்ஹறிக்கக் கடுகி நடந்து ஓடி வந்து
படம் ஆயிரம் சிதையப் பாதம் மிதித்து ஏறிக்
கூத்தாடி, வால் மிதித்துக் கோவர்த்தனம் எடுத்து...'

இடையர்கள் ஊரில் கண்ணன்மீது எல்லாருக்கும் தனி அன்புதான். பத்தினிப்பெண்கள் தரும் உணவைச் சாப்பிடுவார், புல்லாங்குழல் ஊதுவார்.

கண்ணன் தன்னோடுதான் விளையாடவேண்டும் என்று எண்ணிய கோபிமார்கள் அவரைச் சூழ்ந்துகொள்வார்கள், அவர்கள்மத்தியில் காணாமல்போய்விட்டதுபோல் விளையாடுவார், பிறகு தோன்றுவார். அவர்கள் ஆற்றில் குளிக்கும்போது சேலைகளை ஒளித்துவைப்பார், அவர்கள் வந்து வணங்கியதும் ஆடைகளைக் கொடுத்தருள்வார்.

'பத்தினிமார் அன்னம் புசித்துப் பரிவுடனே,
விருந்தாவனத்தில் வந்து வேணுகானம் பண்ணி,
கோபிமார் எல்லாரும் கோரணிகள் கொள்ள என்று
கோபிமார் எல்லாரும் கூட்டம்அதாய் ஓடிவரக்
காணாமல் போய் ஒளித்துக் கண்கலக்கம் பண்ணிவைத்து,
ஜலக்ரீடை பண்ணுகையில் சேலைஎல்லாம்தான் ஒளித்து,
வந்து பணிந்து நிற்க, வஸ்திரங்களைக் கொடுத்து...'

இதனிடையே, கம்சனின் அக்கிரமங்கள் எல்லை மீற, அவனை அழிக்கத் தீர்மானிக்கிறார் கிருஷ்ணர். அண்ணன் பலராமருடன் வடமதுரைக்கு வருகிறார்.

கிருஷ்ணரைக் கொல்வதற்காகக் குவலயாபீடம் என்ற யானை பாய்ந்துவருகிறது. அதை வீழ்த்துகிறார் கிருஷ்ணர்.

சாணூரன், முட்டிகன் என்ற இரண்டு மல்லர்களை அனுப்பிவைக்கிறான் கம்சன். அவர்களையும் கிருஷ்ணர் வெல்கிறார்.

'அண்ணர் பலராமருடன் அன்று மதுரை வந்து,
குவலயாபீடத்தைக் கொன்றுஒழித்து லீலை பண்ணி,
சாணூர முட்டிகரைச் சாடி விழ அடித்து...'

இப்போது, கம்சனே வருகிறான். அவனுடைய பலத்துக்கு இணையாக யார் நிற்பார்கள் என்று எல்லாரும் திகைக்க, பதினான்கு உலகங்களும் இடிந்துவிழும்படி அவன்மேல் குதிக்கிறார் கிருஷ்ணர், அவனைக் கொல்கிறார், அதுவரை அவனால் உலகம் சந்தித்த கொடுமைகளை நீக்குகிறார். உலகமே அவரைப் போற்றுகிறது.

'கம்சனுடைய வீரியத்தைக் காசினியில் கண்டதில்லை,
ஈர்ஏழு லோகம் இடிந்துவிழ மேல் குதித்து,
மாமனையும் கொன்று, வன்கொடுமை நீக்கி நின்றார்.'

எளிய சொற்கள், இனிய மெட்டு, மனத்தில் பதியும் இறைவனின் கதை, கேட்கவும் பாடவும் கொடுத்துவைத்திருக்கவேண்டுமே!

96

பெரியோர்கள் அறிவுரை சொல்லும்போது, 'நல்லதைச் செய், தீயதை நெருங்காதே' என்பார்கள்.

இவற்றில் ஏதேனும் ஒன்றைச் சொன்னால் போதாதா? 'நல்லதைச் செய்' எனும்போதே 'தீயதைச் செய்யாதே' என்ற பொருள் அதில் வந்துவிடுகிறதே. 'தீயதைச் செய்யாதே' எனும்போதே 'நல்லதைச் செய்' என்ற பொருள் அதில் வந்துவிடுகிறதே.

உண்மைதான். ஆனால், அப்படி மாற்றுப்பொருளை வருவித்துக்கொள்ளாமல் சொன்னதைமட்டும் செய்கிறவர்களுக்கு இந்தப் பாதி அறிவுரை பயன்படாதல்லவா?

எடுத்துக்காட்டாக, 'நல்லவர்களோடு பழகு' என்று சொல்லும் அறிவுரையை ஒருவர் ஏற்றுக்கொண்டு நல்லவர்களோடு பழகத்தொடங்குகிறார். அப்போது அவரை ஒரு தீயவர் நெருங்கினால், என்ன செய்வதென்று புரியாமல் அவர் திகைத்து நிற்பார்.

இன்னொருவருக்கு, 'தீயவர்களோடு பழகாதே' என்ற அறிவுரைமட்டும் சொல்லப்படுகிறது. அப்போது அவருக்கு

யாரோடு சேரக்கூடாது என்பது தெளிவாகப் புரியும். ஆனால், யாருடன் சேரவேண்டும் என்பது புரியாது. நட்பே இல்லாமல் தனித்திருப்பார்.

மக்கள் இப்படியெல்லாம் விஷயம் புரியாதவர்களாக இருப்பார்களா என்றால், நிச்சயம் இருப்பார்கள், இருக்கிறார்கள். நம்மைச்சுற்றியிருப்பவர்களைக் கொஞ்சம் கவனித்துப் பார்த்தாலே போதும். 'சொன்னதைச் செய்வேன், வேறொன்றும் தெரியாது' என்பவர்கள்தான் இங்கே மிகுதி.

இன்றைக்கும் அலுவலகங்கள், தொழிற்சாலைகளில் *Dos and Don'ts* எனச் சுவரொட்டிகளைப் பார்க்கிறோம். வெறுமனே *Dos*ஐமட்டும் சொன்னால் போதாது, *Don'ts*ஐமட்டும் சொன்னாலும் போதாது. இரண்டையும் சொல்லவேண்டும்.

அதுபோல, அறிவுரைகளிலும் நல்லன, கெட்டன என இருதரப்பையும் சொல்லவேண்டும், அப்போதுதான் அவை குழப்பமின்றித் தெளிவாகப் புரிந்துகொள்ளப்படும், பலரால் பின்பற்றப்படும்.

ஆகவே, அறிஞர்கள் தங்களுடைய அறிவுரைகளைத் தெளிவாக அமைத்தார்கள், 'இறைவனைக் கும்பிடு, அப்படிக் கும்பிடுகிறவர்களுக்கு அடியவனாக இரு, மற்ற உலக இன்பங்களில் கவனம் செலுத்தாதே, அவற்றில்மட்டும் கவனம் செலுத்துகிறவர்களை விட்டு விலகிச்செல்.'

திருத்தணிகை முருகனை வணங்கும் வள்ளலார், தனக்கு எவையெல்லாம் வேண்டாம் என்பதைப் பட்டியலிடுகிறார், 'இவற்றை நான் பொறுத்துக்கொள்ளமாட்டேன்' என்கிறார், அப்பாடல்கள் 'பொறுக்காப்பத்து' என்ற தலைப்பில் தொகுக்கப்பட்டுள்ளன. எதைப் பொறுத்துக்கொள்ள இயலாது என்று சொல்லும் இதே பாடல்களில், எதைப் பொறுத்துக்கொள்ள இயலும் என்பதும் வருகிறது, இறைபக்தர்கள் எதை ஏற்கவேண்டும், எதை மறுக்கவேண்டும் என்று விளக்கி இறைவனைப் போற்றுகிறார் வள்ளலார்:

'மெய்யர் உள் அகத்தின் விளங்கும் நின் பதமாம்
விரைமலர்த் துணைதமை விரும்பாப்
பொய்யர் தம் இடத்து இவ் அடியேன் புகுதல்
பொறுக்கிலன், பொறுக்கிலன், கண்டாய்,
ஐயரும் இடப்பால் அம்மையும் வருந்தி
அளித்திடும் தெள்ளிய அமுதே,
தையலர் மயக்கு அற்றவர்க்கு அருள் பொருளே,
தணிகைவாழ் சரவணபவனே.'

தணிகையிலே எழுந்தருளும் சரவணபவனே, உண்மையானவர்களுடைய உள்ளத்தினுள்ளே உன்னுடைய திருவடிகள் விளங்கும், அத்தகைய பத்தர்களோடு சேராத பொய்யர்களின் இருப்பிடத்துக்கு நான் செல்லவேண்டாம், ஒருவேளை அப்படிச் செல்லவேண்டியிருந்தால், அதை நான் தாங்கமாட்டேன்,

சிவபெருமானும், அப்பெருமானின் இடபாகத்தில் திகழும் உமையம்மையும் தேவர்கள் அடைந்த துயரங்களை எண்ணி வருந்தினார்கள், அந்தத் துயரங்களைத் தீர்ப்பதற்காக உன்னை உலகுக்கு அளித்தார்கள், தெள்ளமுதே, பெண்ணாசை மயக்கத்தில் விழாதவர்களுக்கு அருள்புரியும் முருகா, உன்னை வணங்குகிறேன், அருள்வாய்.

'நன்மைய எல்லாம் அளித்திடும் உனது
நளின மாமலர் அடி வழுத்தாப்
புன்மையர் இடத்து இவ் அடியேன் புகுதல்
பொறுக்கிலன், பொறுக்கிலன், கண்டாய்,
சின்மயப் பொருள் நின் தொண்டர்பால் நாயேன்
சேர்ந்திடத் திருவருள் புரியாய்,
தன்மயக்கு அற்றோர்க்கு அருள்தரும் பொருளே,
தணிகைவாழ் சரவணபவனே.'

தணிகையிலே எழுந்தருளும் சரவணபவனே, நன்மைகள் அனைத்தையும் அளிக்கின்ற நளின மாமலர்த் திருவடிகள் உன்னுடையவை, அவற்றைப் போற்றாத அற்பர்களை நான்

நெருங்கமாட்டேன், அப்படி நெருங்கினால், அதை நான் தாங்கமாட்டேன்,

சின்மயப்பொருளே, தற்பெருமை எண்ணம் இல்லாதவர்களுக்கு அருள்பவனே, நாய்போன்ற நான், உன்னுடைய தொண்டர்களைமட்டுமே சேரவேண்டும், அதற்கு அருள்புரிவாய்.

'மருள் இலாதவர்கள் வழுத்தும் நின் அடியை
மனம்உற நினைந்து அகத்து அன்பாம்
பொருள் இலாதவர்பால் ஏழையேன் புகுதல்
பொறுக்கிலன், பொறுக்கிலன் கண்டாய்,
அருள்எலாம் திரண்ட ஆனந்த உருவே,
அன்பர்பால் இருந்திட அருளாய்,
தரள வான்மழை பெய்திடும் திருப்பொழில்சூழ்
தணிகைவாழ் சரவணபவனே.'

முத்துப்போல் வானிலிருந்து மழை பொழிகின்ற திருப்பொழில்களால் சூழப்பட்ட தணிகையிலே எழுந்தருளும் சரவணபவனே, உள்ளத்தில் மருட்சி இல்லாதவர்கள் போற்றுகிற உன்னுடைய திருவடிகளை மனத்திலே நினைத்து, உள்ளே அன்பு என்கிற பொருளைப் பெறாதவர்களிடத்தில் நான் செல்லமாட்டேன், அப்படிச் சென்றால், அதை நான் தாங்கமாட்டேன்,

அருளெல்லாம் ஒரு வடிவாகத் திரண்ட ஆனந்தத் திருவுருவே, உன்னுடைய அன்பர்களோடுமட்டுமே நான் இருக்கவேண்டும், அதற்கு அருள்வாய்.

'நிலை அருள் நினது மலர் அடிக்கு அன்பு
நிகழ்ந்திட நாள்தொறும் நினையாப்
புலையர்தம் இடம் இப்புன்மையேன் புகுதல்
பொறுக்கிலன், பொறுக்கிலன் கண்டாய்,
மலை அரசு அளித்த மரகதக் கொம்பர்
வருந்தி ஈன்றெடுத்த மாமணியே,
தலை அரசு அளிக்க இந்திரன் புகழும்
தணிகைவாழ் சரவணபவனே.'

மலையரசன் தந்த மரகதக்கொம்பைப்போன்ற உமையவள் தேவர்களின் நிலை கண்டு வருந்தினாள், அவர்களுடைய துயர் தீர்வதற்காக மாமணியான உன்னை ஈன்றெடுத்தாள், தலைமையாகிய அரச பதவியை மீட்டுத்தருமாறு இந்திரன் உன்னைப் புகழ்கிறான், அத்தகைய பெருமானே, திருத்தணிகையிலே எழுந்தருளியிருக்கும் சரவணபவனே,

அருள் நிலைக்கும் உன்னுடைய மலர்த் திருவடிகளை நாள்தோறும் அன்போடு நினைக்காத புலையர்களின் இருப்பிடத்துக்கு நான் செல்லவேண்டாம், எளியேனாகிய நான், அப்படிப்பட்ட மக்களோடு பழகுவதைத் தாங்கமாட்டேன்.

'வல்இருள் பவம்தீர் மருந்து எனும் நினது
மலர் அடி மனம்உற வழுத்தாப்
புல்லர்தம் இடம் இப்பொய்யனேன் புகுதல்
பொறுக்கிலன், பொறுக்கிலன் கண்டாய்,
ஒல்லையின் எனை மீட்டு உன் அடியவர்பால்
உற்று வாழ்ந்திடச் செயின் உய்வேன்,
சல்லம் அற்றவர்கட்கு அருள்தரும் பொருளே,
தணிகைவாழ் சரவணபவனே.'

துன்பமற்றோருக்கு அருள்தருகின்ற பெருமானே, திருத்தணிகையிலே எழுந்தருளியிருக்கும் சரவணபவனே,

பாவம் என்பது வலிமையான இருளைப்போன்றது. அதைத் தீர்க்கும் மருந்து, உன்னுடைய மலர்த் திருவடிகள். அவற்றை மனத்தில் வைத்துப் போற்றாத அற்பர்களிடம், பொய்யனாகிய நான் செல்லவேண்டாம், அப்படிச் செல்லவேண்டியிருந்தால், நான் அதைத் தாங்கமாட்டேன்.

பெருமானே, உடனே என்னை மீட்பாய், உன்னுடைய அடியவர்களைச் சேர்ந்து வாழ்ந்து உய்யும்படி செய்வாய்.

'கற்புஇலார் எனினும் நினைந்திடில் அருள் நின்
கருணை அம் கழல் அடிக்கு அன்பாம்
பொற்பு இலாதவர்பால் ஏழையேன் புகுதல்

பொறுக்கிலன், பொறுக்கிலன் கண்டாய்,
அற்புஇலேன் எனினும் என் பிழை பொறுத்து உன்
அடியவர்பால் சேர்த்திடின் உய்வேன்,
தற்பராபரமே, சற்குண மலையே,
தணிகைவாழ் சரவணபவனே.'

தனிமுதற்பொருளே, சற்குணங்களின் மலைபோன்றவனே, திருத்தணிகையிலே எழுந்தருளியிருக்கும் சரவணபவனே,

நல்ல நூல்களைக் கற்காதவர்கள்கூட, உன்னை நினைத்தால் போதும், அவர்களுக்கு நீ அருள்வாய், அத்தகைய கருணையுடைய உன்னுடைய அழகிய, வீரக்கழல் அணிந்த திருவடிகள்மீது அன்பு என்கிற பொலிவைச் செலுத்தாதவர்களிடம் நான் செல்லவேண்டாம், ஏழையாகிய நான் அதைத் தாங்கமாட்டேன்,

முருகா, உன்மீது அன்பில்லாதவன் நான், என்றாலும், என்னுடைய பிழைகளைப் பொறுத்து உன் அடியவர்களிடம் சேர்த்துவிடு, நான் உய்வேன்.

'பத்தி கொண்டவருள் பரவிய ஒளியாம்
பரம்சுடர் நின் அடி பணியும்
புத்தி கொள்ளலர்பால் எளியனேன் புகுதல்
பொறுக்கிலன், பொறுக்கிலன் கண்டாய்,
நித்திய அடியர்தம்முடன் கூட்ட
நினைந்திடில் உய்குவன் அரசே,
சத்தி செங்கரத்தில் தரித்திடும் அமுதே,
தணிகைவாழ் சரவணபவனே.'

சக்தியாகிய உமையம்மை தன்னுடைய செங்கரத்தில் ஏந்தும் அமுதமே, திருத்தணிகையிலே எழுந்தருளியிருக்கும் சரவணபவனே,

பக்தி கொண்டவர்களுக்குள் பரவிய ஒளி நீ, பரம்சுடர் நீ, உன்னுடைய திருவடிகளில் பணியவேண்டும் என்கிற அறிவு இல்லாதவர்களிடம், எளியவனாகிய நான் செல்லவேண்டாம்,

அப்படிச் செல்லவேண்டியிருந்தால், நான் அதைத் தாங்கமாட்டேன்.

அரசே, நித்தம் உன்னை எண்ணுகிற அடியவர்களோடு என்னைச் சேர்க்க நினைப்பாய், நான் உய்ய அதுவே வழி.

'நீற்றுஅணி விளங்கும் அவர்க்கு அருள்புரியும்
நின் அடிக் கமலங்கள் நினைந்தே
போற்றிடாதவர்பால் பொய்யனேன் புகுதல்
பொறுக்கிலன், பொறுக்கிலன் கண்டாய்,
ஆற்றல்கொள் நின் பொன் அடியருக்கு அடியன்
ஆச் செயில் உய்குவன் அமுதே,
சாற்றிடும் பெருமைக்கு அளவுஇலாது ஓங்கும்
தணிகைவாழ் சரவணபவனே.'

திருத்தணிகையிலே எழுந்தருளும் சரவணபவனே, உன்னுடைய பெருமைகளைச் சொல்லத்தொடங்கினால், அவை அளவற்றுப் பெருகும்,

திருநீறு அணிந்தவர்களுக்கு அருள்புரிகிற உன்னுடைய திருவடித் தாமரைகளை நினைத்துப் போற்றாதவர்களிடம் நான் செல்லவேண்டாம், பொய்யனாகிய நான் அதைத் தாங்கமாட்டேன்,

அமுதே, ஆற்றலுள்ள உன் அடியவர்களுக்கு அடியவனாக என்னை மாற்றிவிடு, நான் உய்ந்துவிடுவேன்.

'பரிந்திடும் மனத்தோர்க்கு அருள்செயும் நினது
பாத தாமரைகளுக்கு அன்பு
புரிந்திடாதவர்பால் எளியனேன் புகுதல்
பொறுக்கிலன், பொறுக்கிலன் கண்டாய்,
தெரிந்திடும் அன்பர் இடம் உறில் உய்வேன்,
திருவுளம் அறிகிலன், தேனே,
சரிந்திடும் கருத்தோர்க்கு அரிய நல் புகழ்கொள்
தணிகைவாழ் சரவணபவனே.'

திருத்தணிகையிலே எழுந்தருளியிருக்கும் சரவணபவனே, நிலையின்றித் திரியும் மனம் கொண்டவர்களுக்கு அரிதானவனே, நல்ல புகழுள்ளவனே,

அன்புசெய்யும் மனமுள்ளவர்களுக்கு அருள்செய்கிறவன் நீ, உன்னுடைய திருவடித் தாமரைகள்மீது அன்பு வைக்காதவர்களிடம், எளியவனான நான் செல்லவேண்டாம், அப்படிச் செல்லவேண்டியிருந்தால், அதை நான் தாங்கமாட்டேன்.

தேனே, உன்னுடைய தன்மையை உணர்ந்த அன்பர்களிடம் என்னைச் சேர்த்தால் நான் உய்வேன், இதைப்பற்றி உன் திருவுள்ளத்தில் என்ன இருக்கிறதோ, நானறியேன்.

'எண்உறும் அவர்கட்கு அருளும் நின் அடியை
ஏத்திடாது அழிதரும் செல்வப்
புண்உறும் அவர்பால் எளியனேன் புகுதல்
பொறுக்கிலன், பொறுக்கிலன் கண்டாய்,
கண்உறு மணியாம் நின் அடியவர்பால்
கலந்திடில் உய்குவன், கரும்பே,
தண்உறும் கருணைத் தனிப்பெரும்கடலே,
தணிகைவாழ் சரவணபவனே.'

குளிர்ந்த கருணை நிறைந்த தனிப்பெரும்கடலே, திருத்தணிகையிலே எழுந்தருளியிருக்கும் சரவணபவனே,

உன்னை எண்ணுபவர்களுக்கு அருள்புரிகிறவன் நீ, அத்தகைய உன்னுடைய திருவடிகளைப் போற்றாமல் அழிகிறவர்கள், செல்வம் என்கிற புண்ணைக்கொண்ட மனிதர்களிடம், எளியவனான நான் செல்லவேண்டாம், அப்படிச் செல்லவேண்டியிருந்தால், நான் அதைத் தாங்கமாட்டேன்.

கரும்பே, கண்மணியைப்போன்ற உன்னுடைய அடியவர்களிடம் என்னைச் சேர்த்து உய்யச்செய்வாய்.

இறைவனை எண்ணாதவர்களிடம் எத்தகைய செல்வம்

இருந்தாலும் சரி, அவர்களிடம் ஓர் உதவியை எதிர்பார்த்து நிற்கும் நிலை வேண்டாம் என்கிறார் வள்ளலார்.

காரணம், இப்படிப்பட்ட மனிதர்களோடு பழகும்போது, நமக்கும் உலக இன்பங்களில் ஆர்வம் பிறந்துவிடும், இறைவனை மறந்துவிடக்கூடும்.

ஆகவே, எப்போதும் முருகனின் புகழைப்பாடும் அன்பர்களுடன் சேரவேண்டும், நாமும் அவனைப் போற்றவேண்டும், எளியவர்களாகிய நாம் உய்ய அதுவே வழி.

97

குலசேகரப்பாண்டியன் வேட்டைக்கு வந்திருந்தான்.

அன்றைக்கு அவனுக்கு ஒரு யானை கிடைத்தது. அதைத் துரத்திக்கொண்டு சென்றான்.

யானை சுலபத்தில் மன்னனுக்கு அகப்படவில்லை. எங்கெங்கோ ஓடியது. அவனும் விடாமல் துரத்தினான்.

திடீரென்று, யானை ஒரு புதரை வலம்வந்தது. மறுகணம், அதுவொரு சிவகணமாக மாறியது.

அது சாதாரணப் புதரல்ல, சிவபெருமான் எழுந்தருளியிருந்த புதர். கரி (யானை) வலம்வந்து சிவகணமான காரணத்தால் அந்தத் திருத்தலத்துக்கே 'கரிவலம்வந்தநல்லூர்' என்ற பெயர் ஏற்பட்டது.

இன்றைய திருநெல்வேலி மாவட்டத்திலிருக்கும் இந்தத் திருக்கருவையில் பால்வண்ணநாதர், முகலிங்கர், திருக்களாவீசர் என்ற திருநாமங்களுடன் சிவபெருமான் எழுந்தருளியிருக்கிறார். அவரோடு உலகைக் காக்கும் அம்மை, ஒப்பனை தேவி.

அதிவீரராமபாண்டியன் என்ற அரசர், திருக்கருவை சிவபெருமானின்மீது பல அருமையான பாடல்களைப் பாடியிருக்கிறார். அவற்றுள் 'திருக்கருவைக் கலித்துறை அந்தாதி', சிவனை நெஞ்சில் வைத்துத் துதிக்கும் சிறப்பை விளக்கித் தொடங்குகிறது:

'சீர் அணி கொன்றைச் சடைக்காடு, முக்கண்ணும், செம்முகமும்
கார் அணி கண்டமும் நான்கு திண் தோளும் கருவைப்பிரான்
வார் அணி மென்முலை ஒப்பனை பாகமும் வண்கமலத்(து)
ஏர் அணி செம்பொன் துணைத்தாளும் என் நெஞ்சு இடம்கொண்டவே.'

கருவைப்பிரானின் திருமுடியோ ஒரு சடைக்காடு, அங்கே சிறப்பு நிறைந்த கொன்றை மலர்களைச் சூடியிருக்கிறார், அவருடைய செம்மையான திருமுகமும், கருமையை அணிந்த திருக்கழுத்தும், நான்கு வலிமையான திருத்தோள்களும், கச்சையணிந்த, மென்மையான திருத்தனங்களைக்கொண்ட ஒப்பனை தேவியாம் அன்னையை அவர் இடபாகத்திலே கொண்டிருக்கும் தன்மையும், வளமான தாமரையைப்போன்ற அழகிய, செம்பொன் திருவடிகளும் என் நெஞ்சில் தங்கின!

அந்தத் திருவடிகளைத் தரிசிப்பது சாதாரண விஷயமா? அதற்காக, சிறப்புமிகுந்த தேவர்களும் தங்களுடைய தலைகள் நிலத்தில் படியும்படி வணங்கி பெருமானை இறைஞ்சுகிறார்களே,

அதேசமயம், புலவருக்கு இறைவன் திருக்காட்சி தருகிறான், அதுவும் நடனக்காட்சி. அதை எண்ணி வியந்து பாடுகிறார் அவர்:

'இடம்கொண்ட சென்னி நிலன்உறத் தேவர் இறைஞ்ச, மன்றில்
நடம் கொண்டிடப் பண்டு நான் செய்தது எத்தவம், நாள் மலர் சேர்
தடம் கொண்ட வாவி புடைசூழ் கருவைத் தனிமுதலே,
வடம் கொண்ட பூண்முலை ஒப்பனை கேள்வ, இவ் வையகத்தே.'

அன்று மலர்ந்த பூக்கள் நிறைந்த பெரிய நீர்நிலைகளால் சூழப்பட்ட திருக்கருவையின் தனிமுதலே, முத்துமாலை போன்ற

ஆபரணங்களை அணிந்த ஒப்பனை தேவியின் கணவனே, உன்னுடைய திருநடனத்தைக் காணும் பாக்கியம் எனக்குக் கிடைத்ததே, இதற்காக இந்த வையகத்தில் நான் செய்த தவம் எதுவோ!

பொதுவாக, பிறவிகள் ஒவ்வொன்றும் வேதனைதான். எங்கே பிறந்தாலும், தீவினைகளின் கொடுமையாலே உயிர் வாடி வருந்தும்,

அத்தகைய உயிர் உய்வதற்கு என்ன வழி? அதை நான் கண்டுகொண்டேன் என்கிறார் புலவர், உமையம்மையை உடலின் ஒருபாகமாகக் கொண்ட பெருமான், கருவைப்பிரான், செழுமையான மாணிக்க மலையைப்போன்ற செந்நிறக் கடவுள், ஒலிக்கும் கழல்கள் அணிந்த அவருடைய திருவடிகளின் திருநிழலிலே சேரவேண்டும். அதன்பிறகு எல்லாக் கவலைகளும் போகும், கவலைக்குக் காரணமான பிறப்புகளும் போகும்:

> 'வையம்தொறும் கலிக் கோடையில் வாடி வருந்தும் உயிர்
> உய்யும்படிக்கு ஓர் உறுதிகண்டேன், உமை பாகம் வைத்த
> மெய்யன், கருவைப்பிரான், செழுமாணிக்க வெற்பு அனைய
> செய்யன் கனைகழல் தாமரைப்போதின் திருநிழலே.'

சிவபெருமான் திருவடிகளின்மீது அன்புகொண்டவர்கள் சிலர், உலக இன்பங்களின்மீது ஆசைகொண்டவர்கள் பலர்,

அவர்களையும் அழைக்கிறார் புலவர், 'உங்களுக்குச் செல்வம், சிறந்த குலத்தில் பிறப்பு, வீடு, குழந்தைகள், சிறந்த உடல் அழகு எல்லாம் வேண்டுமா?'

'ஆமாம், வேண்டும், அதற்கு ஒரு வழி சொல்லுங்கள்!'

'இவை அனைத்தோடு தவத்தையும் சேர்த்துப் பெறலாம், அதுவும் விரைவாகப் பெறலாம். அதற்கு வழி சொல்கிறேன்.'

'உமையன்னையைத் தழுவும் திருத்தோள்களைக் கொண்டவர், திருக்களாமரத்தின்கீழ் எழுந்தருளியிருப்பவர்,

அந்திவானத்தைப்போன்ற நிறம் கொண்ட சிவந்த திருச்சடையைக்கொண்டவர், அந்தச் சிவபெருமானுக்குத் திருத்தொண்டு செய்யுங்கள், எல்லா வளமும் தானே வரும்!'

'திருவும் குலனும் மனையும் சிறாரும் சிறந்த செவ்வி
உருவும் தவமும் கடிது எய்தலாம், உமை மாது கொங்கை
மருவும் புயத்தர், களாநிழலார், செக்கர் வான நிறம்
பொருவும் சடிலர் திருத்தொண்டின்மேல் அன்பு பூண்டவர்க்கே.'

சிவபெருமானைக் காண்பதற்கு அன்பு வேண்டும், வேறெதுவும் பயன்படாது.

இதற்குச்சான்றாக, உலகத்தையே அளக்கும்படி நீண்ட திருமாலால்கூட, எம்பெருமானின் திருவடிகளைக் காணமுடியவில்லை. அதேபோல், பிரம்மனாலும் அவருடைய திருமுடியைக் காணமுடியவில்லை. ஆனால் நானோ, ஒரு சாதாரணன். தனிமையில் கிடப்பவன். எனக்கு அந்தத் தாண்டவராயர், முகலிங்கநாதர் ஆண்டவராகத் திருக்காட்சி தந்தார். பாம்பை அணிந்த, புலித்தோலை ஆடையாகக்கொண்ட அவருடைய பெருமையை என்னவென்பேன்!

'பூண்ட அராவும் புலித்தோல் உடையும் புவனம் முட்ட
நீண்டவராலும் அறியாச் சரணமும் நீள்முடியும்
தாண்டவராயர், முகலிங்கநாதர், தமியனுக்கு ஓர்
ஆண்டவர் ஆகி வந்தே திருக்காட்சி அளித்தனரே.'

ஆகாயம், காற்று, நெருப்பு, நீர், பெரிய நிலம் என ஐம்பூதங்களாகவும் திகழ்பவர் சிவபெருமான், இவை அனைத்தையும் ஒளி பொருந்திய தன்னுடைய திருவுருவத்திலே கொண்டவர், திருக்களாமரத்தின்கீழ் எழுந்தருளியிருக்கும் களவீசர், அவர் என் உள்ளத்திலே எழுந்தருளினார், எனக்குக் கருணைகாட்டினார், அதனால் எனக்குள் ஆனந்தத்தைப் பெருக்கினார், அளவற்ற மகிழ்ச்சியைத் தந்தார், நான் வேறு, சிவன் வேறு என்கிற இருநிலையைப் போக்கி எனக்குக் கருணைசெய்தார்:

'அளியும், அளிதரும் ஆனந்தம் ஆகி அளவிறந்த
களியும், இரண்டு அற்ற காட்சியும் காட்டிக் கருணைசெய்தார்,
வெளியும் பவனமும் தீயும் தண்ணீரும் வியன் நிலமும்
ஒளி ஒன்றிய உருவக் களவீசர் உளத்து இருந்தே.'

தகுதி பார்த்துச் சேரவேண்டும் என்பார்கள். ஆனால் இறைவன் அப்படி எண்ணுவதில்லை, எளியவர்களுக்குள்ளும் குடிகொள்கிறார், தகுதியில்லாத பிறரோடு அவர்கள் சேராதபடி காத்து அவர்களை மேம்படுத்துகிறார்.

'திருக்களாமரத்தின்கீழ் எழுந்தருளும் களவீசர், ஒப்பனை தேவியாகிய அன்னையோடு என் உள்ளமாகிய தாமரையிலே எழுந்தருளியிருக்கிறார்' என்கிறார் புலவர், 'சிறிதும் அவர் என்னைப் பிரிவதில்லை, எனக்குள் இருக்கும் இருளை அறுக்கிறார், கள்ளத்தனம் கொண்ட கீழ்மக்களோடு சேராதபடி எளியவனான என்னைக் காக்கிறார், கருணைசெய்கிறார், இந்த வள்ளல்குணத்தை நான் என்ன சொல்லி வாழ்த்துவேன்?'

'உள்ளக் கமலத்தினில் களவீசர் என் ஒப்பனையோ(டு)
எள்ளத்தனையும் அகலாக் குடிகொண்டு, இருள்அறுத்துக்
கள்ளக்கலரொடும் கூடாது எளியனைக் காத்து அளித்த
வள்ளல்குணத்தின் தகுதியை ஏதென்று வாழ்த்துவனே.'

ஏதோ காரணத்தால் மனம் வருந்தும்போதெல்லாம் அதற்கு ஆறுதலாக அமைபவை, இறைவனின் திருப்பெயர்கள்தான்.

'நெஞ்சே, நீ ஏன் வருந்துகிறாய்?' என்று கேட்கிறார் புலவர், 'எம்பெருமானை வாழ்த்த நாக்கு இருக்கிறது, அப்பெருமானைச் சிந்திக்க நீ இருக்கிறாய், தரையில் தாழ்ந்து வணங்குவதற்குத் தலையும் இருக்கிறது. குளிர்ந்த திருக்களாமரத்தின் மலர்கள் சொரிய, அதன் நிழலிலே உறைகிற எம்பெருமானின் திருவடிகள் இருக்கின்றன.'

'இப்படி எல்லாம் நமக்குக் கிடைத்திருக்கும்போது, உன்னை யார் என்ன செய்யமுடியும்? கவலையை விடு மனமே, களவீசரை நினை.'

'வாழ்த்திட நா உண்டு, பாவிக்க நீ உண்டு, மண்ணில்உறத்
தாழ்த்திடச் சென்னியும் உண்டு கண்டாய், தண் களவின் மலர்
ஊழ்த்திட நீழல் உறைவார் அடி உண்டு, உனை நிரயம்
வீழ்த்திடுவாரும் உண்டோ, நெஞ்சமே, என் மெலிவதுவே.'

ஒருவருடைய மனம் வருந்த என்ன காரணங்கள் இருக்கலாம்?

நோயை நினைத்து வருந்தலாம், காம மயக்கத்தால் வருந்தலாம், உயிர் நிலைக்கவேண்டுமே என்று வருந்தலாம்... ஆனால், சிவபெருமானை வணங்கினால் இவற்றையெல்லாம் எண்ணி அஞ்சவேண்டிய அவசியமே இல்லை.

தமிழ்ப் புலவர்களால் போற்றப்படும் புகழுடைய களவீசர், திருக்களாமரத்தின்கீழ் எழுந்தருளியிருப்பவர், வளைந்த பிறைச்சந்திரனிலிருந்து வீசுகின்ற ஒளியால் பொலிகிற செஞ்சடையைக் கொண்டவர், அவர் நம்மைத் தடுத்தாள நம் மனத்தில் புகுந்தபிறகு, எந்த அச்சமும் தேவையில்லை. அனைத்திலிருந்தும் அவர் நம்மைக் காப்பார்:

'மெலிவிக்கும் நோய்க்கும், மடவார் இழைத்த வினைக்கும், உயிர்
நலிவிக்கும் காலபடர்க்கும் அஞ்சேன், தமிழ் நாவலரால்
மலிவிக்கும் கீர்த்திக் களவீசர், கூன் பிறை வாள்நிலவால்
பொலிவிக்கும் செஞ்சடையார் தடுத்துஆளப் புகுந்தபின்னே.'

இளமை, அழகு என்பவையெல்லாம் ஒருகட்டத்தில் போய்விடும், மூப்பு வந்துவிடும், அதன்பிறகு, நோயும், துயரும்தான் பெருகும்,

ஆகவே, வலிமையுடைய பகைவர்களின் ஊரைச் சிரிக்கும் பொழுதுக்குள் எரித்தவர், திருக்களாமரத்தின்கீழ் எழுந்தருளியிருக்கும் களவீசரைப் பணிவோம், நெஞ்சமே, அதுவே நமக்குத் தகுதியான செயல், இதைவிடப் புத்திசாலித்தனம் வேறில்லை:

'புகுவது மூப்பு, வனப்போடு இளமையும் போயது, இனி
மிகுவது நோயும் துயரும் என்றால், அடல் மேவலர் ஊர்
நகுவதன்முன் எரித்தோர், களவீசரை நாம் பணியத்

தகுவதுகாண், நெஞ்சமே, இதுபோலும் சதிர் இல்லையே.'

நான்கு முகங்களையுடைய பிரமன், நெடிய திருமால், நூறு யாகங்கள் செய்த இந்திரன், ஆயிரம் கதிர்களை விரிக்கும் சூரியன், சந்திரன், ஒலிக்கின்ற கடலுக்குத் தலைவனான வருணன் ஆகியோர் சிவபெருமானைத் தொழுதார்கள், அவர் அவர்களுக்கு அருள்புரிந்தார்,

தாமரை அரும்புகளைப்போன்ற தனங்களையுடைய ஒப்பனை அன்னையின் கணவர், முகலிங்கனே அந்தப் பெருந்தெய்வம்:

'சதுர் ஆனனனும் திருநெடுமாலும் சதமகனும்
கதிர் ஆயிரம் விரிக்கும் சுடரோனும் கலாதரனும்
அதிர் ஆர்கலிக்கு இறையும் தொழுது ஏத்த அருள்புரிந்தோன்,
முதிரா முகிழ் முலை ஒப்பனை கேள்வன் முகலிங்கனே.'

தொண்டருக்குச் செய்யும் பணிகள், அந்தத் தூயவனுக்கே சேரும். சில நேரங்களில், நம் நெஞ்சம் இதனை அறியாமல் மயங்கக்கூடும். அப்போது அதற்கு இவ்வுண்மையைப் புரியவைக்கவேண்டும்.

முகலிங்கன், தென்கருவையிலே திருக்களாமரத்தின்கீழ் எழுந்தருளியிருக்கும் களவீசன், முதல்வன், அன்பர்கள் புகலிடமாகச் சென்று சேர்கிற, சாதிலிங்கம்போன்ற சடைமுடியைக்கொண்ட பெருமான், துளையுள்ள தும்பிக்கையைக்கொண்ட யானையை உரித்து நல்ல ஆடையாகப் போர்த்தியவர், அப்பெருமானின் தொண்டர்களுக்கு அடிமைசெய்வதே நம் கடமை, இதைச் செய்யாவிட்டால், முக்தி எளிதில் கிடைத்துவிடாது.

'முகலிங்கன், தென்கருவைக் களவீசன், முதல்வன், அன்பர்
புகல் இங்குலிகச் சடிலப்பிரான், புழைக்கை உரி நல்ல
கலிங்கமாக உடுத்தோன் அடியர்க்கு அடிமைசெய்யா(து)
இகல் இங்கு எவன் நெஞ்சமே, முத்திசார்தல் எளிதுஅல்லவே.'

ஒருவருக்குக் கவிதை பாடக்கூடிய நா வாய்த்திருக்கிறது என்றால், என்ன பொருள்?

இரவும் பகலும் ஓய்வில்லாமல் அப்பெருமானின் புகழைச் சொல்லிப் பாடவேண்டும், அந்தத் திருத்தொண்டைச் செய்வதற்காகதான் கவி பாடும் நாவை அவருக்கு வழங்கியிருக்கிறார் இறைவன். சூதாடும் கருவியும் ஒப்பாகாமல் தளர்கிற திருத்தனங்களைக்கொண்ட ஒப்பனை தேவியைத் தன் உடலின் ஒரு பகுதியாகக் கொண்டவர், பெரிய மேரு மலையை வரிவில்லாக வளைத்த திருத்தோள்களைக் கொண்டவர், திருக்களாமரத்தின் நிழலில் எழுந்தருளியிருக்கும் நெற்றிக்கண் சிவபெருமானைப் போற்றுவோம்:

> 'அல்லும் பகலும் ஒழியாது தம் புகழ் ஆதரித்துச்
> சொல்லும்படிக்குக் கவி நா அளித்து எனைத் தொண்டுகொண்டார்,
> வல்லும் குழை முலை ஒப்பனை பாகர் வரிசிலையாக்
> கல்லும் குழைத்த புயத்தர் களா நிழல் கண்ணுதலே.'

இறைவனைத் தேடி நாம் வேறு எங்கும் செல்லவேண்டியதில்லை. கண்ணால் பார்க்கும் இடங்களிலெல்லாம் அந்தக் கருவைப்பிரான் தோன்றுவார், வானத்துப் பிறைநிலவு குடியேறிய அவருடைய திருச்சடையும், வெள்ளைப் புன்னகையும், ஸ்வரங்களைக் கொண்ட வேதங்களை வழங்கிய பவளச் செவ்வாயும், பருத்த திருக்கைகளும், குளிர்ந்த கொன்றை மாலையை அணிந்த திருமார்பும், தாமரைபோன்ற திருவடிகளும் காணக்காண நன்மையே:

> 'கண்கொண்டு பார்த்த இடம்தொறும் தோன்றும் கருவைப்பிரான்,
> விண்கொண்ட திங்கள் குடிகொண்ட வேணியும் வெண்நகையும்
> பண்கொண்ட வேதப் பவளச் செவ்வாயும் பணைப்புயமும்
> தண்கொண்ட கொன்றைத் திருமார்பும் தாமரைத் தாள்களுமே.'

ஆனை வலம்வந்த கோனை மனத்தில் இருத்துவோம். அனைத்து நலன்களும் தானே வரும்!

98

நீண்டிருக்கும் கடல் ஊருக்குள் பொங்கிவராதபடி அதனை நிறுத்திவைத்தவர் யார்? சூரியனைச் சுடவைத்தவர் யார்? காற்று பொங்கியடிக்காமல் உலகுக்குப் பயன்படும்படி அதனை அடங்கி நடக்கவைத்தவர் யார்? குளிர்ச்சியான மழையைப் பொழியவைப்பவர் யார்? ஊழிக்கால நெருப்பு இந்த உலகைச் சுடாமல் கடலினுள்ளே அடங்கியிருப்பது யாரால்?

தும்பை சூடிய, அசுரரை அழிக்கக்கூடிய சக்ராயுதத்தைக் கையிலேந்திய அரங்கேசரின் திரு ஆணையால்தான் இத்தனையும் நடக்கின்றன என்கிறார் பிள்ளைப்பெருமாளையங்கார்:

'நெடும்கடல் நிற்பதும், ஞாயிறு காய்வதும், நித்தலும் கால்
ஒடுங்கி நடப்பதும், தண் கார் பொழிவதும், ஊழிதன்னில்
சுடும்கனல்பற்றிச் சுடாதே இருப்பதும், தும்பை புனைந்து
அடும்கனல் ஆழி அரங்கேசர்தம் திரு ஆணையினே.'

இங்கே சக்ராயுதம் தும்பைமலரைச் சூடியிருப்பதாக வர்ணித்திருக்கிறார் புலவர். அதற்கு ஒரு சுவையான காரணமுண்டு.

அன்றைய தமிழகத்தின் வீர நிகழ்வுகளின்போது வீரர்கள் வெவ்வேறுவிதமான மலர்களைச் சூடிச்செல்வார்கள். அவ்விதத்தில் தும்பை என்பது, போருக்குரிய மலர். அசுரர்களுடன் போர்புரிந்து அவர்களை அழிக்கவல்ல சக்ராயுதமும் தும்பையைச் சூடியிருப்பதாகக் குறிப்பிட்டிருக்கிறார் பிள்ளைப்பெருமாளையங்கார்!

இந்தப் பாடலில் கடலை நிறுத்திவைத்தவர் என்று திருமாலை வர்ணிக்கும் புலவர், அடுத்த பாடலில் அதே கடல் பொங்கிவந்து உலகை அழிக்கும் பிரளயக்காட்சியைக் காட்டுகிறார்:

> 'ஓலப்புனல் பொன்னி நல்நீர் அரங்கர், உகம் திரியும்
> காலத்தினில், கொள்ளை அண்டம் எல்லாம் உண்டு, காமர் பசும்
> கோலக்குழவி உருவாய், அகண்டமும் கோத்த வெள்ளத்து
> ஆலத்து இலையின் புடைக்கே துயில்வர் அகம் மகிழ்ந்தே.'

ஆரவாரத்துடன் பாய்ந்துவரும் காவிரியின் நல்ல நீரால் சூழப்பட்ட திருவரங்கத்திலே கிடந்த திருக்கோலத்தில் அருள்பவர் எம்பெருமான், யுகம் திரிகின்ற காலத்திலே, பிரளய வெள்ளம் எங்கும் பரவியபோது, அவர் மிகுதியான அண்டங்களையெல்லாம் உண்டுவிட்டார், பிறகு, விரும்பத்தக்க அழகையுடைய ஒரு பச்சைக்குழந்தை வடிவத்திலே, ஓர் ஆலிலையில் மகிழ்ச்சியாகத் துயில்கொண்டார்.

இப்படி அவர் உலகங்களை உண்ணுவதைப்பார்த்தால் வியப்பாக இருக்கிறது புலவருக்கு. 'இவரே உலகங்களைப் படைக்கிறார், பின்னர் இவரே அவற்றையெல்லாம் உண்ணுகிறார். இவரென்ன சிலந்தியா?' என்கிறார்.

சிலந்திக்கும் எம்பெருமானுக்கும் என்ன தொடர்பு?

வலை பின்னும் சிலந்தி சிறிய நூல்களைத் தன் வாயாலேயே இழைக்கும், பிறகு, அந்த நூலைத் தானே உண்டுவிடும். அதுபோலதான் திருமாலும், கோடிக்கணக்கான அண்டங்களைப் படைக்கிறார், பின்னர் அவற்றை (ஊழிக்காலத்தின்போது) விழுங்குகிறார்:

> 'சில்நூல் பலபல வாயால் இழைத்து, சிலம்பி பின்னும்
> அந்நூல் அருந்திவிடுவதுபோல, அரங்கர் அண்டம்
> பல்நூறு கோடி படைத்து, அவை யாவும் பழம்படியே
> மன் ஊழிதன்னில் விழுங்குவர், போத மனம் மகிழ்ந்தே.'

எத்தனையோ சிறப்புகள் நிறைந்த பெருமானை ஓர் அற்பச் சிலந்திக்கு உவமையாக்கலாமா?

இங்கே திருமாலுக்கு உவமையாக வருவது சிலந்தியல்ல, சிலந்தியின் குணம்தான்: தான் உருவாக்கிய வலையைத் தானே உண்ணும் சிலந்தியைப்போல, திருமாலும் தான் உருவாக்கிய உலகங்களைத் தானே உண்ணுவதாக வியக்கிறார் பிள்ளைப்பெருமாளையங்கார். ஆகவே, இது உயர்வான உவமைதான்.

உலகைப்படைத்த எம்பெருமான் அதை விழுங்குவதோடு நிறுத்தினாரா? அடந்தை, நடந்தை என்னும் சோலைகளால் சூழப்பட்ட திருவரங்கத்திலே, ஆதிசேஷனாகிய பாம்புப்படுக்கையின்மீது கிடந்த திருக்கோலத்தில் அருள்செய்தார், உயர்ந்த திருவேங்கடமலைமேலே நின்ற திருக்கோலத்தில் அருள்செய்தார், வராக அவதாரமெடுத்து பூமியைக் குத்தி எடுத்தார், மறுபடி விழுங்கினார், வெளியே உமிழ்ந்தார், ராமனாக அவதாரமெடுத்து மண்ணின்மேலே நடந்தார்... அனைத்துக்கும் காரணமான எம்பெருமான் கையில் இந்த மண், குயவன் கையில் மண்போல ஆகிவிட்டதே.

மண்ணைக் கையில் வைத்திருக்கும் குயவன் அதைத் தன் விருப்பப்படி விதவிதமான பொருட்களாகச் செய்வான். அதுபோல, எம்பெருமான் இந்த உலகைப் படைத்து, அதில் நடந்து, கிடந்து, நின்று, அதனை விழுங்கி, உமிழ்ந்து விளையாடுகிறார்:

> 'அடந்தை, நடந்தை வனம்சூழ் அரங்கத்து அரவுஅணைமேல்
> கிடந்தனர்; துங்கக் கரிமிசை நின்றனர்; கேடுஇல் ஒன்றாய்
> இடந்தனர்; மீள விழுங்கினர்; கான்றனர்; ஈர் அடியால்
> கடந்தனர்; கைவழி மண்ஆனது இந்த மண் காரணர்க்கே.'

அது சரி, பக்தர்களிடம் விளையாடுவது இறைவனுக்குப் புதிதா என்ன? மச்சாவதாரத்தின்போதே இப்படி ஒரு விளையாட்டு நடந்ததே என்று சிரிக்கிறார் புலவர்.

அதென்ன விளையாட்டு?

பிரமனின் ஒரு நாளை, 'ஒரு கற்பம்' என்பார்கள். அதன் முடிவில் ஊழிக்காலம் வரும், பிரளய வெள்ளம் பெருகும்.

அப்படியொருமுறை, சோமுகாசுரன் என்ற அசுரன் வேதங்களைக் கவர்ந்துசென்றுவிட்டான். அவற்றை மீட்கும் வழி தெரியாமல் எல்லாரும் திகைத்தார்கள்.

வேதங்களுக்கும் உலகுக்கும் ஒரு துன்பம் என்றால், எம்பெருமான் வராமலிருப்பாரா? ஒரு யானைக்காகவே ஓடோடி வந்தவராயிற்றே.

முன்பொருநாள், கஜேந்திரன் என்ற யானை குளத்திலே குளித்துக்கொண்டிருந்தபோது, அதன் காலை ஒரு முதலை கவ்வியது, உடனே, அந்த யானை எம்பெருமானை அழைத்துக் கதறியது.

உடனடியாக, எம்பெருமான் ஓடிவந்தார். அவர் கையிலிருந்த கோபமான, வலிமையையுடைய சக்ராயுதம், கொடும் வாயைக் கொண்ட முதலையைத் துண்டித்தது, கஜேந்திரனைக் காத்தது.

அத்தகைய எம்பெருமான், இப்போது கடலில் மீனாக வந்தார். அதுவும் சிறிய மீனாக இல்லை, மிகப்பெரிய மீனாக!

எந்த அளவுக்குப் பெரிய மீன் என்றால், அவருடைய ஒரே ஒரு செதிளுக்குள் பிரளயவெள்ளம் முழுவதும் அடங்கிவிட்டதாம்.

அப்படிப்பட்ட பெரிய மீனின்முன்னே பிரளயவெள்ளம் ஒரு துளி, வேதங்களைக் கவர்ந்துசென்ற சோமுகாசுரன் அதைவிடச் சிறிய துளி.

ஆகவே, மீனாக வந்த பெருமான் வேடிக்கையாக அங்குமிங்கும்

திரும்பிப்பார்த்துத் தேடினாராம், 'என்ன? ஏதோ பிரளயவெள்ளம் என்றீர்களே, இங்கே எதையும் காணோமே' என்று சிரித்தாராம்:

'சூழிக் களிறு உய்ய, வெவ்வாய் முதலை துணித்த உக்ர
பாழித் திகிரிப்படை அரங்கேசர், படைப்பவன்தன்
ஊழிப்பொழுது ஒரு சேலாய், ஒரு செலுவுள் கரந்த
ஆழிப்பெரும்புனல் காணாது தேடுவர் அவ்விடத்தே.'

மச்சாவதாரத்தின்போது மட்டுமா? கூர்மாவதாரத்திலும் இப்படியொரு விளையாட்டு இருந்ததாம்.

எம்பெருமான் கூர்மமாக அவதாரமெடுத்து வந்தபோது, அவர்மேலே மந்தரமலையைப் பொருத்திக் கடலைக் கடைந்தார்கள். அப்போது, அந்த மந்தரமலையின் பாரத்தைப் பெருமான் எளிதாகத் தாங்கிநிற்பதைக்கண்டு எல்லாரும் வியந்தார்கள்.

ஆனால், இந்தப் புலவர்மட்டும் மெல்லச் சிரித்தார், 'எம்பெருமானுக்கு இது ஒரு பாரமா?' என்றார். 'பழைமையான நான்கு வேதங்களும் சிறப்பித்துக்கூறுகிற திருநாபியைக்கொண்ட அவர், சுறாமீன்களைக்கொண்ட கடலை ஆடையாக உடுத்திய இந்தப் பூமியையே தன்னுடைய திருமேனியில் தாங்குகிறார். அவருக்கு இந்த மந்தரமலை ஒரு பெரிய விஷயமா?'

'திரிக்கின்ற பொன்குன்று அழுந்தாமல், ஆமைத் திருஉருவாய்ப்
பரிக்கின்றதில் பெரும் பாரம் உண்டே? பண்டு நால்மறைநூல்
விரிக்கின்ற உந்தி அரங்கேசர்தம் திருமேனியின்மேல்
தரிக்கின்றது மகரக்கடல் ஆடைத் தராதலமே.'

அடுத்து, எம்பெருமான் வராக அவதாரமெடுக்கிறார். அப்போது அவருடைய திருவுருவத்தை வர்ணிக்கிறார் புலவர்:

'ஆருக்கு இவரை அளவிடலாம்? தென்அரங்கர் இந்தப்
பாருக்கு அரந்தை தவிர்ப்பதற்காகப் பழிப்புஇல் பெரும்
சீர் உற்ற செம்கண் கரும்பன்றி ஆகித் திருக்குளம்பின்
மேரு கணகணமா தலைநாளில் வினோதிப்பரே.'

முன்னாளில், பூமிக்கு வந்த துன்பத்தைத் துடைப்பதற்காக எம்பெருமான் குற்றமில்லாத, சிறப்பு நிறைந்த வராகமாக அவதாரமெடுத்தார், சிவந்த கண்களோடு கரும் பன்றியாக வந்தார், அப்போது அவருடைய திருக்குளம்பின்கீழே மகாமேருமலையே ஒரு சிறிய பொருளாகத் தோன்றியது. அவருடைய பெருமையை யாரால் அளவிடமுடியும்?

அப்பெருமான் நரசிம்மமாக அவதரித்தபோது, அவருடைய தோற்றம் மிகப்பிரமாண்டமாக இருந்தது. அவருடைய திருவடிகள், திருஅரை (இடுப்பு), திருமுடி ஆகியவற்றை யாராலும் காணமுடியவில்லை, அப்படியொரு பெருந்தோற்றம்.

கீழுலகத்தில் வாழ்ந்தவர்கள் எம்பெருமானின் திருவடியைக் கண்டுவிடலாம் என்று முயன்றார்கள், அவர்களால் காணமுடியவில்லை.

அவருடைய திருஅரையைக் காண்பதற்காக, சிவன் கைலாசமலையின்மீது ஏறிப்பார்த்தார், தேவர்கள் வானில் ஏறிப்பார்த்தார்கள், அவர்களால் காணமுடியவில்லை.

தாமரையிலே அமர்கிற பிரமன் எம்பெருமானின் திருமுடியைக் காண்பதற்காக அண்டகோளத்தின் உச்சியில் ஏறிப்பார்த்தார், அவரால் காணமுடியவில்லை.

எல்லாம் அறிந்த பழைய பெரியோரால்கூட எம்பெருமானின் நரசிம்ம அவதாரம் இப்படிப்பட்டது என்று அறியமுடியவில்லை. அரங்கேசர் எடுத்த சிங்கவுருவம் அந்த அளவுக்குப் பெரிதாயிருந்தது:

> ‘அடி கண்டிலர் அதலத்தவர், ஐம்முகனோடு அமரர்
> கடி கண்டிலர் மலை, வான் இவர்ந்தும், கமலத்து அயனார்
> முடி கண்டிலர் அண்ட மாமுகடு ஏறியும், மூது உணர்ந்தோர்
> படி கண்டிலர் அரங்கேசர் கொள் சிங்கப்படிதனக்கே.’

தேன் வழியும் பசுமையான துழாய்மாலையை அணிந்த அரங்கேசர் திருக்குறளனாக (வாமனனாக) வந்தார்,

திரிவிக்கிரமனாகி இவ்வுலகை அளந்தார். அப்போது சக்கரவாளமலை என்ன ஆனது தெரியுமா?

சக்கரவாளம் என்பது, ஒரு மிகப் பெரிய மலை. பூமியைச் சுற்றியிருக்கும் கடலைச்சுற்றிப் பரந்துவிரிந்திருக்கிறது.

அப்படிப்பட்ட சக்கரவாளமலை, திரிவிக்கிரமனின் தாமரைப்பாதத்தில் திருச்சிலம்பாகிவிட்டது என்கிறார் புலவர். உலகைச் சுற்றிய கடலைச் சுற்றிய மலையே அவருடைய பாதத்துக்குச் சிலம்பாகிறது என்றால், திரிவிக்கிரம அவதாரத்தின் பெருமையை யாரால் உரைக்கமுடியும்?

> 'தே மிக்க பச்சைத்துழாய் அரங்கேசர் திருக்குறளாய்த்
> தாம் இப்புவனம் கடந்த அந்நாள், மணல்சாகரம்சூழ்
> பூமிப்புடை அளவிட்ட பொன்தாமரைப் பூங்கழற்கு
> நேமிச் சிலம்பு திருச்சிலம்புஆகி நிலைபெற்றதே.'

கிருஷ்ணாவதாரத்தின்போது ஒருநாள், கண்ணன் வெண்ணெய் திருடிச் சிக்கிக்கொண்டான். கோபம்கொண்ட யசோதை அவனைக் கயிற்றில் கட்டிப்போட முயன்றாள்.

ஒன்று, இரண்டு, மூன்று... இப்படி எத்தனையோ கயிறுகளைக்கொண்டு கட்டியும், கண்ணபிரானின் திருவயிற்றைக் கட்டமுடியவில்லை. யசோதை கலங்கினாள். தாமரைபோன்ற அவளுடைய முகம் வியர்த்தது.

உடனே, எம்பெருமான் இரங்கினான். அவளுடைய கயிற்றுக்கு ஏற்பத் தன் வயிற்றைச் சுருக்கிக்கொண்டான்.

மாலைபோல் காவிரி சூழ்ந்துவந்து பாய்கிற திருவரங்கத்திலே கிடந்த திருக்கோலத்தில் அருளும் அரங்கா, இது என்ன விநோதம்!

> 'ஆரம்தரும் பொன்னிசூழ் அரங்கா, உன்தன் ஆய்ச்சி வெகு
> தூர நெடும்கயிறு எல்லாம் மிசை சேர்த்து வைத்தும், அவை
> ஈர மருங்கின் குறைந்திட, கண்பிசைந்து ஏங்கும் அவள்
> வேர் அம்புய முகம் கண்டு, அளவுஆன விநோதம் என்னே.'

இத்துணைப் பெருமையுடைய எம்பெருமானை வணங்கினால் என்ன கிடைக்கும்?

அழியாத சிறப்பு கிடைக்கும் என்கிறார் பிள்ளைப் பெருமாளையங்கார். அதற்குச் சான்றாக, அனுமனையும் வீடணனையும் காட்டுகிறார்.

ராமருக்கும் ராவணனுக்கும் யுத்தம் வந்தபோது, நன்மையைத் தரும் மருத்துமலையைத் தூக்கிவந்தார் அனுமன். தன்னுடைய அண்ணனைத் துறந்து ராமரிடம் சரணடைந்தான் வீடணன். இந்த இருவரும் உலகம்முடியும்வரை வாழ்வார்கள் என்று அவர் அருளினார்.

பாம்பணையில் உறங்கும் அரங்கா, உன் திருவடிகளை அடைந்த நல்ல பக்தர்களுக்கு அழிவுண்டா? என்றும் இல்லை!

> 'சற்பத்து உறங்கும் அரங்கா, உன் பாதம்தனை அடைந்த
> நற்பத்தருக்கு ஒரு நாசம் உண்டோ? நல மாமருத்தின்
> வெற்பைக் கொணர்ந்த விறல் அனுமானும், அவ் வீடணனும்
> கற்பத்து அளவும் அழியாது இருக்கவும் கற்பித்தையே.'

ஆனால், இதெல்லாம் நல்ல பக்தர்களுக்குதான் கிடைக்கும் என்கிறாரே புலவர். எனக்கு அந்தப் பாக்கியம் உண்டா?

அதனை விளக்குவதற்கு, ததிபாண்டனின் கதையைச் சொல்கிறார் பிள்ளைப்பெருமாளையங்கார்.

ஆயர்பாடியில் ஒருநாள், கண்ணன் வெண்ணெய் திருடிவிட்டு ஓர் இல்லத்தில் புகுந்தபோது, அங்கே ததிபாண்டன் என்பவன் இருந்தான். அவனிடம் ஒரு தயிர்க்குடம் இருந்தது. அந்தத் தயிர்க்குடத்தைப்போட்டுக் கண்ணனை மறைத்துப் பாதுகாத்தான். அதற்காக, அந்தத் ததிபாண்டனுக்கும் அவனுடைய தயிர்க்குடத்துக்கும் கண்ணன் வீடுபேற்றை அளித்தான்.

ஒரு தயிர்க்குடம்கூட, எம்பெருமான் அருளால் முக்தியைப் பெறுகிறது என்றால், மனிதர்களால் முடியாதா என்ன?

'சிந்திக்க நெஞ்சு இல்லை, நா இல்லை நாமங்கள் செப்ப, நின்னை
வந்திக்க மெய் இல்லை வந்து இரு போதும், மொய்ம் மாமலர்ப்பூம்
பந்தித் தடம் புடைசூழ் அரங்கா, ததிபாண்டன் உன்னைச்
சந்தித்த நாள் முத்தி பெற்றது என்னோ தயிர்த்தாழியுமே.'

நெருங்கிய, பெரிய மலர்களையுடைய அழகான, வரிசையான நீர்நிலைகளாலே சூழப்பட்ட திருவரங்கத்திலே கிடந்த திருக்கோலத்தில் அருளும் அரங்கா,

உன்னைச் சிந்திக்க எனக்கு மனம் இல்லை, உன் பெயர்களைச் சொல்ல எனக்கு நா இல்லை, காலை, மாலை என இருவேளைகளிலும் உன்னை வணங்கும் உடல் இல்லை, ஆனாலும் உன் அருளை வேண்டிநிற்கிறேன்.

ததிபாண்டனுக்கும் அவனுடைய தயிர்க்குடத்துக்கும் முக்தி அளித்தவனே, எனக்கு அருளமாட்டாயா?

99

வீடு பெறுவது எப்படி?

சாதாரண வீடு எல்ல, வீடுபேறு எனப்படும் மோட்சம். அதனைப் பெறுவதற்கு என்ன வழி?

இறைவனை வழிபடுவதுதான் வழி. அதிலும் குறிப்பாக, அவனுக்குப் பணிவிடைகளைச் செய்யவேண்டும்.

என்னமாதிரியான பணிவிடைகள்?

வள்ளலாரின் பாடல் ஒன்றில் இதற்கான பதில் கிடைக்கிறது:

'அடுத்திலேன் நின்அடியர் அவைக்குள், சற்றும்
அன்பிலேன், நின்தொழும்பன் ஆகேன், வஞ்சம்
தடுத்திலேன், தணிகைதனில் சென்று நின்னைத்
தரிசனம்செய்தே மதுரத்தமிழ்ச் சொல்மாலை
தொடுத்திலேன், அழுது நினதுஅருளை வேண்டித்
தொழுதுதொழுது ஆனந்தத்தூநீர் ஆடேன்,
எடுத்திலேன் நல்லன் எனும் பெயரை.'

தான் இறைவனுக்கு என்னென்ன பணிவிடைகளையெல்லாம் செய்யவில்லை என்று இரங்கிச்சொல்கிறார் வள்ளலார்: உன்னுடைய அடியவர் கூட்டத்தில் சேரவில்லை, உன்மேல் அன்புகாட்டவில்லை, உனக்கு அடிமையாகவில்லை, என் நெஞ்சத்தில் எழும் வஞ்சக நினைவுகளைத் தடுக்கவில்லை, திருத்தணிகைக்குச் சென்று உன்னைத் தரிசித்து இனிய தமிழாலே பாடல்களைப் பாடவில்லை, உன்னுடைய அருளை வேண்டி அழவில்லை, தொழவில்லை, ஆனந்தமான தூயநீர் கண்களிலிருந்து சுரக்கும்படி ஆடவில்லை, நல்லவன் என்று பெயரெடுக்கவில்லை.

ஒருவர், 'நான் இதையெல்லாம் செய்தேன்' என்று சொன்னால் அதில் ஓர் அர்த்தமிருக்கிறது. யாராவது 'நான் இதையெல்லாம் செய்யவில்லை' என்று சொல்வார்களா? அப்படிச் சொன்னால் அதன் உட்பொருள் என்ன?

எவற்றையெல்லாம் செய்யவில்லை என்று சொல்கிறார்களோ, அவற்றையெல்லாம் அவர்கள் செய்ய விரும்புகிறார்கள். அதனால்தான் அத்தனையையும் உரக்கச்சொல்லி உருகுகிறார்கள், 'இவற்றைச் செய்யமாட்டேனா' என்று ஏங்குகிறார்கள்.

இப்படி இறைவனுக்குச் செய்யவிரும்பும் பணிவிடைகளைச் சொல்லிப் பல பாடல்களைப் பாடியிருக்கிறார் வள்ளலார். அவை 'பணித்திறம்வேட்டல்' என்று அழைக்கப்படுகின்றன.

'வேட்டல்' என்றால் 'விரும்புதல்', முருகனுக்குத் தான் செய்யவிரும்பும் பணிவிடைகளை இங்கே விளக்குகிறார் வள்ளலார். பக்தர்களை அவ்வழியில் செலுத்துகிறார்.

முதலில், இறைவன் எழுந்தருளியிருக்கும் திருத்தலங்களை மனத்தால் நினைக்கவேண்டும், அங்கே சென்று இறைவனைக் கண்குளிரக் காணவேண்டும், அனுபவிக்கவேண்டும், அவன் புகழைப் பாடவேண்டும், அவனுடைய அன்பர் கூட்டத்தில் சேரவேண்டும், ஆனந்தமாக ஆடிப்பாடவேண்டும்...

இந்தப் பணிவிடைகள் எல்லாம் உண்மையில் அந்த

இறைவனுக்கா? நமக்கு இன்பமும் மோட்சமும் தரும் கருவிகள் அல்லவோ அவை!

> 'நண்ணேனோ மகிழ்வினொடும் திருத்தணிகை மலைஅதனை, நண்ணி என்றன்
> கண்ணே, நீ அமர்ந்த எழில் கண்குளிரக் காணேனோ, கண்டு வாரி
> உண்ணேனோ, ஆனந்தக்கண்ணீர் கொண்டாடி உனக்கு உகப்பாத் தொண்டு
> பண்ணேனோ, நின்புகழைப் பாடேனோ வாயாரப் பாவியேனே.'

முருகா, என் கண்ணே, உன்னுடைய திருத்தணிகை மலையை நான் அடையமாட்டேனா, அங்கே நீ அமர்ந்திருக்கும் அழகைக் கண்குளிரக் காணமாட்டேனா, கண்டதும் உன்னழகை வாரி உண்ணமாட்டேனா, ஆனந்தக்கண்ணீர் வழிய உனக்குத் தொண்டுகளைச் செய்யமாட்டேனா? வாயார உன் புகழைப் பாடமாட்டேனா? பாவியாகிய எனக்கு இந்தப் பாக்கியம் உண்டா?

ஆறுமுகனை நேரில் காணாவிட்டாலும், கனவிலாவது காண இயலாதா என்று ஏங்குகிறார் வள்ளலார். அந்தக் கனவைக் கற்பனை செய்கிறார்.

பாவியாகிய நான் படுகின்ற துயரைக்கண்டு நீ இரக்கம் காட்டுகிறாய், அருள்நிலையமாகிய திருத்தணிகையிலே இருந்தபடி, 'என்னிடம் வா' என்று என்னை அழைக்கிறாய், ஆட்கொள்கிறாய்... இப்படி ஒரு கனவேனும் நான் காணமாட்டேனா!

சண்முகா, குணங்கள் நிறைந்த தங்கக்குன்றே, என் ஆவியே, என் அறிவே, என் அன்பே, என் அரசே,

உன்னுடைய திருவடிகளை நான் வணங்கவில்லை. ஆனாலும், நீ என்னைக் கைவிட்டுவிடாதே. அப்படிக் கைவிட்டால், உன்னுடைய அன்பர்கள் உன்னைப் பழிசொல்லுவார்கள். எனக்கு அருள்வாய்:

'பாவியேன் படும் துயருக்கு இரங்கி அருள் தணிகையில் என்பால் வா என்று
கூவி நீ ஆட்கொள ஓர் கனவேனும் காணேனோ, குணப் பொற்குன்றே,
ஆவியே, அறிவே, என் அன்பே, என் அரசே, நின் அடியைச் சற்றும்
சேவியேன் எனினும் எனைக் கைவிடேல், அன்பர் பழிசெப்புவாரே.'

திருத்தணிகைக்குச் செல்லவேண்டும் என்ற ஆசையில் பாடுகிறார் வள்ளலார்:

முருகா, என்றேனும் நான் உன்னுடைய திருத்தணிகைக்கு வரமாட்டேனா? அங்கே வந்து நின்று உன்னுடைய அழகைக் காணமாட்டேனா? அதைக் கண்டதும், உலக வாழ்க்கையில் எனக்கிருக்கும் துன்பங்களெல்லாம் தீர்ந்துவிடாதா? உன்னுடைய திருவடிகளைச் சேவித்து ஆனந்தவெள்ளத்தில் திளைத்து ஆடமாட்டேனா? அங்கிருக்கும் உன்னுடைய அடியார்களின் கூட்டத்தில் நான் சேரமாட்டேனா? அப்படிச் சேர்ந்தவர்களுடைய பாதங்களை என்னுடைய தலையில் ஏற்றுக்கொண்டு வணங்கமாட்டேனா?

'வாரேனோ திருத்தணிகை வழிநோக்கி, வந்து, என் கண்மணியே, நின்று
பாரேனோ நின்அழகை, பார்த்து உலக வாழ்க்கைதனில் படும் இச்சோபம்
தீரேனோ, நின்அடியைச் சேவித்து ஆனந்தவெள்ளம் திளைத்து ஆடேனோ,
சாரேனோ நின்அடியார் சமூகம்அதை, சார்ந்தவர் தாள் தலைக்கொள்ளேனோ.'

பெருமானே, நான் தனியன், எனக்கு வேறு எந்தத் துணையும் இல்லை,

நீ எழுந்தருளியிருக்கும் தணிகைமலைக்கு நான் வரவேண்டும், அதைத்தவிர வேறெந்த எண்ணமும் எனக்கு வேண்டாம்,

என் தலைவா, அங்கே வந்ததும் நான் உன்னுடைய அருளை அள்ளிக்கொள்ளமாட்டேனா? உன் அருளை அள்ளி உண்டு ஆனந்தத்தில் அழுந்தி ஆடித் துள்ளமாட்டேனா? உன்னுடைய திருவடிகளைத் துதிக்கமாட்டேனா? அப்படித் துதிப்பதன்மூலம் இந்த உலகத்தில் இருக்கும் பற்றுகளையெல்லாம் தள்ளமாட்டேனா? உன்னுடைய திருவடிகளைச் சேரமாட்டேனா?

> 'கொள்ளேனோ நீ அமர்ந்த தணிகைமலைக்கு உற எண்ணம், கோவே, வந்தே
> அள்ளேனோ நின்அருளை, அள்ளி உண்டே ஆனந்தத்து அழுந்தி ஆடித்
> துள்ளேனோ, நின்தாளைத் துதியேனோ, துதித்து உலகத்தொடர்பைஎல்லாம்
> தள்ளேனோ, நின்அடிக்கீழ்ச் சாரேனோ, துணைஇல்லாத் தனியனேனே.'

திருத்தணிகை மலையிலே வாழ்கின்ற ஞானக்கனியே, தனியாக இந்தப் பூமியில் உழல்கின்ற பாவியாகிய நான் உன்னுடைய திருவடிகளைக் கண்ணாரக் கண்டு மனம் மகிழமாட்டேனா?

இந்த உலக வாழ்க்கையில் எனக்கு வெறுப்பு அதிகரிக்கிறதே, இங்கே எப்படிதான் அலைந்து திரிந்தாலும் என்னுடைய எண்ணம் நிறைவேறுவதில்லை, ஆகவே, திரும்பத்திரும்ப அங்கும் இங்கும் சுழன்றுகொண்டே இருக்கிறேன்.

இனி நான் என்ன செய்வேன்? எனக்கு வேறு யார் துணை? ஏழையான எனக்கு நீயே அருள்வாய்:

> 'தனியே இங்கு உழல்கின்ற பாவியேன், திருத்தணிகாசலம் வாழ் ஞானக்
> கனியே, நின் சேவடியைக் கண்ணாரக் கண்டு மனம் களிப்புறேனோ,
> துனியே செய் வாழ்வில் அலைந்து என் எண்ணம் முடியாது சுழல்வேன்ஆகில்
> இனி ஏது செய்வேன், மற்றுஒரு துணையும் காணேன், இவ் ஏழையேனே.'

ஒருவர் முருகப்பெருமானைச் சென்றடையாதபடி தடுப்பது யார்?

'தெவ் வேள்' என்கிறார் வள்ளலார். அதாவது, பகையை உண்டாக்கும் தலைவன், பலவிதமான பகைகள் உண்டாவது பிறப்பால்தானே, அந்தப் பிறப்புக்குக் காரணமான மன்மதனை எப்படி அடக்குவது என்று தெரியாமல் மனிதர்கள் உழல்கிறார்கள். அதனாலேயே அவர்கள் முருகனைச் சென்றடையாமல் மயக்கத்தில் மூழ்கியிருக்கிறார்கள்.

முருகா, இந்தச் சிறியவன் அதுபோன்ற மயக்கங்களிலிருந்து விடுபடவேண்டும், இவ்வேளையில் அருள்நிலையமாகிய திருத்தணிகைக்கு வரவேண்டும், அங்கே அமர்ந்து அருள்செய்கின்ற இறைவனாகிய உன்னை, என்னுடைய இரு கண்களுக்குச் சமமான செவ்வேளை மனம் மகிழப் பாடவேண்டும், புகழவேண்டும், ஆனந்தத்தேன் உண்டு எந்நேரமும் போற்றவேண்டும், உனக்குப் பணிவிடைகள் செய்யவேண்டும்.

> 'இவ்வேளை அருள்தணிகை அமர்ந்துஅருளும் தேவை, எனது இரு கண்ஆய
> செவ்வேளை மனம்களிப்பச் சென்று புகழ்ந்து ஆனந்தத் தெளிதேன் உண்டே
> எவ்வேளையும் பரவி ஏத்தேனோ, அவன் பணிகள் இயற்றிடேனோ,
> தெவ் வேளை அடர்க்க வகைதெரியாமல் உழல்தரும் இச் சிறியனேனே.'

திருத்தணிகைப்பிரானைப் பார்த்தால் என்ன கிடைக்கும்?

இந்த உலகம் என்கிற மாயை விலகும், நல்ல நெறியில் நடக்கலாம், அதை எண்ணி மனம் மகிழலாம் என்கிறார்:

> 'சிறியேன் இப்போது ஏகித் திருத்தணிகை மலை அமர்ந்த தேவின் பாதம்
> குறியேனோ, ஆனந்தக்கூத்தாடி அன்பர்கள்தம் குழாத்துள் சென்றே
> அறியேனோ பொருள்நிலையை, அறிந்து எனது என்பதை

விடுத்து இவ் அகில மாயை
முறியேனோ, உடல்புளகம் மூடேனோ நல்நெறியை முன்னி இன்றே.'

சிறியவனான நான் இப்போதே திருத்தணிகைக்குச் செல்லமாட்டேனா? அங்கே அமர்ந்திருக்கும் இறைவனான முருகனின் திருவடிகளை நெஞ்சில் பதிக்கமாட்டேனா? ஆனந்தக்கூத்தாடி அன்பர்களோடு சேர்ந்து முருகனின் தன்மைகளை அறியமாட்டேனா? அப்படி அறிந்ததும், நான், என்னுடையது என்பதெல்லாம் மறைந்துவிடாதா? உலக மாயை முறியாதா? நல்ல வழியில் நடப்பதால் ஏற்படும் இன்பத்தாலே என்னுடைய மெய் சிலிர்க்காதா?

திருத்தணிகைக்குச் செல்லவேண்டும் என்கிற எண்ணம் முதலில் பிறக்கவேண்டும், அதன்பிறகு, அங்கே தானே கால்கள் நடக்கும், முருகனின் சந்நிதிக்கு முன்னே நின்றுவிடுவோம், அங்கிருக்கும் அடியவர்களுடன் சேர்ந்து முருகனின் பெயர்களைச் சொல்லிக்கொண்டு வாழ்வோம், அப்பெருமானின் திருவடிகளை வாழ்த்துவோம், அதன்மூலம் நல்ல நிலையை எட்டவேண்டும் என்று எண்ணுவோம்,

இந்த இன்பத்தை நாம்மட்டும் அனுபவித்தால் போதுமா? எல்லாரும் முருகனை அள்ளிப்பருக வாருங்கள் என்று அழைப்போம், அப்படி வருகிறவர்கள் முருகனின் பெயரைச்சொன்னால், அவர்களுக்கு இனிய சொற்களைச் சொல்லி மகிழ்வோம்... இவை அனைத்தையும் தான் செய்ய விரும்பிக் கேட்கிறார் வள்ளலார்:

'முன்னேனோ திருத்தணிகை அடைந்திட, நின்சந்நிதியின் முன்னே நின்று
மன்னேனோ, அடியருடன் வாழேனோ, நின்அடியை வாழ்த்திடேனோ,
உன்னேனோ நல்நிலையை, உலகத்தோர் எல்லீரும் உங்கே வாரும்
என்னேனோ, நின்பெயரை யார் கூறினாலும் அவர்க்கு இதம்கூறேனோ.'

திருத்தணிகைக்கு வந்து, முருகனுடைய திருவடியின் புகழைச் சொல்லமாட்டேனா? அப்படிச் சொல்வதன்மூலம் என்னுடைய வருத்தங்கள் தீர்ந்து மனம் தேறாதா?

முருகா, உன்னுடைய அடியவர்களின் திருச்சமூகத்தில் நானும் ஒருவனாகச் சேரமாட்டேனா? அதனால் என் தீராத்துன்பம் ஆறாதா? என்னையும் உன் அடியவனாக ஆக்கமாட்டாயா?

பாவக்கடலில் தத்தளித்துக்கொண்டிருக்கிறேன் நான், அதிலிருந்து அகன்று கரையேறமாட்டேனா? உன்னுடைய அருட்கடலில் இறங்கமாட்டேனா? குறையாத இன்பத்தை அனுபவிக்கமாட்டேனா?

> ‘கூறேனோ திருத்தணிகைக்கு உற்று உன் அடிப் புகழ்அதனைக் கூறி நெஞ்சம்
> தேறேனோ, நின்அடியர் திருச்சமூகம் சேரேனோ, தீராத்துன்பம்
> ஆறேனோ, நின்அடியன் ஆகேனோ, பவக்கடல் விட்டு அகன்றே அப்பால்
> ஏறேனோ, அருள்கடலில் இழியேனோ, ஒழியாத இன்பம் ஆர்ந்தே.’

என்னுடைய தலைவனே, நீ எங்கே என்று நான் அங்கும் இங்கும் தேடமாட்டேனா? ஓடித் தேடிச் சென்றே தணிகை மலையில் உன்னைக் காணமாட்டேனா? உன்னுடைய அழகைப் பார்த்துப் பார்த்து, உன் அடியவர்களுடன் சேரமாட்டேனா? ‘எங்கள் தலைவா, எங்கள் குகனே, எங்கள் குருவே’ என்று பாடி ஆனந்தப்பரவசம் அடையமாட்டேனா? உன்னுடைய தாமரைபோன்ற திருவடிகளைச் சேரமாட்டேனா?

> ‘தேடேனோ என் நாதன் எங்குற்றான் என, ஓடித் தேடிச் சென்றே
> நாடேனோ தணிகைதனில் நாயகனே நின்அழகை நாடி நாடிக்
> கூடேனோ அடியருடன், கோவே, எம் குகனே, எம் குருவே என்று
> பாடேனோ ஆனந்தப்பரவசம் உற்று உன் கமலப்பதம் நண்ணேனோ.’

100

அன்பே சிவம் என்பார் பெரியர்.

இறைவனைத் திருவுருவங்களாகக் கண்டு வழிபடுகிற மரபும்கூட, அன்புவடிவமாகக் காணும் நேசத்தை உயர்த்திப்பேசுகிறது. பூஜைகளுக்கான விரிவான வழிமுறைகளைப் பதிவுசெய்துவைத்திருக்கிற அதே நேரத்தில், 'அகத்தில் அன்பில்லையென்றால் இந்தப் பூஜைகளுக்கு அர்த்தமில்லை' என்பதும் வலுவாகப் பதிவுசெய்யப்பட்டுள்ளது.

'அன்பை இகழ்கிறவர்களை ஈசன் அறிவான்' என்கிறார் திருமூலர். 'அத்தகையோருக்கு அவன் அருள் செய்யமாட்டான்.'

மாறாக, அன்பைப் போற்றுகிறவர்களுக்கு அவனுடைய அருள் மழையாகப் பொழியும். அன்பு கொழுத்தால் இன்னும் அதிக அருள் கிடைக்கும்.

அதென்ன அன்பு கொழுத்தல்?

அன்பு பெருகிய நிலையைத்தான் 'அருள்' என்கிறோம். அன்பு என்பது நமக்குத் தெரிந்தவர்கள்மீது காட்டுவது. ஆனால் அருளோ, இந்த உலக உயிர்கள், அசையும் பொருட்கள்,

அசையாப்பொருட்கள் என அனைத்தின்மீதும் காட்டுவது.

ஈசனாகிய உத்தமநாதன், கொழுத்த அன்பு, அதாவது, அருளைப் பொழியவல்லவர்கள்மீது தன்னுடைய அருளைப் பொழிவான். அதுவே அவனுக்கு மகிழ்ச்சி; அதைச் செய்வதே அவனுக்கு ஆசை:

'இகழ்ந்ததும் பெற்றதும் ஈசன் அறியும்,
உகந்து அருள்செய்திடும் உத்தமநாதன்,
கொழுத்து அன்புசெய்து அருள்கூரவல்லார்க்கு
மகிழ்ந்து அன்புசெய்யும், மருள் அதுவாமே.'

அன்பின் உச்சமாக, கண்ணப்பரைச் சொல்வார்கள்.

வேடனாயிருந்த அவருக்குச் சிவனைத் தெரியாது; கோயிலைத் தெரியாது; வழிபடும்முறைகளைத் தெரியாது; எதேச்சையாக அந்தப்பக்கம் வந்தவர் அவர்.

ஆனால், இறைவனைக் கண்டதும் அவரிடத்தில் அன்பு பெருகுகிறது. அது ஏன் என்று அவருக்கே புரியவில்லை.

ஆகவே, தானறிந்த முறைகளில் இறைவனை வழிபடுகிறார். அதனைப் பிறர் இழிவாக, அசுத்தமாக நினைக்கிறார்கள்.

இறைவனோ, உண்மை அன்பைக் கொண்டாடுகிறான். கண்ணப்பருக்கு ஒரு தேர்வு வைத்து, அவருடைய நிஜமான நேசத்தை உலகுக்குக் காட்டுகிறான்.

கண்ணப்பரின் அன்பை இறைவன் ஏற்கெனவே புரிந்துகொண்டிருந்தால், ஏன் தேர்வு வைக்கவேண்டும்?

தேர்வு கண்ணப்பருக்கில்லை; பிறருக்குதான்; அவருடைய அன்பைப் பிறர் புரிந்துகொள்வதற்காகதான். இறைவனுக்காகத் தன் கண்ணையே தர முன்வந்த கண்ணப்பரைக் காட்டி நம் கண்களைத் திறக்கிறான் பெருமான், 'இதுபோல் உங்களால் அன்புவைக்க இயலுமா?' என்று புன்சிரிப்போடு கேட்கிறான்.

'இயலாது, இயலாது' என்கிறார் மாணிக்கவாசகர். 'கண்ணப்பர் எங்கே, நாங்கள் எங்கே!'

அப்படியானால், மற்றவர்களுக்கெல்லாம் இறைவனின் அருள் கிடைக்காதா?

கண்ணப்பர் அளவுக்கு இல்லாவிட்டாலும், அவரவர் அவரவருக்கு இயன்ற அளவில் அன்புசெலுத்துவார்களல்லவா? அந்த அன்பால் அவனை அடையலாம்.

மாணிக்கவாசகர் தும்பிகளின் அரசனை அழைத்து இதைச் சொல்கிறார்:

> **'கண்ணப்பன் ஒப்பது ஓர் அன்புஇன்மை கண்டபின்**
> **என் அப்பன், என் ஒப்புஇல் என்னையும் ஆட்கொண்டு அருளி**
> **வண்ணப் பணித்து என்னை வா என்ற வான்கருணைச்**
> **சுண்ணப்பொன்நீற்றற்கே சென்று ஊதாய், கோத்தும்பீ.'**

தும்பி அரசனே, கண்ணப்பனைப்போன்ற அன்பு என்னிடம் இல்லை; ஆனாலும், என் அப்பன் என்னைக் கைவிடவில்லை. எதற்கும் ஒப்பாக இல்லாத (இழிவான) என்னையும் ஆட்கொண்டு அருளினார்; நான் எவ்வாறு நடந்துகொள்ளவேண்டும் என்று கற்றுத்தந்து பணித்தார்; என்னைத் தன்னருகே 'வா' என்று அழைத்தார்.

உயர்ந்த கருணையையுடைய அந்தப் பெருமானை, பொடியான, அழகிய திருநீறு அணிந்த சிவபெருமானை நெருங்கிச்சென்று ஊதுவாய்.

கண்ணப்பரைப்போலவே இறைவன்மீது அன்புசெலுத்தியவர், அந்த அன்பின்மூலமாகவே அவருக்குத் தோழன், சகோதரன் என்னும் நிலையைப் பெற்றவர், குகன்.

கங்கைக்கரையில் ஓடம் செலுத்துபவராக இருந்த இவருக்கு, ராமன்மீது பெரும் அன்பு சுரந்தது. அவருக்குப் பணிவிடைகள் செய்தார், 'உங்களோடு நானும் காட்டுக்குள் வருகிறேன்' என்றார்.

குகன் காட்டிய அன்பைப்பார்த்து ராமருக்குள் அருள் சுரந்தது. 'என் தோழனே' என்று குகனை அரவணைத்துக்கொண்டார். இக்காட்சியைத் திருமங்கையாழ்வார் அழகாகப் பாடுகிறார்:

'ஏழை, ஏதலன், கீழ்மகன் என்னாது
இரங்கி, மற்று அவற்கு இன் அருள் சுரந்து,
மாழை மான் மட நோக்கி உன் தோழி,
உம்பி எம்பி என்று ஒழிந்திலை உகந்து
தோழன் நீ எனக்கு இங்கு ஒழி என்ற
சொற்கள் வந்து அடியேன் மனத்து இருந்திட
ஆழி வண்ண, நின் அடியினை அடைந்தேன்,
அணிபொழில் திருஅரங்கத்து அம்மானே.'

அழகான பொழில்கள் நிறைந்த திருவரங்கத்து அம்மானே, கடல்வண்ணம் கொண்டவனே, நீ குகனுக்கு அருளியதன்மையை எண்ணியபடி நான் உன்னுடைய திருவடிகளை வந்தடைகிறேன்.

அந்தக் குகன், ஏழை, கல்வியறிவு இல்லாதவன், உன்னைப்போன்ற அரசர்களுக்குப் பகைவனும்கூட, உன்னை நெருங்கிப் பேசுகிற தகுதியில்லாத கீழ்மகன்.

ஆனால், இப்படியெல்லாம் குகனைப்பற்றிப் பிறர்தான் எண்ணினார்கள், நீ அவனை உயர்வாகவே நினைத்தாய்; அன்புக்குப் பதில் அன்பைப் பொழிந்தாய், குகனை அருகே அழைத்து, 'நீ என்னுடைய தோழன், இங்கே என் பக்கத்தில் இரு' என்றாய்.

அதேபோல், மான்போன்ற பார்வையைக்கொண்ட சீதையைக் குகனுக்குத் தோழியாக்கினாய்; உன் தம்பி லட்சுமணனை அவனுக்குத் தம்பியாக்கினாய்; அதன்மூலம் நீ குகனின் சகோதரனாகவே ஆனாய்.

ஆக, எளிய அன்புக்கும் உயர்ந்த பரிசு கிடைக்கும். அதுவும், இறைவன் என்கிற பரிசு!

அன்பைப் பொழிகிறவர்களை அந்த ஆண்டவனே தேடிவருவான்

என்கிறார் கம்பர். இதற்கு அவர் எடுத்துக்காட்டாகச் சொல்வது, சபரியின் கதையை.

அந்த மூதாட்டி, வனத்திலே தவம் செய்துகொண்டிருந்தார். ராமருக்காகக் காத்திருந்தார்.

பொதுவாக ஒருவர் தவம் செய்தால், இறைவன் தோன்றுவார். வரம் தருவார். அதுதான் வழக்கம்.

ஆனால், சபரியைப்பொறுத்தவரை, இந்தத் தவங்களுக்கெல்லாம் மேலான ஒரு தவம், அன்பென்னும் தவம் அவருடைய இதயத்தில் வழிந்தது. அதுவே அவர் ராமருக்குச் செய்த பணிவிடையாக அமைந்தது.

ஆகவே, சபரியின் மற்ற தவங்களை மெச்சி அவர்முன்னே தோன்றிய சிவபெருமானும், பிரம்மனும், மற்ற தேவர்களும், இந்திரனும் சபரியை மகிழ்வோடு பார்த்தார்கள், 'சபரியே, குற்றமற்ற உன்னுடைய தவத்தின் பயனாக, ராமர் இங்கே வரப்போகிறார்' என்றார்கள். 'அவருக்கு அன்போடு பூசனை செய், அதன்பின் எங்களிடம் வந்து சேர்.'

இதன் பொருள், இந்தத் தெய்வங்கள் சபரிமுன் தோன்றியது அவருடைய தவத்தால்மட்டுமில்லை. மற்றவர்கள் செய்கிற தவத்தைவிட, சபரியின் அன்பு பலமடங்கு மேலானது. அதனால்தான் பரம்பொருளே அவரைத் தேடி நடந்துவந்தார்:

> 'ஈசனும் கமலத்தோனும் இமையவர் யாரும், எந்தை,
> வாசவன்தானும் ஈண்டு வந்தனர், மகிழ்ந்து நோக்கி
> ஆசுஅறு தவத்திற்கு எல்லை அணுகியது; இராமற்கு ஆய
> பூசனை விரும்பி, எம்பால் போதுதி என்று போனார்.'

இதை இன்னொரு கோணத்திலும் காணலாம்; ஒருவேளை சபரி சில வரங்களை விரும்பித் தவம்செய்திருந்தால், இத்தனைத் தெய்வங்கள் எதிரில் தோன்றியவுடன் தான் விரும்பிய வரங்களை அவர்களிடம் கேட்டுப்பெற்றிருப்பார். தெய்வங்களும் அதை வழங்கியிருப்பார்கள்.

ஆனால், சபரியின் உள்ளன்பு அவர்களுக்குப் புரிந்தது, 'மூதாட்டியே, உன் தவத்தை மெச்சினோம். அதற்குமேலாக நீ ராமர்மேல் காட்டப்போகும் அன்பைக் காணவிரும்புகிறோம். அதன்பிறகு உனக்கு வீடுபேற்றை அருளுகிறோம்' என்றார்கள். அன்பன்றோ உயர்ந்த தவம்!

அன்பு உலகப்பொதுவாக இருப்பினும், ஒரு காதலி தன் காதலன்மீது காட்டும் நேசத்துக்குத் தனிச்சிறப்புண்டு. அதனால்தான் பல பக்தர்கள் தங்களைப் பெண்களாக எண்ணிக்கொண்டு பெருமான்மீதுள்ள பாசத்தைச் சொன்னார்கள். நம்மாழ்வார் ஆற்றங்கரைக்கு வருகிறார். அங்கே அன்னங்கள் இணைசேர்ந்து திரிவதைக் காண்கிறார். அவற்றை நோக்கிப் பாடத்தொடங்குகிறார்:

'இடர்இல் போகம் மூழ்கி இணைந்து ஆடும் மட அன்னங்காள்,
விடல்இல் வேத ஒலி முழங்கும் தண் திருவண்வண்டூர்
கடலின் மேனிப்பிரான் கண்ணனை, நெடுமாலைக் கண்டு
உடலம் நைந்து ஒருத்தி உருகும் என்று உணர்த்துமினே.'

பிரிவில்லாத போகத்திலே மூழ்கி, இணைந்து ஆடுகின்ற இள அன்னங்களே,

வேத ஒலி இடைவெளியின்றி ஒலிக்கிற, குளிர்ச்சியான திருவண்வண்டூரிலே, கடலைப்போன்ற திருமேனி நிறம்கொண்ட பெருமான், கண்ணன், நெடுமால் கோயில்கொண்டிருக்கிறான். அவனைக் காணுங்கள், 'பெருமானே, அங்கே ஒருத்தி உங்களுக்காக உடல் நைந்து உருகிக்கொண்டிருக்கிறாள்' என்று சொல்லுங்கள்.

இதேபோல் திருநாவுக்கரசரும் தன்னைப் பெண்ணாக எண்ணிப் பேசுகிறார். அன்னத்திடம் இல்லை, குயில்களிடம்:

'சொல்மாலை பயில்கின்ற குயில்இனங்காள், சொல்லீரே,
பல்மாலை வரிவண்டு பண் மிழற்றும் பழனத்தான்
முன்மாலை நகு திங்கள் முகிழ் விளங்கு முடிச் சென்னிப்
பொன்மாலை மார்பன் என் புதுநலம் உண்டு இகழ்வானோ.'

சொற்களால் மாலை கட்டியதுபோல் கூவுகின்ற குயிலினங்களே,

வரிசையான பல கோடுகள் அமைந்த வண்டுகள் பண்பாடுகின்ற திருப்பழனத்திலே எழுந்தருளியிருக்கும் சிவபெருமான், முன்னால் ஒளிவீசும் பிறைச்சந்திரனை அணிந்த திருமுடியைக் கொண்டவன், பொன்போன்ற கொன்றை மாலையை மார்பில் அணிந்தவன், அவன் என்னுடைய புதிய நலனை ஏற்றுக்கொள்வானோ? என்னைப் புறக்கணித்துவிடுவானோ? நீங்கள் எனக்காக அவனிடம் பேசக்கூடாதா!

பெரியாழ்வார் திருமாலைக் குழந்தையாகப் பாடுகிறார். யசோதை கண்ணனோடு உரையாடுவதுபோல் அவர் எழுதிய பாடல்களில், பெற்றோரின் அன்பு தெரிகிறது. அது இறைவன்மீதான பக்தியாக வெளிப்படுகிறது:

> ‘வெண்ணெய் அளைந்த குணுங்கும் விளையாடு புழுதியும் கொண்டு
> திண் என இவ் இரா உன்னைத் தேய்த்துக்கிடக்க நான் ஒட்டேன்,
> எண்ணெய், புளிப்பழம் கொண்டு இங்கு எத்தனை போதும் இருந்தேன்,
> நண்ணல் அரிய பிரானே, நாரணா, நீராட வாராய்.’

கண்ணா, நாள்முழுக்க வெண்ணெயோடு விளையாடுகிறாய், அதனால் உன் உடலெல்லாம் அதன் நாற்றம்; இத்துடன், தெருவில் விளையாடும் புழுதியும் சேர்ந்துகொள்கிறது. இத்தனை அழுக்கும் உன் உடலில் இருக்கலாமா? அதற்கு நான் நிச்சயம் சம்மதிக்கமாட்டேன்.

இதோ பார், எண்ணெயும் புளிப்பழமும் தயாராக இருக்கின்றன; நீ வந்தால் உன்னை அழுக்குத்தேய்த்துக் குளிக்கச்செய்யலாம் என்று நான் நெடுநேரமாகக் காத்திருக்கிறேன்.

யாராலும் எளிதில் அடைய இயலாத பெருமானே, நாராயணா, நீராட வா. அபிராமிபட்டர், இறைவியைத் தாயாகக் காண்கிறார், ‘அம்மே’ என்றழைத்து உருகுகிறார்:

'கிளியே, கிளைஞர் மனத்தே கிடந்து கிளர்ந்து ஒளிரும்
ஒளியே, ஒளிரும் ஒளிக்கு இடமே, எண்ணில் ஒன்றும் இல்லா
வெளியே, வெளிமுதல் பூதங்கள்ஆகி விரிந்த அம்மே,
அளியேன் அறிவு அளவிற்கு அளவுஆனது அதிசயமே.'

தாயே, கிளியே, அடியவர்கள் மனத்திலே குடியேறிக் கிளர்ந்து ஒளிர்கின்ற ஒளியே, அந்த ஒளிக்கு இடமாகத் திகழ்பவளே, நினைத்துப்பார்த்தால் ஒன்றுமே இல்லாத வெளியாகவும், அந்த வெளியில் தொடங்கி ஐம்பூதங்களாகவும் ஆகிறவளே,

இந்த அளவுக்கு உயர்வான நீ, எளியவனாகிய என்னுடைய சிற்றறிவுக்கும் எட்டுகிறாயே, இது என்ன அதிசயம்!

இந்தக் கேள்விக்கு வள்ளலார் பதில்சொல்கிறார்:

'அன்புஎனும் பிடியுள் அகப்படும் மலையே,
அன்புஎனும் குடில்புகும் அரசே,
அன்புஎனும் வலைக்குட்படு பரம்பொருளே,
அன்புஎனும் கரத்து அமர் அமுதே,
அன்புஎனும் கடத்துள் அடங்கிடும் கடலே,
அன்புஎனும் உயிர்ஒளிர் அறிவே,
அன்புஎனும் அணுவுள் அமைந்த பேரொளியே,
அன்பு உருவாம் பரசிவமே.'

இறைவன் மலையாக இருப்பினும், அன்பு என்கிற பிடியில் அகப்படுவான், அன்பாகிய இல்லத்துக்குள் வந்து அரசனாவான், பரம்பொருள்கூட அன்பென்னும் வலைக்குள் அகப்படும், அன்பு என்ற கைக்கிண்ணத்தில் இறைவன் என்கிற அமுதம் வந்து சேரும், அன்பு என்ற குடத்தினுள் இறைவன் என்கிற கடல் அடங்கும், அன்பான உயிருக்குள் அறிவு ஒளிரும், அன்பு என்கிற அணுவுக்குள் இறைவன் என்கிற பேரொளி அமைந்திருக்கிறது.

மொத்தத்தில் இறைவன் அன்புருவம், அன்பே இறையுருவம்!

(நிறைந்தது)

தெளிவான எழுத்தும் ஆழமான ஆய்வும் நிறைந்த நூல்களுக்காகத் தமிழ் வாசகர்களிடையில் நன்கு அறியப்பட்டுள்ள என். சொக்கன் புனைவு, வாழ்க்கை வரலாறு, நிறுவன வரலாறு, தன்னம்பிக்கை, சிறுவர் இலக்கியம் உள்ளிட்ட துறைகளில் இதுவரை எழுபதுக்கும் மேற்பட்ட நூல்கள், நூற்றுக்கணக்கான கதைகள், கட்டுரைகளை எழுதியுள்ளார். விரிவான ஆய்வுகள், சான்றுகளின் அடிப்படையிலான ஆழமான வரலாற்று நூல்களைத் தமிழில் எழுத இயலும், அவற்றைப் பெரும்பான்மை வாசகர்களுக்குக் கொண்டுசேர்க்கவும் இயலும் என்பதைப் பலமுறை நிரூபித்த எழுத்து வகை இவருடையது.

தமிழ், ஆங்கிலம் ஆகிய இரு மொழிகளிலும் எழுதும் சொக்கனுடைய நூல்கள் ஹிந்தி, கன்னடம், மலையாளம் உள்ளிட்ட பல மொழிகளில் மொழிபெயர்ப்பாகியுள்ளன.

www.ingramcontent.com/pod-product-compliance
Ingram Content Group UK Ltd.
Pitfield, Milton Keynes, MK11 3LW, UK
UKHW042140021026
15589UKWH00003B/948

9 789393 882004